ਹੀਰ

ਵਾਰਿਸ ਸ਼ਾਹ

ਸੰਪਾਦਕ:
ਜਗਤਾਰ ਸਿੰਘ ਭੰਗੂ

ਈਵਾਨ ਪਬਲੀਕੇਸ਼ਨ, ਬਰਨਾਲਾ

ਹੀਰ

(ਕਿੱਸਾ ਹੀਰ-ਰਾਂਝਾ)

ਵਾਰਿਸ ਸ਼ਾਹ

ਸੰਪਾਦਕ

ਜਗਤਾਰ ਸਿੰਘ ਭੰਗੂ

ਮੱਲਵਾਲਾ, ਬਠਿੰਡਾ

ਐਮ.ਏ.ਇਤਿਹਾਸ, ਪੰਜਾਬੀ ਯੂਨੀਵਰਸਿਟੀ ਪਟਿਆਲਾ

ਐਸੋਸੀਏਟ ਇਨ ਇੰਸੋਰੈਂਸ ਇੰਸਟੀਚਿਊਟ, ਹੈਦਰਾਬਾਦ

Mob: 78379-11000

ਪ੍ਰਕਾਸ਼ਕ: ਈਵਾਨ ਪਬਲੀਕੇਸ਼ਨ,
ਨੇੜੇ ਗੁਰਦੁਆਰਾ ਨਾਨਕਸਰ ਠਾਠ,
ਬਰਨਾਲਾ-148101, ਪੰਜਾਬ
ਫੋਨ: 84277 12890

ਛਾਪਕ: ਰਾਧਾ ਆਫਸੈੱਟ ਪ੍ਰਿੰਟਰਜ਼, ਨਵੀਂ ਦਿੱਲੀ।

ਸੰਪਾਦਕੀ

ਹੀਰ ਵਾਰਿਸ ਪੰਜਾਬੀ ਦਾ ਇੱਕ ਅਦੁੱਤੀ ਸ਼ਾਹਕਾਰ ਰਚਨਾ ਹੈ। ਇਸ ਦੇ ਇੱਕ-ਇੱਕ ਸ਼ੇਅਰ ਦੀ ਸਿਫ਼ਤ ਬੇਮਿਸਾਲ ਹੈ। ਇਹ ਆਪਣੀ ਲਿਖਤ ਦੇ ਸਮੇਂ ਭਾਵ 1766 ਈਸਵੀ ਦੇ ਆਸ-ਪਾਸ ਦੇ ਸਮੇਂ ਦੇ ਲੋਕਾਂ ਦੀ ਰਹਿਤ-ਬਹਿਤ, ਰਿਸ਼ਤੇ-ਨਾਤੇ, ਕੰਮ-ਧੰਦੇ ਕਰਨ ਵਾਲੇ ਲੋਕ, ਫ਼ਸਲਾਂ, ਮੁਲਾਜ਼ਮ, ਰਸਮਾਂ, ਕੱਪੜੇ-ਲੱਤੇ, ਸੰਸਕਾਰ, ਜੋਗੀ, ਸੰਤਾਂ ਦੀ ਮਹਿਮਾਂ, ਕਾਜ਼ੀ, ਮਲਾਰ, ਮਸੀਤਾਂ ਬਾਰੇ ਜਾਣਕਾਰੀ ਦਾ ਬਹੁਮੁੱਲਾ ਖਜ਼ਾਨਾ ਵੰਡਦੀ ਮਹਿਸੂਸ ਹੁੰਦੀ ਹੈ। ਇਨ੍ਹਾਂ ਖ਼ੂਬੀਆਂ ਕਰਕੇ ਹੀ ਹੀਰ ਵਾਰਿਸ ਨੂੰ ਦੁਨੀਆਂ ਦੀਆਂ ਲੋਕ ਮਨਾਂ ਦੇ ਨੇੜੇ ਉੱਪਰਲੀਆ 100 ਕਿਤਾਬਾਂ ਵਿੱਚ ਸ਼ਾਮਿਲ ਕੀਤਾ ਗਿਆ ਹੈ, ਜਿੰਨਾਂ ਵਿੱਚ ਸ਼ੇਕਸਪੀਅਰ ਦਾ ਡਰਾਮਾ “ਮੈਕਥ” (Macbeth), ਮੌਲਾਨਾ ਜਲਾਲ ਉਦ ਦੀਨ ਰੂਮੀ ਦੀ ‘ਮਨਸਬੀ ਮੌਲਾਨਾ ਰੂਮੀ’ ਫਿਰਦੌਸੀ ਦਾ ‘ਸ਼ਾਹਨਾਮਾ’ ਤੇ ਟੈਗੋਰ ਦੀ ‘ਗੀਤਾਂਜਲੀ’ ਸ਼ਾਮਲ ਹਨ। ਹੀਰ ਵਾਰਿਸ ਦੇ ਤਰਜਮੇਂ ਦੁਨੀਆਂ ਦੀ ਤਕਰੀਬਨ ਹਰ ਮੁੱਖ ਭਾਸ਼ਾ ਵਿੱਚ ਹੋ ਚੁੱਕੇ ਹਨ। ਇਹ ਪੰਜਾਬੀ ਦੀਆਂ ਸਭ ਤੋਂ ਵੱਧ ਵਿਕਣ ਵਾਲੀਆਂ ਰਚਨਾਵਾਂ ਵਿੱਚੋਂ ਇੱਕ ਹੈ।

ਜੇਕਰ ਗੱਲ ਕਰੀਏ ਹੀਰ ਦੀ ਤਾਂ ਜਿਤਨੀਆਂ ਵੀ ਹੀਰ ਵਾਰਿਸ ਦੀਆਂ ਲਿਖਤਾਂ ਦਾ ਮੈਂ ਪਾਠ ਕੀਤਾ ਹੈ, ਸਭ ਵਿੱਚ ਕੁੱਝ ਨਾ ਕੁੱਝ ਵੱਖਰਾ ਹੈ। ਹੀਰ ਵਾਰਿਸ 1766 ਈ: ਦੇ ਲਗਭਗ ਪੂਰੀ ਹੁੰਦੀ ਹੈ। ਈ: 1860 ਤੱਕ ਇਸ ਵਿੱਚ ਮਿਲਾਵਟ ਦੇ ਸਬੂਤ ਨਹੀਂ ਮਿਲਦੇ, 1860 ਤੋਂ ਭਾਰਤ ਵਿੱਚ ਛਾਪੇਖਾਨੇ ਆ ਗਏ, ਕਿਤਾਬਾਂ ਦੀ ਛਪਾਈ ਸੌਖੀ ਹੋ ਗਈ ਤਾਂ ਹੀਰ ਵਿੱਚ ਮਿਲਾਵਟੀ ਸ਼ੇਅਰ ਆਉਣੇ ਸ਼ੁਰੂ ਹੋ ਗਏ, 4100 ਸਤਰਾਂ ਵਾਲੀ ਹੀਰ ਦੇ 16000 ਫਿਕਰੇ ਹੋ ਗਏ। ਹੀਰ ’ਤੇ ਸੋਧ ਦਾ ਕੰਮ ਤਾਂ ਪਹਿਲਾਂ ਹੀ ਡਾ. ਜੀਤ ਸਿੰਘ ਸੀਤਲ ਵਰਗਿਆਂ ਨੇ ਸ਼ੁਰੂ ਕਰ ਦਿੱਤਾ ਸੀ ਪਰ ਸਭ ਤੋਂ ਮਹੱਤਵਪੂਰਨ ਕੰਮ ਪਾਕਿਸਤਾਨੀ ਖੋਜ਼ਕਾਰ ਜਾਹਿਦ ਇਕਬਾਲ ਨੇ ਕੀਤਾ

ਜਿਸਨੇ "ਹੀਰ ਵਾਰਿਸ ਸ਼ਾਹ ਵਿੱਚ ਮਿਲਾਵਟੀ ਸ਼ੇਅਰਾਂ ਦਾ ਵੇਰਵਾ" ਲਿਖ ਕੇ ਪੰਜਾਬੀ ਸਾਹਿਤਿਕ ਜਗਤ ਨੂੰ ਹੋਰ ਵੀ ਅਮੀਰ ਕੀਤਾ। ਮੈਂ ਇਸ ਕਿਤਾਬ ਵਿੱਚ ਅਜਿਹੇ ਸ਼ੇਅਰਾਂ ਨੂੰ ਜਾਂ ਤਾਂ ਕੱਢ ਦਿੱਤਾ ਹੈ ਜਾਂ ਉਹਨਾਂ ਦੇ ਵੇਰਵਿਆਂ ਨੂੰ ਫੁੱਟਨੋਟਾਂ ਵਿੱਚ ਦਰਜ ਕਰਨ ਦਾ ਯਤਨ ਕੀਤਾ ਹੈ, ਨਾਲ ਹੀ ਕੁਝ ਔਖੇ ਸ਼ਬਦਾਂ ਦੇ ਵੀ ਸਰਲ ਅਰਥ ਇਸ ਕਿਤਾਬ ਵਿੱਚ ਦਿੱਤੇ ਹਨ।

ਹਥਲੀ ਪੁਸਤਕ ਦੀ ਸੰਪਾਦਨਾ ਕਰਨ ਵੇਲੇ ਮੈਂ ਆਪਣੇ ਵੱਲੋਂ ਹਰ ਲਗ-ਮਾਤਰਾ, ਕੰਨਾਂ, ਬਿੰਦੀ, ਟਿੱਪੀ ਤੇ ਹੋਰ ਹਰ ਲਫ਼ਜ ਦੀ ਘੋਖ ਕਰਕੇ ਹੋਰ ਸੁਧਾਈ ਕਰਨ ਦੀ ਕੋਸ਼ਿਸ਼ ਕੀਤੀ ਹੈ। ਇਸ ਰਚਨਾ ਵਿੱਚ ਵਾਰਿਸ ਸ਼ਾਹ ਦੁਆਰਾ ਵਰਤੇ ਕੁੱਝ ਸ਼ਬਦ/ਲਫ਼ਜ਼ ਜਾਤੀ ਸੂਚਕ ਜ਼ਰੂਰ ਹਨ ਪਰ ਅਸੀਂ ਲੇਖਕ ਦੀ ਮੂਲ ਰਚਨਾ ਨੂੰ ਬਦਲ ਨਹੀਂ ਸਕਦੇ ਕਿਉਂਕਿ ਮੂਲ ਰਚਨਾ ਦੇ ਸ਼ਬਦ ਬਦਲਣ ਨਾਲ ਲੇਖਕ ਦੀ ਰਚਨਾ ਦੇ ਭਾਵ ਬਦਲ ਜਾਂਦੇ ਹਨ। ਉਹਨਾਂ ਸ਼ਬਦਾਂ ਨੂੰ ਮੂਲ ਰੂਪ ਵਿੱਚ ਹੀ ਛਾਪ ਰਹੇ ਹਾਂ। ਉਮੀਦ ਹੈ ਕਿ ਪਾਠਕ ਮੇਰੀ ਇਸ ਕੋਸ਼ਿਸ਼ ਨੂੰ ਜ਼ਰੂਰ ਪਸੰਦ ਕਰਨਗੇ। ਜੇਕਰ ਕੋਈ ਗਲਤੀ ਰਹਿ ਗਈ ਹੋਵੇ ਤਾਂ ਮੁਆਫ਼ੀ ਮੰਗਦਾ ਹਾਂ।

-ਜਗਤਾਰ ਸਿੰਘ ਭੰਗੂ

(ਸੰਪਾਦਕ)

ਕਿੱਸਾ ਹੀਰ ਰਾਂਝਾ-ਵਾਰਿਸ ਸ਼ਾਹ

ਰੱਬ ਦੇ ਨਾਂ ਨਾਲ ਸ਼ੁਰੂਆਤ

1

ਅੱਵਲ ਹਮਦ[1] ਖ਼ੁਦਾ ਦਾ ਵਿਰਦ ਕੀਜੇ, ਇਸ਼ਕ ਕੀਤਾ ਸੂ ਜੱਗ ਦਾ ਮੂਲ ਮੀਆਂ
ਪਹਿਲੇ ਆਪ ਹੀ ਰੱਬ ਨੇ ਇਸ਼ਕ ਕੀਤਾ, ਮਾਸ਼ੂਕ ਹੈ ਨਬੀ ਰਸੂਲ ਮੀਆਂ
ਇਸ਼ਕ ਪੀਰ ਫ਼ਕੀਰ ਦਾ ਮਰਤਬਾ ਹੈ, ਮਰਦ ਇਸ਼ਕ ਦਾ ਭਲਾ ਰੰਜੂਲ[2] ਮੀਆਂ
ਖਿਲੇ ਤਿਨ੍ਹਾਂ ਦੇ ਬਾਗ਼ ਕਲੂਬ[3] ਅੰਦਰ, ਜਿਨ੍ਹਾਂ ਕੀਤਾ ਹੈ ਇਸ਼ਕ ਕਬੂਲ ਮੀਆਂ

ਤਾਰੀਫ਼ ਰਸੂਲ

2

ਦੂਈ ਨਾਅਤ ਰਸੂਲ ਮਕਬੂਲ ਵਾਲੀ, ਜੈਂਦੇ ਹੱਕ ਨਜ਼ੂਲ ਲੌਲਾਕ ਕੀਤਾ
ਖ਼ਾਕੀ ਆਖ ਕੇ ਮਰਤਬਾ ਵੱਡਾ ਦਿੱਤਾ, ਸਭ ਖ਼ਲਕ ਦੇ ਐਬ ਥੀਂ ਪਾਕ ਕੀਤਾ
ਸਰਵਰ ਹੋਇ ਕੇ ਔਲੀਆ ਅੰਬੀਆਂ ਦਾ, ਅੱਗੇ ਹੱਕ ਕੇ ਆਪ ਨੋ ਖ਼ਾਕ ਕੀਤਾ
ਕਰੇ ਉੱਮਤੀ ਉੱਮਤੀ ਰੋਜ਼ ਮਹਿਸ਼ਰ, ਖ਼ੁਸ਼ੀ ਛੱਡ ਕੇ ਜੀਉ ਗ਼ਮਨਾਕ ਕੀਤਾ

ਤਾਰੀਫ਼ ਚਾਰ ਯਾਰ

3

ਚਾਰੇ ਯਾਰ ਰਸੂਲ ਦੇ ਚਾਰ ਗੌਹਰ, ਸੱਭਾ ਇੱਕ ਥੀਂ ਇੱਕ ਚੜ੍ਹੰਦੜੇ ਨੀ
ਅਬੂ ਬਕਰ ਤੇ ਉਮਰ ਉਸਮਾਨ ਅਲੀ, ਆਪੋ ਆਪਣੇ ਗੁਣੀਂ ਸੁਹੰਦੜੇ ਨੀ
ਜਿਨ੍ਹਾਂ ਸਿਦਕ ਯਕੀਨ ਤਹਕੀਕ ਕੀਤਾ, ਰਾਹ ਰੱਬ ਦੇ ਸੀਸ ਵਿਕੰਦੜੇ ਨੀ
ਜ਼ੌਕ ਛੱਡ ਕੇ ਜਿਨ੍ਹਾਂ ਨੇ ਜ਼ੁਹਦ ਕੀਤਾ, ਵਾਹ ਵਾਹ ਓਹ ਰੱਬ ਦੇ ਬੰਦੜੇ ਨੀ

ਤਾਰੀਫ਼ ਪੀਰਾਂ ਦੀ

4

ਮਦਹ ਪੀਰ ਦੀ ਹੁੱਬ ਦੇ ਨਾਲ ਕੀਚੇ, ਜੈਂਦੇ ਖ਼ਾਦਮਾਂ ਦੇ ਵਿਚ ਵੀ ਪੀਰੀਆਂ ਨੀ
ਬਾਝੁ ਓਸ ਜਨਾਬ ਦੇ ਯਾਰ ਨਾਹੀਂ, ਲੱਖ ਢੂੰਡਦੇ ਫਿਰਨ ਫ਼ਕੀਰੀਆਂ ਨੀ
ਜਿਹੜੇ ਪੀਰ ਦੀ ਨਜ਼ਰ ਮਨਜ਼ੂਰ ਹੋਏ, ਘਰ ਤਿਨ੍ਹਾਂ ਦੇ ਪੀਰੀਆਂ ਮੀਰੀਆਂ ਨੀ
ਰੋਜ਼ਿ ਹਸ਼ਰ ਨੋ ਪੀਰ ਦੇ ਤਾਲਬਾਂ ਨੂੰ, ਹੱਥ ਸੱਜੜੇ ਮਿਲਣਗੀਆਂ ਚੀਰੀਆਂ ਨੀ

---

1. ਰੱਬ ਦੀ ਪ੍ਰਸ਼ੰਸਾ, 2. ਸਰਾਪਿਆ, 3. ਰੂਹ, ਆਤਮਾ

ਤਾਰੀਫ਼ ਬਾਬਾ ਸ਼ਕਰ ਗੰਜ ਮੁਲਤਾਨ

5

ਮਉਦੂਦ ਦਾ ਲਾਡਲਾ ਪੀਰ ਚਿਸ਼ਤੀ, ਸ਼ੱਕਰ ਗੰਜ ਮਾਸਊਦ ਭਰਪੂਰ ਹੈ ਜੀ
ਬਾਈਆਂ ਕੁਤਬਾਂ ਦੇ ਵਿੱਚ ਹੈ ਪੀਰ ਕਾਮਲ, ਜੈਂਦੀ ਆਜਜ਼ੀ ਜ਼ੁਹਦ ਮਨਜ਼ੂਰ ਹੈ ਜੀ
ਖ਼ਾਨਦਾਨ ਵਿਚ ਚਿਸ਼ਤ ਦੇ ਕਾਮਲੀਅਤ, ਸ਼ਹਿਰ ਫ਼ੱਕਰ ਦਾ ਪਟਣ ਮਸ਼ਹੂਰ ਹੈ ਜੀ
ਸ਼ੱਕਰ ਗੰਜ ਨੇ ਆਣਿ ਮਕਾਮ ਕੀਤਾ, ਦੁੱਖ-ਦਰਦ ਪੰਜਾਬ ਦਾ ਦੂਰ ਹੈ ਜੀ

ਕਿੱਸਾ ਲਿਖਣ ਦਾ ਸਬੱਬ

6

ਯਾਰਾਂ ਅਸਾਂ ਨੂੰ ਆਣਿ ਸਵਾਲ ਕੀਤਾ, ਇਸ਼ਕ ਹੀਰ ਦਾ ਨਵਾਂ ਬਣਾਈਏ ਜੀ
ਏਸ ਪ੍ਰੇਮ ਦੀ ਝੋਕ ਦਾ ਸਭ ਕਿੱਸਾ, ਢੱਬ ਸੋਹਣੇ ਨਾਲ ਸੁਣਾਈਏ ਜੀ
ਨਾਲ ਅਜਬ ਬਹਾਰ ਦੇ ਸ਼ਿਅਰ ਕਹਿ ਕੇ, ਰਾਂਝੇ ਹੀਰ ਦਾ ਮੇਲ ਮਿਲਾਈਏ ਜੀ
ਯਾਰਾਂ ਨਾਲ ਮਜਲਸਾਂ ਵਿੱਚ ਬਹਿ ਕੇ, ਮਜ਼ਾ ਹੀਰ ਦੇ ਇਸ਼ਕ ਦਾ ਪਾਈਏ ਜੀ

ਦੋਸਤਾਂ ਦਾ ਫ਼ੁਰਮਾਨ ਕਬੂਲ ਕਰਨਾ

7

ਹੁਕਮ ਮੰਨ ਕੇ ਸੱਜਣਾਂ ਪਿਆਰਿਆਂ ਦਾ, ਕਿੱਸਾ ਅਜਬ ਬਹਾਰ ਦਾ ਜੋੜਿਆ ਏ
ਫ਼ਿਕਰਾ ਜੋੜ ਕੇ ਖ਼ੂਬ ਦਰੁਸਤ ਕੀਤਾ, ਨਵਾਂ ਫੁੱਲ ਗੁਲਾਬ ਦਾ ਤੋੜਿਆ ਏ
ਬਹੁਤ ਜੀਉ ਦੇ ਵਿੱਚ ਤਦਬੀਰ ਕਰ ਕੇ, ਫ਼ਰਹਾਦ ਪਹਾੜ ਨੂੰ ਤੋੜਿਆ ਏ
ਸੱਭਾ ਵੀਨ ਕੇ ਜ਼ੇਬ ਬਣਾ ਦਿੱਤਾ, ਜੇਹਾ ਇਤਰ ਗੁਲਾਬ ਨਿਚੋੜਿਆ ਏ

ਤਾਰੀਫ਼ ਤਖ਼ਤ ਹਜ਼ਾਰਾ

8

ਇੱਕ ਤਖ਼ਤ ਹਜ਼ਾਰਿਓਂ ਗੱਲ ਕੀਚੇ, ਜਿੱਥੇ ਰਾਂਝਿਆਂ ਰੰਗ ਮਚਾਇਆ ਈ
ਛੈਲ ਗੱਭਰੂ ਮਸਤ ਅਲਬੇਲੜੇ ਨੀ, ਸੁੰਦਰ ਇੱਕ ਥੀਂ ਇੱਕ ਸਵਾਇਆ ਈ
ਵਾਲੇ, ਕੋਕਲੇ, ਮੁੰਦ੍ਰੇ, ਮੱਝ ਲੁੰਗੀ, ਨਵਾਂ ਠਾਠ ਤੇ ਠਾਠ ਚੜ੍ਹਾਇਆ ਈ
ਕਿਹੀ ਸਿਫ਼ਤ ਹਜ਼ਾਰੇ ਦੀ ਆਖ ਸਕਾਂ, ਗੋਇਆ ਭਿਸਤ ਜ਼ਮੀਨ ਤੇ ਆਇਆ ਈ

ਤਾਰੀਫ਼ ਮੌਜੂ ਚੌਧਰੀ

9

ਮੌਜੂ ਚੌਧਰੀ ਪਿੰਡ ਦੀ ਪੈਂਠ ਵਾਲਾ, ਚੰਗਾ ਭਾਈਆਂ ਦਾ ਸਰਦਾਰ ਆਹਾ
ਅੱਠ ਪੁੱਤ੍ਰ ਦੋ ਬੇਟੀਆਂ ਤਿਸ ਦੀਆਂ, ਵੱਡ-ਟੱਬਰਾ ਤੇ ਪਰਿਵਾਰ ਆਹਾ
ਭਲੀ ਭਾਈਆਂ ਵਿੱਚ ਪ੍ਰਤੀਤ ਉਹਦੀ, ਬਣਿਆ ਚੌਧਰੀ ਤੇ ਸਰਦਾਰ ਆਹਾ
ਵਾਰਿਸ ਸ਼ਾਹ ਇਹ ਕੁਦਰਤਾਂ ਰੱਬ ਦੀਆਂ, ਧੀਦੋ ਨਾਲ ਉਸ ਬਹੁਤ ਪਿਆਰ ਆਹਾ

ਭਾਈ

10

ਬਾਪ ਕਰੇ ਪਿਆਰ ਤੇ ਵੈਰ ਭਾਈ, ਡਰ ਬਾਪ ਦੇ ਥੀਂ ਨਹੀਂ ਸੰਗਦੇ ਨੀ
ਗੁੱਝੇ ਮਿਹਣੇ ਮਾਰ ਕੇ ਸੱਪ ਵਾਂਙੂ, ਉਹਦੇ ਕਾਲਜੇ ਨੂੰ ਪਏ ਡੰਗਦੇ ਨੀ
ਕੋਈ ਵੱਸ ਨਾ ਚੱਲਨੈਂ ਕੱਢ ਛੱਡਣ, ਦੇਂਦੇ ਮਿਹਣੇ ਰੰਗ ਬਰੰਗ ਦੇ ਨੀ
ਵਾਰਿਸ ਸ਼ਾਹ ਇਹ ਗ਼ਰਜ਼ ਹੈ ਬਹੁਤ ਪਿਆਰੀ, ਹੋਰ ਸਾਕ ਤੇ ਸੈਣ ਨਾ ਅੰਗ ਦੇ ਨੀ

ਰਾਂਝੇ ਨੂੰ ਮਿਹਣੇ

11

ਤਕਦੀਰ ਸੇਤੀ ਮੌਜੂ ਫ਼ੌਤ ਹੋਇਆ, ਭਾਈ ਰਾਂਝੇ ਦੇ ਨਾਲ ਖਹੇੜਦੇ ਨੇ
'ਖਾਏਂ ਰੱਜ ਕੇ ਘੂਰਦਾ ਫਿਰੇਂ ਰੰਨਾਂ', ਕੱਢ ਰਿਕਤਾਂ ਧੀਦੋ ਨੂੰ ਛੇੜਦੇ ਨੇ
ਗੁੱਝੇ ਮਿਹਣੇ ਘਾਉ ਕਲੇਜੜੇ ਦੇ, ਗੱਲਾਂ ਤ੍ਰਿੱਖੀਆਂ ਨਾਲ ਉਚੇੜਦੇ ਨੇ
ਭਾਈ, ਭਾਬੀਆਂ ਵੈਰ ਦੀਆਂ ਕਰਨ ਗੱਲਾਂ, ਏਹੋ ਝਗੜਾ ਚਾਇ ਕੇ ਭੇੜਦੇ ਨੇ

ਜ਼ਮੀਨ ਦੀ ਵੰਡ

12

ਹਜ਼ਰਤ ਕਾਜ਼ੀ ਤੇ ਪੈਂਚ ਸਦਾਇ ਸਾਰੇ, ਭਾਈਆਂ ਜ਼ਿਮੀਂ ਨੂੰ ਕੱਛ ਪਵਾਈਆ ਈ
ਵੱਢੀ ਦੇ ਜ਼ਮੀਨ ਦੇ ਬਣੇ ਮਾਲਿਕ, ਬੰਜਰ ਜ਼ਿਮੀਂ ਰੰਝੇਟੇ ਨੂੰ ਆਈਆ ਈ
ਕੱਛਾਂ ਮਾਰ ਸ਼ਰੀਕ ਮਜ਼ਾਖ ਕਰਦੇ, ਭਾਈਆਂ ਰਾਂਝੇ ਦੀ ਬਾਬ ਬਣਾਈਆ ਈ
ਗੱਲ ਭਾਈਆਂ ਏਹੁ ਬਣਾਇ ਛੱਡੀ, ਮਗਰ ਜੱਟ ਦੇ ਫੱਕੜੀ ਲਾਈਆ ਈ

ਰਾਂਝੇ ਨੂੰ ਤਾਅਨੇ

13

ਪਿੰਡਾ ਛਾਂਟ ਕੇ ਆਰਸੀ ਨਾਲ ਵੇਖਣ ਤਿਨ੍ਹਾਂ ਹਲ ਕੀ ਗੱਡ ਕੇ ਵਾਹੁਣਾ ਈ
ਜਿਨ੍ਹਾਂ ਵੰਝਲੀ[1] ਕੱਛ ਵਿਚ ਪਾਇ ਫਿਰਨਾ, ਕਿਸੇ ਰੰਨ ਕੀ ਓਸ ਨੂੰ ਚਾਹੁਣਾ ਈ
ਜਿਹੜਾ ਭੂਈਂ ਦੇ ਮਾਮਲੇ ਕਰੇ ਬੈਠਾ, ਏ ਤੋੜ ਨਾ ਮੂਲ ਨਿਬਾਹੁਣਾ ਈ
ਦਿਹੇਂ ਵੰਝਲੀ ਵਾਹ ਕੇ ਰਾਤ ਗਾਵੇਂ, ਕਿਸੇ ਰੋਜ਼ ਦਾ ਏਹੁ ਪਰਾਹੁਣਾ ਈ

ਰਾਂਝੇ ਨੇ ਹਲ਼ ਵਾਹੁਣਾ

14

ਰਾਂਝਾ ਜੋਤਰਾ ਵਾਹ ਕੇ ਥੱਕ ਰਹਿਆ, ਲਾਹ ਅਰਲੀਆਂ ਛਾਉਂ ਨੂੰ ਆਉਂਦਾ ਈ
ਭੱਤਾ ਆਣ ਕੇ ਭਾਬੀ ਨੇ ਕੋਲ ਧਰਿਆ, ਹਾਲ ਆਪਣਾ ਖੋਲ੍ਹ ਸੁਣਾਉਂਦਾ ਈ
ਹੱਥੀਂ ਪਏ ਛਾਲੇ ਅਤੇ ਪੈਰ ਫਿੱਸੇ, ਸਾਨੂੰ ਵਾਹੀ ਦਾ ਕੰਮ ਨਾ ਭਾਉਂਦਾ ਈ
ਭਾਬੀ ਆਖਿਆ ਲਾਡਲਾ ਬਾਪ ਦਾ ਸੈਂ, ਅਤੇ ਖਰਾ ਪਿਆਰੜਾ ਮਾਊਂ ਦਾ ਈ

---

1. ਵੰਝਲੀ ਪੁਰਾਤਨ ਸਾਜ ਹੈ। ਇਹ ਬੰਸਰੀ ਵਾਂਗ ਹੁੰਦਾ ਹੈ ਪਰ ਸਿੱਧਾ ਬੁੱਲ੍ਹਾਂ ਵਿੱਚੋਂ ਫੂਕ ਮਾਰ ਕੇ ਵਜਾਇਆ ਜਾਂਦਾ ਹੈ।

ਭਾਬੀ ਨਾਲ ਗੁੱਸਾ

15

ਰਾਂਝਾ ਆਖਦਾ, 'ਭਾਬੀਓ ! ਵੈਰਨੋ ਨੀ, ਤੁਸਾਂ ਭਾਈਆਂ ਨਾਲੋਂ ਵਿਛੋੜਿਆ ਜੇ
ਖੁਸ਼ੀ ਰੂਹ ਨੂੰ ਚਾਇ ਦਿਲਗੀਰ ਕੀਤਾ, ਨਵਾਂ ਫੁੱਲ ਗੁਲਾਬ ਦਾ ਤੋੜਿਆ ਜੇ
ਭਾਈ ਸਕਿਆਂ ਨਾਲੋਂ ਵਿਛੋੜ ਮੈਨੂੰ, ਕੰਡਾ ਵਿਚ ਕਲੇਜੇ ਦੇ ਪੋੜਿਆ ਜੇ
ਭਾਈ ਜਿਗਰ ਤੇ ਜਾਨ ਸਾਂ ਅਸੀਂ ਅੱਠੇ, ਵੱਖੋ ਵੱਖ ਕਰ ਚਾਇ ਵਿਛੋੜਿਆ ਜੇ
ਨਾਲ ਵੈਰ ਦੇ ਰਿੱਕਤਾਂ ਛੇੜ ਭਾਬੀ, ਸਾਨੂੰ ਪਿੱਟਣਾ ਹੋਰ ਚਮੋੜਿਆ ਜੇ
ਜਦੋਂ ਸਫ਼ਾ ਹੋ ਟੁਰੋਂਗੀਆਂ ਤਰਫ਼ ਜੰਨਤ, ਵਾਰਿਸ ਸ਼ਾਹ ਦੀ ਵਾਗ ਨਾ ਮੋੜਿਆ ਜੇ

ਜਵਾਬ ਭਾਬੀ

16

ਕਰੇਂ ਆਕੜਾਂ ਖਾਇ ਕੇ ਦੁੱਧ ਚਾਵਲ, ਰੱਜ ਖਾਵਣੇ ਦੀਆਂ ਸੱਭੇ ਮਸਤੀਆਂ ਨੀ
ਆਖਣ ਦੇਵਰਾਂ ਨਾਲ ਨਿਹਾਲ ਹੋਈਆਂ, ਸਾਨੂੰ ਸੱਭ ਸ਼ਰੀਕਣਾਂ ਹੱਸਦੀਆਂ ਨੀ
ਏਹ ਰਾਂਝੇ ਦੇ ਨਾਲ ਹਨ ਘੀਓ ਸ਼ੱਕਰ, ਪਰ ਜੀਓ ਦਾ ਭੇਤ ਨਾ ਦਸਦੀਆਂ ਨੀ
ਇੱਕ ਤੂੰ ਕਲੰਕ ਹੈਂ ਅਸਾਂ ਲੱਗਾ, ਹੋਰ ਸਭ ਸੁਖਾਲੀਆਂ ਵਸਦੀਆਂ ਨੀ
ਰੰਨਾਂ ਡਿਗਦੀਆਂ ਵੇਖ ਕੇ ਛੈਲ ਮੁੰਡਾ, ਜਿਵੇਂ ਸ਼ਹਿਦ ਵਿਚ ਮੱਖੀਆਂ ਫਸਦੀਆਂ ਨੀ
ਘਰੋਂ ਨਿਕਲੇਂ ਤੇ ਪਿਆ ਮਰੇ ਭੁੱਖਾ, ਵਾਰਿਸ ਭੁੱਲ ਜਾਵਣ ਸਭੇ ਮਸਤੀਆਂ ਨੀ

ਕਲਾਮ ਰਾਂਝਾ

17

ਤੁਸਾਂ ਛੱਤਰੇ ਮਰਦ ਬਣਾਇ ਦਿੱਤੇ, ਸੱਪ ਰੱਸੀਆਂ ਦੇ ਕਰੋਂ ਡਾਰੀਓ ਨੀ
ਰਾਜੇ ਭੋਜ[1] ਦੇ ਮੂੰਹ ਲਗਾਮ ਦੇ ਕੇ, ਚੜ੍ਹ ਦੌੜੀਆਂ ਹੋ ਟੂਣੇ-ਹਾਰੀਓ ਨੀ
ਕੈਰੋਂ ਪਾਂਡਵਾਂ ਦੀ ਸਫ਼ਾ ਗਾਲ ਦਿੱਤੀ, ਜ਼ਰਾ ਗੱਲ ਦੇ ਨਾਲ ਬੁਰਿਆਰੀਓ ਨੀ
ਰਾਵਣ ਲੰਕ ਲੁਟਾਇ ਕੇ ਗਰਦ ਹੋਇਆ, ਕਾਰਣ ਤੁਸਾਂ ਦੇ ਹੀ ਹਤਿਆਰੀਓ ਨੀ

ਜਵਾਬ ਭਾਬੀ

18

ਭਾਬੀ ਆਖਦੀ, ਗੁੰਡਿਆ ਮੁੰਡਿਆ ਵੇ, ਸਾਡੇ ਨਾਲ ਕੀ ਰਿੱਕਤਾਂ ਚਾਈਆਂ ਨੀ
ਅਲੀ ਜੇਠ ਤੇ ਜਿਨ੍ਹਾਂ ਦਾ ਫੱਤੂ ਦੇਵਰ, ਡੁੱਬ ਮੋਈਆਂ ਓਹ ਭਰਜਾਈਆਂ ਨੀ
ਘਰੋ ਘਰੀ ਵਿਚਾਰਦੇ ਲੋਕ ਸਾਰੇ, ਸਾਨੂੰ ਕੇਹੀਆਂ ਫਾਹੀਆਂ ਪਾਈਆਂ ਨੀ
ਤੇਰੀ ਗੱਲ ਨਾ ਬਣੇਗੀ ਨਾਲ ਸਾਡੇ, ਪਰਣਾ ਲਿਆ ਸਿਆਲਾਂ ਦੀਆਂ ਜਾਈਆਂ ਨੀ

---

1. ਇਹ ਪਰਮਾਰ ਜਾਤੀ ਦਾ ਧਾਰਾ ਨਗਰੀ, ਮਾਲਵੇ ਦਾ ਰਾਜਾ ਸੀ। ਗਿਆਰਵੀਂ ਸਦੀ ਦਾ ਸੰਸਕ੍ਰਿਤ ਦਾ ਵਿਦਵਾਨ ਸੀ ਅਤੇ ਕਮਜ਼ੋਰ ਤੇ ਔਰਤਾਂ ਦਾ ਰਸੀਆ ਸੀ।

ਕਲਾਮ ਰਾਂਝਾ

19

ਮੂੰਹ ਬੁਰਾ ਦਿਸੇਂਦੜਾ ਭਾਬੀਏ ਨੀ, ਸੜੇ ਹੋਏ ਪਤੰਗ ਕੀ ਸਾੜਨੀ ਹੈਂ
ਤੇਰੇ ਗੋਚਰਾ ਕੰਮ ਕੀ ਪਿਆ ਮੇਰਾ, ਸਾਨੂੰ ਬੋਲੀਆਂ ਕਾਸ ਨੂੰ ਮਾਰਨੀ ਹੈਂ
ਉਪਰ ਚਾੜ੍ਹ ਕੇ ਪੌੜੀਆਂ ਲਾਹਿ ਲੈਂਦੀ, ਕੇਹੇ ਕਲ੍ਹਾ ਦੇ ਮਹਿਲ ਉਸਾਰਨੀ ਹੈਂ
ਅਸਾਂ ਨਾਲ ਕੀ ਮਾਮਲਾ ਪਿਆ ਤੇਰਾ, ਕੁਝ ਸੱਚ ਨਾ ਝੂਠ ਨਿਤਾਰਨੀ ਹੈਂ

ਭਾਬੀ

20

ਸਿੱਧਾ ਹੋਇ ਕੇ ਰੋਟੀਆਂ ਖਾਹ ਜੱਟਾ, ਭਵਾਂ ਕਾਸ ਨੂੰ ਏਡੀਆਂ ਚਾਈਆਂ ਨੀ
ਤੇਰੀ ਨੇਕੀ ਤਾਂ ਅਸਾਂ ਨੇ ਬਹੁਤ ਡਿੱਠੀ, ਧੁੰਮਾਂ ਤ੍ਰਿੰਜਣਾਂ ਦੇ ਵਿਚ ਪਾਈਆਂ ਨੀ
ਘਰ ਬਾਰ ਵਿਸਾਰ ਖੁਆਰ ਹੋਈਆਂ, ਝੋਕਾਂ ਪ੍ਰੇਮ ਦੀਆਂ ਜਿਨ੍ਹਾਂ ਨੂੰ ਲਾਈਆਂ ਨੀ
ਜ਼ੁਲਫਾਂ ਕਾਲੀਆਂ ਕੁੰਢੀਆਂ ਨਾਗ ਕਾਲੇ, ਜੋਕਾਂ ਹਿਕ ਤੇ ਆਣਿ ਬਹਾਈਆਂ ਨੀ
ਵਾਰਿਸ ਸ਼ਾਹ ਇਹ ਜਿਨ੍ਹਾਂ ਦੇ ਚੰਦ ਦੇਵਰ, ਡੁੱਬ ਮੋਈਆਂ ਉਹ ਭਰਜਾਈਆਂ ਨੀ

ਭਾਬੀ

21

ਅਠਖੇਲਿਆ ਅਹਿਲ ਦੀਵਾਨਿਆਂ ਵੇ, ਥੁੱਕਾਂ ਮੋਢਿਆਂ ਉਤੋਂ ਕੀ ਸੱਟਨਾਂ ਏਂ
ਚੀਰਾ ਬੰਨ੍ਹ ਕੇ ਭੰਬੜੇ[1] ਬਾਲ ਚੋਪੜ, ਵਿਚ ਤ੍ਰਿੰਜਣਾਂ ਫੇਰੀਆਂ ਘੱਤਨਾਂ ਏਂ
ਰੋਟੀ ਖਾਂਦਿਆਂ ਲੂਣ ਜੇ ਪਵੇ ਥੋੜਾ, ਚਾਇ ਅੰਗਣੇ ਦੇ ਵਿਚ ਸੱਟਨਾਂ ਏਂ
ਕੰਮ ਕਰੇਂ ਨਾਹੀ ਅੱਛਾ ਖਾਇ ਪਹਿਨੇਂ, ਜੜ੍ਹ ਅਪਣੀ ਆਪ ਤੂੰ ਪੱਟਨਾਂ ਏਂ

ਰਾਂਝਾ

22

ਭੁਲ ਗਏ ਜੇ ਵੜੇ ਹਾਂ ਆਣ ਵਿਹੜੇ, ਸਾਨੂੰ ਬਖਸ਼ ਦੇ ਡਾਰੀਏ ਵਾਸਤਾ ਈ
ਹੱਥੋਂ ਤੇਰਿਓ ਦੇਸ ਮੈਂ ਛੱਡ ਜਾਸਾਂ, ਘਰ ਰੱਖ ਹੈਂਸਿਆਰੀਏ ਵਾਸਤਾ ਈ
ਦਿਹੇਂ ਰਾਤ ਤੂੰ ਜ਼ੁਲਮ ਤੇ ਲੱਕ ਬੱਧਾ, ਮਰੇਂ ਰੂਪ ਸ਼ਿੰਗਾਰੀਏ ਵਾਸਤਾ ਈ
ਨਾਲ ਹੁਸਨ ਦੇ ਫਿਰੇਂ ਗੁਮਾਨ ਲੱਦੀ, ਸਮਝ ਮਸਤ ਹੰਕਾਰੀਏ ਵਾਸਤਾ ਈ
ਵਾਰਿਸ ਸ਼ਾਹ ਨੂੰ ਮਾਰ ਨਾ ਭਾਗ ਭਰੀਏ, ਅਨੀ ਮੁਨਸ ਦੀ ਪਿਆਰੀਏ ਵਾਸਤਾ ਈ

---

1. ਭੰਬੜੇ, ਭੰਵਰੇ ਵਰਗੇ ਕਾਲੇ ਸ਼ਿਆਹ ਵਾਲ।

ਭਾਬੀ

23

ਸਾਡਾ ਹੁਸਨ ਪਸੰਦ ਨਾ ਲਿਆਵਲਾ ਏਂ, ਜਾਹਿ ਹੀਰ ਸਿਆਲ ਵਿਆਹਿ ਲਿਆਵੀਂ
ਵਾਹਿ ਵੰਝਲੀ ਪ੍ਰੇਮ ਦੀ ਘੱਤ ਜਾਲੀ, ਕਾਈ ਨੱਢੀ ਸਿਆਲਾਂ ਦੀ ਫਾਹਿ ਲਿਆਵੀਂ
ਤੈਂਥੇ ਵਲ ਹੈ ਰੰਨ ਖਿਸਕਾਵਨੇ ਦਾ, ਰਾਣੀ ਕੋਕਲਾਂ ਮਹਿਲ ਤੋਂ ਲਾਹਿ ਲਿਆਵੀਂ
ਦਿਹੇਂ ਬੂਹਿਓਂ ਕੱਢਣੀ ਮਿਲੇ ਨਾਹੀਂ, ਰਾਤੀਂ ਕੰਧ ਪਿਛਵਾੜਿਓਂ ਢਾਹਿ ਲਿਆਵੀਂ
ਵਾਰਿਸ ਸ਼ਾਹ ਨੂੰ ਨਾਲ ਲਿਜਾਇ ਕੇ ਵੇ, ਜਿਵੇਂ ਦਾਉ ਲੱਗੀ ਤਿਵੇਂ ਲਾ ਲਿਆਵੀਂ

ਰਾਂਝਾ

24

ਨੱਢੀ ਸਿਆਲਾਂ ਦੀ ਵਿਆਹਿਕੇ ਲਿਆਵਸਾਂ ਨੀ, ਕਰੋਂ ਬੋਲੀਆਂ ਤੇ ਠਠੋਲੀਆਂ ਨੀ
ਬਹੇ ਘੱਤ ਪੀੜ੍ਹਾ ਵਾਂਗੂ ਮਹਿਰੀਆਂ ਦੇ, ਅੱਗੇ ਤੁਸਾਂ ਜੇਹੀਆਂ ਹੋਣ ਗੋਲੀਆਂ ਨੀ
ਮੱਝ ਵਾਹਿ ਵਿਚ ਬੋੜੀਏ ਭਾਬੀਆਂ ਨੂੰ, ਹੋਣ ਤੁਸਾਂ ਜਿਹੀਆਂ ਬੜਬੋਲੀਆਂ ਨੀ
ਬੱਸ ਕਰੋ ਭਾਬੀ ਅਸੀਂ ਰੱਜ ਰਹੇ, ਭਰ ਦਿੱਤੀਆਂ ਜੇ ਸਾਨੂੰ ਝੋਲੀਆਂ ਨੀ

ਭਾਬੀ

25

ਕੇਹਾ ਭੇੜ ਮਚਾਇਓ ਈ ਕੱਚਿਆ ਵੇ, ਮੱਥਾ ਡਾਹਿਓ ਸੌਂਕਣਾਂ ਵਾਂਗ ਕੇਹਾ
ਜਾਹਿ ਸਾਹਜਰੇ ਕੰਮ ਗਵਾ ਨਾਹੀਂ, ਹੋਇ ਜਾਸੀਆ ਜੋਬਨਾ ਫੇਰ ਬੇਹਾ
ਰਾਂਝੇ ਖਾਇ ਗੁੱਸਾ ਸਿਰ ਧੌਲ ਮਾਰੀ, ਐਵੇਂ ਚੰਬੜੀ ਕਾਸ ਨੂੰ ਵਾਂਗੂ ਲੇਹਾ
ਤੁਸੀਂ ਦੇਸ ਰੱਖੋ ਅਸੀਂ ਛੱਡ ਚੱਲੇ, ਲਾਹਿ ਝਗੜਾ ਭਾਬੀਏ! ਗੱਲ ਏਹਾ
ਹੱਥ ਪਕੜ ਕੇ ਜੁੱਤੀਆਂ ਮਾਰ ਬੁੱਕਲ, ਰਾਂਝਾ ਹੋਇ ਟੁਰਿਆ ਵਾਰਿਸ ਸ਼ਾਹ ਜੇਹਾ

ਰਾਂਝੇ ਦੇ ਭਾਈਆਂ ਨੂੰ ਖ਼ਬਰ ਹੋਣੀ

26

ਲੋਕਾਂ ਜਾਇ ਕੇ ਭਾਈਆਂ ਨੂੰ ਖਬਰ ਕੀਤੀ, ਧੀਦੋ ਉਠਿ ਹਜ਼ਾਰਿਓ ਚੱਲਿਆ ਜੇ
ਹਲ ਵਾਹੁਣਾ ਏਸ ਤੋਂ ਨਹੀਂ ਹੁੰਦਾ, ਮਾਰਿ ਬੋਲੀਆਂ ਭਾਬੀਆਂ ਘੱਲਿਆ ਜੇ
ਪਕੜਿ ਰਾਹੁ ਟੁਰਿਆ ਹੰਝੂ ਨੂੰ ਨੈਣ ਰੋਵਣ, ਜਿਵੇਂ ਨਦੀ ਦਾ ਨੀਰ ਉਛੱਲਿਆ ਜੇ
ਅਗੋਂ ਵੀਰ ਦੇ ਵਾਸਤੇ ਭਾਈਆਂ ਨੇ, ਅੱਧਵਾਟਿਓਂ ਰਾਹ ਜਾ ਮੱਲਿਆ ਜੇ

ਸ਼ਾਇਰ

27

ਰੂਹ ਛੱਡ ਕਲਬੂਤ ਜਿਉਂ ਵਿਦਾ ਹੁੰਦਾ, ਤਿਵੇਂ ਇਹ ਦਰਵੇਸ਼ ਸਿਧਾਰਿਆ ਈ
ਅੰਨ ਪਾਣੀ ਹਜ਼ਾਰੇ ਦਾ ਕਸਮ ਕਰ ਕੇ, ਜੀਉ ਝੰਗ ਸਿਆਲਾਂ ਨੂੰ ਧਾਰਿਆ ਈ

ਕੀਤਾ ਰਿਜ਼ਕ ਨੇ ਖਰਾ ਉਦਾਸ ਰਾਂਝਾ, ਚਲੋ ਚਲ ਹੀ ਜੀਉ ਪੁਕਾਰਿਆ ਈ
ਕੱਛੇ ਵੰਝਲੀ ਮਾਰ ਕੇ ਰਵਾਂ ਹੋਇਆ, ਵਾਰਿਸ ਵਤਨ ਤੇ ਦੇਸ ਵਿਸਾਰਿਆ ਈ

ਰਾਂਝੇ ਦੇ ਭਾਈ

28

ਆਖ ਰਾਂਝਿਆ! ਭਾਇ ਕੀ ਬਣੀ ਤੇਰੇ, ਦੇਸ ਆਂਪਣਾ ਛੱਡ ਸਿਧਾਰ ਨਾਹੀਂ
ਵੀਰਾ, ਅੰਬੜੀ-ਜਾਇਆ ਜਾਹਿ ਨਾਹੀ, ਸਾਨੂੰ ਨਾਲ ਫ਼ਿਰਾਕ ਦੇ ਮਾਰ ਨਾਹੀਂ
ਏਹੁ ਬਾਂਦੀਆ ਤੇ ਅਸੀਂ ਵੀਰ ਤੇਰੇ, ਕੋਈ ਹੋਰ ਵਿਚਾਰ, ਵਿਚਾਰ ਨਾਹੀਂ
ਬਖਸ਼ ਏਹੁ ਗੁਨਾਹਿ ਤੂੰ ਭਾਬੀਆਂ ਨੂੰ, ਕੌਣ ਜੰਮਿਆ ਜੋ ਗੁਨ੍ਹਾਗਾਰ ਨਾਹੀਂ
ਭਾਈਆਂ ਬਾਝੁ ਨਾ ਮਜਲਸਾਂ ਸੋਂਹਦੀਆਂ ਨੀ, ਅਤੇ ਭਾਈਆਂ ਬਾਝੁ ਬਹਾਰ ਨਾਹੀਂ
ਭਾਈ ਮਰਨ ਤੇ ਪੈਂਦੀਆਂ ਭੱਜ ਬਾਂਹਾਂ, ਬਿਨਾਂ ਭਾਈਆਂ ਦੇ ਘਰ ਬਾਰ ਨਾਹੀਂ
ਲੱਖ ਓਟ ਹੈ ਕੋਲ ਵਸੰਦਿਆਂ ਦੀ, ਭਾਈਆਂ ਗਿਆ ਜੇਡੀ ਕਾਈ ਹਾਰ ਨਾਹੀਂ
ਭਾਈ ਢਾਹੁੰਦੇ ਭਾਈ ਉਸਾਰਦੇ ਨੀ, ਬਾਝੂ ਭਾਈਆਂ ਸੋਭ ਸੰਸਾਰ ਨਾਹੀਂ

ਰਾਂਝਾ

29

ਰਾਂਝੇ ਆਖਿਆ, ਉਠਿਆ ਰਿਜ਼ਕ ਮੇਰਾ, ਮੈਥੋਂ ਭਾਈਓ! ਤੁਸੀਂ ਕੀ ਮੰਗਦੇ ਹੋ
ਵੰਡ ਲਿਆ ਜੇ ਬਾਪ ਦਾ ਮਿਲਖ ਸਾਰਾ, ਤੁਸੀਂ ਸਾਕ ਤੇ ਸੈਨ ਨਾ ਅੰਗ ਦੇ ਹੋ
ਵਸ ਲੱਗੇ ਜੇ ਤਾਂ ਮਨਸੂਰ ਵਾਂਗੂ, ਮੈਨੂੰ ਚਾਇ ਸੂਲੀ ਉਤੇ ਟੰਗਦੇ ਹੋ
ਵਿੱਚੋਂ ਖ਼ੁਸ਼ੀ ਹੋ ਸਾਡੜੇ ਨਿਕਲਣੇ ਤੋਂ, ਵਾਰਿਸ ਆਖਦੇ ਗੱਲ ਕਿਉਂ ਸੰਗਦੇ ਹੋ

ਭਰਜਾਈਆਂ

30

ਭਰਜਾਈਆਂ ਆਖਿਆ, ਰਾਂਝਣਾ ਵੇ, ਅਸੀਂ ਥਾਉਂ ਤੇਰੇ ਹਲ ਜੋਨੀਆਂ[1] ਹਾਂ
ਨਾਉਂ ਲੈਨਾਂ ਹੈ ਜਦੋਂ ਤੂੰ ਜਾਵਣੇ ਦਾ, ਭਰ ਹੰਝੂਆਂ ਰੱਤ ਦੀਆਂ ਰੋਨੀਆਂ ਹਾਂ
ਜਾਨ ਮਾਲ ਕੁਰਬਾਨ ਹੈ ਤੁੱਧ ਉਤੋਂ, ਅਤੇ ਆਪ ਭੀ ਚੌਖੰਨੇ ਹੁੰਨੀਆਂ ਹਾਂ
ਸਾਨੂੰ ਸਬਰ ਕਰਾਰ ਨਾ ਆਂਵਦਾ ਹੈ, ਜਿਸ ਵੇਲੇ ਦੀਆਂ ਤੈਥੋਂ ਵਿਛੁੰਨੀਆਂ ਹਾਂ

ਰਾਂਝਾ

31

ਭਾਬੀ! ਰਿਜ਼ਕ ਉਦਾਸ ਜੇ ਹੋਇ ਟੁਰਿਆ, ਹੁਣ ਕਾਸ ਨੂੰ ਘੇਰ ਕੇ ਠਗਦੀਆਂ ਹੋ
ਪਹਿਲਾਂ ਸਾੜ ਕੇ ਜੀਉ ਨਿਮਾਨੜੇ ਦਾ, ਪਿੱਛੋਂ ਮੱਲ੍ਹਮਾਂ ਲਾਵਣੇ ਲਗਦੀਆਂ ਹੋ

---

1. ਹਲ਼ ਵਾਹੁਣਾ

ਭਾਈ ਸਾਕ ਸਨ ਸੋ ਤੁਸਾਂ ਵੱਖ ਕੀਤੇ, ਤੁਸੀ ਸਾਕ ਕੀ ਸਾਡੀਆਂ ਲਗਦੀਆਂ ਹੋ
ਵਾਰਿਸ ਸ਼ਾਹ ਇਕੱਲੜੇ ਕੀ ਕਰਨਾ, ਤੁਸੀਂ ਸੱਤ ਇਕੱਠੀਆਂ ਵਗਦੀਆਂ ਹੋ

ਰਾਂਝੇ ਦਾ ਮਸੀਤ ਵਿੱਚ ਆਉਣਾ

32

ਵਾਹਿ ਲਾਇ ਰਹੇ ਭਾਈ ਭਾਬੀਆਂ ਵੀ, ਰਾਂਝਾ ਉਠਿ ਹਜ਼ਾਰਿਓਂ ਧਾਇਆ ਈ
ਭੁੱਖ ਨੰਗ ਨੂੰ ਝਾਗ ਕੇ ਪੰਧ ਕਰਦਾ, ਰਾਤੀਂ ਵਿਚ ਮਸੀਤ ਦੇ ਆਇਆ ਈ
ਹੱਥ ਵੰਝਲੀ ਪਕੜ ਕੇ ਰਾਤ ਅੱਧੀ, ਰਾਂਝੇ ਮਜ਼ਾ ਭੀ ਖ਼ੂਬ ਬਣਾਇਆ ਈ
ਰੰਨ ਮਰਦ ਨਾ ਪਿੰਡ ਵਿਚ ਰਹਿਆ ਕੋਈ, ਸੱਭੇ ਗਿਰਦਾ ਮਸੀਤ ਦੇ ਧਾਇਆ ਈ
ਵਾਰਿਸ ਸ਼ਾਹ ਮੀਆਂ ਪੰਡ ਝਗੜਿਆਂ ਦੀ, ਪਿੱਛੋਂ ਮੁੱਲਾ ਮਸੀਤ ਦਾ ਆਇਆ ਈ

ਮਸੀਤ ਤੇ ਉਸਦਾ ਮਾਹੌਲ

33

ਮਸਜਿਦ ਬੈਤੁਲਅਤੀਕ ਮਿਸਾਲ ਆਹੀ, ਖ਼ਾਨੇ ਕਾਬਿਓਂ ਡੌਲ ਉਤਾਰਿਆ ਨੇ
ਗੋਇਆ ਅਕਸਾ ਦੇ ਨਾਲ ਦੀ ਭੈਣ ਦੂਜੀ, ਸ਼ਾਇਦ ਸੰਦਲੇ ਨੂਰ ਸਵਾਰਿਆ ਨੇ
ਪੜ੍ਹਨ ਫ਼ਾਜ਼ਿਲ ਦਰਸ ਦਰਵੇਸ਼ ਮੁਫ਼ਤੀ, ਖ਼ੂਬ ਕਢਿ ਅਲਹਾਨ ਪੁਕਾਰਿਆ ਨੇ
ਤਾਲੀਲ ਮੀਜ਼ਾਨ ਤੇ ਸਰਫ਼ ਬ੍ਹਾਈ, ਸਰਫ਼ ਮੀਰ ਭੀ ਯਾਦ ਪੁਕਾਰਿਆ ਨੇ
ਕਾਜ਼ੀ ਕੁਤਬ ਤੇ ਕਨਜ਼ ਅਨਵਾਹਿ ਬਾਰਾਂ, ਮਸਊਦੀਆਂ ਜਿਲਦ ਸਵਾਰਿਆ ਨੇ
ਖ਼ਾਨੇ ਨਾਲ ਮਜਮੂਆ ਸੁਲਤਾਨੀਆਂ ਦੇ, ਅਤੇ ਹੈਰਤੁਲ-ਫ਼ਿਕਾ ਨਵਾਰਿਆ ਨੇ
ਫਤਵੇ ਬਰਹਨਾਂ ਤੇ ਮਨਜ਼ੂਮ ਸ਼ਾਹਾਂ, ਨਾਲ ਜ਼ੁਬਦੀਆਂ ਹਿਫ਼ਜ਼ ਕਰਾਰਿਆ ਨੇ
ਮਆਰਜੁਲ ਨਬੱਵਤ ਖ਼ਲਾਸੀਆਂ ਤੋਂ, ਰੋਜ਼ਾ ਨਾਲ ਇਖ਼ਲਾਕ ਪਸਾਰਿਆ ਨੇ
ਜ਼ੱਰਾਦੀਆਂ ਦੇ ਨਾਲ ਸ਼ਰਹ ਮੁੱਲਾਂ, ਜ਼ੰਜਾਨੀਆਂ ਨਹਵ ਨਿਤਾਰਿਆ ਨੇ
ਕਰਨ ਹਿਫ਼ਜ਼ ਕੁਰਾਨ ਤਫ਼ਸੀਰ ਦੌਰਾ, ਗੈਰ ਸ਼ਰਹ ਨੂੰ ਦੁਰਿਆ ਮਾਰਿਆ ਨੇ
ਇੱਕ ਨਜ਼ਮ ਤੇ ਦਰਸ ਹਰਿਕਰਨ ਪੜ੍ਹਦੇ, ਨਾਮੇ ਹੱਕ ਤੇ ਖਾਲਿਕ ਬਾਰੀਆਂ ਨੇ
ਗੁਲਿਸਤਾਂ ਬੋਸਤਾਂ ਨਾਲ ਬਹਾਰ ਦਾਨਿਸ਼, ਤੂਤੀ ਨਾਮਾ ਤੇ ਰਾਜ਼ਿਕ ਬਾਰੀਆਂ ਨੇ
ਮੁਨਸ਼ਿਆਤ ਨਸਾਬ ਤੇ ਅਬੁਲ ਫਜ਼ਲਾਂ[1], ਸ਼ਾਹਨਾਮਿਓਂ[2] ਵਾਹਦ ਬਾਰੀਆਂ ਨੇ
ਕਿਰਾਨੁੱਲ ਸਾਦੈਨ ਦੀਵਾਨ ਹਾਫ਼ਿਜ਼, ਸ਼ੀਰੀਂ ਖ਼ੁਸਰੋਵਾਂ ਲਿਖ ਸਵਾਰੀਆਂ ਨੇ

---

1. ਅਕਬਰ ਦੇ ਦਰਬਾਰ ਵਿੱਚ ਫਾਰਸੀ ਦਾ ਵਿਦਵਾਨ। ਉਸਦੀ ਲਿਖੀ ਕਿਤਾਬ ਲਾਹੌਰ ਪੰਜਾਬ ਯੂਨੀਵਰਸਿਟੀ ਵਿੱਚ ਮੁਨਸੀ ਫਾਜਿਲ ਦੇ ਕੋਰਸ ਵਿੱਚ ਲੱਗੀ ਸੀ।

2. ਸ਼ਾਹਨਾਮਾ ਬਾਦਸ਼ਾਹ ਮਹਿਮੂਦ ਗਜ਼ਨਵੀ ਦੀ ਉਸਤਤ ਵਿੱਚ ਕਵੀ ਫਿਰਦੌਸੀ ਨੇ ਲਿਖਿਆ ਸੀ। ਤਹਿ ਕੀਤੀ ਉਜ਼ਰਤ ਬਾਦਸ਼ਾਹ ਵੱਲੋਂ ਨਾ ਮਿਲਣ 'ਤੇ ਫਿਰਦੌਸੀ ਨੇ ਬਾਦਸ਼ਾਹ ਦੀ ਨਿੰਦਾ ਉਸ ਲਿਖਤ ਦੇ ਸ਼ੁਰੂ ਵਿੱਚ ਹੀ ਲਿਖ ਦਿੱਤੀ। ਜੋ ਅੱਜ ਵੀ ਉਸੇ ਤਰ੍ਹਾਂ ਮੌਜੂਦ ਹੈ।

ਤਾਰੀਫ਼ ਮਸੀਤ ਤੇ ਮਕਤਬ, ਮਦਰੱਸੇ ਦੀ

34

ਕਲਮਦਾਨ ਦਫ਼ਤੈਨ ਦਵਾਤ ਪੱਟੀ, ਨਾਮੇ ਇਮਲੇ ਦੇਖਦੇ ਲੜਕਿਆਂ ਦੇ
ਲਿੱਖਣ ਨਾਲ ਮਸੌਦੇ ਸਯਾਕ ਖਸਰੇ, ਸਿਆਹ ਅਵਾਰਜੇ ਲਿਖਦੇ ਵਰਕਿਆ ਦੇ
ਇਕ ਭੁਲ ਕੇ ਐਨ ਦਾ ਗ਼ੈਨ ਵਾਚਣ, ਮੁੱਲਾਂ ਜ਼ਿਦ ਕੱਢੇ ਨਾਲ ਕੜਕਿਆਂ ਦੇ
ਇਕ ਆਵਦੇ ਸ਼ੌਕ ਜੁਜ਼ਦਾਨ ਲੈ ਕੇ, ਵਿੱਚ ਮਕਤਬਾਂ ਦੇ, ਨਾਲ ਤੜਕਿਆਂ ਦੇ

ਮੁੱਲਾਂ

35

ਮੁੱਲਾਂ ਆਖਦਾ ਚੂੰਡੀਆਂ ਦੇਖਦਿਆਂ ਹੀ, ਗੈਰ ਸ਼ਰਹ ਤੂੰ ਕੌਣ ਹੈ? ਦੂਰ ਹੋ ਉਇ
ਏਥੇ ਲੁੱਚਿਆਂ ਦੀ ਕੋਈ ਥਾਂ ਨਾਹੀਂ, ਪਟੇ ਦੂਰ ਕਰ ਹੱਕ ਮਨਜ਼ੂਰ ਹੋ ਉਇ
ਅਨਲ-ਹੱਕ ਕਹਾਵਣਾ ਕਿਬਰ ਕਰ ਕੇ, ਓੜਕ ਮਰੇਂਗਾ ਵਾਂਙ ਮਨਸੂਰ ਹੋ ਉਇ
ਵਾਰਿਸ ਸ਼ਾਹ ਨਾ ਹਿੰਗ ਦੀ ਬਾਸ ਛੁੱਪੇ, ਭਾਵੇਂ ਰਸਮਿਸੀ ਵਿੱਚ ਕਪੂਰ ਹੋ ਉਇ

ਰਾਂਝਾ

36

ਦਾੜ੍ਹੀ ਸ਼ੇਖ ਦੀ ਅਮਲ ਸ਼ੈਤਾਨ ਵਾਲੇ, ਕੇਹਾ ਰੁੰਨ੍ਹਿਓਂ ਜਾਂਦਿਆਂ ਰਾਹੀਆਂ ਨੂੰ
ਅੱਗੇ ਕੱਢ ਕੁਰਾਨ ਤੇ ਬਹੇਂ ਮਿੰਬਰ, ਕੇਹਾ ਅੱਡਿਓ ਮਕਰ ਦੀਆਂ ਫਾਹੀਆਂ ਨੂੰ
ਇਸ ਪਲੀਤ ਤੇ ਪਾਕ ਦਾ ਕਰੋਂ ਵਾਕਿਫ਼, ਅਸੀਂ ਜਾਣਦੇ ਸ਼ਰਹ ਗਵਾਹੀਆਂ ਨੂੰ
ਜਿਹੜੇ ਥਾਉਂ ਨਪਾਕ ਦੇ ਵਿੱਚ ਵੜਿਓਂ, ਸ਼ੁਕਰ ਰੱਬ ਦੀਆਂ ਬੇ-ਪਰਵਾਹੀਆਂ ਨੂੰ
ਖੋਤੀ, ਭੇਡ, ਬਾਂਦੀ ਸਭੋ ਜਰਬ ਕੱਢੇਂ, ਛੱਡੇਂ ਕਵਾਰੀਆਂ ਨਾ ਵਿਆਹੀਆਂ ਨੂੰ[1]
ਵਾਰਸ ਸ਼ਾਹ ਵਿੱਚ ਹੁਜਰਿਆਂ ਛੈਲ ਕਰਦੇ, ਮੁੱਲਾਂ ਜੋਤਰੇ ਲਾਂਵਦੇ ਵਾਹੀਆਂ ਨੂੰ

ਮੁੱਲਾਂ

37

ਘਰ ਰੱਬ ਦੇ ਮਸਜਿਦਾਂ ਹੋਂਦੀਆਂ ਨੀ, ਇੱਥੇ ਗ਼ੈਰ ਸ਼ਰਾਅ ਨਹੀਂ ਵਾੜੀਏ ਓਇ
ਤਾਰਕ ਹੋ ਸਲਵਾਤ ਦਾ ਪਟੇ ਰੱਖੇਂ, ਲੰਬੇ ਵਾਲਿਆਂ ਮਾਰ ਪਛਾੜੀਏ ਓਇ
ਕੁੱਤਾ ਅਤੇ ਫ਼ਕੀਰ ਪਲੀਤ ਦੋਵੇਂ, ਨਾਲ ਦੁੱਰਿਆ ਬੰਨ੍ਹ ਕੇ ਮਾਰੀਏ ਓਇ
ਨੀਵਾਂ ਕਪੜਾ ਹੋਵੇ ਤਾਂ ਪਾੜ ਸਟੀਦੇ, ਲਬਾਂ ਹੋਣ ਦਰਾਜ਼ ਤਾਂ ਸਾੜੀਏ ਓਇ
ਜਿਹੜਾ ਫ਼ਿਕਾ ਦੇ ਇਲਮ ਦਾ ਨਹੀਂ ਵਾਕਿਫ਼, ਚਾਇ ਸੂਲੀ ਉਤੇ ਉਹਨੂੰ ਚਾੜ੍ਹੀਏ ਓਇ
ਵਾਰਿਸ ਸ਼ਾਹ ਖ਼ੁਦਾ ਦੇ ਦੁਸ਼ਮਨਾਂ ਨੂੰ, ਦੂਰੋਂ ਕੁੱਤਿਆਂ ਵਾਂਗੂ ਦੁਰਕਾਰੀਏ ਓਇ

---

1. ਪ੍ਰਸਿੱਧ ਖੋਜੀ ਜ਼ਾਹਿਦ ਇਕਬਾਲ ਦੀ ਖੋਜ਼ ਮੁਤਾਬਿਕ ਇਹ ਸਤਰ ਵਾਰਿਸ ਸ਼ਾਹ ਦੀ ਨਹੀਂ ਹੈ। ਕਿਸੇ ਪੁਰਾਣੇ ਕਿੱਸੇ ਵਿੱਚ ਵੀ ਇਹ ਸਤਰ ਨਹੀਂ ਹੈ।

ਰਾਂਝਾ

38

ਸਾਨੂੰ ਦੱਸ ਨਿਮਾਜ਼ ਹੈ ਕਾਸ ਦੀ ਜੀ, ਕਾਸ ਨਾਲ ਨਿਮਾਜ਼ ਨੂੰ ਸਾਰਿਆਂ ਨੇ
ਕੰਨ ਨੱਕ ਨਿਮਾਜ਼ ਦੇ ਹੈਨ ਕਿਤਨੇ, ਮੱਥੇ ਕਿਨ੍ਹਾਂ ਦੇ ਧੁਰੋਂ ਉਤਾਰੀਆ ਨੇ
ਲੰਮੇ ਕੱਦ ਚੌੜੀ ਕਿਸ ਹਾਣ ਹੋਂਦੀ, ਕਿਸ ਚੀਜ਼ ਦੇ ਨਾਲ ਉਸਾਰੀਆ ਨੇ
ਵਾਰਿਸ ਕਿੱਲੀਆਂ ਕਿਤਨੀਆਂ ਇਸ ਦੀਆਂ, ਜਿਸ ਨਾਲ ਇਹ ਬੰਨ੍ਹ ਖਲ੍ਹਾਰੀਆਂ ਨੇ

ਮੁੱਲਾਂ

39

ਅਸਾਂ ਫਿਕਾ ਅਸੂਲ ਨੂੰ ਸਹੀ ਕੀਤਾ, ਗੈਰ ਸ਼ਰਹ ਮਰਦੂਦ ਨੂੰ ਮਾਰਨਾ ਈ
ਅਸਾਂ ਦੱਸਣੇ ਕੰਮ ਇਬਾਦਤਾਂ ਦੇ, ਪੁਲਸਰਾਤ ਤੋਂ ਪਾਰ ਉਤਾਰਨਾ ਈ
ਫ਼ਰਜ਼ ਸੁੰਨਤਾਂ ਵਾਜਬਾਂ ਨਫ਼ਲ ਵਿਤਰਾਂ, ਨਾਲ ਜਾਇਜ਼ਾ ਸੱਚ ਨਿਤਾਰਨਾ ਈ
ਵਾਰਿਸ ਸ਼ਾਹ ਜਮਾਇਤ ਦੇ ਤਾਰਕਾਂ ਨੂੰ, ਤਾਜ਼ਿਆਨਿਆਂ[1] ਦੂਰਿਆਂ ਮਾਰਨਾ ਈ

ਰਾਂਝਾ

40

ਬਾਸ ਹਲਵਿਆਂ ਦੀ ਖਬਰ ਮੁਰਦਿਆਂ ਦੀ, ਨਾਲ ਦੁਆਈ ਦੇ ਜੀਉਂਦੇ ਮਾਰਦੇ ਹੋ
ਅੰਨ੍ਹੇ ਕੋੜ੍ਹਿਆਂ, ਲੂਲ੍ਹਿਆਂ ਵਾਂਗ ਬੈਠੇ, ਕੁੱਰਰਾ ਮਰਨ ਜਹਾਨ ਦਾ ਮਾਰਦੇ ਹੋ
ਸ਼ਰ੍ਹਾ ਚਾਇ ਸਰਪੋਸ਼ ਬਣਾਇਆ ਜੇ, ਰਵਾਦਾਰ ਵੱਡੇ ਗ਼ੁਨਹਗਾਰ ਦੇ ਹੋ
ਵਾਰਿਸ ਸ਼ਾਹ ਮੁਸਾਫ਼ਿਰਾਂ ਆਇਆਂ ਨੂੰ, ਚਲੋ ਚੱਲ ਹੀ ਪਏ ਪੁਕਾਰਦੇ ਹੋ

ਮੁੱਲਾਂ

41

ਮੁੱਲਾਂ ਆਖਿਆ, ਨਾ-ਮਾਕੂਲ ਜੱਟਾ, ਫਜ਼ਰ ਕੱਟ ਕੇ ਰਾਤ ਗੁਜ਼ਾਰ ਜਾਈਂ
ਫ਼ਜ਼ਰ ਹੁੰਦੜੀ ਤੋਂ ਅੱਗੇ ਉਠ ਏਥੋਂ, ਮੂਹ ਕੱਜ ਕੇ ਮਸਜਿਦੋਂ ਨਿਕਲ ਜਾਈਂ
ਘਰ ਰੱਬ ਦੇ ਨਾਲ ਨਾ ਬੰਨ੍ਹ ਝੇੜੇ, ਅਜ਼ਗੈਬ ਦੀਆਂ ਹੁੱਜਤਾਂ ਨਾ ਉਠਾਈਂ
ਵਾਰਿਸ ਸ਼ਾਹ ਖ਼ੁਦਾਇ ਦੇ ਖਾਨਿਆਂ ਨੂੰ, ਇਹ ਮੁੱਲਾਂ ਵੀ ਚੰਬੜੇ ਹੈਨ ਬਲਾਈਂ

ਸ਼ਾਇਰ

42

ਚਿੜੀ ਚੂਹਕਦੀ ਨਾਲ ਜਾਂ ਟੁਰੇ ਪਾਂਧੀ, ਪਈਆਂ ਦੁੱਧ ਦੇ ਵਿੱਚ ਮਧਾਣੀਆਂ ਨੇ
ਉਠ ਨ੍ਹਾਵਣੇਂ ਵਾਸਤੇ ਜੁਆਨ ਦੌੜੇ, ਸੇਜ਼ਾਂ ਜਿਨ੍ਹਾਂ ਨੇ ਰਾਤ ਨੂੰ ਮਾਣੀਆਂ ਨੇ

---

1. ਮੁਸਲਮਾਨ ਜਲੂਸ ਵਿੱਚ ਆਪਣੇ ਆਪ ਨੂੰ ਕੋੜੇ ਮਾਰਦੇ ਹਨ ਤੇ ਲਹੂ-ਲੁਹਾਨ ਹੋ ਜਾਂਦੇ ਹਨ।

ਰਾਂਝੇ ਕੂਚ ਕੀਤਾ ਆਇਆ ਨਦੀ ਉਤੇ, ਪਾਰ ਲੱਦਿਆ ਸਾਥ ਮੁਹਾਣੀਆਂ ਨੇ
ਵਾਰਿਸ ਸ਼ਾਹ ਮੀਆਂ ਲੁੱਡਣ ਬੜਾ ਬੁੱਲ੍ਹਣ, ਕੁੱਪਾ ਸ਼ਹਿਦ ਦਾ ਲੱਦਿਆ ਬਾਣੀਆਂ ਨੇ

ਰਾਂਝਾ ਮਲਾਹ ਨੂੰ

43

ਰਾਂਝੇ ਆਖਿਆ, ਪਾਰ ਲੰਘਾਇ ਸਾਨੂੰ, ਮੀਆਂ ਚਾੜ੍ਹ ਲੈ ਰੱਬ ਦੇ ਵਾਸਤੇ ਤੇ
ਅਸਾਂ ਰਿਜ਼ਕ ਕਮਾਵਣਾ ਨਾਲ ਹੀਲੇ, ਬੇੜੀ ਖਿਚ ਦੇ ਢੱਬ ਦੇ ਵਾਸਤੇ ਤੇ
ਹੱਥ ਜੋੜ ਕੇ ਮਿੰਨਤਾਂ ਕਰੇ ਰਾਂਝਾ, ਤਰਲਾ ਕਰਾਂ ਮੈਂ ਝੱਬ ਦੇ ਵਾਸਤੇ ਤੇ
ਰੁੱਸ ਆਇਆ ਹਾਂ ਨਾਲ ਮੈਂ ਭਾਈਆ ਦੇ, ਝੱਟ ਕਰਾਂ ਸਬੱਬ ਦੇ ਵਾਸਤੇ ਤੇ

ਮਲਾਹ

44

ਪੈਸਾ ਖੋਲ੍ਹ ਕੇ ਹੱਥ ਤੇ ਧਰੇਂ ਮੇਰੇ, ਗੋਦੀ ਚਾਇ ਕੇ ਪਾਰ ਉਤਾਰਨਾ ਹਾਂ
ਅਤੇ ਵੇਖ ਜੇ ਮੁਫ਼ਤ ਦੇ ਕੰਨ ਖਾਵੇਂ, ਚਾਇ ਬੇੜਿਓਂ ਜ਼ਿਮੀਂ ਤੇ ਮਾਰਨਾ ਹਾਂ
ਜਿਹੜਾ ਕੱਪੜਾ ਦੇਇ ਤੇ ਨਗਦ ਮੈਨੂੰ, ਸੱਭੇ ਓਸ ਦੇ ਕੰਮ ਸਵਾਰਨਾ ਹਾਂ
ਜ਼ੋਰਾਵਰੀ ਜੋ ਚੜ੍ਹੇ ਹੈ ਆਣ ਬੇੜੀ, ਅਧਵਾਟਿਓਂ ਡੋਬ ਕੇ ਮਾਰਨਾ ਹਾਂ
ਡੂਮਾਂ ਅਤੇ ਫ਼ਕੀਰਾਂ ਤੇ ਮੁਫ਼ਤ-ਖੋਰਾਂ, ਦੂਰੋਂ ਕੁੱਤਿਆਂ ਵਾਂਙ ਦੁਰਕਾਰਨਾ ਹਾਂ
ਵਾਰਿਸ ਸ਼ਾਹ ਜੇਹਿਆਂ ਪੀਰਜ਼ਾਦਿਆਂ ਨੂੰ, ਮੂਲੋਂ ਬੇੜੀ ਦੇ ਵਿਚ ਨਾ ਵਾੜਨਾ ਹਾਂ

ਸ਼ਾਇਰ

45

ਰਾਂਝਾ ਮਿੰਨਤਾਂ ਕਰ ਕੇ ਥੱਕ ਰਹਿਆ, ਅੰਤ ਹੋ ਕੰਢੇ ਪਰ੍ਹਾਂ ਜਾਇ ਬੈਠਾ
ਛੱਡ ਅੱਗ ਬੇਗਾਨੜੀ ਹੋ ਗੋਸ਼ੇ, ਪ੍ਰੇਮ ਢਾਂਡੜੀ ਵੱਖ ਜਗਾਇ ਬੈਠਾ
ਗਾਵੇ ਸੱਦ, ਫਿਰਾਕ ਦੇ ਨਾਲ ਰੋਵੇ, ਅਤੇ ਵੰਝਲੀ ਸੱਦ ਸੁਣਾਇ ਬੈਠਾ
ਜੋ ਕੋਈ ਆਦਮੀ ਤ੍ਰੀਮਤਾਂ ਮਰਦ ਹੈਸਨ, ਪੱਤਣ ਛੱਡ ਸਭ ਓਸਥੇ ਜਾਇ ਬੈਠਾ
ਰੰਨਾਂ ਲੁਡਣ ਝਬੇਲ ਦੀਆਂ ਭਰਨ ਮੁਠੀ, ਪੈਰ ਦੁਹਾਂ ਦੀ ਹਿੱਕ ਟਿਕਾਇ ਬੈਠਾ
ਗੁੱਸਾ ਖਾਇ ਝਬੇਲ ਤੇ ਲੈਣ ਝਈਆਂ, ਅਤੇ ਦੁਹਾਂ ਨੂੰ ਹੱਕ ਬਣਾਇ ਬੈਠਾ
ਪਿਡਾ! ਬਾਹੁੜੀ ਜੱਟ ਲੈਜਾਗੁ ਰੰਨਾਂ, ਕੋਈ ਸ਼ੁਗਲ ਹੈ ਆਨਿ ਜਗਾਇ ਬੈਠਾ
ਵਾਰਿਸ ਸ਼ਾਹ ਇਸ ਮੋਹੀਆਂ ਮਰਦ ਰੰਨਾਂ, ਨਹੀਂ ਜਾਣਦਾ ਕੌਣ ਬਲਾਇ ਬੈਠਾ

ਰਾਂਝੇ ਦਾ ਨਦੀ 'ਚ ਵੜਨਾ

46

ਸਈਂ ਵੰਝੀ ਝਨਾਉਂ ਦਾ ਅੰਤ ਨਾਹੀਂ, ਡੁੱਬ ਜਾਹਿਗਾ ਠਿੱਲ੍ਹ ਨਾ ਸੱਜਣਾ ਵੋ
ਚਾੜ੍ਹ ਮੋਢਿਆਂ ਤੇ ਤੈਨੂੰ ਪਾਰ ਕਰੀਏ, ਕੋਈ ਜਾਣ ਤੂੰ ਢਿੱਲ ਨਾ ਸੱਜਣਾ ਵੋ

ਸਾਡੀਆਂ ਅੱਖੀਆਂ ਵਿਚ ਤੂੰ ਵਾਂਙ ਧੀਰੀ, ਡੇਰਾ ਘੱਤ ਤੂੰ ਹੱਲ ਨਾ ਸੱਜਣਾ ਵੋ
ਵਾਰਿਸ ਸ਼ਾਹ ਮੀਆਂ ਤੇਰੇ ਚਉਖੰਨੇ, ਸਾਡਾ ਕਾਲਜਾ ਸੱਲ ਨਾ ਸੱਜਣਾ ਵੋ

ਲੋਕਾਂ ਵੱਲੋਂ ਰਾਂਝੇ ਨੂੰ ਹੋੜਨਾ

47

ਦੋਹਾਂ ਬਾਹਾਂ ਥੀਂ ਪਕੜਿ ਰੰਝੇਟੜੇ ਨੂੰ, ਮੁੜਿ ਆਨਿ ਬੇੜੀ ਵਿਚ ਚਾੜ੍ਹਿਆ ਨੇ
ਤਕਸੀਰ ਮੁਆਫ ਕਰ ਆਦਮੀ ਦੀ, ਮੁੜਿ ਆਨਿ ਬਹਿਸ਼ਤ ਵਿਚ ਵਾੜਿਆ ਨੇ
ਗੋਇਆ ਖ਼ਾਬ ਦੇ ਵਿਚ ਅਜ਼ਰਾਇਲ[1] ਢੱਠਾ, ਉਹਨੂੰ ਫੇਰ ਮੁੜ ਅਰਸ਼ ਤੇ ਚਾੜ੍ਹਿਆ ਨੇ
ਵਾਰਿਸ ਸ਼ਾਹ ਨੂੰ ਤੁਰੰਤ ਨੁਵਾਇ ਕੇ ਤੇ, ਬੀਬੀ ਹੀਰ ਦੇ ਪਲੰਘ ਤੇ ਚਾੜ੍ਹਿਆ ਨੇ

ਹੀਰ ਦਾ ਪਲੰਘ

48

'ਯਾਰੋ! ਪਲੰਘ ਕੀਹਦਾ, ਸੋਹਣੀ ਸੇਜ ਉਤੇ? ਲੋਕਾਂ ਆਖਿਆ, 'ਹੀਰ ਜਟੇਟੜੀ' ਦਾ
ਬਾਦਸ਼ਾਹ ਸਿਆਲਾਂ ਦੇ ਤ੍ਰਿੰਜਣਾਂ ਦੀ, ਮਹਿਰ ਚੂਚਕੇ ਖ਼ਾਨ ਦੀ ਬੇਟੜੀ ਦਾ
ਸ਼ਾਹ ਪਰੀ ਪਨਾਹ ਨਿਤ ਲਏ ਜਿਸ ਤੋਂ, ਏਹ ਥਾਉਂ ਉਸ ਮੁਸ਼ਕ-ਲਪੇਟੜੀ ਦਾ
ਅਸੀਂ ਸੱਭ, ਝਬੇਲ ਤੇ ਘਾਟ ਪੱਤਣ, ਸੱਭੋ ਹੁਕਮ ਹੈ ਓਸ ਸਲੇਟੜੀ ਦਾ

ਰਾਂਝੇ ਦਾ ਆਦਰ

49

ਬੇੜੀ ਨਹੀਂ ਇਹ ਜੰਞ ਦੀ ਬਣੀ ਬੈਠਕ, ਜੋ ਕੋਈ ਆਵੇ ਸੋ ਸੱਦ ਬਹਾਉਂਦਾ ਈ
ਝੰਡਾ ਗੱਡ ਅਮੀਰ ਫ਼ਕੀਰ ਬੈਠੇ, ਕੌਣ ਪੁੱਛਦਾ ਕਿਹੜੀ ਥਾਉਂ ਦਾ ਈ
ਜਿਵੇਂ ਸ਼ਮ੍ਹਾ ਤੇ ਡਿਗਣ ਪਤੰਗ ਧੜ ਧੜ, ਲੰਘ ਨਦੀ ਮੁਹਾਇਣਾ ਆਉਂਦਾ ਈ
ਖੁਆਜਾ ਖਿਜ਼ਰ ਦਾ ਬਾਲਕਾ ਆਣ ਲੱਥਾ, ਜੱਗ ਕੁੱਟ ਸ਼ਰੀਣੀਆਂ[2] ਲਿਆਉਂਦਾ ਈ

ਮਲਾਹ ਦਾ ਪਛਤਾਵਾ

50

ਲੁੱਡਣ ਨਹੀਂ ਲੰਘਾਇਆ ਪਾਰ ਉਸ ਨੂੰ, ਓਸ ਵੇਲੜੇ ਨੂੰ ਪਛੋਤਾਉਂਦਾ ਈ
ਯਾਰੋ! ਝੂਠ ਨਾ ਕਰੇ ਖੁਦਾਇ ਸੱਚਾ, ਰੰਨਾਂ ਮੇਰੀਆਂ ਏਹੁ ਖਿਸਕਾਉਂਦਾ ਈ
ਇੱਕ ਸੱਦ ਦੇ ਨਾਲ ਇਹ ਜ਼ਿੰਦ ਲੈਂਦਾ, ਪੰਛੀ ਡਿਗਦੇ, ਮ੍ਰਿਗ ਫਹਾਉਂਦਾ ਈ
ਠੱਗ ਸੁਣੇ ਬਨਾਰਸੋਂ ਆਂਵਦੇ ਨੀ, ਇਹ ਤਾਂ ਜ਼ਾਹਰਾ ਠੱਗ ਝਨਾਉਂ ਦਾ ਈ
ਵਾਰਿਸ ਸ਼ਾਹ ਮੀਆਂ ਵਲੀ ਜ਼ਾਹਰਾ ਹੈ, ਹੁਣੇ ਵੇਖ ਝਬੇਲ ਕੁਟਾਉਂਦਾ ਈ

---

1. ਇੱਕ ਦੇਵਤਾ, 2. ਚੂਰੀ, ਮਠਿਆਈ

ਲੋਕਾਂ ਵੱਲੋਂ ਸਵਾਲ

51

ਲੋਕਾਂ ਆਖਿਆ, 'ਮੀਆਂ, ਤੂੰ ਕੌਣ ਹੁੰਨਾ?' ਆਣਿ ਕਿਸ ਨੇ ਅੰਨ ਖਵਾਲਿਆ ਈ
ਤੇਰੀ ਸੂਰਤ ਤਾਂ ਬਹੁਤ ਮਲੂਕ ਦਿੱਸੇ, ਐਡਾ ਜਫਰ ਤੂੰ ਕਾਸ ਨੂੰ ਜਾਲਿਆ ਈ
ਅੰਗ ਸਾਕ ਤੂੰ ਛੱਡ ਕੇ ਨੱਸ ਆਇਉਂ, ਬੁੱਢੀ ਮਾਉਂ ਤੇ ਬਾਪ ਨੂੰ ਗਾਲਿਆ ਈ
ਉਹਲੇ ਅੱਖੀਆਂ ਦੇ ਤੈਨੂੰ ਕਿਵੇਂ ਕੀਤਾ, ਕਿਨ੍ਹਾਂ ਦੂਤੀਆਂ ਦਾ ਕੌਲ ਪਾਲਿਆ ਈ

ਸ਼ਾਇਰ

52

ਹੱਸ ਖੇਡ ਕੇ ਰਾਤ ਗੁਜ਼ਾਰੀਆ ਸੂ, ਫ਼ਜ਼ਰ ਹੋਈ ਤਾਂ ਚਿੱਤ ਉਦਾਸ ਕੀਤਾ
ਰਾਹ ਜਾਂਦੜੇ ਨੂੰ ਨਦੀ ਨਜ਼ਰ ਆਈ, ਡੇਰਾ ਆਣ ਮਲਾਹਾਂ ਦੇ ਪਾਸ ਕੀਤਾ
ਅੱਗੇ ਪਲੰਘ ਬੇੜੀ ਉਤੇ ਵਿਛਿਆ ਸੀ, ਉਤੇ ਖ਼ੂਬ ਵਿਛਾਵਣਾ ਰਾਸ ਕੀਤਾ
ਵਾਰਿਸ ਸ਼ਾਹ ਹੁਣ ਹੀਰ ਨੂੰ ਖ਼ਬਰ ਹੋਈ, ਤੇਰੀ ਸੇਜ ਦਾ ਜੱਟ ਨੇ ਨਾਸ ਕੀਤਾ

ਹੀਰ ਨੂੰ ਖ਼ਬਰ ਹੋਣੀ

53

ਜਾਇ ਮਾਹੀਆਂ ਪਿੰਡ ਵਿਚ ਗੱਲ ਟੋਰੀ, 'ਇਕ ਸੁਘੜ ਬੇੜੀ ਵਿਚ ਗਾਂਵਦਾ ਈ
ਉਸ ਦੇ ਬੋਲਿਆਂ ਮੁਖ ਤੋਂ ਫੁੱਲ ਕਿਰਦੇ, ਲੱਖ ਲੱਖ ਦਾ ਸੱਦ ਉਹ ਲਾਂਵਦਾ ਈ
ਸੁਣਨ ਲੁੱਡਣ ਝਬੇਲ ਦੀਆਂ ਦੋਵੇਂ ਰੰਨਾਂ, ਸੇਜ ਹੀਰ ਦੀ ਤੇ ਰੰਗ ਲਾਂਵਦਾ ਈ
ਵਾਰਿਸ ਸ਼ਾਹ ਕੁਆਰੀਆਂ ਆਫਤਾਂ ਨੀ, ਵੇਖੋ ਕੇਹਾ ਫਤੂਰ ਹੁਣ ਆਂਵਦਾ ਈ

ਹੀਰ ਦਾ ਆਉਣਾ

54

ਲੈ ਕੇ ਸੱਠ ਸਹੇਲੀਆਂ ਨਾਲ ਆਈ, ਹੀਰ ਮੱਤੜੀ ਰੂਪ ਗੁਮਾਨ ਦੀ ਜੀ
ਬੁੱਕ ਮੋਤੀਆਂ ਦੇ ਕੰਨੀਂ ਝੁਮਕਦੇ ਨੀ, ਕੋਈ ਹੂਰ ਤੇ ਪਰੀ ਦੇ ਸ਼ਾਨ ਦੀ ਜੀ
ਕੁੜਤੀ ਸੂਹੀ ਜੋ ਹਿਕ ਦੇ ਨਾਲ ਫੱਬੀ, ਹੋਸ਼ ਰਹੀ ਨਾ ਜ਼ਿਮੀਂ ਅਸਮਾਨ ਦੀ ਜੀ
ਸੋਹੇ ਨੱਕ ਬੁਲਾਕ ਜਿਉਂ ਚੰਦ ਤਾਰਾ, ਜੋਬਨ ਭੰਬੜਾ ਕਹਿਰ ਤੂਫ਼ਾਨ ਦੀ ਜੀ
ਆਇ ਬੁੰਦਿਆਂ ਵਾਲੀਏ ਟਲੀਂ ਮੁਈਏ, ਅੱਗੇ ਗਈ ਕੇਤੀ ਤੰਬੂ ਤਾਣਦੀ ਜੀ
ਵਾਰਸ ਸ਼ਾਹ ਮੀਆਂ ਜੱਟੀ ਲੋਹੜ-ਲੁੱਟੀ, ਭਰੀ ਕਿਬਰ ਹੰਕਾਰ ਤੇ ਮਾਣ ਦੀ ਜੀ

ਹੀਰ ਦੀ ਉਪਮਾ

55

ਕੇਹੀ ਹੀਰ ਦੀ ਕਰੇ ਤਾਰੀਫ਼ ਸ਼ਾਇਰ, ਮੱਥੇ ਚਮਕਦਾ ਹੁਸਨ ਮਤਾਬ ਦਾ ਜੀ
ਖ਼ੂਨੀ ਚੂੜੀਆਂ ਤਾਰੇ ਜਿਉਂ ਚੰਨ ਦੁਆਲੇ, ਸੁਰਖ਼ ਰੰਗ ਜਿਉਂ ਰੰਗ ਸ਼ਰਾਬ ਦਾ ਜੀ

ਨੈਣ ਨਰਗਸੀ ਮ੍ਰਿਗ ਮਮੋਲੜੇ ਦੇ, ਗੱਲ੍ਹਾਂ ਟਹਿਕੀਆਂ ਫੁੱਲ ਗੁਲਾਬ ਦਾ ਜੀ
ਭਵਾਂ ਵਾਂਙ ਕਮਾਨ ਲਾਹੌਰ ਦਿੱਸਣ, ਕੋਈ ਹੁਸਨ ਨਾ ਅੰਤ ਹਿਸਾਬ ਦਾ ਜੀ
ਸੁਰਮਾਂ ਨੈਣਾਂ ਦੀ ਧਾਰ ਵਿੱਚ ਫੱਬ ਰਹਿਆ, ਚੜ੍ਹਿਆ ਹਿੰਦ ਤੇ ਕਟਕ ਪੰਜਾਬ ਦਾ ਜੀ
ਖੁਲ੍ਹੀ ਤ੍ਰਿੰਜਣਾਂ ਦੇ ਵਿਚ ਲਟਕੰਦੜੀ ਹੈ, ਹਾਥੀ ਮਸਤ ਜਿਉਂ ਫਿਰੇ ਨਵਾਬ ਦਾ ਜੀ
ਚਿਹਰੇ ਸੋਹਣੇ ਤੇ ਖੱਤੇ ਖਾਲ ਬਣਦੇ, ਖ਼ੁਸ਼ਖ਼ਤ ਜਿਉਂ ਹਰਫ਼ ਕਿਤਾਬ ਦਾ ਜੀ
ਜਿਹੜੇ ਦੇਖਣੇ ਦੇ ਰੀਝਵਾਨ ਆਹੇ, ਵੱਡਾ ਵਾਇਦਾ ਤਿਨ੍ਹਾਂ ਦੇ ਬਾਬ ਦਾ ਜੀ
ਚਲੋ ਲੈਲਤੁਲ ਕਦਰ[1] ਦੀ ਕਰੋ ਜ਼ਿਆਰਤ, ਵਾਰਿਸ ਸ਼ਾਹ ਇਹ ਕੰਮ ਸਵਾਬ ਦਾ ਜੀ

ਹੀਰ ਦਾ ਹੁਸਨ

56

ਹੋਠ ਸੁਰਖ਼ ਯਾਕੂਤ ਜਿਉਂ ਲਾਲ ਚਮਕਣ, ਠੋਡੀ ਸੇਉ ਵਿਲਾਇਤੀ ਸਾਰ ਵਿਚੋਂ
ਨੱਕ ਅਲਫ਼ ਹੁਸੈਨੀ ਦਾ ਪਿਪਲਾ[2] ਈ, ਜ਼ੁਲਫ ਨਾਗ ਖ਼ਜ਼ਾਨੇ ਦੀ ਬਾਰ ਵਿੱਚੋਂ
ਦੰਦ ਚੰਬੇ ਦੀ ਲੜੀ ਕਿ ਹੰਸ ਮੋਤੀ, ਦਾਣੇ ਨਿਕਲੇ ਹੁਸਨ ਅਨਾਰ ਵਿੱਚੋਂ
ਲਿਖੀ ਚੀਨ ਕਸ਼ਮੀਰ ਤਸਵੀਰ ਜੱਟੀ, ਕੱਦ ਸਰੂ ਬਹਿਸ਼ਤ ਗੁਲਜ਼ਾਰ ਵਿੱਚੋਂ
ਗਰਦਨ ਕੂੰਜ, ਉਂਗਲੀਆਂ ਰਵਾਂ ਫਲੀਆਂ, ਹੱਥ ਕੂਲੜੇ ਬਰਗ ਚਿਨਾਰ ਵਿੱਚੋਂ
ਬਾਂਹਾਂ ਬੇਲਣੇ ਬੇਲੀਆਂ ਗੁੰਨ੍ਹਿ ਮੱਖਣ, ਛਾਤੀ ਸੰਗ ਮਰਮਰ ਗੰਗ ਧਾਰ ਵਿਚੋਂ
ਛਾਤੀ ਠਾਠ ਦੀ ਉੱਭਰੀ ਪੱਟ ਖੇਨੂੰ, ਸੇਉ ਬਲਖ਼ ਦੇ ਚੁਣੇ ਅੰਬਾਰ ਵਿੱਚੋਂ
ਸੁਰਖੀ ਹੋਠਾਂ ਦੀ ਲੋਹੜ ਦੰਦਾਸੜੇ ਦਾ, ਖੋਜੇ ਖਤਰੀ ਕਤਲ ਬਜ਼ਾਰ ਵਿੱਚੋਂ
ਧੁੰਨੀ ਹੌਦ ਬਹਿਸ਼ਤ ਦਾ ਮੁਸ਼ਕ ਭਾਰੀ, ਪੇਡੂ ਮਖਮਲੀ ਖ਼ਾਸ ਸਰਕਾਰ ਵਿੱਚੋਂ
ਸ਼ਾਹ ਪਰੀ ਦੀ ਭੈਣ ਪੰਜ-ਫੂਲ ਰਾਣੀ, ਗੁੱਝੀ ਰਹੇ ਨਾ ਹੀਰ ਹਜ਼ਾਰ ਵਿੱਚੋਂ
ਸਹੀਆਂ ਨਾਲ ਲਟਕੰਦੜੀ ਮਾਨ-ਮੱਤੀ, ਜਿਵੇਂ ਹਰਨੀਆਂ ਤ੍ਰਠੀਆਂ ਬਾਰ ਵਿਚੋਂ
ਲੰਕਾ ਬਾਗ ਦੀ ਪਰੀ ਕਿ ਇੰਦਰਾਣੀ, ਹੂਰ ਨਿਕਲੀ ਚੰਦ ਦੀ ਧਾਰ ਵਿਚੋਂ
ਫਿਰੇ ਛਣਕਦੀ ਚਾਉ ਦੇ ਨਾਲ ਜੱਟੀ, ਚੜ੍ਹਿਆ ਗ਼ਜ਼ਬ ਦਾ ਕਟਕ ਕੰਧਾਰ ਵਿਚੋਂ
ਪੁਤਲੀ ਚੀਨ ਦੀ ਤੇ ਨਕਸ਼ ਰੂਮ ਵਾਲੇ, ਲੱਧਾ ਪਰੀ ਨੇ ਚੰਦ ਉਜਾੜ ਵਿੱਚੋਂ
ਇਵੇਂ ਸਰਕਦੀ ਆਂਵਦੀ ਲੋਹੜ-ਲੁੱਟੀ, ਜਿਵੇਂ ਕੂੰਜ ਤੁਰ ਨਿਕਲਦੀ ਡਾਰ ਵਿੱਚੋਂ
ਮੱਥੇ ਆਣ ਲੱਗਣ ਜਿਹੜੇ ਭੌਰ ਆਸ਼ਕ, ਨਿਕਲ ਜਾਣ ਤਲਵਾਰ ਦੀ ਧਾਰ ਵਿੱਚੋਂ
ਇਸ਼ਕ ਬੋਲਦਾ ਨੱਢੀ ਦੇ ਥਾਉਂ ਥਾਈਂ, ਰਾਗੁ ਨਿਕਲੇ ਜ਼ੀਲ[3] ਦੀ ਤਾਰ ਵਿੱਚੋਂ
ਵਾਰਿਸ ਸ਼ਾਹ ਜਾਂ ਨੈਣਾਂ ਦਾ ਦਾਉ ਲੱਗੇ, ਕੋਈ ਬਚੇ ਨਾ ਜੂਏ ਦੀ ਹਾਰ ਵਿੱਚੋਂ

---

1. ਰਮਜ਼ਾਨ ਮਹੀਨੇ ਦੀ ਰਾਤ ਸਾਲ ਵਿੱਚ ਇੱਕ ਵਾਰ ਆਉਂਦੀ ਹੈ
2. ਸਿਰਾ 3. ਸਾਰੰਗੀ ਦੀ ਛੋਟੀ ਤਾਰ

ਮਲਾਹ ਦਾ ਤਰਲਾ

57

ਪਕੜ ਲਏ ਝਬੇਲ[1] ਤੇ ਬੰਨ੍ਹ ਮੁਸ਼ਕਾਂ, ਮਾਰ ਛਮਕਾਂ ਲਹੂ ਲੁਹਾਨ ਕੀਤੇ
ਆਨਿ ਪਲੰਘ ਤੇ ਕੌਣ ਸੁਵਾਲਿਆ ਜੇ, ਮੇਰੇ ਵੈਰ ਦੇ ਤੁਸਾਂ ਸਾਮਾਨ ਕੀਤੇ
ਕੁੜੀਏ! ਮਾਰ ਨਾ ਅਸਾਂ ਬੇਦੋਸ਼ਿਆਂ ਨੂੰ, ਕੋਈ ਅਸਾਂ ਨਾ ਇਹ ਮਹਿਮਾਨ ਕੀਤੇ
ਚੰਚਲਹਾਰੀਏ ਰੱਬ ਤੋਂ ਡਰੀਂ ਮੁਈਏ, ਅੱਗੇ ਕਿਸੇ ਨਾ ਐਡ ਤੂਫ਼ਾਨ ਕੀਤੇ
ਤੇਰੇ ਇਸ਼ਕ ਦੇ ਨਸ਼ੇ ਨੇ ਨੱਢੀਏ ਨੀ, ਵਾਰਿਸ ਸ਼ਾਹ ਜੇਹੇ ਪਰੇਸ਼ਾਨ ਕੀਤੇ

ਹੀਰ ਦਾ ਹੰਕਾਰ

58

ਜੁਆਨੀ ਕਮਲੀ ਰਾਜ ਹੈ ਚੂਚਕੇ ਦਾ, ਆਵੇ ਕਿਸੇ ਦੀ ਕੀ ਪਰਵਾਹ ਮੈਨੂੰ
ਮੈਂ ਤਾਂ ਧੂਹ ਕੇ ਪਲੰਘ ਤੋਂ ਚਾਇ ਸੱਟਾਂ, ਆਇਆ ਕਿਧਰੋਂ ਇਹ ਬਾਦਸ਼ਾਹ ਮੈਨੂੰ
ਨਹੀਂ ਏਸ ਨੂੰ ਪਲੰਘ ਤੇ ਸੌਣ ਦੇਣਾ, ਲਾਇ ਰਹੇਗਾ ਲੱਖ ਜੇ ਵਾਹ ਮੈਨੂੰ
ਨਾਢੂ ਸ਼ਾਹ ਦਾ ਪੁੱਤ ਕਿ ਸ਼ੇਰ ਹਾਥੀ, ਪਾਸ ਢੁੱਕਿਆਂ ਲਏਗਾ ਢਾਹ ਮੈਨੂੰ
ਕੋਈ ਬੋਲਦਾ ਪੀਰ ਬਗ਼ਦਾਦ ਗੁੱਗਾ, ਮੇਲੇ ਆਨਿ ਬੈਠਾ ਵਾਰਿਸ ਸ਼ਾਹ ਮੈਨੂੰ

ਹੀਰ ਦਾ ਗੁੱਸਾ

59

ਉੱਠੀਂ ਸੁੱਤਿਆ ਸੇਜ ਅਸਾਡੜੀ ਤੋਂ, ਲੰਮਾ ਸੁੱਸਰੀ ਵਾਂਗ ਕੀ ਪਿਆ ਹੈਂ ਵੇ?
ਰਾਤੀਂ ਕਿਥੇ ਉਨੀਂਦਰਾ ਕੱਟਿਆ ਈ, ਐਡੀ ਨੀਂਦ ਵਾਲਾ ਲੁੜ੍ਹ ਗਿਆ ਹੈਂ ਵੇ?
ਸੁੰਞੀ ਸੇਜ ਨਿਖ਼ਸਮੜੀ ਵੇਖ ਮੇਰੀ, ਕੋਈ ਇਹ ਕੀ ਆਨਿ ਢਹਿ ਪਿਆ ਹੈਂ ਵੇ?
ਇੱਕੇ ਤਾਪ ਚੜ੍ਹਿਆ ਜਿੰਨ ਭੂਤ ਲੱਗੇ, ਇੱਕੇ ਡੈਣ ਕਿੱਸੇ ਭੱਖ ਲਿਆ ਹੈਂ ਵੇ?
ਵਾਰਿਸ ਸ਼ਾਹ ਤੂੰ ਜੀਉਂਦਾ ਘੂਕ ਸੁੱਤੋਂ, ਇੱਕੇ ਮੌਤ ਆਈ ਮਰ ਗਿਆ ਹੈਂ ਵੇ ?

ਸ਼ਾਇਰ

60

ਕੂਕੇ ਮਾਰ ਹੀ ਮਾਰ ਤੇ ਪਕੜ ਛਮਕਾਂ, ਪਰੀ ਆਦਮੀ ਤੇ ਕਹਿਰਵਾਨ ਹੋਈ
ਰਾਂਝੇ ਉਠ ਕੇ ਆਖਿਆ, 'ਵਾਹੁ ਸੱਜਣ!' ਹੀਰ ਹੱਸ ਕੇ ਤੇ ਮਿਹਰਬਾਨ ਹੋਈ
ਕੱਛੇ ਵੰਝਲੀ ਕੰਨਾਂ ਦੇ ਵਿਚ ਵਾਲ਼ੇ, ਜ਼ੁਲਫ ਮੁੱਖੜੇ ਤੇ ਪਰੇਸਾਨ ਹੋਈ
ਭਿੰਨੇ ਵਾਲ ਚੂੰਏ ਬਣਿਓਂ ਚੰਦ ਰਾਂਝਾ, ਨੈਣੀਂ ਕਜਲੇ ਦੀ ਘਮਸਾਨ ਹੋਈ
ਸੂਰਤ ਯੂਸਫ਼ ਦੀ ਵੇਖ ਤੈਮੂਸ ਬੇਟੀ[2], ਸਣੇ ਮਾਲਕੇ ਬਹੁਤ ਹੈਰਾਨ ਹੋਈ

---

1. ਮਲਾਹ, 2. ਤੈਮੂਸ ਦੀ ਧੀ ਜੁਲੈਖ਼ਾਂ ਮਿਸਰ ਵਾਸੀ ਅਜ਼ੀਜ਼ ਦੀ ਪਤਨੀ ਸੀ। ਇਸਨੇ ਯਾਕੂਬ ਦੇ ਸੁੰਦਰ ਪੁੱਤਰ ਯੂਸਫ਼ ਨਾਲ ਨਜਾਇਜ਼ ਸੰਬੰਧ ਬਣਾਉਣੇ ਚਾਹੇ ਤਾਂ ਕੈਦ ਕਰ ਲਈ ਗਈ। ਯੂਸਫ਼ ਵਜ਼ੀਰ ਬਣ ਗਿਆ ਤਾਂ ਇਸ ਨੇ ਜੁਲੈਖ਼ਾਂ ਨਾਲ ਸ਼ਾਦੀ ਕਰ ਲਈ। ਇਹ ਵੇਰਵਾ ਕੁਰਾਨ ਦੀ 12ਵੀਂ ਸੂਰਤ ਵਿੱਚ ਦਰਜ ਹੈ।

ਨੈਣ ਮਸਤ ਕਲੇਜੜੇ ਵਿਚ ਧਾਣੇ, ਹੀਰ ਘੋਲ ਘੱਤੀ ਕੁਰਬਾਨ ਹੋਈ
ਭਲਾ ਹੋਇਆ ਮੈਂ ਤੈਨੂੰ ਨਾ ਮਾਰ ਬੈਠੀ, ਕਾਈ ਨਹੀਂ ਉ ਗੱਲ ਬੇ-ਸ਼ਾਨ ਹੋਈ
ਆਇ ਬਗ਼ਲ ਵਿਚ ਬੈਠ ਕੇ ਕਰੇ ਗੱਲਾਂ, ਜਿਵੇਂ ਵਿੱਚ ਕਿਰਬਾਨ ਕਮਾਨ ਹੋਈ
ਰੂਪ ਜੱਟ ਦਾ ਵੇਖ ਕੇ ਚਾਟ ਲੱਗੀ, ਹੀਰ ਘੋਲ ਘੱਤੀ ਸਰਗਰਦਾਨ ਹੋਈ
ਵਾਰਿਸ ਸ਼ਾਹ ਨਾ ਥਾਉਂ ਹੈ ਮਾਰਨੇ ਈ, ਚਾਰੋਂ ਚਸ਼ਮ ਦੀ ਜਦੋਂ ਘਮਸਾਨ ਹੋਈ

ਰਾਂਝਾ

61

ਰਾਂਝਾ ਆਖਦਾ ਏਹੁ ਜਹਾਨ ਸੁਪਨਾ, ਛੱਡ ਜਾਵਣਾ ਈ ਮਤਵਾਲੀਏ ਨੀ
ਤੁਸਾਂ ਜਿਹੇ ਪਿਆਰਿਆ ਏਹੁ ਲਾਜ਼ਮ, ਆਏ ਗਏ ਮੁਸਾਫਿਰਾਂ ਪਾਲੀਏ ਨੀ
ਐਡਾ ਹੁਸਨ ਦਾ ਨਾਹਿ ਗੁਮਾਨ ਕੀਚੈ, ਆਹ ਲੈ ਪਲੰਘ ਤੇ ਸਣੇ ਨਿਹਾਲੀਏ ਨੀ
ਅਸਾਂ ਦੇ ਮਗਰ ਨਾ ਪਈਂ ਮੋਈਏ, ਏਸ ਭੈੜ ਦੀ ਗੱਲ ਨੂੰ ਟਾਲੀਏ ਨੀ[1]
ਵਾਰਿਸ ਆਸਰਾ ਰੱਬ ਦਾ ਰੱਖਿਆ ਈ, ਉਠ ਜਾਵਣਾ ਈ ਨੈਣਾਂ ਵਾਲੀਏ ਨੀ

ਹੀਰ

62

ਅਜੀ ਹੀਰ ਤੇ ਪਲੰਘ ਸਭ ਥਾਉਂ ਤੇਰਾ, ਘੋਲ ਘਤਿਆ ਜੀਅੜਾ ਵਾਰਿਆ ਈ
ਨਹੀਂ ਗਾਲ੍ਹ ਕੱਢੀ ਹੱਥ ਜੋੜਨੀ ਹਾਂ, ਹੱਥ ਲਾਇ ਨਹੀਂ ਤੈਨੂੰ ਮਾਰਿਆ ਈ
ਅਸਾਂ ਹੱਸ ਕੇ ਆਣ ਸਲਾਮ ਕੀਤਾ, ਆਖ ਕਾਸ ਨੂੰ ਮਕਰ ਪਸਾਰਿਆ ਈ
ਅਸੀਂ ਮਿਨਤਾਂ ਕਰਾਂ ਤੇ ਪੈਰ ਪਕੜਾਂ, ਤੈਥੋਂ ਘੋਲਿਆ ਕੋੜਮਾ ਸਾਰਿਆ ਈ
ਸੁੰਵੀ ਪਈ ਸਾਂ ਤ੍ਰਿਞਣੀਂ ਚੈਨ ਨਾਹੀਂ, ਅੱਲ੍ਹਾ ਵਾਲਿਆਂ ਨੇ ਸਾਨੂੰ ਤਾਰਿਆ ਈ
ਵਾਰਿਸ ਸ਼ਾਹ ਸ਼ਰੀਕ ਹੈ ਕੌਣ ਉਸਦਾ, ਜਿਸ ਦਾ ਰੱਬ ਨੇ ਕੰਮ ਸਵਾਰਿਆ ਈ

ਜਵਾਬ ਰਾਂਝਾ

63

ਮਾਣ-ਮੱਤੀਏ ਰੂਪ ਗੁਮਾਨ ਭਰੀਏ, ਅਠਖੇਲੀਏ ਰੰਗ ਰੰਗੀਲੀਏ ਨੀ
ਆਸ਼ਕ ਭੌਰ ਫ਼ਕੀਰ ਤੇ ਨਾਗ ਕਾਲੇ, ਬਾਝੁ ਮੰਤਰਾਂ ਮੂਲ ਨਾ ਕੀਲੀਏ ਨੀ
ਏਹ ਜੋਬਨਾ ਠੱਗ ਬਜ਼ਾਰ ਦਾ ਈ, ਟੂਣੇਹਾਰੀਏ ਛੈਲ ਛਬੀਲੀਏ ਨੀ
ਵਾਰਿਸ ਸ਼ਾਹ ਬਿਨ ਕਰਦੋਂ ਜ਼ਿਬਹ ਕਰ ਕੇ, ਬੋਲ ਨਾਲ ਜ਼ਬਾਨ ਰਸੀਲੀਏ ਨੀ

---

1. ਰਵੇਲ ਸਿੰਘ ਭਿੰਡਰ ਇੱਥੇ ਇੱਕ ਲਾਈਨ ਹੋਰ ਜੋੜਦਾ ਹੈ

ਹੀਰ

64

ਘੋਲ ਘੋਲ ਘੱਤੀ ਤੈਂਡੀ ਵਾਟ ਉਤੋਂ, ਬੇਲੀ ਦੱਸ ਖਾਂ ਕਿੱਧਰੋਂ ਆਵਨਾ ਹੈਂ
ਕਿਸੇ ਮਾਣਮੱਤੀ ਘਰੋਂ ਕੱਢਿਓਂ ਤੂੰ, ਕਿਸ ਵਾਸਤੇ ਫੇਰੀਆਂ ਪਾਵਨਾ ਹੈਂ
ਕੌਣ ਛੱਡ ਆਇਓ ਪਿੱਛੇ ਮਿਹਰ ਵਾਲੀ, ਜਿਸ ਵਾਸਤੇ ਤੂੰ ਪਛੋਤਾਵਨਾ ਹੈਂ
ਕੌਣ ਵਤਨ ਤੇ ਨਾਮ ਕੀ ਸਾਂਈਆਂ ਵੇ, ਅਤੇ ਜਾਤ ਦਾ ਕੌਣ ਸਦਾਵਨਾ ਹੈਂ
ਤੇਰੇ ਵਾਰਨੇ ਚੌ-ਖੰਨੇ ਹੋਨੀਆਂ ਮੈਂ, ਮੰਗੂ ਬਾਬਲੇ ਦਾ ਚਾਰ ਲਿਆਵਨਾ ਹੈਂ
ਮੰਗੂ ਬਾਬਲੇ ਦਾ ਤੇ ਤੂੰ ਚਾਕ ਮੇਰਾ, ਇਹ ਭੀ ਫੰਧ ਲੱਗੇ ਜੇ ਤੂੰ ਲਾਵਨਾ ਹੈਂ
ਵਾਰਿਸ ਸ਼ਾਹ ਚਹੀਕ ਜੇ ਨਵੀਂ ਚੂਪੇਂ, ਸਭੇ ਭੁੱਲ ਜਾਨੀ ਜਿਹੜੀਆਂ ਗਾਵਨਾ ਹੈਂ

ਰਾਂਝਾ

65

ਤੁਸਾਂ ਜੇਹੇ ਮਾਸ਼ੂਕ ਜੇ ਹੋਣ ਰਾਜ਼ੀ, ਮੰਗੂ ਨੈਣਾਂ ਦੀ ਧਾਰ ਵਿਚ ਚਾਰੀਏ ਨੀ
ਨੈਣਾਂ ਤੇਰਿਆਂ ਦੇ ਅਸੀਂ ਚਾਕ ਲੱਥੇ, ਜਿਵੇਂ ਜੀਉ ਮੰਨੀਂ ਤਿਵੇਂ ਸਾਰੀਏ ਨੀ
ਕਿੱਥੇ ਗੱਲ ਕੀਚੇ ਨਿੱਤ ਨਾਲ ਤੁਸਾਂ, ਕੋਈ ਬੈਠ ਵਿਚਾਰ ਵਿਚਾਰੀਏ ਨੀ
ਗਲ ਘੱਤ ਜੰਜਾਲ ਕੰਗਾਲ ਮਾਰੇਂ, ਜਾਇ ਤ੍ਰਿੰਞਣੀਂ ਵੜੇਂ ਕੁਆਰੀਏ ਨੀ

ਹੀਰ

66

ਹੱਥ-ਬੱਧੜੀ ਰਹਾਂ ਗੁਲਾਮ ਤੇਰੀ, ਸਣੇ ਤ੍ਰਿੰਞਣੇ ਨਾਲ ਸਹੇਲੀਆਂ ਦੇ
ਹੋਸਨ ਨਿਤ ਬਹਾਰਾਂ ਤੇ ਰੰਗ ਘਣੇ, ਵਿੱਚ ਬੇਲਿਆਂ ਦੇ ਨਾਲ ਬੇਲੀਆਂ ਦੇ
ਸਾਨੂੰ ਰੱਬ ਨੇ ਯਾਰ ਮਿਲਾਇ ਦਿੱਤਾ, ਭੁੱਲ ਗਏ ਪਿਆਰ ਅਲਬੇਲੀਆਂ ਦੇ
ਦਿਹੇਂ ਬੇਲਿਆਂ ਦੇ ਵਿੱਚ ਕਰੀਂ ਮੌਜਾਂ, ਰਾਤੀਂ ਖੇਡਸਾਂ ਵਿੱਚ ਹਵੇਲੀਆਂ ਦੇ

ਰਾਂਝਾ

67

ਨਾਲ ਨੱਢੀਆਂ ਘਿੰਨ ਚਰੱਖੜੇ ਨੂੰ, ਤੁਸਾਂ ਬੈਠਣਾਂ ਵਿੱਚ ਭੰਡਾਰ ਹੀਰੇ
ਅਸੀਂ ਆਣ ਕੇ ਰੁਲਾਂਗੇ ਵਿਚ ਵਿਹੜੇ, ਸਾਡੀ ਕੋਈ ਨਾ ਲਈਗਾ ਸਾਰ ਹੀਰੇ
ਟਿੱਕੀ ਦੇਇ ਕੇ ਵਿਹੜਿਓਂ ਕੱਢ ਛੱਡੇਂ, ਸਾਨੂੰ ਠੱਗ ਕੇ ਮੂਲ ਨਾ ਮਾਰ ਹੀਰੇ
ਸਾਡੇ ਨਾਲ ਜੇ ਓੜ ਨਿਬਾਹੁਣੀ ਏ, ਸੱਚਾ ਦੇਹਿ ਖਾਂ ਕੌਲ-ਕਰਾਰ ਹੀਰੇ

ਹੀਰ

68

ਮੈਨੂੰ ਬਾਬਲੇ ਦੀ ਸਹੁੰ ਹੈ ਰਾਂਝਣਾ ਵੇ, ਮਰੇ ਮਾਉਂ ਜੇ ਤੁੱਧ ਥੀਂ ਮੁੱਖ ਮੋੜਾਂ

ਤੇਰੇ ਬਾਝ ਤਾਂ ਤਮਾਮ ਹਰਾਮ ਮੈਨੂੰ, ਤੁੱਧ ਬਾਝ ਨਾ ਨੈਣ ਨਾਲ ਨੈਣ ਜੋੜਾਂ
ਖ਼੍ਵਾਜਾ ਖ਼ਿਜਰ[1] ਤੇ ਬੈਠ ਕੇ ਕਸਮ ਖਾਧੀ, ਥੀਵਾਂ ਸੂਰ ਜੇ ਪ੍ਰੀਤ ਦੀ ਗੀਤ ਤੋੜਾਂ
ਕੋੜ੍ਹੀ ਹੋਇ ਕੇ ਨੈਣ ਪਰਾਣ ਜਾਵਣ, ਤੇਰੇ ਬਾਝੁ ਜੇ ਮੁਣਸ[2] ਮੈਂ ਹੋਰ ਲੋੜਾਂ

ਰਾਂਝਾ

69

ਜੇ ਤਾਂ ਮਾਮਲੇ ਪਵਨ ਤਾਂ ਭੱਜ ਜਾਵੇਂ, ਇਸ਼ਕ ਜਾਲਣਾ ਖਰਾ ਦੁਹੇਲੜਾ ਈ
ਸਚੁ ਆਖਣਾ ਈ ਹੁਣੇ ਆਖ ਮੈਨੂੰ, ਏਹੁ ਸੱਚ ਤੇ ਝੂਠ ਦਾ ਵੇਲੜਾ ਈ
ਤਾਬ ਇਸ਼ਕ ਦੀ ਝੱਲਣੀ ਖਰੀ ਔਖੀ, ਇਸ਼ਕ ਗੁਰੂ ਤੇ ਜਗ ਸਭ ਚੇਲੜਾ ਈ
ਏਥੋਂ ਛੱਡ ਇਮਾਨ ਜੇ ਨੱਸ ਜਾਵੇਂ, ਅੰਤ ਰੋਜ਼ ਕਿਆਮਤੇ ਮੇਲੜਾ ਈ

ਹੀਰ

70

ਤੇਰੇ ਨਾਮ ਥੀਂ ਜਾਨ ਕੁਰਬਾਨ ਕੀਤੀ, ਜੀਉ ਜਾਨ ਤੇਰੇ ਉਤੋਂ ਵਾਰਿਆ ਈ
ਪਾਸਾ ਜਾਨ ਦਾ ਸੀ ਸੋ ਮੈਂ ਲਾਈ ਬਾਜ਼ੀ, ਤੁਸਾਂ ਜਿੱਤਿਆ ਤੇ ਅਸਾਂ ਹਾਰਿਆ ਈ
ਚੱਲੇ ਬਾਪ ਨੂੰ ਠੱਗ ਵਿਰਾਇ ਆਈਏ, ਵੇਖੋ ਰੰਨ ਜੋ ਮਕਰ ਪਸਾਰਿਆ ਈ[3]
ਰਾਂਝਾ ਜੀਉ ਦੇ ਵਿਚ ਯਕੀਨ ਕਰ ਕੇ, ਮਹਿਰ ਚੂਚਕੇ ਪਾਸ ਸਿਧਾਰਿਆ ਈ
ਅੱਗੇ ਪੈਂਚਣੀ ਹੋਇ ਕੇ ਹੀਰ ਚੱਲੀ, ਪਾਸ ਰਾਂਝੇ ਨੂੰ ਜਾਇ ਖਲ੍ਹਾਰਿਆ ਈ

ਬਾਪ ਕੋਲ ਜਾਣਾ

71

ਹੀਰ ਜਾਇ ਕੇ ਆਖਿਆ, 'ਬਾਬਲਾ ਵੇ! ਤੇਰੇ ਨਾਉਂ ਥੀਂ ਘੋਲ ਘੁਮਾਈਆਂ ਮੈਂ
ਜਿਸ ਆਪਣੇ ਨਾਉਂ ਦੇ ਹੁਕਮ ਉੱਤੇ, ਵਿਚ ਸਾਂਦਲ ਬਾਰ ਖਿਡਾਈਆਂ ਮੈਂ
ਲਾਸਾਂ ਪੱਟ ਦੀਆਂ ਪਾਇ ਕੇ ਬਾਗ ਕਾਲੇ, ਪੀਘਾਂ ਸ਼ੌਕ ਦੇ ਨਾਲ ਪਿੰਘਾਈਆਂ ਮੈਂ
ਮੇਰੀ ਜਾਨ ਬਾਬਲ ਜੀਵੇਂ ਧੌਲ[4] ਰਾਜਾ, ਮਾਹੀ ਮਹੀਂ ਦਾ ਢੂੰਡ ਲਿਆਈਆਂ ਮੈਂ

ਚੂਚਕ

72

ਮਹਰ ਹੱਸ ਕੇ ਆਖਦਾ, 'ਕੌਣ ਹੁੰਦਾ, ਇਹੁ ਮੁੰਡੜਾ ਕਿਸੇ ਸਰਦਾਰ ਦਾ ਈ
ਹੱਥ ਲਾਇਆਂ ਪਿੰਡੇ ਤੇ ਦਾਗ ਪਾਉਂਦੇ, ਇਹ ਤਾਂ ਮੱਝੀ ਦੇ ਨਹੀਂ ਦਰਕਾਰ ਦਾ ਈ
'ਸੁਘੜ ਚਤੁਰ ਤੇ ਅਕਲ ਦਾ ਕੋਟ ਨੱਢਾ, ਮੱਝੀਂ ਬਹੁਤ ਸੰਭਾਲ ਕੇ ਚਾਰਦਾ ਈ

---

1. ਝਨਾਂ ਦੇ ਪਾਣੀ ਵਾਲੇ ਕੰਢੇ 'ਤੇ, 2. ਪਤੀ, 3. ਮੇਰੇ ਪਾਸ ਇੱਕ 60 ਕੁ ਸਾਲ ਪੁਰਾਣੀ ਹੀਰ ਪੁਸਤਕ ਹੈ, ਉਸ ਵਿੱਚ ਇੱਥੇ ਇਹ ਲਾਈਨ ਹੈ। 4. ਧੌਲੇ ਵਾਲ, ਬਜ਼ੁਰਗ

ਹਿੱਕੇ ਨਾਲ ਪਿਆਰ ਦੀ ਹੂਕ ਦੇ ਕੇ, ਸੋਟਾ ਸਿੰਗ ਤੇ ਮੂਲ ਨਾ ਮਾਰਦਾ ਈ
ਮਾਲ ਆਪਣਾ ਸਾਂਭ ਕੇ ਚਾਰ ਲਿਆਵੇ, ਕੋਈ ਕੰਮ ਨਾ ਕਰੇ ਵਿਗਾਰ ਦਾ ਈ
ਵੱਸੇ ਨੂਰ ਅੱਲਾਹ ਦਾ ਮੁੱਖੜੇ ਤੇ, ਮੂੰਹੋਂ ਰੱਬ ਹੀ ਰੱਬ ਪੁਕਾਰਦਾ ਈ

73

ਕਿਹੜੇ ਚੌਧਰੀ ਦਾ ਪੁੱਤਰ ਕੌਣ ਜਾਤੋਂ, ਕੇਹਾ ਅਕਲ ਸ਼ਊਰ ਦਾ ਕੋਟ ਹੈ ਨੀ
ਏਹਨੂੰ ਰਿਜ਼ਕ ਨੇ ਕਿਵੇਂ ਉਦਾਸ ਕੀਤਾ, ਕਿਹੜੇ ਪੀਰ ਦੀ ਏਸ ਤੇ ਓਟ ਹੈ ਨੀ
ਕਿਨ੍ਹਾਂ ਜੱਟਾ ਦਾ ਪੋਤਰਾ ਕੌਣ ਕੋਈ, ਵਤਨ ਏਸ ਦਾ ਕੇਹੜਾ ਕੋਟ ਹੈ ਨੀ
ਫੌਜਦਾਰ ਵਾਂਗੂ ਕਰ ਕੂਚ ਧਾਣਾ, ਜਿਵੇਂ ਮਾਰ ਨਗਾਰੇ ਦੀ ਚੋਟ ਹੈ ਨੀ

ਹੀਰ

74

ਪੁੱਤਰ ਤਖ਼ਤ ਹਜ਼ਾਰੇ ਦੇ ਚੌਧਰੀ ਦਾ, ਰਾਂਝਾ ਜਾਤ ਦਾ ਜੱਟ ਅਸੀਲ ਹੈ ਜੀ
ਇਸ ਦਾ ਬਪੁੜਾ ਮੁੱਖ ਤੇ ਨੈਣ ਨਿੰਮ੍ਹੇ, ਸੋਹਣੀ ਛੈਲ ਜੇਹੀ ਇਸ ਦੀ ਜ਼ੀਲ ਹੈ ਜੀ
ਮੱਥਾ ਏਸ ਦਾ ਚਮਕਦਾ ਨੂਰ ਭਰਿਆ, ਸਖੀ ਜੀਉ ਦਾ ਨਹੀਂ ਬਖ਼ੀਲ ਹੈ ਜੀ
ਗੱਲ ਸੋਹਣੀ ਪਰ੍ਹੇ ਦੇ ਵਿਚ ਕਰਦਾ, ਖੋਜ ਲਾਏ ਤੇ ਨਿਆਉਂ ਵਕੀਲ ਹੈ ਜੀ

ਚੂਚਕ

75

ਕਿਹੇ ਡੋਗਰਾਂ ਜੱਟਾਂ ਦੇ ਨਿਆਉਂ ਜਾਣੇ, ਪਰ੍ਹੇ ਵਿੱਚ ਦਿਲਾਵਰੇ ਲਾਈਆਂ ਦੇ
ਪਾੜ ਚੀਰ ਕਰ ਜਾਣਦਾ ਕੱਢ ਦੇਸੋਂ, ਲੜਿਆ ਕੀਕੂੰ ਇਹ ਨਾਲ ਹੈ ਭਾਈਆਂ ਦੇ
ਕਿਸ ਗੱਲ ਤੋਂ ਰੁੱਸ ਕੇ ਉਠ ਆਇਆ, ਕੀਕੁਰ ਬੋਲਿਆ ਨਾਲ ਭਰਜਾਈਆਂ ਦੇ
ਵਾਰਸ ਸ਼ਾਹ ਨਾ ਏਸ ਤੋਂ ਨਫਾ ਕੋਈ, ਜਿਹੜਾ ਰੁੱਸ ਆਇਆ ਨਾਲ ਭਾਈਆਂ ਦੇ

ਹੀਰ

76

ਲਾਈ ਹੋਇ ਕੇ ਮਸਲੇ ਦੱਸ ਦੇਂਦਾ, ਮੁਨਸਿਫ਼ ਹੋਇ ਵੱਢੇ ਫਾਹੇ ਫੇੜਿਆਂ ਦੇ
ਵਾਹ ਘੱਤ ਕੇ ਭਾਈ ਦੀ ਪਾਰ ਲਾਵੇ, ਹੱਥੋਂ ਕੱਢ ਦੇਂਦਾ ਖੋਜ ਝੇੜਿਆਂ ਦੇ
ਧਾਰ ਧਾਰ ਦੀ ਮੂਹਰ ਦਿਵਾਇੰਦਾ ਈ, ਹੱਦ ਘੱਤਦਾ ਵਿੱਚ ਬਿਖੇੜਿਆਂ ਦੇ
ਸੱਭਾ ਰਹੀ ਰਵੰਨੀ ਨੂੰ ਸਾਂਭ ਲਿਆਵੇ, ਅੱਖੀਂ ਵਿਚ ਰਖੇ ਵਾਗੂੰ ਹੇੜਿਆਂ ਦੇ
ਸੈਆਂ ਜੁਆਨਾਂ ਦਾ ਭਲਾ ਹੈ ਚਾਕ ਰਾਂਝਾ, ਜਿੱਥੇ ਨਿੱਤ ਪੌਂਦੇ ਲਖ ਭੇੜਿਆਂ ਦੇ

ਚੂਚਕ

77

ਤੇਰਾ ਆਖਿਆ ਅਸਾਂ ਮਨਜ਼ੂਰ ਕੀਤਾ, ਮੱਝੀਂ ਦੇਹ ਸੰਭਾਲ ਕੇ ਸਾਰੀਆਂ ਨੀ
ਖ਼ਬਰਦਾਰ ਰਹੇ ਮੰਗੂ ਵਿੱਚ ਖਲਾ, ਬੇਲੇ ਵਿੱਚ ਮੁਸੀਬਤਾਂ ਭਾਰੀਆਂ ਨੀ
ਰੌਲਾ ਕਰੇ ਨਹੀਂ ਨਾਲ ਖੰਧਿਆਂ ਦੇ, ਏਸ ਕਦੇ ਨਾ ਮੱਝੀਆਂ ਚਾਰੀਆਂ ਨੀ
ਮਤ, ਖੇਡ ਰੁੱਝੇ ਖੜੀਆਂ ਜਾਣ ਮੱਝੀਂ ਹੋਵਣ ਪਿੰਡ ਦੇ ਵਿਚ ਖ਼ੁਆਰੀਆਂ ਨੀ

ਹੀਰ

78

ਪਾਸ ਮਾਉਂ ਦੇ ਨੱਢੀ ਨੇ ਗੱਲ ਕੀਤੀ, ਮਾਹੀ ਮਹੀਂ ਦਾ ਆਣ ਕੇ ਛੇੜਿਆ ਮੈਂ
ਨਿੱਤ ਪਿੰਡ ਦੇ ਵਿੱਚ ਵਿਚਾਰ ਪਉਂਦੀ, ਏਹੁ ਝਗੜਾ ਚਾਇ ਨਿਬੇੜਿਆ ਮੈਂ
ਸੁੰਞਾ ਨਿਤ ਮੰਗੂ ਫਿਰੇ ਵਿੱਚ ਬੇਲੇ, ਮਾਹੀ ਸੁਘੜ ਹੁਣ ਆਨਿ ਸਹੇੜਿਆ ਮੈਂ
ਮਾਏ, ਕਰਮ ਜਾਗੇ ਸਾਡੇ ਮੰਗੂਆਂ ਦੇ, ਸਾਊ ਅਸਲ ਜਟੇਟੜਾ ਘੇਰਿਆ ਮੈਂ

ਹੀਰ ਰਾਂਝੇ ਨੂੰ ਕਿਹਾ

79

ਮੱਖਣ ਖੰਡ ਪਰਾਉਂਠੇ ਖਾਹੁ ਮੀਆਂ, ਮੱਝੀਂ ਛੇੜਦੇ ਰੱਬ ਦੇ ਆਸਰੇ ਤੇ
ਹੱਸ ਖੇਡ ਰੰਝੇਟਿਆ ਜਾਲ ਮੀਆਂ, ਗੁਜ਼ਰ ਆਵਸੀ ਦੁੱਧ ਦੇ ਕਾਸੜੇ ਤੇ
ਹੀਰ ਆਖਦੀ ਰੱਬ ਰੱਜ਼ਾਕ ਤੇਰਾ, ਮੀਆਂ! ਜਾਈਂ ਨਾ ਲੋਕਾਂ ਦੇ ਹਾਸੜੇ ਤੇ
ਮੱਝੀਂ ਛੇੜ ਦੇਵੀਂ ਵਿੱਚ ਝੰਗੜੇ ਦੇ, ਆਪ ਹੋ ਬੈਠੀਂ ਇੱਕ ਪਾਸੜੇ ਤੇ

ਪੰਜਾਂ ਪੀਰਾਂ ਦਾ ਮਿਲਾਪ

80

ਬੇਲੇ ਰੱਬ ਦਾ ਨਾਉਂ ਲੈ ਜਾਇ ਵੜਿਆ, ਹੋਇਆ ਧੁੱਪ ਦੇ ਨਾਲ ਜ਼ਹੀਰ[1] ਮੀਆਂ
ਉਸ ਦੀ ਨੇਕ ਸਾਇਤ ਰੁਜੂ ਆਣ ਹੋਈ, ਮਿਲੇ ਰਾਹ ਜਾਂਦੇ ਪੰਜ ਪੀਰ ਮੀਆਂ
ਬੱਚਾ ਖਾਇ ਚੂਰੀ, ਚੋਈ ਮੱਝ ਬੂਰੀ, ਜੀਅ ਵਿੱਚ ਨਾ ਹੋਇ ਦਿਲਗੀਰ ਮੀਆਂ
ਕਾਈ ਨੱਢੜੀ ਸੋਹਣੀ ਬਖਸ਼ ਛਡੋ, ਤੁਸੀਂ ਪੂਰੇ ਹੋ ਰੱਬ ਦੇ ਪੀਰ ਮੀਆਂ
ਹੀਰ ਬਖਸ਼ੀ ਦਰਗਾਹਿ ਥੀਂ ਤੁੱਧ ਤਾਈਂ, ਸਾਨੂੰ ਯਾਦ ਕਰੀਂ ਪਵੇ ਭੀੜ ਮੀਆਂ

81

ਖ਼ੁਆਜਾ ਖਿਜ਼ਰ ਤੇ ਸ਼ੱਕਰਗੰਜ ਨੂਰ ਗੌਹਰੀ, ਮੁਲਤਾਨ ਦਾ ਜਕਰੀਆ ਪੀਰ ਨੂਰੀ
ਹੋਰ ਸੱਯਦ ਜਲਾਲ ਬੁਖਾਰੀਆ ਸੀ, ਅਤੇ ਲਾਲ ਸ਼ਹਿਬਾਜ਼ ਬਹਿਸ਼ਤ ਹੂਰੀ
ਤੁੱਰਾ ਖ਼ਿਜ਼ਰ, ਰੁਮਾਲ ਸ਼ਕਰ ਗੰਜ ਬਖਸ਼ਿਆ; ਮੁੰਦਰੀ ਲਾਲ ਸ਼ਹਿਬਾਜ਼ ਦੀ ਨੂਰ ਨੂਰੀ

---

1. ਵਿਆਕੁਲ

ਖੰਜਰ ਸੱਯਦ ਜਲਾਲ ਬੁਖਾਰੀਏ ਦਾ, ਖ਼ੂੰਡੀ ਜਕਰੀਏ ਪੀਰ ਦੀ ਹਿਕ ਪੂਰੀ
ਤੈਨੂੰ ਭੀੜ ਪਵੀ ਕਰੀਂ ਯਾਦ ਜੱਟਾ, ਨਹੀਂ ਜਾਣਨਾ ਅਸਾਂ ਨੂੰ ਪਲਕ ਦੂਰੀ

ਕੈਦੋਂ ਵੱਲੋਂ ਭਾਲ

82

ਹੀਰ ਚਾਇ ਭੱਤਾ, ਦੁੱਧ, ਖੰਡ, ਚਾਵਲ, ਮੀਏਂ ਰਾਂਝੇ ਦੇ ਪਾਸ ਲੈ ਜਾਂਵਦੀ ਹੈ
ਤੇਰੇ ਵਾਸਤੇ ਜੂਹ ਮੈਂ ਭਾਲ ਥੱਕੀ, ਰੋ ਰੋ ਆਪਣਾ ਹਾਲ ਸੁਣਾਂਵਦੀ ਹੈ
ਕੈਦੋਂ ਢੂੰਡਦਾ ਖੋਜ ਨੂੰ ਫਿਰੇ ਭੌਂਦਾ, ਬਾਸ ਚੂਰੀ ਦੀ ਬੇਲਿਓਂ ਆਂਵਦੀ ਹੈ
ਵਾਰਿਸ ਸ਼ਾਹ ਮੀਆਂ ਵੇਖੋ ਟੰਗ ਲੰਗੀ, ਇਹ ਸ਼ੈਤਾਨ ਦੀ ਕਲਹਿ ਜਗਾਂਵਦੀ ਹੈ

83

ਹੀਰ ਗਈ ਜਾਂ ਨਦੀ ਤੇ ਲੈਣ ਪਾਣੀ, ਕੈਦੋਂ ਆਣ ਕੇ ਮੁਖ ਵਿਖਾਂਵਦਾ ਈ
ਸਾਨੂੰ ਭੁੱਖ ਨੇ ਬਹੁਤ ਹੈਰਾਨ ਕੀਤਾ, ਆਣਿ ਸੁਆਲ ਖ਼ੁਦਾਇ ਦਾ ਪਾਂਵਦਾ ਈ
ਰਾਂਝੇ ਰੁੱਗ ਭਰ ਕੇ ਚੂਰੀ ਚਾਇ ਦਿੱਤੀ, ਲੈ ਕੇ ਤੁਰੰਤ ਹੀ ਪਿੰਡ ਨੂੰ ਧਾਂਵਦਾ ਈ
ਰਾਂਝਾ ਹੀਰ ਨੂੰ ਪੁੱਛਦਾ, 'ਏਹ ਲੰਗਾ, ਹੈ ਜੇ ਕਉਣ? ਕੋਈ ਕਿਸੇ ਥਾਂਵ ਦਾ ਈ
ਵਾਰਿਸ ਸ਼ਾਹ ਮੀਆਂ, ਜਿਵੇਂ ਪੱਛ ਕੇ ਤੇ, ਕੋਈ ਉੱਪਰੋਂ ਲੂਣ ਚਾ ਲਾਂਵਦਾ ਈ

ਰਾਂਝਾ

84

ਹੀਰ ਆਖਦੀ, ਰਾਂਝਣਾ! ਬੁਰਾ ਕੀਤੋ, ਤੈਂ ਤਾਂ ਪੁੱਛਣਾ ਸੀ ਦੁਹਰਾਇ ਕੇ ਤੇ
'ਮੈਂ ਤਾਂ ਜਾਣਦਾ ਨਹੀਂ ਸਾਂ ਏਹੁ ਸੂਹਾ, ਖ਼ੈਰ ਮੰਗਿਆ ਸੂ ਮੈਥੋਂ ਆਇ ਕੇ ਤੇ
ਖ਼ੈਰ ਲੈਂਦੋ ਹੀ ਪਿਛਾਹ ਨੂੰ ਤੁਰੰਤ ਨੱਠਾ, ਉਠ ਵੱਗਿਆ ਕੰਡ ਵਲਾਇ ਕੇ ਤੇ
ਨੇੜੇ ਜਾਂਦਾ ਈ ਜਾਇ ਮਿਲ ਨੱਢੀਏ ਨੀ, ਜਾਇ ਪੁੱਛ ਲੈ ਗੱਲ ਸਮਝਾਇ ਕੇ ਤੇ
ਵਾਰਿਸ ਸ਼ਾਹ ਮੀਆਂ ਉਸ ਥੀ ਗੱਲ ਪੁੱਛੀਂ, ਦੋ ਤਿੰਨ ਅੱਡੀਆਂ ਹਿੱਕ ਵਿਚ ਲਾਇ ਕੇ ਤੇ

ਹੀਰ

85

ਹੀਰ ਆਖਦੀ 'ਰਾਂਝਣਾ ਬੁਰਾ ਕੀਤੋ, ਸਾਡਾ ਕੰਮ ਹੈ ਨਾਲ ਵੈਰਾਈਆਂ ਦੇ
ਸਾਡੀ ਖੋਜ ਨੂੰ ਤੱਕ ਕੇ ਕਰੇ ਚੁਗਲੀ, ਦਿਨੇ ਰਾਤ ਹੈ ਵਿਚ ਬੁਰਾਈਆ ਦੇ
ਮਿਲੇ ਸਿਰਾਂ ਨੂੰ ਇਹ ਵਿਛੋੜ ਦੇਂਦਾ, ਭੰਗ ਘੱਤਦਾ ਵਿੱਚ ਕੁੜਮਾਈਆਂ ਦੇ
ਬਾਬਲ ਅੰਮੜੀ ਥੇ ਜਾਇ ਠਿੰਠ ਕਰਸੀ, ਜਾਇ ਆਖਸੀ ਪਾਸ ਭਰਜਾਈਆਂ ਦੇ

ਸ਼ਾਇਰ

86

ਮਿਲੀ ਰਾਹ ਵਿੱਚ ਦੌੜ ਕੇ ਆਇ ਨੱਢੀ, ਪਹਿਲੇ ਨਾਲ ਫਰੇਬ ਦੇ ਚੱਟਿਆ ਸੂ
ਨੇੜੇ ਆਇ ਕੇ ਸ਼ੀਂਹਣੀ ਵਾਂਗੁ ਗੱਜੀ, ਅੱਖੀਂ ਰੋਹ ਦਾ ਨੀਰ ਪਲੱਟਿਆ ਸੂ
ਸਿਰੋਂ ਲਾਹਿ ਟੋਪੀ, ਗਲੋਂ ਤੋੜਿ ਸੇਲ੍ਹੀ, ਲੱਕੋਂ ਚਾਇ ਜ਼ਿਮੀਨ ਤੇ ਸੱਟਿਆ ਸੂ
ਪਕੜਿ ਜ਼ਿਮੀ ਤੇ ਮਾਰਿਆ ਨਾਲਿ ਗੁੱਸੇ, ਧੋਬੀ ਪੱਟੜੇ ਤੇ ਖੇਸ ਛੱਟਿਆ ਸੂ
ਵਾਰਿਸ ਸ਼ਾਹ ਫ਼ਰਿਸ਼ਤਿਆਂ ਅਰਸ਼ ਉਤੋਂ, ਇਸ ਸ਼ੈਤਾਨ ਨੂੰ ਜ਼ਿਮੀ ਤੇ ਸੱਟਿਆ ਸੂ

ਹੀਰ

87

ਹੀਰ ਢਾਹਿ ਕੇ ਆਖਦੀ, 'ਮੀਆਂ ਚਾਚਾ! ਚੂਰੀ ਦੇਹੁ ਜੇ ਜੀਵਿਆ ਲੋੜਨਾ ਹੈਂ
ਨਹੀਂ ਮਾਰ ਕੇ ਜ਼ਿੰਦ ਗਵਾਇ ਦੇਵਾਂ, ਮੈਨੂੰ ਕਿਸੇ ਨਾ ਹਟਕਣਾ ਹੋੜਨਾ ਹੈਂ
ਬੰਨ੍ਹਿ ਹੱਥ ਤੇ ਪੈਰ ਲਟਕਾਇ ਦੇਵਾਂ, ਲੜ ਲੜਕੀਆਂ ਨਾਲ ਕਿਉਂ ਜੋੜਨਾ ਹੈਂ
ਚੂਰੀ ਦੇਹੁ ਖਾਂ ਨਾਲ ਹਯਾਉ ਆਪੇ, ਕਾਹੇ ਅਸਾਂ ਦੇ ਨਾਲ ਅਜੋੜਨਾ ਹੈਂ

ਸ਼ਾਇਰ

88

ਅੱਧੀ ਡੂਲ੍ਹ ਪਈ ਅੱਧੀ ਖੋਹਿ ਲਈਆ, ਚੂਨ ਮੇਲ ਕੇ ਪਰ੍ਹੇ ਵਿਚ ਲਿਆਂਵਦਾ ਈ
'ਕਹਿਆ ਮੰਨਦੇ ਮੂਲ ਸੋ ਨਹੀਂ ਮੇਰਾ' ਚੂਰੀ ਪੱਲਿਓਂ ਖੋਲ੍ਹਿ ਵਿਖਾਂਵਦਾ ਈ
'ਨਾਹੀ ਚੂਚਕੇ ਨੂੰ ਕੋਈ ਮੱਤ ਦੇਂਦਾ, ਨੱਢੀ ਮਾਰ ਕੇ ਨਹੀਂ ਸਮਝਾਂਵਦਾ ਈ
ਚਾਕ ਨਾਲਿ ਇਕੱਲੜੀ ਜਾਇ ਬੇਲੇ, ਅੱਜ ਕੱਲ੍ਹ ਕੋਈ ਲੀਕ ਲਾਂਵਦਾ ਈ
ਜਿਸ ਵੇਲੜੇ ਮਹਿਰ ਨੇ ਚਾਕ ਰੱਖਿਆ, ਉਸ ਵੇਲੜੇ ਨੂੰ ਪਛੋਤਾਂਵਦਾ ਈ

ਚੂਚਕ

89

ਚੂਚਕ ਆਖਦਾ, 'ਕੂੜੀਆਂ ਕਰੇਂ ਗੱਲਾਂ, ਹੀਰ ਖੇਡਦੀ ਨਾਲਿ ਸਹੇਲੀਆਂ ਦੇ
ਪੀਘਾਂ ਪਾਇ ਕੇ ਸਹੀਆਂ ਦੇ ਨਾਲਿ ਝੂਟੇ, ਤ੍ਰਿੰਜਣ ਜੋੜਦੀ ਵਿਚ ਹਵੇਲੀਆਂ ਦੇ
ਏਹ ਚੁਗ਼ਲ ਜਹਾਨ ਦਾ ਮਗਰ ਲੱਗਾ, ਫੱਕਰ ਜਾਣਦੇ ਹੋ ਨਾਲ ਸਹੇਲੀਆਂ ਦੇ
ਕਦੇ ਨਾਲ ਮਦਾਰੀਆਂ ਭੰਗ ਘੋਟੇ, ਕਦੇ ਜਾਇ ਨੱਚੇ ਨਾਲ ਚੇਲੀਆਂ ਦੇ
ਨਹੀਂ ਚੂਹੜੇ ਦਾ ਪੁੱਤਰ ਹੋਇ ਸੱਯਦ, ਘੋੜੇ ਹੋਣ ਨਾਹੀਂ ਬੇਟੇ ਲੇਲੀਆਂ ਦੇ
ਵਾਰਿਸ ਸ਼ਾਹ ਫ਼ਕੀਰ ਤਾਂ ਨਹੀਂ ਹੁੰਦੇ, ਪੁੱਤਰ ਜੱਟਾਂ ਦੇ ਸੱਜਣਾਂ ਬੇਲੀਆਂ ਦੇ

90

ਮਾਊਂ ਹੀਰ ਦੀ ਤੇ ਲੋਕ ਕਰਨ ਚੁਗ਼ਲੀ, 'ਮਹਿਰੀ ਮਲਕੀਏ! ਧੀਉ ਬੇਆਬ ਹੈ ਨੀ
ਅਸੀਂ ਮਾਸੀਆਂ ਫੁੱਫੀਆਂ ਲੱਜ ਮੁਈਆਂ, ਸਾਡਾ ਅੰਦਰੋਂ ਜੀਉ ਕਬਾਬ ਹੈ ਨੀ
ਸ਼ੱਮਸੁਦੀਨ ਕਾਜ਼ੀ ਨਿੱਤ ਕਹੇ ਮਸਲੇ, ਸ਼ੇਖ਼ ਧੀਉ ਦਾ ਵਿਆਹੁ ਸਵਾਬ ਹੈ ਨੀ
ਚਾਕ ਨਾਲ ਇਕੱਲੀ ਹੀ ਜਾਇ ਬੇਲੇ, ਹੋਇਆ ਮਾਪਿਆਂ ਧੁਰੋਂ ਜਵਾਬ ਹੈ ਨੀ
ਤੇਰੀ ਧੀਉ ਦਾ ਮਗ਼ਜ਼ ਹੈ ਬੇਗ਼ਮਾਂ ਦਾ, ਵੇਖੋ ਚਾਕ ਜਿਉਂ ਫਿਰੇ ਨਵਾਬ ਹੈ ਨੀ
ਵਾਰਿਸ ਸ਼ਾਹ ਮੂੰਹ ਉਂਗਲਾਂ ਲੋਕ ਘੱਤਣ, ਧੀਉ ਮਲਕੀ ਦੀ ਪੁੱਜ ਖ਼ਰਾਬ ਹੈ ਨੀ

ਕੈਦੋਂ, ਮਲਕੀ ਦਾ ਗੁੱਸਾ

91

ਕੈਦੋ ਆਖਦਾ,'ਧੀਉ ਵਿਆਹੁ ਮਲਕੀ, ਦੇਹੀ ਰੱਬ ਦੀ ਮੰਨ ਲੈ ਡਾਇਣੇ ਨੀ
ਇੱਕੇ ਮਾਰ ਕੇ ਵੱਢ ਕੇ ਕਰਸੁ ਬੇਰੇ, ਮੂੰਹ ਭੰਨ ਸੂ ਨਾਲ ਚੁਆਇਣੇ ਨੀ
ਵੇਖ ਧੀਉ ਦਾ ਲਾਡ ਕੀ ਦੰਦ ਕੱਢੇਂ, ਅੰਤ ਭੂਰਸੇ ਰੰਨੇ ਕਸਾਇਣੇ ਨੀ
ਇੱਕੇ ਬੰਨ੍ਹ ਕੇ ਭੋਰੇ ਚਾਇ ਘੱਤੀਂ, ਲਿੰਬ ਵਾਂਗੂ ਭੜੋਲੇ ਦੇ ਆਇਣੇ ਨੀ
ਗੁੱਸੇ ਨਾਲ ਮਲਕੀ ਤਪ ਲਾਲ ਹੋਈ, 'ਝੱਬ ਦੌੜ ਤੂੰ ਮਿੱਠੀਏ ਨਾਇਣੇ ਨੀ
ਸੱਦ ਲਿਆਉ ਤੂੰ ਹੀਰ ਨੂੰ ਢੂੰਡ ਕੇ ਤੇ, ਤੈਨੂੰ ਮਾਊਂ ਸਦੇਂਦੀ ਹੈ ਡਾਇਣੇ ਨੀ
ਖੜਦੂੰਬੀਏ, ਮੂੰਨੀਏ, ਭੈੜੀਏ ਨੀ, ਮੁਸ਼ਟੰਡੀਏ, ਬਾਰ ਦੀਏ ਡਾਇਣੇ ਨੀ
ਵਾਰਿਸ ਸ਼ਾਹ ਵਾਂਗੂ ਕਿਤੇ ਡੁੱਬ ਮੁਈਏਂ, ਘਰਿ ਆਉ ਸਿਆਪੇ ਦੀ ਨਾਇਣੇ ਨੀ

ਮਲਕੀ

92

ਹੀਰ ਆਈ ਕੇ ਆਖਦੀ ਹੱਸ ਕੇ ਤੇ, 'ਅਨੀ ਝਾਤ ਨੀ ਅੰਮੜੀਏ ਮੇਰੀਏ ਨੀ
ਤੈਨੂੰ ਡੂੰਘੜੇ ਖੂਹ ਦੇ ਵਿਚ ਬੋੜਾਂ, ਗੱਲ੍ਹਾਂ ਪਿੱਟੀਏ ਬਚੜੀਏ! ਮੇਰੀਏ ਨੀ
ਧੀ ਜਵਾਨ ਜੇ ਕਿਸੇ ਦੀ ਬੁਰੀ ਹੋਵੇ, ਲੱਗੇ ਹੱਥ ਥਾਂ ਖੂਹ ਨਘੇਰੀਏ ਨੀ
ਧੀ ਜਵਾਨ ਜੇ ਕਿਸੇ ਦੀ ਬੁਰੀ ਹੋਵੇ, ਚੁੱਪ ਕੀਤੜੀ ਚਾਇ ਨਿਬੇੜੀਏ ਨੀ
ਤੈਨੂੰ ਵਡਾ ਉਦਮਾਦ ਆ ਜਾਗਿਆ ਈ, ਤੇਰੇ ਵਾਸਤੇ ਮੂਨਸ ਸਹੇੜੀਏ ਨੀ
ਵਾਰਿਸ ਜੀਉਂਦੇ ਹੋਣ ਜੇ ਭੈਣ ਭਾਈ, ਚਾਕ ਚੋਬਰਾਂ ਨਾਂਹਿ ਸਹੇੜੀਏ ਨੀ

ਮਲਕੀ

93

ਤੇਰੇ ਵੀਰ ਸੁਲਤਾਨ ਨੂੰ ਖ਼ਬਰ ਹੋਵੇ, ਫ਼ਿਕਰ ਕਰੇ ਉਹ ਤੇਰੇ ਮੁਕਾਵਣੇ ਦਾ
ਚੂਚਕ ਬਾਪ ਦੇ ਰਾਜ ਨੂੰ ਲੀਕ ਲਾਈ, ਕੇਹਾ ਫ਼ਾਇਦਾ ਲਾਡ ਲਡਾਵਣੇ ਦਾ
ਨੱਕ ਵੱਢ ਕੇ ਕੋੜਮਾ ਗਾਲਿਓ ਈ, ਕੇਹਾ ਲਾਭ ਇਹ ਮਾਪਿਆਂ ਤਾਵਣੇ ਦਾ
ਰਾਤੀਂ ਚਾਕ ਨੂੰ ਚਾਇ ਜਵਾਬ ਦੇਸਾਂ, ਸਾਡਾ ਸ਼ੌਕ ਨਹੀਂ ਮਹੀਂ ਚਰਾਵਣੇ ਦਾ

ਅੜੀਏ ਮਿਠੀਏ! ਲਾਹਿ ਲੈ ਸਭ ਗਹਿਣੇ, ਕੇਹਾ ਫ਼ਾਇਦਾ ਗਹਿਣਿਆਂ ਪਾਵਣੇ ਦਾ
ਵਾਰਿਸ ਸ਼ਾਹ ਮੀਆਂ ਏਸ ਛੋਕਰੀ ਦਾ, ਜੀਉ ਹੋਇਆ ਹੈ ਲਿੰਗਿ ਕੁਟਾਵਣੇ ਦਾ

ਹੀਰ

94

ਮਾਏ! ਰੱਬ ਨੇ ਚਾਕ ਘਰਿ ਘੱਲਿਆ ਸੀ, ਤੇਰੇ ਹੋਣ ਨਸੀਬ ਜੇ ਧੁਰੋਂ ਚੰਗੇ
ਏਹੋ ਜਿਹੇ ਜੇ ਆਦਮੀ ਹੱਥ ਆਵਣ, ਸਾਰਾ ਮੁਲਕ ਹੀ ਰੱਬ ਥੀਂ ਦੁਆ ਮੰਗੇ
ਜਿਹੜੇ ਰੱਬ ਕੀਤੇ ਕੰਮ ਹੋਇ ਰਹੇ, ਸਾਨੂੰ ਮਾਉਂ ਕਿਉਂ ਗ਼ੈਬ ਦੇ ਦੇਇ ਪੰਗੇ
ਕੁਲ ਸਿਆਣਿਆਂ ਮੁਲਕ ਨੂੰ ਮੱਤ ਦਿੱਤੀ, ਤੇਗ, ਮਿਹਰੀਆਂ, ਇਸ਼ਕ ਨਾ ਕਰੋ ਨੰਗੇ
ਨਹੀਂ ਛੇੜੀਏ ਰੱਬ ਦੇ ਪੂਰਿਆਂ ਨੂੰ, ਜਿਨ੍ਹਾਂ ਕੱਪੜੇ ਖ਼ਾਕ ਦੇ ਵਿੱਚ ਰੰਗੇ
ਜਿਨ੍ਹਾਂ ਇਸ਼ਕ ਦੇ ਮਾਮਲੇ ਸਿਰੀਂ ਚਾਏ, ਵਾਰਿਸ ਸ਼ਾਹ ਨਾ ਕਿਸੇ ਥੀਂ ਰਹਿਣ ਸੰਗੇ

ਮਲਕੀ ਚੌਧਰੀ ਨੂੰ

95

ਮਲਕੀ ਆਖਦੀ ਚੂਚਕਾ! ਬਣੀ ਔਖੀ, ਸਾਨੂੰ ਹੀਰ ਦਿਆਂ ਮਿਹਣਿਆਂ ਖ਼ੁਆਰ ਕੀਤਾ
ਤਾਅਨੇ ਦੇਣ ਸ਼ਰੀਕ ਤੇ ਲੋਕ ਸਾਰੇ, ਚਾਰੋ ਤਰਫ਼ ਹੀ ਖ਼ੁਆਰ ਸੰਸਾਰ ਕੀਤਾ
ਵੇਖੋ ਲੱਜ ਸਿਆਲਾਂ ਦੀ ਲਾਹ ਸੁੱਟੀ, ਨੱਢੀ ਹੀਰ ਨੇ ਚਾਕ ਨੂੰ ਯਾਰ ਕੀਤਾ
ਜਾਂ ਮੈਂ ਮਤ ਦਿੱਤੀ ਅੱਗੋ ਲੜਨ ਲਗੀ, ਲੱਜ ਲਾਹ ਕੇ ਚਸ਼ਮ ਨੂੰ ਚਾਰ ਕੀਤਾ
ਇਕੇ ਧੀਉ ਨੂੰ ਚਾ ਘੜੇ ਡੋਬ ਕਰੀਏ, ਰੱਬ ਜਾਣ ਕੇ ਹੈ ਗੁਨਾਹਗਾਰ ਕੀਤਾ
ਕੱਢ ਚਾਕ ਨੂੰ ਖੋਹ ਲੈ ਸਭ ਮੱਝੀ, ਸਾਡਾ ਚਾਕ ਨੇ ਜੀਉ ਬੇਜ਼ਾਰ ਕੀਤਾ
ਝੱਬ ਵਿਆਹ ਕੇ ਨੱਢੀ ਨੂੰ ਕੱਢ ਦੇਸੋਂ, ਸਾਨੂੰ ਠਿੱਠ ਹੈ ਏਸ ਮੁਰਦਾਰ ਕੀਤਾ
ਵਾਰਿਸ ਸ਼ਾਹ ਨੂੰ ਹੀਰ ਖ਼ੁਆਰ ਕੀਤਾ, ਨਹੀਂ ਤਾਂ ਰੱਬ ਸਾਹਿਬ ਸਰਦਾਰ ਕੀਤਾ

ਚੌਧਰੀ

96

ਚੂਚਕ ਆਖਦਾ ਮਲਕੀਏ ਜੰਮਦੜੀ ਨੂੰ, ਗਲ ਘੁੱਟ ਕੇ ਕਾਹੇ ਨਾ ਮਾਰਿਓ ਈ
ਘੁੱਟੀ ਜ਼ਹਿਰ ਦੀ ਘੋਲ ਨਾ ਦਿੱਤੀਆਂ ਈ, ਉਹ ਅੱਜ ਜਵਾਬ ਨਿਤਾਰਿਓ ਈ
ਮੰਝ ਡੂੰਘੜੇ ਧੀਆਂ ਨ ਬੋੜੀਆ ਈ, ਵਹਿਣ ਰੋੜ੍ਹ ਕੇ ਮੂਲ ਨਾ ਮਾਰਿਓ ਈ
ਵਾਰਿਸ ਸ਼ਾਹ ਖ਼ੁਦਾਇ ਦਾ ਖ਼ੌਫ਼ ਕੀਤਾ, ਕਾਰੂੰ[1] ਵਾਂਙ ਨਾ ਜ਼ਿਮੀ ਨਿਘਾਰਿਓ ਈ

---

1. ਕਾਰੂੰ ਮਿਸਰ ਦਾ ਬਾਦਸ਼ਾਹ ਸੀ। ਉਹ ਇੰਨਾ ਲਾਲਚੀ ਸੀ ਕਿ ਉਸਨੇ ਕਬਰਾਂ ਪੁਟਵਾ ਕੇ ਮੁਰਦਿਆਂ ਦੇ ਮੂੰਹ ਵਿੱਚੋਂ ਸੋਨੇ ਦੇ ਸਿੱਕੇ ਕਢਵਾ ਕੇ ਆਪਣੇ ਖਜ਼ਾਨੇ ਭਰ ਲਏ ਸਨ। ਹਜ਼ਰਤ ਮੂਸਾ ਦੇ ਸ਼ਰਾਪ ਨਾਲ ਉਹ ਖਜ਼ਾਨੇ ਸਮੇਤ ਧਰਤੀ ਵਿੱਚ ਗਰਕ ਹੋ ਗਿਆ ਸੀ।

ਸ਼ਾਇਰ

97

ਰਾਤੀਂ ਰਾਂਝੇ ਨੇ ਮੱਝੀਆਂ ਆਨਿ ਢੋਈਆਂ, ਚੂਚਕ ਸਿਆਲ ਮੱਥੇ ਵੱਟ ਪਾਇਆ ਈ
ਭਾਈ! ਛੱਡ ਮਹੀਂ ਉਠ ਜਾਹਿ ਘਰ ਨੂੰ, ਤੇਰਾ ਤੌਰ ਬੁਰਾ ਨਜ਼ਰ ਆਇਆ ਈ
'ਸਿਆਲੋ, ਸਣੋ ਭਾਈ! ਸਾਡੇ ਕੰਮ ਨਾਹੀਂ, ਜਾਏ ਓਧਰੇ ਜਿਧਰੋਂ ਆਇਆ ਈ
ਅਸਾਂ ਸਾਨ੍ਹ ਨਾ ਰੱਖਿਆ ਇਹ ਮੁੰਡਾ, ਧੀਆਂ ਚਾਰਨਾ ਨਹੀਂ ਬਣਾਇਆ ਈ
ਮਹੁਰਾ ਦੇਇ ਕੇ ਏਸ ਨੂੰ ਮਾਰ ਸੁੱਟੋ, ਵਾਰਿਸ ਸ਼ਾਹ ਇਹ ਧੁਰੋਂ ਫੁਰਮਾਇਆ ਈ

98

ਵਲੋਂ ਬਸਤੱਲਾਹਿ ਰਿਜ਼ਕ ਅਲਅਬਾਦਾ, ਰੱਜ ਖਾਇ ਕੇ ਮਸਤੀਆਂ ਚਾਈਆਂ ਨੀ
ਕਿਥੋਂ ਪਚਣ ਇਹਨਾਂ ਮੁਸ਼ਟੰਡਿਆਂ ਨੂੰ, ਨਿਤ ਖਾਂਵਦੇ ਦੁੱਧ ਮਲਾਈਆਂ ਨੀ
ਰਿਜ਼ਕ ਰੱਬ ਦੇਸੀ ਅਸੀਂ ਉਠ ਚਲੇ, ਲੱਗਾ ਕਰਨ ਹੁਣ ਐਡ ਚਵਾਈਆਂ ਨੀ
ਵਮਾਮਿਨ ਬਹਿਸ਼ਤ ਫਿਲਅਰਦ[1] ਹੋਇਆ, ਆਹਿ ਲੈ ਸਾਂਭ ਮੱਝੀਂ ਘਰ ਆਈਆਂ ਨੀ

ਰਾਂਝਾ

99

ਰਾਂਝਾ ਸੁੱਟ ਖੂੰਡੀ ਉਤੋਂ ਲਾਹਿ ਭੂਰਾ, ਛੱਡ ਚੱਲਿਆ ਸਭ ਮੰਗਵਾੜ ਮੀਆਂ
ਜੇਹਾ ਚੋਰ ਨੂੰ ਖੁਰੇ ਦਾ ਖੜਕ ਪਹੁੰਚੇ, ਛੱਡ ਜਾਂਵਦਾ ਸੰਨ੍ਹ ਦਾ ਪਾੜ ਮੀਆਂ
ਦਿਲ ਚਾਇਆ ਦੇਸ ਤੇ ਮੁਲਖ ਉਤੋਂ, ਉਹਦੇ ਭਾਇ ਦਾ ਬੋਲਿਆ ਹਾੜ ਮੀਆਂ
ਤੇਰੀਆਂ ਖੋਲੀਆਂ ਚੋਰਾਂ ਦੇ ਜਾਨ ਸੱਭੇ, ਖੜੇ ਕੱਟੀਆਂ ਨੂੰ ਕਾਈ ਧਾੜ ਮੀਆਂ
ਮੈਨੂੰ ਮੱਝੀਂ ਦੀ ਕੁਛ ਪਰਵਾਹਿ ਨਹੀਂ, ਨੱਢੀ ਪੈ ਗਈ ਏਸ ਰਿਹਾੜ ਮੀਆਂ
ਤੇਰੀ ਧੀਆਂ ਨੂੰ ਅਸੀਂ ਕੀ ਜਾਣਨੇ ਹਾਂ, ਤੈਨੂੰ ਆਂਵਦੀ ਨਜ਼ਰ ਪਹਾੜ ਮੀਆਂ
ਤੇਰੀ ਮੰਝੀ ਦੇ ਕਾਰਣੇ ਰਾਤ ਅੱਧੀ, ਫਿਰਾ ਭੰਨਦਾ ਕਹਿਰ ਦੇ ਝਾੜ ਮੀਆਂ
ਮੰਗੂ ਮਗਰ ਮੇਰੀ ਸੱਭੋ ਆਂਵਦਾ ਈ, ਮੱਝੀ ਆਪਣੀ ਮਹਿਰ ਜੀ! ਤਾੜ ਮੀਆਂ
ਘੁੱਟ ਬਹੇਂ ਚਰਾਈ ਤੂੰ ਮੱਝੀਆਂ ਦੀ, ਸਹੀ ਕੀਤਾ ਈ ਕੋਈ ਕਿਰਾੜ ਮੀਆਂ
ਮੱਝੀ ਚਾਰਦਿਆਂ ਨੂੰ ਗਏ ਬਰਸ ਬਾਰਾਂ, ਅੱਜ ਉਠਿਆ ਅੰਦਰੋਂ ਸਾੜ ਮੀਆਂ
ਵਹੀ ਖੱਤਰੀ ਦੀ ਰਹੀ ਖੱਤਰੀ ਥੇ, ਲੇਖਾ ਗਿਆ ਈ ਹੋਇ ਪਹਾੜ ਮੀਆਂ
ਤੇਰੀ ਧੀਉ ਰਹੀ ਤੇਰੇ ਘਰ ਬੈਠੀ, ਝਾੜਾ ਮੁਫ਼ਤ ਦਾ ਲਿਆ ਈ ਝਾੜ ਮੀਆਂ
ਹੱਟ ਭਰੀ-ਭਕੁੰਨੀ ਨੂੰ ਸਾਂਭ ਲਇਓ, ਕੱਢ ਛੱਡਿਓ ਨੰਗ ਕਿਰਾੜ ਮੀਆਂ
ਵਾਰਿਸ ਸ਼ਾਹ ਅੱਗੇ ਪੂਰੀ ਨਾਹਿ ਪਈਆ, ਪਿੱਛੋਂ ਆਏ ਸਾਂ ਪੜਤਣੇ ਪਾੜ ਮੀਆਂ

---

1. ਧਰਤੀ ਤੇ ਸਵਰਗ

ਸ਼ਾਇਰ

100

ਮੱਝੀਂ ਚਰਨ ਨਾ ਬਾਝ ਰੰਝੇਟੜੇ ਦੇ, ਮਾਹੀ ਹਾਰ ਸਭੇ ਝੱਖ ਮਾਰ ਰਹੇ
ਕਾਈ ਘੁੱਸ ਜਾਏ, ਕਾਈ ਡੁੱਬ ਜਾਏ, ਕਾਈ ਸ਼ੀਂਹ ਲਏ, ਕਾਈ ਪਾਰ ਰਹੇ
ਸਿਆਲ ਪਕੜਿ ਹਥਿਆਰ ਤੇ ਹੋ ਗੁੰਮਾਂ, ਮਗਰ ਲੱਗ ਕੇ ਖੋਲੀਆਂ ਚਾਰ ਰਹੇ
ਵਾਰਿਸ ਸ਼ਾਹ ਚੂਚਕ ਪੱਛੋਤਾਂਵਦਾ ਈ, ਮੰਗੂ ਨਾਹਿ ਚਰੇ, ਅਸੀਂ ਹਾਰ ਰਹੇ

ਹੀਰ

101

ਮਾਏ! ਚਾਕ ਤ੍ਰਾਹਿਆ ਚਾਇ ਬਾਬੇ, ਏਸ ਗੱਲ ਉਤੇ ਬਹੁਤ ਖ਼ੁਸ਼ੀ ਹੈ ਨੀ
ਰੱਬ ਓਸ ਨੂੰ ਰਿਜ਼ਕ ਹੈ ਦੇਣਹਾਰਾ, ਕੋਈ ਓਸ ਦੇ ਰੱਬ ਨਾ ਤੁਸੀਂ ਹੈ ਨੀ
ਮੱਝੀਆਂ ਹੋਣ ਖ਼ਰਾਬ ਵਿਚ ਬੇਲਿਆਂ ਦੇ, ਖੋਲ੍ਹ ਦੱਸ ਕੇਹੀ ਬੁਸ ਬੁਸੀ ਹੈ ਨੀ
ਵਾਰਿਸ ਸ਼ਾਹ ਉਲਾਦ ਨਾ ਮਾਲ ਰਹਿਸੀ, ਜੀਹਦਾ ਹੱਕ ਖੁੱਥਾ ਉਹ ਤਾਂ ਖ਼ੁਸ਼ੀ ਹੈ ਨੀ

ਹੀਰ ਦੀ ਮਾਂ ਮਲਕੀ

102

ਮਲਕੀ ਗੱਲ ਸੁਣਾਂਵਦੀ ਚੂਚਕੇ ਨੂੰ, ਲੋਕੀਂ ਬਹੁਤ ਦੇਂਦੇ ਬਦੁਦਆ ਮੀਆਂ
ਬਾਰਾਂ ਬਰਸ ਮਹੀਂ ਓਸ ਚਾਰੀਆਂ ਸੀ, ਨਹੀਂ ਕੀਤੀ ਸੂ ਚੂੰ ਚਰਾ ਮੀਆਂ
ਹੱਕ ਖੋਹਿ ਕੇ ਚਾਇ ਜਵਾਬ ਦਿੱਤਾ, ਮਹੀਂ ਛੱਡ ਕੇ ਘਰਾਂ ਨੂੰ ਜਾਹੁ ਮੀਆਂ
ਪੈਰੀਂ ਲੱਗ ਕੇ ਲਵੀਂ ਮਨਾਇ ਉਸ ਨੂੰ, ਮੱਤ ਪਵੀ ਗਰੀਬ ਦੀ ਆਹ ਮੀਆਂ
ਵਾਰਿਸ ਸ਼ਾਹ ਫ਼ਕੀਰ ਨੇ ਚੁੱਪ ਵੱਟੀ, ਉਹਦੀ ਚੁੱਪ ਹੀ ਜਾਇ ਰੁੜ੍ਹਾ ਮੀਆਂ

ਚੂਚਕ

103

ਚੂਚਕ ਆਖਿਆ ਜਾਹ ਮਨਾਇ ਉਸ ਨੂੰ, ਵਿਆਹ ਤੀਕ ਤਾਂ ਮਹੀਂ ਚਰਾ ਲਈਏ
ਜਦੋਂ ਹੀਰ ਡੋਲੀ ਪਾਇ ਤੋਰ ਦਿੱਤੀ, ਰੁਸ ਪਵੇ ਜਵਾਬ ਤਾਂ ਚਾ ਦਈਏ
ਸਾਡੀ ਧੀਉ ਦਾ ਕੁਝ ਨਾ ਲਾਹ ਲੈਂਦਾ, ਸੱਭਾ ਟਹਿਲ ਟਕੋਰ ਕਰਾ ਲਈਏ
ਵਾਰਿਸ ਸ਼ਾਹ ਅਸੀਂ ਜੱਟ ਹਾਂ ਸਦਾ ਖੋਟੇ, ਕੋਈ ਜਟਕਾ ਫੰਧ ਭੀ ਲਾ ਲਈਏ

ਮਲਕੀ ਨੇ ਰਾਂਝੇ ਨੂੰ ਲੱਭਣਾ

104

ਮਲਕੀ ਜਾਇ ਕੇ ਵੇਹੜੇ ਪੁਛਦੀ ਜੇ, 'ਵਿਹੜਾ ਕੇਹੜਾ ਭਾਈਆਂ ਸਾਵਿਆਂ ਦਾ
ਸਾਡੇ ਮਾਹੀ ਦੀ ਖ਼ਬਰ ਹੈ ਕਿਤੇ ਅੜੀਓ, ਕਿਧਰ ਮਾਰਿਆ ਗਿਆ ਪਛੁਤਾਵਿਆਂ ਦਾ
ਜ਼ਰਾ ਹੀਰ ਕੁੜੀ ਉਹਨੂੰ ਸੱਦਦੀ ਏ, ਰੰਗ ਧੋਂਵਦੀ ਪਲੰਘ ਦੇ ਪਾਵਿਆਂ ਦਾ

ਰਾਂਝਾ ਬੋਲਿਆ ਸੱਥਰੋਂ ਭੰਨ ਆਕੜ, 'ਇਹ ਜੇ ਪਿਆ ਸਰਦਾਰ ਨਿਥਾਵਿਆਂ ਦਾ'
ਸਿਰ ਪਟੇ ਸਫ਼ਾ ਕਰ ਸੋਇ ਰਹਿਆ, ਜਿਵੇਂ ਬਾਲਕਾਂ ਮੁੰਨਿਆਂ ਬਾਵਿਆਂ ਦਾ
ਵਾਰਿਸ ਸ਼ਾਹ ਜਿਉਂ ਚੋਰ ਨੂੰ ਮਿਲੇ ਵਾਹਰ, ਉਭੇ ਸਾਹ ਭਰਦਾ ਮਾਰਿਆ ਹਾਵਿਆਂ ਦਾ

ਮਲਕੀ

105

ਮਲਕੀ ਆਖਦੀ ਲੜਿਓ ਨਾ ਨਾਲ ਚੂਚਕ, ਕੋਈ ਸੁਖ਼ਨ ਨਾ ਜੀਉ ਤੇ ਲਿਆਵਣਾ ਈ
ਕੇਹਾ ਪੁਤ੍ਰਾਂ ਮਾਪਿਆਂ ਲੜਨ ਹੁੰਦਾ, ਤੁਸਾਂ ਖੱਟਣਾ ਤੇ ਅਸਾਂ ਖਾਵਣਾ ਈ
ਛਿੜ ਮਾਲ ਦੇ ਨਾਲ ਮੈਂ ਘੋਲ ਘੱਤੀ, ਰਾਤੀਂ ਸਾਂਭ ਮੱਝੀਂ ਘਰ ਆਵਣਾ ਈ
ਕੁੜੀ ਕੱਲ ਦੀ ਤੇਰੇ ਤੋਂ ਰੁੱਸ ਬੈਠੀ, ਤੂੰ ਹੀ ਓਸ ਨੂੰ ਜਾਇ ਮਨਾਵਣਾ ਈ
ਮੰਗੂ ਮਾਲ ਸਿਆਲ ਤੇ ਹੀਰ ਤੇਰੀ, ਨਾਲੇ ਘੂਰਨਾ ਤੇ ਨਾਲੇ ਖਾਵਣਾ ਈ
ਤੇਰੇ ਨਾਉਂ ਤੋਂ ਹੀਰ ਕੁਰਬਾਨ ਕੀਤੀ, ਮੰਗੂ ਸਾਂਭ ਕੇ ਚਾਰ ਲੈ ਆਵਣਾ ਈ

ਰਾਂਝਾ

106

ਰਾਂਝਾ ਆਖਦਾ ਹੀਰ ਨੂੰ 'ਮਾਉਂ ਤੇਰੀ, ਸਾਨੂੰ ਫੇਰ ਮੁੜ ਰਾਤ ਦੀ ਚੰਬੜੀ ਹੈ
'ਮੀਆਂ! ਮੰਨ ਲਈਂ ਉਸ ਦੇ ਆਖਣੇ ਨੂੰ, ਤੇਰੀ ਹੀਰ ਪਿਆਰੀ ਦੀ ਅੰਬੜੀ ਹੈ
ਕਿਤੇ ਜਾਈਏ ਉਠ ਕਿ ਘਰੇ ਬਹੀਏ, ਅਜੇ ਵਿਆਹ ਦੀ ਵਿੱਥ ਤਾਂ ਲੰਮੜੀ ਹੈ'
ਵਾਰਿਸ ਸ਼ਾਹ ਇਸ ਇਸ਼ਕ ਦੇ ਵਣਜ ਵਿੱਚੋਂ, ਪੱਲੇ ਕਿਸੇ ਨਾ ਬੱਧੜੀ ਦੰਮੜੀ ਹੈ

ਸ਼ਾਇਰ

107

ਰਾਂਝਾ ਹੀਰ ਦੀ ਮਾਉਂ ਦੇ ਲੱਗ ਆਖੇ, ਛੇੜ ਮੱਝੀਆਂ ਝੱਲ ਨੂੰ ਆਂਵਦਾ ਈ
ਮੰਗੂ ਵਾੜ ਦਿੱਤਾ ਵਿੱਚ ਝਾਂਗੜੀ ਦੇ, ਆਪ ਨ੍ਹਾਇ ਕੇ ਰੱਬ ਧਿਆਂਵਦਾ ਈ
ਹੀਰ ਸੱਤੂਆਂ ਦਾ ਘਰੋਂ ਘੋਲ ਛੰਨਾ, ਦੇਖੋ ਰਿਜ਼ਕ ਰੰਝੇਟੇ ਦਾ ਆਂਵਦਾ ਈ
ਪੰਜਾਂ ਪੀਰਾਂ ਦੀ ਆਮਦ ਤੁਰਤ ਹੋਈ, ਹੱਥ ਬੰਨ੍ਹਿ ਸਲਾਮ ਬੁਲਾਂਵਦਾ ਈ
ਰਾਂਝਾ ਹੀਰ ਦੋਵੇਂ ਹੋਏ ਆਣ ਹਾਜ਼ਰ, ਹੁਕਮ ਸਾਹਿਬਾਂ ਦਾ ਪੀਰ ਫੁਰਮਾਂਵਦਾ ਈ

ਪੀਰਾਂ ਦਾ ਜਵਾਬ

108

'ਬੱਚਾ! ਦੁਹਾਂ ਨੇ ਰੱਬ ਨੂੰ ਯਾਦ ਕਰਨਾ, ਨਹੀਂ ਇਸ਼ਕ ਨੂੰ ਲੀਕ ਲਗਾਵਨਾ ਈ
ਅੱਠੇ ਪਹਿਰ ਖ਼ੁਦਾਇ ਦੀ ਯਾਦ ਅੰਦਰ, ਤੁਸਾਂ ਜ਼ਿਕਰ ਤੇ ਖ਼ੈਰ ਕਮਾਵਨਾ ਈ
ਪੀਰ ਦੇਖ ਕੇ ਤਬਾਅ ਨਿਹਾਲ ਹੋਏ, ਹੁਕਮ ਕੀਤਾ ਹੈ ਰੱਬ ਨੂੰ ਧਿਆਵਨਾ ਈ
ਵਾਰਿਸ ਸ਼ਾਹ ਪੰਜਾਂ ਪੀਰਾਂ ਹੁਕਮ ਕੀਤਾ, ਬੱਚਾ! ਜੀਉ ਨੂੰ ਨਹੀਂ ਡੁਲਾਵਨਾ ਈ

ਕਾਜ਼ੀ ਨੂੰ ਸੱਦਣਾ

109

ਹੀਰ ਵਤ ਕੇ ਬੇਲਿਓਂ ਘਰੀਂ ਆਈ, ਮਾਊਂ ਬਾਪ ਕਾਜ਼ੀ ਸੱਦ ਲਿਆਂਵਦੇ ਨੀ
ਦੋਵੇਂ ਆਪ ਬੈਠੇ ਅਤੇ ਵਿਚ ਕਾਜ਼ੀ, ਅਤੇ ਸਾਹਮਣੇ ਹੀਰ ਬਹਾਂਵਦੇ ਨੀ
ਬੱਚਾ ਹੀਰ! ਤੈਨੂੰ ਅਸੀਂ ਮੱਤ ਦੇਂਦੇ, ਮਿੱਠੀ ਜ਼ਬਾਂ ਦੇ ਨਾਲ ਸਮਝਾਂਵਦੇ ਨੀ
ਚਾਕ ਚੋਬਰਾਂ ਨਾਲ ਨਾ ਗੱਲ ਕੀਚੇ, ਇਹ ਮਿਹਨਤੀ ਕਿਹੜੀ ਥਾਂਵ ਦੇ ਨੀ
ਚਰਖਾ ਡਾਹਿ ਕੇ ਆਪਣੇ ਘਰੀਂ ਬਹੀਏ, ਸੁਘੜ ਗਾਉਂ ਕੇ ਜੀਉ ਪਰਚਾਂਵਦੇ ਨੀ
ਲਾਲ ਚਰਖੜਾ ਡਾਹਿ ਕੇ ਛੋਪ ਪਾਈਏ, ਕੇਹੇ ਸੋਹਣੇ ਗੀਤ ਝਨਾਂਵ ਦੇ ਨੀ
ਨੀਵੀ ਨਜ਼ਰ ਹਿਆਉ ਦੇ ਨਾਲ ਰਹੀਏ, ਤੈਨੂੰ ਸਭ ਸਿਆਣੇ ਫ਼ਰਮਾਂਵਦੇ ਨੀ
ਚੂਚਕ ਸਿਆਲ ਹੋਰੀਂ ਹੀਰੇ! ਜਾਣਨੀ ਏਂ, ਸਰਦਾਰ ਤੇ ਪੈਂਚ ਗਿਰਾਂਵ ਦੇ ਨੀ
ਸ਼ਰਮ ਮਾਪਿਆਂ ਦੀ ਵਲ ਧਿਆਨ ਕੀਚੇ, ਸ਼ਾਨਦਾਰ ਇਹ ਜੱਟ ਸਦਾਂਵਦੇ ਨੀ
ਬਾਹਰ ਫਿਰਨ ਨਾ ਸੋਂਹਦਾ ਨੱਢੀਆਂ ਨੂੰ, ਅੱਜ ਕਲ੍ਹ ਲਾਗੀ ਘਰ ਆਂਵਦੇ ਨੀ
ਏਥੇ ਵਿਆਹ ਦੇ ਸਾਜ਼-ਸਮਾਨ ਹੋਏ, ਖੇੜੇ ਪਏ ਬਣਾਉ ਬਣਾਂਵਦੇ ਨੀ
ਵਾਰਿਸ ਸ਼ਾਹ ਮੀਆਂ ਚੰਦ ਰੋਜ਼ ਅੰਦਰ, ਖੇੜੇ ਜੋੜ ਕੇ ਜੰਞ ਲੈ ਜਾਂਵਦੇ ਨੀ

ਹੀਰ

110

ਹੀਰ ਆਖਦੀ ਬਾਬਲਾ! ਅਮਲੀਆਂ ਥੋਂ, ਨਹੀਂ ਅਮਲ ਹਟਾਇਆ ਜਾਇ ਮੀਆਂ
ਜਿਹੜੀਆਂ ਵਾਦੀਆਂ ਆਦਿ ਦੀਆਂ ਜਾਣ ਨਾਹੀਂ, ਰਾਂਝੇ ਚਾਕ ਥੋਂ ਰਿਹਾ ਨਾ ਜਾਇ ਮੀਆਂ
ਸ਼ੀਹ ਚਿਤਰੇ ਰਹਿਣ ਨਾ ਮਾਸ ਬਾਝੋਂ, ਝਪਟ ਨਾਲ ਉਹ ਰਿਜ਼ਕ ਕਮਾਇ ਮੀਆਂ
ਵਾਰਿਸ ਸ਼ਾਹ ਦਰਗਾਹ ਥੀਂ ਮੰਗ ਲੀਤਾ, ਚਾਕ ਬਖਸ਼ਿਆ ਆਪ ਖ਼ੁਦਾਇ ਮੀਆਂ

111

ਏਹੁ ਰਜ਼ਾ ਤਕਦੀਰ ਦੀ ਹੋਇ ਰਹੀ, ਵਾਰਦ ਕੌਣ ਹੈ ਜੁ ਦਏ ਹਟਾਇ ਮੀਆਂ
ਦਾਗ ਅੰਬ ਤੇ ਸਾਰ ਦਾ ਲਹੇ ਨਾਹੀਂ, ਦਾਗ਼ ਇਸ਼ਕ ਦਾ ਭੀ ਨਹੀਂ ਜਾਇ ਮੀਆਂ
ਹੋਰ ਸਭ ਗੱਲਾਂ ਮਨਜ਼ੂਰ ਹੋਈਆਂ, ਰਾਂਝੇ ਚਾਕ ਥੋਂ ਰਿਹਾ ਨਾ ਜਾਇ ਮੀਆਂ
ਏਹੁ ਇਸ਼ਕ ਦੇ ਰੋਗ ਦੀ ਬਾਤ ਈਵੇਂ, ਸਿਰ ਜਾਏ ਤੇ ਸਿਰਰ ਨਾ ਜਾਇ ਮੀਆਂ
ਵਾਰਿਸ ਸ਼ਾਹ ਮੀਆਂ ਜਿਵੇਂ ਗੰਜ ਸਿਰ ਦਾ, ਬਾਰਾਂ ਬਰਸ ਬਿਨਾਂ ਨਹੀਂ ਜਾਇ ਮੀਆਂ

ਚੂਚਕ ਮਲਕੀ ਨੂੰ

112

ਇਹਦੀ ਵੱਢ ਲੁੜ੍ਹਕੀ ਖ਼ੋਹ ਚੂੰਡੀਆਂ ਨੂੰ, ਗਲ ਘੁੱਟ ਕੇ ਡੂੰਘੜੇ ਬੋੜੀਏ ਨੀ
ਸਿਰ ਭੰਨ ਸੂ ਨਾਲ ਮਧਾਣੀਆਂ ਦੇ, ਲੱਕ ਮਾਰ ਲੱਤਾਂ ਨਾਲ ਤੋੜੀਏ ਨੀ

ਇਹਦਾ ਦਾਤ੍ਰੀ ਨਾਲ ਚਾ ਢਿੱਡ ਪਾੜੋ, ਸੂਆ ਅੱਖੀਆਂ ਦੇ ਵਿੱਚ ਪੋੜੀਏ ਨੀ
ਵਾਰਿਸ ਚਾਕ ਥੋਂ ਇਹ ਨਾ ਮੁੜੇ ਮੂਲੇ, ਅਸੀਂ ਰਹੇ ਬਹੁਤੇਰੜਾ ਮੋੜੀਏ ਨੀ

ਕਾਜ਼ੀ

113

ਸਿਰ ਬੇਟੀਆਂ ਦੇ ਚਾਇ ਜੁਦਾ ਕਰਦੇ, ਜਦੋਂ ਗੁੱਸਿਆਂ ਤੇ ਬਾਪ ਆਂਵਦੇ ਨੀ
ਸਿਰ ਵੱਢ ਕੇ ਨਈਂ ਵਿੱਚ ਰੋੜ੍ਹ ਦੇਂਦੇ, ਮਾਸ ਕਾਉਂ, ਕੁੱਤੇ, ਬਿੱਲੇ ਖਾਂਵਦੇ ਨੀ
ਸੱਸੀ ਜਾਮ ਜਲਾਲੀ ਨੇ ਰੋੜ੍ਹ ਦਿੱਤੀ, ਕਈ ਡੂਮ ਢਾਡੀ ਪਏ ਗਾਂਵਦੇ ਨੀ
ਅਉਲਾਦ ਜਿਹੜੀ ਆਖੇ ਨਾਂਹ ਲੱਗੇ, ਬਾਪ ਓਸ ਨੂੰ ਮਾਰ ਮੁਕਾਂਵਦੇ ਨੀ
ਜਦੋਂ ਕਹਿਰ ਤੇ ਆਉਂਦੇ ਬਾਪ ਜ਼ਾਲਮ, ਬੰਨ੍ਹਿ ਬੇਟੀਆਂ ਭੋਹਰੇ ਪਾਂਵਦੇ ਨੀ
ਵਾਰਿਸ ਸ਼ਾਹ ਜੇ ਮਾਰੀਏ ਬਦਾਂ ਤਾਈਂ, ਦੇਣੇ ਖ਼ੂਨ ਨਾ ਤਿਨ੍ਹਾਂ ਦੇ ਆਂਵਦੇ ਨੀ

ਹੀਰ ਕਾਜ਼ੀ ਨੂੰ

114

ਜਿਨ੍ਹਾਂ ਬੇਟੀਆਂ ਮਾਰੀਆਂ ਰੋਜ਼ ਕਿਆਮਤ, ਸਿਰ ਤਿੰਨ੍ਹਾਂ ਦੇ ਵੱਡਾ ਗੁਨਾਹ ਮੀਆਂ
ਮਿਲਣ ਖਾਣੀਆਂ ਤਿਨ੍ਹਾਂ ਨੂੰ ਜਾਇ ਅੱਗੇ, ਜੀਕੂੰ ਮਾਰੀਆਂ ਜੇ ਤਿਵੇਂ ਖਾਹ ਮੀਆਂ
ਕਹੀ ਮਾਉਂ ਤੇ ਬਾਪ ਦੀ ਅਸਾਂ ਮੰਨੀ, ਗੱਲ ਪੱਲੜਾ ਤੇ ਮੂੰਹ ਘਾਹ ਮੀਆਂ
ਇੱਕ ਚਾਕ ਦੀ ਗੱਲ ਨਾ ਕਰੋ ਮੂਲੇ, ਉਸ ਦਾ ਹੀਰ ਦੇ ਨਾਲ ਨਿਕਾਹ ਮੀਆਂ

ਹੀਰ ਦਾ ਭਾਈ

115

ਸੁਲਤਾਨ ਭਾਈ ਆਹਾ ਹੀਰ ਸੰਦਾ, ਆਖੇ ਮਾਉਂ ਨੂੰ ਧੀਉ ਨੂੰ ਤਾੜ ਅੰਮਾਂ
ਅਸਾਂ ਫੇਰ ਜੇ ਬਾਹਰਾ ਇਹ ਡਿੱਠੀ, ਸੱਟੀਏ ਏਸ ਨੂੰ ਜਾਨ ਥੀਂ ਮਾਰ ਅੰਮਾਂ
ਤੇਰੇ ਆਖਿਆਂ ਸਤਰ ਜੇ ਬਹੇ ਨਾਹੀ, ਫੇਰਾਂ ਏਸ ਦੀ ਧੌਣ ਤਲਵਾਰ ਅੰਮਾਂ
ਚਾਕ ਵੜੇ ਨਾਹੀਂ ਸਾਡੇ ਵਿਚ ਵਿਹੜੇ, ਨਹੀਂ ਡੱਕਰੇ ਕਰਾਂਗਾ ਚਾਰ ਅੰਮਾਂ
ਜੇ ਧੀਉ ਨਾ ਹੁਕਮ ਵਿਚ ਰੱਖੀਆ ਈ, ਸਭੇ ਸਾੜ ਸੁਟੂੰ ਘਰ ਬਾਰ ਅੰਮਾਂ
ਵਾਰਿਸ ਸ਼ਾਹ ਜਿਹੜੀ ਧੀਉ ਬੁਰੀ ਹੋਵੇ, ਰੋੜ੍ਹ ਦਿਓ ਸਮੁੰਦਰੋਂ ਪਾਰ ਅੰਮਾਂ

ਹੀਰ

116

ਅੱਖੀਂ ਲਗੀਆਂ ਮੁੜਨ ਨਾ ਵੀਰ ਮੇਰੇ, ਬੀਬਾ! ਵਾਰ ਘੱਤੀ ਬਲਿਹਾਰੀਆਂ ਵੇ
ਵਹਿਣ ਪਏ ਦਰਿਆਇ ਨਾ ਕਦੇ ਮੁੜਦੇ, ਵੱਡੇ ਲਾਇ ਰਹੇ ਜ਼ੋਰ ਜ਼ਾਰੀਆਂ ਵੇ
ਲਹੂ ਕੀਕੁਰ ਨਾ ਨਿਕਲੇ ਆਖ ਉਥੋਂ, ਜਿੱਥੇ ਲੱਗੀਆਂ ਤੇਜ਼ ਕਟਾਰੀਆਂ ਵੇ
ਲੱਗੇ ਦਸਤ ਇਕ ਵਾਰ ਨਾ ਬੰਦਾ ਕੀਚਨ, ਵੈਦ ਲਿਖਦੇ ਵੈਦਗੀਆਂ ਸਾਰੀਆਂ ਵੇ

ਸਿਰ ਦਿੱਤਿਆਂ ਬਾਝੁ ਨਾ ਇਸ਼ਕ ਪੱਕੇ, ਨਾਹੀਂ ਏਹੁ ਸੁਖਾਲੀਆਂ ਯਾਰੀਆਂ ਵੇ
ਵਾਰਿਸ ਸ਼ਾਹ ਮੀਆਂ ਭਾਈ ਵਰਜਦੇ ਨੀ, ਵੇਖ ਇਸ਼ਕ ਬਣਾਈਆਂ ਖ਼ੁਆਰੀਆਂ ਵੇ

ਕਾਜ਼ੀ

117

ਕਾਜ਼ੀ ਆਖਿਆ ਖ਼ੌਫ ਖ਼ੁਦਾਇ ਦਾ ਕਰ, ਮਾਪੇ ਜ਼ਿੱਦ ਚੜ੍ਹੇ ਚਾਇ ਮਾਰਨੀਗੇ
ਤੇਰੀ ਕਿਆੜੀਓਂ ਜੀਭ ਕਢਾਇ ਛੱਡਣ, ਮਾਰੇ ਸ਼ਰਮ ਦੇ ਖ਼ੂਨ ਗੁਜ਼ਾਰਨੀਗੇ
ਜਿਸ ਵਕਤ ਦਿੱਤਾ ਅਸਾਂ ਚਾਇ ਫ਼ਤਵਾ, ਉਸੇ ਵਕਤ ਹੀ ਪਾਰ ਉਤਾਰਨੀਗੇ
ਵਾਰਿਸ ਸ਼ਾਹ ਕਰ ਤਰਕ[1] ਬੁਰਿਆਈਆਂ ਥੋਂ, ਨਹੀਂ ਅੱਗ ਦੇ ਵਿੱਚ ਨਿਘਾਰਨੀਗੇ

ਪੀਰਾਂ ਦੀ ਯਾਦ

118

ਪੰਜਾਂ ਪੀਰਾਂ ਨੂੰ ਰਾਂਝੇ ਨੇ ਯਾਦ ਕੀਤਾ, ਜਦੋਂ ਹੀਰ ਸੁਨੇਹੜਾ ਘੱਲਿਆ ਈ
ਮਾਊਂ ਬਾਪ ਕਾਜ਼ੀ ਸੱਭੇ ਗਿਰਦ ਹੋਏ, ਗਿਲਾ ਸਭਨਾਂ ਦਾ ਅਸਾਂ ਝੱਲਿਆ ਈ
ਪੰਜਾਂ ਪੀਰਾਂ ਅੱਗੇ ਹੱਥ ਜੋੜ ਖੜਾ, ਨੀਰ ਰੋਂਦਿਆਂ ਮੂਲ ਨਾ ਠੱਲ੍ਹਿਆ ਈ
'ਬੱਚਾ! ਕੌਣ ਮੁਸੀਬਤਾਂ ਪੇਸ਼ ਆਈਆਂ, ਵਿੱਚੋਂ ਜੀਉ ਸਾਡਾ ਤਰਥੱਲਿਆ ਈ
'ਮੇਰੀ ਹੀਰ ਨੂੰ ਵੀਰ ਹੈਰਾਨ ਕੀਤਾ, ਕਾਜ਼ੀ ਮਾਊਂ ਤੇ ਬਾਪ ਪਥੱਲਿਆ ਈ
ਮੱਦਦ ਕਰੋ ਖ਼ੁਦਾਇ ਦੇ ਵਾਸਤੇ ਤੇ, ਮੇਰਾ ਇਸ਼ਕ ਖਰਾਬ ਹੋ ਚੱਲਿਆ ਈ
ਬਹੁਤ ਪਿਆਰ ਦਿਲਾਸੜੇ ਨਾਲ ਪੀਰਾਂ, ਮੀਏਂ ਰਾਂਝੇ ਦਾ ਜੀਉ ਤਸੱਲਿਆ ਈ
ਤੇਰੀ ਹੀਰ ਦੀ ਮੱਦਤੇ ਮੀਆਂ ਰਾਂਝਾ, ਮਖ਼ਦੂਮ ਜਹਾਨੀਆ ਘੱਲਿਆ ਈ
ਦੋ ਤਿੰਨ ਸੱਦ ਸੁਣਾ ਖਾਂ ਵੰਝਲੀ ਦੇ, ਸਾਡਾ ਗਾਵਣੇ ਤੇ ਜੀਉ ਚਲਿਆ ਈ
ਵਾਰਿਸ ਸ਼ਾਹ ਅੱਗੇ ਜੱਟ ਗਾਂਵਦਾ ਈ, ਵੇਖੋ ਰਾਗ ਸੁਣ ਕੇ ਜੀਉ ਹੱਲਿਆ ਈ

ਸ਼ਾਇਰ

119

ਸ਼ੌਕ ਨਾਲ ਵਜਾਏ ਵੰਝਲੀ ਨੂੰ, ਪੰਜਾਂ ਪੀਰਾਂ ਅੱਗੇ ਖੜਾ ਗਾਂਵਦਾ ਈ
ਕਦੇ ਊਧੋ ਤੇ ਕਾਹਨ ਦੇ ਬਿਸ਼ਨ ਪਦੇ, ਕਦੇ ਮਾਝ ਬਿਹਾਗੀ ਦੀ ਲਾਂਵਦਾ ਈ
ਕਦੇ ਢੋਲ ਦੀ ਮਾਰਵਣ ਛੋਹ ਦੇਂਦਾ, ਕਦੇ ਬੂਬਨਾ ਚਾਇ ਸੁਣਾਂਵਦਾ ਈ
ਮਲਕੀ ਨਾਲ ਜਲਾਲੀ ਨੂੰ ਖ਼ੂਬ ਗਾਵੇ, ਵਿੱਚ ਝੀਵਰੀ ਦੀ ਕਲੀ ਲਾਂਵਦਾ ਈ
ਕਦੇ ਸੋਹਣੀ ਤੇ ਮਹੀਂਵਾਲ ਵਾਲਾ, ਨਾਲ ਸ਼ੌਕ ਦੇ ਸੱਦ ਸੁਣਾਂਵਦਾ ਈ
ਕਦੇ ਧਰੁਪਤਾਂ ਨਾਲ ਕਬਿੱਤ ਗਾਵੇ, ਕਦੇ ਸੋਹਿਲਾ ਨਾਲ ਰਲਾਂਵਦਾ ਈ
ਸਾਰੰਗ ਨਾਲ ਤਰੰਗ ਸ਼ਹਾਨਿਆਂ ਦੇ, ਰਾਗ ਸੂਹੀ ਦਾ ਭੋਗ ਵਿੱਚ ਪਾਂਵਦਾ ਈ
ਸੋਰਠ ਗੂਜਰੀ ਪੂਰਬੀ ਲਲਿਤ ਭੈਰੋਂ, ਜੋਗ ਰਾਗ ਦੀ ਝੀਲ ਵਜਾਂਵਦਾ ਈ
ਟੋਡੀ ਮੇਘ ਮਲਾਰ ਧਨਾਸਰੀ ਤੇ, ਜੈਤਸਰੀ ਨੂੰ ਨਾਲ ਰਲਾਂਵਦਾ ਈ

ਮਲਸਰੀ ਤੇ ਪਰਜ ਬਿਹਾਗ ਬੋਲੋ, ਨਾਲੇ ਮਾਲਵਾ ਵਿੱਚ ਵਜਾਂਵਦਾ ਈ
ਕਿਦਾਰਾ ਤੇ ਬਿਹਾਗੜਾ ਰਾਗ ਮਾਰੂ, ਨਾਲੇ ਕਾਨੜੇ ਦੀਆਂ ਸੁਰਾਂ ਲਾਂਵਦਾ ਈ
ਕਲਿਆਣ ਦੇ ਨਾਲ ਮਾਲਕੌਂਸ ਬੋਲੇ, ਨਟ ਮੰਗਲਾਚਾਰ ਸੁਣਾਂਵਦਾ ਈ
ਬਰਵਾਂ ਨਾਲ ਪਲਾਸੀਆ ਭੀਮ ਬੋਲੇ, ਦੀਪਕ ਰਾਗ ਦੀ ਤਾਰ ਵਜਾਂਵਦਾ ਈ
ਜੰਗਲਾਂ ਨਾਲ ਪਹਾੜ ਝੰਝੋਟੀਆਂ ਦੇ, ਗਉੜੀ ਨਾਲ ਆਸਾ ਖੜ੍ਹਾ ਗਾਂਵਦਾ ਈ
ਰਾਮਕਲੀ ਬਸੰਤ ਹਿੰਡੋਲ ਗਾਵੇ, ਤੇ ਮੁੰਦਾਵਣੀ ਦੀਆਂ ਸੁਰਾਂ ਲਾਂਵਦਾ ਈ
ਖੜਾ ਨਾਲ ਬਹਾਰ ਦੇ ਠਾਠ ਕਰਦਾ, ਵਾਰਿਸ ਸ਼ਾਹ ਨੂੰ ਤੁਰਤ ਰਿਝਾਂਵਦਾ ਈ

ਪੀਰ

120

ਰਾਜ਼ੀ ਹੋਇ ਪੰਜਾਂ ਪੀਰਾਂ ਹੁਕਮ ਕੀਤਾ, ਬੱਚਾ! ਮੰਗ ਲੈ ਦੁਆਇ ਜੋ ਮੰਗਣੀ ਹੈ
'ਅਜੀ, ਹੀਰ ਜੱਟੀ ਮੈਨੂੰ ਬਖ਼ਸ਼ ਉਠੋ, ਰੰਗਣ ਸ਼ੌਕ ਦੇ ਵਿੱਚ ਜੋ ਰੰਗਣੀ ਹੈ
ਮੈਨੂੰ ਲਾਇ ਬਿਭੂਤ ਮਲੰਗ ਕਰਨਾ, 'ਬੱਚਾ ਉਹ ਭੀ ਤੇਰੀ ਮਲੰਗਣੀ ਹੈ
ਜੇਹੇ ਨਾਲ ਲੜੀਐ[1] ਤੇਹੇ ਹੋਇ ਰਹੀਐ, ਨੰਗ ਨਾਲ ਬੋਲੇ ਸੋ ਭੀ ਨੰਗਣੀ ਹੈ
ਵਾਰਿਸ ਸ਼ਾਹ ਨਾ ਸੋਹੇ ਉਧਾਲ਼ੁ ਜੱਟੀ, ਨਹੀਂ ਮਾਪਿਆ ਦੇ ਘਰ ਟੰਗਣੀ ਹੈ

ਸ਼ਾਇਰ

121

ਰਾਂਝੇ ਪੀਰਾਂ ਨੂੰ ਬਹੁਤ ਖ਼ੁਸ਼ਹਾਲ ਕੀਤਾ, ਦੁਆਇ ਦਿੱਤੀਆਂ ਨੇ 'ਜਾਹਿ ਹੀਰ ਤੇਰੀ
ਤਿਰੇ ਸਭ ਮਕਸੂਦ ਹੋ ਗਏ ਹਾਸਲ, ਮੱਦਤ ਹੋਇ ਰਹੇ ਪੰਜੇ ਪੀਰ ਤੇਰੀ
ਜਾਇ ਗੂੰਜ ਤੂੰ ਵਿੱਚ ਮੰਗਵਾੜ ਬੈਠਾ, ਬਖ਼ਸ਼ ਲਈ ਹੈ ਸਭ ਤਕਸੀਰ ਤੇਰੀ
ਵਾਰਿਸ ਸ਼ਾਹ ਮੀਆਂ ਪੀਰਾਂ ਕਾਮਲਾਂ ਨੇ, ਕਰ ਛੱਡੀ ਹੈ ਨੇਕ ਤਕਦੀਰ ਤੇਰੀ

ਰਾਂਝਾ

122

ਰਾਂਝੇ ਆਖਿਆ, 'ਆਉ ਖਾਂ ਬੈਠ ਹੀਰੇ, ਕਾਈ ਨੇਕ ਤਦਬੀਰ ਬਣਾਈਏ ਨੀ
ਮਾਉਂ ਬਾਪ ਤੇਰੇ ਦਿਲਗੀਰ ਹੋਏ, ਕਿਵੇਂ ਉਨ੍ਹਾਂ ਥੋਂ ਬਾਤ ਛਿਪਾਈਏ ਨੀ
ਮਿਠੀ ਨਾਇਣ ਨੂੰ ਸੱਦ ਕੇ ਗੱਲ ਕੀਚੈ, ਜੇ ਕਰ ਕਹੇਂ ਤੇਰੇ ਘਰ ਆਈਏ ਨੀ
ਮੈਂ ਤਾਂ ਸਿਆਲਾਂ ਦੇ ਵਿਹੜੇ ਵੜਾਂ ਨਾਹੀਂ, ਸਾਥੇ ਹੀਰ ਨੂੰ ਨਿੱਤ ਪਹੁਚਾਈਏ ਨੀ
ਦਿਨੇ ਰਾਤ ਤੇਰੇ ਘਰ ਮੇਲ ਸਾਡਾ, ਸਾਡੇ ਸਿਰੇ ਅਹਿਸਾਨ ਚੜ੍ਹਾਈਏ ਨੀ
ਹੀਰ ਪੰਜ ਮੋਹਰਾਂ ਹੱਥ ਦਿੱਤੀਆ ਸੂ, ਜੀਵੇਂ ਮਿੱਠੀਏ! ਡੌਲ ਬਣਾਈਏ ਨੀ
ਕੁੜੀਆਂ ਪਾਸ ਨਾ ਖੋਲ੍ਹਣਾ ਭੇਤ ਮੂਲੇ, ਗੱਲ ਜੀਉ ਦੇ ਵਿੱਚ ਛੁਪਾਈਏ ਨੀ
ਵਾਰਿਸ ਸ਼ਾਹ ਛੁਪਾਈਏ ਖ਼ਲਕ ਪਾਸੋਂ, ਭਾਵੇਂ ਆਪਣਾ ਹੀ ਗੁੜ ਖਾਈਏ ਨੀ

---

1. ਲੜ ਲੱਗਣਾ

ਸ਼ਾਇਰ

123

ਫਲ੍ਹੇ ਕੋਲ ਮੰਗੂ ਜਿੱਥੇ ਬੈਠਦਾ ਸੀ, ਓਥੇ ਪਾਸ ਆਹਾ ਘਰ ਨਾਈਆਂ ਦਾ
ਮਿੱਠੀ ਨਾਇਣ ਤਾਂ ਘਰਾਂ ਦੀ ਖ਼ਸਮਣੀ ਸੀ, ਨਾਈ ਕੰਮ ਕਰਦੇ ਫਿਰਨ ਸਾਈਆਂ ਦਾ
ਘਰ ਨਾਈਆਂ ਦੇ ਹੁਕਮ ਰਾਂਝਣੇ ਦਾ, ਜਿਵੇਂ ਸਾਹੁਰੇ ਘਰੀਂ ਜਵਾਈਆਂ ਦਾ
ਚਾਣ ਭਾਣ ਮੱਠੀ ਫਿਰਨ ਵਾਲਿਆਂ ਦੀ, ਬਾਰ ਖੁੱਲ੍ਹਾ ਸੀ ਲੇਫ਼ ਤੁਲਾਈਆਂ ਦਾ
ਮਿੱਠੀ ਸੇਜ ਵਿਛਾਇ ਕੇ ਫੁੱਲ ਪੂਰੇ, ਉੱਪਰ ਆਂਵਦਾ ਕਦਮ ਖੁਦਾਈਆਂ ਦਾ
ਦੋਵੇਂ ਹੀਰ ਰਾਂਝਾ ਰਾਤੀ ਕਰਨ ਮੌਜਾਂ, ਮੱਝੀ ਖਾਣ ਖੜੀ ਸਿਰ ਸਾਈਆਂ ਦਾ
ਘੜੀ ਰਾਤ ਰਹਿੰਦੀ ਹੀਰ ਘਰੇ ਜਾਂਦੀ, ਰਾਂਝਾ ਭਾਉ ਪੁਛਾਂਵਦਾ ਧਾਈਆਂ ਦਾ
ਆਪੋ ਆਪਣੀ ਕਾਰ ਵਿੱਚ ਰੁੱਝ ਜਾਂਦੇ, ਬੂਹਾ ਫੇਰ ਨਾ ਵੇਖਦਾ ਨਾਈਆਂ ਦਾ

ਸ਼ਾਇਰ

124

ਦਿਨੇ ਹੋਵੇ ਦੁਪਹਿਰ ਤਾਂ ਆਵੈ ਰਾਂਝਾ, ਅਤੇ ਹੀਰ ਵੀ ਉਧਰੋਂ ਆਂਵਦੀ ਹੈ
ਰਾਂਝਾ ਮੱਝੀਆਂ ਲਿਆਇ ਬਹਾਂਵਦਾ ਏ, ਹੀਰ ਸਣੇ ਸਹੇਲੀਆਂ ਧਾਂਵਦੀ ਹੈ
ਉਹ ਵੰਝਲੀ ਨਾਲ ਸਰੋਦ ਕਰਦਾ, ਹੀਰ ਨਾਲ ਸਹੇਲੀਆਂ ਗਾਂਵਦੀ ਹੈ
ਰਾਂਝੇ ਨਾਲ ਝਨਾਉ ਦਰਿਆਇ ਉਤੇ, ਰਲ ਹੋਇ ਇਕੱਲਿਆਂ ਨ੍ਹਾਂਵਦੀ ਹੈ
ਕਾਈ ਜ਼ੁਲਫ਼ ਨਚੋੜਦੀ ਰਾਂਝਣੇ ਤੇ, ਕਾਈ ਨਾਲ ਕਲੇਜੇ ਦੇ ਲਾਂਵਦੀ ਹੈ
ਕਾਈ ਚੰਬੜੇ ਲੱਕ ਨੂੰ ਮੁਸ਼ਕ ਬੋੜੀ, ਕਾਈ ਮੂੰਖ ਨੂੰ ਮੁੱਖ ਛੁਹਾਂਵਦੀ ਹੈ
ਕਾਈ 'ਮੀਰਿਆ' ਆਖ ਕੇ ਭੱਜ ਜਾਂਦੀ, ਮਗਰ ਪਵੇ ਤਾਂ ਲਿੱਚੀਆਂ ਲਾਂਵਦੀ ਹੈ
ਕਾਈ ਆਖਦੀ 'ਮਾਹੀਆ ਮਾਹੀਆ ਵੇ, ਤੇਰੀ ਮੱਝ ਬੂਰੀ ਕੱਟਾ ਜਾਂਵਦੀ ਹੈ
ਕਾਈ ਮਾਘਿਆਂ ਦੇ ਖਰਬੂਜਿਆਂ ਨੂੰ, ਕੌੜੇ ਬਕਬਕੇ ਚਾਇ ਬਣਾਂਵਦੀ ਹੈ
ਕਾਈ ਆਖਦੀ ਐਂਠਿਆਂ ਰਾਂਝਿਆਂ ਵੇ, ਮਾਰ ਬਾਹੁੜੀ ਪਾਰ ਨੂੰ ਧਾਂਵਦੀ ਹੈ
ਮੁਰਦੇ ਤਾਰੀਆਂ ਤਰਨ ਚੁਫਾਲ ਕਰ ਕੇ, ਕਾਈ ਛਾਲ ਘੜੰਮ ਦੀ ਲਾਂਵਦੀ ਹੈ
ਇੱਕ ਸ਼ਰਤ ਬੱਧੀ ਟੁੱਬੀ ਮਾਰ ਜਾਂਦੀ, ਤੇ ਪਤਾਲ ਦੀ ਮਿੱਟੜੀ ਲਿਆਂਵਦੀ ਹੈ
ਕੁੱਤੇ-ਤਾਰੀਆਂ ਤਰਨ ਚਵਾਉ ਕਰ ਕੇ, ਇੱਕ ਨਿਉਲ ਨਿੱਸਰ ਰੁੜ੍ਹੀ ਆਂਵਦੀ ਹੈ।
ਇੱਕ ਢੀਂਗ ਮੁਰਗਾਈ ਤੇ ਬਣੇ ਬਗਲਾ, ਇਕ ਚੀਲ੍ਹ ਹੀ ਹੋਇ ਵਿਖਾਂਵਦੀ ਹੈ
ਇੱਕ ਵਾਂਗੁ ਕਕੂਹੀਆਂ ਸੰਘ ਕੱਢੇ, ਇੱਕ ਕੂੰਜ ਵਾਂਗੂ ਕੁਰਲਾਂਵਦੀ ਹੈ
ਇਕ ਔਰਤ ਬੋਲਦੀ ਤੀਹਰੀ ਹੋ, ਇਕ ਸੰਖ ਜਲ ਕਾਉਂਨੀ ਆਂਵਦੀ ਹੈ
ਇਕ ਲੁੱਧਰ ਹੋਇ ਕੁੜ ਕੁੜ ਆਵੇ, ਇਕ ਹੋ ਸੰਸਾਰ ਸ਼ੁਕਾਂਵਦੀ ਹੈ
ਇਕ ਦੇ ਪਸਲੇਟੀਆਂ ਹੋ ਬੂਲ੍ਹਨ, ਮਸ਼ਕ ਵਾਂਗਰਾਂ ਓਹ ਫੁਕਾਂਵਦੀ ਹੈ
ਹੀਰ ਤਰੇ ਚੌਤਰਫ਼ ਰੰਝੇਟੜੇ ਦੇ, ਮੂਈ ਮਛਲੀ ਬਣ ਬਣ ਆਂਵਦੀ ਹੈ
ਆਪ ਬਣੇ ਮਛਲੀ ਨਾਲ ਚਾਵੜਾਂ ਦੇ, ਮੀਏਂ ਰਾਂਝੇ ਨੂੰ ਕੁਰਲ ਬਣਾਂਵਦੀ ਹੈ
ਓਸ ਤਖ਼ਤ ਹਜ਼ਾਰੇ ਦੇ ਨੱਢੜੇ ਨੂੰ, ਰੰਗ ਰੰਗ ਦੀਆਂ ਜਾਲੀਆਂ ਪਾਂਵਦੀ ਹੈ
ਵਾਰਿਸ ਸ਼ਾਹ ਮੀਆਂ ਜੱਟੀ ਨਾਜ਼ ਕਰ ਕੇ, ਨਿੱਤ ਯਾਰ ਦਾ ਜੀਉ ਪਰਚਾਂਵਦੀ ਹੈ

ਕੈਦੋ ਨੇ ਮਲਕੀ ਨੂੰ ਕਹਿਣਾ

125

ਕੈਦੋ ਆਖਦਾ, ਮਲਕੀਏ ਭੈੜੀਏ ਨੀ, ਤੇਰੀ ਧੀਉ ਬੜਾ ਚੱਚਰ ਚਾਇਆ ਈ
ਜਾਇ ਨਦੀ ਤੇ ਚਾਕ ਦੇ ਨਾਲ ਘੁਲਦੀ, ਏਸ ਮੁਲਖ ਦਾ ਅੱਘ ਗਵਾਇਆ ਈ
ਮਾਉਂ ਬਾਪ ਕਾਜ਼ੀ ਸੱਭੇ ਹੋੜ ਥੱਕੇ, ਇਸ ਇਕ ਨਾ ਜੀਉ ਤੇ ਲਾਇਆ ਈ
ਮੂੰਹ ਘੁੱਟ ਰਹੇ ਵਾਲ ਪੁੱਟ ਰਹੀ, ਥੱਕ ਹੁੱਟ ਰਹੀ ਗ਼ੈਬ ਚਾਇਆ ਈ
ਮੇਂਢੀਆਂ ਪੁੱਟ ਰਹੀ ਖੱਪ ਤਰੁੱਟ ਰਹੇ, ਗਲ ਘੁੱਟ ਰਹੇ ਲਟਕਾਇਆ ਈ
ਮੱਤੀਂ ਦੇਇ ਰਹੇ ਪੈਰੀਂ ਪੈ ਰਹੇ, ਹੀਰ ਨਾ ਮੰਨੇ ਲੋਹੜਾ ਆਇਆ ਈ
ਅੰਤ ਹੁੱਟ ਰਹੀ ਤੇ ਨਿਖੁੱਟ ਰਹੀ, ਲਿੰਗ ਕੱਟ ਰਹੀ ਮੈਨੂੰ ਤਾਇਆ ਈ
ਵਾਰਿਸ ਸ਼ਾਹ ਮੀਆਂ ਸੁੱਤੇ ਮਾਮਲੇ ਨੂੰ, ਲੰਡੇ ਰਿਛ ਨੇ ਫੇਰ ਜਗਾਇਆ ਈ

ਮਲਕੀ

126

ਮਲਕੀ ਉਠ ਵੇਹੜੇ ਵਿੱਚ ਧੁੰਮ ਘੱਤੀ, ਝੱਬ ਦੌੜ ਖਾਂ ਔਲੀਆ ਨਾਈਆ ਵੇ
ਖੇਡਣ ਗਈ ਮੂੰਹ ਸਾਹਜਰੇ ਘਰੋਂ ਨਿਕਲ, ਆਣ ਸ਼ਾਮ ਹੋਈ ਨਹੀਂ ਆਈਆ ਵੇ
ਅਲਫੂ ਨੌਕਰਾ, ਮੌਜਮਾ ਵਾਗੀਆ ਵੇ! ਧੀਦੋ ਮਾਛੀਆ, ਭੱਜ ਤੂੰ ਭਾਈਆ ਵੇ
ਵਾਰਿਸ ਸ਼ਾਹ ਮੀਆਂ, ਨਹੀਂ ਹੀਰ ਆਈ, ਮੋਹਰ ਮੰਗੂਆਂ ਦੀ ਘਰੀਂ ਆਈਆ ਵੇ

ਸ਼ਾਇਰ

127

ਝੰਗੜ ਡੂਮ ਤੇ ਫੱਤੂ ਕਲਾਲ ਦੌੜੇ, ਬੁੱਘਾ ਚੂਹੜਾ ਤੇ ਝੰਡਾ ਚਾਕ ਮੀਆਂ
ਜਾਇ ਹੀਰ ਅੱਗੇ ਧੁੰਮ ਘੱਤੀਆ ਨੇ, 'ਬੱਚਾ! ਕੇਹੀ ਉਡਾਈਆ ਖ਼ਾਕ ਮੀਆਂ
ਤੇਰੀ ਮਾਉਂ ਤੇਰੇ ਉਤੇ ਬਹੁਤ ਗੁੱਸੇ, ਜਾਨੋਂ ਮਾਰ ਗਵਾਏਗਾ ਬਾਪ ਮੀਆਂ
ਸਿਆਲ ਕਰਨ ਹੰਕਾਰ ਕੁਦ ਪੈਣ ਤੈਨੂੰ, ਗਿਣੇਂ ਆਪ ਨੂੰ ਬਹੁਤ ਚਲਾਕ ਮੀਆਂ
ਚੁੱਲ੍ਹੇ ਸਿਆਲਾਂ ਨੇ ਅੱਜ ਨਾ ਅੱਗ ਘੱਤੀ, ਬੈਠਾ ਕੋੜਮਾ ਹੈ ਗ਼ਮਨਾਕ ਮੀਆਂ
ਤੋਤਾ ਅੰਬ ਦੀ ਡਾਲੀ ਤੇ ਕਰੇ ਮੌਜਾਂ, ਤੇ ਗੁਲੇਲੜਾ ਪਵਸੁ ਪਟਾਕ ਮੀਆਂ
ਰਾਂਝਾ ਜਾਹੁ ਤੇਰੇ ਸਿਰ ਆਣ ਬਣੀਆਂ, ਨਾਲੇ ਆਖਦੇ ਮਾਰੀਏ ਚਾਕ ਮੀਆਂ
ਵਾਰਿਸ ਸ਼ਾਹ ਯਤੀਮ ਦੇ ਮਾਰਨੇ ਨੂੰ, ਜੁੜੀ ਸੱਭ ਸਿਆਲਾਂ ਦੀ ਢਾਕ ਮੀਆਂ

ਹੀਰ ਨੇ ਮਾਂ ਪਾਸ ਆਉਣਾ

128

ਹੀਰ ਮਾਉਂ ਨੂੰ ਆਣ ਸਲਾਮ ਕੀਤਾ, ਮਾਉਂ ਆਖਦੀ, ਆਉ ਖਾਂ ਨਹਿਰੀਏ ਨੀ
ਬੜ-ਬੋਲੀਏ ਗੋਲੀਏ ਬੇਹਿਆਏ, ਖੂੰਡੀ ਟੇਢੀਏ ਤੇ ਗੁਲ-ਬਹਿਰੀਏ ਨੀ
ਉਧਲ ਖੋਰੀਏ ਕੜਮੀਏਂ ਛੈਲ ਛਵੀਏ, ਅਨੀ ਤਿੱਖੀਏ ਕਾਤੀਏ ਛਹਿਰੀਏ ਨੀ

ਗੋਲਾ ਡਿਬੀਏ ਉਜਬੁਕੇ ਮਾਲਜ਼ਾਦੇ, ਗੁੱਸੇ ਮਾਰੀਏ ਜ਼ਹਿਰ ਦੀਏ ਜ਼ਹਿਰੀਏ ਨੀ
ਤੂੰ ਅਕਾਇ ਕੇ ਸਾੜ ਕੇ ਲੋੜ੍ਹ ਦਿੱਤਾ, ਲਿੰਗ ਘੜੂੰਗੀ ਨਾਲ ਮੁਤਹਿਰੀਏ ਨੀ
ਹੁਣੇ ਆਖਦੀ ਹਾਂ ਟਲ ਜਾ ਛੁਟੜੇ, ਮਹਿਰ ਰਾਂਝੇ ਦੇ ਨਾਲ ਦੀਏ ਮਹਿਰੀਏ ਨੀ
ਸਾਨ੍ਹਾਂ ਨਾਲ ਫਿਰੇਂ ਦਿਨ ਰਾਤ ਖਹਿੰਦੀ, ਆਉ ਟਲੀ ਨੀ ਕੁੱਤੀਏ ਵਹਿੜੀਏ ਨੀ
ਅੱਜ ਰਾਤ ਤੈਨੂੰ ਮੰਝ ਵਾਹਿ ਡੋਬਾਂ, ਤੇਰੀ ਸਾਇਤ ਬੁਰੀ ਹੈ ਕਹਿਰੀਏ ਨੀ
ਵਾਰਿਸ ਸ਼ਾਹ ਜਦੋਂ ਕੱਪੜ ਧੜੀ ਹੋਸੀ, ਵਗੇ ਨੀਰ ਡਾਰਾਂ ਵੇਖੋਂ ਲਹਿਰੀਏ ਨੀ

ਹੀਰ

129

ਅੰਮਾਂ ਚਾਕ ਬੇਲੇ ਅਸੀਂ ਪੀਂਘ ਪੀਘਾਂ, ਕੇਹੇ ਗ਼ੈਬ ਦੇ ਤੂਤੀਏ ਬੋਲਨੀ ਹੈਂ
ਹੋਂਦਾ ਬਹੁਤ ਮਲੂਕ ਮੂੰਹ ਝੂਠੜੀ ਦਾ, ਐਡਾ ਝੂਠ ਪਹਾੜ ਕਿਉਂ ਤੋਲਨੀ ਹੈਂ
ਸੂਲਾਂ ਨਾਲ ਗੁਲਾਬ ਤਿਆਰ ਕੀਤਾ, ਵਿੱਚ ਪਿਆਜ ਕਿਉਂ ਝੂਠਦਾ ਘੋਲਨੀ ਹੈਂ
ਗੋਂਦਾਂ ਕਿਸੇ ਦੀ ਨਹੀਂ ਚੁਰਾਇ ਆਂਦੀ, ਦਾਨੀ ਹੋਇ ਕੇ ਗ਼ੈਬ ਕਿਉਂ ਫੋਲਨੀ ਹੈਂ
ਅਣ-ਸੁਣਦਿਆਂ ਚਾਇ ਸੁਣਾਇਆ ਈ, ਮੋਏ ਸੱਪ ਵਾਂਗੂ ਵਿਸ ਘੋਲਨੀ ਹੈਂ
ਵਾਰਿਸ ਸ਼ਾਹ ਗੁਨਾਹ ਕੀ ਅਸਾਂ ਕੀਤਾ, ਐਡੇ ਗ਼ੈਬ ਦੇ ਬੋਲਨੇ ਬੋਲਨੀ ਹੈਂ

ਮਲਕੀ

130

ਸੜੇ ਲੇਖ ਸਾਡੇ ਲੱਜ ਪਈ ਤੈਨੂੰ, ਵੱਡੀ ਸੋਹਣੀ ਧੀਆ ਨੂੰ ਲੀਕ ਲੱਗੀ
ਰੋਜ਼ ਕਰੇਂ ਤੋਬਾ, ਨਿਤ ਕਰੇਂ ਯਾਰੀ, ਨਿਤ ਕਰੇਂ ਪਾਖੰਡ ਤੇ ਵੱਡੀ ਠੱਗੀ
ਅਸੀਂ ਮਨ੍ਹਾਂ ਕਰ ਰਹੇ ਹਾਂ ਮੁੜੇ ਨਾਹੀਂ, ਤੈਨੂੰ ਕਿਸੇ ਫਕੀਰ ਦੀ ਕੇਹੀ ਵੱਗੀ
ਵਾਰਿਸ ਸ਼ਾਹ ਇਹ ਖੰਡ ਤੇ ਦੁੱਧ ਖਾਂਦੀ, ਮਾਰੀ ਫਿਟਕ ਦੀ ਵੇਖ ਹੋ ਗਈ ਬੱਗੀ

ਹੀਰ

131

ਅੰਮਾਂ! ਬੱਸ ਕਰ ਗਾਲ੍ਹੀਆਂ ਦੇਇ ਨਾਹੀ, ਗਾਲੀ ਦਿੱਤਿਆਂ ਵੱਡੜਾ ਪਾਪ ਆਵੇ
ਨੀਉਂ ਰੱਬ ਦੀ ਪੱਟਣੀ ਬੁਰੀ ਔਖੀ, ਧੀਆਂ ਮਾਰਿਆਂ ਵੱਡਾ ਸਰਾਪ ਆਵੇ
ਲੈ ਜਾਹਿ ਮੈਨੂੰ ਭਾਈਆਂ-ਪਿਟੜੀ ਨੂੰ, ਜਿੱਥੇ ਗ਼ੈਬ ਦਾ ਸੂਲ ਤੇ ਤਾਪ ਆਵੇ
ਵਾਰਿਸ ਸ਼ਾਹ ਨਾ ਮੁੜਾਂ ਰੰਝੇਟੜੇ ਥੋਂ, ਭਾਵੇਂ ਬਾਪ ਦੇ ਬਾਪ ਦਾ ਬਾਪ ਆਵੇ

ਕੈਦੋਂ

132

ਕੈਦੋ ਆਇ ਕੇ ਆਖਦਾ ਸਹੁਰਿਓ ਓਇ, ਮੈਥੋਂ ਕੌਣ ਚੰਗੀ ਮੱਤ ਦੇਸੀਆ ਓਇ
ਮਹੀਂ ਮੁੱਠੀਆਂ ਨਾਲੇ ਸਿਆਲ ਮੁਠੇ, ਅੱਜ ਕਲ ਵਿਗਾੜ ਕਰੇਸਿਆ ਓਇ

ਏਹੁ ਨਿੱਤ ਦਾ ਪਿਆਰ ਨਾ ਜਾਇ ਖਾਲੀ, ਪਹੀਆ ਗੱਡ ਦਾ ਪਾਸ ਨਾ ਵੈਸੀਆ ਓਇ
ਹੱਥ ਮਾਰ ਸਿਆਲਾਂ ਨੇ ਗੱਲ ਟਾਲੀ, ਪਰ੍ਹਾਂ ਛੱਡ ਝੇੜਾ ਏਹੁ ਭੇਖੀਆ ਓਇ
ਰਗ ਇਕ ਵਧੀਕ ਹੈ ਲੰਢਿਆਂ ਦੀ, ਕਿਰਤਘਣਾ ਪ੍ਰਪੰਚਾ ਮਲਘੇਸੀਆ ਓਇ

ਖ਼ਿਆਲ ਸ਼ਾਇਰ

133

ਕੋਈ ਰੋਜ਼ ਨੂੰ ਗੱਲ ਮਸ਼ਹੂਰ ਹੋਸੀ, ਚੋਰੀ ਯਾਰੀ ਹੈ ਐਬ ਕੁਆਰੀਆਂ ਨੂੰ
ਜਿਨ੍ਹਾਂ ਬਾਣ ਹੈ ਨੱਚਣੇ ਕੁੱਦਣੇ ਦੀ, ਰੱਖੇ ਕੌਣ ਰੰਨਾਂ ਬੁਰਿਆਰੀਆਂ ਨੂੰ
ਏਸ ਪਾਇ ਭੁਲਾਵੜਾ ਠੱਗ ਲੀਤਾ, ਕੰਮ ਪਹੁੰਚਿਆ ਬਹੁਤ ਖ਼ੁਆਰੀਆਂ ਨੂੰ
ਜਦੋਂ ਚਾਕ ਉਧਾਲ ਲੈ ਜਾਗੁ ਨੱਢੀ, ਤਦੋਂ ਝੂਰੋਂਗੇ ਬਾਜ਼ੀਆਂ ਹਾਰੀਆਂ ਨੂੰ
ਵਾਰਿਸ ਸ਼ਾਹ ਮੀਆਂ ਜਿਨ੍ਹਾਂ ਲਾਈਆਂ ਨੀਂ, ਸੋਈ ਜਾਣਦੇ ਗਾੜ੍ਹੀਆਂ ਯਾਰੀਆਂ ਨੂੰ

ਸਹੇਲੀਆਂ ਵੱਲੋਂ ਖ਼ਬਰ

134

ਕਿੱਸਾ ਹੀਰ ਨੂੰ ਤੁਰਤ ਸਹੇਲੀਆਂ ਨੇ, ਜਾਇ ਕੰਨ ਦੇ ਵਿੱਚ ਸੁਣਾਇਆ ਈ
ਤੈਨੂੰ ਮੇਹਣਾ ਚਾਕ ਦਾ ਦੇਇ ਕੈਦੋ, ਵਿੱਚ ਪਰ੍ਹੇ ਦੇ ਸ਼ੋਰ ਮਚਾਇਆ ਈ
ਵਾਂਗੂ ਢੋਲ ਹਰਾਮ ਸ਼ੈਤਾਨ ਦੇ ਨੀ, ਡੱਗਾ ਵਿਚ ਬਜ਼ਾਰ ਦੇ ਲਾਇਆ ਈ
ਏਹੁ ਗੱਲ ਜੇ ਜਾਸੀਆ ਅੱਜ ਖਾਲੀ, ਤਾਂ ਤੈਂ ਹੀਰ ਕਿਉਂ ਨਾਉਂ ਸਦਾਇਆ ਈ
ਕਰ ਛੱਡੀਏ ਏਸ ਦੇ ਨਾਲ ਜੇਹੀ, ਜਾਣੇ ਦੋਸ਼ ਜੋ ਕੀਤੜਾ ਪਾਇਆ ਈ
ਵਾਰਿਸ ਸ਼ਾਹ ਅਪ੍ਰਾਧਣਾ ਆਨ ਜੁੜੀਆਂ, ਲੰਡੇ ਰਿਛ ਨੇ ਮਾਮਲਾ ਚਾਇਆ ਈ

ਹੀਰ

135

ਹੀਰ ਆਖਦੀ ਵਾੜ ਕੇ ਫਲ੍ਹੇ ਅੰਦਰ, ਗਲ ਪਾਇ ਰੱਸਾ ਮੂੰਹ ਘੁੱਟ ਘੱਤੋ
ਲੈ ਕੇ ਕੁੱਤਕੇ ਤੇ ਕੁੱਦਣ ਮਾਛੀਆਂ ਦੇ, ਧੜਾ ਧੜ ਹੀ ਮਾਰ ਕੇ ਕੁੱਟ ਘੱਤੋ
ਟੰਗੋਂ ਪਕੜ ਕੇ ਲੱਕ ਵਿੱਚ ਪਾਇ ਜੱਫੀ, ਕਿਤੇ ਖੂਹ ਖੁਡੱਲ ਵਿੱਚ ਸੁੱਟ ਘੱਤੋ
ਮਾਰ ਏਸ ਨੂੰ ਲਾਇ ਕੇ ਅੱਗ ਝੁੱਗੀ, ਸਾੜ ਬਾਲ ਕੇ ਚੀਜ਼ ਸਭ ਲੁੱਟ ਘੱਤੋ
ਵਾਰਿਸ ਸ਼ਾਹ ਮੀਆਂ ਦਾੜ੍ਹੀ ਭੜੂਏ ਦੀ, ਜੋ ਕੋਈ ਵਾਲ ਦਿੱਸੇ ਸੱਭੋ ਪੁੱਟ ਘੱਤੋ

ਕੈਦੋਂ ਦੀ ਕੁਟਾਈ

136

ਸਹੀਆਂ ਨਾਲ ਰਲ ਕੇ ਹੀਰ ਮਤਾ ਕੀਤਾ, ਖਿੰਡ ਪੁੰਡ ਕੇ ਗਲੀਆਂ ਮੱਲੀਆਂ ਨੀ
ਕੈਦੋ ਆਣ ਵੜਿਆ ਜਦੋਂ ਫਲ੍ਹੇ ਅੰਦਰ, ਖ਼ਬਰਾਂ ਤੁਰਤ ਦੇ ਹੀਰ ਨੂੰ ਘੱਲੀਆਂ ਨੀ
ਹੱਥੀਂ ਪਕੜ ਕਾਂਬਾਂ ਵਾਂਗੁ ਸ਼ਾਹ ਪਰੀਆਂ, ਗੁੱਸਾ ਖਾਇਕੇ ਸਾਰੀਆਂ ਚੱਲੀਆਂ ਨੀ

ਕੈਦੋ ਘੇਰਿ ਜਿਉ ਗਧਾ ਘੁਮਿਆਰ ਪਕੜੇ, ਲਾਹ ਸੇਲ੍ਹੀਆਂ ਪਕੜ ਪੱਥਲੀਆਂ ਨੀ
ਘਾੜ ਘੜਨ ਠਠਿਆਰ ਜਿਉਂ ਪੈਣ ਧਮਕਾਂ, ਧਾਈਂ ਛੜਨ ਦੀਆਂ ਮੂਹਲੀਆਂ ਹੱਲੀਆਂ ਨੀ

137

ਸਿਰੋਂ ਲਾਹਿ ਟੋਪੀ ਗਲੋਂ ਤੋੜ ਸੇਹਲੀ, ਪਾੜਿ ਜੁਲੀਆਂ ਸੰਘ ਨੂੰ ਘੁੱਟਿਓ ਨੇ
ਭੰਨ ਦੌੜ ਤੇ ਕੁਤਕੇ ਛੜਨ ਲੱਤੀਂ, ਰੋੜ੍ਹ ਵਿੱਚ ਖੁਡੱਲ ਦੇ ਸੁੱਟਿਓ ਨੇ
ਸਿਰ ਤੋੜ ਝੰਜੋੜ ਕੇ ਘੱਤ ਮੂਧਾ, ਲਾਂਗੜ ਪਾੜ ਕੇ ਧੜਾ ਧੜ ਕੁੱਟਿਉ ਨੇ
ਵਾਰਿਸ ਸ਼ਾਹ ਦਾੜ੍ਹੀ ਪੱਟ ਫਾੜ ਲਾਂਗੜ, ਇਹ ਅਖਾੜੜਾ ਹੀ ਚਾਇ ਲੁੱਟਿਉ ਨੇ

138

ਇਕ ਮਾਰੇ ਲੱਤਾਂ ਦੂਈ ਮਾਰੇ ਛਮਕਾਂ, ਤ੍ਰੀਈ ਨਾਲ ਚਟਾਕਿਆਂ ਸਾਰਦੀ ਏ
ਕੋਈ ਇੱਟ ਵੱਟਾ ਜੁੱਤੀ ਢੀਮ ਪੱਥਰ, ਕਾਈ ਪਕੜ ਕੇ ਧੌਣ ਭੁੰਇ ਮਾਰਦੀ ਏ
ਕੋਈ ਪਕੜ ਦਾੜ੍ਹੀ ਢੂਹੀ ਵਿੱਚ ਦੇਂਦੀ, ਕਾਈ ਡੰਡਕਾ ਵਿੱਚ ਗੁਜ਼ਾਰਦੀ ਏ
ਚੋਰ ਮਾਰੀਦਾ ਵੇਖੀਏ ਚਲੋ ਸਾਧੋ, ਵਾਰਿਸ ਸ਼ਾਹ ਏਹ ਜ਼ਬਤ ਸਰਕਾਰ ਦੀ ਏ

139

ਪਾੜੇ ਚੁੰਨੀਆਂ ਸੁੱਥਣਾਂ ਕੁੜਤੀਆਂ ਨੂੰ, ਚੱਕ ਵੱਢ ਕੇ ਚੀਕਦਾ ਚੋਰ ਵਾਂਙੂ
ਕੁੜੀਆਂ ਫਿਰਨ ਪਰਵਾਰ ਜਿਉਂ ਚੰਦ ਦੁਵਾਲੇ, ਗਿਰਦ ਪਾਇਲਾਂ ਪੌਂਦੀਆਂ ਮੋਰ ਵਾਂਙੂ
ਸ਼ਾਹੂਕਾਰ ਦਾ ਮਾਲ ਜਿਉਂ ਵਿੱਚ ਕੋਠੇ, ਦੁਆਲੇ ਚੌਂਕੀਆਂ ਫਿਰਨ ਲਾਹੌਰ ਵਾਂਙੂ
ਵਾਰਿਸ ਸ਼ਾਹ ਅੰਗਿਆਰੀਆਂ ਭਖਦੀਆਂ ਨੀ, ਏਹਦੀ ਪ੍ਰੀਤ ਹੈ ਚੰਦ ਚਕੋਰ ਵਾਂਙੂ

ਸ਼ਾਇਰ

140

ਕੈਦੋ ਫ਼ਾਂਟ ਕੇ ਕੁੱਟ ਚਕਚੂਰ ਕੀਤਾ, ਸਿਆਲੀਂ ਲਾਇਕੇ ਪਾਸਣਾਂ ਧਾਈਆਂ ਨੀ
ਹੱਥੀਂ ਬਾਲ ਮੁਆਤੜੇ ਕਾਂਹ ਕਾਨੇ, ਵੱਡੇ ਭਾਂਬੜੇ ਬਾਲ ਲਿਆਈਆਂ ਨੀ
ਝੁੱਗੀ ਸਾੜ ਕੇ ਭਾਂਡੜੇ ਭੰਨ ਦਿੱਤੇ, ਕੁੱਕੜ ਕੁੱਤੀਆਂ ਚਾਇ ਭਰਜਾਇਆਂ ਨੀ
ਜੁੱਲੇ ਪਾੜ ਕੇ ਸਾੜ ਕੇ ਫਤਹ ਪਾਈ, ਲਗੀਆਂ ਹੀਰ ਨੂੰ ਮਿਲਣ ਵਧਾਈਆਂ ਨੀ
ਫੌਜਾਂ ਸ਼ਾਹ ਦੀਆਂ ਵਾਰਿਸਾਂ ਮਾਰ ਮਥਰਾ, ਦੌੜਿ ਫੇਰ ਲਾਹੌਰ ਨੂੰ ਆਈਆਂ ਨੀ

ਕੈਦੋਂ ਦੀ ਫਰਿਆਦ

141

ਕੈਦੋ ਲੱਥੜੀ-ਪੱਥੜੀ ਰੱਤ ਵਹਿੰਦੀ ਕੂਕੇ ਬਾਹੁੜੀ ਤੇ ਫ਼ਰਿਆਦ ਮੀਆਂ
ਮੈਨੂੰ ਹੀਰ ਨੇ ਮਾਰ ਕੇ ਚੂਰ ਕੀਤਾ, ਪੈਂਚੋ ਪਿੰਡ ਦਿਉ! ਦੋਹੋ ਖਾਂ ਦਾਦ ਮੀਆਂ
ਕਫ਼ਨੀ ਪਾੜਕੇ ਸ਼ਾਹ ਥੇ ਜਾਇ ਕੂਕਾਂ, ਮੈਂ ਤਾਂ ਪੁੱਟ ਸੁੱਟਾਂ ਬਨਿਆਦ ਮੀਆਂ
ਮੈਂ ਤਾਂ ਬੋਲਣੋਂ ਮਾਰਿਆ ਸੱਚ ਪਿੱਛੇ, ਸ਼ੀਰੀਂ ਮਾਰਿਆ ਜਿਵੇਂ ਫ਼ਰਹਾਦ ਮੀਆਂ
ਚਲੋ ਝਗੜੀਏ ਬੈਠ ਕੇ ਪਾਸ ਕਾਜ਼ੀ, ਇਹ ਗੱਲ ਨਾ ਜਾਏ ਬਰਬਾਦ ਮੀਆਂ
ਵਾਰਿਸ ਅਹਿਮਕਾਂ ਨੂੰ ਬਿਨਾਂ ਫਾਂਟ ਖਾਧੇ, ਨਹੀਂ ਆਂਵਦਾ ਇਸ਼ਕ ਸੁਆਦ ਮੀਆਂ

ਚੂਚਕ

142

ਚੂਚਕ ਆਖਿਆ ਲੰਙਿਆ ਜਾਹੁ ਸਾਥੋਂ, ਤੈਥੇ ਵੱਲ ਹੈ ਝਗੜਿਆਂ ਝੇੜਿਆਂ ਦਾ
ਤੂੰ ਸਰਦਾਰ ਹੈ ਚੋਰਾਂ ਉਚੱਕਿਆਂ ਦਾ, ਸੂਹਾ ਬੈਠਾ ਹੈ ਸਾਹਵਾਂ ਵੇਹੜਿਆਂ ਦਾ
ਤੈਨੂੰ ਵੈਰ ਹੈ ਨਾਲ ਅੰਞਾਣਿਆਂ ਦੇ, ਅਤੇ ਵੱਲ ਹੈ ਦੱਬ ਦਰੇੜਿਆਂ ਦਾ
ਆਪ ਛੇੜ ਕੇ ਪਿੱਛੋਂ ਦੀ ਫਿਰਨ ਰੋਂਦੇ, ਏਹ ਚੱਜ ਜੇ ਮਾਹਣੂਆਂ ਭੈੜਿਆਂ ਦਾ
ਵਾਰਿਸ ਸ਼ਾਹ ਇਬਲੀਸ[1] ਦੀ ਸ਼ਕਲ ਕੈਦੋਂ, ਏਹੋ ਮੂਲ ਜੇ ਸਭ ਬਖੇੜਿਆਂ ਦਾ

ਕੈਦੋਂ

143

ਮੈਨੂੰ ਮਾਰ ਕੇ ਉੱਧਲਾਂ ਮੁੰਜ ਕੀਤਾ, ਝੁੰਗੀ ਲਾਇ ਮੁਆਤੜੇ ਸਾੜੀਆਂ ਨੇ
ਦੌਰ ਭੰਨ ਕੇ ਕੁੱਤਕੇ ਸਾੜ ਮੇਰੇ, ਪੈਵੰਦ ਜੁੱਲੀਆਂ ਫੋਲ ਕੇ ਪਾੜੀਆਂ ਨੇ
ਭੰਨ ਕੁਟੀਆਂ ਮੇਰੀ ਅਫ਼ੀਮ ਲੁੱਟੀ, ਮੇਰੀ ਬਾਵਨੀ ਚਾਇ ਉਜਾੜੀਆਂ ਨੇ
ਧਾੜੇਮਾਰ ਧੜਵੈਲ ਇਹ ਮਾਲ ਲੁੱਟਣ, ਮੇਰਾ ਮੁਲਖ ਲੁੱਟਿਆ ਏਨ੍ਹਾਂ ਲਾੜੀਆਂ ਨੇ

ਚੂਚਕ

144

ਝੂਠੀ ਸੱਚੀਆਂ ਚੁਗਲੀਆਂ ਮੇਲ ਕੇ ਤੇ, ਘਰੋਂ ਘਰੀ ਤੂੰ ਲੂਤੀਆਂ ਲਾਂਵਨਾ ਹੈਂ
ਪਿਉ ਪੁੱਤਰਾਂ ਤੋਂ ਯਾਰ ਯਾਰ ਕੋਲੋਂ, ਮਾਵਾਂ ਧੀਆਂ ਨੂੰ ਪਾੜ ਵਿਖਾਵਨਾ ਹੈਂ
ਤੈਨੂੰ ਬਾਣ ਹੈ ਬੁਰਾ ਕਮਾਵਣੇ ਦੀ, ਐਵੇਂ ਟੱਕਰਾਂ ਪਿਆ ਲੜਾਵਨਾ ਹੈਂ
ਪਰੇ ਜਾਹ ਜੱਟਾ! ਪਿੱਛਾ ਛੱਡ ਸਾਡਾ, ਐਵੇਂ ਕਾਸ ਨੂੰ ਪਿਆ ਅਕਾਵਨਾ ਹੈਂ

---

1. ਪੈਗੰਬਰ ਤੋਂ ਸ਼ੈਤਾਨ ਬਣਿਆ ਮੁਸਲਮਾਨ, ਇਸ ਨੂੰ ਈਮਾਨ ਦਾ ਦੁਸ਼ਮਣ ਸਮਝ ਕੇ ਨ.ਫ਼ਰਤ ਕਰਦੇ ਸਨ।

ਕੈਦੋਂ

145

ਦੋਹੀ ਰੱਬ ਦੀ ਨਿਆਉਂ ਕਮਾਉਂ ਪੈਂਚੋਂ, ਭਰੇ ਦੇਸ ਵਿਚ ਫਾਂਟਿਆ ਕੁੱਟਿਆ ਹਾਂ
ਮੁਰਸ਼ਦ ਬਖਸ਼ਿਆ ਸੀ ਠੂਠਾ ਭੰਨਿਆਂ ਨੇ, ਧੁਰੋਂ ਜੜ੍ਹਾਂ ਥੀਂ ਲਾਇ ਮੈਂ ਪੱਟਿਆ ਹਾਂ
ਮੈਂ ਮਾਰਿਆਂ ਵੇਖਦੇ ਮੁਲਕ ਸਾਰੇ, ਧ੍ਰੂਹ ਕਰੰਗ ਮੋਏ ਵਾਂਙ ਸੁੱਟਿਆ ਹਾਂ
ਹੱਡ ਗੋਡੜੇ ਭੰਨ ਕੇ ਚੂਰ ਕੀਤੇ, ਅੜੀਦਾਰ ਗੱਦੋਂ ਵਾਂਙੂ ਕੁੱਟਿਆ ਹਾਂ
ਵਾਰਿਸ ਸ਼ਾਹ ਮੀਆਂ ਵੱਡਾ ਗ਼ਜ਼ਬ ਹੋਇਆਂ, ਰੋ ਰੋ ਕੇ ਬਹੁਤ ਨਿਖੁੱਟਿਆ ਹਾਂ

ਪੈਂਚਾਂ ਨੇ ਕੁੜੀਆਂ ਨੂੰ ਬੁਲਾਉਣਾ

146

ਕੁੜੀਆਂ ਸੱਦ ਕੇ ਪੈਂਚਾਂ ਨੇ ਪੁੱਛ ਕੀਤੀ, ਲੰਙਾ ਕਾਸ ਨੂੰ ਢਾਹ ਕੇ ਮਾਰਿਆ ਜੇ
ਐਵੇਂ ਬਾਝ ਤਕਸੀਰ ਗੁਨਾਹ ਲੁੱਟਿਆ, ਇੱਕੋ ਕੋਈ ਗੁਨਾਹ ਨਿਤਾਰਿਆ ਜੇ
ਹਾਲ ਹਾਲ ਕਰੇ ਪਰ੍ਹੇ ਵਿਚ ਬੈਠਾ, ਏਡਾ ਕਹਿਰ ਨੇ ਖ਼ੂਨ ਗੁਜ਼ਾਰਿਆ ਜੇ
ਕਹੋ ਕੌਣ ਤਕਸੀਰ ਫ਼ਕੀਰ ਅੰਦਰ, ਫੜੇ ਚੋਰ ਵਾਂਙੂ ਢਾਹ ਮਾਰਿਆ ਜੇ
ਝੁੱਗੀ ਸਾੜ ਕੇ ਮਾਰ ਕੇ ਭੰਨ ਭਾਂਡੇ, ਏਸ ਫ਼ੱਕਰ ਨੂੰ ਮਾਰ ਉਜਾੜਿਆ ਜੇ
ਵਾਰਿਸ ਸ਼ਾਹ ਮੀਆਂ ਪੁੱਛੋਂ ਛੋਹਰੀਆਂ ਨੇ, ਅੱਗ ਲਾਇ ਫ਼ਕੀਰ ਕਿਉਂ ਸਾੜਿਆ ਜੇ

ਕੁੜੀਆਂ

147

ਮੂੰਹ ਉਂਗਲਾਂ ਘੱਤ ਕੇ ਕਹਿਣ ਸੱਭੇ, ਕਾਰੇ ਕਰਨ ਥੀਂ ਏਹ ਨਾ ਸੰਗਦਾ ਏ
ਸਾਡੀਆਂ ਮੁੰਮੀਆਂ ਟੋਂਹਦਾ ਛੇੜ ਗੱਲ੍ਹਾਂ, ਪਿੱਛੋਂ ਹੋਇਕੇ ਸੁਥਣਾਂ ਸੁੰਘਦਾ ਏ
ਸਾਨੂੰ ਕੱਠੀਆਂ ਕਰੇਂ ਤੇ ਆਪ ਪਿੱਛੋਂ, ਸਾਨ੍ਹ ਹੋਇਕੇ ਟੱਪਦਾ ਰਿੰਗਦਾ ਏ
ਨਾਲ ਬੰਨ੍ਹਕੇ ਜੋਗ ਨੂੰ ਜੋਅ ਦੇਂਦਾ, ਗੁੱਤਾਂ ਬੰਨ੍ਹ ਕੇ ਖਿਚਦਾ ਟੰਗਦਾ ਏ
ਤੇੜੋਂ ਲਾਹ ਘਾਈ ਤੇ ਫਿਰੇ ਭੌਂਦਾ, ਭਉਂ ਭਉਂ ਮੂਤਦਾ ਤੇ ਨਾਲੇ ਤ੍ਰਿਘਦਾ ਏ
ਵਾਰਿਸ ਸ਼ਾਹ ਉਜਾੜ ਵਿਚ ਜਾਇ ਕੇ ਤੇ, ਫੁੱਲ ਸਾਡਿਆਂ ਕੰਨਾਂ ਦੇ ਸੁੰਘਦਾ ਏ

ਪੈਂਚ

148

ਉਹ ਆਖੇ ਮੈਂ ਮਾਰ ਗਵਾਇ ਦਿੱਤਾ, ਹੱਡ ਗੋਡਨੇ ਭੰਨ ਕੇ ਚੂਰ ਕੀਤੇ
ਝੁੱਗੀ ਸਾੜ, ਭਾਂਡੇ ਭੰਨ ਖੋਹ ਦਾੜ੍ਹੀ, ਲਾਹ ਭੰਗ ਪੱਟੇ; ਪੁੱਟ ਦੂਰ ਕੀਤੇ
ਟੰਗੋਂ ਪਕੜ ਘਸੀਟ ਕੇ ਵਿੱਚ ਖਾਈ, ਤੁਸਾਂ ਮਾਰ ਕੇ ਖ਼ਲਕ ਰਜੂਰ ਕੀਤੇ
ਵਾਰਿਸ ਸ਼ਾਹ ਗੁਨਾਹ ਤੋਂ ਪਕੜ ਕਾਫ਼ਰ, ਹੱਡ ਪੈਰ ਮਲਾਇਕਾਂ ਚੂਰ ਕੀਤੇ

ਕੁੜੀਆਂ

149

ਵਾਰ ਘੱਤਿਆ, ਕੌਣ ਵਲਾਇ ਕੁੱਤਾ, ਧਿਰਕਾਰ ਕੇ ਪਰ੍ਹਾਂ ਨਾ ਮਾਰਦੇ ਹੋ
ਅਸਾਂ ਭਾਈਅੜੇ-ਪਿਟੀਆਂ ਹੱਥ ਲਾਇਆ, ਤੁਸੀਂ ਏਤਨੀ ਗੱਲ ਨ ਸਾਰਦੇ ਹੋ
ਫਰਫੇਜੀਆਂ[1], ਮਕਰੀਆਂ, ਠਕਰੀਆਂ ਨੂੰ, ਮੂੰਹ ਲਾਇ ਕੇ ਚਾ ਵਿਗਾੜਦੇ ਹੋ
ਮੁੱਠੀ ਮੁੱਠੀ ਹਾਂ ਏਡ ਅਪਰਾਧ ਪੌਂਦੇ, ਧੀਆਂ ਸੱਦ ਕੇ ਪਰ੍ਹੇ ਵਿਚ ਮਾਰਦੇ ਹੋ
ਇਹ ਲੁੱਚ ਮੁਸ਼ਟੰਡੜਾ, ਅਸੀਂ ਕੁੜੀਆਂ, ਅੱਜ ਸੱਚ ਤੇ ਝੂਠ ਨਿਤਾਰਦੇ ਹੋ
ਪੁਰਸ਼ ਹੋਇ ਕੇ ਨੱਢੀਆਂ ਨਾਲ ਘੁਲਦਾ, ਤੁਸੀਂ ਗੱਲ ਕੀ ਚਾਇ ਨਿਖਾਰਦੇ ਹੋ
ਵਾਰਿਸ ਸ਼ਾਹ ਮੀਆਂ ਮਰਦ ਸਦਾ ਝੂਠੇ, ਰੰਨਾਂ ਸੱਚੀਆਂ ਸੱਚ ਕੀ ਤਾਰਦੇ ਹੋ

ਕੈਦੋਂ

150

ਕੈਦੋਂ ਬਾਹੁੜੀ ਤੇ ਫ਼ਰਿਆਦ ਕੂਕੇ, ਧੀਆਂ ਵਾਲਿਓ! ਕਰੋ ਨਿਆਉਂ ਮੀਆਂ
ਮੇਰਾ ਹੱਟ ਪਸਾਰੀ ਦਾ ਲੁੱਟਿਆ ਨੇ, ਕੋਲ ਵੇਖਦੇ ਪਿੰਡ ਗਿਰਾਉਂ ਮੀਆਂ
ਮੇਰਾ ਭੰਗ ਅਫ਼ੀਮ ਤੇ ਪੋਸਤ ਲੁੱਟੇ, ਹੋਰ ਨਿਆਮਤਾਂ ਦਾ ਕੇਹਾ ਨਾਉਂ ਮੀਆਂ
ਮੇਰੀ ਤੁਸਾਂ ਦੇ ਨਾਲ ਨਾ ਸਾਂਝ ਕਾਈ, ਪਿੰਨ ਟੁਕੜੇ ਪਿੰਡ ਦੇ ਖਾਉਂ ਮੀਆਂ
ਤੋਤੇ ਬਾਗ਼ ਉਜਾੜਦੇ ਮੇਵਿਆਂ ਦੇ, ਤੁਸੀਂ ਫਾਹ ਲਿਆਂਵਦੇ ਕਾਉਂ ਮੀਆਂ
ਵਾਰਿਸ ਸ਼ਾਹ ਮੀਆਂ ਵੱਡੇ ਮਾਲ ਲੁੱਟੇ, ਕਿਹੜੇ ਕਿਹੜੇ ਦਾ ਲਵਾਂ ਮੈਂ ਨਾਉਂ ਮੀਆਂ

ਪੈਂਚ

151

ਪੈਂਚਾਂ ਕੈਦੋ ਨੂੰ ਆਖਿਆ 'ਸਬਰ ਕਰ ਤੂੰ, ਤੈਨੂੰ ਮਾਰਿਆ ਨੇ ਝੱਖ ਮਾਰਿਆਂ ਨੇ
ਹਾਇ ਹਾਇ ਫ਼ਕੀਰ 'ਤੇ ਕਹਿਰ ਹੋਇਆ, ਕੋਈ ਵੱਡਾ ਹੀ ਖ਼ੂਨ ਗੁਜ਼ਾਰਿਆ ਨੇ
ਬਹੁਤ ਦੇਹ ਦਿਲਾਸੜਾ, ਪੂੰਝ ਅੱਖੀਂ, ਕੈਦੋ ਲੰਙੇ ਨੂੰ ਠੱਗ ਕੇ ਠਾਰਿਆ ਨੇ
ਕੈਦੋ ਆਖਿਆ ਧੀਆਂ ਦੇ ਵੱਲ ਹੋ ਕੇ, ਵੇਖੋ ਦੀਨ ਈਮਾਨ ਨਿਘਾਰਿਆ ਨੇ
ਵਾਰਿਸ ਅੰਧ ਰਾਜਾ ਤੇ ਬਿਦਾਦ[2] ਨਗਰੀ, ਝੂਠਾ ਦੇਇ ਦਿਲਾਸੜਾ ਠਾਰਿਆ ਨੇ

152

ਚੂਚਕ ਆਖਿਆ "ਅੱਖੀਂ ਵਿਖਾਇ ਮੈਨੂੰ, ਮੁੰਡੀ ਲਾਹ ਸੁੱਟਾਂ ਮੰਦੇ ਮੁੰਡਿਆਂ ਦੀ"
ਇਕੇ ਦਿਆਂ ਤਰਾਹ ਮੈਂ ਤੁਰੰਤ ਮਾਹੀ, ਸਾਡੇ ਦੇਸ ਨਾ ਥਾਉਂ ਹੈ ਗੁੰਡਿਆਂ ਦੀ

---

1. ਫ਼ਰੇਬੀ, 2. ਜ਼ਾਲਮ

ਸਰਵਾਹੀਆਂ[1] ਛਿੱਕ ਕੇ ਅਲਖ ਲਾਹਾਂ, ਅਸੀਂ ਸੱਥ ਨਾ ਪਰ੍ਹੇ ਹਾਂ ਟੁੰਡਿਆਂ ਦੀ
ਕੈਦੋਂ ਆਖਦਾ "ਵੇਖ ਫੜਾਵਨਾ ਹਾਂ, ਭਲਾ ਮਾਉਂ ਕਿਹੜੀ ਏਹਨਾਂ ਡੁੰਡਿਆਂ ਦੀ"
ਏਸ ਹੀਰ ਦੇ ਪੈਂਚ ਦੀ ਭੰਗ ਲਾਹਸਾਂ, ਸੇਲ੍ਹੀ ਵੱਟਸਾਂ ਚਾਕ ਦੇ ਜੁੰਡਿਆਂ ਦੀ
ਅੱਖੀਂ ਵੇਖ ਕੇ ਫੇਰ ਜੇ ਕਰੋ ਟਾਲਾ, ਤਦੋਂ ਜਾਣਸਾਂ ਪਰੇ ਦੋ ਬੁੱਡਿਆਂ ਦੀ
ਵਾਰਿਸ ਸ਼ਾਹ ਮੀਆਂ ਇਥੇ ਖੇਡ ਪੈਂਦੀ, ਵੇਖੋ ਨੱਢੀਆਂ ਦੀ ਅਤੇ ਮੁੰਡਿਆਂ ਦੀ

ਸ਼ਾਇਰ

153

ਕੈਦੋ ਆਖਦਾ ਜੀਉ ਤਦਬੀਰ ਕਰਕੇ, ਏਹ ਜੂਹ ਵਿਚ ਜਾਇਕੇ ਖੇਡਦੇ ਨੀ
ਮੇਰੇ ਆਖਿਆਂ ਧੀਆਂ ਨੂੰ ਕੌਣ ਮਾਰੇ, ਪਿੰਡ ਕੌਣ ਮਾਰੇ ਖ਼ੂਨ ਭੇਡ ਦੇ ਨੀ
ਰੰਨ ਤੱਕ ਕੇ ਜੰਗਲੇ ਵਿਚ ਆਇਆ, ਇਹ ਵੇਖ ਕਾਰੇ ਏਸ ਢੇਡ ਦੇ ਨੀ
ਵਾਰਿਸ ਸ਼ਾਹ ਪਰਾਈਆਂ ਝੁੱਗੀਆਂ ਨੂੰ, ਅੱਗ ਲਾਇ ਕੇ ਲੰਙੇ ਹੋਰੀਂ ਸੇਕਦੇ ਨੀ

ਸ਼ਾਇਰ

154

ਵੱਡੀ ਹੋਈ ਉਸ਼ੇਰ ਤਾਂ ਜਾਇ ਛਹਿਆ, ਪੋਹ ਮਾਘ ਕੁੱਤਾ ਵਿਚ ਕੁੰਨੂੰਆਂ ਦੇ
ਹੋਇਆ ਛਾਹ ਵੇਲਾ ਤਦੋਂ ਵਿਚ ਬੇਲੇ, ਫੇਰੇ ਆਣ ਪਏ ਸੱਸੀ ਪੁੰਨੂੰਆ ਦੇ
ਬੂਟਾ ਭੰਨ ਕੇ ਰਾਂਝੇ ਨੇ ਹੱਥ ਮਲਿਆ, ਢੇਰ ਆਇ ਲੱਗੇ ਰੱਤੇ ਚੁੰਨੂੰਆਂ ਦੇ
ਬੇਲੇ ਲਾਲ ਹੀ ਲਾਲ ਪੁਕਾਰਦਾ ਸੀ, ਕੈਦੋ ਪੈ ਰਿਹਾ ਵਾਂਙੂ ਘੁੰਨੂੰਆਂ ਦੇ

155

ਜਦੋਂ ਲਾਲ ਕਚੂਰੀ ਨੂੰ ਖੇਡ ਸਈਆਂ, ਸਭ ਘਰੋ ਘਰੀ ਉੱਠ ਚੱਲੀਆਂ ਨੇ
ਰਾਂਝਾ ਹੀਰ ਨਿਆਰੜੇ ਹੋ ਸੁੱਤੇ, ਕੰਧੀਂ ਨਦੀ ਦੀਆਂ ਮਹੀਂ ਨੇ ਮੱਲੀਆਂ ਨੇ
ਪਏ ਵੇਖ ਕੇ ਦੋਹਾਂ ਇਕੱਠਿਆਂ ਨੂੰ, ਟੰਗਾਂ ਲੰਙੇ ਦੀਆਂ ਤੇਜ਼ ਹੋ ਚੱਲੀਆਂ ਨੇ
ਪਰ੍ਹੇ ਵਿਚ ਕੈਦੋ ਪੱਗ ਆਣ ਮਾਰੀ, ਚਲ ਵੇਖ ਲੌ ਗੱਲਾਂ ਅਵੱਲੀਆਂ ਨੇ

156

ਪਰ੍ਹੇ ਵਿਚ ਬੇਗ਼ੈਰਤੀ ਗੱਲ ਹੋਈ, ਚੋਭ ਵਿਚ ਕਲੇਜੜੇ ਚਸਕਦੀ ਹੈ
ਬੇਸ਼ਰਮ ਹੀ ਟੱਪ ਕੇ ਸਿਰੀਂ ਚੜ੍ਹਦਾ, ਭਲੇ ਆਦਮੀ ਦੀ ਜਾਨ ਧਸਕਦੀ ਹੈ
ਚੂਚਕ ਘੋੜੇ 'ਤੇ ਤੁਰਤ ਸਵਾਰ ਹੁੰਦਾ, ਹੱਥ ਸਾਂਗ ਜਿਉਂ ਬਿਜਲੀ ਲਸ਼ਕਦੀ ਹੈ
ਸੁੰਮ ਘੋੜੇ ਦੇ ਕਾੜ ਹੀ ਕਾੜ ਵੱਜਣ, ਹੀਰ ਸੁਣਦਿਆਂ ਰਾਂਝੇ ਥੋਂ ਖਿਸਕਦੀ ਹੈ

---

1. ਤਲਵਾਰ

ਉੱਠ ਰਾਂਝਣਾ ਵੇ ਬਾਬਲਾ ਆਂਵਦਾ ਹੀ, ਨਾਲੇ ਗੱਲ ਕਰਦੀ ਨਾਲੇ ਰਿਸਕਦੀ ਹੈ
ਮੈਨੂੰ ਛੱਡ ਸਹੇਲੀਆਂ ਨੱਸ ਗਈਆਂ, ਮਕਰ ਨਾਲ ਹੌਲੀ ਹੌਲੀ ਬੁਸਕਦੀ ਹੈ
ਵਾਰਿਸ ਸ਼ਾਹ ਜਿਉਂ ਮਾਰ ਤੇ ਬੈਠ ਬਿੱਲੀ, ਸਾਹ ਘੁੱਟ ਜਾਂਦੀ ਨਹੀਂ ਕੁਸਕਦੀ ਹੈ

157

ਮਹਿਰ ਵੇਖ ਕੇ ਦੋਹਾਂ ਇਕੱਲਿਆਂ ਨੂੰ, ਗੁੱਸਾ ਖਾਇ ਕੇ ਹੋਇਆ ਰੱਤ ਵੰਨਾ
ਇਹ ਵੇਖੋ ਨਿਘਾਰ ਖ਼ੁਦਾਇ ਦਾ ਜੇ, ਬੇਲੇ ਵਿਚ ਇਕੱਲੀਆਂ ਫਿਰਨ ਰੰਨਾਂ
ਅੱਖੀਂ ਨੀਵੀਆਂ ਰੱਖ ਕੇ ਠੁਮਕ ਚੱਲੀ, ਹੀਰ ਕੱਛ ਵਿਚ ਮਾਰ ਕੇ ਥਾਲ ਛੰਨਾ
ਚੂਚਕ ਆਖਿਆ ਰੱਖ ਤੂੰ ਜਮ੍ਹਾ ਖ਼ਾਤਰ, ਤੇਰੇ ਸੋਟਿਆਂ ਨਾਲ ਮੈਂ ਲਿੰਙ ਭੰਨਾਂ

158

ਮਹੀਂ ਛੱਡ ਮਾਹੀ ਉੱਠ ਜਾਏ ਭੁੱਖਾ, ਉਸ ਦੇ ਖਾਣੇ ਦੀ ਖ਼ਬਰ ਨਾ ਕਿਸੇ ਲੀਤੀ
ਭੱਤਾ ਫੇਰ ਨਾ ਅਸਾਂ ਲਿਆਵਣਾ ਈ, ਏਦੂੰ ਪਿੱਛਲੀ ਬਾਬਲਾ! ਹੋਈ ਬੀਤੀ
ਮਸਤ ਹੋਇ ਬੇਹਾਲ ਤੇ ਮਹਿਰ ਖਲਾ, ਜਿਵੇਂ ਕਿਸੇ ਅਬਦਾਲ[1] ਨੇ ਭੰਗ ਪੀਤੀ
ਵਾਰਿਸ ਨੱਢੀ ਦਾ ਚਾਇ ਵਿਵਾਹ ਕੀਚੇ, ਇਹ ਮਹਿਰ ਨੇ ਜੀਉ ਤਦਬੀਰ ਕੀਤੀ

ਸ਼ਾਇਰ-ਭਾਈ

159

ਜਦੋਂ ਰਾਂਝਣਾ ਜਾਇ ਕੇ ਚਾਕ ਲਗਾ, ਮਹੀਂ ਸਾਂਭੀਆਂ ਚੂਚਕ ਸਿਆਲ ਦੀਆਂ
ਖ਼ਬਰਾਂ ਤਖ਼ਤ ਹਜ਼ਾਰੇ ਵਿਚ ਆਣ ਪੁਜੀਆਂ, ਕੁੰਮਾ[2] ਓਸ ਅੱਗੇ ਵੱਡੇ ਮਾਲ ਦੀਆਂ
ਭਾਈਆਂ ਰਾਂਝੇ ਦਿਆਂ ਸਿਆਲਾਂ ਨੂੰ ਖਤ ਲਿਖਿਆ, ਜਾਤਾਂ ਮਹਿਰਮ ਜਾਤ ਦੇ ਹਾਲ ਦੀਆਂ
ਮੌਜੂ ਚੌਧਰੀ ਦਾ ਪੁੱਤ ਚਾਕ ਲਾਇਉ, ਏਹ ਕੁਦਰਤਾਂ ਜੱਲ-ਜਲਾਲ[3] ਦੀਆਂ
ਸਾਥੋਂ ਰੁਸ ਆਇਆ ਤੁਸੀਂ ਮੋੜ ਘੱਲੋ, ਏਹਨੂੰ ਵਾਹਰਾਂ ਰਾਤ ਦਿਹੁੰ ਭਾਲ ਦੀਆਂ
ਜਿਸ ਭੁਇ ਤੋਂ ਰੁੱਸ ਕੇ ਏਹ ਅਇਆ, ਕਿਆਰੀਂ ਬਣੀ ਪਈਆਂ ਏਸ ਲਾਲ ਦੀਆਂ
ਸਾਥ ਵਾਹੀਆਂ ਬੀਜੀਆਂ ਲਏ ਦਾਣੇ, ਅਤੇ ਮ੍ਹਾਣੀਆਂ ਪਿਛਲੇ ਸਾਲ ਦੀਆਂ
ਸਾਥੋਂ ਘੜੀ ਨ ਵਿਸਰੇ ਵੀਰ ਪਿਆਰਾ, ਰੋਵਣ ਭਾਬੀਆਂ ਇਸ ਦੀਆਂ ਨਾਲ ਦੀਆਂ
ਮਹੀਂ ਚਾਰਦਿਆਂ ਵੱਢਿਓ ਸੁ ਨੱਕ ਸਾਡਾ, ਸਾਥੇ ਖੂਹਣੀਆਂ ਏਸ ਦੇ ਮਾਲ ਦੀਆਂ
ਮੱਝੀਂ ਕਟਕ ਨੂੰ ਦੇਇ ਕੇ ਖਿਸਕ ਜਾਸੀ, ਸਾਡਾ ਨਹੀਂ ਜ਼ਿੰਮਾ ਫ਼ਿਰੋ ਭਾਲ ਦੀਆਂ
ਏਹ ਸੂਰਤਾਂ ਠੱਗ ਜੋ ਵੇਖਦੇ ਹੋ, ਵਾਰਿਸ ਸ਼ਾਹ ਫ਼ਕੀਰ ਦੇ ਨਾਲ ਦੀਆਂ

---

1. ਮੁਸਲਮਾਨ ਫ਼ਕੀਰਾਂ ਦਾ ਇਕ ਫ਼ਿਰਕਾ, 2. ਵੱਡੇ ਵਾਲਾਂ ਵਾਲੀਆਂ, 3. ਰੱਬ ਅੱਲਾ

ਰਾਂਝੇ ਦੇ ਭਾਈ

160

ਤੁਸੀਂ ਘੱਲ ਦੇਹੋ ਤਾਂ ਅਹਸਾਨ ਹੋਵੇ, ਨਹੀਂ ਚਲ ਮੇਲਾ ਅਸੀਂ ਆਵਨੇ ਹਾਂ
ਗਲ ਪੱਲੂੜਾ ਪਾ ਇਕ ਵੇਰ ਸੱਭੇ, ਅਸੀਂ ਰੁੱਠੜਾ ਵੀਰ ਮਨਾਵਨੇ ਹਾਂ
ਅਸਾਂ ਆਇਆਂ ਨੂੰ ਤੁਸੀਂ ਜੇ ਨਾਂਹ ਮੋੜੋ, ਤਦੋਂ ਪਏ ਪਕਾਉ ਪਕਾਵਨੇ ਹਾਂ
ਨਾਲ ਭਾਈਆਂ ਪਿੰਡ ਦੇ ਪੈਂਚ ਸਾਰੇ, ਵਾਰਿਸ ਸ਼ਾਹ ਨੂੰ ਨਾਲ ਲੈ ਜਾਵਨੇ ਹਾਂ

ਚੂਚਕ ਦਾ ਜਵਾਬੀ ਖ਼ਤ

161

ਚੂਚਕ ਸਿਆਲ ਨੇ ਲਿਖਿਆ ਰਾਂਝਿਆਂ ਨੂੰ, ਨੱਢੀ ਹੀਰ ਦਾ ਚਾਕ ਏਹ ਮੁੰਡੜਾ ਜੇ
ਸਾਰਾ ਪਿੰਡ ਡਰੇ ਓਸ ਚਾਕ ਕੋਲੋਂ, ਸਿਰ ਮਾਹੀਆਂ[1] ਦੇ ਓਸਦਾ ਕੁੰਡੜਾ ਜੇ
ਅਸਾਂ ਜੱਟ ਹੀ ਜਾਣ ਕੇ ਚਾਕ ਲਾਇਆ, ਦਿਆਂ ਤ੍ਰਾਹ ਜੇ ਜਾਣੀਏ ਗੁੰਡੜਾ ਜੇ
ਏਡਾ ਗੱਭਰੂ ਘਰੋਂ ਕਿਉਂ ਕੱਢਿਆ ਜੇ, ਲੰਙਾ ਨਹੀਂ ਕੰਮਚੋਰ ਨਾ ਟੁੰਡੜਾ ਜੇ
ਸਿਰ ਸੋਂਹਦੀਆਂ ਬੋਦੀਆਂ ਨੱਢੜੇ ਦੇ, ਕੰਨੀਂ ਲਾਡਲੇ ਦੇ ਬਣੇ ਬੁੰਦੜਾ ਜੇ
ਵਾਰਿਸ ਸ਼ਾਹ ਨਾ ਕਿਸੇ ਨੂੰ ਜਾਣਦਾ ਹੈ, ਪਾਸ ਹੀਰ ਦੇ ਰਾਤ ਦਿਨ ਹੁੰਦੜਾ ਜੇ

ਹੀਰ

162

ਘਰ ਆਈਆਂ ਦੌਲਤਾਂ ਕੌਣ ਦੇਂਦਾ, ਕੋਈ ਬੰਨ੍ਹ ਪਿੰਡੋਂ ਕਿਸੇ ਟੋਰਿਆ ਈ
ਅਸਾਂ ਜਿਊਂਦਿਆਂ ਨਹੀਂ ਜਵਾਬ ਦੇਣਾ, ਸਾਡਾ ਰੱਬ ਨੇ ਜੋੜਨਾ ਜੋੜਿਆ ਈ
ਕਿਸੇ ਚਿੱਠੀਆਂ ਖਤ ਸੰਨਾਹ ਉਤੇ, ਮਾਲ ਲੁੱਟਿਆ ਨਾਹੀਓਂ ਮੋੜਿਆ ਈ
ਜਾਏ ਭਾਈਆਂ ਭਾਬੀਆਂ ਪਾਸ ਜੰਮ ਜੰਮ, ਕਿਸੇ ਨਾਹੀਓ ਹਟਕਿਆ ਹੋੜਿਆ ਈ
ਵਾਰਿਸ ਸ਼ਾਹ ਸਿਆਲਾਂ ਦੇ ਬਾਗ਼ ਵੜ ਕੇ, ਅਸਾਂ ਫੁੱਲ ਗੁਲਾਬ ਦਾ ਤੋੜਿਆ ਈ

ਹੀਰ ਨੂੰ ਰਾਂਝੇ ਦੀਆਂ ਭਾਬੀਆਂ ਦਾ ਖ਼ਤ

163

ਰਾਂਝੇ ਦੀਆਂ ਭਰਜਾਈਆਂ ਤੰਗ ਹੋ ਕੇ, ਖ਼ਤ ਹੀਰ ਸਿਆਲ ਨੂੰ ਲਿਖਿਆ ਈ
ਸਾਥੋਂ ਛੈਲ ਸੋ ਅੱਧ ਵੰਡਾਇ ਸੁੱਤੀ, ਲਾਣੀਆਂ ਕਿਧਰੋਂ ਯਾਰੀਆਂ ਸਿਖਿਆ ਈ
ਦਿਉਰ ਚੰਨ ਸਾਡਾ ਸਾਥੋਂ ਰੁੱਸ ਆਇਆ, ਬੋਲ ਬੋਲ ਕੇ ਘਰਾਂ ਥੀਂ ਤ੍ਰਿਖਿਆ ਈ
ਸਾਡਾ ਲਾਲ ਮੋੜੋ ਸਾਨੂੰ ਖ਼ੈਰ ਘੱਤੋ, ਜਾਣੋ ਕਮਲਿਆਂ ਨੂੰ ਪਾਈ ਭਿਖਿਆ ਈ
ਕੁੜੀਏ ਸਾਂਭ ਨਾਹੀਂ ਮਾਲ ਰਾਂਝਿਆਂ ਦਾ, ਕਰ ਸਾਰ ਦਾ ਦੀਦੜਾ ਤ੍ਰਿਖਿਆ ਈ
ਝੱਟ ਕੀਤਿਆਂ ਲਾਲ ਨਾ ਹੱਥ ਆਵਣ, ਸੋਈ ਮਿਲੇ ਜੋ ਤੋੜ ਦਾ ਲਿਖਿਆ ਈ

---

1. ਮੱਝਾਂ ਚਾਰਨ ਵਾਲੇ

ਕੋਈ ਢੂੰਡ ਵਡੇਰੜਾ ਕੰਮ-ਜੋਗਾ, ਅਜੇ ਇਹ ਨ ਯਾਰੀਆਂ ਸਿੱਖਿਆ ਈ
ਵਾਰਿਸ ਸ਼ਾਹ ਲੈ ਚਿੱਠੀਆਂ ਦੌੜਿਆ ਈ, ਕੰਮ ਕਾਸਦਾਂ ਦਾ ਮੀਆਂ ਸਿੱਖਿਆ ਈ

164

ਜਦੋਂ ਖ਼ਤ ਦਿੱਤਾ ਲਿਆਇ ਕਾਂਸਦਾਂ ਨੇ, ਨੱਢੀ ਹੀਰ ਨੇ ਤੁਰੰਤ ਪੜ੍ਹਾਇਆ ਈ
ਸਾਰਾ ਮਾਮਲਾ ਅਤੇ ਵਜ੍ਹਾ ਸਾਰੀ, ਗਿਲਾ ਲਿਖਿਆ ਵਾਚ ਸੁਣਾਇਆ ਈ
ਘੱਲੋ ਮੋੜ ਕੇ ਦੇਵਰ ਅਸਾਡੜੇ ਨੂੰ, ਮੁੰਡਾ ਰੁੱਸ ਹਜ਼ਾਰਿਓਂ ਆਇਆ ਈ
ਹੀਰ ਸੱਦ ਕੇ ਰਾਂਝਣੇ ਯਾਰ ਤਾਈਂ, ਸਾਰਾ ਮਾਮਲਾ ਖੋਲ੍ਹ ਸਣਾਇਆ ਈ

ਰਾਂਝੇ ਵੱਲੋਂ ਭਾਬੀਆਂ ਨੂੰ ਖ਼ਤ

165

ਭਾਈਆਂ ਭਾਬੀਆਂ ਤਾਈਂ ਜਵਾਬ ਦਿੱਤੋਂ, ਸਾਨੂੰ ਵਤਨ ਥੀਂ ਚਾਇ ਤਰਾਹਿਓ ਜੇ
ਭੁਇ ਖੋਹ ਕੇ, ਬਾਪ ਦਾ ਲਿਆ ਵਿਰਸਾ, ਮੈਨੂੰ ਆਪਣੇ ਗਲੋਂ ਚਾ ਲਾਹਿਓ ਜੇ
ਮੈਨੂੰ ਮਾਰ ਕੇ ਬੋਲੀਆਂ ਭਾਬੀਆਂ ਨੇ, ਕੋਈ ਸੱਚਾ ਨਾ ਕੌਲ ਨਿਭਾਇਓ ਜੇ
ਮੈਨੂੰ ਦੇਹ ਜਵਾਬ ਤੇ ਕੱਢਿਆ ਜੇ, ਹਲ ਜੋੜ ਕਿਆਰੜਾ ਵਾਹਿਓ ਜੇ
ਰਲ ਰੰਨ ਖਸਮਾਂ ਮੈਨੂੰ ਠਿੱਠ ਕੀਤਾ, ਮੇਰਾ ਅਰਸ਼ ਦਾ ਕਿੰਗਰਾ ਢਾਹਿਓ ਜੇ
ਨਿੱਤ ਬੋਲੀਆਂ ਮਾਰਦੀ, 'ਜਾਹ ਸਿਆਲੀਂ', ਮੇਰਾ ਕੱਢਣਾ ਦੇਸ਼ ਥੀਂ ਚਾਹਿਓ ਜੇ
ਅਸੀਂ ਹੀਰ ਸਿਆਲ ਦੇ ਚਾਕ ਲੱਗੇ, ਜੱਟੀ ਮਹਿਰ ਦੀ ਨਾਲ ਦਿਲ ਫਾਹਿਓ ਜੇ
ਹੁਣ ਚਿੱਠੀਆਂ ਲਿਖ ਕੇ ਘੱਲੀਆਂ ਜੇ, ਰਾਖਾ ਖੇਤਰੀ ਦਾ ਜਦੋਂ ਚਾਹਿਓ ਜੇ
ਵਾਰਿਸ ਸ਼ਾਹ ਸਮਝਾ ਜਟੇਟੀਆਂ ਨੂੰ ਸਾਡੇ ਨਾਲ ਮੱਥਾ ਕੇਹਾ ਡਾਹਿਓ ਜੇ

ਹੀਰ ਵੱਲੋਂ ਖ਼ਤ

166

ਹੀਰ ਪੁੱਛ ਕੇ ਆਪਣੇ ਮਾਹੀਆ ਨੂੰ, ਲਿਖਵਾਇ ਜਵਾਬ ਚਾ ਟੋਰਿਆ ਈ
ਤੁਸੀਂ ਲਿਖਿਆ ਸੋ ਅਸਾਂ ਵਾਚਿਆ ਈ, ਸਾਨੂੰ ਵਾਚਦਿਆਂ ਤੁਸਾਂ ਵਿਝੋਰਿਆ ਈ
ਅਸਾਂ ਧੀਦੋ ਨੂੰ ਚਾ ਮਹੀਂਵਾਲ ਕੀਤਾ, ਨ ਕਦੇ ਟੋਰਨਾਂ ਤੇ ਨਾਹੀਂ ਟੋਰਿਆ ਈ
ਕਦੇ ਪਾਸ ਨਾ ਵਲ ਥੇ ਫੇਰ ਪਹੁੰਚੇ, ਸ਼ੀਸ਼ਾ ਚੂਰ ਹੋਇਆਂ ਕਿਸੇ ਜੋੜਿਆ ਈ
ਗੰਗਾ ਗਈਆਂ ਨਾ ਹੱਡੀਆਂ ਮੁੜਦੀਆਂ ਨੇ, ਵਕਤ ਗਏ ਨੂੰ ਕਿਸੇ ਨਾ ਮੋੜਿਆ ਈ
ਹੱਥੋਂ ਛੁੱਟੜੇ ਤੀਰ ਨਾ ਕਦੇ ਮਿਲਦੇ, ਨਹੀਂ ਛੱਡਣਾਂ ਤੇ ਨਹੀਂ ਛੋੜਿਆ ਈ

ਭਾਬੀਆਂ ਵੱਲੋਂ ਹੀਰ ਨੂੰ ਖ਼ਤ

167

ਜੇ ਤੂੰ ਸੋਹਣੀ ਹੋ ਕੇ ਬਣੇ ਸੌਂਕਣ, ਅਸੀਂ ਇੱਕ ਥੀਂ ਇਕ ਚੜ੍ਹੰਦੀਆਂ ਹਾਂ

ਰੱਬ ਜਾਣਦਾ ਏ ਭੈਣਾਂ ਉਮਰ ਸਾਰੀ, ਅਸੀਂ ਏਸ ਮਹਿਬੂਬ ਦੀਆਂ ਬੰਦੀਆਂ ਹਾਂ
ਅਸੀਂ ਏਸ ਦੇ ਮਗਰ ਦੀਵਾਨੀਆਂ ਨੀ, ਭਾਵੇਂ ਚੰਗੀਆਂ ਤੇ ਭਾਵੇਂ ਮੰਦੀਆਂ ਹਾਂ
ਉਹ ਅਸਾਂ ਦੇ ਨਾਲ ਹੈ ਚੰਦ ਹੁੰਦਾ, ਅਸੀਂ ਖਿੱਤੀਆਂ ਨਾਲ ਬਣੰਦੀਆਂ ਹਾਂ
ਉਹ ਮਾਰਦਾ ਗਾਲ੍ਹੀਆਂ ਦੇ ਸਾਨੂੰ, ਅਸੀਂ ਫੇਰ ਮੁੜ ਚੌਖ਼ੰਨੇ ਹੁੰਦੀਆਂ ਹਾਂ
ਜਿਸ ਵੇਲੜੇ ਦਾ ਸਾਥੋਂ ਰੁੱਸ ਆਇਆ, ਅਸੀਂ ਹੰਝੂ ਰੱਤ ਦੀਆਂ ਰੁੰਨੀਆਂ ਹਾਂ
ਏਹਦੀ ਥਾਉਂ ਗ਼ੁਲਾਮ ਲਉ ਹੋਰ ਸਾਥੋਂ, ਮਮਨੂੰਨ ਅਹਸਾਨ ਦੀਆਂ ਹੁੰਨੀਆਂ ਹਾਂ
ਰਾਂਝੇ ਲਾਲ ਬਾਝੋਂ ਅਸੀਂ ਖ਼ਵਾਰ ਹੋਈਆਂ, ਕੂੰਜਾਂ ਡਾਰ ਥੀਂ ਅਸੀਂ ਵਿਛੁੰਨੀਆਂ ਹਾਂ
ਜੋਗੀ ਮੁੰਨ ਕੇ ਲੋਕਾਂ ਨੂੰ ਕਰਨ ਚੇਲੇ, ਅਸੀਂ ਏਸ ਦੇ ਇਸ਼ਕ ਦੀਆਂ ਮੁੰਨੀਆਂ ਹਾਂ
ਵਾਰਿਸ ਸ਼ਾਹ ਰਾਂਝੇ ਅੱਗੇ ਹੱਥ ਜੋੜੀਂ, ਤੇਰੀ ਪ੍ਰੇਮ ਦੀ ਅੱਗ ਨੇ ਭੁੰਨੀਆਂ ਹਾਂ

ਹੀਰ ਦਾ ਖ਼ਤ

168

ਚੂਚਕ ਸਿਆਲ ਤੋਂ ਲਿਖ ਕੇ ਨਾਲ ਚੋਰੀ, ਹੀਰ ਸਿਆਲ ਬਹਿ ਕਹੀ ਬਤੀਤ ਹੈ ਨੀ
ਸਾਡੀ ਖ਼ੈਰ, ਤੁਸਾਡੜੀ ਖੈਰ ਚਾਹਾਂ, ਜੇਹੀ ਖ਼ਤ ਤੇ ਲਿਖਣ ਦੀ ਰੀਤਿ ਹੈ ਨੀ
ਹੋਰ ਰਾਂਝਣੇ ਦੀ ਗੱਲ ਜੋ ਲਿਖਿਆ ਜੇ, ਏਹ ਗੱਲ ਬੁਰੀ ਅਨਾਨੀਤ ਹੈ ਨੀ
ਰੱਖਾਂ ਚਾਹਿ ਮਸਾਹਫ਼ ਕੁਰਾਨ ਉਸ ਨੂੰ, ਕਸਮ ਖਾਇ ਕੇ ਵਿਚ ਮਸੀਤ ਹੈ ਨੀ
ਤੁਸੀਂ ਮਗਰ ਕਿਉਂ ਏਸ ਦੇ ਉੱਠ ਪਈਆਂ, ਏਹਦੀ ਅਸਾਂ ਦੇ ਨਾਲ ਪ੍ਰੀਤਿ ਹੈ ਨੀ
ਅਸੀਂ ਤ੍ਰਿਞਣਾਂ ਵਿੱਚ ਜਾ ਬਹਿਨੀਆਂ ਹਾਂ, ਸਾਨੂੰ ਗਾਵਣਾ ਏਸ ਦਾ ਗੀਤ ਹੈ ਨੀ
ਦਿਹੇਂ ਛੇੜ ਮਹੀਂ ਵੜੇ ਝੱਲ ਬੇਲੇ, ਏਸ ਮੁੰਡੜੇ ਦੀ ਏਹ ਰੀਤ ਹੈ ਨੀ
ਰਾਤੀਂ ਆਣ ਅੱਲਾਹ ਨੂੰ ਯਾਦ ਕਰਦਾ, ਵਾਰਿਸ ਸ਼ਾਹ ਦੇ ਨਾਲ ਏਹ ਮੀਤ ਹੈ ਨੀ

169

ਨੀ ਮੈਂ ਘੋਲ ਘੱਤੀ ਏਹਦੇ ਮੁੱਖੜੇ ਤੋਂ, ਪਾਓ ਦੁੱਧ ਚੂਰੀ ਏਹਦਾ ਕੂਤ ਹੈ ਨੀ
ਇੱਲ-ਇੱਲਾ[1] ਦੀਆਂ ਜ਼ੱਲ੍ਹੀਆਂ ਪਾਂਵਦਾ ਈ, ਜ਼ਿਕਰ ਹੱਯਾਤੇ ਲਾਯਮੂਤ[2] ਹੈ ਨੀ
ਨਹੀਂ ਭਾਬੀਆਂ ਥੀਂ ਕਰਤੂਤ ਕਾਈ, ਸੱਭਾ ਲੜਨ ਨੂੰ ਹੋਈ ਮਜ਼ਬੂਤ ਹੈ ਨੀ
ਜਦੋਂ ਤੁਸਾਂ ਥੇ ਸੀ ਗਾਲ੍ਹੀਂ ਦੇਂਦੀਆਂ ਸਉ, ਏਹ ਤਾਂ ਊਤਣੀ ਦਾ ਕੋਈ ਊਤ ਹੈ ਨੀ
ਮਾਰੇ ਤੁਸਾਂ ਦੇ ਮੇਹਣਿਆਂ ਗਾਲ੍ਹੀਆਂ ਦਾ, ਏਹ ਤਾਂ ਸੁੱਕ ਕੇ ਹੋ ਗਿਆ ਤਾਬੂਤ ਹੈ ਨੀ
ਸੌਂਪ ਪੀਰਾਂ ਨੂੰ ਝੱਲ ਵਿੱਚ ਛੇੜ ਮਹੀਆਂ, ਏਹਦੀ ਮੱਦਤ ਤੇ ਖ਼ਿਜ਼ਰ[3] ਤੇ ਲੂਤ ਹੈ ਨੀ
ਵਾਰਿਸ ਸ਼ਾਹ ਫਿਰੇ ਉਹਦੇ ਮਗਰ ਲੱਗੀ, ਅਜੇ ਤੀਕ ਇਹ ਰਿਹਾ ਅਨਛੂਤ ਹੈ ਨੀ

---

1. ਅੱਲਾ ਅੱਲਾ ਕਰਨਾ, ਸਿਮਰਨ ਕਰਨਾ, 2. ਅਮਰ ਹੋਣਾ, 3. ਦੇਵਤੇ

ਭਾਬੀਆਂ ਦਾ ਖ਼ਤ ਹੀਰ ਨੂੰ

170

ਸਾਡਾ ਮਾਲ ਸੀ, ਸੋ ਤੇਰਾ ਹੋਇ ਰਹਿਆ, ਜ਼ਰਾ ਵੇਖਣਾ ਬੁਰਾ ਖਦਾਈਆਂ ਦਾ
ਤੂੰਹੀ ਜੰਮਿਆਂ ਤੇ ਤੂੰ ਹੀ ਏ ਪਾਲਿਆ ਏ, ਨਾ ਏਹ ਭਾਬੀਆਂ ਤੇ ਨਾ ਏ ਭਾਈਆਂ ਦਾ
ਸ਼ਾਹੂਕਾਰ ਹੋ ਬੈਠੀ ਏਂ ਮਾਰ ਥੈਲੀ, ਖੋਹ ਬੈਠੀ ਏਂ ਮਾਲ ਤੂੰ ਸਾਈਆਂ ਦਾ
ਅੱਗ ਲੈਣ ਆਈ ਘਰ ਸਾਂਭਿਓ ਈ, ਏਹ ਤੇਰਾ ਹੈ, ਬਾਪ ਨਾ ਮਾਈਆਂ ਦਾ
ਗੁੱਡਾ ਹੱਥ ਆਇਆ ਤੁਸਾਂ ਗੁੱਡੀਆਂ ਨੂੰ, ਅੰਨੀ ਚੂਹੀ ਤੇ ਥੋਥਾ ਧਾਈਆਂ ਦਾ
ਵਾਰਿਸ ਸ਼ਾਹ ਦੀ ਮਾਰ ਹੀ ਵੱਗੇ ਹੀਰੇ, ਜੇਹਾ ਖੋਹਿਆ ਈ ਦੇਵਰ ਭਰਜਾਈਆਂ ਦਾ

ਹੀਰ

171

ਤੁਸੀਂ ਏਸ ਦੇ ਖਿਆਲ ਨਾ ਪਵੇ ਅੜੀਓ! ਨਾਹੀ ਖੱਟੀ ਕੁਝ ਏਸ ਵਪਾਰ ਉਤੋਂ
ਨੀ ਮੈਂ ਜੀਂਵਦੀ ਇਸ ਬਿਨ ਰਹਾਂ ਕੀਕੂੰ, ਘੋਲ ਘੋਲ ਘੱਤੀ ਰਾਂਝੇ ਯਾਰ ਉਤੋਂ
ਝੱਲਾਂ ਬੇਲਿਆਂ ਵਿੱਚ ਏਹ ਫਿਰੇ ਭੌਂਦਾ, ਸਿਰ ਵੇਚਦਾ ਮੈਂ ਗੁਨ੍ਹਾਗਾਰ ਉਤੋਂ
ਮੇਰੇ ਵਾਸਤੇ ਕਾਰ ਕਮਾਂਵਦਾ ਈ, ਮੇਰੀ ਜਿੰਦ ਘੋਲੀ ਇਹਦੀ ਕਾਰ ਉਤੋਂ
ਤਦੋਂ ਭਾਬੀਆਂ ਸਾਕ ਨਾ ਬਣਦੀਆਂ ਸਨ, ਜਦੋਂ ਸੱਟਿਆ ਪਕੜ ਪਹਾੜ ਉਤੋਂ
ਘਰੋਂ ਭਾਬੀਆਂ ਚਾਇ ਜਵਾਬ ਦਿੱਤਾ, ਨਈਂ-ਭੂਈਂ ਦੀ ਪੱਟੀਆਂ ਚਾਰ ਉਤੋਂ
ਨਾ-ਉਮੈਦ ਹੋ ਕੇ ਵਤਨ ਛੱਡ ਆਇਆ, ਮੋਤੀ ਟੁੱਟੇ ਜਿਉਂ ਪੱਟ ਦੀ ਤਾਰ ਉਤੋਂ
ਬਿਨ੍ਹਾਂ ਮਿਹਨਤਾਂ ਮਸਕਲੇ ਲੱਖ ਫੇਰੋ, ਨਹੀਂ ਮੋਰਚਾ ਜਾਇ ਤਲਵਾਰ ਉਤੋਂ
ਮੇਰੇ ਆਖਣੇ ਤੇ ਮਹੀਂ ਚਾਰੀਆਂ ਨੀ, ਲੋਕੀ ਖੱਟਦੇ ਕਸਬ ਰੁਜ਼ਗਾਰ ਉਤੋਂ[1]
ਏਹ ਮੇਹਣਾ ਲਹੇਗਾ ਕਦੇ ਨਾਹੀ, ਏਸ ਸਿਆਲਾਂ ਦੇ ਸਭ ਪਰਵਾਰ ਉਤੋਂ
ਨੱਢੀ ਆਖਸਨ ਝਗੜਦੀ ਨਾਲ ਲੋਕਾਂ, ਇਸ ਸੋਹਣੇ ਭੰਬੜੇ ਯਾਰ ਉਤੋਂ
ਵਾਰਿਸ ਸ਼ਾਹ ਸਮਝਾਇ ਤੂੰ ਭਾਬੀਆਂ ਨੂੰ, ਹੁਣ ਮੁੜੇ ਨਾ ਲੱਖ ਹਜ਼ਾਰ ਉਤੋਂ

ਚੂਚਕ ਦੀ ਭਾਈਆਂ ਨਾਲ ਸਲਾਹ

172

ਚੂਚਕ ਸੱਦ ਭਾਈ ਪਰ੍ਹਾ ਲਾਇ ਬੈਠਾ, ਕਿਤੇ ਹੀਰ ਨੂੰ ਚਾ ਪਰਣਾਈਏ ਜੀ
ਆਖੋ ਰਾਂਝਣੇ ਨਾਲ ਵਿਵਾਹ ਦੇਵਾਂ, ਇਕੇ ਬੰਨੜੇ ਕਿਤੇ ਮੰਗਾਈਏ ਜੀ
ਹੱਥੀਂ ਆਪਣੀ ਕਿਤੇ ਸਮਾਨ ਕੀਚੈ, ਜਾਣ ਬੁੱਝ ਕੇ ਲੀਕ ਨਾ ਲਾਈਏ ਜੀ
ਭਾਈਆਂ ਆਖਿਆ 'ਚੂਚਕਾ! ਏਹ ਮਸਲਤਿ, ਅਸੀਂ ਆਖਦੇ ਨਾ ਸ਼ਰਮਾਈਏ ਜੀ'
ਸਾਡਾ ਆਖਿਆ ਜੇਕਰ ਮੰਨ ਲਏਂ, ਅਸੀਂ ਖੋਲ੍ਹਕੇ ਚਾਇ ਸੁਣਾਈਏ ਜੀ[2]
ਵਾਰਿਸ ਸ਼ਾਹ ਫ਼ਕੀਰ ਪਰੇਮ ਸ਼ਾਹੀ, ਹੀਰ ਓਸ ਥੀਂ ਪੁੱਛ ਮੰਗਵਾਈਏ ਜੀ

---

1. ਇਹ ਪੰਕਤੀ ਕਵੀ ਹਦਾਇਤ ਉਲਾਅ ਦੀ ਹੈ
2. ਇਹ ਪੰਕਤੀ ਕਿਸੇ ਨਾ-ਮਾਲੂਮ ਕਵੀ ਦੀ ਹੈ, ਵਾਰਿਸ ਦੀ ਨਹੀਂ

173

ਨਾਲ ਰਾਂਝਿਆ ਕਦੇ ਨਾ ਸਾਕ ਕੀਤੇ, ਨਹੀਂ ਕੀਤੀਆਂ ਅਸਾਂ ਕੁੜਮਾਈਆਂ ਵੋ
ਕਿੱਥੋਂ ਰੁਲਦਿਆਂ ਗੋਲਿਆਂ ਆਇਆਂ ਨੂੰ, ਦਿੱਚਣ ਏਹ ਸਿਆਲਾਂ ਦੀਆਂ ਜਾਈਆਂ ਵੋ
ਨਾਲ ਖੇੜਿਆਂ ਦੇ ਏਹਾ ਸਾਕ ਕੀਚੈ, ਦਿੱਤੀ ਮਸਲਹਿਤ ਸਭਨਾ ਭਾਈਆਂ ਵੋ
ਵਾਰਿਸ ਸ਼ਾਹ ਅੰਗਿਆਰੀਆਂ ਭਖਦੀਆਂ ਨੀ, ਕਿਸੇ ਵਿਚ ਬਾਰੂਦ ਛੁਪਾਈਆਂ ਵੋ

ਚੂਚਕ

174

ਖੇੜਿਆਂ ਭੇਜਿਆ ਅਸਾਂ ਥੇ ਇਕ ਨਾਈ, ਕਰਨ ਮਿੰਨਤਾਂ ਚਾਇ ਇਹਸਾਨ ਕੀਚੈ
ਭਲੇ ਜੱਟ ਬੂਹੇ ਉਤੇ ਆਇ ਬੈਠੇ, ਏਹੁ ਛੋਕਰੀ ਤਿਨ੍ਹਾਂ ਨੂੰ ਦਾਨ ਕੀਚੈ
ਰਲਿ ਭਾਈਆਂ ਏਹ ਸਲਾਹ ਦਿੱਤੀ, ਕਹਿਆ ਅਸਾਂ ਸੋ ਸਭ ਪਰਵਾਨ ਕੀਚੈ
ਅੰਨ ਧਨ ਦਾ ਕੁਝ ਵਿਸਾਹ ਨਾਹੀਂ, ਅਤੇ ਬਾਂਹਾਂ ਦਾ ਨਾ ਗੁਮਾਨ ਕੀਚੈ
ਜਿੱਥੇ ਰੱਬ ਦਾ ਨਾਉਂ ਤੇ ਜ਼ਿਕਰ ਆਵੇ, ਲੱਖ ਬੇਟੀਆਂ ਚਾਇ ਕੁਰਬਾਨ ਕੀਚੈ
ਵਾਰਿਸ ਸ਼ਾਹ ਮੀਆਂ ਨਹੀਂ ਕਰੋ ਆਕੜ, ਫ਼ਰਊਨ[1] ਜੇਹਿਆਂ ਵਲ ਧਿਆਨ ਕੀਚੈ

ਸ਼ਾਇਰ

175

ਚੂਚਕ ਫੇਰ ਕੇ ਗੰਢ ਸਦਾਇ ਘੱਲੇ, ਆਵਣ ਚੌਧਰੀ ਸਾਰਿਆਂ ਚੱਕਰਾਂ ਦੇ
ਹੱਥ ਦੇ ਰੁਪਈਆ ਪੱਲੇ ਪਾਇ ਸ਼ੱਕਰ, ਸਵਾਲ ਪਾਉਂਦਾ ਛੋਹਰਾਂ ਬੱਕਰਾਂ ਦੇ
ਕਿਹਾ ਲਾਗੀਆਂ ਸੰਨ ਨੂੰ ਸੰਨ ਮਿਲਿਆ, ਤੇਰਾ ਸਾਕ ਹੋਇਆ ਨਾਲ ਠੱਕਰਾਂ ਦੇ
ਧਰਿਆਂ ਢੋਲ ਜਟੇਟੀਆਂ ਦਿਹੁ ਵੇਲਾਂ, ਛੰਨੇ ਲਿਆਂਵਦੀਆਂ ਦਾਣਿਆਂ ਸ਼ੱਕਰਾਂ ਦੇ
ਰਾਂਝੇ ਹੀਰ ਸੁਣਿਆ ਦਿਲਗੀਰ ਹੋਏ, ਦੋਵੇਂ ਦੇਣ ਗਾਲ੍ਹੀਆਂ ਨਾਲ ਅੱਕਰਾਂ ਦੇ

ਖੇੜਿਆਂ ਨੂੰ ਵਧਾਈ

176

ਮਿਲੀ ਜਾਇ ਵਧਾਈ ਜਾਂ ਖੇੜਿਆਂ ਨੂੰ, ਲੁੱਢੀ ਮਾਰ ਕੇ ਝੁੰਮਰਾਂ ਘੱਤਦੇ ਨੇ
ਛਾਲਾਂ ਲਾਣ ਅਪੁੱਠੀਆਂ ਖੁਸ਼ੀ ਹੋਕੇ, ਲਾਇ ਮਜਲਸਾਂ ਖੇਡਦੇ ਵੱਤਦੇ ਨੇ
ਭਲੇ ਕੁੜਮ ਮਿਲੇ ਸਾਨੂੰ ਸ਼ਰਮ ਵਾਲੇ, ਰੱਜੇ ਜੱਟ ਵੱਡੇ ਅਹਲਿ ਪਤ ਦੇ ਨੇ
ਵਾਰਿਸ ਸ਼ਾਹ ਦੀ ਸ਼ੀਰਨੀ ਵੰਡਦੇ ਆ, ਵੱਡੇ ਦੇਗਚੇ ਦੁੱਧ ਤੇ ਭੱਤ ਦੇ ਨੇ

---

1. ਫ਼ਰਊਨ, ਹਜ਼ਰਤ ਮੂਸਾ ਦਾ ਸਮਕਾਲੀ ਅਤੇ ਮਿਸਰ ਦਾ ਬਾਦਸ਼ਾਹ ਸੀ। ਕਿਸੇ ਰੱਬੀ ਕਹਿਰ ਨਾਲ ਇਹ ਲਾਮ ਲਸ਼ਕਰ ਸਮੇਤ ਨੀਲ ਨਦੀ ਵਿੱਚ ਡੁੱਬ ਕੇ ਮਰ ਗਿਆ।

ਹੀਰ ਮਾਂ ਨਾਲ ਗੁੱਸੇ

177

ਹੀਰ ਮਾਉਂ ਦੇ ਨਾਲ ਆ ਲੜਨ ਲੱਗੀ, ਤੁਸੀਂ ਸਾਕ ਦਿੱਤਾ ਨਾਲ ਜ਼ੋਰੀਆਂ ਦੇ
ਕਦੋਂ ਮੁਣਸ ਮੈਂ ਮੰਗਿਆ ਆਖ ਤੈਥੋਂ, ਵੈਰ ਕੱਢਿਓ ਈ ਕਿਨ੍ਹਾਂ ਖੋਰੀਆਂ ਦੇ
ਹੁਣ ਕਰੋਂ ਵਲਾਇ ਕਿਉਂ ਅਸਾਂ ਕੋਲੋਂ, ਏਹ ਕੰਮ ਨਾ ਹੁੰਦੇ ਨੀ ਚੋਰੀਆਂ ਦੇ
ਜੇਹੜੇ ਹੋਣ ਬੇ-ਅਕਲ ਚਾ ਲਾਂਵਦੇ ਨੀ, ਇੱਟ ਮਾੜੀਆਂ ਦੀ ਵਿਚ ਮੋਰੀਆਂ ਦੇ
ਚਾਇ ਉੱਲੂ ਨੂੰ ਕੂੰਜ ਦਾ ਸਾਕ ਦਿੱਤੋ, ਪਰੀ ਬੱਧੀਆ ਜੇ ਗਲ ਢੋਰੀਆਂ ਦੇ
ਵਾਰਿਸ ਸ਼ਾਹ ਮੀਆਂ ਗੰਨਾ ਜਗ ਸਾਰਾ, ਮਜ਼ੇ ਚੱਖ ਲੈ ਪੋਰੀਆਂ ਪੋਰੀਆਂ ਦੇ

ਹੀਰ ਦਾ ਰਾਂਝੇ ਦੀ ਸਲਾਹ ਲੈਣਾ

178

ਹੀਰ ਆਖਦੀ ਰਾਂਝਣਾ ਕਹਿਰ ਹੋਇਆ, ਇਥੋਂ ਉਠ ਕੇ ਚੱਲ ਜੇ ਚੱਲਣਾ ਈ
ਦੋਵੇਂ ਉੱਠ ਕੇ ਲੰਮੜੇ ਰਾਹ ਪਈਏ, ਕੋਈ ਅਸਾਂ ਨੇ ਦੇਸ ਨਾ ਮੱਲਣਾ ਈ
ਜਦੋਂ ਝੁੱਗੜੇ ਵੜੀ ਮੈਂ ਖੇੜਿਆਂ ਦੇ, ਕਿਸੇ ਅਸਾਂ ਨੂੰ ਮੋੜ ਨਾ ਘੱਲਣਾ ਈ
ਮਾਉਂ ਬਾਪ ਨੇ ਜਦੋਂ ਵਿਆਹ ਟੋਰੀ, ਕੋਈ ਅਸਾਂ ਦਾ ਵੱਸ ਨਾ ਚੱਲਣਾ ਈ
ਅਸੀਂ ਇਸ਼ਕ ਦੇ ਆਣ ਮੈਦਾਨ ਰੁੱਧੇ, ਬੁਰਾ ਸੂਰਮੇਂ ਨੂੰ ਰਣੋਂ ਹੱਲਣਾ ਈ
ਵਾਰਿਸ ਸ਼ਾਹ ਜੇ ਦਰਦ ਫਿਰਾਕ ਛੁੱਟੇ, ਏਹ ਕਟਕ ਫਿਰ ਆਖ ਕਿਸ ਝੱਲਣਾ ਈ

ਰਾਂਝਾ

179

ਹੀਰੇ ਇਸ਼ਕ ਨਾ ਮੂਲ ਸੁਆਦ ਦੇਂਦਾ, ਨਾਲ ਚੋਰੀਆਂ ਅਤੇ ਉਧਾਲਿਆਂ ਦੇ
ਕਿੜਾਂ ਪੌਂਦੀਆਂ ਮੁਠੇ ਹਾਂ ਦੇਸ ਵਿਚੋਂ, ਕਿੱਸੇ ਸੁਣੇ ਸਨ ਖੂਹਣੀਆਂ ਗਾਲਿਆਂ ਦੇ
ਠੱਗੀ ਨਾਲ ਤੂੰ ਮਹੀਂ ਚਰਵਾਇ ਲਈਉ, ਏਹੁ ਰਾਹ ਨੇ ਰੰਨਾਂ ਦਿਆਂ ਚਾਲਿਆਂ ਦੇ
ਵਾਰਿਸ ਸ਼ਾਹ ਸਰਾਫ ਸਭ ਜਾਣਦੇ ਨੀ, ਐਬ ਖੋਟਿਆਂ ਭੰਨਿਆਂ ਵਾਲਿਆਂ ਦੇ

ਕੁੜੀਆਂ ਰਾਂਝੇ ਨੂੰ ਪੁੱਛਣਾ

180

ਚੂਚਕ ਸਿਆਲ ਨੇ ਕੌਲ ਵਿਸਾਰ ਘੱਤੇ, ਜਦੋਂ ਹੀਰ ਨੂੰ ਪਾਇਆ ਮਾਈਆਂ ਨੀ
ਕੁੜੀਆਂ ਝੰਗ ਸਿਆਲਾਂ ਦੀਆਂ ਧੁੰਮਲਾਂ ਹੋ, ਸੱਭੇ ਪਾਸ ਰੰਝੇਟੇ ਦੇ ਆਈਆਂ ਨੀ
ਉਥੇ ਵਿਆਹ ਦੇ ਸਭ ਸਮਾਨ ਹੋਏ, ਗੰਢੀਂ ਫੇਰੀਆਂ ਦੇਸ ਤੇ ਨਾਈਆਂ ਨੀ
ਉਏ ਮੂਰਖਾ! ਪੁੱਛ ਤੂੰ ਨੱਢੜੀ ਨੂੰ, ਸਾਡੇ ਨਾਲ ਤੂੰ ਕੇਹੀਆਂ ਚਾਈਆਂ ਨੀ
ਹੁਣ ਤੇਰੀ ਵੇ ਰਾਂਝਿਆਂ ਗੱਲ ਕੀਕੂੰ, ਤੂੰਹੀਏਂ ਰਾਤ ਦਿਨ ਮਹੀਂ ਚਰਾਈਆਂ ਨੀ

ਮੱਤ ਦੇਣਾ

181

ਹੀਰੇ ਕਹਿਰ ਕੀਤੋ ਰਲ ਨਾਲ ਭਾਈਆਂ, ਸੱਭਾ ਖੁਲਕ ਤੂੰ ਚਾਇ ਗਵਾਈਆ ਨੀ
ਜੇ ਤੂੰ ਅੰਤ ਮੈਨੂੰ ਪਿੱਛਾ ਦੇਵਣਾ ਸੀ, ਏਡੀਆਂ ਮੇਹਨਤਾਂ ਕਾਹਿ ਕਰਵਾਈਆਂ ਨੀ
ਏਹਾ ਹੱਦ ਹੀਰ ਤੇਰੇ ਨਾਲ ਸਾਡੀ, ਮਹਿਲ ਚਾੜ੍ਹਕੇ ਪੌੜੀਆਂ ਚਾਈਆਂ ਨੀ
ਤੈਂ ਤਾਂ ਵਿਆਹ ਦੇ ਹਾਰ ਸ਼ਿਗਾਰ ਬੱਧੇ, ਅਤੇ ਖੇੜਿਆਂ ਘਰੀਂ ਵਧਾਈਆਂ ਨੀ
ਖਾਇ ਕਸਮ ਸੌਗੰਦ ਤੂੰ ਘੋਲ ਪੀਤੀ, ਡੋਬ ਸੱਟਿਆ ਤੂੰ ਪੂਰੀਆਂ ਪਾਈਆਂ ਨੀ
ਬਾਂਹੋਂ ਪਕੜ ਕੇ ਟੋਰ ਦੇਹ, ਕੱਢ ਦੇਸੋਂ, ਓਵੇਂ ਤੋੜ ਨੈਣਾਂ ਜਿਵੇ ਲਾਈਆਂ ਨੀ
ਯਾਰ ਯਾਰ ਥੀਂ ਜੁਦਾ ਹੁਣ ਦੂਰ ਕੀਚੈ, ਮੇਰੇ ਬਾਬ ਤਕਦੀਰ ਲਿਖਾਈਆਂ ਨੀ
ਵਾਰਿਸ ਸ਼ਾਹ ਨੂੰ ਠੱਗਿਉਂ ਦਗਾ ਦੇ ਕੇ, ਜਿਹੀਆਂ ਕੀਤੀਆਂ ਸੋ ਅਸਾਂ ਪਾਈਆਂ ਨੀ

ਰਾਂਝਾ

182

ਰਾਂਝੇ ਆਖਿਆ ਮੂੰਹੋਂ ਕੇ ਬੋਲਣਾ ਏ, ਘੁੱਟ ਵੱਟ ਕੇ ਦੁੱਖੜਾ ਪੀਵਣਾ ਈ
ਮੇਰੇ ਸਬਰ ਦੀ ਦਾਦ ਜੇ ਰੱਬ ਦਿੱਤੀ, ਖੇੜੀਂ ਹੀਰ ਸਿਆਲ ਨਾ ਜੀਵਣਾ ਈ
'ਯੋਮਾਤ ਸ਼ੱਕੁਲ ਸ਼ਮਾਉ ਬਿਲ ਅਨਾਮੇਂ, ਸਾਰੇ ਦੇਸ ਵਿਚ ਇਹ ਗ਼ਮ ਥੀਵਣਾ ਈ
'ਯੋਮਾ ਤਬੱਦਲ ਉਲ ਅਰਜ਼ ਫਿਸਮਾ, ਅੰਬਰ ਪਾਟੜੇ ਨੂੰ ਕਿਸ ਸੀਵਣਾ ਈ
ਸਬਰ ਦਿਲਾਂ ਦੇ ਮਾਰ ਜਹਾਨ ਪੱਟਣ, ਉੱਚਾ ਕਾਸਨੂੰ ਅਸਾਂ ਬਕੀਵਣਾ ਈ
ਤੁਸੀਂ ਕਮਲੀਆਂ ਇਸ਼ਕ ਥੀਂ ਨਹੀਂ ਵਾਕਿਫ਼, ਨਿਹੁੰ ਲਾਵਣਾ ਨਿੰਮ ਦਾ ਪੀਵਣਾ ਈ
ਵਾਰਿਸ ਸ਼ਾਹ ਜੇ ਚੁਪ ਥੀਂ ਦਾਦ ਪਾਈਏ, ਉੱਚੀ ਬੋਲਿਆਂ ਨਹੀਂ ਢਹੀਵਣਾ ਈ

ਸਹੇਲੀਆਂ

183

ਰਲ ਹੀਰ ਤੇ ਆਈਆਂ ਫੇਰ ਸੱਭੇ, ਰਾਂਝੇ ਯਾਰ ਤੇਰੇ ਸਾਨੂੰ ਘੱਲਿਆ ਈ
ਖੂੰਡੀ ਵੰਝਲੀ, ਕੰਬਲੀ ਸੁੱਟ ਘੱਤੇ, ਛੱਡ ਦੇਸ ਪਰਦੇਸ ਨੂੰ ਚਲਿਆ ਈ
ਜੇ ਤੂੰ ਅੰਤ ਉਹਨੂੰ ਪਿੱਛਾ ਦੇਵਣਾ ਸੀ, ਉਹਦਾ ਕਾਲਜਾ ਕਾਸ ਨੂੰ ਸੱਲਿਆ ਈ
ਅਸਾਂ ਇਤਨੀ ਗਲ ਮਾਲੂਮ ਕੀਤੀ, ਤੇਰਾ ਨਿਕਲ ਈਮਾਨ ਹੁਣ ਚੱਲਿਆ ਈ
ਬੇਸਿਦਕ ਹੋਇਓਂ ਸਿਦਕ ਹਾਰਿਆ ਈ, ਸਭਾ ਸਿਦਕ ਯਕੀਨ ਹੁਣ ਹੱਲਿਆ ਈ
ਉਹ ਦਾ ਵੇਖ ਹਾਲ ਅਹਿਵਾਲ ਸਾਰਾ, ਸਾਡਾ ਰੋਂਦਿਆਂ ਨੀਰ ਨਾ ਠੱਲ੍ਹਿਆ ਈ
ਹਾਇ ਹਾਇ ਮੁੱਠੀ ਫਿਰੇਂ ਠੱਗ ਹੈ ਨੀ, ਉਹਨੂੰ ਸੱਖਣਾ ਕਾਸ ਨੂੰ ਘੱਲਿਆ ਈ
ਵਾਰਿਸ ਹੱਕ ਦੇ ਥੀਂ ਜਦੋਂ ਹੱਕ ਖੁੱਥਾ, ਅਰਸ਼ ਰੱਬ ਦਾ ਤਦੋਂ ਤਰਥੱਲਿਆ ਈ

ਹੀਰ

184

ਹੀਰ ਆਖਿਆ, ਓਸ ਨੂੰ ਕੁੜੀ ਕਰਕੇ, ਬੁੱਕਲ ਵਿੱਚ ਲੁਕਾਇ ਲਿਆਇਓ ਜੇ
ਮੇਰੇ ਮਾਊਂ ਬਾਪ ਥੀਂ ਕਰੋ ਪਰਦਾ, ਗੱਲ ਕਿਸੇ ਨਾ ਮੂਲ ਸੁਣਾਇਓ ਜੇ
ਆਹਮੋ-ਸਾਹਮਣਾ ਆਇ ਕੇ ਕਰੇ ਝੇੜਾ, ਤੁਸੀਂ ਮੁਨਸਫ਼ ਹੋਇ ਮੁਕਾਇਓ ਜੇ
ਜੇਹੜੇ ਸੱਚ ਹੋਸਣ, ਸੇਈ ਛੁੱਟ ਜਾਸਣ, ਡੰਡ ਝੂਠਿਆਂ ਨੂੰ ਚਾਇ ਲਾਇਓ ਜੇ
ਮੇਰਾ ਆਖਣਾ ਓਸ ਨਾ ਕੰਨ ਕੀਤਾ, ਹੁਣ ਕਾਸ ਨੂੰ ਭੁਸਕਣਾ ਪਾਇਓ ਜੇ
ਮੈਂ ਆਖ ਥੱਕੀ ਉਸ ਕਮਲੜੇ ਨੂੰ, ਲੈ ਕੇ ਉੱਠ ਚਲ, ਵਕਤ ਘੁਸਾਇਓ ਜੇ
ਵਾਰਿਸ ਸ਼ਾਹ ਮੀਆਂ ਏਹ ਵਕਤ ਘੁੱਥਾ, ਕਿਸੇ ਪੀਰ ਨੂੰ ਹੱਥ ਨਾ ਆਇਓ ਜੇ

ਸ਼ਾਇਰ

185

ਰਾਤੀਂ ਵਿੱਚ ਰਲਾਇ ਕੇ ਮਾਹੀਏ ਨੂੰ, ਕੁੜੀਆਂ ਹੀਰ ਦੇ ਪਾਸ ਲਿਆਈਆਂ ਨੀ
ਹੀਰ ਆਖਿਆ ਆਉਂਦਿਆਂ 'ਬਿਸਮਿਲਾ, ਅੱਜ ਦੌਲਤਾਂ ਮੈਂ ਘਰ ਆਈਆਂ ਨੀ
ਰਾਂਝੇ ਆਖਿਆ ਹੀਰ ਦਾ ਵਿਆਹ ਹੁੰਦਾ, ਅਸੀਂ ਵੇਖਣੇ ਆਏ ਹਾਂ ਮਾਈਆਂ ਨੀ
ਸੂਰਜ ਚੜ੍ਹੇਗਾ ਮਗ਼ਰਬੋਂ ਜਿਵੇਂ ਕਿਆਮਤ, ਤੋਬਾ ਤਰਕ ਕਰ ਕੁਲ ਬੁਰਿਆਈਆਂ ਨੀ
ਜਿਨ੍ਹਾਂ ਮੱਝੀ ਦਾ ਚਾਕ ਸਾਂ ਸੁਣੀ ਨੱਢੀ, ਸੋ ਭੀ ਖੇੜਿਆਂ ਦੇ ਹੱਥ ਆਈਆਂ ਨੀ
ਓਸੇ ਵਕਤ ਜਵਾਬ ਹੈ ਮਾਲਕਾਂ ਨੂੰ, ਹਿਕ ਧਾੜਵੀਆਂ ਜਾ ਅੱਗੇ ਲਾਈਆਂ ਨੀ
ਏਹ ਸਹੇਲੀਆਂ ਸਾਕ ਤੇ ਸੈਣ ਤੇਰੇ, ਸਭੇ ਮਾਸੀਆਂ ਫੁੱਫੀਆਂ ਤਾਈਆਂ ਨੀ
ਤੁਸਾਂ ਵਹੁਟੀਆਂ ਬਣਨ ਦੀ ਨੀਤ ਬੱਧੀ, ਲੀਕਾਂ ਹੱਦ 'ਤੇ ਪੁੱਜ ਕੇ ਲਾਈਆਂ ਨੀ
ਅਸਾਂ ਕੇਹੀ ਆਸ ਹੈ ਨੱਢੀਏ ਨੀ, ਜਿੱਥੇ ਖੇੜਿਆਂ ਜ਼ਰਾਂ ਵਿਖਾਈਆਂ ਨੀ
ਵਾਰਿਸ ਸ਼ਾਹ ਅੱਲਾਹ ਨੂੰ ਸੌਂਪ ਹੀਰੇ, ਸਾਨੂੰ ਛੱਡ ਕੇ ਹੋਰਥੇ ਲਾਈਆਂ ਨੀ

ਜੰਞ

186

ਖੇੜਿਆਂ ਸਾਹਾ ਕਢਾਏ ਕੇ ਬਾਹਮਣਾਂ ਥੋਂ, ਭਲਾ ਥਿੱਤ ਮਹੂਰਤ ਤੇ ਵਾਰ ਮੀਆਂ
ਨਾਵੀਂ ਸਾਉਣੋਂ ਰਾਤ ਸੀ ਵੀਰਵਾਰੀ, ਲਿਖ ਘੱਲਿਆ ਏਹ ਦਿਨ ਵਾਰ ਮੀਆਂ
ਪਹਿਰ ਰਾਤ ਨੂੰ ਆਣ ਨਕਾਹ ਲੈਣਾ, ਢਿੱਲ ਲਾਵਣੀ ਨ ਇਕਰਾਰ ਮੀਆਂ
ਉਥੇ ਖੇੜਿਆਂ ਪੁੱਜ ਸ਼ਮਿਆਨ ਕੀਤੇ, ਹੋਏ ਸਿਆਲ ਵੀ ਤੁਰਤ ਤਿਆਰ ਮੀਆਂ
ਵਾਰਿਸ ਸ਼ਾਹ ਸਰਬਾਲੜਾ ਨਾਲ ਹੋਇਆ, ਹੱਥੀਂ ਤੀਰ ਗਾਨਾ ਤਲਵਾਰ ਮੀਆਂ

ਹੀਰ ਦਾ ਵਿਆਹ

187

ਲੱਗੇ ਨੁਗਦੀਆਂ ਤਲਣ ਤੇ ਸ਼ੱਕਰ ਪਾਰੇ, ਢੇਰ ਲਾਂਵਦੇ ਨੇ ਵੱਡੇ ਘੇਵਰਾਂ ਦੇ

ਤਲੇ ਖ਼ੂਬ ਜਲੇਬ ਗੁਲਭਿਸ਼ਤ ਬੂੰਦੀ ਲੱਡੂ, ਟਿੱਕੀਆਂ ਭਿੰਨੜੇ ਮੇਵਰਾਂ ਦੇ
ਮੈਦਾ ਖੰਡ ਤੇ ਘਿਉ ਪਾ ਰਹੇ ਜੱਫ਼ੀ, ਭਾਬੀ ਲਾਡਲੀ ਨਾਲ ਜਿਉਂ ਦੇਵਰਾਂ ਦੇ
ਕਲਾਕੰਦ ਮਖਾਣਿਆਂ ਸਵਾਦ ਮਿੱਠੇ, ਪਕਵਾਨ ਗੁੰਨ੍ਹੇ ਨਾਲ ਤੇਵਰਾਂ ਦੇ
ਟਿੱਕਾ, ਵਾਲੀਆਂ, ਨੱਥ, ਹਮੇਲ, ਝਾਂਜਰ, ਬਾਜ਼ੂਬੰਦ ਬਣੇ ਨਾਲ ਨੇਵਰਾਂ ਦੇ
ਹੋਰ ਜੋ ਜਹਾਨ ਦੀ ਰਸਦ ਆਹੀ, ਸਭੇ ਜਮ੍ਹਾ ਹੋਈ ਨਾਲ ਬੇਵਰਾਂ ਦੇ

188

ਮੱਠੀ ਹੋਰ ਖਜੂਰ ਪਰਾਕੜੀ ਸੀ, ਭਰੇ ਖੌਂਚੇ ਨਾਲ ਸਮੋਸਿਆਂ ਦੇ
ਅੰਦਰੱਸੇ ਕਚੌਰੀਆਂ ਅਤੇ ਲੁੱਚੀ, ਵੜੇ ਖੰਡ ਦੇ ਖਿਰਨੀਆਂ ਖੋਸਿਆਂ ਦੇ
ਪੇੜੇ ਨਾਲ ਖ਼ਤਾਈਆਂ ਗੋਲਗੱਪੇ, ਬਦਾਣਿਆਂ ਨਾਲ ਪਰੋਸਿਆਂ ਦੇ
ਰਾਂਝਾ ਜੋੜ ਕੇ ਹੱਥ ਫ਼ਰਿਆਦ ਕਰਦਾ, ਵੇਖੋ ਖੁਸਦੇ ਸਾਕ ਬੇਦੋਸਿਆਂ ਦੇ
ਵਾਰਿਸ ਸ਼ਾਹ ਨਸੀਬ ਹੀ ਪੌਣ ਝੋਲੀ, ਕਰਮ ਵਹਿਣ ਨਾਹੀ ਨਾਲ ਰੋਸਿਆਂ ਦੇ

189

ਮੰਡੇ ਮਾਸ ਚਾਵਲ ਦਾਲ ਦਹੀਂ ਧੱਗਲ, ਏਹ ਮਾਹੀਆਂ ਪਾਲੀਆਂ ਰਾਹੀਆਂ ਨੂੰ
ਸੱਬਾ ਚੂਹੜੇ ਚੱਪੜੇ ਰੱਜ ਥੱਕੇ, ਰਾਖੇ ਜਿਹੜੇ ਸਾਂਭਦੇ ਵਾਹੀਆਂ ਨੂੰ
ਕੰਮੀ ਚਾਕ ਚੋਬਰ ਸੀਰੀ ਡਾਂਗਰਾਂ ਨੂੰ, ਦਹੀਂ ਮੁਖ ਜਿਉਂ ਦਿਸਣ ਮਲਾਈਆਂ ਨੂੰ
ਦਾਲ ਸ਼ੋਰਬਾ ਰਸਾ ਤੇ ਮਾਸ ਮੁੰਡੇ, ਡੂੰਮਾਂ ਢੋਲੀਆਂ ਕੰਜਰਾਂ ਨਾਈਆਂ ਨੂੰ

190

ਸਾਕ ਮਾੜਿਆਂ ਦੇ ਖੋਹ ਲੈਣ ਡਾਢੇ, ਅਣ-ਪੁੱਜਦੇ ਉਹ ਨਾ ਬੋਲਦੇ ਨੀ
ਨਹੀਂ ਚਲਦਾ ਵੱਸ ਲਾਚਾਰ ਹੋ ਕੇ, ਮੋਏ ਸੱਪ ਵਾਂਙੂ ਵਿੱਸ ਘੋਲਦੇ ਨੀ
ਕਦੇ ਆਖਦੇ ਮਾਰੀਏ ਆਪ ਮਰੀਏ, ਪਏ ਅੰਦਰੋਂ ਬਾਹਰੋਂ ਡੋਲਦੇ ਨੀ
ਗੁਣ ਮਾੜਿਆਂ ਦੇ ਸਭੇ ਰਹਿਣ ਵਿਚੇ, ਮਾੜੇ ਮਾੜਿਆਂ ਥੀਂ ਦੁੱਖ ਫੋਲਦੇ ਨੀ
ਸ਼ਾਨਦਾਰ ਨੂੰ ਕਰੇ ਨਾ ਕੋਈ ਝੂਠਾ, ਮਾੜਾ ਕੰਗਲਾ ਝੂਠਾ ਕਰ ਟੋਰਦੇ ਨੀ
ਵਾਰਿਸ ਸ਼ਾਹ ਲੁਟਾਇੰਦੇ ਖੜੇ ਮਾੜੇ, ਮਾਰੇ ਖੌਫ ਦੇ ਮੂੰਹੋਂ ਨਾ ਬੋਲਦੇ ਨੀ

191

ਮੁਸ਼ਕੀ ਚਾਵਲਾਂ ਦੇ ਭਰੇ ਆਣ ਕੋਠੇ, ਸੋਇਨ-ਪੱਤੀਏ ਝੋਨੜੇ ਛੜੀ ਦੇ ਨੀ
ਬਾਸਮਤੀ ਪਿਸ਼ਾਵਰੀ ਬੇਗ਼ਮੀ ਸਨ, ਹਰਚੰਦ ਤੇ ਜ਼ਰਦੀਏ ਧਰੀ ਦੇ ਨੀ

ਸੱਠੀ, ਕਿਰਚਕਾ ਸੇਉਲਾ ਕਿਰਤ ਕੰਤਲ, ਅਨੋ ਕੀਕਲਾ ਤੀਹਰਾ ਸਗੀ ਦੇ ਨੀ
ਬਾਰੀਕ ਸਫ਼ੇਦ ਕਸ਼ਮੀਰ ਕਾਬਲ, ਖ਼ੁਰਸ਼ ਜਿਹੜੇ ਹੂਰ ਤੇ ਪਰੀ ਦੇ ਨੀ
ਗੁਲੀਆਂ ਸੁੱਚੀਆਂ ਲਾਲ ਹਥੌਰੀਆਂ ਦੇ, ਮੋਤੀ ਚੂਨ ਲੰਬੋਰੀਆ ਜੜੀ ਦੇ ਨੀ
ਵਾਰਿਸ ਸ਼ਾਹ ਇਹ ਜ਼ੇਵਰਾਂ ਘੜਨ ਖਾਤਰ, ਪਿੰਡ ਪਿੰਡ ਸੁਨਿਆਰੜੇ ਫੜੀ ਦੇ ਨੀ

192

ਕੰਗਣ ਨਾਲ ਜ਼ੰਜੀਰਾਂ ਪੰਚ ਮਣੀਆਂ, ਹਾਰ ਲੌਂਗਾਂ ਦੇ ਨਾਲ ਪੁਰਾਇਓ ਨੇ
ਤੁੰਗਾਂ ਨਾਲ ਕਪੂਰਾਂ ਦੇ ਜੁੱਟ ਸੁੱਚੇ, ਤੋੜੇ ਪਾਉਂਦੇ ਗਜਰਿਆਂ ਛਾਇਓ ਨੇ
ਪਹੁੰਚੀ ਜੁਗਨੀਆਂ ਨਾਲ ਹਮੇਲ ਮਾਲਾ, ਮੋਹਰ ਬਿਛੂਏ ਨਾਲ ਘੜਾਇਓ ਨੇ
ਸੋਹਣੀਆਂ ਅੱਲੀਆਂ ਨਾਲ ਪਾਜ਼ੇਬ ਪੱਖੇ, ਘੁੰਗਰਿਆਲੜੇ ਘੁੰਗਰੂ ਲਾਇਓ ਨੇ
ਜ਼ੌਮਾਲ ਨੌਂ ਕਲੀ ਤੇ ਚੌਂਕ ਕਲੀਆਂ, ਚੌਂਕ ਫੂਲ ਤੇ ਸੀਸ ਬਣਾਇਓ ਨੇ
ਵਾਰਿਸ ਸ਼ਾਹ ਗਹਿਣਾ ਠੀਕ ਚਾਕ ਆਹਾ, ਓਹੀ ਖੱਟੜੇ ਚਾਇ ਪਵਾਇਓ ਨੇ

193

ਅਸਕੰਦਰੀ ਨੇਵਰਾਂ ਬੀਰ-ਬਲੀਆਂ, ਪਿਪਲ ਪਤਰੇ ਝੁਮਕੜੇ ਸਾਰਿਓ ਨੇ
ਹੱਸ ਜੜੇ ਛੜਕੰਗਣਾਂ ਨਾਲ ਬੰਦਾਂ, ਵੱਡੀ ਡੌਲ ਦੇ ਨਾਲ ਸਵਾਰਿਓ ਨੇ
ਚੰਨਣ ਹਾਰ ਲੂਲ੍ਹਾਂ ਟਿੱਕਾ ਨਾਲ ਬੀੜਾ, ਅਤੇ ਜੁਗਨੀ ਚਾਇ ਸਵਾਰਿਓ ਨੇ
ਬਾਂਕਾਂ, ਚੂੜੀਆਂ ਮੁਸ਼ਕ-ਬਲਾਈਆਂ ਵੀ, ਨਾਲ ਮਛਲੀਆਂ ਵਾਲੜੇ ਸਾਰਿਓ ਨੇ
ਦਾਜ ਘੱਤ ਕੇ ਵਿਚ ਸੰਦੂਕ ਬੱਧੇ, ਸੁਣੋ ਕੀ ਕੀ ਦਾਜ ਰੰਗਾਇਓ ਨੇ
ਬੁੰਦੇ ਆਰਸੀ ਨਾਲ ਅੰਗੂਠੀਆਂ ਦੇ, ਛੱਲੇ ਬਹੁਤ ਤਵੀਤੜੀ ਪਾਇਓ ਨੇ
ਦੇਸ ਦੇਸ ਦੇ ਕਪੜੇ ਸਿਫ਼ਤ ਲਾਇਕ, ਸਾਰੇ ਗਹਿਣੇ ਜੜਾਊ ਮੰਗਾਇਓ ਨੇ
ਵਾਰਿਸ ਸ਼ਾਹ ਮੀਆਂ ਅਸਲ ਦਾਜ ਰਾਂਝਾ, ਇਹ ਉਹ ਬਦਰੰਗ ਕਰਾਇਓ ਨੇ

194

ਲਾਲ ਲੁੰਗੀਆਂ ਅਤੇ ਮਤਾਹ ਲਾਚੇ, ਨਾਲ ਰੇਸ਼ਮੀ ਖੇਸ ਸਲਾਰੀਆਂ ਨੀ
ਮਾਣਕ ਚੌਂਕ ਪਟਾਂਗਲਾਂ ਡੋਰੀਏ ਸਨ, ਬੂੰਦਾਂ ਅਤੇ ਪੰਜ-ਦਾਣੀਆਂ ਸਾਰੀਆਂ ਨੀ
ਚੌਂਪ ਛੈਲਾਂ ਤੇ ਚਾਰਸੂਤੀਏ ਸਨ, ਚੰਦਾਂ ਮੋਰਾਂ ਦੇ ਬਾਨ੍ਹਣੂੰ ਝਾਰੀਆਂ ਨੀ
ਸਾਲੂ ਤੀਹਰੇ ਚਾਦਰਾਂ ਬਾਫ਼ਤੇ ਦੀਆਂ, ਨਾਲ ਭੋਛਣਾ ਦੇ ਫੁਲਕਾਰੀਆਂ ਨੀ
ਵਾਰਿਸ ਸ਼ਾਹ ਚਿਕਨੀ ਸਿਰੋਪਾਉ ਖ਼ਾਸੇ, ਤੇ ਪੋਸ਼ਾਕੀਆਂ ਮੁੱਲ ਦੀਆਂ ਭਾਰੀਆਂ ਨੀ

ਵਿਆਹ ਦੇ ਕੱਪੜੇ

195

ਲਾਲ ਘੱਗਰੇ ਕਾਢਵੇਂ ਨਾਲ ਮਸ਼ਰੂ, ਮੁਸ਼ਕੀ ਪੱਗਾਂ ਦੇ ਨਾਲ ਦੁਸੀਲੜੇ ਨੀ
ਦਰਿਆਈ ਚੋਲੀਆਂ ਨਾਲ ਮਹਤੀਏ ਸਨ, ਕੀਮਖਾਬ ਤੇ ਚੁੰਨੀਆਂ ਪੀਲੜੇ ਨੀ
ਜੋਕਬੰਦ ਤੇ ਅੰਬਰੀ ਬਾਦਲਾ ਸੀ, ਜ਼ਰੀ ਖ਼ਾਸ ਚੌਤਾਰ ਰਸੀਲੜੇ ਨੀ
ਚਾਰਖ਼ਾਨੀਏ ਡੋਰੀਏ ਮਲਮਲਾਂ ਸਨ, ਸਿਰੀ ਸਾਫ਼ ਤੇ ਪੱਟ ਸਖੀਲੜੇ ਨੀ
ਆਲ੍ਹਾ ਆਲ੍ਹਾ ਜਾਲੀਆਂ ਝੁੰਮੀਆਂ ਸਨ, ਸ਼ੀਰ ਸ਼ੱਕਰ ਗੁਲਬਦਨ ਰਸੀਲੜੇ ਨੀ[1]
ਵਾਰਿਸ ਸ਼ਾਹ ਦੁਇ ਓਢਣੀ ਹੀਰ ਰਾਂਝਾ, ਸੁੱਕੇ ਤੀਲੜੇ ਤੇ ਸਾਵੇ ਪੀਲੜੇ ਨੀ

ਦਾਜ ਦੇ ਭਾਂਡੇ

196

ਸੁਰਮੇ ਦਾਣੀਆਂ ਥਾਲੀਆਂ ਥਾਲ ਛੰਨੇ, ਲੋਹ ਕੜਛੇ ਤੇ ਨਾਲ ਕੜਾਹੀਆਂ ਦੇ
ਕੌਲ ਨਾਲ ਬਹੁਗੁਣੇ ਸਣੇ ਤਬਲਬਾਜ਼ਾਂ, ਕਾਬ ਅਤੇ ਪਰਾਤ ਬਰਵਾਹੀਆਂ ਦੇ
ਚਮਚੇ ਬੇਲੂਏ ਦੋਹਣੀ ਦੇਗਚੇ ਵੀ, ਨਾਲ ਖੌਂਚੇ ਤਾਸ ਬਾਦਸ਼ਾਹੀਆਂ ਦੇ
ਪੱਟ ਅਤੇ ਪਟੀਹਲੜਾਂ ਦਾਜ ਰੱਤੇ, ਜਿਗਰੇ ਪਾਟ ਗਏ ਵੇਖਕੇ ਰਾਹੀਆਂ ਦੇ
ਘੁਮਿਆਰਾਂ ਨੇ ਮੱਟਾਂ ਦੇ ਢੇਰ ਲਾਏ, ਢਕੇ ਬਹੁਤ ਬਾਲਣ ਨਾਲ ਕਾਹੀਆਂ ਦੇ
ਦੇਗਾਂ ਖਿੱਚਦੇ ਘੱਤ ਜ਼ੰਜ਼ੀਰ ਰੱਸੇ, ਤੋਪਾ ਖਿੱਚਦੇ ਕਟਕ ਬਾਦਸ਼ਾਹੀਆਂ ਦੇ
ਵਾਰਿਸ ਸ਼ਾਹ ਮੀਆਂ ਚਾਉ ਵਿਆਹ ਦਾ ਸੀ, ਸੁੰਵੇ ਫਿਰਨ ਖੰਧੇ ਮੰਗੂ ਮਾਹੀਆਂ ਦੇ

ਮੇਲਣਾਂ

197

ਡਾਰਾਂ ਖ਼ੂਬਾਂ ਦੀਆਂ ਮੇਲਣਾਂ ਮੇਲ ਆਈਆਂ, ਹੂਰ ਪਰੀ ਦੀ ਹੋਸ਼ ਗਵਾਉਂਦੀਆਂ ਨੇ
ਲੱਖ ਜੱਟੀਆਂ ਮੁਸ਼ਕ ਪਲੱਟੀਆਂ ਨੇ, ਆਣਿ ਪਦਮਨੀ[2] ਵਾਂਗ ਸੁਹਾਉਂਦੀਆਂ ਨੇ
ਬਾਰਾਂ ਜਾਤ ਤੇ ਸੱਤ ਸਨਾਤ ਢੁੱਕੇ, ਰੰਗ ਰੰਗ ਦੀਆਂ ਸੂਰਤਾਂ ਆਉਂਦੀਆਂ ਨੇ
ਪਰੀ ਜ਼ਾਤ ਜੁਟੇਟੀਆਂ ਨੈਣ-ਖ਼ੂਨੀ, ਨਾਲ ਹੇਕ ਮਹੀਨ ਦੇ ਗਾਉਂਦੀਆਂ ਨੇ
ਉੱਤੇ ਭੋਛਣ ਸਨ ਪੰਜ ਤੋਲੀਏ ਦੇ, ਅਤੇ ਲੁੰਙੀਆਂ ਤੇੜ ਝਨਾਉਂ ਦੀਆਂ ਨੇ
ਲੱਖ ਸਿੱਠਣੀ ਦੇਣ ਤੇ ਲੈਣ ਗਾਲ੍ਹੀਂ, ਵਾਹ ਵਾਹ ਕਸੀਸੜਾ ਗਾਉਂਦੀਆਂ ਨੇ
ਨਾਲ ਆਰਸੀ ਮੁਖ਼ੜਾ ਵੇਖ ਸੁੰਦਰ, ਖੋਲ੍ਹ ਆਸ਼ਕਾਂ ਨੂੰ ਤਰਸਾਉਂਦੀਆਂ ਨੇ
ਇਕ ਖੋਲ੍ਹ ਕੇ ਚਾਦਰਾਂ ਕੱਢ ਛਾਤੀ, ਉਪਰਵਾੜਿਉਂ ਝਾਤੀਆਂ ਪਾਉਂਦੀਆਂ ਨੇ

---

1. ਇਹ ਸਤਰ ਹਦਾਇਤ ਉੱਲਾ ਦੀ ਹੈ।

2. ਪਦਮਨੀ ਚਿਤੌੜ ਦੇ ਰਾਜਾ ਰਾਵਲ ਰਤਨ ਸਿੰਘ ਦੀ ਪਤਨੀ ਸੀ। 1303 ਈ: ਵਿੱਚ ਅਲਾਉਦੀਨ ਖਿਲਜੀ ਦੇ ਜੰਗ ਜਿੱਤਣ 'ਤੇ ਇਹ ਕਿਲੇ ਵਿੱਚ ਜੌਹਰ ਕਰਕੇ ਜਲ ਗਈ ਸੀ।

ਇਕ ਵਾਂਙ ਬਸਾਤੀਆਂ ਕੱਢਿ ਲਾਟੂ, ਵੀਰਾਰਾਧ ਦੀ ਨਾਫ਼ ਵਿਖਾਉਂਦਿਆਂ ਨੇ
ਇਕ ਤਾਉੜੀ ਮਾਰਦੀਆਂ ਨੱਚਦੀਆਂ ਨੇ, ਇਕ ਵਿਚੇ ਖਹਿੰਦੀਆਂ ਆਉਂਦੀਆਂ ਨੇ
ਇਕ ਗਾਇ ਕੇ ਕੋਇਲਾਂ ਕਾਗ ਹੋਈਆਂ, ਇਕ ਰਾਹ ਵਿਚ ਦੋਹੜੇ ਲਾਉਂਦੀਆਂ ਨੇ
ਇਕ ਆਖਦੀ ਮੋਰ ਨਾ ਮਾਰ ਮੇਰਾ, ਇਕ ਵਿਚ ਮਮੋਲੜਾ ਗਾਉਂਦੀਆਂ ਨੇ
ਵਾਰਿਸ ਸ਼ਾਹ ਜਿਉਂ ਸ਼ਕਰਗੰਜ਼ ਪਟਣ[1] ਪਾਕੇ, ਲੱਖ ਸੰਗਤਾਂ ਜ਼ਿਆਰਤੀ ਆਉਂਦੀਆਂ ਨੇ

198

ਜਿਵੇਂ ਲੋਕ ਨਗਾਹੇ ਤੇ ਰਤਨ ਥੰਮਨ, ਢੋਲ ਮਾਰਦੇ ਤੇ ਰੰਗ ਲਾਉਂਦੇ ਨੇ
ਭੜਥੂ ਮਾਰ ਕੇ ਫੁਮਣੀਆਂ ਘੱਤਦੀਆਂ ਨੇ, ਇਕ ਜਾਂਵਦੇ ਤੇ ਇਕ ਆਉਂਦੇ ਨੇ
ਜਿਹੜੇ ਸਿਦਕ ਦੇ ਨਾਲ ਚਲ ਆਉਂਦੇ ਨੇ, ਕਦਮ ਚੁੰਮ ਮੁਰਾਦ ਸਭ ਪਾਉਂਦੇ ਨੇ
ਵਾਰਿਸ ਸ਼ਾਹ ਦਾ ਚੂਰਮਾ ਕੁੱਟ ਕੇ ਤੇ, ਦੇ ਦੇ ਫ਼ਾਤਿਹਾ ਵੰਡ ਵੰਡਾਉਂਦੇ ਨੇ

ਜੰਞ ਦੀ ਸਜ ਧਜ

199

ਢਾਡੀ ਭਗਤੀਏ ਕੰਜਰੀਆਂ ਨਕਲੀਏ ਸਨ, ਅਤੇ ਡੂਮ ਸਰੋਦ ਵਜਾਇ ਕੇ ਜੀ
ਕਸ਼ਮੀਰੀਆਂ ਦੱਖਣੀ ਨਾਲ ਵਾਜੇ, ਭੇਰੀ ਤੂਰੀਆਂ ਵੱਜੀਆਂ ਚਾਇ ਕੇ ਜੀ
ਚੜ੍ਹ ਘੋੜੀਆਂ ਖੇੜਿਆਂ ਗੰਢ ਫੇਰੀ ਚੜ੍ਹੇ ਗੱਭਰੂ ਡੰਕ ਵਜਾਇ ਕੇ ਜੀ
ਕੇਸਰ ਭਿੰਨੜੇ ਪੱਗਾਂ ਦੇ ਪੇਚ ਬੱਧੇ, ਵਿੱਚ ਕਲਗੀਆਂ ਜਿਗਾਂ ਲਗਾਇਕੇ ਜੀ
ਕਾਠੀਆਂ ਸੁਰਖ਼ ਬਨਾਤ ਦੀਆਂ ਹੇਠ ਤਾਜ਼ੀ, ਘੋੜੇ ਲੂਲ੍ਹ ਹਮੇਲ ਛਣਕਾਇਕੇ ਜੀ
ਫੁੱਲਾਂ ਸੇਹਰੇ ਤੁਰਹਿਆਂ ਨਾਲ ਲਟਕਣ, ਟਕੇ ਦਿੱਤੇ ਨੇ ਲੱਖ ਲੁਟਾਇ ਕੇ ਜੀ
ਵਾਰਿਸ ਸ਼ਾਹ ਸੈਦੇ ਮੁੱਖ ਤੇ ਮੁਕਟ ਬੱਧਾ, ਸੋਇਨ ਸੇਹਰੇ ਬੰਨ੍ਹ ਬੰਨ੍ਹਾਇ ਕੇ ਜੀ

ਆਤਿਸ਼ਬਾਜ਼ੀਆਂ

200

ਆਤਸ਼-ਬਾਜ਼ੀਆਂ ਛੁਟਦੀਆਂ ਫੁਲਝੜੀਆਂ, ਭੋਇੰ ਚੱਪੇ ਤੇ ਬਾਗ ਹਵਾਇ ਮੀਆਂ
ਹਾਥੀ, ਮੋਰ ਤੇ ਚਰਖੀਆਂ ਝਾੜ ਛੁੱਟਣ, ਤਾੜੋ ਤਾੜ ਪਟਾਕਿਆਂ ਪਾਇ ਮੀਆਂ
ਸਾਵਣ ਭਾਦਰੋਂ ਕੁੱਜੀਆਂ ਨਾਲ ਛੁੱਟੇ, ਟਿੰਡ ਚੂਹਿਆਂ ਦੀ ਕਰੇ ਤਾਇ ਮੀਆਂ
ਮਹਿਤਾਬੀਆਂ ਟੋਟਕੇ ਚਾਦਰਾਂ ਸਨ, ਦੇਊ ਚੱਕੀਆਂ ਵੱਡੇ ਰਸਾਇ ਮੀਆਂ
ਵਾਰਿਸ ਸ਼ਾਹ ਆਤਸ਼ਬਾਜ਼ੀ ਛੁੱਟ ਗਈ, ਹੁਣ ਅਗਲੀ ਗੱਲ ਸੁਣਾਇ ਮੀਆਂ[2]

---

1. ਪਾਕਪਟਣ ਦਾ ਪੁਰਾਣਾ ਨਾਂ ਅਜੋਜਨ ਸੀ। ਇਹ ਬਾਬਾ ਫਰੀਦ ਜੀ ਦੇ ਨਿਵਾਸ ਕਰਕੇ ਪ੍ਰਸਿੱਧ ਹੈ।

2. ਹੀਰ ਵਾਰਿਸ ਉੱਪਰ ਕੰਮ ਕਰਨ ਵਾਲੇ ਖੋਜੀ ਜਾਹਿਦ ਇਕਬਾਲ ਮੁਤਾਬਿਕ ਇਹ ਸਤਰ ਨਾ-ਮਾਲੂਮ ਕਵੀ ਦੀ ਹੈ।

ਨਿਕਾਹ ਲਈ ਮੇਲਣਾ

201

ਮੇਲ ਮੇਲ ਕੇ ਸਿਆਲਾਂ ਦੀ ਜੰਞ ਆਈ, ਲੱਗੀਆਂ ਸੌਣ ਦੇ ਸ਼ਗਨ ਕਰਾਵਣੇ ਨੂੰ
ਘੱਤ ਸੁਰਮ-ਸਲਾਈਆਂ ਦੇਣ ਗਾਲ੍ਹੀਂ, ਤੇ ਖੜੂੱਕਣੇ ਨਾਲ ਖਿਡਾਵਣੇ ਨੂੰ
ਬੰਨ੍ਹ ਤੀਲੀਆਂ ਪਰ੍ਹੇ ਵਿਚ ਬਾਲ ਦੀਵੇ, ਆਈਆਂ ਨੌਸ਼ਾਹ ਦੀ ਨਜ਼ਰ ਟਿਕਾਵਣੇ ਨੂੰ
ਕਾਈ ਆਖਦੀ ਅੰਮਾਂ ਵਟਾਵਿਆਂ ਵੇ, ਨਿੱਕੀ ਆਂਦੀ ਊ ਨਾਲ ਰੁਵਾਵਣੇ ਨੂੰ
ਤੇਰੇ ਵਡੇ ਸਰਬਾਲੇ ਦੀ ਜਿਹੀ ਕੀਤੀ, ਸੱਦ ਉਸਨੂੰ ਕੋਲ ਬਹਾਵਣੇ ਨੂੰ
ਕਾਈ ਗਲ-ਹੱਥਾਂ ਤੇ ਦੇ ਛਿੱਬੀ, ਇਕ ਝਿੜਕਦੀ ਦੂਈ ਹਟਾਵਣੇ ਨੂੰ
ਇਕ ਹੱਸਦੀਆਂ ਬਕਦੀਆਂ ਦੇਣ ਮੂਸਾਂ, ਪਾਸੇ ਖਹਿੰਦੀਆਂ ਲਾਡ ਲਡਾਵਣੇ ਨੂੰ
ਛੰਨਾਂ ਥਾਲੀ ਦੇ ਵਿਚ ਚਾ ਗੱਡਿਓ ਨੇ, ਪਕੜਿ ਜ਼ੋਰ ਦੇ ਨਾਲ ਹਿਲਾਵਣੇ ਨੂੰ
ਦੇਵੀਂ ਦੂੱਧ ਹਿਸਾਬ ਕਿਤਾਬ ਸਾਨੂੰ, ਕੱਢ ਬਹੂਨਾ ਢਿੱਲ ਨਾ ਲਾਵਣੇ ਨੂੰ
ਮੌਲੀ ਨਾਲ ਚਾ ਖਿੱਚਿਆਂ ਗੱਭਰੂ ਨੂੰ, ਰੋੜੀ ਲੱਗੀਆਂ ਆਣ ਖੁਵਾਵਣੇ ਨੂੰ
ਭਰੀ ਘੜੀ-ਘੜੋਲੀ ਤੇ ਕੁੜੀ ਨ੍ਹਾਤੀ, ਆਈਆਂ ਫੇਰ ਨਿਕਾਹ ਪੜ੍ਹਾਵਣੇ ਨੂੰ

ਸੈਦੇ ਨੂੰ ਮਖ਼ੌਲ

202

ਭੇਟਕ ਮੰਗਦੀਆਂ ਸਾਲੀਆਂ ਚੀਚ ਛੱਲਾ, ਦੁੱਧ ਦੇਹਿ ਅਣਯੱਧੜੀ ਚਿੜੀ ਦਾ ਵੇ
ਦੁਧ ਦੇਹੀ ਗਹੀਰੇ ਦਾ ਚੋ ਜੱਟਾ, ਦੇਈਂ ਦੱਖਣਾ ਖੰਡ ਦੀ ਪੁੜੀ ਦਾ ਵੇ
ਲੌਂਗਾ ਮੰਜੜਾ ਨਦੀ ਵਿਚ ਕੋਟ ਕਰਦੇ, ਛੱਲਾ ਘਤ ਕੁਆਰੜੀ ਕੁੜੀ ਦਾ ਵੇ
ਬਿਨਾ ਬਲਦ ਦੇ ਗੇੜਦੇ ਖੂਹ ਸਾਨੂੰ, ਵੇਖਾਂ ਕੀਕੁਰਾਂ ਉਹ ਭੀ ਗਿੜੀ ਦਾ ਵੇ
ਤੰਬੂ ਤਾਣ ਵਿਖਾ ਖਾਂ ਬਾਝੁ ਥੰਮਾਂ, ਪਹੁੰਚਾ ਦੇ ਤੂੰ ਸੋਨੇ ਦੀ ਚਿੜੀ ਦਾ ਵੇ
ਇਕ ਮੁਣਸ ਕਸੀਰੇ ਦਾ ਘੜੀ ਮੰਗੇ, ਹਾਥੀ ਪਾ ਕੁੱਜੇ ਕੀਕੂੰ ਫੜੀ ਦਾ ਵੇ
ਸਾਡੇ ਪਿੰਡ ਦੇ ਚਾਕ ਨੂੰ ਦੇਹੁ ਅੰਮਾਂ, ਲੇਖਾ ਨਾਲ ਤੇਰੇ ਐਂਵੇ ਵਿੜ੍ਹੀ ਦਾ ਵੇ
ਵਾਰਿਸ ਸ਼ਾਹ ਜੀਜਾ ਖਿੜਿਆਂ ਵਾਂਗ ਫੁੱਲਾਂ, ਜਿਵੇਂ ਫੁੱਲ ਗੁਲਾਬ ਦਾ ਖਿੜੀ ਦਾ ਵੇ

ਸੈਦਾ ਸਾਲੀਆਂ ਨੂੰ

203

ਅਨੀ ਸੋਹਣੀਏ ਛੈਲ ਮਲੂਕ ਕੁੜੀਏ, ਸਾਥੋਂ ਏਤਨਾ ਝੇੜਾ ਨਾ ਝਿੜੀਦਾ ਨੀ
ਤਿੰਨ ਸੌ ਸੱਠ ਦੇ ਵਿਚ ਸਿਆਲ ਰਾਣੀ, ਆਹ ਲੈ ਚੀਚ ਛੱਲਾ ਉਸਦੀ ਪਰੀ ਦਾ ਨੀ
ਚੜ੍ਹਿਆ ਸਾਵਣਾ ਬਾਗ ਬਹਾਰ ਹੋਈ, ਦੱਭ ਕਾਂਹ ਤੇ ਸਰਕੜਾ ਖਿੜੀ ਦਾ ਨੀ
ਟੰਗੀਂ ਪਾ ਢੰਗਾ ਦੋਹਣੀ ਪੂਰ ਕੱਢੀ, ਆਹ ਲੈ ਦੁੱਧ ਅਣਯੱਧੜੀ ਚਿੜੀ ਦਾ ਨੀ
ਚੀਣਾ ਕੰਗਣੀ ਚੋਗ ਮਮੋਲਿਆਂ ਦੀ, ਜਿਹੜਾ ਨਿੱਤ ਘੁਮਿਆਰਾਂ ਦੇ ਛੜੀ ਦਾ ਨੀ
ਦੁੱਧ ਲਿਆ ਗਹੂਰੇ ਦਾ ਚੋਇ ਕੁੜੀਏ, ਆਹ ਲੈ ਪੀਉ ਲੈ ਬਾਪ ਨ ਲੜੀ ਦਾ ਨੀ
ਸੂਹਿਆਂ ਸਾਵਿਆਂ ਨਾਲ ਬਹਾਰ ਤੇਰੀ, ਮੁਸ਼ਕ ਆਂਵਦਾ ਲੌਂਗਾਂ ਦੀ ਧੜੀ ਦਾ ਨੀ

ਖੰਡ ਪੁੜੀ ਦੀ ਦੱਖਣਾ ਦਿਆਂ ਤੈਨੂੰ, ਟਕਾ ਲਾ ਲੈ ਵਿਚ ਤੂੰ ਧੜੀ ਦਾ ਨੀ
ਚਾਲ ਚਲੇਂ ਮੁਰਗਾਬੀ ਦੀ ਤਰੇ ਤਾਰੀ, ਬੋਲਿਆਂ ਫੁੱਲ ਗੁਲਾਬ ਦਾ ਖਿੜੀ ਦਾ ਨੀ
ਕੋਟ ਨਦੀ ਵਿਚ ਲੈਸਣ ਲੌਂਗ ਮੰਜਾ, ਤੇਰੇ ਸੌਣ ਨੂੰ ਕੌਣ ਲੈ ਵੜੀ ਦਾ ਨੀ
ਇਕ ਗੱਲ ਭੁੱਲੀ ਮੇਰੇ ਯਾਦ ਆਈ, ਰੋਟ ਸੁੱਖਿਆ ਪੀਰ ਦੀ ਥੜੀ ਦਾ ਨੀ
ਬਾਝੁ ਬਲਦਾਂ ਦੇ ਖੂਹ ਭਜਾ ਦਿੱਤਾ, ਔਡਾ ਖੜਕਦਾ ਕਾਠ ਦੀ ਕੜੀ ਦਾ ਨੀ
ਝੱਬ ਨਹਾ ਲੈ ਬੁਕ ਭਰ ਛੈਲ ਕੁੜੀਏ, ਚਾਉ ਖੂਹ ਦਾ ਨਾਲ ਲੈ ਖੜੀ ਦਾ ਨੀ
ਅਸਾਂ ਭਾਲ ਕਸੇਰੇ ਦਾ ਮੁਣਸ ਆਂਦਾ, ਟੱਪ ਟੱਪ ਕੇ ਉਤੇ ਚੜ੍ਹੀ ਦਾ ਨੀ
ਦਿਖਾ ਬਹੋਂ ਤੇ ਹਿੰਦੁਸਤਾਨ ਅੰਦਰ, ਐਸੀ ਹਿਕਮਤਿ ਪੀਰ ਦੀ ਜੜੀ ਦਾ ਨੀ
ਤੰਬੂ ਤਾਣ ਲਏ ਨੇ ਅਸਾਂ ਸਾਜ਼ ਸਭੇ, ਮੇਲਾ ਵੇਖ ਲੈ ਧ੍ਰੰਕਲ ਦੇ ਘਰੀ ਦਾ ਨੀ
ਸੁਰਮਾ ਸੁਰਖੀ ਤੇ ਲਏ ਦੰਦਾਸੜਾ ਭੀ, ਸ਼ੀਸ਼ਾ ਸਾਫ ਹੈ ਆਰਸੀ ਜੜੀ ਦਾ ਨੀ
ਚੋਲੀ ਮੁਸ਼ਕ ਤੇ ਲਈ ਖੜਕ ਤ੍ਰਗਾਂ, ਮੁਸ਼ਕ ਸਭ ਸਰੀਰ ਵਿਚ ਵੜੀ ਦਾ ਨੀ
ਇਕ ਮੰਗਯੋ ਇਹ ਅਣਹੋਂਦ ਕੁੜੀਏ, ਪੌਂਚਾ ਸੋਨੇ ਦਾ ਕਿਤੇ ਨਾ ਘੜੀ ਦਾ ਨੀ
ਇਕ ਚਾਕ ਦੀ ਭੈਣ ਤੇ ਤੁਸੀਂ ਸਭੇ, ਚਲੋ ਨਾਲ ਮੇਰੇ ਜੋੜ ਜੁੜੀਦਾ ਨੀ
ਵਾਰਿਸ ਸ਼ਾਹ ਘੇਰਾ ਕਾਹਨੂੰ ਘੱਤਿਓ ਜੇ, ਜਿਵੇਂ ਚੰਦ ਪਰਵਾਰ ਵਿਚ ਵੜੀਦਾ ਨੀ

ਆਉਣਾ ਕਾਜ਼ੀ ਦਾ

204

ਕਾਜ਼ੀ ਸੱਦਿਆ ਪੜ੍ਹਨ ਨਿਕਾਹ ਨੂੰ ਜੀ, ਨੱਢੀ ਵਿਹਰ ਬੈਠੀ, ਨਹੀਂ ਬੋਲਦੀ ਹੈ
ਮੈਂ ਤਾਂ ਮੰਗ ਰੰਝੇਟੇ ਦੀ ਹੋਇ ਚੁੱਕੀ, ਮਾਉਂ ਕੁਫਰ ਦੇ ਗ਼ੈਬ ਕਿਉਂ ਤੋਲਦੀ ਹੈ
ਨਿਜ਼ਾ ਵਕਤ ਸ਼ੈਤਾਨ ਜਿਉਂ ਦੇਹ ਪਾਣੀ, ਪਈ ਜਾਨ ਗ਼ਰੀਬ ਦੀ ਡੋਲਦੀ ਹੈ
ਅਸਾਂ ਮੰਗ ਦਰਗਾਹ ਥੀਂ ਲਿਆ ਰਾਂਝਾ, ਸਿਦਕ ਸੱਚ ਜ਼ਬਾਨ ਥੋਂ ਬੋਲਦੀ ਹੈ
ਅਸਾਂ ਜਾਨ ਰੰਝੇਟੇ ਦੇ ਪੇਸ਼ ਕੀਤੀ, ਲੱਖ ਖੇੜਿਆ ਨੂੰ ਚਾ ਘੋਲਦੀ ਹੈ
ਮੱਖਣ ਨਜ਼ਰ ਰੰਝੇਟੇ ਦੀ ਅਸਾਂ ਕੀਤਾ, ਸੁੰਞੀ ਮਾਉਂ ਕਿਉਂ ਛਾਹ ਨੂੰ ਰੋਲਦੀ ਹੈ
ਅੰਨ੍ਹੇ ਮੇਉ[1] ਵਾਂਙੂ ਵਾਰਿਸ ਸ਼ਾਹ ਮੀਆਂ, ਪਈ ਮੂਤ ਵਿਚ ਮੱਛੀਆਂ ਟੋਲਦੀ ਹੈ

ਕਾਜ਼ੀ

205

ਕਾਜ਼ੀ ਮਹਿਕਮੇ ਵਿਚ ਇਰਸ਼ਾਦ ਕੀਤਾ, ਮੰਨ ਸ਼ਰ੍ਹਾ ਦਾ ਹੁਕਮ ਜੇ ਜੀਵਣਾ ਈ
ਬਾਅਦ ਮੌਤ ਦੇ ਨਾਲ ਈਮਾਨ ਹੀਰੇ, ਦਾਖ਼ਲ ਵਿਚ ਬਹਿਸ਼ਤ ਦੇ ਥੀਵਣਾ ਈ
ਨਾਲ ਜ਼ੌਕ ਦੇ ਸ਼ੌਕ ਦਾ ਨੂਰ ਸ਼ਰਬਤ, ਵਿਚ ਜੰਨਤਿ-ਅਦਨ ਦੇ ਪੀਵਣਾ ਈ
ਚਾਦਰ ਨਾਲ ਹੱਯਾਉ ਦੇ ਸਤਰ ਕੀਚੈ, ਕਾਹਿ ਦਰਜ ਹਰਾਮ ਦੀ ਸੀਵਣਾ ਈ

---

1. ਬਾਜ਼

ਹੀਰ

206

ਹੀਰ ਆਖਦੀ ਜੀਵਣਾ ਭਲਾ ਸੋਈ, ਜਿਹੜਾ ਹੋਵੇ ਭੀ ਨਾਲ ਈਮਾਨ ਮੀਆਂ
ਸਭੋ ਜਗ ਫਾਨੀ ਇਕੋ ਰੱਬ ਬਾਕੀ, ਹੁਕਮ ਕੀਤਾ ਹੈ ਰੱਬ ਰਹਿਮਾਨ ਮੀਆਂ
ਮੇਰੇ ਇਸ਼ਕ ਨੂੰ ਜਾਣਦਾ ਧੌਲ ਬਾਸਕ, ਲੋਹ ਕਲਮ ਤੇ ਜ਼ਿਮੀ ਅਸਮਾਨ ਮੀਆਂ
ਵਾਰਿਸ ਸ਼ਾਹ ਜ਼ਬਾਲ ਦੇ ਕੌਲ ਪਾਲਾਂ, ਛੱਡ ਜਾਣਾ ਹੈ ਜਗ ਜਹਾਨ ਮੀਆਂ

ਕਾਜ਼ੀ

207

ਹੀਰੇ! ਰੂਪ ਦਾ ਕੁਝ ਵਿਸਾਹ ਨਾਹੀਂ, ਮਾਣ-ਮੱਤੀਏ ਮੁਸ਼ਕ ਪਲੱਟੀਏ ਨੀ
ਨਬੀ ਹੁਕਮ ਨਿਕਾਹ ਫ਼ਰਮਾਇ ਦਿੱਤਾ, ਹੁਕਮ 'ਰੱਬ ਦਾ' ਮੰਨ ਲੈ ਜੱਟੀਏ ਨੀ
ਕਦੇ ਦੀਨ ਇਸਲਾਮ ਦੇ ਰਾਹ ਟੁਰੀਏ, ਜੜ੍ਹ ਕੁਫ਼ਰ ਦੀ ਜੀਊ ਥੀਂ ਪੱਟੀਏ ਨੀ
ਜਿਹੜੇ ਛੱਡ ਹਲਾਲ ਹਰਾਮ ਤੱਕਣ, ਵਿੱਚ ਹਾਵਿਆਂ ਦੋਜ਼ਖੀਂ ਸੱਟੀਏ ਨੀ
ਖੇੜਾ ਹੱਕ ਹਲਾਲ ਕਬੂਲ ਕਰ ਤੂੰ, ਵਾਰਸਿ ਸ਼ਾਹ ਬਣ ਬੈਠੀ ਢੱਟੀਏ ਨੀ

ਹੀਰ

208

ਕਲਬੁਲ-ਮੋਮਨੀ ਅਰਸ਼ ਅੱਲਾਹ ਤਾਲਾ, ਕਾਜ਼ੀ ਅਰਸ਼ ਖ਼ੁਦਾਇ ਦਾ ਢਾਹ ਨਾਹੀਂ
ਜਿੱਥੇ ਧੀਦੋ ਦੇ ਇਸ਼ਕ ਮੁਕਾਮ ਕੀਤਾ, ਉਥੇ ਖੇੜਿਆਂ ਦੀ ਕੋਈ ਜਾਹ ਨਾਹੀਂ
ਏਹ ਚਾੜ੍ਹੀ ਗੁਲੇਲ ਮੈਂ ਇਸ਼ਕ ਵਾਲੀ, ਜਿੱਥੇ ਹੋਰ ਕਾਈ ਚਾੜ੍ਹ ਲਾਹ ਨਾਹੀਂ
ਕਿਸ ਜੀਵਣੇ ਕਾਜ ਈਮਾਨ ਵੇਚਾਂ, ਏਹਾ ਕੌਣ ਜੋ ਅੰਤ ਫ਼ਨਾਹ ਨਾਹੀਂ
ਜਿਵੇਂ ਰੰਘੜਾਂ ਵਿਚ ਨਾ ਪੀਰ ਕੋਈ, ਅਤੇ ਲਿੱਧੜਾਂ ਵਿਚ ਬਾਦਸ਼ਾਹ ਨਾਹੀਂ
ਵਾਰਿਸ ਸ਼ਾਹ ਮੀਆਂ ਕਾਜ਼ੀ ਸ਼ਰ੍ਹਾ ਦੇ ਨੂੰ, ਨਾਲ ਅਹਲਿ-ਤਰੀਕਤ ਦੇ ਵਾਹ ਨਾਹੀਂ

ਕਾਜ਼ੀ

209

ਦੁਰੇ ਸ਼ਰ੍ਹਾ ਦੇ ਮਾਰ ਉਧੇੜ ਦੇਸਾਂ, ਕਰਾਂ ਉਮਰ ਖ਼ਿਤਾਬ ਦਾ ਨਿਆਉਂ ਹੀਰੇ
ਘੱਤ ਕੱਖਾਂ ਦੇ ਵਿੱਚ ਮੈਂ ਸਾੜ ਸੁੱਟਾਂ, ਤੈਨੂੰ ਵੇਖਸੀ ਪਿੰਡ ਗਿਰਾਉਂ ਹੀਰੇ
ਖੇੜੇ ਕਰੇਂ ਕਬੂਲ ਤਾਂ ਖ਼ੈਰ ਤੇਰੀ, ਛੱਡ ਚਾਕ ਰੰਝੇਟੇ ਦਾ ਨਾਉਂ ਹੀਰੇ
ਅੱਖੀਂ ਮੀਟ ਕੇ ਵਕਤ ਲੰਘਾ ਮੋਈਏ, ਏਹ ਜਹਾਨ ਹੈ ਬੱਦਲਾਂ ਛਾਉਂ ਹੀਰੇ
ਵਾਰਿਸ ਸ਼ਾਹ ਹੁਣ ਰੱਬ ਦਾ ਆਸਰਾ ਹੈ, ਜਦੋਂ ਵਿੱਟੁਰੇ ਬਾਪ ਤੇ ਮਾਉਂ ਹੀਰੇ

ਹੀਰ

210

ਰਲੇ ਦਿਲਾਂ ਨੂੰ ਪਕੜ ਵਿਛੋੜ ਦੇਣਾ, ਬੁਰੀ ਬਾਣ ਹੈ ਇਨ੍ਹਾਂ ਹਤਿਆਰਿਆਂ ਨੂੰ
ਨਿੱਤ ਸ਼ਹਿਰ ਦੀ ਫ਼ਿਕਰ ਗ਼ਲਤਾਨ ਰਹਿਣਾ, ਏਹਾ ਸ਼ਾਮਤਾਂ ਰੱਬ ਦਿਆਂ ਮਾਰਿਆਂ ਨੂੰ
ਖਾਣ ਵੱਢੀਆਂ ਨਿੱਤ ਈਮਾਨ ਵੇਚਣ, ਏਹੋ ਮਾਰ ਹੈ ਕਾਜ਼ੀਆਂ ਸਾਰਿਆਂ ਨੂੰ
ਰੱਬ ਦੋਜ਼ਖਾਂ ਨੂੰ ਭਰੇ ਪਾਇ ਬਾਲਣ, ਕੇਹਾ ਦੋਸ਼ ਹੈ ਅਸਾਂ ਵਿਚਾਰਿਆਂ ਨੂੰ
ਵਾਰਿਸ ਸ਼ਾਹ ਮੀਆਂ ਬਣੀ ਬਹੁਤ ਔਖੀ, ਨਹੀਂ ਜਾਣਦੇ ਸਾਂ ਏਨ੍ਹਾਂ ਕਾਰਿਆਂ ਨੂੰ

ਕਾਜ਼ੀ

211

ਜਿਹੜੇ ਛੱਡ ਕੇ ਰਾਹ ਹਲਾਲ ਦੇ ਨੂੰ, ਤੱਕਣ ਨਜ਼ਰ ਹਰਾਮ ਦੀ ਮਾਰੀਅਨਗੇ
ਕਬਰ ਵਿਚ ਬਹਾਇ ਕੇ ਨਾਲ ਗੁਰਜਾਂ, ਓਥੇ ਪਾਪ ਤੇ ਪੁੰਨ ਨਿਤਾਰੀਅਨਗੇ
ਰੋਜ਼ ਹਸ਼ਰ ਦੇ ਦੋਖਜ਼ੀ ਪਕੜ ਕੇ ਤੇ, ਘੱਤ ਅੱਗ ਦੇ ਵਿਚ ਨਿਘਾਰੀਅਨਗੇ
ਕੂਚ ਵਕਤ ਨਾ ਕਿਸੇ ਹੈ ਸਾਥ ਰਲਣਾ, ਖ਼ਾਲੀ ਜੇਬ ਤੇ ਦਸਤ ਭੀ ਝਾੜੀਆਨਗੇ
ਵਾਰਿਸ ਸ਼ਾਹ ਇਹ ਉਮਰ ਦੇ ਲਾਲ ਮੁਹਰੇ, ਇਕ ਰੋਜ਼ ਨੂੰ ਆਕਬਤ[1] ਹਾਰੀਅਨਗੇ

ਸ਼ਾਇਰ

212

'ਕਾਲੂ-ਬਲਾ' ਦੇ ਦਿਨ ਨਿਕਾਹ ਬੱਧਾ, ਰੂਹ ਨਬੀ ਦੀ ਆਪ ਪੜ੍ਹਾਇਆ ਏ
ਕੁਤਬ ਹੋਇ ਵਕੀਲ ਵਿਚ ਆਇ ਬੈਠਾ, ਹੁਕਮ ਰੱਬ ਨੇ ਆਣ ਕਰਾਇਆ ਏ
ਜਬਰਾਇਲ ਮੈਕਾਈਲ ਗਵਾਹ ਚਾਰੇ ਅਸਰਾਫ਼ੀਲ, ਇਜ਼ਰਾਈਲ ਭੀ ਆਇਆ ਏ
ਅਗਲਾਂ ਤੋੜ ਕੇ ਹੋਰ ਨਿਕਾਹ ਪੜ੍ਹਨਾ, ਆਖ ਰੱਬ ਨੇ ਕਦੋਂ ਫ਼ੁਰਮਾਇਆ ਏ

213

ਜਿਹੜੇ ਇਸ਼ਕ ਦੀ ਅੱਗ ਦੇ ਤਾਉ ਤਪੇ, ਤਿਨਾਂ ਦੋਜ਼ਖਾਂ ਨਾਲ ਕੀ ਵਾਸਤਾ ਈ
ਜਿਨ੍ਹਾਂ ਇਕ ਦੇ ਨਾਉਂ ਤੇ ਸਿਦਕ ਬੱਧਾ, ਉਹਨਾਂ ਫ਼ਿਕਰ ਅੰਦੇਸੜਾ ਕਾਸਦਾ ਈ
ਆਖ਼ਰ ਸਿਦਕ ਯਕੀਨ ਤੇ ਕੰਮ ਪਉਸੀ, ਮੌਤ ਚਰਗੁ ਇਹ ਪੁਤਲਾ ਮਾਸ ਦਾ ਈ
ਦੋਜ਼ਖ ਮੋਰੀਆਂ ਮਿਲਣ ਬੇਸਿਦਕ ਝੂਠੇ, ਜਿਨ੍ਹਾਂ ਬਾਣ ਤੱਕਣ ਆਸ ਪਾਸ ਦਾ ਈ

ਕਾਜ਼ੀ

214

ਲਿਖਿਆ ਵਿਚ ਕੁਰਾਨ ਕਿਤਾਬ ਦੇ ਨੀ, ਗੁਨਾਹਗਾਰ ਖ਼ੁਦਾਇ ਦਾ ਚੋਰ ਹੈ ਨੀ

---

1. ਆਖ਼ਰਕਾਰ

ਹੁਕਮ ਮਾਉਂ ਤੇ ਬਾਪ ਦਾ ਮੰਨ ਲੈਣਾ, ਏਹਾ ਰਾਹ ਤਰੀਕਤ ਦਾ ਜ਼ੋਰ ਹੈ ਨੀ
ਜਿਨ੍ਹਾਂ ਨਾਂਹ ਮੰਨਿਆਂ ਪਛੋਤਾਇ ਰੋਸਣ, ਪੈਰ ਵੇਖ ਕੇ ਝੂਰਦਾ ਮੋਰ ਹੈ ਨੀ
ਜੋ ਕੁਝ ਮਾਉਂ ਤੇ ਬਾਪ ਤੇ ਅਸੀਂ ਕਰੀਏ, ਉਥੇ ਤੁਧ ਦਾ ਕੁਝ ਨਾ ਕੁਝ ਜ਼ੋਰ ਹੈ ਨੀ

ਹੀਰ

215

ਕਾਜ਼ੀ ਮਾਉਂ ਤੇ ਬਾਪ ਕਰਾਰ ਕੀਤਾ, ਹੀਰ ਰਾਂਝੇ ਦੇ ਨਾਲ ਵਿਵਾਹੁਣੀ ਹੈ
ਅਸਾਂ ਏਸ ਦੇ ਨਾਲ ਹੈ ਕੌਲ ਕੀਤਾ, ਲਬਿ-ਗੋਰ[1] ਦੇ ਤੀਕ ਨਿਬਾਹੁਣੀ ਹੈ
ਅੰਤ ਰਾਂਝੇ ਨੂੰ ਹੀਰ ਪਰਣਾਇ ਦੇਣੀ, ਕੋਈ ਰੋਜ਼ ਦੀ ਇਹ ਪਰਾਹੁਣੀ ਹੈ
ਵਾਰਿਸ ਸ਼ਾਹ ਨਾ ਜਾਣਦੀ ਮੈਂ ਕਮਲੀ, ਖੋਰਸ਼[2] ਸ਼ੇਰ ਦੀ ਗਧੇ ਨੂੰ ਪਾਹੁਣੀ ਹੈ

ਕਾਜ਼ੀ

216

ਕੁਰਬ[3] ਵਿਚ ਦਰਗਾਹ ਦੇ ਤਿਨ੍ਹਾਂ ਤਾਈਂ, ਜਿਹੜੇ ਹੱਕ ਦੇ ਨਾਲ ਨਿਕਾਹੀਅਨਗੇ
ਜਿਹੜੇ ਹੁਕਮ ਨੂੰ ਛੱਡ ਬੇਹੁਕਮ ਹੋਏ, ਵਿਚ ਹਾਵੀਏ ਦੋਜ਼ਖੀਂ ਲਾਹੀਅਨਗੇ
ਮਾਉਂ ਬਾਪ ਦੇ ਹੁਕਮ ਦੇ ਵਿਚ ਚੱਲੇ, ਬਹੁਤ ਜ਼ੌਕ ਦੇ ਨਾਲ ਵਿਵਾਹੀਅਨਗੇ
ਜਿਹੜੇ ਹੱਕ ਦੇ ਨਾਲ ਪਿਆਰ ਵੰਡਣ, ਅੱਠ ਭਿਸ਼ਤ ਭੀ ਉਨ੍ਹਾਂ ਨੂੰ ਚਾਹੀਅਨਗੇ
ਜਿਹੜੇ ਨਾਲ ਤਕੱਬਰੀ ਆਕੜਨਗੇ, ਵਾਂਙ ਬੱਕਰੇ ਈਦ ਦੇ ਢਾਹੀਅਨਗੇ
ਤਨ ਪਾਲ ਕੇ ਜਿਨ੍ਹਾਂ ਖ਼ੁਦ-ਰੂਈ ਕੀਤੀ, ਅੱਗੇ ਅੱਗ ਦੇ ਆਕਬਤ ਡਾਹੀਅਨਗੇ
ਵਾਰਿਸ ਸ਼ਾਹ ਮੀਆਂ ਜਿਹੜੇ ਬਹੁਤ ਸਿਆਣੇ, ਕਾਉਂ ਵਾਂਗਰਾਂ ਪਲਕ ਵਿਚ ਫਾਹੀਅਨਗੇ

ਕਾਜ਼ੀ

217

ਜਿਹੜੇ ਇਕ ਦੇ ਨਾਉਂ 'ਤੇ ਮਹਿਵ ਹੋਏ, ਮਨਜ਼ੂਰ ਖ਼ੁਦਾਇ ਦੇ ਰਾਹ ਦੇ ਨੀ
ਜਿਨ੍ਹਾਂ ਸਿਦਕ ਯਕੀਨ ਤਹਿਕੀਕ ਕੀਤਾ, ਮਕਬੂਲ ਦਰਗਾਹ ਅੱਲਾਹ ਦੇ ਨੀ
ਜਿਨ੍ਹਾਂ ਹੱਕ ਦਾ ਰਾਹ ਦਰੁਸਤ ਜਾਤਾ, ਤਿਨ੍ਹਾਂ ਫ਼ਿਕਰ ਅੰਦੇਸੜੇ ਕਾਹ ਦੇ ਨੀ
ਜਿਨ੍ਹਾਂ ਨਾਉਂ ਮਹਿਬੂਬ ਦਾ ਵਿਰਦ ਕੀਤਾ, ਉਹ ਸਾਹਿਬ ਮਰਤਬਾ ਜਾਹ ਦੇ ਨੀ
ਜਿਹੜੇ ਰਿਸ਼ਵਤਾਂ ਖਾਇ ਕੇ ਹੱਕ ਰੋੜ੍ਹਨ, ਉਹ ਚੋਰ ਉਚੱਕੜੇ ਰਾਹ ਦੇ ਨੀ
ਏਹ ਕੁਰਾਨ ਮਜੀਦ ਦੇ ਮਾਇਨੇ ਨੀ, ਜਿਹੜੇ ਸ਼ਿਅਰ ਮੀਏਂ ਵਾਰਿਸ ਸ਼ਾਹ ਦੇ ਨੀ

ਕਾਜ਼ੀ ਚੂਚਕ ਨੂੰ

218

ਕਾਜ਼ੀ ਆਖਦਾ ਏਹ ਜੇ ਰੋੜ ਪੱਕਾ, ਹੀਰ ਝਗੜਿਆਂ ਨਾਲ ਨਾ ਹਾਰਦੀ ਹੈ

---

1. ਕਬਰ, 2. ਖੱਲ, 3. ਨੇੜਤਾ

ਲਿਆਉ ਪੜ੍ਹ ਨਿਕਾਹ, ਮੂੰਹ ਬੰਨ੍ਹ ਇਸ ਦਾ, ਕੈਸਾ ਕੋਈ ਫ਼ਸਾਦ ਗੁਜ਼ਾਰਦੀ ਹੈ
ਛੱਡ ਮਸਜਦਾਂ ਡੇਰਿਆਂ ਵਿਚ ਵੜਦੀ, ਛੱਡ ਬੱਕਰੀਆਂ ਸੂਰੀਆਂ ਚਾਰਦੀ ਹੈ
ਵਾਰਿਸ ਸ਼ਾਹ ਮਧਾਣੀ ਹੈ ਹੀਰ ਜੱਟੀ, ਇਸ਼ਕ ਦਹੀਂ ਦਾ ਘਿਉ ਨਿਤਾਰਦੀ ਹੈ

ਸ਼ਾਇਰ

219

ਕਾਜ਼ੀ ਪੜ੍ਹ ਨਿਕਾਹ ਤੇ ਘੱਤ ਡੋਲੀ, ਨਾਲ ਖੇੜਿਆਂ ਦੇ ਦਿੱਤੀ ਟੋਰ ਮੀਆਂ
ਤੇਵਰ ਬੇਵਰਾਂ ਨਾਲ ਜੜਾਊ ਗਹਿਣੇ, ਦਮ ਦੌਲਤਾਂ ਨਿਆਮਤਾਂ ਹੋਰ ਮੀਆਂ
ਟੰਮਕ ਮਹੀਂ ਤੇ ਘੋੜੜੇ, ਊਠ ਦਿੱਤੇ, ਗਹਿਣਾ ਪੱਤਰਾ, ਢੱਗੜਾ, ਢੋਰ ਮੀਆਂ
ਹੀਰ ਖੇੜਿਆਂ ਨਾਲ ਨਾ ਟੁਰੇ ਮੂਲੇ, ਪਿਆ ਪਿੰਡ ਦੇ ਵਿਚ ਏਹ ਸ਼ੋਰ ਮੀਆਂ
ਵਾਰਿਸ ਘਿੰਨ ਕੇ ਹੀਰ ਨੂੰ ਰਵਾਂ ਹੋਏ, ਜਿਵੇਂ ਮਾਲ ਲੈ ਗਏ ਚੋਰ ਮੀਆਂ

ਸ਼ਾਇਰ

220

ਮਹੀਂ ਟੁਰਨ ਨਾ ਬਾਝ੍ਹ ਰੰਝੇਟੜੇ ਦੇ, ਭੂਹੇ ਹੋਇ ਕੇ ਪਿੰਡ ਭਜਾਇਓ ਨੇ
ਪੱਟ ਝੁੱਗੀਆਂ ਲੋਕਾਂ ਨੂੰ ਢੁੱਡ ਮਾਰਨ, ਭਾਂਡੇ ਭੰਨ ਕੇ ਸ਼ੋਰ ਮਚਾਇਓ ਨੇ
ਟੋਰ ਚਾਇ ਕੇ ਬੂਥੀਆਂ ਉਤਾਂਹ ਕਰ ਕੇ, ਸ਼ੂਕਾਟ ਤੇ ਧੁੰਮਲਾ ਲਾਇਓ ਨੇ
ਲੋਕਾਂ ਆਖਿਆ ਰਾਂਝੇ ਦੀ ਕਰੋ ਮਿੰਨਤ, ਪੈਹ ਟੁੰਬ ਕੇ ਆਣ ਜਗਾਇਓ ਨੇ
ਚਸ਼ਮਾ ਪੈਰ ਦੀ ਖ਼ਾਕ ਦਾ ਲਾ ਮੱਥੇ, ਵਾਂਙ ਸੇਵਕਾਂ ਸਖੀ ਮਨਾਇਓ ਨੇ
ਭੜਥੂ ਮਾਰਿਉ ਨੇ ਦਵਾਲੇ ਰਾਂਝਣੇ ਦੇ, ਲਾਲ ਬੇਗ ਦਾ ਥੜਾ ਪੂਜਾਇਓ ਨੇ
ਪਕਵਾਨ ਤੇ ਪਿੰਨੀਆਂ ਰੱਖ ਅੱਗੇ, ਭੋਲੂ ਰਾਮ ਨੂੰ ਖੁਸ਼ੀ ਕਰਾਇਓ ਨੇ
ਮਗਰ ਮਹੀ ਦੇ ਛੇੜ ਕੇ ਨਾਲ ਸ਼ਫ਼ਕਤ, ਸਿਰ ਟੰਮਕ ਚਾਇ ਚਵਾਇਓ ਨੇ
ਵਾਹੋ ਦਾਹ ਚਲੇ, ਰਾਤੋ ਰਾਤ ਖੇੜੇ, ਦਿਹੁੰ[1] ਜਾਇ ਕੇ ਪਿੰਡ ਚੜ੍ਹਇਓ ਨੇ
ਅੱਗੋਂ ਲੈਣ ਆਈਆਂ ਕੁੜੀਆਂ ਵਹੁਟੜੀ ਨੂੰ, 'ਜੇ ਤੂੰ ਆਂਦੜੀ ਵੇ ਵੀਰਾ' ਗਾਇਓ ਨੇ
ਦੇ ਚੂਰੀ ਤੇ ਖਿੱਚੜੀ ਦੀਆਂ ਸੱਤ ਬੁਰਕਾਂ, ਨੱਢਾ ਦੇਵਰਾ ਗੋਦ ਬਹਾਇਓ ਨੇ
ਸਿਰੋਂ ਲਾਹ ਟੰਮਕ ਭੂਰਾ ਖੇਸ ਲੀਤਾ, ਆਦਮ ਬਹਿਸ਼ਤ ਥੀਂ ਕੱਢ ਤਰਾਹਿਓ ਨੇ
ਵਾਰਿਸ ਸ਼ਾਹ ਮੀਆਂ ਵੇਖ ਕੁਦਰਤਾਂ ਨੀ, ਭੁੱਖਾ ਜੰਨਤੋਂ ਰੂਹ ਕਢਾਇਓ ਨੇ

ਹੀਰ

221

ਲੈ ਵੇ ਰਾਂਝਿਆ ਵਾਹ ਮੈ ਲਾਇ ਥੱਕੀ, ਮੇਰੇ ਵੱਸ ਥੀਂ ਗੱਲ ਬੇਵੱਸ ਹੋਈ
ਕਾਜ਼ੀ, ਮਾਪਿਆਂ, ਭਾਈਆਂ ਬੰਨ੍ਹ ਤੋਰੀ, ਸਾਡੀ ਤੈਂਡੜੀ ਦੋਸਤੀ ਭੱਸ ਹੋਈ

---

1. ਦਿਨ

ਘਰ ਖੇੜਿਆਂ ਦੇ ਨਹੀਂ ਵੱਸਣਾ ਮੈਂ, ਸਾਡੀ ਇਨ੍ਹਾਂ ਦੇ ਨਾਲ ਖੜਮੱਸ ਹੋਈ
ਜਾਹ ਜੀਵਾਂਗੇ ਮਿਲਾਂਗੇ ਰੱਬ ਮੇਲੇ, ਹਾਲ ਸਾਲ ਤਾਂ ਦੋਸਤੀ ਬੱਸ ਹੋਈ

ਰਾਂਝਾ

222

ਜੋ ਕੁਝ ਵਿਚ ਰਜ਼ਾਇ ਦੇ ਲਿਖ ਛੁੱਟਾ, ਮੂੰਹੋ ਬੱਸ ਨਾ ਆਖੀਏ ਭੈੜੀਏ ਨੀ
ਸੁੰਞਾ ਸੱਖਣਾ ਚਾਕ ਨੂੰ ਰੱਖਿਓ ਈ, ਮੱਥੇ ਭੌਰੀਏ, ਚੰਦਰੀਏ, ਬਹਿਰੀਏ ਨੀ
ਮੰਤ੍ਰ ਕੀਲ ਨ ਜਾਣੀਏ ਡੂਮਣੇ ਦਾ, ਐਵੇਂ ਸੁੱਤੜੇ ਨਾਗ ਨਾ ਛੇੜੀਏ ਨੀ
ਇਕੋ ਯਾਰ ਦੇ ਨਾਉਂ ਤੋਂ ਫਿਦਾ ਹੋਈਏ, ਮਹੁਰਾ ਦੇ ਕੇ ਇਕੋ ਨਿਬੇੜੀਏ ਨੀ
ਦਗਾ ਦੇਵਣਾ ਈ ਹੋਵੇ ਜਿਹੜੇ ਨੂੰ, ਪਹਿਲੋ ਰੋਜ਼ ਹੀ ਚਾਇ ਖਦੇੜੀਏ ਨੀ
ਜੇ ਨਾ ਉਤਰੀਏ ਯਾਰ ਦੇ ਨਾਲ ਪੂਰੇ, ਏਡੇ ਪਿੱਟਣੇ ਨਾਂਹ ਸਹੇੜੀਏ ਨੀ
ਵਾਰਿਸ ਸ਼ਾਹ ਜੇ ਪਿਆਸ ਨ ਹੋਇ ਅੰਦਰ, ਸ਼ੀਸ਼ੇ ਸ਼ਰਬਤਾਂ ਦੇ ਨਹੀਂ ਛੇੜੀਏ ਨੀ

ਹੀਰ

223

ਤੈਨੂੰ ਹਾਲ ਦੀ ਗੱਲ ਮੈਂ ਲਿਖ ਘੱਲਾਂ, ਤੁਰਤ ਹੋਇ ਫ਼ਕੀਰ ਤੈਂ ਆਵਣਾ ਈ
ਕਿਸੇ ਜੋਗੀ ਥੇ ਜਾਇ ਕੈ ਬਣੀਂ ਚੇਲਾ, ਸਵਾਹ ਲਾਇ ਕੇ ਕੰਨ ਪੜਾਵਣਾ ਈ
ਸੱਭਾ ਜਾਤ ਸਿਫ਼ਾਤ ਬਰਬਾਦ ਕਰ ਕੇ, ਅਤੇ ਠੀਕ ਤੈਂ ਸੀਸ ਮੁਨਾਵਣਾ ਈ
ਤੂੰ ਹੀ ਜਿਉਂਦਾ ਦੀਦਨਾ ਦੇਹ ਸਾਨੂੰ, ਅਸਾਂ ਵਤ ਨਾ ਜੀਊਂਦਿਆਂ ਆਵਣਾ ਈ

ਰਾਂਝਾ

224

ਰਾਂਝੇ ਆਖਿਆਂ ਸਿਆਲ ਗਲ ਗਏ ਸਾਰੇ, ਅਤੇ ਹੀਰ ਭੀ ਛੱਡ ਈਮਾਨ ਚੱਲੀ
ਸਿਰ ਹੇਠਾਂ ਕਰ ਗਿਆ ਮਹਿਰ ਚੂਚਕ, ਜਦੋਂ ਸੱਥ ਵਿਚ ਆਣ ਕੇ ਗੱਲ ਹੱਲੀ
ਧੀਆਂ ਵੇਚਦੇ ਕੌਲ ਜ਼ੁਬਾਨ ਹਾਰਨ, ਮਹਿਰਾਬ ਮੱਥੇ ਉਤੇ ਧੌਣ ਢੱਲੀ
ਯਾਰੋ ਸਿਆਲਾਂ ਦੀਆਂ ਦਾੜ੍ਹੀਆਂ ਵੇਖਦੇ ਹੋ, ਜੇਹਾ ਮੂੰਗ ਮੰਗਵਾੜ ਤੇ ਮਸਰ ਪੱਲੀ
ਵਾਰਿਸ ਸ਼ਾਹ ਮੀਆਂ ਧੀ ਸੋਹਣੀ ਦੇ, ਗਲ ਵਿਚ ਚਾ ਪਾਂਵਦੇ ਹੈਨ ਟੱਲੀ

ਸ਼ਾਇਰ ਦੀ ਗੱਲ

225

ਯਾਰੋ ਜੱਟ ਦੀ ਗੱਲ ਮਨਜ਼ੂਰ ਨਾਹੀਂ, ਗੋਜ਼ ਸ਼ੁਤਰ ਹੈ ਕੌਲ ਰੁਸਤਾਈਆਂ ਦਾ
ਪਤਾ ਹੋਣ ਇੱਕੀਸ ਜਿਸ ਜੱਟ ਤਾਈਂ, ਸੋਈ ਅਸਲ ਭਿਰਾ ਹੈ ਭਾਈਆਂ ਦਾ
ਜਦੋਂ ਬਹਿਣ ਆਰੂੜੀ 'ਤੇ ਅਕਲ ਆਵੇ, ਜਿਵੇਂ ਖੋਤੜਾ ਹੋਵੇ ਗੁਸਾਈਆਂ ਦਾ
ਸਿਰੋਂ ਲਾਹ ਕੇ ਚਿੱਤੜਾਂ ਹੇਠ ਦੇਂਦੇ, ਮਜ਼ਾ ਆਵਨੈ ਤਦੋਂ ਸਫਾਈਆਂ ਦਾ

ਜੱਟੀ ਜੱਟ ਦੇ ਸਾਂਗ 'ਤੇ ਹੋਏ ਰਾਜ਼ੀ, ਚੜ੍ਹੇ ਮੁਗ਼ਲ ਤੇ ਵੱਸ ਨੀ ਲਾਈਆਂ ਦਾ
ਧੀਆਂ ਦੇਣੀਆਂ ਕਰਨ ਮੁਸਫ਼ਰਾਂ ਨੂੰ, ਵੇਚਣ, ਹੋਰ ਦਰੇ ਮਾਲ ਜਵਾਈਆਂ ਦਾ
ਵਾਰਿਸ ਸ਼ਾਹ ਨਾ ਮੁਹਤਬਰ ਜਾਣਨਾ ਜੇ, ਕੌਲ ਜੱਟ, ਸੁਨਿਆਰ, ਕਸਾਈਆਂ ਦਾ

226

ਪੈਂਚਾਂ ਪਿੰਡ ਦਿਆਂ ਸੱਚ ਥੀਂ ਤਰਕ ਕੀਤੀ, ਕਾਜ਼ੀ ਰਿਸ਼ਵਤਾਂ ਮਾਰ ਕੇ ਕੋਰ ਕੀਤੇ
ਪਹਿਲਾਂ ਹੋਰਨਾਂ ਨਾਲ ਕਰਾਰ ਕਰ ਕੇ, ਤਮਾਂ ਵੇਖ ਦਾਮਾਦ ਫਿਰ ਹੋਰ ਕੀਤੇ
ਗੱਲ ਕਰਨ ਈਮਾਨ ਦੀ ਕੱਢ ਛੱਡਣ, ਪੈਂਚ ਪਿੰਡ ਦੇ ਠੱਗ ਤੇ ਚੋਰ ਕੀਤੇ
ਅਸ਼ਰਾਫ਼ ਦੀ ਬਾਤ ਮਨਜ਼ੂਰ ਨਾਹੀਂ, ਚੋਰ ਚੌਧਰੀ ਅਤੇ ਲੰਡੋਰ ਕੀਤੇ
ਕਾਉਂ ਬਾਗ਼ ਦੇ ਵਿਚ ਕਲੋਲ ਕਰਦੇ, ਕੂੜਾ ਫੋਲਣੇ ਦੇ ਉਤੇ ਮੋਰ ਕੀਤੇ
ਜ਼ੋਰੂ ਜ਼ੋਰ ਵਿਆਹ ਲੈ ਗਏ ਖੇੜੇ, ਅਸਾਂ ਰੋਇ ਬਹੁਤੇਰੜੇ ਸ਼ੋਰ ਕੀਤੇ
ਵਾਰਿਸ ਸ਼ਾਹ ਜੋ ਅਹਲਿ ਈਮਾਨ ਆਹੇ, ਤਿਨ੍ਹਾਂ ਜਾ ਡੇਰੇ ਵਿਚ ਗੋਰ ਕੀਤੇ

227

ਯਾਰੋ ਠੱਗ ਸਿਆਲ ਤਹਿਕੀਕ ਜਾਣੋ, ਧੀਆਂ ਠਗਣੀਆਂ ਦਗਾ ਕਮਾਂਵਦੇ ਨੇ
ਪੁੱਤ ਠੱਗਣ ਸਰਦਾਰਾਂ ਦੇ ਮਿੱਠੀਆਂ ਹੋ, ਉਹਨੂੰ ਮਹੀਂ ਦਾ ਚਾਕ ਬਣਾਉਂਦੇ ਨੇ
ਕੌਲ ਹਾਰ ਜ਼ਬਾਨ ਦਾ ਸਾਕ ਖੋਹਣ, ਚਾਇ ਪੈਵੰਦ ਹੋਰ ਧਿਰ ਲਾਂਵਦੇ ਨੇ
ਦਾੜ੍ਹੀ ਸ਼ੇਖਾਂ ਦੀ, ਛੁਰਾ ਕਸਾਈਆਂ ਦਾ, ਬਹਿ ਪਰ੍ਹੇ ਵਿਚ ਪੈਂਚ ਸਦਾਂਵਦੇ ਨੇ
ਜੱਟ, ਚੋਰ ਤੇ ਯਾਰ, ਤੇ ਰਾਹ ਮਾਰਨ, ਡੰਡੀਂ ਮੋਂਹਦੇ ਤੇ ਸੰਨ੍ਹਾਂ ਲਾਂਵਦੇ ਨੇ
ਵਾਰਿਸ ਸ਼ਾਹ ਇਹ ਜੱਟ ਨੇ ਠੱਗ ਸੱਭੇ, ਨਿਰੇ ਠੱਗ ਇਹ ਜੱਟ ਝਨਾਉ ਦੇ ਨੇ

228

ਡੋਗਰ ਜੱਟ ਈਮਾਨ ਨੂੰ ਵੇਚ ਖਾਂਦੇ, ਧੀਆਂ ਮਾਰਦੇ ਤੇ ਪਾੜ ਲਾਉਂਦੇ ਨੇ
ਤਰਕ ਕੌਲ ਹਦੀਸ ਦੀ ਨਿੱਤ ਕਰਦੇ, ਚੋਰੀ ਯਾਰੀਆਂ ਵਿਆਜ[1] ਕਮਾਉਂਦੇ ਨੇ
ਜੇਹੇ ਆਪ ਥੀਵਣ ਤੇਹੀਆਂ ਔਰਤਾਂ ਨੇ, ਬੇਟੇ ਬੇਟੀਆਂ ਚੋਰੀਆਂ ਲਾਉਂਦੇ ਨੇ
ਜਿਹੜੇ ਚੋਰ ਤੇ ਰਾਹਜ਼ਨ ਹੋਵੇ ਕੋਈ, ਉਸ ਦੀ ਵਡੀ ਤਾਰੀਫ਼ ਸੁਣਾਉਂਦੇ ਨੇ
ਜਿਹੜਾ ਪੜ੍ਹੇ ਨਮਾਜ਼ ਹਲਾਲ ਖਾਵੇ, ਉਹਨੂੰ ਮਿਹਣਾ ਮੁਤੱਕੀ ਅਲਾਉਂਦੇ ਨੇ
ਮੂੰਹੋਂ ਆਖ ਕੁੜਮਾਈਆਂ ਖੋਹ ਲੈਂਦੇ, ਵੇਖੋ ਰੱਬ ਤੇ ਮੌਤ ਭੁਲਾਉਂਦੇ ਨੇ
ਵਾਰਿਸ ਸ਼ਾਹ ਮੀਆਂ ਦੋ ਦੋ ਖਸਮ ਦੇਂਦੇ, ਨਾਲ ਬੇਟੀਆਂ ਵੈਰ ਕਮਾਉਂਦੇ ਨੇ

---

1. ਮੁਸਲਮਾਨ ਵਿਆਜ਼ ਲੈਣ ਨੂੰ ਗੁਨਾਹ ਸਮਝਦੇ ਹਨ

229

ਜਦੋਂ ਗਾਨੜੇ ਦੇ ਦਿਨ ਆਣ ਪੁੱਗੇ, ਲੱਸੀ ਮੁੰਦਰੀ ਖੇਡਣੇ ਆਈਆਂ ਨੀ
ਸੈਦਾ ਲਾਲ ਪੀੜ੍ਹੇ ਉਤੇ ਆਇ ਬੈਠਾ, ਕੁੜੀਆਂ ਵਹੁੱਟੜੀ ਪਾਸ ਬਹਾਈਆਂ ਨੀ
ਪਕੜ ਹੀਰ ਦੇ ਹੱਥ ਪਰਾਤ ਪਾਵਣ, ਬਾਂਹਾਂ ਮੁਰਦਿਆਂ ਵਾਂਙ ਪਲਮਾਈਆਂ ਨੀ
ਵਾਰਿਸ ਸ਼ਾਹ ਮੀਆਂ ਨੈਣਾਂ ਹੀਰ ਦਿਆਂ ਨੇ, ਵਾਂਙ ਬੱਦਲਾਂ ਛਹਿਬਰਾਂ ਲਾਈਆਂ ਨੀ

ਹੀਰ ਦਾ ਸਹੁਰੇ ਜਾਣਾ

2302

ਘਰ ਖੇੜਿਆਂ ਦੇ ਜਦੋਂ ਹੀਰ ਆਈ, ਚੁਕ ਪਏ ਤਗਾਦੜੇ ਅਤੇ ਝੇੜੇ
ਵਿੱਚ ਸਿਆਲਾਂ ਦੇ ਚੁੱਪ ਚਾਂਅ ਹੋਈ, ਅਤੇ ਖੁਸ਼ੀ ਹੋ ਫਿਰਦੇ ਨੇ ਸਭ ਖੇੜੇ
ਫੌਜਦਾਰ ਤਗੱਈਅਰ[1] ਹੋ ਆਣ ਬੈਠਾ ਕਈ ਰਾਂਝੇ ਦੇ ਪਾਸ ਨਾ ਪਾਇ ਫੇਰੇ
ਵਿੱਚ ਤਖ਼ਤ ਹਜ਼ਾਰੇ ਦੇ ਹੋਣ ਗੱਲਾਂ, ਅਤੇ ਰਾਂਝੇ ਦੀਆਂ ਭਾਬੀਆਂ ਕਰਨ ਝੇੜੇ
ਚਿੱਠੀ ਲਿਖ ਕੇ ਹੀਰ ਦੀ ਉਜ਼ਰਖਾਹੀ, ਜਿਵੇਂ ਮੋਏ ਨੂੰ ਪੁੱਛੀਏ ਹੋਇ ਨੇੜੇ
ਹੋਈ ਲਿਖੀ ਰਜਾਇ ਕੀ ਰਾਂਝਿਆਂ ਵੇ, ਸਾਡੇ ਅੱਲੜੇ ਘਾਉ ਸਨ ਤੂੰ ਉਚੇੜੇ
ਮੁੜੀਂ ਸੁੰਞਿਆਂ! ਵਿਗੜਿਆ ਕੁੱਝ ਨਹੀਂ ਤੇਰਾ, ਲਟਕੰਦੜਾ ਘਰੀਂ ਆ ਪਾਇ ਫੇਰੇ
ਜਿਹੜੇ ਫੁੱਲ ਦਾ ਨਿੱਤ ਤੂੰ ਰਹੇਂ ਰਾਖਾ, ਉਸ ਫੁੱਲ ਨੂੰ ਤੋੜ ਲੈ ਗਏ ਖੇੜੇ
ਜਿਸ ਵਾਸਤੇ ਫਿਰੇਂ ਤੂੰ ਵਿਚ ਝੱਲਾਂ, ਜਿੱਥੇ ਬਾਘ ਬਘੇਲੇ ਤੇ ਸ਼ੀਂਹ ਪੇੜੇ
ਕੋਈ ਨਹੀਂ ਵਿਸਾਹ ਕਵਾਰੀਆਂ ਦਾ, ਐਵੇਂ ਲੋਕ ਨਿਕੰਮੜੇ ਕਰਨ ਝੇੜੇ
ਤੂੰ ਤਾਂ ਮਿਹਨਤਾਂ ਸੈਂ ਦਿਨ ਰਾਤ ਕਰਦਾ, ਵੇਖ ਕੁਦਰਤਾਂ ਰੱਬ ਦੀਆਂ ਕੌਣ ਫੇਰੇ
ਓਸ ਜੂਹ ਨਾ ਹਰਨੀਆਂ ਪੀਣ ਪਾਣੀ, ਘੁਸ ਜਾਣ ਜਿੱਥੇ ਮੂੰਹ ਨ੍ਹੇਰ ਹੇੜੇ
ਕਲਸ ਜ਼ਰੀ ਦਾ ਚਾੜ੍ਹੀਏ ਜਾਇ ਰੋਜ਼ੇ, ਜਿਸ ਵੇਲੜੇ ਆਣ ਕੇ ਵੜੇਂ ਵੇਹੜੇ
ਵਾਰਿਸ ਸ਼ਾਹ ਇਹ ਨਜ਼ਰ ਸੀ ਅਸਾਂ ਮੰਨੀ, ਖਵਾਜ਼ਾ ਖਿਜ਼ਰ ਚਰਾਗ ਦੇ ਲਈਂ ਫੇਰੇ

ਹੀਰ ਦੇ ਖ਼ਿਆਲ

231

ਭਾਬੀ ਖਿਜ਼ਾਂ ਦੀ ਰੁੱਤ ਜਾ ਆਣ ਪਹੁੰਚੀ, ਭੌਰ ਆਸਰੇ 'ਤੇ ਪਏ ਜਾਲਦੇ ਨੀ
ਸੇਵਣ ਬੁਲਬੁਲਾਂ ਬੂਟਿਆਂ ਸੁੱਕਿਆਂ ਨੂੰ, ਫੇਰ ਫੁੱਲ ਲੱਗਣ ਨਾਲ ਡਾਲ ਦੇ ਨੀ
ਅਸਾਂ ਜਦੋਂ ਕਦੋਂ ਉਹਨਾਂ ਪਾਸ ਜਾਣਾ, ਜਿਹੜੇ ਮਹਿਰਮ ਅਸਾਡੜੇ ਹਾਲ ਦੇ ਨੀ
ਜਿਨ੍ਹਾਂ ਸੂਲੀਆਂ 'ਤੇ ਲਏ ਜਾਹਿ ਝੂਟੇ, ਮਨਸੂਰ[2] ਹੋਰੀਂ ਸਾਡੇ ਨਾਲ ਦੇ ਨੀ
ਵਾਰਿਸ ਸ਼ਾਹ ਜੋ ਗਏ ਸੋ ਨਹੀਂ ਮੁੜਦੇ, ਲੋਕ ਅਸਾਂ ਥੀਂ ਆਵਣਾ ਭਾਲਦੇ ਨੀ

---

1. ਬਦਲੀ, ਤਬਦੀਲੀ, 2. ਮਨਸੂਰ ਇਰਾਨੀ ਕਵੀ ਸੀ, ਉਸਨੂੰ ਅਨ-ਅੱਲ-ਹੱਕ ਦੇ ਨਾਹਰੇ ਕਾਰਨ ਖਲੀਫ਼ਾ ਅਲ-ਮੁਕੱਦਰ ਦੇ ਹੁਕਮ 'ਤੇ 922 ਈ: ਵਿੱਚ ਫਾਂਸੀ ਦੇ ਦਿੱਤੀ ਗਈ ਸੀ।

232

ਮੌਜੂ ਚੌਧਰੀ ਦਾ ਪੁੱਤ ਚਾਕ ਲੱਗਾ, ਏਹ ਪੇਖਣੇ ਜ਼ੁੱਲ-ਜਲਾਲ[1] ਦੇ ਨੀ
ਇਸ ਇਸ਼ਕ ਪਿੱਛੇ ਲੜਨ ਮਰਨ ਸੂਰੇ, ਸਫਾਂ ਡੋਬਦੇ ਖ਼ੂਹਣੀਆਂ ਗਾਲਦੇ ਨੀ
ਭਾਬੀ ਇਸ਼ਕ ਥੋਂ ਨੱਸ ਕੇ ਉਹ ਜਾਂਦੇ, ਪੁੱਤਰ ਹੋਣ ਜੋ ਕਿਸੇ ਕੰਗਾਲ ਦੇ ਨੀ
ਮਾਰੇ ਬੋਲੀਆਂ ਦੇ ਘਰੀਂ ਨਹੀਂ ਵੜਦੇ, ਵਾਰਿਸ ਸ਼ਾਹ ਹੋਰੀਂ ਫਿਰਨ ਭਾਲਦੇ ਨੀ

233

ਗਈ ਉਮਰ ਤੇ ਵਕਤ ਫਿਰ ਨਹੀਂ ਮੁੜਦੇ, ਗਏ ਕਰਮ ਤੇ ਭਾਗ ਨਾ ਆਂਵਦੇ ਨੀ
ਗਈ ਗੱਲ ਜਬਾਨ ਥੀਂ ਤੀਰ ਛੁੱਟਾ, ਗਏ ਰੂਹ ਕਲਬੂਤ ਨਾ ਆਂਵਦੇ ਨੀ
ਗਈ ਜਾਨ ਜਹਾਨ ਥੀਂ ਛੱਡ ਜੁੱਸਾ, ਕਈ ਹੋਰ ਸਿਆਣੇ ਫੁਰਮਾਂਵਦੇ ਨੀ
ਮੁੜ ਏਤਨੇ ਫੇਰ ਜੇ ਆਂਵਦੇ ਨੀ, ਰਾਂਝੇ ਯਾਰ ਹੋਰੀਂ ਮੁੜ ਆਂਵਦੇ ਨੀ
ਵਾਰਿਸ ਸ਼ਾਹ ਮੀਆਂ ਸਾਨੂੰ ਕੌਣ ਸੱਦੇ, ਭਾਈ ਭਾਬੀਆਂ ਹੁਨਰ ਚਲਾਂਵਦੇ ਨੀ

234

ਅੱਗੇ ਵਾਹੀਓਂ ਚਾਇ ਗਵਾਇਆ ਨੇ, ਹੁਣ ਇਸ਼ਕ ਥੀਂ ਚਾਇ ਗਵਾਂਵਦੇ ਨੇ
ਰਾਂਝੇ ਯਾਰ ਹੋਰਾਂ ਏਹਾ ਠਾਣ ਛੱਡੀ, ਕਿਤੇ ਜਾਇ ਕੇ ਕੰਨ ਪੜਾਂਵਦੇ ਨੀ
ਇੱਕੇ ਆਪਣੀ ਜ਼ਿੰਦ ਗਵਾਂਵਦੇ ਨੇ, ਇੱਕੇ ਹੀਰ ਜੱਟੀ ਬੰਨ੍ਹ ਲਿਆਂਵਦੇ ਨੇ
ਵੇਖ ਜੱਟ ਹੁਣ ਫੰਧ ਚਲਾਂਵਦੇ ਨੇ, ਬਣ ਚੇਲੜੇ ਘੋਨ ਹੋ ਆਂਵਦੇ ਨੇ

235

ਮਸਲਤ ਸਹੁਰਿਆਂ ਹੀਰ ਦਿਆਂ ਏਹ ਕੀਤੀ, ਮੁੜ ਹੀਰ ਨਾ ਪੇਕੜੇ ਘੱਲਣੀ ਜੇ
ਮਤ ਚਾਕ ਮੁੜ ਚੰਬੜੇ ਵਿਚ ਸਿਆਲਾਂ, ਏਹ ਗੱਲਾਂ ਕੁਸਾਖ ਦੀ ਚੱਲਣੀ ਜੇ
ਆਖਰ ਰੰਨ ਦੀ ਜ਼ਾਤ ਬੇਵਫ਼ਾ ਹੁੰਦੀ, ਜਾਇ ਪੇਕੜੇ ਘਰੀਂ ਏਹ ਮੱਲਣੀ ਜੇ
ਵਾਰਿਸ ਸ਼ਾਹ ਦੇ ਨਾਲ ਨਾ ਮਿਲਣ ਦੀਜੇ, ਏਹਾ ਗੱਲ ਨਾ ਕਿਸੇ ਉਥੱਲਣੀ ਜੇ

236

ਇਕ ਵਹੁੱਟੜੀ ਸਹੁਰੇ ਗਈ ਸਿਆਲੀਂ, ਆਈ ਹੀਰ ਤੋਂ ਲੈਣ ਸੁਨੇਹਿਆਂ ਨੂੰ

1.ਰੱਬ ਦੇ

ਤੇਰੇ ਪੇਈਅੜੇ ਚਲੀ ਹਾਂ ਦੇਹ ਗੱਲਾਂ, ਖੋਲ੍ਹ ਕਿੱਸਿਆਂ ਜੇਹਿਆਂ ਕੇਹਿਆਂ ਨੂੰ
ਤੇਰੇ ਸਹੁਰਿਆਂ ਤੁਧ ਥੇ ਪਿਆਰ ਕੇਹਾ, ਕਰੋ ਗ੍ਰਹਿਣ ਸੁਨੇਹਿਆਂ ਬੇਹਿਆਂ ਨੂੰ
ਤੇਰੀ ਗੱਭਰੂ ਨਾਲ ਹੈ ਬਣੀ ਕੇਹੀ, ਵਹੁਟੀਆਂ ਦੱਸਦੀਆਂ ਨੇ ਅਸਾਂ ਜੇਹਿਆਂ ਨੂੰ
ਹੀਰ ਆਖਦੀ ਓਸ ਦੀ ਗੱਲ ਏਵੇਂ, ਵੈਰ ਰੇਸ਼ਮਾਂ ਨਾਲ ਜਿਉਂ ਲੇਹਿਆਂ ਨੂੰ
ਵਾਰਿਸ ਗਾਫ਼ ਤੇ ਅਲਫ਼ ਤੇ ਲਾਮ[1] ਬੋਲੇ, ਕੀ ਆਖਣਾ ਏਹਿਆਂ ਤੇਹਿਆਂ ਨੂੰ

ਹੀਰ

237

ਹੱਥ ਬੰਨ੍ਹ ਕੇ ਗਲ ਵਿਚ ਪਾਇ ਪੱਲਾ, ਕਹੀਂ ਦੇਸ ਨੂੰ ਦੁਆਇ ਸਲਾਮ ਮੇਰਾ
ਘੱਤ ਵੈਰੀਆਂ ਦੇ ਵੱਸ ਪਾਇਓ ਨੇ, ਸਈਆਂ ਚਾਇ ਵਿਸਾਰਿਆ ਨਾਮ ਮੇਰਾ
ਮੈਂਝੂ ਵਾਹ ਵਿਚ ਡੋਬਿਆਂ ਮਾਪਿਆਂ ਨੇ, ਉਹਨਾਂ ਨਾਲ ਨਾਹੀਂ ਕੋਈ ਕਾਮ ਮੇਰਾ
ਹੱਥ ਜੋੜ ਕੇ ਰਾਂਝੇ ਦਾ ਪੈਰ ਪਕੜੀਂ, ਇਕ ਏਤਨਾ ਕਹੀਂ ਪੈਗਾਮ ਮੇਰਾ
ਵਾਰਿਸ ਨਾਲ ਬੇਵਾਰਿਸਾਂ ਰਹਿਮ ਕੀਜੇ, ਮਿਹਰਬਾਨ ਹੋ ਕੇ ਕਰੋ ਧਿਆਨ ਮੇਰਾ

238

ਤੁਰੱਟੇ ਕਹਿਰ ਕਲੂਰ ਸਿਰ ਤੱਤੜੀ ਦੇ, ਤੇਰੇ ਬਿਰਹਾਂ ਫਿਰਾਕ ਨੇ ਕੁੱਠੀਆਂ ਮੈਂ
ਸੂੰਵੀ ਡ੍ਰਾਟ ਕਲੇਜੇ ਦੇ ਵਿਚ ਧਾਣੀ, ਨਹੀਂ ਜੀਵਣਾ ਮਰਨ ਤੇ ਰੁੱਠੀਆਂ ਮੈਂ
ਚੋਰ ਪੈਣ ਰਾਤੀਂ ਘਰ ਸੁੱਤਿਆਂ ਦੇ, ਵੇਖ ਦਿਹੇਂ ਬਾਜ਼ਾਰ ਵਿਚ ਲੁੱਟੀਆਂ ਮੈਂ
ਜੋਗੀ ਹੋਇ ਕੇ ਆਇ ਜੋ ਮਿਲੇ ਮੈਨੂੰ, ਕਿਸੇ ਅੰਬਰੋਂ ਕਹਿਰ ਦਿਉਂ ਤਰੱਟੀਆਂ ਮੈਂ
ਨਹੀਂ ਛੱਡ ਘਰ-ਬਾਰ ਉਜਾੜ ਵੈਸਾਂ, ਨਹੀਂ ਵੱਸਣਾ ਤੇ ਨਾਹੀਂ ਵੁੱਠੀਆਂ ਮੈਂ
ਵਾਰਿਸ ਸ਼ਾਹ ਮੀਆਂ ਪ੍ਰੇਮ ਝੁੱਟੀਆਂ ਨੇ, ਮਾਰ ਪੱਟੀਆਂ ਫੱਟੀਆਂ ਕੁੱਠੀਆਂ ਮੈਂ

239

ਵਹੁਟੀ ਆਣ ਕੇ ਸਹੁਰੇ ਵੜੀ ਜਿਸ ਦਿਨ, ਪੁੱਛੇ ਚਾਕ ਸਿਆਲਾਂ ਦਾ ਕਿਹੜਾ ਨੀ
ਮੰਗੂ ਚਾਰਦਾ ਸੀ ਜਿਹੜਾ ਚੂਚਕੇ ਦਾ ਮੁੰਡਾ ਤਖ਼ਤ ਹਜ਼ਾਰੇ ਦਾ ਜਿਹੜਾ ਨੀ
ਜਿਹੜਾ ਆਸ਼ਕਾਂ ਵਿਚ ਮਸ਼ਹੂਰ ਰਾਂਝਾ, ਸਿਰ ਓਹਦੇ ਇਸ਼ਕ ਦਾ ਸਿਹਰਾ ਨੀ
ਕਿਤੇ ਦਾਇਰੇ ਕਿਤੇ ਮਸੀਤ ਹੁੰਦਾ, ਕੋਈ ਉਸਦਾ ਕਿਤੇ ਹੈ ਡੇਹਰਾ ਨੀ
ਇਸ਼ਕ ਪੁੱਟ ਕੇ ਤ੍ਰੁੱਟੀਆਂ ਗਾਲੀਆਂ ਨੇ, ਉਜੜ ਗਿਆ ਦਾ ਵਿਹੜਾ ਕੇਹੜਾ ਨੀ

---

1. ਉਰਦੂ ਲਿੱਪੀ ਦੇ ਸ਼ਬਦ

ਕੁੜੀਆਂ ਨੇ ਦੱਸ ਪਾਉਣੀ

240

ਕੁੜੀਆਂ ਆਖਿਆ ਛੈਲ ਹੈ ਮੱਸ-ਭਿੰਨਾ, ਛੱਡ ਬੈਠਾ ਹੈ ਜਾਗ ਦੇ ਸਭ ਝੇੜੇ
ਸੁੱਟ ਵੰਝਲੀ ਅਹਲਿ ਫ਼ਕੀਰ ਹੋਇਆ, ਜਿਸ ਰੋਜ਼ ਦੇ ਹੀਰ ਲੈ ਗਏ ਖੇੜੇ
ਵਿਚ ਬੇਲਿਆਂ ਕੂਕਦਾ ਫਿਰੇ ਕਮਲਾ, ਜਿੱਥੇ ਬਾਘ ਬਘੇਲੇ ਤੇ ਸ਼ੀਂਹ ਪੇੜੇ
ਕੋਈ ਓਸ ਦੇ ਨਾਲ ਨਾ ਗੱਲ ਕਰਦਾ, ਬਾਝੁ ਮੰਤਰੋਂ ਨਾਗ ਨੂੰ ਕੌਣ ਛੇੜੇ
ਕੁੜੀਆਂ ਆਖਿਆ ਜਾਇ ਵਲਾਇ ਉਸ ਨੂੰ, ਕਿਵੇਂ ਘੇਰ ਕੇ ਮਾਂਦਰੀ ਕਰੋ ਨੇੜੇ

ਰਾਂਝੇ ਨੂੰ ਸੁਨੇਹਾ ਦੇਣਾ

241

ਕੁੜੀਆਂ ਆਖਿਆ ਜਾਇ ਵਲਾਇ ਉਸ ਨੂੰ, ਫਿਰੇ ਦੁੱਖ ਤੇ ਦਰਦ ਦਾ ਲੱਦਿਆ ਈ
ਆਇ ਘਿੰਨ ਸੁਨੇਹੜਾ ਸੱਜਣਾਂ ਦਾ ਤੈਨੂੰ ਹੀਰ ਸਿਆਲ ਨੇ ਸੱਦਿਆ ਈ
ਤੇਰੇ ਵਾਸਤੇ ਮਾਪਿਆ ਘਰੋਂ ਕੱਢੀ, ਅਸਾਂ ਸਹੁਰਾ ਪੇਈਅੜਾ ਤੱਜਿਆ ਈ
ਤੁਧ ਬਾਝੁ ਨਾ ਜੀਵਣਾ ਹੋਇ ਮੇਰਾ, ਵਿਚ ਸਿਆਲਾਂ ਦੇ ਜੀਉਂ ਕਿਉਂ ਗੱਡਿਆ ਈ
ਝੱਬ ਹੋਇ ਫ਼ਕੀਰ ਤੇ ਪਹੁੰਚ ਮੈਥੇ, ਓਥੇ ਝੰਡੜਾ ਕਾਸ ਨੂੰ ਗੱਡਿਆ ਈ
ਵਾਰਿਸ ਸ਼ਾਹ ਇਸ ਇਸ਼ਕ ਦੀ ਨੌਕਰੀ ਨੇ, ਦੰਮਾਂ ਬਾਝੁ ਗੁਲਾਮ ਕਰ ਛੱਡਿਆ ਈ

ਰਾਂਝੇ ਦੀ ਹੀਰ ਵੱਲ ਚਿੱਠੀ

242

ਮੀਏਂ ਰਾਂਝੇ ਨੇ ਮੁੱਲਾਂ ਨੂੰ ਜਾਇ ਕਹਿਆ, ਚਿੱਠੀ ਲਿਖੋ ਜੀ ਸੱਜਣਾਂ ਪਿਆਰਿਆਂ ਨੂੰ
ਤੁਸਾਂ ਸਹੁਰੇ ਜਾਇ ਆਰਾਮ ਕੀਤਾ, ਅਸੀਂ ਢੋਏ ਹਾਂ ਸੂਲ ਅੰਗਿਆਰਿਆਂ ਨੂੰ
ਅੱਗ ਲੱਗ ਕੇ ਜ਼ਿਮੀ ਅਸਮਾਨ ਸਾੜੇ, ਚਾਇ ਲਿੱਖਾਂ ਜੇ ਮੈਂ ਦੁਖਾਂ ਸਾਰਿਆਂ ਨੂੰ
ਮੈਥੋਂ ਠੱਗ ਕੇ ਮਹੀਂ ਚਰਾਇ ਲਈਉਂ, ਰੰਨਾਂ ਸੱਚ ਨੇ ਤੋੜਦੀਆਂ ਤਾਰਿਆਂ ਨੂੰ
ਗਿਲਾ ਲਿਖੋ ਜੋ ਯਾਰ ਨੇ ਲਿਖਿਆਂ ਏ, ਸੱਜਣ ਲਿਖਦੇ ਜਿਵੇਂ ਪਿਆਰਿਆਂ ਨੂੰ
ਵਾਰਿਸ ਸ਼ਾਹ ਨਾ ਰੱਬ ਬਿਨ ਤਾਂਘ ਮੈਨੂੰ, ਕਿਵੇਂ ਜਿੱਤੀਏ ਮਾਮਲਿਆਂ ਹਾਰਿਆਂ ਨੂੰ

243

ਤੈਨੂੰ ਚਾਉ ਸੀ ਵੱਡਾ ਵਿਆਹ ਵਾਲਾ, ਭਲਾ ਹੋਇਆ ਤੂੰ ਝੱਬ ਵਿਵਹੀਜੀਏਂ ਨੀ
ਇਥੋਂ ਨਿਕਲ ਗਈਏਂ ਬੁਰੇ ਦਿਨਾਂ ਵਾਂਙੂ, ਜਾਇ ਸਹੁਰੇ ਅੰਤ ਪਤੀਜੀਏਂ ਨੀ
ਰੰਗ-ਰੱਤੀਏ ਵਹੁਟੀਏ ਖੇੜਿਆਂ ਦੀਏ, ਕੈਦੋ ਲੰਙੇ ਦੀ ਗੁੰਢ ਭਤੀਜੀਏਂ ਨੀ
ਚੁਲੀ ਪਾਇ ਪਾਣੀ ਦੁੱਖਾਂ ਨਾਲ ਪਾਲੇ, ਕਰਮ ਸੈਦੇ ਦੇ ਮਾਪਿਆਂ ਬੀਜੀਏ ਨੀ
ਕਾਸਦ ਜਾਇ ਕੇ ਹੀਰ ਨੂੰ ਖਤ ਦਿੱਤਾ, ਇਹ ਲੈ ਚਾਕ ਦਾ ਲਿਖਿਆ ਲੀਜੀਏਂ ਨੀ

ਹੀਰ ਦਾ ਜਵਾਬ

244

ਤੇਰੇ ਵਾਸਤੇ ਬਹੁਤ ਉਦਾਸ ਹਾਂ ਮੈਂ, ਰੱਬਾ! ਮੇਲ ਤੂੰ ਚਿਰੀਂ ਵਿਛੁੰਨਿਆਂ ਨੂੰ
ਹੱਥੀਂ ਮਾਪਿਆਂ ਦਿੱਤੀ ਸਾਂ ਜ਼ਾਲਮਾਂ ਨੂੰ, ਲੱਗਾ ਲੂਣ ਕਲੇਜਿਆਂ ਭੁੰਨਿਆਂ ਨੂੰ
ਮੌਤ ਅਤੇ ਸੰਜੋਗ ਨਾ ਟਲੇ ਮੂਲੇ, ਕੌਣ ਮੋੜਦਾ ਸਾਹਿਆਂ ਪੁੰਨਿਆਂ ਨੂੰ
ਜੋਗੀ ਹੋਇ ਕੇ ਆ ਤੂੰ ਸੱਜਣਾ ਵੇ, ਕੌਣ ਜਾਣਦਾ ਜੋਗੀਆਂ ਮੁੰਨਿਆਂ ਨੂੰ

245

ਕੈਦ ਆਬਖੁਰਦੀ ਖਿੱਚੀ ਵਾਗ ਕਿਸਮਤ, ਕੋਇਲ ਲੰਕਾ ਦੇ ਬਾਗ ਦੀ ਗਈ ਦਿੱਲੀ
ਮੈਨਾ ਲਈ ਬੰਗਾਲਿਓਂ ਚਾਕ ਕਮਲੇ, ਖੇੜਾ ਪਿਆ ਅਜ਼ਗੈਬ[1] ਦੀ ਆਣ ਬਿੱਲੀ
ਚੁਸਤੀ ਆਪਣੀ ਪਕੜ ਨਾ ਹਾਰ ਹਿੰਮਤ, ਹੀਰ ਨਾਹੀਓਂ ਇਸ਼ਕ ਦੇ ਵਿਚ ਢਿੱਲੀ
ਕੋਈ ਜਾਇ ਕੇ ਪਕੜ ਫ਼ਕੀਰ ਕਾਮਿਲ, ਫੱਕਰ ਮਾਰਦੇ ਵਿਚ ਰਜ਼ਾਇ ਕਿੱਲੀ
ਵਾਰਿਸ ਸ਼ਾਹ ਮਸਤਾਨੜਾ ਹੋ ਲਿੱਲ੍ਹਾ, ਸੇਹਲੀ ਗੋਦੜੀ ਪਹਿਨ ਹੋ ਸ਼ੇਖ ਚਿੱਲੀ

246

ਦਿੱਤੀ ਹੀਰ ਲਿਖਾਇ ਕੇ ਏਹ ਚਿੱਠੀ, ਰਾਂਝੇ ਯਾਰ ਦੇ ਹੱਥ ਲੈ ਜਾਇ ਦੇਵੀਂ
ਕਿਤੇ ਬੈਠ ਨਿਵੇਕਲੇ ਸੱਦ ਮੁੱਲਾਂ, ਸਾਰੀ ਖੋਲ੍ਹ ਕੇ ਬਾਤ ਸੁਣਾਇ ਦੇਵੀਂ
ਹੱਥ ਬੰਨ੍ਹ ਕੇ ਮੇਰਿਆਂ ਸੱਜਣਾਂ ਨੂੰ, ਰੋਇ ਰੋਇ ਸਲਾਮ ਦੁਆਇ ਦੇਵੀਂ
ਮਰ ਚੁੱਕੀਆਂ ਜਾਨ ਹੈ ਨੱਕ ਉੱਤੇ, ਇੱਕ ਵਾਰ ਜੇ ਦੀਦਨਾ ਆਇ ਦੇਵੀਂ
ਖੇੜੇ ਹੱਥ ਨਾ ਲਾਂਵਦੇ ਮੰਜੜੀ ਨੂੰ, ਹੱਥ ਲਾਇ ਕੇ ਗੋਰ[2] ਵਿਚ ਪਾਇ ਦੇਵੀਂ
ਕੱਖ ਹੋਇ ਰਹੀਆਂ ਗ਼ਮਾਂ ਨਾਲ ਰਾਂਝਾ, ਇਕ ਚਿਣਗ ਲਿਜਾ ਕੇ ਲਾਇ ਦੇਵੀਂ
'ਮੇਰਾ ਯਾਰ ਹੈਂ ਤਾਂ ਮੈਥੇ ਪਹੁੰਚ ਮੀਆਂ!' ਕੰਨ ਰਾਂਝੇ ਦੇ ਏਤਨੀ ਪਾਇ ਦੇਵੀਂ
ਮੇਰੀ ਲਈ ਨਿਸ਼ਾਨੜੀ ਬਾਂਕ ਛੱਲਾ, ਰਾਂਝੇ ਯਾਰ ਦੇ ਹੱਥ ਲੈ ਜਾਇ ਦੇਵੀਂ
ਵਾਰਿਸ ਸ਼ਾਹ ਮੀਆਂ ਉਸ ਕਮਲੜੇ ਨੂੰ, ਧੁਣਖ ਜ਼ੁਲਫ਼ ਜ਼ੰਜੀਰ ਦੀ ਪਾਇ ਦੇਵੀਂ

247

ਅੱਗੇ ਚੂੰਡਿਆਂ ਨਾਲ ਹੰਢਾਇਓ ਈ, ਜ਼ੁਲਫ਼ਾਂ ਕੁੰਡਲਦਾਰ ਹੁਣ ਵੇਖ ਮੀਆਂ
ਘੱਤ ਕੁੰਡਲਾਂ ਨਾਲ ਸਿਆਹ ਪਲਮਣ, ਵੇਖੇ ਉਹ ਭਲਾ ਜਿਸ ਲੇਖ ਮੀਆਂ

---

1. ਅਸਚਰਜ, ਹੈਰਾਨੀ, 2. ਕਬਰ

ਮਲੇ ਵਟਣਾ ਲੋੜ੍ਹ ਦੰਦਾਸੜੇ ਦਾ, ਨੈਣ ਖ਼ੂਨੀਆਂ ਦੇ ਭਰਨ ਭੇਖ਼ ਮੀਆਂ
ਆ ਹੁਸਨ ਦੀ ਦਾਦ ਕਰ ਵੇਖ ਜ਼ੁਲਫ਼ਾਂ, ਖ਼ੂਨੀ ਨੈਣਾਂ ਦੇ ਭੇਖ ਨੂੰ ਵੇਖ ਮੀਆਂ

ਖ਼ਤ ਰਾਂਝੇ ਨੂੰ ਮਿਲਣਾ

248

ਕਾਸਦ ਆਣ ਰੰਝੇਟੇ ਨੂੰ ਖਤ ਦਿੱਤਾ, ਨੱਢੀ ਮੋਈ ਪਈ, ਨੱਕ ਤੇ ਜਾਨ ਮੀਆਂ
ਕੋਈ ਪਾਇ ਭੁਲਾਵੜਾ ਠੱਗਿਓ ਈ, ਸਿਰ ਘੱਤਿਉ ਚਾਇ ਮਸਾਨ ਮੀਆਂ
ਤੇਰੇ ਵਾਸਤੇ ਰਾਤ ਨੂੰ ਗਿਣੇ ਤਾਰੇ, ਕਿਸ਼ਤੀ ਨੂਹ ਦੀ ਵਿਚ ਤੂਫ਼ਾਨ ਮੀਆਂ
ਇਕ ਘੜੀ ਆਰਾਮ ਨਾ ਆਉਂਦਾ ਏ, ਕੇਹਾਂ ਠੋਕਿਓ ਪ੍ਰੇਮ ਦਾ ਬਾਣ ਮੀਆਂ
ਮੂੰਹੋਂ ਰਾਂਝੇ ਦਾ ਨਾਉਂ ਜਾਂ ਲਏ ਨੱਢੀ, ਉਥੇ ਨਿੱਤ ਪਾਉਂਦੇ ਘਮਸਾਣ ਮੀਆਂ
ਤੇਰਾ ਨਾਉਂ ਲੈ ਲੈ ਨੱਢੀ ਜੀਂਵਦੀ ਏ, ਭਾਵੇਂ ਜਾਣ ਤੇ ਭਾਵੇਂ ਨਾ ਜਾਣ ਮੀਆਂ
ਰਾਤੀਂ ਘੜੀ ਨਾ ਸੇਜ 'ਤੇ ਮੂਲ ਸੌਂਦੀ, ਰਹੇ ਲੋਕ ਬਹੁਤੇਰੜਾ ਠਾਣ ਮੀਆਂ
ਜੋਗੀ ਹੋਇ ਕੇ ਨਗਰ ਵਿਚ ਪਾ ਫੇਰਾ, ਮੌਜਾਂ ਨਾਲ ਤੂੰ ਨੱਢੜੀ ਮਾਣ ਮੀਆਂ
ਵਾਰਿਸ ਸ਼ਾਹ ਮੀਆਂ ਸੱਭੋਂ ਕੰਮ ਹੁੰਦੇ, ਜਦੋਂ ਰੱਬ ਹੁੰਦਾ ਮਿਹਰਬਾਨ ਮੀਆਂ

ਰਾਂਝੇ ਵੱਲੋਂ ਜਵਾਬ

249

ਲਿਖਿਆ ਇਹ ਜਵਾਬ ਰੰਝੇਟੜੇ ਨੇ, ਜਦੋਂ ਜੀਊ ਵਿਚ ਓਸ ਦੇ ਸ਼ੋਰ ਪਏ
ਪਹਿਲੇ ਦੁਆ ਸਲਾਮ ਪਿਆਰਿਆਂ ਨੂੰ, ਮੰਗੂ ਵਾਹ ਫ਼ਿਰਾਕ ਦੇ ਬੋੜ ਗਏ
ਅਸੀਂ ਜਾਨ ਤੇ ਮਾਲ ਕੁਰਬਾਨ ਕੀਤਾ, ਤੁਸੀਂ ਲੱਗੜੀ ਪ੍ਰੀਤ ਨੂੰ ਤੋੜ ਗਏ
ਉਸੇ ਰੋਜ਼ ਦੇ ਅਸੀਂ ਫ਼ਕੀਰ ਹੋਏ, ਜਿਸ ਰੋਜ਼ ਦੇ ਹੁਸਨ ਦੇ ਚੋਰ ਗਏ
ਸਾਡੀ ਜ਼ਾਤ ਸਿਫ਼ਾਤ ਬਰਬਾਦ ਕਰਕੇ, ਲੜ ਖੇੜਿਆਂ ਦੇ ਨਾਲ ਜੋੜ ਗਏ
ਆਪ ਹੱਸ ਕੇ ਸਹੁਰੇ ਮੱਲਿਓ ਨੇ, ਸਾਡੇ ਨੈਣਾਂ ਦਾ ਨੀਰ ਨਿਖੋੜ ਗਏ
ਆਪ ਹੋ ਮਹਿਬੂਬ ਜਾ ਸਤਰ ਬੈਠੇ, ਸਾਡੇ ਰੂਪ ਦਾ ਰਸਾ ਨਿਚੋੜ ਗਏ
ਵਾਰਿਸ ਸ਼ਾਹ ਮੀਆਂ ਮਿਲੀਆਂ ਵਾਹਰਾਂ ਥੋਂ ਆਹ! ਧੜਵੈਲ ਵੇਖੋ ਜ਼ੋਰੋ ਜ਼ੋਰ ਗਏ

250

ਸਾਡੀ ਖ਼ੈਰ ਹੈ ਚਾਹੁੰਦੇ ਖੈਰ ਤੈਂਡੀ, ਫੇਰ ਲਿਖੇ ਹਕੀਕਤਾਂ ਸਾਰੀਆਂ ਜੀ
ਪਾਕ ਰੱਬ ਤੇ ਪੀਰ ਦੀ ਮਿਹਰ ਬਾਝੋਂ, ਕੱਟੇ ਕੌਣ ਮੁਸੀਬਤਾਂ ਭਾਰੀਆਂ ਜੀ
ਮੌਜੂ ਚੌਧਰੀ ਦਾ ਪੁੱਤ ਚਾਕ ਹੋ ਕੇ, ਚੂਚਕ ਸਿਆਲ ਦੀਆਂ ਖੋਲੀਆਂ ਚਾਰੀਆਂ ਜੀ
ਦਗਾ ਦੇ ਕੇ ਫੇਰ ਚੜ੍ਹ ਜਾਣ ਡੋਲੀ, ਚੰਚਲਹਾਰੀਆਂ ਇਹ ਕਵਾਰੀਆਂ ਜੀ
ਸੱਪ ਰੱਸੀਆਂ ਦੇ ਕਰਨ ਮਾਰ ਮੰਤਰ, ਤਾਰੇ ਦੱਬਦੀਆਂ ਨੇ ਹੇਠ ਖਾਰੀਆਂ ਜੀ
ਪੇਕੇ ਜੱਟਾਂ ਨੂੰ ਮਾਰ ਫ਼ਕੀਰ ਕਰ ਕੇ, ਆਪ ਮਲਦੀਆਂ ਜਾ ਸਰਦਾਰੀਆਂ ਜੀ

ਆਪ ਨਾਲ ਸੁਹਾਗ ਦੇ ਜਾਇ ਰੁੱਪਣ, ਲੈਣ ਸਹੁਰੇ ਜਾਇ ਘੁਮਕਾਰੀਆਂ ਜੀ
ਸਰਦਾਰਾਂ ਦੇ ਪੁੱਤ ਫ਼ਕੀਰ ਕਰ ਕੇ, ਪਿਛੇ ਲਾਇ ਜਾਵਣ ਪੁਚਕਾਰੀਆਂ ਜੀ
ਵਾਰਿਸ ਸ਼ਾਹ ਨਾ ਹਾਰੀਆਂ ਪਾਂਡਵਾਂ ਥੋਂ, ਰਾਜੇ ਭੋਜ ਥੀਂ ਇਹ ਨਾ ਹਾਰੀਆਂ ਜੀ

ਰਾਂਝੇ ਵੱਲੋਂ ਹੀਰ ਦੇ ਦਰਸ਼ਨ ਕਰਨ ਦੀ ਸਲਾਹ

251

ਰਾਂਝੇ ਆਖਿਆ ਲੁਟੀਂਦੀ ਹੀਰ ਦੌਲਤ, ਜਨਮ ਗਾਲੀਏ ਤਾਂ ਉਹਨੂੰ ਜਾ ਲਈਏ
ਉਹ ਰੱਬ ਦੇ ਨੂਰ ਦਾ ਖਾਨ ਯਗ਼ਮਾ ਸ਼ੁਹਦੇ ਹੋਇ ਕੇ ਰੰਗ ਵਟਾ ਲਈਏ
ਇਕ ਹੋਵਣਾਂ ਰਿਹਾ ਫ਼ਕੀਰ ਮੈਥੋਂ, ਰਿਹਾ ਏਤਨਾ ਵਸ ਸੋ ਲਾ ਲਈਏ
ਮੱਖਣ ਪਾਲਿਆ ਚੀਕਣਾ ਨਰਮ ਪਿੰਡਾ, ਜ਼ਰਾ ਖਾਕ ਦੇ ਵਿੱਚ ਰਲਾ ਲਈਏ
ਕਿਸੇ ਜੋਗੀ ਥੀਂ ਸਿੱਖੀਏ ਸਿਹਰ ਕੋਈ, ਚੇਲੇ ਹੋਇ ਕੇ ਕੰਨ ਪੜਵਾ ਲਈਏ
ਅੱਗੇ ਲੋਕਾਂ ਦੇ ਝੁੱਗੜੇ ਬਾਲ ਸੇਕੇ, ਜ਼ਰਾ ਆਪਣੇ ਝੁੱਗੇ ਨੂੰ ਲਾ ਲਈਏ
ਅੱਗੇ ਝੰਗ ਸਿਆਲ ਦਾ ਸੈਰ ਕੀਤਾ, ਜ਼ਰਾ ਖੇੜਿਆਂ ਦੇ ਝੋਕ ਪਾ ਲਈਏ
ਉਥੇ ਖ਼ੁਦੀ ਗੁਮਾਨ ਮਨਜ਼ੂਰ ਨਾਹੀਂ, ਸਿਰ ਵੇਚੀਏ ਤਾਂ ਭੇਤ ਪਾ ਲਈਏ
ਵਾਰਿਸ ਸ਼ਾਹ ਮਹਿਬੂਬ ਨੂੰ ਤਦੋਂ ਪਾਈਏ, ਜਦੋਂ ਆਪਣਾ ਆਪ ਗਵਾ ਲਈਏ

ਬਾਲ ਨਾਥ ਦੇ ਟਿੱਲੇ 'ਤੇ ਜਾਣਾ

252

ਬੁਝੀ ਇਸ਼ਕ ਦੀ ਅੱਗ ਨੂੰ ਵਾਉ ਲੱਗੀ, ਸਮਾਂ ਆਇਆ ਹੈ ਸ਼ੌਕ ਜਗਾਵਣੇ ਦਾ
ਬਾਲ ਨਾਥ ਦੇ ਟਿੱਲੇ ਦਾ ਰਾਹ ਫੜਿਆ, ਮਤਾ ਜਾਗਿਆ ਕੰਨ ਪੜਾਵਣੇ ਦਾ
ਪਟੇ ਪਾਲ ਮਲਾਈਆਂ ਨਾਲ ਰੱਖੇ, ਵਕਤ ਆਇਆ ਸੂ ਰਗੜ ਮੁਨਾਵਣੇ ਦਾ
ਜਨਮ ਕਰਮ ਤਿਆਗ ਕੇ ਠਾਣ ਬੈਠਾ, ਕਿਸੇ ਜੋਗੀ ਦੇ ਹੱਥ ਵਿਕਾਵਣੇ ਦਾ
ਬੁੰਦੇ ਲਾਇ ਕੇ ਸੋਨੇ ਚਾਉ ਚੜ੍ਹਿਆ, ਕੰਨ ਪਾੜ ਕੇ ਮੁੰਦਰਾਂ ਪਾਵਣੇ ਦਾ
ਕਿਸੇ ਐਸੇ ਗੁਰਦੇਵ ਦੀ ਟਹਿਲ ਕਰੀਏ, ਸਿਹਰ ਦੱਸ ਦਏ ਰੰਨ ਖਿਸਕਾਵਣੇ ਦਾ
ਵਾਰਿਸ ਸ਼ਾਹ ਮੀਆਂ ਇਹਨਾਂ ਆਸ਼ਕਾਂ ਨੂੰ, ਫਿਕਰ ਜ਼ਰਾ ਨਾ ਜ਼ਿੰਦ ਗ਼ਵਾਵਣੇ ਦਾ

ਸ਼ਾਇਰ

253

ਹੋਕਾ ਫਿਰੇ ਦੇਂਦਾ ਪਿੰਡਾਂ ਵਿਚ ਸਾਰੇ, ਆਉ ਕਿਸੇ ਫ਼ਕੀਰ ਜੋ ਹੋਵਣਾ ਜੇ
ਮੰਗ ਖਾਵਣਾ ਕੰਮ ਨਾ ਕਾਜ ਕਰਨਾ, ਨਾ ਕੁਝ ਚਾਰਨਾ ਤੇ ਨਾ ਹੀ ਚੋਵਣਾ ਜੇ
ਜ਼ਰਾ ਕੰਨ ਪੜਾਇ ਕੇ ਸਵਾਹ ਮਲਣੀ, ਗੁਰੂ ਸਾਰੇ ਹੀ ਜਗ ਦਾ ਹੋਵਣਾ ਜੇ
ਨ ਦਿਹਾੜ ਨ ਕਸਬਿ ਰੁਜ਼ਗਾਰ ਕਰਨਾ, ਬਾਦਸ਼ਾਹੀ ਫਿਰ ਮੁਫ਼ਤ ਦਾ ਜੋਵਣਾ ਜੇ
ਮੰਗ ਖਾਵਣਾ ਤੇ ਮਸੀਤ ਸੌਣਾ, ਨਾ ਕੁਝ ਦੇਵਣਾ ਤੇ ਨਾ ਕੁਝ ਲੇਵਣਾ ਜੇ
ਨਹੀਂ ਦੇਣੀ ਵਧਾਈ ਪੁੱਤ ਜੰਮਿਆਂ ਦੀ, ਅਤੇ ਮੋਇਆਂ ਨੂੰ ਕਿਸੇ ਨਾ ਰੋਵਣਾ ਜੇ

ਨਾਲੇ ਮੰਗਣਾ ਤੇ ਨਾਲੇ ਘੂਰਨਾ ਈ, ਦੇਣਦਾਰ ਨਾ ਕਿਸੇ ਦਾ ਹੋਵਣਾ ਜੇ
ਖੁਸ਼ੀ ਆਪਣੀ ਉੱਠਣਾ ਮੀਆਂ ਵਾਰਿਸ, ਅਤੇ ਆਪਣੀ ਨੀਂਦ ਹੀ ਸੋਵਣਾ ਜੇ

254

ਟਿੱਲੇ ਜਾਇ ਕੇ ਜੋਗੀ ਥੇ ਹੱਥ ਜੋੜੇ, ਸਾਨੂੰ ਅਪਣਾ ਕਰੋ ਫ਼ਕੀਰ ਮੀਆਂ
ਤੇਰੇ ਦਰਸ ਦੀਦਾਰ ਦੇ ਵੇਖਣੇ ਨੂੰ, ਆਇਆ ਦੇਸ ਪਰਦੇਸ ਨੂੰ ਚੀਰ ਮੀਆਂ
ਸਿਦਕ ਧਾਰ ਕੇ ਨਾਲ ਯਕੀਨ ਆਇਆ, ਅਸੀਂ ਚੇਲੜੇ ਤੇ ਤੁਸੀਂ ਪੀਰ ਮੀਆਂ
ਬਾਦਸ਼ਾਹ ਸੱਚਾ ਰੱਬ ਆਲਮਾਂ ਦਾ, ਫ਼ੱਕਰ ਓਸ ਦੇ ਹੈਨ ਵਜ਼ੀਰ ਮੀਆਂ
ਬਿਨਾਂ ਮੁਰਸ਼ਦਾਂ ਰਾਹ ਨਾ ਹੱਥ ਆਵੇ, ਦੁੱਧ ਬਾਝੂ ਨਾ ਰਿੱਝਦੀ ਖੀਰ ਮੀਆਂ
ਯਾਦ ਹੱਕ ਦੀ ਸਬਰ ਤਸਲੀਮ ਨਿਹਚਾ, ਤੁਸਾਂ ਜੱਗ ਦੇ ਨਾਲ ਕੀ ਸੀਰ ਮੀਆਂ
ਫੱਕਰ ਕੁੱਲ ਜਹਾਨ ਦਾ ਆਸਰਾ ਨੇ, ਤਾਬਿਆਂ ਫ਼ੱਕਰ ਦੀ ਪੀਰ ਤੇ ਮੀਰ ਮੀਆਂ
ਮੇਰਾ ਮਾਉਂ ਨਾ ਬਾਪ ਨਾ ਸਾਕ ਕੋਈ, ਚਾਚਾ ਤਾਇਆ ਨਾ ਭੈਣ ਤੇ ਵੀਰ ਮੀਆਂ
ਦੁਨੀਆਂ ਵਿਚ ਹੈਰਾਨ ਹਾਂ ਬਹੁਤ ਹੋਇਆ, ਪੈਰੋਂ ਸਾਡਿਓਂ ਲਾਹ ਜ਼ੰਜੀਰ ਮੀਆਂ
ਤੈਨੂੰ ਛੱਡ ਕੇ ਜਾਂ ਮੈਂ ਹੋਰ ਕਿਸਥੇ, ਨਜ਼ਰ ਆਵਨਾ ਏਂ ਜ਼ਾਹਰਾ ਪੀਰ ਮੀਆਂ

ਬਾਲ ਨਾਥ

255

ਨਾਥ ਵੇਖ ਕੇ ਬਹੁਤ ਮਲੂਕ ਚੰਚਲ, ਅਹਲਿ ਤਬ੍ਹਾ ਤੇ ਸੋਹਣਾ ਛੈਲ ਮੁੰਡਾ
ਕੋਈ ਹੁਸਨ ਦੀ ਖਾਣ ਉਸ਼ਨਾਕ ਸੁੰਦਰ, ਅਤੇ ਲਾਡਲਾ ਮਾਉ ਤੇ ਬਾਪ ਸੰਦਾ
ਕਿਸੇ ਦੁੱਖ ਤੋਂ ਰੁੱਸ ਕੇ ਉੱਠ ਆਇਆ, ਇਕੇ ਕਿਸੇ ਦੇ ਨਾਲ ਪੈ ਗਿਆ ਧੰਦਾ
ਨਾਥ ਆਖਦਾ ਦੱਸ ਖਾਂ ਸੱਚ ਮੈਂ ਥੇ, ਤੂੰ ਹੈਂ ਕੇਹੜੇ ਦੁੱਖੋਂ ਫ਼ਕੀਰ ਹੁੰਦਾ

ਰਾਂਝਾ

256

ਏਹ ਜੱਗ ਮੁਕਾਮ ਫ਼ਨਾਹ ਦਾ ਏ, ਸਭਾ ਰੇਤ ਦੀ ਕੰਧ ਏਹ ਜੀਵਣਾ ਈ
ਛਾਉਂ ਬੱਦਲਾਂ ਦੀ ਉਮਰ ਬੰਦਿਆਂ ਦੀ, ਅਜ਼ਰਾਈਲ ਨੇ ਪਾੜਨਾ ਸੀਵਣਾ ਈ
ਏਹੁ ਜਹਾਨ ਹੈ ਅੱਜ ਕੱਲ ਸਿਹਰ ਮੇਲਾ, ਕਿਸੇ ਨਿੱਤ ਨਾ ਜੱਗ 'ਤੇ ਥੀਵਣਾ ਈ
ਵਾਰਿਸ ਸ਼ਾਹ ਮੀਆਂ ਅੰਤ ਖ਼ਾਕ ਹੋਣਾ, ਲੱਖ ਆਬਿਹਯਾਤ ਜੇ ਪੀਵਣਾ ਈ

ਨਾਥ

257

ਹੱਥ ਕੰਙਣਾਂ ਪਹੁੰਚੀਆਂ ਫੱਬ ਰਹੀਆਂ, ਕੰਨੀਆਂ ਲਟਕਦੇ ਸੋਹਣੇ ਬੁੰਦੜੇ ਨੀ
ਮੱਝ ਪੱਟ ਦੀਆਂ ਲੁੰਗੀਆਂ, ਖੇਸ ਉਤੇ, ਸਿਰ ਭਿੰਨੇ ਫੁਲੇਲ ਦੇ ਜੁੰਡੜੇ ਨੀ

ਸਿਰ ਕੋਚਕੀ ਬਾਰੀਆਂਦਾਰ ਛੱਲੇ, ਕੱਜਲ ਭਿੰਨੜੇ ਨੈਣ ਨਚੁੰਦੜੇ ਨੀ
ਖਾਣ ਪੀਣ ਪਹਿਰਨ ਸਿਰੋਂ ਮਾਪਿਆਂ ਦੇ, ਤੁਸਾਂ ਜੇਹੇ ਫ਼ਕੀਰ ਕਿਉਂ ਹੁੰਦੜੇ ਨੀ

ਰਾਂਝਾ

258

ਖ਼੍ਵਾਬ ਰਾਤ ਦਾ ਜਾਗ ਦੀਆਂ ਸਭ ਗੱਲਾਂ, ਧਨ ਮਾਲ ਨੂੰ ਮੂਲ ਨਾ ਝੂਰੀਏ ਜੀ
ਪੰਜ ਭੂਤ ਵਿਕਾਰ ਤੇ ਉਦਰ ਪਾਣੀ, ਨਾਲ ਸਬਰ ਸੰਤੋਖ ਦੇ ਪੂਰੀਏ ਜੀ
ਆਸ ਸੱਟ, ਦੁੱਖ ਸੁਖ ਸਮਾਨ ਜਾਣੇ, ਜੇਹੇ ਸ਼ਾਲ ਮਸ਼ਰੂ ਤੇਹੇ ਭੂਰੀਏ ਜੀ
ਬਹਿ ਆਤਮਾ ਦਾ ਰਸਕਸ ਤਿਆਗੇ, ਵਾਰਿਸ ਗੁਰਾਂ ਨੂੰ ਕਹਿ ਵਡੂਰੀਏ ਜੀ

ਨਾਥ

259

ਭੋਗ ਭੋਗਣਾ ਦੁੱਧ ਤੇ ਦਹੀਂ ਪੀਵਣ, ਪਿੰਡਾ ਪਾਲ ਕੇ ਰਾਤ ਦਿਨ ਧੋਵਣਾ ਹੈਂ
ਖਰੀ ਕਠਨ ਹੈ ਫ਼ਕਰ ਦੀ ਵਾਟ ਝਾਗਣ, ਮੂੰਹੋਂ ਆਖ ਕੇ ਕਾਹਿ ਵਿਗੋਵਣਾ ਹੈਂ
ਵਾਹੇਂ ਵੰਝਲੀ ਤ੍ਰੀਮਤਾਂ ਨਿੱਤ ਘੂਰੇਂ, ਗਾਈਂ ਮਹੀਂ ਵਲਾਇ ਕੇ ਚੋਵਣਾ ਹੈਂ
ਸੱਚ ਆਖ ਜੱਟਾ! ਕੇਹੀ ਬਣੀ ਤੈਨੂੰ, ਸੁਆਦ ਛੱਡ ਕੇ ਖੇਹ ਕਿਉਂ ਹੋਵਣਾ ਹੈਂ

ਰਾਂਝਾ

260

ਜੋਗੀ ਛੱਡ ਜਹਾਨ ਫ਼ਕੀਰ ਹੋਏ, ਇਸ ਜੱਗ ਵਿਚ ਬਹੁਤ ਖਵਾਰੀਆਂ ਨੇ
ਲੈਣ ਦੇਣ ਤੇ ਦਗਾ ਅਨਿਆਂਉਂ ਕਰਨਾ, ਲੁੱਟ ਖ਼ੁੱਟ ਤੇ ਚੋਰੀਆਂ ਯਾਰੀਆਂ ਨੇ
ਉਹ ਪੁਰਖ ਨਿਰਬਾਣ ਪਦ ਜਾਇ ਪਹੁੰਚੇ, ਜਿਨ੍ਹਾਂ ਪੰਜੇ ਇੰਦਰੀਆਂ ਮਾਰੀਆਂ ਨੇ
ਜੋਗ ਦਿਉ ਤੇ ਕਰੋ ਨਿਹਾਲ ਮੈਨੂੰ, ਕੇਹੀਆਂ ਜੀਉ 'ਤੇ ਘੁੰਡੀਆਂ ਚਾੜ੍ਹੀਆਂ ਨੇ
ਏਸ ਜੱਟ ਗਰੀਬ ਨੂੰ ਤਾਰ ਓਵੇਂ, ਜਿਵੇਂ ਅਗਲੀਆਂ ਸੰਗਤਾਂ ਤਾਰੀਆਂ ਨੇ
ਵਾਰਿਸ ਸ਼ਾਹ ਮੀਆਂ ਰੱਬ ਸ਼ਰਮ ਰੱਖੇ, ਜਗ ਵਿਚ ਮੁਸੀਬਤਾਂ ਭਾਰੀਆਂ ਨੇ

ਨਾਥ

261

ਮਹਾਂ ਦੇਵ ਥੋਂ ਜੋਗ ਦਾ ਪੰਥ ਬਣਿਆ, ਖਰੀ ਕਠਨ ਹੈ ਜੋਗ-ਮੁਹਿੰਮ ਮੀਆਂ
ਕੌੜਾ ਬਕਬਕਾ ਸਵਾਦ ਹੈ ਜੋਗ ਸੰਦਾ, ਜੇਹੀ ਘੋਲ ਕੇ ਪੀਵਣਾ ਨਿੰਮ ਮੀਆਂ
ਜਹਾਂ ਸੁੰਨ ਸਮਾਧ ਕੀ ਮੰਡਲੀ ਹੈ, ਅਤੇ ਜੋਤਨਾ ਹੈ ਰਿੰਮ ਝਿੰਮ ਮੀਆਂ
ਤਹਾਂ ਭਸਮ ਲਗਾਇ ਕੇ ਭਸਮ ਹੋਣਾ, ਪੇਸ਼ ਜਾਇ ਨਹੀਂ ਗਰਬ ਤੇ ਡਿੰਮ੍ਹ ਮੀਆਂ

ਰਾਂਝਾ

262

ਤੁਸੀਂ ਜੋਗ ਦਾ ਪੰਥ ਬਤਾਉ ਸਾਨੂੰ, ਸ਼ੌਕ ਜਾਗਿਆਂ ਹਰਫ਼ ਨਗੀਨਿਆਂ ਦੇ
ਏਸ ਜੋਗ ਦੇ ਪੰਥ ਵਿਚ ਆਇ ਵੜਿਆ, ਛਪਣ ਐਬ ਸਵਾਬ ਕਮੀਨਿਆਂ ਦੇ
ਹਿਰਸ ਅੱਗ ਤੇ ਸਬਰ ਦਾ ਪਵੇ ਪਾਣੀ, ਜੋਗ ਠੰਢ ਘੱਤੇ ਵਿਚ ਸੀਨਿਆਂ ਦੇ
ਇਕ ਫ਼ੱਕਰ ਹੀ ਰੱਬ ਦੇ ਰਹਿਣ ਸਾਬਤ, ਹੋਰ ਥਿੜਕਦੇ ਅਹਿਲ ਖਜ਼ੀਨਿਆਂ ਦੇ
ਤੇਰੇ ਦਵਾਰ ਤੇ ਆਣ ਮੁਹਤਾਜ ਹੋਏ, ਅਸੀਂ ਨੌਕਰ ਹਾਂ ਬਾਝੁ ਮਹੀਨਿਆਂ ਦੇ
ਤੇਰਾ ਹੋਇ ਫਕੀਰ ਮੈਂ ਨਗਰ ਮੰਗਾਂ, ਛੱਡਾਂ ਵਾਇਦੇ ਇਨ੍ਹਾਂ ਰੁਜ਼ੀਨਿਆਂ ਦੇ

ਨਾਥ

263

ਏਸ ਜੋਗ ਦੇ ਵਾਇਦੇ ਬਹੁਤ ਔਖੇ, ਨਾਦ ਅਲਖ ਤੇ ਸੁੰਨ ਵਜਾਵਣਾ ਓ
ਜੋਗੀ ਜੰਗਮ ਤੇ ਗੋਦੜੀ ਜਟਾਧਾਰੀ, ਮੁੰਡੀ ਨਿਰਮਲਾ ਭੇਖ ਵਟਾਵਣਾ ਓ
ਤਾੜੀ ਲਾਇ ਕੇ ਨਾਥ ਦਾ ਧਿਆਨ ਧਰਨਾ, ਦਸਵੇਂ ਦਵਾਰ ਤੇ ਸਾਸ ਚੜ੍ਹਾਵਣਾ ਓ
ਜੰਮੇ ਆਇ ਦਾ ਹਰਖ ਤੇ ਸੋਗ ਛਡਿਓ, ਨਹੀਂ ਮੋਇਆਂ ਗਿਆ ਪਛੋਤਾਵਣਾ ਓ
ਨਾਉਂ ਫ਼ੱਕਰ ਦਾ ਬਹੁਤ ਆਸਾਨ ਲੈਣਾ, ਖਰਾ ਕਠਨ ਹੈ ਜੋਗ ਕਮਾਵਣਾ ਓ
ਧੋਇ ਧਾਇ ਕੇ ਜਟਾਂ ਨੂੰ ਧੂਪ ਦੇਣਾ, ਸਦਾ ਅੰਗ ਬਿਭੂਤ ਰਮਾਵਣਾ ਓ
ਉਦਿਆਨ-ਬਾਸੀ, ਜਤੀ ਸਤੀ, ਜੋਗੀ, ਝਾਤ ਇਸਤਰੀ ਤੇ ਨਾਹੀਂ ਪਾਵਣਾ ਓ
ਲੱਖ ਖ਼ੂਬਸੂਰਤ ਪਰੀ ਹੂਰ ਹੋਵੇ, ਜ਼ਰਾ ਜੀਉੜਾ ਨਾਹੀਂ ਭਰਮਾਵਣਾ ਓ
ਕੰਦ ਮੂਲ ਤੇ ਪੋਸਤ ਅਫ਼ੀਮ ਬੱਚਾ, ਨਸ਼ਾ ਖਾਇ ਕੇ ਮਸਤ ਹੋ ਜਾਵਣਾ ਓ
ਜੱਗ ਖਾਬ੍ਹ ਖਿਆਲ ਦੀ ਬਾਤ ਜਾਣੀ, ਹੋ ਕਮਲਿਆਂ ਹੋਸ਼ ਭੁਲਾਵਣਾ ਓ
ਜਗਨ ਨਾਥ, ਗੋਦਾਵਰੀ, ਗੰਗ ਜਮਨਾ, ਸਦਾ ਤੀਰਥਾਂ ਤੇ ਭੌਵਣ ਜਾਵਣਾ ਓ
ਮੇਲੇ ਸਿਧਾਂ ਦੇ ਖੇਲਣਾਂ ਦੇਸ ਪੱਛਮ, ਨਵਾਂ ਨਾਥਾਂ ਦਾ ਦਰਸ਼ਨ ਪਾਵਣਾ ਓ
ਕਾਮ ਕ੍ਰੋਧ ਤੇ ਲੋਭ, ਹੰਕਾਰ ਮਾਰਨ, ਜੋਗੀ ਖ਼ਾਕ ਦਰ ਖ਼ਾਕ ਹੋ ਜਾਵਣਾ ਓ
ਰੰਨਾ ਘੂਰਦਾ ਗਾਂਵਦਾ ਫਿਰੇਂ ਵਹਿਸ਼ੀ, ਤੈਨੂੰ ਔਖੜਾ ਜੋਗ ਕਮਾਵਣਾ ਓ
ਵਾਰਿਸ ਜੋਗ ਹੈ ਕੰਮ ਨਿਰਾਸਿਆਂ ਦਾ, ਤੁਸਾਂ ਜੱਟਾਂ ਕੀ ਜੋਗ ਨੂੰ ਪਾਵਣਾ ਓ

ਰਾਂਝਾ

264

ਤੁਸਾਂ ਬਖਸ਼ਣਾ ਜੋਗ ਤਾਂ ਕਰੋ ਕਿਰਪਾ, ਦਾਨ ਕਰਦਿਆਂ ਢਿੱਲ ਨਾ ਲੋੜੀਏ ਜੀ
ਜਿਹੜਾ ਆਸ ਕਰ ਕੇ ਡਿੱਗੇ ਆਣ ਦੁਆਰੇ, ਜੀਉ ਓਸ ਦਾ ਚਾਇ ਨਾ ਤੋੜੀਏ ਜੀ
ਸਿਦਕ ਬੰਨ੍ਹ ਕੇ ਜਿਹੜਾ ਚਰਨ ਲਾਗੇ, ਪਾਰ ਲਾਈਏ ਵਿਚ ਨਾ ਬੋੜੀਏ ਜੀ
ਵਾਰਿਸ ਸ਼ਾਹ ਮੀਆਂ ਜੈਂਦਾ ਕੋਈ ਨਾਹੀਂ, ਮਿਹਰ ਓਸ ਥੋਂ ਨਾਂਹਿ ਵਿਛੋੜੀਏ ਜੀ

ਨਾਥ

265

ਘੋੜਾ ਸਬਰ ਦਾ ਜ਼ਿਗਰ ਦੀ ਵਾਗ ਦੇ ਕੇ, ਨਫਸ ਮਾਰਨਾ ਕੰਮ ਭੁਜੰਗਿਆਂ ਦਾ
ਛੱਡ ਜੱਗ ਤੇ ਹੁਕਮ ਫਕੀਰ ਹੋਣਾ, ਇਹ ਕੰਮ ਹੈ ਮਾਹਣੂਆਂ ਚੰਗਿਆਂ ਦਾ
ਇਸ਼ਕ ਕਰਨ ਤੇ ਤੇਗ ਦੀ ਧਾਰ ਕੱਪਣ, ਨਾਹੀਂ ਕੰਮ ਏਹੁ ਭੁਖਿਆਂ ਨੰਗਿਆਂ ਦਾ
ਜਿਹੜੇ ਮਰਨ ਸੋ ਫਰਕ ਥੀਂ ਹੋਣ ਵਾਕਿਫ਼, ਨਹੀਂ ਕੰਮ ਇਹ ਮਰਨ ਤੋਂ ਸੰਗਿਆਂ ਦਾ
ਏਥੇ ਥਾਉਂ ਨਾਹੀਂ ਅੜਬੰਗਿਆਂ ਦਾ, ਫ਼ਰਕ ਕੰਮ ਹੈ ਸਿਰਾਂ ਥੀਂ ਲੰਘਿਆਂ ਦਾ
ਜ਼ੌਕ, ਮਿਹਰ, ਤੇ ਸਿਦਕ, ਯਕੀਨ ਬਾਝੋਂ, ਕੇਹਾ ਫ਼ਾਇਦਾ ਟੁਕੜਿਆਂ ਮੰਗਿਆਂ ਦਾ
ਵਾਰਿਸ ਸ਼ਾਹ ਜੋ ਇਸ਼ਕ ਦੇ ਰੰਗ ਰੱਤੇ, ਗੂੜ ਰੰਗ ਹੈ ਰੰਗ ਦਿਆਂ ਰੰਗਿਆਂ ਦਾ

ਨਾਥ ਦੀ ਰਾਂਝੇ ਨੂੰ ਨਸੀਹਤ

266

ਜੋਗ ਕਰੇ ਸੋ ਮਰਨ ਥੀਂ ਹੋਏ ਅਸਥਿਰ, ਜੋਗ ਸਿੱਖੀਏ, ਸਿੱਖਣਾ ਆਇਆ ਈ
ਨਿਹਚਾ ਧਾਰ ਕੇ ਗੁਰੂ ਦੀ ਸੇਵ ਕਰੀਏ, ਏਹੀ ਜੋਗੀਆਂ ਦਾ ਫੁਰਮਾਇਆ ਈ
ਨਾਲ ਸਿਦਕ ਯਕੀਨ ਦੇ ਬੰਨ੍ਹ ਤਕਵਾ, ਧੰਨੇ ਪੱਥਰੋਂ ਰੱਬ ਨੂੰ ਪਾਇਆ ਈ
ਮੈਲ ਧੋਇ ਕੇ ਦਿਲੇ ਦੀ ਸਾਫ਼ ਕੀਤੀ, ਤੁਰਤ ਗੁਰੂ ਨੇ ਰੱਬ ਵਿਖਾਇਆ ਈ
ਵਾਰਿਸ ਸ਼ਾਹ ਮੀਆਂ ਹਮਾਓਸਤ ਜਾਪੇ, ਸਰਬਮਈ ਭਗਵਾਨ ਨੂੰ ਪਾਇਆ ਈ

ਨਾਥ

267

ਬੱਚਾ! ਸੈਂ ਤੂ ਜਿਸ ਕਲਬੂਤ ਅੰਦਰ, ਸੱਚਾ ਰੱਬ ਹੈ ਥਾਉਂ ਬਣਾਇ ਰਹਿਆ
ਮਾਲਾ ਮਣਕਿਆਂ ਵਿਚ ਜਿਉਂ ਇਕ ਧਾਗਾ, ਤਿਵੇਂ ਸਰਬ ਕੇ ਬੀਚ ਸਮਾਇ ਰਹਿਆ
ਸਭਨਾਂ ਜੀਉਂਦਿਆਂ ਵਿਚ ਹੈ ਜਾਨ ਵਾਂਙੂ, ਨਸ਼ਾ ਭੰਗ ਅਫ਼ੀਮ ਵਿਚ ਆਇ ਰਹਿਆ
ਜਿਵੇਂ ਪੱਤਰੋਂ ਮਹਿੰਦੀਉਂ ਰੰਗ ਰਚਿਆ, ਤਿਵੇਂ ਜਾਨ ਜਹਾਨ ਵਿਚ ਪਾਇ ਰਹਿਆ
ਜਿਵੇਂ ਰਕਤ ਸਰੀਰ ਵਿਚ ਸਾਸ ਅੰਦਰ, ਤਿਵੇਂ ਜੋਤ ਮੈਂ ਜੋਤ ਸਮਾਇ ਰਹਿਆ
ਰਾਂਝਾ ਬੰਨ੍ਹ ਕੇ ਖਰਚ ਹੈ ਮਗਰ ਲੱਗਾ, ਜੋਗੀ ਆਪਣਾ ਜ਼ੋਰ ਸਭ ਲਾਇ ਰਹਿਆ
ਤੇਰੇ ਦਵਾਰ ਜੋਗਾ ਹੋ ਮੁਹਿਤਾਜ ਗਇਆ, ਜੱਟ ਜੋਗੀ ਨੂੰ ਗਿਆਨ ਸਮਝਾਇ ਰਹਿਆ
ਵਾਰਿਸ ਸ਼ਾਹ ਮੀਆਂ ਜਿਸ ਨੂੰ ਇਸ਼ਕ ਲੱਗਾ, ਦੀਨ ਦੁਨੀਂ ਦੇ ਕੰਮ ਥੀਂ ਜਾਇ ਰਹਿਆ

ਜੋਗੀ ਦੀ ਮਿਹਰ

268

ਜੋਗੀ ਹੋ ਲਾਚਾਰ ਜਾਂ ਮਿਹਰ ਕੀਤੀ, ਤਦੋਂ ਚੇਲਿਆਂ ਬੋਲੀਆਂ ਮਾਰੀਆਂ ਨੇ
ਜੀਭਾਂ ਸਾਣ ਚੜ੍ਹਾਇ ਕੇ ਗਿਰਦ ਹੋਏ, ਜਿਵੇਂ ਤਿੱਖੀਆਂ ਤੇਜ਼ ਕਟਾਰੀਆਂ ਨੇ
ਵੇਖ ਸੋਹਣਾ ਰੂਪ ਜਟੇਟੜੇ ਦਾ, ਜੋਗ ਦੇਣ ਦੀਆਂ ਕਰਨ ਤਿਆਰੀਆਂ ਨੇ
ਜੋਗ ਦੇਂਹ ਮੂਲ ਨਿਮਾਣਿਆਂ ਨੂੰ, ਜਿਨ੍ਹਾਂ ਕੀਤੀਆਂ ਮਿਹਨਤਾਂ ਭਾਰੀਆਂ ਨੇ

ਠਰਕ ਮੁੰਡਿਆਂ ਦੇ ਲੱਗੇ ਜੋਗੀਆਂ ਨੂੰ ਮੱਤੀਂ ਜਿਨ੍ਹਾਂ ਦੀਆਂ ਰੱਬ ਨੇ ਮਾਰੀਆਂ ਨੇ
ਵਾਰਿਸ ਸ਼ਾਹ ਖੁਸ਼ਾਮਤਾਂ ਸੋਹਣਿਆਂ ਦੀਆਂ, ਗੱਲਾਂ ਹੱਕ ਦੀਆਂ ਨਾ ਨਿਤਾਰੀਆਂ ਨੇ

ਨਾਥ

269

ਗ਼ੈਬਤ ਕਰਨ ਬੇਗਾਨੜੀ ਬੜਾ ਔਗੁਣ, ਸੱਭੇ ਆਦਮੀ ਏਹ ਗੁਨਾਹਗਾਰ ਹੁੰਦੇ
ਚੋਰ, ਚੁਗਲ ਤੇ ਕਿਰਤਘਣ, ਝੂਠ ਬੋਲੇ, ਲੂਤੀ ਲਾਵਣਾ ਸੱਤਵਾਂ ਯਾਰ ਹੁੰਦੇ
ਅਸਾਂ ਜੋਗ ਨੂੰ ਨਹੀਂ ਗਲ ਬੰਨ੍ਹ ਬਹਿਣਾ, ਤੁਸੀਂ ਕਾਸ ਨੂੰ ਇਡੇ ਬੇਜ਼ਾਰ ਹੁੰਦੇ
ਵਾਰਿਸ ਜਿਨ੍ਹਾਂ ਉਮੀਦ ਨਾ ਤਾਂਘ ਕਾਈ, ਬੇੜੇ ਤਿਨ੍ਹਾਂ ਦੇ ਆਕਬਤ ਪਾਰ ਹੁੰਦੇ

ਚੇਲਿਆਂ ਦਾ ਸ਼ੋਰ

270

ਰਲ ਚੇਲਿਆਂ ਤਾਉ ਕਸਾਉ ਕੀਤਾ, ਬਾਲ ਨਾਥ ਨੂੰ ਪਕੜ ਪੱਥਲਿਓ ਨੇ
ਛੱਡ ਦਵਾਰ, ਉਖਾੜ ਭੰਡਾਰ ਚੱਲੇ, ਜਾਇ ਰੰਧ[1] ਤੇ ਵਾਟ ਸਭ ਮੱਲਿਓ ਨੇ
ਸੇਲ੍ਹੀ ਟੋਪੀਆਂ ਮੁੰਦਰਾਂ ਸੁੱਟ ਘੱਤੇ, ਮੋੜ ਗੋਦੜੀ ਨਾਥ ਥੇ ਘੱਲਿਓ ਨੇ
ਵਾਰਿਸ ਸ਼ਾਹ ਨਾ ਰੱਬ ਬਖੀਲ[2] ਹੋਵੇ, ਚਾਰੇ ਰਾਹ ਨਸੀਬ ਦੇ ਵੱਲਿਓ ਨੇ

ਰਾਂਝੇ ਦਾ ਉੱਤਰ

271

ਸੁੰਞਾ ਲੋਕ ਬਖ਼ੀਲ ਤੇ ਬਾਬ ਮੰਦੀ, ਮੇਰਾ ਰੱਬ ਬਖ਼ੀਲ ਨਾ ਲੋੜੀਏ ਜੀ
ਕੀਚੈ ਗ਼ੌਰ ਤੇ ਕੰਮ ਬਣਾਇ ਦਿੱਚੈ, ਮਿਲੇ ਦਿਲਾਂ ਨੂੰ ਨਾਂਹਿ ਵਿਛੋੜੀਏ ਜੀ
ਏਹ ਹੁਕਮ ਤੇ ਹੁਸਨ ਨਾ ਨਿੱਤ ਰਹਿੰਦੇ, ਨਾਲ ਆਜਜ਼ਾਂ ਦੇ ਹੱਥ ਜੋੜੀਏ ਜੀ
ਕੋਈ ਕੰਮ ਗਰੀਬ ਦਾ ਕਰੇ ਜ਼ਾਇਆ, ਸਗੋਂ ਉਸ ਨੂੰ ਹਟਕੀਏ ਹੋੜੀਏ ਜੀ
ਬੇੜਾ ਲੱਦਿਆ ਹੋਵੇ ਮੁਸਾਫ਼ਰਾਂ ਦਾ, ਪਾਰ ਲਾਈਏ ਵਿਚ ਨਾ ਬੋੜੀਏ ਜੀ
ਜ਼ਿਮੀਂ ਨਾਲ ਨਾ ਮਾਰੀਏ ਫੇਰ ਆਪੇ, ਹੱਥੀਂ ਜਿਨ੍ਹਾਂ ਨੂੰ ਚਾੜ੍ਹੀਏ ਘੋੜੀਏ ਜੀ
ਭਲਾ ਕਰਦਿਆਂ ਢਿੱਲ ਨਾ ਮੂਲ ਕੀਚੇ, ਕਿੱਸਾ ਤੂਲ ਦਰਾਜ਼ ਨਾ ਤੋਰੀਏ ਜੀ
ਵਾਰਿਸ ਸ਼ਾਹ ਯਤੀਮ ਦੀ ਗੌਰ ਕਰੀਏ, ਹੱਥ ਆਜਜ਼ਾਂ ਦੇ ਨਾਲ ਜੋੜੀਏ ਜੀ

ਨਾਥ ਨੇ ਮੰਨ ਜਾਣਾ

272

ਧੁਰੋਂ ਹੁੰਦੜੇ ਵੈਰ ਵਿਰੋਧ ਆਏ, ਬੁਰੀਆਂ ਚੁਗਲੀਆਂ, ਧ੍ਰੋਹ ਬਖੀਲੀਆਂ ਓ
ਮੈਨੂੰ ਤਰਸ ਆਇਆ ਵੇਖ ਜ਼ੁਹਦ[3] ਤੇਰਾ, ਗੱਲਾਂ ਮਿੱਠੀਆਂ ਬਹੁਤ ਰਸੀਲੀਆਂ ਓ
ਪਾਣੀ ਦੁੱਧ ਵਿੱਚੋਂ ਕੱਢ ਲੈਣ ਚਾਤੁਰ, ਜਦੋਂ ਛਿੱਲ ਕੇ ਪਾਂਵਦੇ ਤੀਲੀਆਂ ਓ
ਗੁਰੂ ਦਬਕਿਆ, ਮੁੰਦਰਾਂ ਝੱਬ ਲਿਆਵੋ, ਛੱਡ ਦਿਉ ਗੱਲਾਂ ਅਣਖੀਲੀਆਂ ਓ

---

1. ਕਲੇਸ਼, ਝਗੜਾ, 2. ਈਰਖਾ, 3. ਭਗਤੀ, ਸਾਧਨਾ

ਨਹੀਂ ਡਰਨ ਹੁਣ ਮਰਨ ਥੀਂ ਭੌਰ ਆਸ਼ਕ, ਜਿਨ੍ਹਾਂ ਸੂਲੀਆਂ ਸਿਰਾਂ ਤੇ ਸੀਲੀਆਂ ਓ
ਵਾਰਿਸ ਸ਼ਾਹ ਫਿਰ ਨਾਥ ਨੇ ਹੁਕਮ ਕੀਤਾ, ਕੱਢ ਅੱਖੀਆਂ ਨੀਲੀਆਂ ਪੀਲੀਆਂ ਓ

ਮੁੰਦਰਾਂ ਤਿਆਰ ਹੋਣੀਆਂ

273

ਚੇਲਿਆਂ ਗੁਰੂ ਦਾ ਬਚਨ ਪਰਵਾਨ ਕੀਤਾ, ਜਾਇ ਸੁਰਗ ਦੀਆਂ ਮਿੱਟੀਆਂ ਮੇਲੀਆਂ ਨੇ
ਸਭਾ ਤਿੰਨ ਸੌ ਸੱਠ ਜਾਂ ਭਵੇਂ ਤੀਰਥ, ਵਾਚ ਗੁਰਾਂ ਦੇ ਮੰਤਰਾਂ ਕੀਲੀਆਂ ਨੇ
ਨਉਂ ਨਾਥ ਬਵੰਜੜਾ ਬੀਰ ਆਏ, ਚੌਸਠ ਜੋਗਣਾਂ ਨਾਲ ਰਸੀਲੀਆਂ ਨੇ
ਛੀਏ ਜਤੀ ਤੇ ਦਸੇ ਅਵਤਾਰ ਆਏ, ਵਿਚ ਆਬਿਹਯਾਤ[1] ਦੇ ਝੀਲੀਆਂ ਨੇ

274

ਦਿਨ ਚਾਰ ਬਣਾਇ ਸੁਕਾਇ ਮੁੰਦਰਾਂ, ਬਾਲਨਾਥ ਦੀ ਨਜ਼ਰ ਗੁਜ਼ਾਰੀਆ ਨੇ
ਜ਼ੋਰਾਵਰਾਂ ਦੀ ਗੱਲ ਹੈ ਬਹੁਤ ਮੁਸ਼ਕਲ, ਜਾਣ ਬੁਝ ਕੇ ਬਦੀ ਵਿਸਾਰੀਆ ਨੇ
ਗੁੱਸੇ ਨਾਲ ਵਿਗਾੜ ਕੇ ਗੱਲ ਸਾਗੀ, ਡਰਦੇ ਗੁਰੂ ਥੀਂ ਚਾਇ ਸਵਾਰੀਆ ਨੇ
ਗੁਰੂ ਕਿਹਾ ਸੋ ਉਹਨਾਂ ਪਰਵਾਨ ਕੀਤਾ, ਨਰਦਾਂ ਪੁੱਠੀਆਂ ਤੇ ਬਾਜ਼ੀ ਹਾਰੀਆ ਨੇ
ਘੁੱਟ ਵੱਟ ਕੇ ਸੰਮ ਬੁਕੰਮ ਹੋਏ, ਕਾਈ ਮੋੜ ਕੇ ਗੱਲ ਨਾ ਸਾਰੀਆ ਨੇ
ਗਹਿਣਾ ਕਪੜਾ ਕੁਲ ਤਾਰਾਜ਼ ਕੀਤਾ, ਹੁਸਨ ਮੋੜ ਕੇ ਗੱਲ ਨਾ ਸਾਰੀਆ ਨੇ
ਗਹਿਣਾ ਕਪੜਾ ਕੁਲ ਤਾਰਾਜ਼ ਕੀਤਾ, ਹੁਸਨ ਬਾਵਨੀ ਚਾ ਉਜਾੜੀਆ ਨੇ
ਲਿਆਏ ਉਸਤਰਾ ਗੁਰੂ ਦੇ ਹੱਥ ਦਿੱਤਾ, ਜੋਗੀ ਕਰਨ ਦੀ ਨੀਤ ਚਾ ਧਾਰੀਆ ਨੇ
ਵਾਰਿਸ ਸ਼ਾਹ ਬਿਨ ਹੁਕਮ ਦੇ ਪਏ ਪੁੱਠੀ, ਲੇਖ ਵੈਰੀਆਂ ਧੱਕ ਕੇ ਮਾਰੀਆ ਨੇ

ਜੋਗ ਮਿਲਣਾ

275

ਬਾਲਨਾਥ ਨੇ ਸਾਮ੍ਹਣੇ ਸੱਦ ਧੀਦੋ, ਜੋਗ ਦੇਣ ਨੂੰ ਪਾਸ ਬਹਾਲਿਆ ਸੂ
ਰੋਡ ਭੋਡ ਹੋਇਆ ਸਵਾਹ ਮਲੀ ਮੂੰਹ ਤੇ, ਸੱਭਾ ਕੋੜਮੇ ਦਾ ਨਾਉਂ ਗਾਲਿਆ ਸੂ
ਕੰਨ ਪਾੜ ਕੇ ਝਾੜ ਕੇ ਹਿਰਸ ਹਸਰਤ, ਇਕ ਪਲਕ ਵਿਚ ਮੂੰਨ ਵਿਖਾਲਿਆ ਸੂ
ਜੇਹਾਂ ਪੁੱਤਰਾਂ ਤੇ ਮਾਪੇ ਮਿਹਰ ਕਰਦੇ, ਜਾਪੇ ਦੁੱਧ ਪਿਵਾਇਕੇ ਪਾਲਿਆ ਸੂ
ਸਵਾਹ ਅੰਗ ਰਮਾਇ ਸਿਰ ਮੂੰਨ ਅੱਖੀਂ, ਪਾਇ ਮੁੰਦਰਾਂ ਚਾਇ ਨਵ੍ਹਾਲਿਆਂ ਸੂ
ਖ਼ਬਰਾਂ ਕੁੱਲ ਜਹਾਨ ਵਿਚ ਖਿੰਡ ਗਈਆਂ, ਰਾਂਝਾ ਜੋਗੀਅੜਾ ਸਾਜਿ ਵਿਖਾਲਿਆ ਸੂ
ਵਾਰਿਸ ਸ਼ਾਹ ਮੀਆਂ ਸੁਨਿਆਰ ਵਾਂਗੂੰ, ਜੱਟ ਫੇਰ ਮੁੜ ਭੰਨ ਕੇ ਗਾਲਿਆ ਸੂ

---

1. ਪਵਿੱਤਰ ਜਲ

ਨਸੀਹਤ

276

ਦਿੱਤੀ ਦੀਖਣਾ ਰੱਬ ਦੀ ਯਾਦ ਦੱਸੀ, ਗੁਰੂ ਜੋਗ ਦੇ ਭੇਤ ਨੂੰ ਪਾਈਏ ਜੀ
ਨ੍ਹਾਇ ਧੋਇ ਕੇ, ਖ਼ੂਬ ਬਿਭੂਤ ਮਲੀਏ, ਚਾਇ ਕਿਸ ਵਿਧਿ ਅੰਗ ਵਟਾਈਏ ਜੀ
ਸਿੰਙੀ ਫਾਹੁੜੀ ਖੱਪਰੀ ਹੱਥ ਲੈ ਕੇ, ਪਹਿਲਾਂ ਰੱਬ ਦਾ ਨਾਉਂ ਧਿਆਈਏ ਜੀ
ਨਗਰ ਅਲਖ ਜਗਾਇਕੇ ਜਾਇ ਵੜੀਏ, ਪਾਪ ਜਾਣ ਜੇ ਨਾਦ ਵਜਾਈਏ ਜੀ
'ਸੁਖੀ ਦਵਾਰ ਵੱਸੇ, ਜੋਗੀ ਭੀਖ ਮਾਂਗੇ', ਦੇਣੀ ਦੁਆਇ ਅਸੀਸ ਸੁਣਾਈਏ ਜੀ
ਇਸੀ ਭਾਂਤ ਸੇ, ਨਗਰ ਦੀ ਭੀਖ ਲੈ ਕੇ, ਮਸਤ ਲਟਕਦੇ ਦੁਆਰ ਕੋ ਆਈਏ ਜੀ
ਵੱਡੀ ਮਾਂ ਹੀ ਜਾਣ ਕੇ ਕਰੋ ਨਿਹਚਾ, ਛੋਟੀ ਭੈਣ ਮਿਸਾਲ ਕਰਾਈਏ ਜੀ
ਵਾਰਿਸ ਸ਼ਾਹ ਯਕੀਨ ਦੀ ਕੱਲ੍ਹਾ ਬੱਧੀ, ਸੱਭੋ ਹੱਕ ਹੀ ਹੱਕ ਠਹਿਰਾਈਏ ਜੀ

ਰਾਂਝਾ

277

ਰਾਂਝਾ ਆਖਦਾ ਮਗਰ ਨ ਪਵੋ ਮੇਰੇ, ਕਦੇ ਕਹਿਰ ਦੀ ਵਾਉ ਹਟਾਈਏ ਜੀ
ਗੁਰੂ ਮੱਤ ਤੇਰੀ ਸਾਨੂੰ ਨਹੀਂ ਫ਼ਬਦੀ, ਗਲ ਘੁੱਟ ਕੇ ਚਾਇ ਲੰਘਾਈਏ ਜੀ
ਪਹਿਲੋਂ ਚੇਲਿਆਂ ਨੂੰ ਚਾਜਿ ਹੀਜ ਕਰੀਏ, ਪਿੱਛੋਂ ਜੋਗ ਦੀ ਰੀਤ ਬਤਾਈਏ ਜੀ
ਇਕ ਵਾਰ ਜੋ ਦੱਸਣਾ ਦੱਸ ਛੱਡੋ, ਘੜੀ ਮੁੜੀ ਨਾ ਫੇਰ ਅਕਾਈਏ ਜੀ
ਕਰਤੂਤ ਜੇ ਇਹੋ ਸੀ ਸਭ ਤੇਰੀ, ਮੁੰਡੇ ਠੱਗ ਕੇ ਲੀਕ ਨਾ ਲਾਈਏ ਜੀ
ਵਾਰਿਸ ਸ਼ਾਹ ਸ਼ਾਗਿਰਦ ਤੇ ਚੇਲੜੇ ਨੂੰ, ਕਾਈ ਭਲੀ ਹੀ ਮਤ ਸਿਖਾਈਏ ਜੀ

ਨਾਥ

278

ਕਹੇ ਨਾਥ, ਰੰਝੇਟਿਆ! ਸਮਝ ਭਾਈ, ਸਿਰ ਚਾਇਓ ਜੋਗ ਭਰੋਟੜੀ ਨੂੰ
ਅਲਖ ਨਾਦ ਵਜਾਇਕੇ ਕਰੋ ਨਿਹਚਾ, ਮੇਲ ਲਿਆਵਣਾ ਟੂਕੜੇ ਰੋਟੜੀ ਨੂੰ
ਅਸੀਂ ਮੁੱਖ ਆਲੂਦ[1] ਨਾ ਜੂਠ ਕਰੀਏ, ਚਾਰ ਲਿਆਈਏ ਆਪਣੀ ਖੋਤੜੀ ਨੂੰ
ਵੱਡੀ ਮਾਉਂ ਬਰਾਬਰ ਜਾਣੀਏ ਵੋ, ਅਤੇ ਭੈਣ ਬਰੋਬਰਾਂ ਛੋਟੜੀ ਨੂੰ
ਜਤੀ ਸਤੀ ਨਿਮਾਣਿਆਂ ਹੋਇ ਰਹੀਏ, ਸਾਬਤ ਰੱਖਣਾ ਏਸ ਲੰਗੋਟੜੀ ਨੂੰ
ਵਾਰਿਸ ਸ਼ਾਹ ਮੀਆਂ ਲੈ ਕੇ ਛੁਰੀ ਕਾਈ, ਵੱਢ ਦੂਰ ਕਰੀਂ ਏਸ ਬੋਟੜੀ ਨੂੰ

ਰਾਂਝਾ

279

ਸਾਬਤ ਹੁੰਦੀ ਲੰਗੋਟੀ ਜੇ ਸੁਣੀਂ ਨਾਥਾ, ਕਾਹੇ ਝੁੱਗੜਾ ਚਾਇ ਉਜਾੜਦਾ ਮੈਂ
ਜੀਉ ਇਸ਼ਕ ਥੋਂ ਰਹੇ ਜੇ ਚੁੱਪ ਮੇਰਾ, ਕਾਹੇ ਏਡੜੇ ਪੜਤਣੇ ਪਾੜਦਾ ਮੈਂ

---

1. ਲਬੇੜਨਾ

ਜੀਉ ਮਾਰ ਕੇ ਰਹਿਣ ਜੇ ਹੋਇ ਮੇਰਾ, ਏਡੇ ਮਾਮਲੇ ਕਾਸ ਨੂੰ ਹਾਰਦਾ ਮੈਂ
ਜੇ ਤਾਂ ਮਸਤ ਉਜਾੜ 'ਚ ਜਾਇ ਬਹਿੰਦਾ, ਮਹੀਂ ਸਿਆਲਾਂ ਦੀਆਂ ਕਾਸਨੂੰ ਚਾਰਦਾ ਮੈਂ
ਸਿਰ ਰੋਡ ਕਰਾਇ ਕਿਉਂ ਕੰਨ ਪਾਟਣ, ਜੇ ਤਾਂ ਕਿਬਰ[1] ਹੰਕਾਰ ਨੂੰ ਮਾਰਦਾ ਮੈਂ
ਜੇ ਮੈਂ ਜਾਣਦਾ ਕੰਨ ਤੂੰ ਪਾੜ ਮਾਰੇਂ, ਏਹ ਮੁੰਦਰਾਂ ਮੂਲ ਨਾ ਧਾਰਦਾ ਮੈਂ
ਜੇ ਮੈਂ ਜਾਣਦਾ ਹੱਸਣੋਂ ਮਨ੍ਹਾ ਕਰਨਾ, ਤੇਰੇ ਟਿੱਲੇ ਤੇ ਧਾਰ ਨਾ ਮਾਰਦਾ ਮੈਂ
ਇਕੇ ਕੰਨ ਸਵਾਰਦੇ ਫੇਰ ਮੇਰੇ, ਇਕੇ ਘਤੂੰਗਾ ਕਟਕ ਸਰਕਾਰ ਦਾ ਮੈਂ

ਨਾਥ

280

ਖਾਇ ਰਿਜ਼ਕ ਹਲਾਲ ਤੇ ਸੱਚ ਬੋਲੀਂ, ਛੋਡ ਦੇਹ ਤੂੰ ਯਾਰੀਆਂ ਚੋਰੀਆਂ ਵੋ
ਤੋਬਾ ਕਰੇਂ ਤਕਸੀਰ ਮੁਆਫ਼ ਤੇਰੀ, ਜਿਹੜੀਆਂ ਪਿਛਲੀਆਂ ਸਫਾਂ ਨਿਘੋਰੀਆਂ ਵੋ
ਉਹ ਛੱਡ ਚਾਲੇ ਗਵਾਰਪੁਣੇ ਵਾਲੇ, ਚੂੰਨੀ ਪਾੜ ਕੇ ਘੱਤੀਓ ਮੋਰੀਆਂ ਵੋ
ਪਿੱਛਾ ਛੱਡ ਜੱਟਾ, ਲਈਆਂ ਸਾਂਭ ਖਸਮਾਂ, ਜਿਹੜੀਆਂ ਪਾੜੀਆਂ ਖੰਡ ਦੀਆਂ ਬੋਰੀਆਂ ਵੋ
ਜੋਇ ਰਾਹਕਾਂ ਜੋਤਰੇ ਲਾਇ ਦਿੱਤੇ, ਜਿਹੜੀਆਂ ਅਰਲੀਆਂ ਭੰਨ੍ਹੀਆਂ ਤੋੜੀਆਂ ਵੋ
ਧੋਇ ਧਾਇ ਕੇ ਮਾਲਕਾਂ ਵਰਤ ਲਈਆਂ, ਜਿਹੜੀਆਂ ਚਾਟੀਆਂ ਕੀਤੀਉਂ ਖੋਰੀਆਂ ਵੋ
ਰੌਲੇ ਵਿਚ ਤੈਂ ਰੇੜ੍ਹਿਆ ਕੰਮ ਚੋਰੀ, ਕੋਈ ਖਰਚੀਆਂ ਨਾਹੀਉਂ ਬੋਰੀਆਂ ਵੋ
ਛੱਡ ਸਭ ਬੁਰਿਆਈਆਂ ਖਾਕ ਹੋ ਜਾ, ਨਾ ਕਰ ਨਾਲ ਜਗਤ ਦੇ ਜ਼ੋਰੀਆਂ ਵੋ
ਤੇਰੀ ਆਜਜ਼ੀ ਅਸਾਂ ਮਨਜ਼ੂਰ ਕੀਤੀ, ਤਾਂ ਮੈਂ ਮੁੰਦਰਾਂ ਕੰਨ ਵਿਚ ਸੋਰੀਆਂ ਵੋ
ਵਾਰਿਸ ਸ਼ਾਹ ਨਾ ਆਦਤਾਂ ਜਾਂਦੀਆਂ ਨੇ, ਭਾਵੇਂ ਕੱਟੀਏ ਪੋਰੀਆਂ ਪੋਰੀਆਂ ਵੋ

ਰਾਂਝਾ

281

ਨਾਥਾ! ਜਿਉਂਦਿਆਂ ਮਰਨ ਹੈ ਖਰਾ ਔਖਾ, ਸਾਥੋਂ ਏਹ ਨਾ ਵਾਇਦੇ ਹੋਵਣੇ ਨੀ
ਅਸੀਂ ਜੱਟ ਹਨਾੜ੍ਹੀਆਂ ਕਰਨ ਵਾਲੇ, ਅਸਾਂ ਕੱਚਕੜੇ ਨਹੀਂ ਪਰੋਵਣੇ ਨੀ
ਅਸੀਂ ਕੰਨ ਪੜਾਇ ਕੇ ਖਵਾਰ ਹੋਏ, ਸਾਥੋਂ ਨਹੀਂ ਹੁੰਦੇ ਏਡੇ ਰੋਵਣੇ ਨੀ
ਸਾਥੋਂ ਖੱਪਰੀ ਨਾਦ ਨਾ ਜਾਏ ਸਾਂਭੀ, ਅਸਾਂ ਢੱਗੇ ਹੀ ਅੰਤ ਨੂੰ ਜੋਵਣੇ ਨੀ
ਰੰਨਾਂ ਨਾਲ ਜੋ ਵਰਜਦੇ ਚੇਲਿਆਂ ਨੂੰ, ਏਹ ਗੁਰੂ ਨਾ ਬੰਨ੍ਹ ਕੇ ਚੋਵਣੇ ਨੀ
ਰੰਨ੍ਹਾਂ ਦੇਣ ਗਾਲ੍ਹੀ ਅਸੀਂ ਚੁੱਪ ਰਹੀਏ, ਏਡੇ ਸਬਰ ਦੇ ਪੈਰ ਕਿਸ ਧੋਵਣੇ ਨੀ
ਹੱਸ ਖੇਡਣਾ ਤੁਸਾਂ ਚਾ ਮਨ੍ਹਾ ਕੀਤਾ, ਅਸਾਂ ਧੂੰਏਂ ਦੇ ਗੋਹੇ ਕਹੇ ਢੋਵਣੇ ਨੀ
ਵਾਰਿਸ ਸ਼ਾਹ ਕੀ ਜਾਣੀਏ ਅੰਤ ਆਖਰ, ਖੱਟੇ ਚੋਵਣੇ ਕਿ ਮਿੱਠੇ ਚੋਵਣੇ ਨੀ

---

1. ਗਰੂਰ

ਨਾਥ

282

ਛੱਡ ਚੋਰੀਆਂ ਯਾਰੀਆਂ ਦਗਾ ਜੱਟਾ! ਬਹੁਤ ਔਖੀਆਂ ਏਹ ਫ਼ਕੀਰੀਆਂ ਨੀ
ਜੋਗ ਜਾਲਣਾ ਸਾਰ ਦਾ ਨਿਗਲਣਾ ਏ, ਏਸ ਜੋਗ ਵਿਚ ਬਹੁਤ ਜ਼ਹੀਰੀਆਂ ਨੀ
ਜੋਗੀ ਨਾਲ ਨਸੀਹਤਾਂ ਹੋਇਆ ਜਾਂਦਾ, ਜਿਵੇਂ ਊਠ ਦੇ ਨੱਕ ਨਕੀਰੀਆਂ ਨੀ
ਤੂੰਬਾ, ਸਿਮਰਨਾ, ਖੱਪਰੀ, ਨਾਦ, ਸਿੰਙੀ, ਚਿਮਟਾ, ਭੰਗ, ਨਲਯੇਰ, ਜ਼ੰਜੀਰੀਆਂ ਨੀ
ਛੱਡ ਤ੍ਰੀਮਤਾਂ ਦੀ ਝਾਕ, ਹੋਇ ਜੋਗੀ, ਫ਼ਕਰ ਨਾਲ ਜਹਾਨ ਕੀ ਸੀਰੀਆਂ ਨੀ
ਵਾਰਿਸ ਸ਼ਾਹ ਇਹ ਜੱਟ ਫ਼ਕੀਰ ਹੋਇਆ, ਨਹੀਂ ਹੁੰਦੀਆਂ ਗਧੇ ਥੋਂ ਪੀਰੀਆਂ ਨੀ

ਰਾਂਝਾ

283

ਸਾਨੂੰ ਜੋਗ ਦੀ ਰੀਝ ਕਦੋਕਨੀ ਸੀ, ਜਦੋਂ ਹੀਰ ਸਿਆਲ ਮਹਿਬੂਬ ਕੀਤੇ
ਛੱਡ ਦੇਸ ਸ਼ਰੀਕ ਕਬੀਲੜੇ ਨੂੰ, ਅਸੀਂ ਸ਼ਰਮ ਦੇ ਤੌਰ ਮਹਿਜੂਬ ਕੀਤੇ
ਰਲ ਹੀਰ ਦੇ ਨਾਲ ਸੀ ਉਮਰ ਜਾਲੀ, ਅਸੀਂ ਮਜ਼ੇ ਜਵਾਨੀ ਦੇ ਖ਼ੂਬ ਕੀਤੇ
ਹੀਰ ਛੱਡਿਆਂ ਨਾਲ, ਮੈਂ ਮੱਸ-ਭਿਨਾਂ, ਅਸਾਂ ਦੋਹਾਂ ਨੇ ਨਸ਼ੇ ਮਰਗ਼ੂਬ[1] ਕੀਤੇ
ਹੋਇਆ ਰਿਜ਼ਕ ਉਦਾਸ ਤੇ ਗੱਲ ਹੱਲੀ, ਵਿਆਹ ਕੇ ਮਾਪਿਆਂ ਚਾ ਅਸਲੂਬ[2] ਕੀਤੇ
ਦਿਹਾਂ ਕੰਡ ਦਿੱਤੀ ਭਵੀਂ ਬੁਰੀ ਸਾਇਤ, ਨਾਲ ਖੇੜਿਆਂ ਦੇ ਮਨਸੂਬ[3] ਕੀਤੇ
ਪਿਆ ਵਖਤ ਤਾਂ ਜੋਗ ਵਿਚ ਆਣ ਫਾਥੇ, ਏਹ ਵਾਇਦੇ ਆਣ ਮਤਲੂਬ ਕੀਤੇ
ਏਹ ਇਸ਼ਕ ਨਾ ਟਲੇ ਪੈਗੰਬਰਾਂ ਥੋਂ, ਥੋਥੇ ਇਸ਼ਕ ਥੀਂ ਹੱਡ ਅਯੂਬ ਕੀਤੇ
ਇਸ਼ਕ ਨਾਲ ਫ਼ਰਜ਼ੰਦ ਅਜੀਜ਼ ਯੂਸਫ਼, ਨਾਹਰੇ ਦਰਦ ਦੇ ਬਹੁਤ ਯਾਕੂਬ ਕੀਤੇ
ਏਸ ਜ਼ੁਲਫ਼ ਜ਼ੰਜੀਰ ਮਹਿਬੂਬ ਦੀ ਨੇ, ਵਾਰਿਸ ਸ਼ਾਹ ਜੇਹੇ ਮਜਜ਼ੂਬ[4] ਕੀਤੇ

ਨਾਥ

284

ਨਾਥ ਮੀਟ ਅੱਖੀਂ ਦਰਗਾਹ ਅੰਦਰ, ਨਾਲੇ ਅਰਜ਼ ਕਰਦਾ ਨਾਲੇ ਸੰਗਦਾ ਜੀ
ਦਰਗਾਹ ਲਉਬਾਲੀ ਹੈ ਹੱਕ ਵਾਲੀ, ਉੱਥੇ ਆਦਮੀ ਬੋਲ ਨਾ ਹੰਗਦਾ ਜੀ
ਅਸਮਾਨ ਤੇ ਜ਼ਿਮੀਂ ਦਾ ਤੂੰ ਵਾਰਿਸ, ਤੇਰਾ ਵੱਡਾ ਪਸਾਰੜਾ ਰੰਗ ਦਾ ਜੀ
ਰਾਂਝਾ ਜੱਟ ਫ਼ਕੀਰ ਹੋ ਆਣਿ ਬੈਠਾ, ਛੱਡ ਆਸਰਾ ਨਾਮ ਤੇ ਨੰਗ ਦਾ ਜੀ
ਸਭ ਛੱਡ ਬੁਰਿਆਈਆਂ ਬੰਨ੍ਹ ਤਕਵਾ, ਲਾਹ ਆਸਰਾ ਸਾਕ ਤੇ ਅੰਗ ਦਾ ਜੀ
ਮਾਰ ਹੀਰ ਦੇ ਨੈਣਾਂ ਨੇ ਖ਼ੁਆਰ ਕੀਤਾ, ਲੱਗਾ ਜਿਗਰ ਵਿਚ ਤੀਰ ਖ਼ੁਦੰਗ[5] ਦਾ ਜੀ
ਐਸਾ ਇਸ਼ਕ ਨੇ ਮਾਰ ਹੈਰਾਨ ਕੀਤਾ, ਸੜ ਗਿਆ ਜਿਉਂ ਅੰਗ ਪਤੰਗ ਦਾ ਜੀ
ਕੰਨ ਪਾੜ ਮੁਨਾਇ ਕੇ ਸੀਸ ਦਾੜ੍ਹੀ, ਪੀਏ ਬਹਿ ਪਿਆਲੜਾ ਭੰਗ ਦਾ ਜੀ

---

1. ਪਸੰਦ ਕੀਤੇ, 2. ਢੰਗ-ਤਰੀਕੇ, 3. ਮੰਗੇ ਹੋਏ, 4. ਮਸਤ, 5. ਇੱਕ ਖਾਸ ਲੱਕੜ ਦਾ ਤੀਰ

ਜੋਗੀ ਹੋਇ ਕੇ ਦੇਸ ਤਿਆਗ ਆਇਆ, ਰਿਜ਼ਕ ਰੋਹੀ ਜਿਉਂ ਕੂੰਜ ਕੁਲੰਗ ਦਾ ਜੀ
ਕੀਕੂੰ ਹੁਕਮ ਹੈ ਖੋਲ੍ਹ ਕੇ ਕਹੋ ਅਸਲੀ, ਰਾਂਝਾ ਹੋਇ ਜੋਗੀ ਹੀਰ ਮੰਗਦਾ ਜੀ
ਪੰਜਾਂ ਪੀਰਾਂ ਦਰਗਾਹ ਵਿਚ ਅਰਜ਼ ਕੀਤਾ, ਦਿਉ ਫ਼ਕਰ ਨੂੰ ਚਰਮ ਪਲੰਗ ਦਾ ਜੀ
ਹੋਇਆ ਹੁਕਮ ਦਰਗਾਹ ਥੀਂ ਹੀਰ ਬਖਸ਼ੀ, ਬੇੜਾ ਲਾਇ ਦਿੱਤਾ ਅਸਾਂ ਢੰਗ ਦਾ ਜੀ
ਵਾਰਿਸ ਸ਼ਾਹ ਹੁਣ ਜਿਨ੍ਹਾਂ ਨੂੰ ਰੱਬ ਬਖਸ਼ੇ, ਤਿਨ੍ਹਾਂ ਨਾਲ ਕੀ ਮਹਿਕਮਾ ਜੰਗ ਦਾ ਜੀ

ਨਾਥ ਦੀ ਖੁਸ਼ੀ

285

ਨਾਥ ਖੋਲ੍ਹ ਅੱਖੀਂ ਕਿਹਾ ਰਾਂਝਣੇ ਨੂੰ, ਬੱਚਾ! ਜਾਹ ਤੇਰਾ ਕੰਮ ਹੋਇਆ ਈ
ਫਲ ਆਣ ਲੱਗਾ ਓਸ ਬੂਟੜੇ ਨੂੰ, ਜਿਹੜਾ ਵਿਚ ਦਰਗਾਹ ਦੇ ਬੋਇਆ ਈ
ਹੀਰ ਬਖਸ਼ ਦਿੱਤੀ ਸੱਚੇ ਰੱਬ ਤੈਨੂੰ, ਮੋਤੀ ਲਾਲ ਦੇ ਨਾਲ ਪਰੋਇਆ ਈ
ਚੜ੍ਹ ਦੌੜ ਕੇ ਜਿੱਤ ਲੈ ਖੇੜਿਆਂ ਨੂੰ, ਬੱਚਾ! ਸੌਣ ਤੈਨੂੰ ਭਲਾ ਹੋਇਆ ਈ
ਕਮਰਾਂ ਕੱਸ ਉਦਾਸੀਆਂ ਬੰਨ੍ਹ ਲਈਆਂ, ਜੋਗੀ ਤੁਰਤ ਤਿਆਰ ਹੈ ਹੋਇਆ ਈ
ਖੁਸ਼ੀ ਹੋਇ ਕੇ ਕਰੋ ਜੀ ਵਿਦਾ ਮੈਨੂੰ, ਹੱਥ ਬੰਨ੍ਹ ਕੇ ਆਣ ਖਲੋਇਆ ਈ
ਵਾਰਿਸ ਸ਼ਾਹ ਜਾਂ ਨਾਥ ਨੇ ਵਿਦਾ ਕੀਤਾ, ਟਿੱਲਿਓਂ ਉਤਰਦਾ ਪੱਤਰਾ ਹੋਇਆ ਈ

ਰਾਂਝੇ ਦਾ ਬਾਲ ਨਾਥ ਤੋਂ ਵਿਦਾ ਹੋਣਾ

286

ਜੋਗੀ ਨਾਥ ਥੋਂ ਖੁਸ਼ੀ ਲੈ ਵਿਦਾ ਹੋਇਆ, ਛੁੱਟਾ ਬਾਜ਼ ਜਿਉਂ ਤੇਜ਼ ਤਰਾਰਿਆਂ ਨੂੰ
ਇੱਕ ਪਲਕ ਵਿਚ ਕੰਮ ਜਾਂ ਹੋਇ ਗਇਆ, ਲੱਗੀ ਅੱਗ ਜੋਗੀ ਅੜਿਆਂ ਸਾਰਿਆਂ ਨੂੰ
ਮੁੜ ਕੇ ਧੀਦੋ ਨੇ ਇੱਕ ਜਵਾਬ ਦਿੱਤਾ, ਓਹਨਾਂ ਚੇਲਿਆਂ ਹੈਂਸਿਆਰਿਆਂ ਨੂੰ
ਭਲੇ ਕਰਮ ਜੇ ਹੋਣ ਤਾਂ ਜੋਗ ਪਾਈਏ, ਜੋਗ ਮਿਲੇ ਨਾ ਰੱਬ ਦੇ ਮਾਰਿਆਂ ਨੂੰ
ਅਸੀਂ ਜੱਟ ਅਣਜਾਣ ਸਾਂ ਫਾਸ ਗਏ, ਕਰਮ ਕੀਤਾ ਸੂ ਅਸਾਂ ਬੇਚਾਰਿਆਂ ਨੂੰ
ਵਾਰਿਸ ਸ਼ਾਹ ਅੱਲ੍ਹਾ ਜਾਂ ਕਰਮ ਕਰਦਾ, ਹੁਕਮ ਹੁੰਦਾ ਹੈ ਨੇਕ ਸਿਤਾਰਿਆਂ ਨੂੰ

ਰਾਂਝਾ

287

ਜਦੋਂ ਕਰਮ ਅੱਲ੍ਹਾ ਦਾ ਕਰੇ ਮੱਦਤ, ਬੇੜਾ ਪਾਰ ਹੋ ਜਾਏ ਨਿਮਾਣਿਆਂ ਦਾ
ਲਹਿਣਾ ਕਰਜ਼ ਨਾਹੀਂ ਬੂਹੇ ਜਾਇ ਬਹੀਏ, ਕੇਹਾ ਤਾਣ ਹੈ ਅਸਾਂ ਨਿਤਾਣਿਆਂ ਦਾ
ਜਦੋਂ ਕਰਮ ਸੁਵੱਲੜੇ ਆਣ ਪੁੱਜੇ, ਖੇਤ ਜੰਮਿਆਂ ਭੁੰਨਿਆਂ ਦਾਣਿਆਂ ਦਾ
ਵਾਰਿਸ ਸ਼ਾਹ ਮੀਆਂ ਵੱਡਾ ਵੈਦ ਆਇਆ, ਹੈ ਸਰਦਾਰ ਜੋ ਸਭ ਸਿਆਣਿਆਂ ਦਾ

ਖ਼ਿਆਲ ਸ਼ਾਇਰ

288

ਜਿਹੜੇ ਪਿੰਡ ਵਿਚ ਜਾਇ ਤਾਂ ਲੋਕ ਪੁੱਛਣ, ਇਹ ਜੋਗੀਅੜਾ ਬਾਲੜਾ ਛੋਟੜਾ ਈ
ਕੰਨੀਂ ਮੁੰਦਰਾਂ ਏਸ ਦੇ ਫੱਬਨ ਨਾਹੀਂ, ਏਹ ਦੇ ਤੇੜ ਨਾ ਬਣੇ ਲੰਗੋਟੜਾ ਈ
'ਸੱਤ ਜਰਮ ਕੇ ਹਮੀਂ ਹਾਂ ਨਾਥ ਪੂਰੇ', ਕਦੇ ਮੂਲ ਨਾ ਵਾਹਿਆ ਜੋਤਰਾ ਈ
ਦੁੱਖ ਭੰਜਨ ਨਾਥ ਹੈ ਨਾਉਂ ਮੇਰਾ, ਮੈਂ ਧਨੰਤਰ ਵੈਦ ਦਾ ਪੋਤਰਾ ਈ
ਜੇ ਕੋਈ ਅਸਾਂ ਦੇ ਨਾਲ ਦਮ ਮਾਰਦਾ ਏ, ਏਸ ਜਗਤ ਮੇਂ ਜਾਏਗਾ ਔਂਤਰਾ ਈ
ਹੀਰਾ ਨਾਥ ਵੱਡਾ ਗੁਰਦੇਵ ਲੀਤਾ, ਚਲ ਓਸ ਕਾ ਪੂਜਣਾ ਚੌਂਤਰਾ ਈ
ਵਾਰਿਸ ਸ਼ਾਹ ਜੇ ਕੋ ਲਏ ਖੁਸ਼ੀ ਸਾਡੀ, ਦੁੱਧ ਪੁੱਤਰਾਂ ਨਾਲ ਹੋਏ ਸੌਂਤਰਾ ਈ

ਰਾਂਝਾ ਖੇੜਿਆਂ ਵੱਲ

289

ਧਾਇ ਟਿੱਲਿਓਂ ਰਾਹੁ ਲੈ ਖੇੜਿਆਂ ਦੀ, ਚਲਿਆ ਮੀਹ ਜਿਉਂ ਆਂਵਦਾ ਵੁੱਠ ਉਤੇ
ਕਾਹਬਾ ਰੱਖ ਮੱਥੇ, ਰੱਬ ਯਾਦ ਕਰ ਕੇ, ਚੜ੍ਹਿਆ ਖੇੜਿਆਂ ਦੀ ਸੱਜੀ ਗੁੱਠ ਉਤੇ
ਨਸ਼ੇ ਨਾਲ ਝੁਲਾਰਦਾ ਮਸਤ ਜੋਗੀ, ਜਿਵੇਂ ਸੁੰਦਰੀ ਝੂਲਦੀ ਉੱਠ ਉਤੇ
ਚਿੱਪੀ ਖੱਪਰੀ ਫਾਹੁੜੀ ਡੰਡਾ, ਕੂੰਡਾ, ਭੰਗ ਪੋਸਤ ਚਾ ਬੱਧਾ ਸੂ ਪਿੱਠ ਉਤੇ
ਸੰਨਿਆਸ ਬੈਰਾਗ ਜਿਉਂ ਲੜਨ ਚੱਲੇ, ਰਖ ਹੱਥ ਤਲਵਾਰ ਦੀ ਮੁੱਠ ਉਤੇ
ਐਵੇਂ ਸਰਕਦਾ ਆਂਵਦਾ ਖੇੜਿਆਂ ਨੂੰ, ਜਿਵੇਂ ਫੌਜ ਚੜ੍ਹ ਦੌੜਦੀ ਲੁੱਟ ਉਤੇ

ਰੰਗਪੁਰ ਦੀ ਜੂਹ

290

ਜਦੋਂ ਰੰਗਪੁਰ ਦੀ ਜੂਹ ਜਾਇ ਵੜਿਆ, ਭੇਡਾਂ ਚਾਰੇ ਅੱਯਾਲ ਵਿਚ ਬਾਰ ਦੇ ਜੀ
ਨੇੜੇ ਆਇ ਜੋਗੀ ਨੂੰ ਵੇਖਦਾ ਏ, ਜਿਵੇਂ ਨੈਣ ਵੇਖਣ ਨੈਣ ਯਾਰ ਦੇ ਜੀ
ਝੂਠ ਚੋਰ ਦਾ ਚੁਗਲ ਦੀ ਜੀਭ ਵਾਂਙੂ, ਗੁੱਝੇ ਰਹਿਣ ਨਾ ਦੀਦੜੇ ਯਾਰ ਦੇ ਜੀ
ਚੋਰ ਯਾਰ ਤੇ ਠੱਗ ਨਾ ਰਹਿਣ ਗੁੱਝੇ, ਕਿਥੋਂ ਛੱਪਣੀ ਆਦਮੀ ਕਾਰ ਦੇ ਜੀ
ਤੁਸੀਂ ਕਿਹੜੇ ਦੇਸ ਦੇ ਫ਼ੱਕਰ ਸਾਈਂ, ਸੁਖਣ ਦਸੋ ਖਾਂ ਖੋਲ੍ਹ ਨਿਤਾਰ ਦੇ ਜੀ
'ਹਮੀ ਲੰਕ-ਬਾਸੀ ਚੇਲੇ ਅਗਸਤ ਮੁਨਿ[1] ਦੇ, ਹਮੀਂ ਪੰਛੀ ਸਮੁੰਦਰੋਂ ਪਾਰ ਦੇ ਜੀ
ਬਾਰਾਂ ਬਰਸ ਬੈਠੇ, ਬਾਰਾਂ ਬਰਸ ਫਿਰਦੇ, ਮਿਲਣ ਵਾਲਿਆਂ ਦੀ ਕੁਲ ਤਾਰਦੇ ਜੀ
ਵਾਰਿਸ ਸ਼ਾਹ ਮੀਆਂ ਚਾਰੇ ਚੱਕ ਭੌਂਦੇ, ਹਮੀਂ ਕੁਦਰਤਾਂ ਦੇ ਦੀਦ ਮਾਰਦੇ ਜੀ

---

1. ਪੁਰਾਣੇ ਸਮੇਂ ਦਾ ਪ੍ਰਸਿੱਧ ਰਿਸ਼ੀ, ਜੋ ਰਾਮ ਚੰਦਰ ਜੀ ਦਾ ਸਮਕਾਲੀ ਸੀ

ਚਰਵਾਹਾ

291

ਤੂੰ ਤਾਂ ਚਾਕ ਸਿਆਲਾਂ ਦਾ ਨਾਉਂ ਧੀਦੋ, ਛੱਡ ਖਰਚ-ਪੋ ਗੱਲ ਨਿਤਾਰਦੇ ਦੇ ਜੀ
ਮਹੀਂ ਚੂਚਕੇ ਦੀਆਂ ਜਦੋਂ ਚਾਰਦਾ ਸੀ, ਨੱਢੀ ਮਾਣਦਾ ਸੈਂ ਵਿਚ ਬਾਰ ਦੇ ਜੀ
ਤੇਰਾ ਮੇਹਣਾ ਸੀ ਹੀਰ ਸਿਆਲ ਤਾਈਂ, ਆਮ ਖ਼ਬਰ ਸੀ ਵਿਚ ਸੰਸਾਰ ਦੇ ਜੀ
ਨੱਸ ਜਾਹੁ ਏਥੋਂ ਮਾਰ ਸੁਟਣੀਗੇ, ਖੇੜੇ ਅਤਿ ਚੜ੍ਹੇ ਭਰੇ ਭਾਰ ਦੇ ਜੀ
ਦੇਸ ਖੇੜਿਆਂ ਦੇ ਜ਼ਰਾ ਖਬਰ ਹੋਵੇ, ਜਾਣ ਤਖਤ ਹਜ਼ਾਰੇ ਨੂੰ ਮਾਰਦੇ ਜੀ
ਭੱਜ ਜਾਹ! ਮਤਾਂ ਖੇੜੇ ਲਾਧ ਕਰਨੀ, ਪਿਆਦੇ ਬੰਨ੍ਹ ਲੈ ਜਾਣ ਸਰਕਾਰ ਦੇ ਜੀ
ਮਾਰ ਚੂਰ ਕਰ ਸੁੱਟਣੇ ਹੱਡ ਗੋਡੇ, ਮਲਕ ਗੋਰ ਅਜ਼ਾਬ[1] ਕਹਾਰ ਦੇ ਜੀ
ਵਾਰਿਸ ਸ਼ਾਹ ਜਿਉਂ ਗੋਰ ਵਿਚ ਹੱਡ ਕੜਕਣ, ਗੁਰਜਾਂ ਨਾਲ ਆਸੀ ਗੁਨਾਹਗਾਰ ਦੇ ਜੀ

292

ਅਵੇ ਸੁਣੀਂ ਚਾਕਾ! ਸਵਾਹ ਲਾਇ ਮੂੰਹ 'ਤੇ, ਜੋਗੀ ਹੋਇਕੇ ਨਜ਼ਰ ਭਵਾ ਬੈਠੋਂ
ਹੀਰ ਸਿਆਲ ਦਾ ਯਾਰ ਮਸ਼ਹੂਰ ਰਾਂਝਾ, ਮੌਜਾ ਮਾਣ ਕੇ ਕੰਨ ਪੜਾ ਬੈਠੋਂ
ਤੇਰੇ ਬੈਠਿਆਂ ਵਿਆਹ ਲੈ ਗਏ ਖੇੜੇ, ਦਾੜ੍ਹੀ ਪਰ੍ਹੇ ਦੇ ਵਿਚ ਮੁਨਾ ਬੈਠੋਂ
ਜਦੋਂ ਡਿੱਠਿਓ ਦਾਉ ਨਾ ਕੋਈ ਲੱਗੇ, ਬੂਹੇ ਨਾਥ ਦੇ ਅੰਤ ਨੂੰ ਜਾ ਬੈਠੋਂ
ਹੁਣ ਵਾਰ ਕੀ ਪੁੱਛਣੈ ਮੂਰਖਾ ਓਇ, ਜਦੋਂ ਰੜੇ ਤੇ ਮੂੰਡ ਮੁਨਾ ਬੈਠੋਂ
ਮੰਗ ਛਡੀਏ ਨਹੀਂ ਜੇ ਜਾਨ ਹੋਵੇ, ਜਿਊਂਦੇ ਜੀ ਤੂੰ ਛੱਡ ਹੱਯਾ ਬੈਠੋਂ
ਇਕ ਅਮਲ ਨਾ ਕੀਤਾ ਈ ਗਾਫ਼ਲਾ ਓ, ਐਵੇਂ ਕੀਮੀਆਂ ਉਮਰ ਵੰਞਾ ਬੈਠੋਂ
ਵਾਰਿਸ ਸ਼ਾਹ ਤਰਯਾਕ ਦੀ ਥਾਉਂ ਨਾਹੀ, ਹੱਥੀਂ ਆਪਣੇ ਜ਼ਹਿਰ ਤੂੰ ਖਾ ਬੈਠੋਂ

ਰਾਂਝਾ

293

ਸੱਤ ਜਰਮ ਕੇ ਹਮੀਂ ਫ਼ਕੀਰ ਜੋਗੀ, ਨਹੀਂ ਨਾਲ ਜਹਾਨ ਦੇ ਸੀਰ ਮੀਆਂ
ਅਸਾਂ ਸੇਲ੍ਹੀਆਂ ਖੱਪਰਾਂ ਨਾਲ ਵਰਤਣ, ਭੀਖ ਖਾਇ ਕੇ ਹੋਣਾ ਵਹੀਰ ਮੀਆਂ
ਭਲਾ ਜਾਹਿ ਪਰੇ ਕਹੇਂ ਚਾਕ ਸਾਨੂੰ, ਅਸੀਂ ਫੱਕਰ ਹਾਂ ਜ਼ਾਹਰਾ ਪੀਰ ਮੀਆਂ
ਨਾਉਂ ਮਹਿਰੀਆਂ ਦੇ ਸੁਣ ਡਰਨ ਆਵੇ, ਰਾਂਝਾ ਕੌਣ ਤੇ ਕੇਹੜੀ ਹੀਰ ਮੀਆਂ
ਜੱਟ ਚਾਕ ਬਣਾਉਣਾ ਜੋਗੀਆਂ ਨੂੰ, ਏਹੀ ਜੀਉ ਆਵੇ ਸਟੂੰ ਚੀਰ ਮੀਆਂ
ਜਤੀ ਸਤੀ ਜਾਂ ਜੋਗ ਦੇ ਨਾਥ ਪੂਰੇ, ਸੱਤ-ਪੀੜ੍ਹੀਏ ਜਰਮ ਫਕੀਰ ਮੀਆਂ
ਥਰਾ ਥਰ ਕੰਬੇ ਗੁੱਸੇ ਨਾਲ ਜੋਗੀ, ਅੱਖੀਂ ਰੋਹ ਪਲੱਟਿਆਂ ਨੀਰ ਮੀਆਂ
ਹੱਥ ਜੋੜ ਅੱਯਾਲ ਨੇ ਪੈਰ ਪਕੜੇ, ਜੋਗੀ ਬਖਸ਼ ਲੈ ਇਹ ਤਕਸੀਰ ਮੀਆਂ

---

1. ਦੁੱਖ

ਤੁਸੀਂ ਪਾਰ ਸਮੁੰਦਰੋਂ ਰਹਿਣ ਵਾਲੇ, ਭੁੱਲ ਗਿਆ ਚੇਲਾ, ਬਖਸ਼ੋ ਪੀਰ ਮੀਆਂ
ਵਾਰਿਸ ਸ਼ਾਹ ਦੀ ਅਰਜ਼ ਜੁਨਾਬ[1] ਅੰਦਰ, ਸੁਣੋ ਹੋਇ ਨਾਹੀਂ ਦਿਲਗੀਰ ਮੀਆਂ

294

ਅੱਯੜ ਚਾਰਨਾ ਕੰਮ ਪੈਗੰਬਰਾਂ ਦਾ, ਕੇਹਾ ਅਮਲ ਸ਼ੈਤਾਨ ਦਾ ਟੋਲਿਓ ਈ
ਭੇਡਾਂ ਚਾਰ ਕੇ ਤੁਹਮਤਾਂ ਜੋੜਨਾ ਹੈਂ, ਕਾਹੇ ਗਜ਼ਬ ਫਕੀਰ ਤੇ ਬੋਲਿਓ ਈ
ਅਸੀਂ ਫੱਕਰ ਅੱਲਾਹ ਦੇ ਨਾਗ ਕਾਲੇ, ਅਸਾਂ ਨਾਲ ਕੀ ਘੋਲਣਾ ਘੋਲਿਆ ਈ
ਵਾਹੀ ਛੱਡ ਕੇ ਖੋਲੀਆਂ ਚਾਰੀਓ ਨੀ, ਹੋਇ ਜੋਗੀੜਾ ਜੀਉਂ ਜਾਂ ਡੋਲਿਓ ਈ
ਸੱਚ ਮੰਨ ਕੇ ਪਿਛਾਂਹ ਮੁੜ ਜਾਹ ਜੱਟਾ, ਕੇਹਾ ਕੂੜ ਦਾ ਫ਼ੋਲਣਾ ਫੋਲਿਓ ਈ
ਵਾਰਿਸ ਸ਼ਾਹ ਏਹ ਉਮਰ ਨਿਤ ਕਰੇਂ ਜ਼ਾਯਾ, ਸ਼ੱਕਰ ਵਿਚ ਪਿਆਜ਼ ਕਿਉਂ ਘੋਲਿਓ ਈ

ਚਰਵਾਹਾ

295

ਭੱਤੇ ਬੇਲਿਆਂ ਵਿਚ ਲੈ ਜਾਏ ਜੱਟੀ, ਪੀਘਾਂ ਪੀਂਘਦੀ ਨਾਲ ਪਿਆਰੀਆਂ ਦੇ
ਏਹਾਂ ਪਿਰਮ ਪਿਆਲੜਾ ਝੋਕਿਓ ਈ, ਨੈਣ ਮਸਤ ਸਨ ਵਿਚ ਖੁਮਾਰੀਆਂ ਦੇ
ਵਾਹੇਂ ਵੰਝਲੀ ਤੇ ਫਿਰੇ ਮਗਰ ਲੱਗੀ, ਸਾਥ ਘਿੰਨ ਕੇ ਨਾਲ ਕੁਆਰੀਆਂ ਦੇ
ਜਦੋਂ ਵਿਆਹ ਹੋਇਆਂ, ਤਦੋਂ ਵਿਹਰ ਬੈਠੀ, ਡੋਲੀ ਚਾੜ੍ਹੀ ਨੇ ਨਾਲ ਖਵਾਰੀਆਂ ਦੇ
ਧਾਰਾਂ ਖਾਂਘੜਾਂ ਦੀਆਂ ਝੋਕਾਂ ਹਾਣੀਆਂ ਦੀਆਂ, ਮਜ਼ੇ ਖੂਬੀਆਂ ਦੇ ਘੋਲ ਕਵਾਰੀਆਂ ਦੇ
ਮੌਜਾਂ ਨੌਕਰਾਂ ਦੀਆਂ, ਲਾਡ ਨੱਢੀਆਂ ਦੇ, ਇਸ਼ਕ ਕਵਾਰਿਆਂ ਦੇ ਮਜ਼ੇ ਯਾਰੀਆਂ ਦੇ
ਜੱਟੀ ਵਿਆਹ ਦਿੱਤੀ ਰਹਿਓਂ ਰੰਡੜਾ ਤੂੰ, ਸੁੰਞੇ ਸੱਖਣੇ ਤੱਕ ਪਟਾਰੀਆਂ ਦੇ
ਖੇਡਣ ਵਾਲੀਆਂ ਸਾਹੁਰੇ ਬੰਨ੍ਹ ਖੜੀਆਂ, ਰੁਲਣ ਝਮਕਾਂ ਹੇਠ ਬੁਖਾਰੀਆਂ ਦੇ
ਬੁੱਢਾ ਹੋਇ ਕੇ ਚੋਰ ਮਸੀਤ ਵੜਦਾ, ਰਲ ਫਿਰਿਆ ਨਾਲ ਮਦਾਰੀਆਂ ਦੇ
ਗੁੰਡੀ ਰੰਨ ਬੁੱਢੀ ਬਣੇ ਖਾਸ ਹਾਜਣ, ਫਿਰੇ ਮੋਰਛੜ ਗਿਰਦ ਮਜ਼ਾਰੀਆਂ ਦੇ
ਪਰ੍ਹਾਂ ਜਾਹ ਜੱਟਾ! ਮਾਰ ਸੁੱਟਣੀਗੇ, ਨਹੀਂ ਛਿਪਦੇ ਯਾਰ ਕਵਾਰੀਆਂ ਦੇ
ਕਾਰੀਗਰੀ ਮੌਕੂਫ਼[2] ਕਰ ਮੀਆਂ ਵਾਰਿਸ, ਤੈਥੇ ਵਲ ਹਨ ਮਾਰਨੇ ਤਾਰੀਆਂ ਦੇ

296

ਤੁਸੀਂ ਅਕਲ ਦੇ ਕੋਟ ਅੱਯਾਲ ਥੰਦੇ, ਲੁਕਮਾਨ ਹਕੀਮ ਦਸਤੂਰ ਹੈ ਜੀ
ਬਾਜ਼, ਭੌਰ, ਬਗਲਾ, ਲੋਹਾ, ਲੌਂਗ, ਕਾਲੂ ਸ਼ਾਹੀਂ ਸ਼ੀਹਣੀ ਨਾਲ ਕਸਤੂਰ ਹੈ ਜੀ
ਲੋਹਾ ਭਸਮ, ਪਿਸਤਾ, ਡੱਬਾ ਮੌਤ ਸੂਰਤ, ਕਾਲ ਅਜ਼ਰਾਈਲ ਮਨਜ਼ੂਰ ਹੈ ਜੀ

---

1. ਸੱਚੀ ਦਰਗਾਹ 2. ਤਿਆਗ ਦੇਣਾ

ਪੰਜੇ ਬਾਜ਼ ਜੇਹੇ, ਝੂਟੀ ਲਗੜ ਵਾਂਙੂ, ਪੌਂਚਾ ਵੱਜਿਆ ਮਿਰਗ ਸਭ ਦੂਰ ਹੈ ਜੀ
ਚੱਕ ਸ਼ੀਂਹ ਵਾਂਙੂ ਗੱਜ ਮੀਂਹ ਵਾਂਙੂ,ਜਿਸ ਨੂੰ ਦੰਦ ਮਾਰਨ ਹੱਡ ਚੂਰ ਹੈ ਜੀ
ਕਿਸੇ ਪਾਸ ਨਾ ਖੋਲ੍ਹਣਾ ਭੇਤ ਭਾਈ, ਜੋ ਕੁਝ ਆਖਿਉ ਸਭ ਮਨਜ਼ੂਰ ਹੈ ਜੀ
ਆ ਪਿਆ ਪਰਦੇਸ਼ ਵਿਚ ਕੰਮ ਮੇਰਾ, ਲਈਏ ਹੀਰ ਇੱਕੇ ਸਿਰ ਦੂਰ ਹੈ ਜੀ
ਵਾਰਿਸ ਸ਼ਾਹ ਹੁਣ ਬਣੀ ਹੈ ਬਹੁਤ ਔਖੀ, ਅੱਗੇ ਸੁੱਝਦਾ ਕਹਿਰ ਕਲਹੂਰ ਹੈ ਜੀ

ਰਾਂਝਾ ਜੋਗੀ

297

ਭੇਤ ਦੱਸਣਾ ਮਰਦ ਦਾ ਕੰਮ ਨਾਹੀਂ, ਮਰਦ ਸੋਈ ਜੋ ਵੇਖ ਦਮ ਘੁੱਟ ਜਾਏ
ਗੱਲ ਜੀਊ ਦੇ ਵਿਚ ਜੋ ਰਹੇ ਖੁਫ਼ੀਆ, ਕਾਉਂ ਵਾਂਗ ਪੈਖਾਲ ਨਾ ਸੁੱਟ ਜਾਏ
ਭੇਤ ਕਿਸੇ ਦਾ ਦੱਸਣਾ ਭਲਾ ਨਾਹੀਂ, ਭਾਵੇਂ ਪੁੱਛ ਕੇ ਲੋਕ ਨਿਖੁੱਟ ਜਾਏ
ਵਾਰਿਸ ਸ਼ਾਹ ਨਾ ਭੇਤ ਸੰਦੂਕ ਖੁੱਲ੍ਹੇ, ਭਾਵੇਂ ਜਾਨ ਦਾ ਜੰਦਰਾ ਟੁੱਟ ਜਾਏ

ਅਯਾਲੀ

298

ਮਾਰ ਆਸ਼ਕਾਂ ਦੀ ਲੱਜ ਲਾਹ ਸੁੱਟੀ, ਯਾਰੀ ਲਾਇ ਕੇ ਘਿੰਨ ਲੈ ਜਾਵਣੀ ਸੀ
ਅੰਤ ਖੇੜਿਆਂ ਹੀਰ ਲੈ ਜਾਵਣੀ ਸੀ, ਯਾਰੀ ਓਸ ਦੇ ਨਾਲ ਕਿਉਂ ਲਾਵਣੀ ਸੀ
ਲੈ ਗਏ ਵਿਆਹ ਕੇ ਮੰਗ ਜੀਂਵਦਾ ਤੂੰ, ਮਰ ਜਾਣਾ ਸੀ ਲੀਕ ਨ ਲਾਵਣੀ ਸੀ
ਇਕੇ ਯਾਰੀ ਤੈਂ ਮੂਲ ਨ ਲਾਵਣੀ ਸੀ, ਚਿੜੀ ਬਾਜ਼ ਦੇ ਮੂੰਹੋਂ ਛੁਡਾਵਣੀ ਸੀ
ਏਡੀ ਧੁੰਮ ਕਿਉਂ ਮੂਰਖਾ! ਪਾਵਣੀ ਸੀ, ਇਹ ਸੂਰਤ ਨ ਗਧੇ ਚੜ੍ਹਾਵਣੀ ਸੀ
ਵਾਰਿਸ ਸ਼ਾਹ ਜੇ ਮੰਗ ਲੈ ਗਏ ਖੇੜੇ, ਦਾੜ੍ਹੀ ਪਰ੍ਹੇ ਵਿਚ ਮੁੰਨਾਵਣੀ ਸੀ

ਰਾਂਝਾ ਜੋਗੀ

290

ਅੱਖੀਂ ਵੇਖ ਕੇ ਮਰਦ ਹਨ ਚੁੱਪ ਕਰਦੇ, ਭਾਵੇਂ ਝੁੱਗੜਾ ਚੋਰ ਹੀ ਲੁੱਟ ਜਾਏ
ਦੇਣਾ ਨਹੀਂ ਜੇ ਭੇਤ ਵਿਚ ਖੇੜਿਆਂ ਦੇ, ਗੱਲ ਖਵਾਰ ਹੋਏ ਖਿੰਡ ਫੁੱਟ ਜਾਏ
ਟੋਲਾਂ ਖੇੜਿਆਂ ਦੇ ਮਤਾ ਚਾਕ ਹੀਰੇ, ਭਾਵੇਂ ਚਾਕ ਨਿਸ਼ਾਨੜਾ ਚੁੱਟ ਜਾਏ
ਹਾਥੀ, ਚੋਰ, ਗੁਲੇਲ ਥੀਂ ਛੁੱਟ ਜਾਂਦੇ, ਵਾਰਿਸ ਕੌਣ ਜੋ ਇਸ਼ਕ ਥੀਂ ਛੁੱਟ ਜਾਏ

ਅਯਾਲੀ

300

ਅਸਾਂ ਰਾਂਝਿਆ! ਹੱਸ ਕੇ ਗੱਲ ਕੀਤੀ, ਜਾਹ ਲਾ ਲੈ ਵਾਹ ਜੇ ਲਗਦਾ ਈ
ਲਾਟ ਰਹੇ ਨਾ ਜੀਊ ਦੇ ਵਿਚ ਲੁੱਕੀ, ਏਹ ਇਸ਼ਕ ਅਲੰਬੜਾ ਅੱਗ ਦਾ ਈ
ਜਾਹ ਵੇਖ ਮਾਸ਼ੂਕ ਦੇ ਨੈਣ ਖ਼ੂਨੀ, ਤੈਨੂੰ ਨਿੱਤ ਉਲਾਂਭੜਾ ਜੱਗ ਦਾ ਈ

ਸਮਾਂ ਯਾਰ ਵਾਲਾ, ਘੱਸਾ ਬਾਜ਼ ਵਾਲਾ, ਡ੍ਹੁੱਟ ਚੋਰ ਦਾ ਤੇ ਦਾਉ ਠੱਗ ਦਾ ਈ
ਲੈਕੇ ਨੱਢੜੀ ਨੂੰ ਛਿਨਕ ਜਾਹ ਚਾਕਾ, ਸੈਦਾ ਸਾਕ ਨਾ ਸਾਡੜਾ ਲੱਗਦਾ ਈ
ਵਾਰਿਸ ਕੰਨ ਪਾਟੇ, ਮਹੀਂ ਚਾਰ ਮਰਿਆ, ਅਜੇ ਮੁੱਕਾ ਨਾ ਮੇਹਣਾ ਜੱਗ ਦਾ ਈ

ਖ਼ਿਆਲ ਸ਼ਾਇਰ

301

ਮਰਦ ਬਾਝ ਮਹਿਰੀ, ਪਾਣੀ ਬਾਝ ਧਰਤੀ, ਆਸ਼ਕ ਡਿੱਠੜੇ ਬਾਝ ਨਾ ਰੱਜਦੇ ਨੇ
ਲੱਖ ਸਿਰੀਂ ਅਵੱਲ ਸੁਵੱਲ ਆਵਣ, ਯਾਰ ਯਾਰਾਂ ਥੀਂ ਮੂਲ ਨਾ ਭੱਜਦੇ ਨੇ
ਭੀੜਾਂ ਪੈਂਦਿਆਂ ਰੰਗ ਵਟਾਇ ਦੇਵਨ, ਪੜਦੇ ਆਸ਼ਕਾਂ ਦੇ ਮਰਦ ਕੱਜਦੇ ਨੇ
ਦਾਉ ਚੋਰ ਤੇ ਯਾਰ ਦਾ ਇਕ ਸੇਤੀ, ਨਹੀਂ ਵੱਸਦੇ ਮੀਂਹ ਜੋ ਗੱਜਦੇ ਨੇ

ਰੰਗਪੁਰ ਜਾਣਾ

302

ਰਾਂਝੇ ਅੱਗੇ ਅੱਯਾਲ ਦੇ ਕਸਮ ਖਾਧੀ, ਨਗਰ ਖੇੜਿਆਂ ਦੇ ਜਾਇ ਧੱਸਿਆ ਈ
ਯਾਰੋ ਕੌਣ ਸਰਦਾਰ ਗਿਰਾਉਂ ਕੇਹਾ, ਕੌਣ ਲੋਕ ਕਦੋਕਣਾ ਵੱਸਿਆ ਈ
ਅੱਗੇ ਪਿੰਡ ਦੇ ਖੂਹ ਤੇ ਭਰਨ ਪਾਣੀ, ਕੁੜੀਆਂ ਘੱਤਿਆ ਹੱਸ ਖੜਖਸਿਆ ਈ
ਯਾਰ ਹੀਰ ਦਾ ਭਾਵੇਂ ਤੇ ਏਹ ਜੋਗੀ, ਕਿਸੇ ਲੱਭਿਆ ਤੇ ਨਹੀਂ ਦੱਸਿਆ ਈ
ਪਾਣੀ ਪੀ ਠੰਢਾ ਛਾਵੇਂ ਘੋਟ ਬੂਟੀ, ਸੁਣ ਪਿੰਡ ਦਾ ਨਾਉਂ ਖਿੜ ਹੱਸਿਆ ਈ
ਏਹਦਾ ਨਾਉਂ ਹੈ ਰੰਗਪੁਰ ਖੇੜਿਆਂ ਦਾ, ਕਿਸੇ ਭਾਗ ਭਰੀ ਚਾਇ ਦੱਸਿਆ ਈ
ਅਰੀ ਕੌਣ ਸਿਰਦਾਰ ਹੈ ਭਾਤ-ਖਾਣੀ, ਸਖੀ ਸ਼ੂਮ ਕੇਹਾ ਲੈ ਜੱਸਿਆ ਈ
ਅੱਜੂ ਨਾਉਂ ਸਿਰਦਾਰ ਤੇ ਪੁੱਤ ਸੈਦਾ, ਜਿਸਨੇ ਹੱਕ ਰੰਝੇਟੇ ਦਾ ਖੱਸਿਆ ਈ
ਬਾਗ ਬਾਗ ਰੰਝੇਟੜਾ ਹੋਇ ਗਿਆ, ਜਦੋਂ ਨਾਉਂ ਜਟੇਟਿਆਂ ਦੱਸਿਆ ਈ
ਸਿੰਙੀ, ਖੱਪਰੀ ਬੰਨ੍ਹ ਕੇ ਤਿਆਰ ਹੋਇਆ, ਲੱਕ ਚਾ ਫ਼ਕੀਰ ਨੇ ਕੱਸਿਆ ਈ
ਕਦੀ ਲਏ ਹੂਲਾਂ ਕਦੀ ਝੂਲਦਾ ਏ, ਕਦੇ ਰੋਇ ਪਿਆ ਕਦੇ ਹੱਸਿਆ ਈ
ਵਾਰਿਸ ਸ਼ਾਹ ਕਿਰਸਾਨ ਜਿਉਂ ਹੋਣ ਰਾਜ਼ੀ, ਮੀਂਹ ਔੜ ਦੇ ਦਿਹਾਂ ਵਿਚ ਵੱਸਿਆ ਈ

ਪਿੰਡ ਦੇ ਗੱਭਰੂ

303

'ਆ ਜੋਗੀਆ ਕਿਹਾ ਤੈਂ ਦੇਸ ਡਿਠੋਂ,' ਪੁੱਛਣ ਗੱਭਰੂ ਬੈਠ ਵਿਚ ਦਾਰਿਆਂ ਦੇ
ਇਥੇ ਝੂਲ-ਮਸਤਾਨੀਆਂ ਕਰੇ ਗੱਲਾਂ, ਸੁਖਨ ਸੁਣੋ ਕੰਨ-ਪਟਿਆਂ ਪਿਆਰਿਆਂ ਦੇ
ਕਰਾਂ ਕੌਣ ਸਲਾਹ ਮੈਂ ਖੇੜਿਆਂ ਦੀ, ਡਾਰੀਂ ਫਿਰਨ ਚੌਤਰਫ਼ ਕੁਆਰੀਆਂ ਦੇ
ਮਾਰ ਆਸ਼ਕਾਂ ਨੂੰ ਕਰਨ ਚਾਇ ਬੇਰੇ, ਨੈਣ ਤ੍ਰਿੱਖੜੇ ਨੋਕ ਕਟਾਰੀਆਂ ਦੇ
ਦੇਣ ਆਸ਼ਕਾਂ ਨੂੰ ਤੋੜੇ ਨਾਲ ਨੈਣਾਂ, ਨੈਣ ਰਹਿਣ ਨਾ ਇਨ੍ਹਾਂ ਹਰਿਆਰੀਆਂ ਦੇ
ਏਸ ਜੋਬਨੇ ਦੀਆਂ ਵਣਜਾਰੀਆਂ ਨੂੰ, ਮਿਲੇ ਆਣ ਸੌਦਾਗਰ ਯਾਰੀਆਂ ਦੇ

ਸੁਰਮਾ ਫੁੱਲ ਦੰਦਾਸੜਾ ਸੁਰਖ ਮਹਿੰਦੀ, ਲਟ ਲਏ ਨੇ ਹੱਟ ਪਸਾਰੀਆਂ ਦੇ
ਨੈਣਾਂ ਨਾਲ ਕਲੇਜੜਾ ਛਿੱਕ ਕੱਢਣ, ਦਿੱਸਣ ਭੋਲੜੇ ਮੁਖ ਵੇਚਾਰੀਆਂ ਦੇ
ਜੋਗੀ ਵੇਖ ਕੇ ਆਣ ਚੌਗਿਰਦ ਹੋਇਆ, ਛੁੱਟੇ ਪਰ੍ਹੇ ਵਿਚ ਨਾਗ ਪਿਟਾਰੀਆਂ ਦੇ
ਓਥੇ ਖੋਲ੍ਹ ਕੇ ਅੱਖੀਆਂ ਹੱਸ ਪੌਂਦਾ, ਡਿੱਠੇ ਖਾਬ ਵਿਚ ਮੇਲ ਕੁਆਰੀਆਂ ਦੇ
ਆਣ ਗਿਰਦ ਹੋਈਆਂ ਬੈਠਾ ਵਿਚ ਝੂਲੇ, ਬਾਦਸ਼ਾਹ ਜਿਉਂ ਵਿਚ ਅੰਬਾਰੀਆਂ ਦੇ
ਵਾਰਿਸ ਸ਼ਾਹ ਨਾ ਰਹਿਣ ਨਿਚੱਲੜੇ ਨੀ, ਜਿਨ੍ਹਾਂ ਨਰਾਂ ਨੂੰ ਸ਼ੌਕ ਨੇ ਨਾਰੀਆਂ ਦੇ

ਰਾਂਝਾ ਜੋਗੀ

304

ਮਾਈ ਮੁੰਡੀਓ! ਘਰਾਂ ਨੂੰ ਜਾਓ ਖਾਂ ਨੀ, ਜੋਗੀ ਮਸਤ ਕਮਲਾ ਇਕ ਆਇ ਵੜਿਆ
ਕੰਨੀਂ ਮੁੰਦਰਾਂ ਸੇਲ੍ਹੀਆਂ ਸੁੰਦਰਾਂ ਨੇ, ਦਾੜ੍ਹੀ ਪਟੇ ਸਿਰ ਭਵਾਂ ਮੁਨਾਇ ਵੜਿਆ
ਜਹਾਂ ਨਾਉਂ ਮੇਰਾ ਕੋਈ ਜਾਇ ਲੈਂਦਾ, ਮਹਾਦੇਉ ਤਹਾਂ ਦੌਲਤਾਂ ਲਿਆਇ ਵੜਿਆ
ਕਿਸੇ ਨਾਲ ਕੁਦਰਤ ਭੁੱਲ ਜੰਗਲਾਂ ਥੀਂ, ਕਿਵੇਂ ਭੁੱਲ ਭਲਾਵੜੇ ਆਇ ਵੜਿਆ

ਕੁੜੀਆਂ

305

ਕੁੜੀਆਂ ਵੇਖ ਕੇ ਜੋਗੀ ਦੀ ਤਬਾਅ ਸਾਰੀ, ਘਰੀਂ ਹਸਦੀਆਂ ਹਸਦੀਆਂ ਆਈਆਂ ਨੀ
ਮਾਏ! ਇਕ ਜੋਗੀ ਸਾਡੇ ਨਗਰ ਆਇਆ, ਕੰਨੀ ਓਸ ਨੇ ਮੁੰਦਰਾਂ ਪਾਈਆਂ ਨੀ
ਨਹੀਂ ਬੋਲਦਾ ਬੁਰਾ ਜ਼ਬਾਨ ਵਿਚੋਂ, ਭਾਵੇਂ ਭਿੱਖਿਆ ਪਾਉਣ ਨਾ ਮਾਈਆਂ ਨੀ
ਹੱਥ ਖੱਪਰੀ ਫਾਹੁੜੀ ਮੋਢਿਆਂ 'ਤੇ, ਗਲ ਸੇਹਲੀਆਂ ਅਜਬ ਬਣਾਈਆਂ ਨੀ
ਅਰੜਾਂਵਦਾ ਵਾਂਗ ਜਲਾਲੀਆਂ ਦੇ, ਜਟਾਂ ਵਾਂਗ ਮਦਾਰੀਆਂ ਛਾਈਆਂ ਨੀ
ਨਾ ਉਹ ਮੁੰਡੀਆਂ, ਗੋਦੜੀ, ਨਾਥ, ਜੰਗਮ, ਨਾ ਉਦਾਸੀਆਂ ਵਿਚ ਠਹਿਰਾਈਆਂ ਨੀ
ਪ੍ਰੇਮ-ਮੱਤੀਆਂ ਅੱਖੀਆਂ ਰੰਗ ਭਰੀਆਂ, ਸਦਾ ਗੂੜ੍ਹੀਆਂ ਲਾਲ ਸਵਾਈਆਂ ਨੀ
ਖ਼ੂਨੀ ਬਾਂਕੀਆਂ ਨਸ਼ੇ ਦੇ ਨਾਲ ਭਰੀਆਂ, ਨੈਣਾਂ ਖੀਵੀਆਂ ਸਾਣ ਚੜ੍ਹਾਈਆਂ ਨੀ
ਕਦੇ ਸੰਗਲੀ ਸੁਟ ਕੇ ਸ਼ਗਨ ਵਾਚੇ, ਕਦੇ ਔਂਸੀਆਂ ਸਵਾਹ 'ਤੇ ਪਾਈਆਂ ਨੀ
ਕਦੇ ਕਿੰਗ ਵਜਾਇਕੇ ਖਲਾ ਰੋਵੇ, ਕਦੇ ਹੱਸ ਕੇ ਨਾਦ ਘੁਕਾਈਆਂ ਨੀ
ਅੱਠ ਪਹਿਰ ਅੱਲਾਹ ਨੂੰ ਯਾਦ ਕਰਦਾ, ਖੈਰ ਓਸ ਨੂੰ ਪਾਂਦੀਆਂ ਮਾਈਆ ਨੀ
ਨਸ਼ੇ ਬਾਝੁ ਭਵਾਂ ਉਹਦੀਆਂ ਮੱਤੀਆਂ ਨੇ, ਤੇ ਮਿਰਗਾਣੀਆਂ ਗਲੇ ਬਣਾਈਆਂ ਨੀ
ਜਟਾਂ ਸੋਂਹਦੀਆਂ ਛੈਲ ਉਸ ਜੋਗੀੜੇ ਨੂੰ, ਜਿਵੇਂ ਚੰਨ ਦਵਾਲੇ ਘਟਾਂ ਆਈਆਂ ਨੀ
ਨਾ ਕੋਈ ਮਾਰਦਾ, ਨਾ ਕਿਸੇ ਨਾਲ ਲੜਿਆ, ਨੈਣਾ ਓਸਦਿਆਂ ਛਹਿਬਰਾਂ ਲਾਈਆਂ ਨੀ
ਕੋਈ ਗੁਰੂ ਪੂਰਾ ਉਸ ਨੂੰ ਆਇ ਮਿਲਿਆ, ਕੰਨ ਛੇਦ ਕੇ ਮੁੰਦਰਾਂ ਪਾਈਆਂ ਨੀ
ਵਾਰਿਸ ਸ਼ਾਹ ਚੇਲਾ ਬਾਲ ਨਾਥ ਦਾ ਏ, ਝੋਕਾਂ ਪ੍ਰੇਮ ਦੀਆਂ ਕਿਸੇ ਨੇ ਲਾਈਆਂ ਨੀ

ਸਹਿਤੀ ਨਨਾਣ ਨੇ ਘਰ ਗੱਲ ਕਰਨੀ

306

ਘਰ ਆਣ ਨਿਨਾਣ ਨੇ ਗੱਲ ਕੀਤੀ, ਹੀਰੇ! ਇਕ ਜੋਗੀ ਨਵਾਂ ਆਇਆ ਨੀ
ਕੰਨੀਂ ਓਸ ਦੇ ਦਰਸ਼ਨੀ ਮੁੰਦਰਾਂ ਨੇ, ਗਲ ਮੇਖਲਾ ਅਜਬ ਸੁਹਾਇਆ ਨੀ
ਫਿਰੇ ਢੂੰਡਦਾ ਵਿਚ ਹਵੇਲੀਆਂ ਦੇ, ਕੋਈ ਓਸ ਨੇ ਲਾਲ ਗਵਾਇਆ ਨੀ
ਨਾਲੇ ਗਾਂਵਦਾ ਤੇ ਨਾਲੇ ਰੋਂਵਦਾ ਈ, ਵੱਡਾ ਓਸ ਨੇ ਰੰਗ ਮਚਾਇਆ ਨੀ
ਹੀਰੇ ਕਿਸੇ ਰਜਵੰਸ ਦਾ ਉਹ ਪੁੱਤਰ, ਰੂਪ ਤੁੱਧੋਂ ਥੀਂ ਦੂਣ ਸਵਾਇਆ ਨੀ
ਵਿਚ ਤ੍ਰਿੰਞਣਾਂ ਗਾਉਂਦਾ ਫਿਰੇ ਭੌਂਦਾ, ਅੰਤ ਓਸ ਦਾ ਕਿਸੇ ਨਾ ਪਾਇਆ ਨੀ
ਫਿਰੇ ਵੇਖਦਾ ਵਹੁਟੀਆਂ ਛੈਲ ਕੁੜੀਆਂ, ਮਨ ਕਿਸੇ ਤੇ ਨਹੀਂ ਭਰਮਾਇਆ ਨੀ
ਕਾਈ ਆਖਦੀ ਪ੍ਰੇਮ ਦੀ ਚਾਟ ਲੱਗੀ, ਤਾਹੀਂ ਓਸ ਨੇ ਸੀਸ ਮੁਨਾਇਆ ਨੀ
ਕਾਈ ਆਖਦੀ ਕਿਸੇ ਦੇ ਇਸ਼ਕ ਪਿੱਛੇ, ਬੁੰਦੇ ਲਾਹ ਕੇ ਕੰਨ ਪੜਾਇਆ ਨੀ
ਕਹਿਣ ਤਖ਼ਤ ਹਜ਼ਾਰੇ ਦਾ ਏਹ ਰਾਂਝਾ, ਬਾਲ ਨਾਥ ਥੋਂ ਜੋਗ ਲੈ ਆਇਆ ਨੀ
ਵਾਰਿਸ ਸ਼ਾਹ ਏਹ ਫ਼ਕਰ ਤਾਂ ਨਹੀਂ ਖਾਲੀ, ਕਿਸੇ ਕਾਰਨੇ ਦੇ ਉਤੇ ਆਇਆ ਨੀ

ਹੀਰ

307

ਮੁੱਠੀ ਮੁੱਠੀ ਇਹ ਗੱਲ ਨਾ ਕਰੋ ਭੈਣਾ, ਮੈਂ ਤਾਂ ਸੁਣਦਿਆਂ ਹੀ ਮਰ ਗਈ ਜੇ ਨੀ
ਤੁਸਾਂ ਏਹ ਜਦੋਕਣੀ ਗੱਲ ਟੋਰੀ, ਖਲੀ ਖਲੀ ਹੀ ਮੈਂ ਲਹਿ ਗਈ ਜੇ ਨੀ
ਗਏ ਟੁੱਟ ਤਰਾਣ ਤੇ ਅਕਲ ਡੁੱਬੀ, ਮੇਰੇ ਧੁੱਖ ਕਲੇਜੜੇ ਪਈ ਜੇ ਨੀ
ਕੀਕੂੰ ਕੰਨ ਪੜਾਇ ਕੇ ਜੀਂਵਦਾ ਹੈ, ਗੱਲਾਂ ਸੁਣਦਿਆਂ ਹੀ ਜਿੰਦ ਗਈ ਜੇ ਨੀ
ਉਹਦਾ ਦੁਖੜਾ ਰੋਵਣਾ ਜਦੋਂ ਸੁਣਿਆ, ਮੁੱਠੀ ਮੀਟ ਕੇ ਮੈਂ ਬਹਿ ਗਈ ਜੇ ਨੀ
ਮੱਸੁ-ਭਿੰਨੇ ਦਾ ਨਾਉਂ ਜੋ ਲੈਂਦੀਆਂ ਹੋ, ਜਿੰਦ ਸੁਣਦਿਆਂ ਹੀ ਲੁੜ ਗਈ ਜੇ ਨੀ
ਕਿਵੇਂ ਵੇਖੀਏ ਉਸ ਮਸਤਾਨੜੇ ਨੂੰ, ਜਿਸ ਦੀ ਤ੍ਰਿੰਞਣਾਂ ਵਿਚ ਧੁੰਮ ਪਈ ਜੇ ਨੀ
ਵੇਖਾਂ ਕਿਹੜੇ ਦੇਸ ਦਾ ਓਹ ਜੋਗੀ, ਉਸ ਥੋਂ ਕੌਣ ਪਿਆਰੀ ਖੁੱਸ ਗਈ ਜੇ ਨੀ
ਅੱਕ, ਪੋਸਤ ਧਤੂਰਾ ਤੇ ਭੰਗ ਪੀ ਕੇ, ਮੌਤ ਉਸ ਨੇ ਮੁੱਲ ਕਿਉਂ ਲਈ ਜੇ ਨੀ
ਜਿਸ ਦਾ ਮਾਉਂ, ਨਾ ਬਾਪ, ਨਾ ਭੈਣ ਭਾਈ, ਕੌਣ ਕਰੇਗਾ ਓਸਦੀ ਰਈ ਜੇ ਨੀ
ਹਾਇ ਹਾਇ ਮੁੱਠੀ ਉਹਦੀ ਗੱਲ ਸੁਣ ਕੇ, ਮੈਂ ਤਾਂ ਨਿਘਰੀ ਬੌਰ ਹੋ ਗਈ ਜੇ ਨੀ
ਭਾਵੇਂ ਭੁੱਖੜਾ ਰਾਹ ਵਿਚ ਰਹੈ ਢੱਠਾ, ਕਿਸੇ ਖਬਰ ਨਾ ਓਸ ਦੀ ਲਈ ਜੇ ਨੀ
ਨਹੀਂ ਰੱਬ ਦੇ ਗਜ਼ਬ ਥੋਂ ਲੋਕ ਡਰਦੇ, ਮੱਥੇ ਲੇਖ ਦੇ ਮੇਖ ਵਹਿ ਗਈ ਜੇ ਨੀ
ਜਿਸ ਦਾ ਚੰਨ ਪੁੱਤਰ ਸਵਾਹ ਲਾਇ ਬੈਠਾ, ਦਿੱਤਾ ਰੱਬ ਦਾ ਮਾਉਂ ਸਹਿ ਗਈ ਜੇ ਨੀ
ਜਿਸ ਦੇ ਸੋਹਣੇ ਯਾਰ ਦੇ ਕੰਨ ਪਾਟੇ, ਉਹ ਤਾਂ ਨੱਢੜੀ ਚੌੜ ਹੋ ਗਈ ਜੇ ਨੀ
ਵਾਰਿਸ ਸ਼ਾਹ ਫਿਰੇ ਦੁੱਖਾਂ ਨਾਲ ਭਰਿਆ, ਖਲਕ ਮਗਰ ਕਿਉਂ ਓਸ ਦੇ ਪਈ ਜੇ ਨੀ

ਹੀਰ ਦਿਲ ਹੀ ਦਿਲ ਵਿੱਚ

308

ਰੱਬ ਝੂਠ ਨਾ ਕਰੇ ਜੇ ਹੋਇ ਰਾਂਝਾ, ਤਾਂ ਮੈਂ ਚੌੜ ਹੋਈ ਮੈਨੂੰ ਪੱਟਿਆ ਸੂ
ਅੱਗੇ ਅੱਗ ਫਿਰਾਕ ਦੀ ਸਾੜ ਸੁੱਟਿਆ, ਸੜੀ ਬਲੀ ਨੂੰ ਮੁੜ ਕੇ ਫੱਟਿਆ ਸੂ
ਨਾਲੇ ਰੰਨ ਗਈ ਨਾਲੇ ਕੰਨ ਪਾਟੇ, ਆਖ ਇਸ਼ਕ ਥੀਂ ਨਫਾ ਕੀ ਖੱਟਿਆ ਸੂ
ਮੇਰੇ ਵਾਸਤੇ ਦੁੱਖੜੇ ਫਿਰੇ ਜਰਦਾ, ਲੋਹਾ ਤਾਇ ਜੀਭੇ ਨਾਲ ਚੱਟਿਆ ਸੂ
ਹੋਇਆਂ ਚਾਕ ਪਿੰਡੇ ਮਲੀ ਖਾਕ ਰਾਂਝੇ, ਲਾਹ ਨੰਗ ਨਮੂਸ ਨੂੰ ਸੁੱਟਿਆ ਸੂ
ਬੁੱਕਲ ਵਿਚ ਚੋਰੀ ਚੋਰੀ ਹੀਰ ਰੋਵੇ, ਘੜਾ ਨੀਰ ਦਾ ਚਾਇ ਪਲੱਟਿਆ ਸੂ
ਵਾਰਿਸ ਸ਼ਾਹ ਇਸ ਇਸ਼ਕ ਦੇ ਵਣਜ ਵਿੱਚੋਂ, ਜਫ਼ਾ ਜਾਲ ਕੀ ਖੱਟਿਆ ਵੱਟਿਆ ਸੂ

ਹੀਰ ਦਾ ਕੁੜੀਆਂ ਨੂੰ ਕਹਿਣਾ

309

ਗੱਲੀਂ ਲਾਇਕੇ ਕੋਈ ਲਿਆਉ ਉਸ ਨੂੰ, ਰਲ ਪੁੱਛੀਏ ਕੇਹੜੇ ਥਾਉਂ ਦਾ ਨੀ
ਖੇਹ ਲਾਇ ਕੇ ਦੇਸ ਵਿਚ ਫਿਰੇ ਭੌਂਦਾ, ਅਤੇ ਜਾਤ ਦਾ ਕੌਣ ਕਹਾਉਂਦਾ ਨੀ
ਵੇਖਾਂ ਕੇਹੜੇ ਦੇਸ਼ ਦਾ ਚੌਧਰੀ ਹੈ, ਅਤੇ ਕਿਹੜੇ ਦੇਸ ਨੂੰ ਜਾਉਂਦਾ ਨੀ
ਵੇਖਾਂ ਰੋਹੀਓਂ, ਮਾਝਿਓਂ, ਪੱਟਿਓਂ ਹੈ, ਰਾਵੀ ਬਿਆਸ ਦਾ ਏ ਕਿ ਝਨਾਉਂ ਦਾ ਨੀ
ਫਿਰੇ ਤਿਵ੍ਣਾਂ ਵਿਚ ਖ਼ਰਾਬ ਹੁੰਦਾ, ਵਿਚ ਵਿਹੜਿਆਂ ਫੇਰੀਆਂ ਪਾਉਂਦਾ ਨੀ
ਵਾਰਿਸ ਸ਼ਾਹ ਢੂੰਡਾਊ ਏਹ ਕਾਸ ਦਾ ਨੀ, ਕੋਈ ਏਸ ਦਾ ਭੇਤ ਨਾ ਆਉਂਦਾ ਨੀ

ਕੁੜੀਆਂ ਦਾ ਜੋਗੀ ਨੂੰ ਲੈਣ ਆਉਣਾ

310

ਲੈਣ ਜੋਗੀ ਨੂੰ ਆਈਆਂ ਧੁੰਮਲਾਂ[1] ਹੋ, ਚਲੋ ਗੱਲ ਬਣਾਇ ਸਵਾਰੀਏ ਨੀ
ਸੱਭੇ ਬੋਲੀਆਂ ਵੇ ਨਮਸਕਾਰ ਜੋਗੀ, ਕਿਉਂ ਨੀ ਸਾਈਂ-ਸਵਾਰੀਏ ਪਿਆਰੀਏ ਨੀ
ਵੱਡੀ ਮਿਹਰ ਹੋਈ ਏਸ ਦੇਸ ਉਤੇ, ਵਿਹੜੇ ਹੀਰ ਦੇ ਨੂੰ ਚਲੋ ਤਾਰੀਏ ਨੀ
ਮੰਗ ਨਗਰ ਅਤੀਤ ਨੇ ਅਜੇ ਖਾਣਾ, ਬਾਤਾਂ ਸ਼ੌਕ ਦੀਆਂ ਚਾਇ ਵਿਸਾਰੀਏ ਨੀ
ਮੇਲੇ ਕੁੰਭ ਦੇ ਹਮੀਂ ਅਤੀਤ ਚੱਲੇ, ਨਗਰ ਜਾਇ ਕੇ ਭੀਖ ਚਿਤਾਰੀਏ ਨੀ
ਵਾਰਿਸ ਸ਼ਾਹ ਤੁਸੀਂ ਘਰੋਂ ਖਾ ਆਈਆਂ, ਨਾਲ ਚਾਵੜਾਂ ਲਉਂ ਗੁਟਕਾਰੀਏ ਨੀ

ਕੁੜੀਆਂ

311

ਰਸਮ ਜੱਗ ਦੀ ਕਰੇ ਅਤੀਤ ਸਾਈਂ, ਸਾਡੀਆਂ ਸੂਰਤਾਂ ਤਰਫ ਧਿਆਨ ਕੀਚੇ

---

1. ਇਕੱਠੀਆਂ

ਅੱਜੂ ਖੇੜੇ ਦੇ ਵਿਹੜੇ ਕਰੋ ਫੇਰਾ, ਜ਼ਰਾ ਹੀਰ ਦੀ ਤਰਫ ਧਿਆਨ ਕੀਚੇ
ਵਿਹੜਾ ਮਹਿਰ ਦਾ ਚਲੋ ਵਿਖਾਇ ਲਿਆਈਏ, ਸਹਿਤੀ ਸੋਹਣੀ 'ਤੇ ਨਜ਼ਰ ਆਣ ਕੀਚੇ
ਚਲੋ ਵੇਖੀਏ ਘਰਾਂ ਸਰਦਾਰ ਦਿਆਂ ਨੂੰ, ਅਜੀ ਸਾਹਿਬੋਂ! ਨਾਂਹਿ ਗੁਮਾਨ ਕੀਚੇ

ਜੋਗੀ ਰਾਂਝਾ

312

ਹਮੀਂ ਬਡੇ ਫੱਕਰ ਸੱਤ-ਪੀੜ੍ਹੀਏ ਹਾਂ, ਰਸਮ ਜੱਗ ਦੀ ਹਮੀਂ ਨਾ ਜਾਣਨੇ ਹਾਂ
ਕੰਦ ਮੂਲ ਉਜਾੜ ਵਿਚ ਖਾਇ ਕੇ ਤੇ, ਬਨਵਾਸ ਲੈ ਕੇ ਮੌਜਾਂ ਮਾਣਦੇ ਹਾਂ
ਬਘਿਆੜ, ਅਰ ਸ਼ੇਰ ਅਰ ਮਿਰਗ ਚੀਤੇ, ਹਮੀ ਤਿਨ੍ਹਾਂ ਦੀਆ ਸੂਰਤਾਂ ਜਾਣਦੇ ਹਾਂ
ਤੁਮੀਂ ਸੁੰਦਰਾਂ ਬੈਠੀਆਂ ਖ਼ੂਬਸੂਰਤ, ਹਮੀ ਬੂਟੀਆਂ ਛੂਟੀਆਂ ਛਾਣਦੇ ਹਾਂ
ਨਗਰ ਬੀਚ ਨਾ ਆਤਮਾ ਪਰਚਦਾ ਏ, ਉਦਿਆਨ[1] ਬਹਿ ਕੇ ਤੰਬੂ ਤਾਣਦੇ ਹਾਂ
ਗੂੜ੍ਹਾ ਤੀਰਥੀਂ ਜੋਗ ਬੈਰਾਗ ਹੋਵੇ, ਹਮੀ ਤਿਨ੍ਹਾਂ ਦੇ ਰੂਪ ਪਹਿਚਾਣਦੇ ਹਾਂ

ਕੁੜੀਆਂ ਦਾ ਆਉਣਾ

313

ਸੱਈਓ! ਵੇਖੋ ਤੇ ਮਸਤ ਅਲੱਮਸਤ ਜੋਗੀ, ਜੈਂਦਾ ਰੱਬ ਦੇ ਨਾਲ ਧਿਆਨ ਹੈ ਨੀ
ਇਨ੍ਹਾਂ ਭੌਰਾਂ ਨੂੰ ਆਸਰਾਂ ਰੱਬ ਦਾ ਏ, ਘਰ ਬਾਰ ਨਾ ਤਾਣ ਨਾ ਮਾਣ ਹੈ ਨੀ
ਸੁਇਨੇ-ਵੰਨੜੀ ਦੇਹ ਨੂੰ ਖੇਹ ਕਰ ਕੇ, ਰੁਲਣਾ ਖ਼ਾਕ ਵਿਚ ਫੱਕਰ ਦੀ ਬਾਣ ਹੈ ਨੀ
ਸੋਹਣਾ ਫੁੱਲ ਗੁਲਾਬ ਮਾਸ਼ੂਕ ਨੱਢਾ, ਰਾਜਪੂਤ ਤੇ ਸੁਘੜ ਸੁਜਾਨ ਹੈ ਨੀ
ਜਿਨ੍ਹਾਂ ਭੰਗ ਪੀਤੀ ਸਵਾਹ ਲਾਇ ਬੈਠੇ, ਉਨ੍ਹਾਂ ਮਾਹਣੂਆਂ ਨੂੰ ਕੇਹੀ ਕਾਣ ਹੈ ਨੀ
ਜਿਵੇਂ ਅਸੀਂ ਮੁਟਿਆਰਾਂ ਹਾਂ ਰੰਗ-ਭਰੀਆਂ, ਤਿਵੇਂ ਏਹ ਭੀ ਸਾਡੜਾ ਹਾਣ ਹੈ ਨੀ
ਆਓ, ਪੁੱਛੀਏ ਕਿਹੜੇ ਦੇਸ ਦਾ ਹੈ, ਅਤੇ ਇਸ ਦਾ ਕੌਣ ਮਕਾਨ ਹੈ ਨੀ

ਕੁੜੀਆਂ ਦਾ ਸਵਾਲ

314

ਸੁਣ ਜੋਗੀਆ ਗੱਭਰੂਆ ਛੈਲ ਬਾਂਕੇ, ਨੈਣਾਂ ਖੀਵਿਆਂ ਮਸਤ ਦੀਵਾਨਿਆਂ ਵੇ
ਕੰਨੀਂ ਮੁੰਦਰਾਂ, ਖੱਪਰੀ, ਨਾਦ, ਸਿੰਙੀ, ਗਲ ਸੇਹਲੀਆਂ ਤੇ ਮਿਰਗਾਨੀਆਂ ਵੇ
ਵਿਚੋਂ ਨੈਣ ਹੱਸਣ ਹੋਂਠ ਭੇਤ ਦੱਸਣ, ਅੱਖੀਂ ਮੀਟਦਾ ਨਾਲ ਬਹਾਨਿਆਂ ਵੇ
ਕਿਸ ਮੁਨਿਉ, ਕੰਨ ਕਿਸ ਪਾੜਿਓ ਨੇ, ਤੇਰਾ ਵਤਨ ਕੌਣ ਦੀਵਾਨਿਆਂ ਵੇ
ਕੌਣ ਜ਼ਾਤ ਹੈ ਕਾਸ ਤੋਂ ਜੋਗ ਲੀਤੋ, ਸੱਚੋ ਸੱਚ ਹੀ ਦੱਸ ਮਸਤਾਨਿਆਂ ਵੇ
ਏਸ ਉਮਰ ਕੀ ਵਾਇਦੇ ਪਏ ਤੈਨੂੰ, ਕਿਉਂ ਭਉਂਨਾ ਹੈ ਦੇਸ ਬੇਗਾਨਿਆਂ ਵੇ
ਕਿਸੇ ਰੰਨ ਭਾਬੀ ਬੋਲੀ ਮਾਰੀਆ ਹੀ, ਹਿਕ ਸਾੜੀਆ ਸੂ ਨਾਲ ਤਾਹਨਿਆਂ ਵੇ

---

1. ਬਾਗ ਵਿੱਚ

ਵਿਚ ਤ੍ਰਿਵਣਾਂ ਪਵੇ ਵਿਚਾਰ ਤੇਰੀ, ਹੋਵੇ ਜਿਕਰ ਤੇਰਾ ਚੱਕੀ-ਹਾਨਿਆਂ ਵੇ
ਬੀਬਾ! ਦੱਸ ਸ਼ਤਾਬ ਹੈ ਜੀਊ ਜਾਂਦਾ, ਅਸੀਂ ਧੁੱਪ ਦੇ ਨਾਲ ਮਰ ਜਾਨੀਆਂ ਵੇ
ਕਰਨ ਮਿਨਤਾਂ, ਮੁੱਠੀਆਂ ਭਰਨ ਲੱਗੀਆਂ, ਅਸੀਂ ਪੁੱਛ ਕੇ ਹੀ ਤੁਰ ਜਾਨੀਆਂ ਵੇ
ਵਾਰਿਸ ਸ਼ਾਹ ਗੁਮਾਨ ਨਾ ਪਵੀਂ ਮੀਆਂ, ਅਵੇਂ ਹੀਰ ਦਿਆ ਮਾਲ ਖ਼ਜ਼ਾਨਿਆਂ ਵੇ

ਰਾਂਝਾ ਕੁੜੀਆਂ ਨੂੰ

315

ਜੋਗੀ ਆਖਦਾ ਮਗਰ ਨਾ ਪਵੋ ਮੇਰੇ, ਸ਼ੀਂਹ ਸੱਪ ਫ਼ਕੀਰ ਦਾ ਦੇਸ ਕੇਹਾ
ਕੂੰਜਾਂ ਵਾਂਗ ਮਮੋਲਿਆਂ ਦੇਸ ਛੱਡੇ, ਅਸਾਂ ਜ਼ਾਤ ਸਿਫ਼ਾਤ ਤੇ ਭੇਸ ਕੇਹਾ
ਵਤਨ ਦਮਾਂ ਦੇ ਨਾਲ ਤੇ ਜ਼ਾਤ ਜੋਗੀ, ਸਾਨੂੰ ਸਾਕ ਕਬੀਲੜਾ ਖੇਸ਼ ਕੇਹਾ
ਜਿਹੜਾ ਵਤਨ ਤੇ ਜ਼ਾਤ ਵਲ ਧਿਆਨ ਰੱਖੇ, ਦੁਨੀਆਦਾਰ ਹੈ ਉਹ ਦਰਵੇਸ਼ ਕੇਹਾ
ਸਭ ਖ਼ਾਕ ਦਰ ਖ਼ਾਕ ਫ਼ੈਨਾਹ ਹੋਣਾ, ਵਾਰਿਸ ਸ਼ਾਹ ਫਿਰ ਤਿਨ੍ਹਾਂ ਨੂੰ ਐਸ਼ ਕੇਹਾ

ਖ਼ਿਆਲ ਸ਼ਾਇਰ

316

ਸਾਨੂੰ ਨਾਂਹ ਅਕਾਉ ਹੇ ਭਾਤ-ਖਾਣੀ! ਖੰਡਾ ਕ੍ਰੋਧ ਕਾ ਹਮੀਂ ਨ ਸੂਤਨੇ ਹਾਂ
ਜੇ ਆਪਣੇ ਦਾਉ ਪੁਰ ਆਇ ਆਏ, ਖੁਲ੍ਹੀ ਝੰਡ ਸਿਰ ਤੇ ਅਸੀਂ ਭੂਤਨੇ ਹਾਂ
ਘਰ ਮਹਿਰ ਦੇ ਕਾਸ ਨੂੰ ਅਸਾਂ ਜਾਣਾ, ਸਿਰ ਮਹਿਰੀਆਂ[1] ਦੇ ਅਸੀਂ ਮੂਤਨੇ ਹਾਂ
ਵਾਰਿਸ ਸ਼ਾਹ ਮੀਆਂ ਹੇਠ ਬਾਲ ਭਾਂਬੜ, ਉਲਟੇ ਹੋਇ ਕੇ ਰਾਤ ਨੂੰ ਝੂਟਨੇ ਹਾਂ

ਕੁੜੀਆਂ

317

ਅਸਾਂ ਅਰਜ਼ ਕੀਤਾ, ਤੈਨੂੰ ਗੁਰੂ ਕਰਕੇ, ਬਾਲਨਾਥ ਦੀਆਂ ਤੁਸੀਂ ਨਿਸ਼ਾਨੀਆਂ ਹੋ
ਤੈਨੂੰ ਛੱਡਿਆ ਹੈ ਕਿਵੇਂ ਜ਼ਾਲਮਾਂ ਨੇ, ਕਸ਼ਮੀਰ ਦੀਆਂ ਤੁਸੀਂ ਖੁਰਮਾਨੀਆਂ ਹੋ
ਸਾਡੀ ਆਜਜ਼ੀ ਤੁਸੀਂ ਨਾ ਮੰਨਦੇ ਹੋ, ਗੁੱਸੇ ਨਾਲ ਪਸਾਰਦੇ ਆਨੀਆਂ ਹੋ
ਅਸਾਂ ਆਖਿਆ ਮਹਿਰ ਦੇ ਚਲੋ ਵੇਹੜੇ, ਤੁਸੀਂ ਨਹੀਂ ਕਰਦੇ ਮਿਹਰਬਾਨੀਆਂ ਹੋ
ਸੱਭੇ ਸੋਂਹਦੀਆਂ ਤ੍ਰਿਵਣੀ ਸ਼ਾਹ-ਪਰੀਆਂ, ਜਿਵੇਂ ਤਰਕਸ਼ਾਂ ਦੀਆਂ ਤੁਸੀਂ ਕਾਨੀਆਂ ਹੋ
ਚਲੋ, ਕਰੋ ਅੰਗੁਸ਼ਤ[2] ਫਰਿਸ਼ਤਿਆਂ ਨੂੰ, ਤੁਸੀਂ ਅਸਲ ਸ਼ੈਤਾਨ ਦੀਆਂ ਨਾਨੀਆਂ ਹੋ
ਤੁਸਾਂ ਸ਼ੇਖ ਸਾਅਦੀ ਨਾਲ ਮਕਰ ਕੀਤਾ, ਤੁਸੀਂ ਵੱਡੀਆਂ ਸਿਹਰ ਦੀਆਂ ਬਾਨੀਆਂ ਹੋ
ਅਸੀਂ ਕਿਸੇ ਪਰਦੇਸ ਦੇ ਫ਼ੱਕਰ ਆਏ, ਤੁਸੀਂ ਨਾਲ ਸ਼ਰੀਕਾਂ ਦੀਆਂ ਤਾਨੀਆਂ ਹੋ
ਜਾਓ, ਵਾਸਤੇ ਰੱਬ ਦੇ ਖਿਆਲ ਛੱਡੋ, ਸਾਡੇ ਹਾਲ ਥੀਂ ਤੁਸੀਂ ਬੇਗਾਨੀਆਂ ਹੋ
ਵਾਰਿਸ ਸ਼ਾਹ ਫ਼ਕੀਰ ਦੀਵਾਨੜੇ ਨੀ, ਤੁਸੀਂ ਦਾਨੀਆਂ ਅਤੇ ਪਰਧਾਨੀਆਂ ਹੋ

1. ਚੌਧਰੀ ਮਿਹਰ ਪਰਿਵਾਰ ਦੀਆਂ ਔਰਤਾਂ, 2. ਉਂਗਲੀ ਕਰਨਾ

318

ਹਮੀਂ ਭਿੱਛਿਆ ਵਾਸਤੇ ਤਿਆਰ ਬੈਠੇ, ਤੁਸੀਂ ਆਣ ਕੇ ਰਿਕਤਾਂ ਛੇੜਦੀਆਂ ਹੋ
ਅਸਾਂ ਲਾਹਿ ਪੰਜਾਲੀਆਂ ਜੋਗ ਛੱਡੀ, ਤੁਸੀਂ ਫੇਰ ਮੁੜ ਖੂਹ ਕਿਉਂ ਗੇੜਦੀਆਂ ਹੋ
ਅਸੀਂ ਛੱਡ ਝੇੜੇ ਜੋਗ ਲਾਇ ਬੈਠੇ, ਤੁਸੀਂ ਫੇਰ ਆਲੂਦ ਲਿਬੇੜਦੀਆਂ ਹੋ
ਪਿੱਛੋਂ ਕਹੋਗੇ ਭੂਤਨੇ ਆਣ ਲੱਗੇ, ਅੰਨ੍ਹੇ ਖੂਹ ਵਿਚ ਸੰਗ ਕਿਉਂ ਰੇੜ੍ਹਦੀਆਂ ਹੋ
ਹਮੀਂ ਭਿਖਿਆ ਮਾਂਗਨੇ ਚਲੇ ਹਾਂ ਗੀ, ਤੁਮਹੀਂ ਆਣ ਕੇ ਕਾਹਿ ਖਹੇੜਦੀਆ ਹੋ
ਵਾਰਿਸ ਸ਼ਾਹ ਨੂੰ ਆਣ ਅਕਾਇਆ ਜੇ, ਐਂਵੇ ਫਿਰ ਫਸਾਦ ਕਿਉਂ ਛੇੜਦੀਆਂ ਹੋ

ਰਾਂਝੇ ਦਾ ਭਿੱਖਿਆ ਮੰਗਣ ਜਾਣਾ

319

ਰਾਂਝਾ ਖੱਪਰੀ ਪਕੜ ਕੇ ਗਜੇ ਚੜ੍ਹਿਆ, ਸਿੰਙੀ ਦਵਾਰ ਹੀ ਦਵਾਰ ਵਜਾਂਵਦਾ ਏ
ਕੋਈ ਦਏ ਸੀਧਾ ਕੋਈ ਪਾਇ ਟੁੱਕਰ, ਕੋਈ ਥਾਲੀਆਂ ਪਰੋਸ ਲੈ ਆਂਵਦਾ ਏ
ਕੋਈ ਆਖਦਾ ਜੋਗੀੜਾ ਨਵਾਂ ਆਇਆ, ਕੋਈ ਰੋਹ ਦੀਆਂ ਭਵਾਂ ਚੜ੍ਹਾਵਦਾ ਏ
ਕੋਈ ਦਏ ਗਾਲ੍ਹੀ ਧਾੜੇ ਮਾਰ ਫਿਰਦਾ, ਕੋਈ ਬੋਲਦੀ ਜੋ ਮਨ ਭਾਂਵਦਾ ਏ
ਕੋਈ ਜੋੜ ਕੇ ਹੱਥ ਤੇ ਕਰੇ ਮਿੰਨਤ, ਸਾਨੂੰ ਆਸਰਾ ਫੱਕਰ ਦੇ ਨਾਂਵ ਦਾ ਏ
ਕੋਈ ਆਖਦੀ ਮਸਤਿਆ ਚਾਕ ਫਿਰਦਾ, ਨਾਲ ਮਸਤੀਆਂ ਘੂਰਦਾ ਗਾਂਵਦਾ ਏ
ਕੋਈ ਆਖਦੀ ਮਸਤ ਦੀਵਾਨੜਾ ਹੈ, ਰੰਗਾ ਰੰਗ ਦੀ ਕਿੰਗ ਵਜਾਂਵਦਾ ਏ
ਕੋਈ ਆਖਦੀ ਠੱਗ ਉਧਾਲ ਫਿਰਦਾ, ਸੂਹਾ ਚੋਰਾਂ ਦਾ ਕਿਸੇ ਗਿਰਾਉਂ ਦਾ ਏ
ਲੜੇ ਭਿੜੇ ਤੇ ਗਾਲ੍ਹੀਆਂ ਦੇਹਿ ਲੋਕਾਂ, ਠੱਠੇ ਮਾਰਦਾ ਲੋੜ੍ਹ ਕਮਾਉਂਦਾ ਏ
ਆਟਾ ਕਣਕ ਦਾ ਲਏ ਤੇ ਘਿਉ ਬਹੁਤਾ, ਦਾਣਾ ਟੁਕੜਾ ਗੋਦ ਨਾ ਪਾਉਂਦਾ ਏ
ਵਾਰਿਸ ਸ਼ਾਹ ਰੰਝੇਟੜਾ ਚੰਦ ਚੜ੍ਹਿਆਂ, ਘਰੋਂ ਘਰੀ ਮੁਬਾਰਕਾਂ ਲਿਆਉਂਦਾ ਏ

ਜੋਗੀ ਰਾਂਝਾ

320

ਆਇ ਵੜੇ ਹਾਂ ਉਜੜੇ ਪਿੰਡ ਅੰਦਰ, ਕੋਈ ਕੁੜੀ ਨਾ ਤ੍ਰਿੰਞਣੀਂ ਗਾਉਂਦੀ ਹੈ
ਨਹੀਂ ਕਿਲਕਿਲੀ ਪਾਂਵਦੀ, ਨਾਹ ਸੰਮੀ, ਅੱਡੀ ਮਾਰ ਨਾ ਧਰਤਿ ਘੁਮਾਕਾਉਂਦੀ ਹੈ
ਨਹੀਂ ਚੂਹੜੀ ਦਾ ਗੀਤ ਕੋਈ ਗਾਉਂਦੀ, ਗਿੱਧਾ ਰਾਹ ਵਿਚ ਕੋਈ ਨਾ ਪਾਉਂਦੀ ਹੈ
ਵਾਰਿਸ ਸ਼ਾਹ ਛੱਡ ਚਲੀਏ ਇਹ ਨਗਰੀ, ਐਸੀ ਤਬਾਅ ਫ਼ਕੀਰ ਦੀ ਆਉਂਦੀ ਹੈ

ਕੁੜੀਆਂ

321

ਚਲ ਜੋਗੀਆਂ! ਅਸੀਂ ਵਿਖਾਇ ਲਿਆਈਏ, ਜਿਥੇ ਤ੍ਰਿੰਞਣੀਂ ਛੋਹਰੀਆਂ ਗਾਉਂਦੀਆਂ ਨੀ
ਲੈ ਕੇ ਜੋਗੀ ਨੂੰ ਆਣ ਵਿਖਾਲਿਉ ਨੇ, ਜਿਥੇ ਵਹੁਟੀਆਂ ਛੋਪ ਰਲ ਪਾਉਂਦੀਆਂ ਨੀ

ਇਕ ਨੱਚਦੀਆਂ ਮਸਤ ਮਲੰਗ ਬਣ ਕੇ, ਇਕ ਸਾਂਗ ਚੂੜ੍ਹੇਟੜੀ ਦਾ ਲਾਉਂਦੀਆਂ ਨੀ
ਇਕ ਬਾਇੜਾ ਨਾਲ ਘਸਾਇਣ ਬਾਇੜ, ਇਕ ਮਾਹਲ ਤੇ ਮਾਹਲ ਭਿੜਾਉਂਦੀਆਂ ਨੀ

ਸ਼ਾਇਰ

322

ਜਿੱਥੇ ਤ੍ਰਿੰਞਣਾਂ ਦੀ ਘੁਮਕਾਰ ਪੌਂਦੀ, ਕੱਤਣ ਬੈਠੀਆਂ ਵਿੱਚ ਮਹਿਰੇਟੀਆਂ ਨੇ
ਖਤਰਟੀਆਂ ਅਤੇ ਬਾਹਮਣੇਟੀਆਂ ਨੇ, ਤਰਖੇਟੀਆਂ ਅਤੇ ਜਟੇਟੀਆਂ ਨੇ
ਲੋਹਾਰੀਆਂ ਲੌਂਗ ਸੁਪਾਰੀਆਂ ਨੇ, ਸੁੰਦਰ ਖੋਜਣਾਂ ਅਤੇ ਖਤ੍ਰੇਟੀਆਂ ਨੇ
ਸੁੰਦਰ ਕੁਆਰੀਆਂ ਰੂਪ-ਸ਼ਿੰਗਾਰੀਆਂ ਨੇ, ਅਤੇ ਵਿਆਹੀਆਂ ਮੁਸ਼ਕ ਲਪੇਟੀਆਂ ਨੇ
ਅਰੋੜੀਆਂ ਮੁਸ਼ਕ ਵਿਚ ਬੜੀਆਂ ਨੇ, ਫੁਲਕਾਰੀਆਂ ਛੈਲ ਸੁਨਰੇਟੀਆਂ ਨੇ
ਮਨਿਹਾਰੀਆਂ ਤੇ ਪੱਖੀਵਾਰੀਆਂ ਨੇ, ਸੁੰਦਰ ਤੇਲਣਾਂ ਨਾਲ ਮੋਚੇਟੀਆਂ ਨੇ
ਪਠਾਣੀਆਂ ਚਾਦਰਾਂ ਤਾਣੀਆਂ ਨੇ, ਪਸ਼ਤੋ ਮਾਰਦੀਆਂ ਨਾਲ ਮੁਗਲੇਟੀਆਂ ਨੇ
ਬਣਜਾਰੀਆ ਨਾਲ ਚਮਿਆਰੀਆਂ ਨੇ, ਰਾਜਪੂਤਣਾਂ ਨਾਲ ਭਟੇਟੀਆਂ ਨੇ
ਦਰਜ਼ਿਆਣੀਆਂ ਸੁਘੜ ਸਿਆਣੀਆਂ ਨੇ, ਬਰਵਾਲੀਆਂ ਨਾਲ ਮਛੇਟੀਆਂ ਨੇ
ਸੱਯਦਜ਼ਾਦੀਆਂ ਤੇ ਸ਼ੇਖਜ਼ਾਦੀਆਂ ਨੇ, ਤਰਖਾਣੀਆਂ ਨਾਲ ਘੁਮਰੇਟੀਆਂ ਨੇ
ਰਾਵਲਿਆਣੀਆਂ, ਬੇਟੀਆਂ ਬਾਣੀਆਂ ਦੀਆਂ, ਜੱਟਾਂ ਵਾਲੀਆਂ ਨਾਲ ਚੂੜ੍ਹੇਟੀਆਂ ਨੇ
ਚੰਗੜਿਆਣੀਆਂ, ਨਾਇਣਾਂ, ਮੀਰਜ਼ਾਦਾਂ, ਜਾਨਾਂ ਲੱਸਿਆਂ ਨਾਲ ਲਪੇਟੀਆਂ ਨੇ
ਗੰਧੀਲੀਆਂ ਛੈਲ ਛਬੀਲੀਆਂ ਨੇ, ਤੇ ਕਲਾਲਣਾਂ ਭਾਬੜੀ-ਬੇਟੀਆਂ ਨੇ
ਬਾਜ਼ੀਗਰਨੀਆਂ, ਨਟਣੀਆਂ, ਕਿੰਗਰਿਅਣਾਂ, ਵੀਰਾਰਾਧਣਾਂ ਰਾਮ ਜਣੇਟੀਆਂ ਨੇ
ਪੂਰਬਿਆਣੀਆਂ, ਛੀਂਬਣਾਂ, ਰੰਗਰੇਜ਼ਾਂ, ਬੈਰਾਗਣਾਂ ਨਾਲ ਠਠਰੇਟੀਆਂ ਨੇ
ਨੇਚੇ-ਬੰਨ੍ਹਣਾਂ, ਡੂਮਣੀਆਂ, ਧਾਈ-ਕੁੱਟਾਂ, ਆਤਸ਼ਬਾਜਣਾਂ ਤੇ ਹਲਵਾਇਟੀਆਂ ਨੇ
ਖਟੀਕਣਾਂ ਤੇ ਪੰਚਬੁੰਦੀਆਂ ਨੇ, ਚੂੜੀਗਰਨੀਆਂ ਤੇ ਕਮਗਰੇਟੀਆਂ ਨੇ
ਭਰਾਇਣਾਂ, ਵਾਇਣਾ, ਸਰਸਾਇਣਾਂ ਤੇ, ਸੈਸਿਆਣੀਆਂ, ਕੁੱਟਦ ਕੰਜਰੇਟੀਆਂ ਨੇ
ਬਹੁਰੂਪਣਾਂ, ਰਾਜਣਾਂ, ਗੀਲ-ਵੱਟਾਂ, ਬਰਵਾਲੀਆਂ, ਬਹੁਤ ਬਮਸੇਟੀਆਂ ਨੇ
ਸੰਨਿਆਸਣਾਂ, ਅਤੇ ਖ਼ਰਾਸਣਾਂ ਨੇ, ਢਾਲਗਰਨੀਆਂ ਅਤੇ ਮੀਰੇਟੀਆਂ ਨੇ
ਲਬਾਣੀਆਂ, ਮੋਰਨੀਆਂ, ਗਗੜਾਇਣਾਂ ਅਤੇ ਰਾਉਆਣੀਆਂ ਦੁੱਧ ਦੀਆਂ ਧੋਤੀਆਂ ਨੇ
ਜੁਲਾਹੇਟੀਆਂ, ਤੇਲਣਾਂ, ਫੱਫੇ-ਕੁੱਟਾਂ, ਝੰਬੇਲਣਾਂ ਨਾਲ ਕੰਜੇਟੀਆਂ ਨੇ
ਕਾਗਜ਼-ਕੁੱਟ, ਡਬਰਗਨੀਆਂ ਉੜਦ-ਬੇਗਾਂ, ਹਾਥੀਵਾਣਨਾਂ ਨਾਲ ਬਲੋਚੇਟੀਆਂ ਨੇ
ਬਾਂਕੀਆਂ ਗੁਜਰੀਆਂ, ਡੋਗਰੀਆਂ ਛੈਲ ਪੱਠੀਆਂ, ਰਾਜਵੰਸਣਾਂ , ਰਾਜੇ ਦੀਆਂ ਬੇਟੀਆਂ ਨੇ
ਪਕੜ ਅੰਚਲਾ ਜੋਗੀ ਨੂੰ ਲਾਇ ਗੱਲੀਂ, ਵਿਹੜੇ ਵਾੜ ਕੇ ਘੇਰ ਲੈ ਬੈਠੀਆਂ ਨੇ
ਵਾਰਿਸ ਸ਼ਾਹ ਜੀਜਾ ਬੈਠਾ ਹੋਇ ਜੋਗੀ, ਦਵਾਲੇ ਬੈਠੀਆਂ ਸਾਲੀਆਂ ਜੇਠੀਆਂ ਨੇ

323

ਕਾਈ ਆਣ ਰੰਝੇਟੇ ਦੇ ਨੈਣ ਵੇਖੇ, ਕਾਈ ਮੁੱਖੜਾ ਵੇਖ ਸਲਾਹੁੰਦੀ ਹੈ
ਅੜੀਓ! ਵੇਖੋ ਤਾਂ ਸ਼ਾਨ ਇਸ ਜੋਗੀਅੜੇ ਦੀ, ਰਾਹ ਜਾਂਦੜੇ ਮਿਰਗ ਫਹਾਉਂਦੀ ਹੈ
ਝੂਠੀ ਦੋਸਤੀ ਉਮਰ ਦੇ ਨਾਲ ਜਿਸਦੇ, ਦਿਨ ਚਾਰ ਨਾ ਫੇਰ ਨਿਭਾਉਂਦੀ ਹੈ
ਕੋਈ ਓਢਣੀ ਲਾਹ ਕੇ ਮੁੱਖ ਪੂੰਝੇ, ਧੋਇ ਧੋਇ ਬਿਭੂਤ ਚਾ ਲਾਹੁੰਦੀ ਹੈ
ਕਾਈ ਮੁੱਖ ਰੰਝੇਟੇ ਦੇ ਨਾਲ ਜੋੜੇ, ਤੇਰੀ ਤਬਹ ਕੀ ਜੋਗੀਆਂ! ਚਾਹੁੰਦੀ ਹੈ
ਸਹਿਤੀ ਲਾਡ ਦੇ ਨਾਲ ਚਵਾਇ ਕਰ ਕੇ, ਚਾਇ ਸੇਲੀਆਂ ਜੋਗੀ ਦੀਆਂ ਲਾਹੁੰਦੀ ਹੈ
ਰਾਂਝੇ ਪੁੱਛਿਆ ਕੌਣ ਹੈ ਏਹ ਨੱਢੀ, ਧੀਉ ਅੱਜੂ ਦੀ ਕਾਈ ਚਾ ਆਹੁੰਦੀ ਹੈ
ਅੱਜੂ ਬੱਜੂ ਛੱਜੂ ਫੱਜੂ ਅਤੇ ਗੱਜੂ ਹੁੰਦਾ ਕੌਣ, ਅੱਗੋਂ 'ਹੈ' ਅਲਾਉਂਦੀ ਹੈ
ਵਾਰਿਸ ਸ਼ਾਹ ਨਿਨਾਣ ਹੈ ਹੀਰ ਸੰਦੀ, ਧੀ ਖੇੜਿਆਂ ਦੇ ਬਾਦਸ਼ਾਹੁੰ ਦੀ ਹੈ

ਰਾਂਝੇ ਦੀ ਨਰਾਜ਼ਗੀ

324

ਅੱਜੂ ਧੀਉ ਰੱਖੀ, ਧਾੜੇ ਮਾਰ, ਲੱਪੜ, ਮੁਸ਼ਟੰਡੀ ਤ੍ਰਿੰਞਣੀਂ ਘੁੰਮਦੀ ਹੈ
ਕਰੇ ਆਣ ਬੇ-ਆਦਬੀਆਂ ਨਾਲ ਫੱਕਰਾਂ, ਅਤੇ ਸੇਲ੍ਹੀਆਂ ਨੂੰ ਨਹੀਂ ਚੁੰਮਦੀ ਹੈ
ਲਾਹ ਸੇਲ੍ਹੀਆਂ, ਮਾਰਦੀ ਜੋਗੀਆਂ ਨੂੰ, ਅਤੇ ਮਿਲਦੀਆਂ ਮਹੀਂ ਨੂੰ ਟੁੰਬਦੀ ਹੈ
ਫਿਰੇ ਨੱਚਦੀ ਸ਼ੇਖ ਬੁਰਹਾਨ ਘੋੜੀ, ਨਾ ਏਹ ਕੱਤਦੀ ਤੇ ਨਾ ਤੁੰਬਦੀ ਹੈ
ਇਹ ਸਿਰਦਾਰ ਹੈ ਲੋਹਕਾਂ ਲਾਹੁਕਾਂ ਦੀ, ਪੀਹਣ ਡੋਲ੍ਹਦੀ ਤੇ ਤੌਣ ਡੁੰਬਦੀ ਹੈ
ਵਾਰਿਸ ਸ਼ਾਹ ਦਿਲ ਆਂਵਦਾ ਚੀਰ ਸੁੱਟਾਂ, ਮੁਟਿਆਰ ਪਰ ਜਲ ਦੀ ਖੁੰਬ ਦੀ ਹੈ

ਸਹਿਤੀ

325

ਲੱਗੇਂ ਹੱਥ ਤਾਂ ਪਕੜ ਪਛਾੜ ਸੁੱਟਾਂ, ਤੇਰੇ ਨਾਲ ਕਰਸਾਂ ਸੋ ਤੂੰ ਜਾਣਸੇਂ ਵੇ
ਵੱਖੋ ਵੱਖ ਕਰਾਂ ਭੰਨਾਂ ਲਿੰਙ ਤੇਰੇ, ਤਦੋਂ ਰੱਬ ਨੂੰ ਇਕ ਪਛਾਣਸੇਂ ਵੇ
ਵਿਹੜੇ ਵੜਿਉਂ ਤਾਂ ਖੋਹਾਂ ਚਟਕੋਰਿਆਂ ਨੂੰ, ਤਦੋਂ ਸ਼ੁਕਰ ਬਜਾ ਲਿਆਣਸੇਂ ਵੇ
ਗੱਦੋਂ ਵਾਂਗ ਜਾਂ ਜੂੜ ਕੇ ਫੜਾਂ ਤੈਨੂੰ, ਤਦੋਂ ਛੱਟ ਤਦਬੀਰ ਦੀ ਆਣਸੇਂ ਵੇ
ਸਹਿਤੀ ਘਰਾਂ ਨੂੰ ਖਿਸਕ ਕੇ ਉੱਠ ਚਲੀ, ਮੰਗਣ ਆਵਸੇਂ ਤਾਂ ਮੈਨੂੰ ਜਾਣਸੇਂ ਵੇ
ਵਾਰਿਸ ਸ਼ਾਹ ਵਾਂਙੂ ਤੇਰੀ ਕਰਾਂ ਖ਼ਿਦਮਤ, ਮੌਜ ਸੱਜਣਾਂ ਦੀ ਤਦੋਂ ਮਾਣਸੇਂ ਵੇ

ਸਹਿਤੀ

326

ਕਾਹੇ ਫ਼ਕਰ ਦੇ ਨਾਲ ਰਿਹਾੜ ਪਈਏਂ, ਭਲਾ ਬਖਸ਼ ਸਾਨੂੰ ਮਾਪੇ-ਜੀਣੀਏ ਨੀ

ਸੱਪ ਸ਼ੀਂਹਣੀ ਵਾਂਙ ਕੁਲਹਿਣੀਏਂ ਨੀ, ਮਾਸ-ਖਾਣੀਏਂ ਤੇ ਰੱਤ-ਪੀਣੀਏਂ ਨੀ
ਦੁਖੀ ਜੀਉ ਦੁਖਾਇ ਨਾ ਭਾਗਭਰੀਏ, ਸੋਇਨ-ਚਿੜੀ ਤੇ ਕੂੰਜ ਲਖੀਣੀਏ ਨੀ
ਸਾਥੋਂ ਨਿਸ਼ਾ ਨਾ ਹੋਵਸੀ ਮੂਲ ਤੇਰੀ, ਸਕੇ ਖ਼ਸਮ ਥੀਂ ਨਾਹਿ ਪਤੀਣੀਏਂ ਨੀ
ਚਰਖਾ ਚਾਇ ਕੇ ਠੱਠੜੇ ਕਰੇਂ ਮਰਦਾਂ, ਕਿਸੇ ਯਾਰ ਨੇ ਪਕੜ ਪਲ੍ਹੀਣੀਏਂ ਨੀ
ਵਾਰਿਸ ਸ਼ਾਹ ਫ਼ਕੀਰ ਦੇ ਵੈਰ ਪਈਏਂ, ਜਰਮ-ਤੱਤੀਏ ਕਰਮਾਂ ਦੀ ਹੀਣੀਏਂ ਨੀ

ਸ਼ਾਇਰ

327

ਵਿਹੜੇ ਜੱਟਾਂ ਦੇ ਮੰਗਦਾ ਜਾਇ ਵੜਿਆ, ਅੱਗੇ ਜੱਟ ਬੈਠਾ ਢੱਗੀ ਮੇਲਦਾ ਏ
ਸਿਙੀ ਫੂਕ ਕੇ ਨਾਦ ਘਕਾਇਆਂ ਸੂ, ਜੋਗੀ ਗੱਜ ਕੇ ਵਿਚ ਜਾਇ ਠੇਲ੍ਹਦਾ ਏ
ਵਿਹੜੇ ਵਿਚ ਔਧੂਤ ਜਾ ਗੱਜਿਆ ਈ, ਮਸਤ ਸਾਹਨ ਵਾਂਙੂ ਜਾ ਮੇਲ੍ਹਦਾ ਏ
ਹੋ ਹੋ ਕਰਕੇ ਸੰਘ ਟੱਡਿਆ ਸੂ, ਫ਼ੀਲਬਾਨ[1] ਜਿਉਂ ਹਸਤਿ[2] ਨੂੰ ਪੇਲਦਾ ਏ

ਗਊ ਦਾ ਡਰਨਾ

328

ਨਿਆਣਾ ਤੋੜ ਕੇ ਢਾਂਡੜੀ ਉੱਠ ਨੱਠੀ, ਭੰਨ ਦੋਹਣੀ ਦੁੱਧ ਸਭ ਡੋਲ੍ਹਿਆ ਈ
ਘੱਤ ਖ਼ੈਰ ਇਸ ਕਟਕ ਦੇ ਮੋਹਰੀ ਨੂੰ, ਜੱਟ ਰੋਹ ਹੋ ਉੱਠ ਕੇ ਬੋਲਿਆ ਈ
ਕਿਹੜੇ ਭੁੱਖੜੇ ਦੇਸ ਦਾ ਇਹ ਜੋਗੀ, ਏਥੇ ਦੂੰਦ ਕੀ ਆਣ ਕੇ ਘੋਲਿਆ ਈ
ਸੂਰਤ ਜੋਗੀਆਂ ਦੀ, ਅੱਖੀਂ ਗੁੰਡਿਆਂ ਦੀ, ਦਾਬ ਕਟਕ ਦੀ ਥੀਂ ਜੀਊ ਡੋਲਿਆ ਈ
ਜੋਗੀ ਅੱਖੀਆਂ ਕੱਢ ਕੇ ਘੱਤ ਤਿਊੜੀ, ਲੈ ਕੇ ਖੱਪਰਾ ਹੱਥ ਵਿਚ ਤੋਲਿਆ ਈ
ਵਾਰਿਸ ਸ਼ਾਹ ਹੁਣ ਜੰਗ ਤਹਿਕੀਕ ਹੋਇਆ, ਜੱਟੀ ਸ਼ਾਇਣੀ ਦੇ ਅੱਗੇ ਬੋਲਿਆ ਈ

ਜੱਟੀ ਦੀਆਂ ਗਾਲ੍ਹਾਂ

329

ਜੱਟੀ ਬੋਲ ਕੇ ਦੁੱਧ ਦੀ ਕਸਰ ਕੱਢੀ, ਸੱਭੇ ਅੜਤਣੇ ਪੜਤਣੇ ਪਾੜ ਸੁੱਟੇ
ਪੁਣੇ ਦਾਦ-ਪੜਦਾਦੜੇ ਜੋਗੀਅੜੇ ਦੇ, ਸੱਭੇ ਟੰਗਣੋ ’ਤੇ ਸਾਕ ਚਾੜ੍ਹ ਸੁੱਟੇ
ਜੋਗੀ ਉਹਦੇ ਨਾਲ ਖੜ-ਲੱਤ ਘੱਤੀ, ਧੌਲ ਮਾਰ ਕੇ ਦੰਦ ਸਭ ਝਾੜ ਸੁੱਟੇ
ਜੱਟੀ ਜਿਮੀ ’ਤੇ ਪਟੜੇ ਵਾਂਙ ਢੱਠੀ, ਜੇਹੇ ਵਾਹਰੂ ਫੱਟ ਕੇ ਧਾੜ ਸੁੱਟੇ
ਵਾਰਿਸ ਸ਼ਾਹ ਮੀਆਂ ਜਿਵੇਂ ਮਾਰ ਤੇਸੇ, ਫ਼ਰਹਾਦ ਨੇ ਚੀਰ ਪਹਾੜ ਸੁੱਟੇ

ਜੱਟ ਦੀ ਹਾਲ ਪਾਹਰਿਆ

330

ਜੱਟ ਵੇਖ ਕੇ ਜੱਟੀ ਨੂੰ ਚਾਂਗ ਘੱਤੀ, ਛੈਲ ਪਰੀ ਨੂੰ ਰਿੱਛ ਪਥੱਲਿਆ ਜੇ

---

1. ਹਾਥੀ ਦਾਮ ਮਹਾਵਤ 2. ਹਾਥੀ

ਮੇਰੀ ਸਇਆਂ ਦੀ ਮੋਹਰ ਨੂੰ ਮਾਰ ਜਿੰਦੋਂ, ਲੰਘ ਮਹਿਰ ਦੀ ਸੱਥ ਨੂੰ ਚੱਲਿਆ ਜੇ
ਲੋਕਾ! ਬਾਹੁੜੀ ਤੇ ਫ਼ਰਿਆਦ ਕੂਕਾਂ, ਮੇਰਾ ਝੁੱਗੜਾ ਚੌੜ ਕਰ ਚੱਲਿਆ ਜੇ
ਪਿੰਡ ਵਿਚ ਏਹ ਆਣ ਬਲਾਇ ਵੱਜੀ, ਜੇਹਾਂ ਜਿੰਨ ਉਜਾੜ ਵਿਚ ਮੱਲਿਆ ਜੇ
ਪਕੜ ਲਾਠੀਆਂ ਗੱਭਰੂ ਢੁੱਕ ਆਏ, ਵਾਂਗ ਗਾਢਵੇਂ ਕਟਕ ਦੇ ਚੱਲਿਆ ਜੇ
ਵਾਰਿਸ ਸ਼ਾਹ ਜਿਉਂ ਧੂੰਇਆਂ ਸਰਕਿਆਂ 'ਤੇ, ਬੱਦਲ ਪਸਰ ਕੇ ਘਟਾ ਹੋ ਚੱਲਿਆ ਜੇ

331

'ਆਓ ਆਓ' ਮੁਹਾਣਿਆਂ ਜਦੋਂ ਕੀਤੀ, ਚੌਹੀ ਵਲੀਂ ਜਾਂ ਪਲਮ ਕੇ ਆਇ ਗਏ
ਸੱਚੋ ਸੱਚ ਜਾਂ ਫਾਂਟ ਤੇ ਜਿਵੇਂ ਵੈਰੀਂ, ਜੋਗੀ ਹੋਰੀਂ ਭੀ ਜਿੰਦ ਚੁਰਾਇ ਗਏ
ਵੇਖੋ, ਫ਼ਕਰ ਅੱਲਾਹ ਦੇ ਮਾਰ ਜੱਟੀ, ਓਸ ਜੱਟ ਨੂੰ ਵਾਇਦਾ ਪਾਇ ਗਏ
ਜਦੋਂ ਮਾਰ ਹੀ ਮਾਰ ਚੌਤਰਫ਼ ਹੋਈ, ਉਥੋਂ ਆਪਣਾ ਆਪ ਖਿਸਕਾਇ ਗਏ
ਇੱਕ ਫ਼ਾਟ ਕੱਢੀ, ਸਭਾ ਸਮਝ ਗਈਆਂ, ਰੰਨਾ ਪਿੰਡ ਦੀਆਂ ਨੂੰ ਰਾਹ ਪਾਇ ਗਏ
ਜਦੋਂ ਖ਼ਸਮ ਮਿਲੇ, ਪਿੱਛੋਂ ਵਾਹਰਾਂ ਦੇ, ਤਦੋਂ ਧਾੜਵੀ ਘੋੜੇ ਉਡਾਇ ਗਏ
ਹੱਥ ਲਾਇ ਕੇ ਬਰਕਤੀ ਜਵਾਨ ਪੂਰੇ, ਕਰਾਮਾਤ ਹੀ ਜ਼ਹਿਰ ਦਿਖਲਾਇ ਗਏ
ਵਾਰਿਸ ਸ਼ਾਹ ਮੀਆਂ ਪੱਟੇ-ਬਾਜ਼ ਛੁੱਟੇ, ਜਾਨ ਰੱਖ ਕੇ ਚੋਟ ਚਲਾਇ ਗਏ

ਸ਼ਾਇਰ

332

ਜੋਗੀ ਮੰਗ ਕੇ ਪਿੰਡ ਜਾਂ ਤਿਆਰ ਹੋਇਆ, ਆਟਾ ਮੇਲ ਕੇ ਖੱਪਰਾ ਪੂਰਿਆ ਈ
ਕਿਸੇ ਹੱਸ ਕੇ ਰੁੱਗ ਚਾ ਪਾਇਆ ਹੀ, ਕਿਸੇ ਜੋਗੀ ਨੂੰ ਚਾਇ ਵਡੂਰਿਆ ਈ
ਕਿਤੇ ਜੋਗੀ ਨੂੰ ਦੱਬ ਕੇ ਡਾਂਟਦੀਆਂ, ਕਿਤੇ ਇਨ੍ਹਾਂ ਨੂੰ ਜੋਗੀ ਨੇ ਘੂਰਿਆ ਈ
ਪਹਿਲੇ ਖੇੜਿਆਂ ਦੇ ਝਾਤ ਪਾਈਆ ਸੂ, ਜਿਵੇਂ ਸੋਲ੍ਹਵੀਂ ਦਾ ਚੰਦ ਪੂਰਿਆ ਈ
ਵਾਰਿਸ ਸ਼ਾਹ ਮੀਆਂ ਰੋਹ ਨਾਲ ਜੋਗੀ, ਗਿਰਦ ਸਹਿਤੀ ਦੇ ਆਣਕੇ ਘੂਰਿਆ ਈ

ਜੋਗੀ

333

ਕਹੀਆਂ ਵਲਗਣਾਂ ਵਿਹੜੇ ਤੇ ਅਰਲ-ਖੋੜਾਂ, ਕਹੀਆਂ ਬੱਖਲਾਂ ਅਤੇ ਖੁਰਲਾਣੀਆਂ ਨੀ
ਕਹੀਆਂ ਕੋਰੀਆਂ ਚਾਟੀਆਂ ਨੇਹੀਆਂ ਨੇ, ਕਹੀਆਂ ਗੁਲੀਆਂ ਨਾਲ ਮਧਾਣੀਆਂ ਨੀ
ਓਥੇ ਇਕ ਛਛੋਹਰੀ ਜੇਹੀ ਬੈਠੀ, ਕਿਤੇ ਨਿਕਲੀਆਂ ਘਰੋਂ ਸਵਾਣੀਆਂ ਨੀ
ਛੱਤ ਨਾਲ ਟੰਗੇ ਹੋਏ ਨਜ਼ਰ ਆਵਣ, ਖੋਪੇ ਨਾੜੀਆਂ ਅਤੇ ਪਰਾਣੀਆਂ ਨੀ
ਕੋਈ ਪਲੰਘ ਉਤੇ ਨਾਗਰ-ਵੇਲ ਪਈ, ਜਿਹੀਆਂ ਰੰਗ-ਮਹਲ ਵਿਚ ਰਾਣੀਆਂ ਨੀ
ਸਹਿਤੀ ਆਖਦੀ ਭਾਬੀਏ! ਉਠ ਵੇਖੀਂ, ਫਿਰਦਾ ਲੁੱਚ ਮੁੰਨਾ ਖੁਰਾਸਾਣੀਆਂ ਨੀ
ਕਿਤੇ ਸੱਜਰੇ ਕੰਨ ਪੜਾ ਲੀਤੇ, ਧੁਰੋਂ ਲਾਹਨਤਾਂ ਏਹ ਪੁਰਾਣੀਆਂ ਨੀ
ਵਾਰਿਸ ਕਵਾਰੀਆਂ ਕੱਤਣੇ ਕਰਨ ਪੀਹਣਾ, ਮੋਏ ਮਾਪੜੇ ਮਿਹਨਤਾਂ ਆਣੀਆਂ ਨੀ

ਸ਼ਾਇਰ

334

ਜੋਗੀ ਹੀਰ ਦੇ ਸਾਹੁਰੇ ਜਾਇ ਵੜਿਆ, ਭੁੱਖਾ ਬਾਜ਼ ਜਿਉਂ ਫਿਰੇ ਲਲੋਰਦਾ ਜੀ
ਆਇਆ ਖੁਸ਼ੀ ਦੇ ਨਾਲ ਦੋ ਚੰਦ ਹੋ ਕੇ, ਸੂਬੇਦਾਰ ਜਿਉਂ ਨਵਾਂ ਲਾਹੌਰ ਦਾ ਜੀ
ਧੁੱਸ ਦੇ ਕੇ ਵਿਹੜੇ ਵਿਚ ਜਾ ਵੜਿਆ, ਹੱਠ ਕੀਤਾ ਸੂ ਸੰਨ੍ਹ ਤੇ ਚੋਰ ਦਾ ਜੀ
ਜਾਏ ਅਲਖ ਜਗਾਇ ਕੇ ਨਾਦ ਫੂਕੇ, ਸੁਆਲ ਪਾਂਵਦਾ ਲਟਪਟਾ ਲੋੜ੍ਹਦਾ ਜੀ
ਅਨੀ ਖੇੜਿਆਂ ਦੀ ਪਿਆਰੀ ਵਹੁਟੀਏ ਨੀ, 'ਹੀਰੇ ਸੁਖ ਹੈ' ਚਾਇ ਟਕੋਰਦਾ ਜੀ
ਵਾਰਿਸ ਸ਼ਾਹ ਹੁਣ ਰੱਬ ਨੂੰ ਜਿਵੇਂ ਭਾਵੇਂ, ਸ਼ਗਨ ਹੋਇਆ ਹੈ ਜੰਗ ਤੇ ਸ਼ੋਰ ਦਾ ਜੀ

ਸਹਿਤੀ

335

ਸੱਚ ਆਖ ਤੂੰ ਰਾਵਲਾ ਕਹੇ ਸਹਿਤੀ, ਜੀਊ ਤੇਰਾ ਕਾਈ ਗੱਲ ਲੋੜਦਾ ਈ
ਵਿਹੜੇ ਵੜਦਿਆ ਰਿਕਤਾਂ ਛੇੜੀਆਂ ਨੀ, ਕੰਡਾ ਵਿਚ ਕਲੇਜੇ ਦੇ ਪੋੜਦਾ ਈ
ਬਾਦਸ਼ਾਹ ਦੇ ਬਾਗ ਦਾ ਚੋਰ ਹੋ ਕੇ, ਫਿਰੇਂ ਫੁੱਲ ਗੁਲਾਬ ਦਾ ਤੋੜਦਾ ਈ
ਵਾਰਿਸ ਸ਼ਾਹ ਤੂ ਸ਼ੁਤਰ ਮੁਹਾਰ ਬਾਝੋਂ, ਡਾਂਗ ਨਾਲ ਕੋਈ ਮੂੰਹ ਮੋੜਦਾ ਈ

ਜੋਗੀ

336

ਆਇ ਕੁਆਰੀਏ ਐਡ ਅਪਰਾਧ ਚਾਇਓ, ਧੱਕਾ ਦੇਹ ਨਾ ਹਿੱਕ ਦੇ ਜ਼ੋਰ ਦਾ ਨੀ
ਬੁੰਦੇ, ਕੰਧਲੀ, ਨੱਥਲੀ, ਹੱਸ, ਕੜੀਆਂ, ਬਹੇਂ ਰੂਪ ਬਣਾਇ ਕੇ ਮੋਰ ਦਾ ਨੀ
ਅਨੀ ਨੱਢੀਏ ਰਿਕਤਾਂ ਛੇੜ ਨਾਹੀਂ, ਏਹ ਕੰਮ ਨਹੀਂ ਧੁੰਮ ਤੇ ਸ਼ੋਰ ਦਾ ਨੀ
ਵਾਰਿਸ ਸ਼ਾਹ ਫ਼ਕੀਰ ਗ਼ਰੀਬ ਉਤੇ, ਕੇਹਾ ਕੱਢਿਓ ਵੈਰ ਕਿਸ ਖੋਰ ਦਾ ਨੀ

ਸਹਿਤੀ

337

ਕੱਲ੍ਹ ਜਾਇ ਕੇ ਨਾਲ ਚਵਾਇ ਚਾਵੜ, ਸਾਨੂੰ ਭੰਨ ਭੰਡਾਰ ਕਢਾਇਓ ਵੇ
ਅੱਜ ਆਣ ਵੜਿਉਂ ਜਿਨ ਵਾਂਗ ਵਿਹੜੇ, ਵੈਰ ਕੱਲ੍ਹ ਦਾ ਆਣ ਜਗਾਇਓ ਵੇ
ਗੱਦੋਂ ਆਨਿ ਵੜਿਉਂ ਵਿਚ ਛੋਹਿਰਾਂ ਦੇ, ਕਿਨ੍ਹਾਂ ਸ਼ਾਮਤਾਂ ਆਣ ਫਹਾਇਓ ਵੇ
ਵਾਰਿਸ ਸ਼ਾਹ ਰਜਾਇ ਦੇ ਕੰਮ ਵੇਖੋ, ਅੱਜ ਰੱਬ ਨੇ ਠੀਕ ਟਿਕਾਇਓ ਵੇ

ਜੋਗੀ

338

ਕੱਚੀ ਕਵਾਰੀਏ ਲੋੜ੍ਹੇ ਦੀਏ ਮਾਰੀਏ ਨੀ, ਟੂਣੇਹਾਰੀਏ, ਆਖ ਕੀ ਆਹਨੀ ਹੈਂ
ਭਲਿਆਂ ਨਾਲ ਬੁਰੀ ਕਾਹੇ ਹੋਵਨੀ ਹੈਂ, ਕਾਈ ਬੁਰੇ ਹੀ ਭਾਵਨਾ ਚਾਹੁਨੀ ਹੈਂ
ਅਸਾਂ ਭੁੱਖਿਆਂ ਆਣ ਸਵਾਲ ਕੀਤਾ, ਕੇਹੀਆਂ ਗ਼ੈਬ ਦੀਆਂ ਰਿਕਤਾਂ ਡਾਹੁਨੀ ਹੈਂ
ਵਿਚੋਂ ਪੱਕੀਏ, ਛੈਲ ਉਚੱਕੀਏ ਨੀ, ਰਾਹ ਜਾਂਦੜੇ ਮਿਰਗ ਕਿਉਂ ਫਾਹੁਨੀ ਹੈਂ
ਗੱਲ ਹੋਇ ਚੁੱਕੀ ਫੇਰ ਛੇੜਨੀ ਹੈਂ, ਹਰੀਂ ਸਾਖ਼ ਨੂੰ ਮੁੜ ਕਿਉਂ ਵਾਹੁਨੀ ਹੈਂ
ਘਰ ਜਾਣ ਸਰਦਾਰ ਦਾ ਭੀਖ ਮਾਂਗੀ, ਸਾਡਾ ਅਰਸ਼ ਦਾ ਕਿੰਗਰਾ ਢਾਹੁਨੀ ਹੈਂ
ਕੇਹਾ ਨਾਲ ਪਰਦੇਸੀਆਂ ਵੈਰ ਚਾਇਓ, ਚੈਂਚਲ-ਹਾਰੀਏ, ਆਖ ਕੀ ਆਹੁਨੀ ਹੈਂ
ਰਾਹ ਜਾਂਦੜੇ ਫ਼ੱਕਰ ਨੂੰ ਘੇਰ ਦੀ ਹੈਂ, ਆ ਨਹਿਰੀਏ, ਸਿਙ ਕਿਉਂ ਡਾਹੁਨੀ ਹੈਂ
ਘਰ ਪੇਈਅੜੇ ਧ੍ਰੋਹੀਆਂ ਫੇਰੀਆਂ ਨੀ, ਢੱਗੀਏ ਵਹਿੜੀਏ ਸਾਨ੍ਹਾਂ ਨੂੰ ਠਾਹੁਨੀ ਹੈਂ
ਸ਼ਿਕਾਰ ਦਰਿਆਉ ਵਿਚ ਤੂੰ ਖੇਡ ਮੋਈਏ, ਕਾਹੇ ਮੂਤ ਵਿਚ ਮੱਛੀਆਂ ਫਾਹੁਨੀ ਹੈਂ
ਵਾਰਿਸ ਸ਼ਾਹ ਫ਼ਕੀਰ ਨੂੰ ਛੇੜਨੀ ਹੈਂ, ਅੱਖਾਂ ਨਾਲ ਕਿਉਂ ਖੱਖਰਾਂ ਲਾਹੁੰਨੀ ਹੈਂ

ਸਹਿਤੀ

339

ਅਨੀ ਸੁਣੋ ਭੈਣਾਂ, ਕੋਈ ਛਿੱਟ ਜੋਗੀ, ਵੱਡੀ ਜੂਠ ਭੈੜਾ ਕਿਸੇ ਥਾਉਂ ਦਾ ਹੈ
ਝਗੜੈਲ, ਮਰੱਕਣਾਂ, ਘੰਡ ਮੱਚੜ, ਰਫੜ, ਘੰਡ, ਏਹ ਕਿਸੇ ਗਿਰਾਉਂ ਦਾ ਹੈ
ਪਰਦੇਸੀਆਂ ਦਾ ਨਾਹੀਂ ਢੱਬ ਇਸ ਦਾ, ਇਹ ਵਾਕਫ਼ ਹੀਰ ਦੇ ਨਾਉਂ ਦਾ ਹੈ
ਗੱਲ ਆਖ ਕੇ ਅੱਧ ਵਿਚ ਪਵੇ ਮੁੱਕਰ, ਆਪੇ ਲਾਂਵਦਾ ਆਪੇ ਬੁਝਾਉਂਦਾ ਹੈ
ਹੁਣੇ ਭੰਨ ਕੇ ਖੱਪਰੀ ਤੋੜ ਸੇਹਲੀ, ਨਾਲੇ ਜਟਾਂ ਦੇ ਜੂਟ ਖੁਹਾਉਂਦਾ ਹੈ
ਜੇ ਮੈਂ ਉੱਠ ਕੇ ਪਾਣ ਪੱਤ ਲਾਹ ਸੱਟਾਂ, ਕੌਣ ਪੈਂਚ ਏਹ ਕਿਸੇ ਗਿਰਾਉਂ ਦਾ ਹੈ
ਕੋਈ ਡੂਮ, ਮੋਚੀ, ਇਕੇ ਢੇਡ ਕੰਜਰ, ਇਕੇ ਚੂਹੜਾ ਕਿਸੇ ਸਰਾਉਂ ਦਾ ਹੈ
ਵਾਰਿਸ ਸ਼ਾਹ ਮੀਆਂ ਵਾਹ ਲਾਇ ਰਹੀਆਂ, ਏਹ ਝਗੜਿਉਂ ਬਾਜ਼ ਨਾ ਆਉਂਦਾ ਹੈ

ਜੋਗੀ

340

ਪਕੜ ਢਾਲ ਤਲਵਾਰ ਕਿਉਂ ਗਿਰਦ ਹੋਈਏਂ, ਮੱਥਾ-ਮੁੰਨੀਏ, ਕੁੜੱਮੀਏ, ਭਾਗੀਏ ਨੀ
ਚੈਂਚਲ-ਹਾਰੀਏ, ਡਾਰੀਏ, ਜੰਗਬਾਜ਼ੇ, ਛਿੱਬਰ-ਨੱਕੀਏ ਬੁਰੇ ਥੀਂ ਲਾਗੀਏ ਨੀ
ਨੀ ਫਸਾਦ ਦੀ ਫੌਜ ਦੀ ਪੇਸ਼ਵਾ ਏ, ਸ਼ੈਤਾਨ ਦੀਏ ਲੱਕ ਤੜਾਗੀਏ ਨੀ
ਅਸੀਂ ਜੇਹੀਆ ਨਾਲ ਜੇ ਕਰ ਝੇੜੇ, ਦੁੱਖ, ਜ਼ੁਹਦ ਤੇ ਕੁਫ਼ਰ ਕਿਉਂ ਝਾਗੀਏ ਨੀ
ਮੱਥਾ ਡਾਹ ਨਾਹੀਂ, ਆਓ ਛੱਡ ਪਿੱਛਾ, ਭੰਨੇ ਜਾਂਦੇ ਦੇ ਮਗਰ ਨਹੀਂ ਲਾਗੀਏ ਨੀ
ਵਾਰਿਸ ਸ਼ਾਹ ਫ਼ਕੀਰ ਦੇ ਕਦਮ ਫੜੀਏ, ਝੱਟ ਕਿਬਰ ਅਹੰਕਾਰ ਤਿਆਗੀਏ ਨੀ

ਸਹਿਤੀ

341

ਚੱਕੀ-ਹਾਨਿਆਂ ਵਿਚ ਵਿਚਾਰ ਪੌਂਦੀ, ਏਹਦੀ ਧੁੰਮ ਤੰਦੂਰ ਤੇ ਭੱਠ ਹੈ ਨੀ
ਕਮਜ਼ਾਤ, ਕੁਪੱਤੜਾ, ਇਹ ਕੰਜਰ, ਡਿੱਬੀਪੁਰੇ ਦੇ ਨਾਲ ਦੀ ਚੱਠ ਹੈ ਨੀ
ਭੈੜੋਕਾਰ, ਖੋਟਾ, ਠੱਗ ਮਾਝੜੇ ਦਾ, ਜਿਸ ਦਾ ਰੰਨ ਯਰੋਲੀ ਦਾ ਹੱਠ ਹੈ ਨੀ
ਮੰਗ ਖਾਣ ਹਰਾਮ ਮੁਸ਼ਟੰਡਿਆਂ ਨੂੰ, ਵੱਡਾ ਸ਼ਾਰ, ਹਸਧਾਤ ਦੀ ਲੱਠ ਹੈ ਨੀ
ਮੁਸ਼ਟੰਡੜੇ ਤੁਰਤ ਸਿਞਾਣੇ ਜਾਂਦੇ, ਕੰਮ ਡਾਹ ਦੇਹੋ, ਇਹ ਭੀ ਜੱਟ ਹੈ ਨੀ
ਏਹ ਜੱਟ ਪਰ ਝੁੱਗੀ- ਪੱਟ ਹੈ ਨੀ, ਇਹ ਚੌਧਰੀ ਚੌੜ-ਚਪੱਟ ਹੈ ਨੀ
ਗੱਦੋਂ ਲੱਦਿਆਂ ਹੀ ਸਣੇ ਛੱਟ ਹੈ ਨੀ, ਭਾਵੇਂ ਵੇਲਣੇ ਦੀ ਇਹ ਲੱਠ ਹੈ ਨੀ
ਵਾਰਿਸ ਸ਼ਾਹ ਨਾ ਏਸ ਦਾ ਰਸਾ ਮਿੱਠਾ, ਏਹ ਤਾਂ ਕਾਠੇ ਕਮਾਦ ਦੀ ਗੱਠ ਹੈ ਨੀ

ਗਵਾਂਢਣਾਂ

342

ਵੇਹੜੇ ਵਾਲੀਆਂ ਦਾਨੀਆਂ ਆਣ ਖੜੀਆਂ, ਕਿਉਂ ਬੋਲਦੇ ਤੁਸੀਂ ਦੀਵਾਨੜੇ ਨੀ
ਕੁੜੀ ਕਾਸ ਥੋਂ ਘੌਝਦੀ ਨਾਲ ਜੋਗੀ, ਇਹ ਜੰਗਲੀ ਖਰੇ ਨਿਮਾਨੜੇ ਨੀ
ਮੰਗ ਖਾਇ ਕੇ ਸਦਾ ਉਹ ਦੇਸ ਤਿਆਗਣ, ਤੰਬੂ ਆਸ ਦੇ ਇਹ ਨਾ ਤਾਣਦੇ ਨੀ
ਜਾਪ ਜਾਣਦੇ ਰੱਬ ਦੀ ਯਾਦ ਵਾਲਾ, ਏਡੇ, ਝਗੜੇ ਏਹ ਨਾ ਜਾਣਦੇ ਨੀ
ਸਦਾ ਰਹਿਣ ਉਦਾਸ, ਨਿਰਾਸ, ਨੰਗੇ, ਬਿਰਛ ਫੂਕ ਕੇ ਸਿਆਲ ਲੰਘਾਣਦੇ ਨੀ
ਵਾਰਿਸ ਸ਼ਾਹ ਪਰ ਅਸਾਂ ਮਲੂਮ ਕੀਤਾ, ਜੱਟੀ ਜੋਗੀ ਦੋਵੇਂ ਇਕਸੇ ਹਾਣ ਦੇ ਨੀ

ਸਹਿਤੀ

343

ਨੈਣਾਂ ਹੀਰ ਦੀਆਂ ਵੇਖ ਕੇ ਆਹ ਭਰਦਾ, ਵਾਂਗ ਆਸ਼ਕਾਂ ਅੱਖੀਆਂ ਮੀਟਦਾ ਈ
ਜਿਵੇਂ ਖਸਮ ਕੁਪੱਤੜੀ ਰੰਨ ਭੰਡੇ, ਕੀਤੀ ਗੱਲ ਨੂੰ ਪਿਆ ਘਸੀਟਦਾ ਈ
ਰੰਨਾਂ ਗੁੰਡੀਆਂ ਵਾਂਗ ਫਰਫੇਜ਼ ਕਰਦਾ, ਤੋੜ ਨਹਾਰੜਾ ਲੱਗੜੀ ਪ੍ਰੀਤ ਦਾ ਈ
ਘੱਤ ਘੱਗਰੀ ਬਹੇ ਇਹ ਵੱਡਾ ਠੇਠਰ, ਉਸਤਾਦੜਾ ਏਹ ਮਸੀਤ ਦਾ ਈ
ਚੂੰਢੀ ਵੱਖੀਆਂ ਦੇ ਵਿਚ ਵੱਢ ਲੈਂਦਾ, ਪਿੱਛੋਂ ਆਪਣੀ ਵਾਰ ਫਿਰ ਚੀਕਦਾ ਈ
ਇਕੇ ਖ਼ੈਰ-ਹੱਥਾ ਨਹੀਂ ਏਹ ਰਾਵਲ, ਇਕੇ ਚੇਲੜਾ ਕਿਸੇ ਪਲੀਤ ਦਾ ਈ
ਨਾ ਏਹ ਜਿਨ, ਨਾ ਰਿਛ, ਨਾ ਭੂਤ, ਬਾਂਦਰ, ਨਾ ਏਹ ਬਾਲਕਾ ਕਿਸੇ ਅਤੀਤ ਦਾ ਈ
ਵਾਰਿਸ ਸ਼ਾਹ ਏਹ ਪ੍ਰੇਮ ਦੀ ਜ਼ੀਲ[1] ਨਿਆਰੀ, ਨਿਆਰਾ ਅੰਤਰਾ ਇਸ਼ਕ ਦੇ ਗੀਤ ਦਾ ਈ

---

1. ਤਾਰ

ਸ਼ਾਇਰ

344

ਏਹ ਮਿਸਲ ਮਸ਼ਹੂਰ ਜਹਾਨ ਅੰਦਰ, ਕਰਮ ਰੱਬ ਦੇ ਜੇਡ ਨਾ ਮਿਹਰ ਹੈ ਨੀ
ਹੁਨਰ ਝੂਠ, ਕਮਾਨ ਲਾਹੌਰ ਜੇਹੀ, ਅਤੇ ਕਾਂਵਰੂ[1] ਜੇਡ ਨਾ ਸਿਹਰ ਹੈ ਨੀ
ਚੁਗਲੀ ਨਹੀਂ ਦੀਪਾਲਪੁਰ ਕੋਟ ਜੇਹੀ, ਨੰਮਰੂਦ ਦੇ ਥਾਉਂ ਨਾ ਬੇਮਿਹਰ ਹੈ ਨੀ
ਨਕਸ਼ ਚੀਨ ਤੇ ਮੁਸ਼ਕ ਨਾ ਖੁਤਨ ਜਿਹਾ, ਯੂਸਫ ਜੇਡ ਨਾ ਕਿਸੇ ਦਾ ਚਿਹਰ ਹੈ ਨੀ
ਮੈਂ ਤਾਂ ਤੋੜ ਹਸ਼ਧਾਤ ਦੇ ਕੋਟ ਸੁੱਟਾਂ, ਤੈਨੂੰ ਕਾਸ ਦੀ ਦੱਸ ਖਾਂ ਵਿਹਰ ਹੈ ਨੀ
ਬਾਤ ਬਾਤ ਤੇਰੀ ਵਿਚ ਹੈਣ ਕਾਮਣ, ਵਾਰਿਸ ਸ਼ਾਹ ਦਾ ਸ਼ੇਅਰ ਕੀ ਸਿਹਰ ਹੈ ਨੀ

ਜੋਗੀ

345

ਕੋਈ ਅਸਾਂ ਜੇਹਾ ਵਲੀ ਸਿੱਧ ਨਾਹੀਂ, ਜੱਗ ਆਂਵਦਾ ਨਜ਼ਰ ਜ਼ਹੂਰ ਜੇਹਾ
ਦਸਤਾਰ ਬਿਜਵਾੜਿਓਂ ਖ਼ੂਬ ਆਵੇ, ਅਤੇ ਬਾਫ਼ਤਾ ਨਹੀਂ ਕਸੂਰ ਜੇਹਾ
ਕਸ਼ਮੀਰ ਜੇਹਾ ਕੋਈ ਮੁਲਕ ਨਾਹੀਂ, ਨਾਹੀ ਚਾਨਣਾ ਚੰਨ ਦੇ ਨੂਰ ਜੇਹਾ
ਅੱਗੇ ਨਜ਼ਰ ਦੇ ਮਜ਼ਾ ਮਾਸ਼ੂਕ ਦਾ ਈ, ਅਤੇ ਢੋਲ ਨਾ ਸੋਂਹਦਾ ਦੂਰ ਜੇਹਾ
ਨਾਹੀਂ ਰੰਨ ਕੁਲੱਛਣੀ ਤੁੱਧ ਜੇਹੀ, ਨਹੀਂ ਜ਼ਲਜ਼ਲਾ ਹਸ਼ਰ ਦੇ ਸੂਰ ਜੇਹਾ
ਸਹਿਤੀ ਜੇਡ ਨ ਹੋਰ ਝਗੜੈਲ ਕੋਈ, ਅਤੇ ਸੋਹਣਾ ਹੋਰ ਨਾ ਹੂਰ ਜੇਹਾ
ਖੇੜਿਆਂ ਜੇਡ ਨਾ ਨੇਕ ਨਸੀਬ ਕੋਈ, ਥਾਉਂ ਨਾ ਬੈਤੁਲ ਮਾਮੂਰ ਜੇਹਾ
ਸਹਿਜ ਵੱਸਦਿਆਂ ਜੇਡ ਨਾ ਭਲਾ ਕੋਈ, ਬੁਰਾ ਨਹੀਂ ਜੇ ਕੰਮ ਫ਼ਤੂਰ ਜੇਹਾ
ਹਿੰਗ ਜੇਡ ਨਾ ਹੋਰ ਬਦਬੂ ਕੋਈ, ਵਾਸਦਾਰ ਨਾ ਹੋਰ ਕਪੂਰ ਜੇਹਾ
ਵਾਰਿਸ ਸ਼ਾਹ ਜੇਹਾ ਗੁਨਾਹਗਾਰ ਨਾਹੀਂ, ਕੋਈ ਥਾਂਉ ਨਾ ਗਰਮ ਤੰਨੂਰ ਜੇਹਾ

ਸਹਿਤੀ

346

ਜੋਗ ਦੱਸ ਖਾਂ ਕਿਧਰੋਂ ਹੋਇਆ ਪੈਦਾ, ਕਿੱਥੋਂ ਹੋਇਆ ਸੰਨਿਆਸ ਬੈਰਾਗ ਹੈ ਵੇ
ਰਾਹ ਜੋਗ ਦੇ ਦੱਸ ਖਾਂ ਕਿਤਨੇ ਨੇ, ਕਿਥੋਂ ਨਿਕਲਿਆ ਜੋਗ ਦਾ ਰਾਗ ਹੈ ਵੇ
ਏਹ ਖੱਪਰੀ, ਸਹੇਲੀਆਂ, ਨਾਦ ਕਿਥੋਂ, ਕਿਸ ਬੱਧੀਆਂ ਜਟਾਂ ਦੀ ਪਾਗ ਹੈ ਵੇ
ਵਾਰਿਸ ਸ਼ਾਹ ਬਿਭੂਤਿ ਕਿਸ ਕੱਢੀਆਂ ਈ, ਕਿਥੋਂ ਨਿਕਲੀ ਪੂਜਣੀਆਂ ਆਗ ਹੈ ਵੇ

ਜੋਗੀ

347

ਮਹਾਂ ਦੇਵ ਥੋਂ ਜੋਗ ਦਾ ਪੰਥ ਬਣਿਆ, ਦੇਵਦੱਤ ਹੈ ਗੁਰੂ ਸੰਨਿਆਸੀਆਂ ਦਾ

---

1. ਕਾਮਰੂਪ, ਬੰਗਾਲ ਦਾ ਇੱਕ ਇਲਾਕਾ

ਰਾਮਾਨੰਦ ਥੋਂ ਸਭ ਬੈਰਾਗ ਹੋਇਆ, ਪਰਮਜੋਤ ਹੈ ਗੁਰੂ ਉਦਾਸੀਆਂ ਦਾ
ਬ੍ਰਹਮਾ ਬ੍ਰਾਹਮਣਾਂ ਦਾ, ਰਾਮ ਹਿੰਦੂਆਂ ਦਾ, ਬਿਸ਼ਨੂ ਅਤੇ ਮਹੇਸ਼ ਸ਼ੁਭ ਰਾਸੀਆਂ ਦਾ
ਸੁਥਰਾ ਸੁਥਰਿਆਂ, ਨਾਨਕ ਉਦਾਸੀਆਂ ਦਾ, ਸ਼ਾਹ ਮੱਖਣ ਹੈ ਮੁੱਢ ਉਭਾਸੀਆਂ ਦਾ
ਹੋਰ ਸੱਯਦ ਜਲਾਲ ਜਲਾਲੀਆਂ ਦਾ, ਤੇ ਅਵੈਸ਼ਕਰਨੀ ਖ਼ੱਗਾਂ ਖਾਸੀਆਂ ਦਾ
ਜਿਵੇਂ ਸ਼ਾਹ ਮਦਾਰ ਮਦਾਰੀਆਂ ਦਾ, ਤੇ ਅਨਸਾਰ ਅਨਸਾਰੀਆਂ ਤਾਸੀਆਂ ਦਾ
ਹੈ ਵਸ਼ਿਸ਼ਟ ਨਿਰਬਾਣ ਵੈਰਾਗੀਆਂ ਦਾ, ਸ੍ਰੀ ਕ੍ਰਿਸ਼ਨ ਭਗਵਾਨ ਅਭਿਆਸੀਆਂ ਦਾ
ਹਾਜੀ ਨੌਸ਼ਾਹ ਜਿਵੇਂ ਨੌਸ਼ਾਹੀਆਂ ਦਾ, ਅਤੇ ਭਗਤ ਕਬੀਰ ਜੌਲਾਸੀਆਂ ਦਾ
ਦਸਤਗੀਰ ਦਾ ਕਾਦਰੀ ਸਿਲਸਿਲਾ ਹੈ, ਤੇ ਫ਼ਰੀਦ ਹੈ ਚਿਸ਼ਤ ਅੱਬਾਸੀਆਂ ਦਾ
ਜੇਹਾ ਟੀਹਰੀ ਪੀਰ ਹੈ ਮੋਚੀਆਂ ਦਾ, ਸ਼ੱਮਸ ਪੀਰ ਸੁਨਿਆਰਿਆਂ ਚਾਸੀਆਂ ਦਾ
ਨਾਮਦੇਵ ਹੈ ਗੁਰੂ ਜਿਉਂ ਛੀਂਬਿਆਂ ਦਾ, ਲੁਕਮਾਨ ਲੋਹਾਰ ਤਰਖਾਸੀਆਂ ਦਾ
ਖਾਜਾ ਖਿਜ਼ਰ ਹੈ ਮੋਆਂ ਮੁਹਾਣਿਆਂ ਦਾ, ਨਕਸ਼ਬੰਦ ਮੁਗਲਾਂ ਚੁਗਤਾਸੀਆਂ ਦਾ
ਸਰਵਰ ਸਖੀ ਭਰਾਈਆਂ ਸੇਵਕਾਂ ਦਾ, ਲਾਲਬੇਗ ਹੈ ਚੂੜ੍ਹਿਆਂ ਖਾਸੀਆਂ ਦਾ
ਰਾਜਾ ਨਲ ਹੈ ਗੁਰੂ ਜਵਾਰੀਆਂ ਦਾ, ਸ਼ਾਹ ਸ਼ੱਮਸ ਨਿਆਰੀਆਂ ਚਾਸੀਆਂ ਦਾ
ਹਜ਼ਰਤ ਸ਼ੀਸ ਹੈ ਪੀਰ ਜੁਲਹਿਆਂ ਦਾ, ਤੇ ਸ਼ੈਤਾਨ ਹੈ ਪੀਰਾਂ ਮਿਰਾਸੀਆਂ ਦਾ
ਹਾਜੀ ਗਿਲਗੋ ਨੂੰ ਜਿਵੇਂ ਘੁਮਿਆਰ ਮੰਨਣ, ਸ਼ਾਹ ਅਲੀ ਹੈ ਰਾਫ਼ਜ਼ੀ ਪਾਸਿਆ ਦਾ
ਸੁਲੇਮਾਨ ਪਾਰਸ ਪੀਰ ਨਾਈਆਂ ਦਾ, ਇਲਮ ਪੀਰ ਹੈ ਸੁੰਨੀਆਂ ਖ਼ਾਸੀਆਂ ਦਾ
ਗੋਰਖਨਾਥ ਹੈ ਜੋਗੀਆਂ ਸਾਰਿਆਂ ਦਾ, ਸ਼ੁਕ੍ਰ ਗੁਰੂ ਹੈ ਰਾਖਸ਼ਾਂ ਜਾਸੀਆਂ ਦਾ
ਇਸ਼ਕ ਪੀਰ ਹੈ ਆਸ਼ਕਾਂ ਸਾਰਿਆਂ ਦਾ, ਭੁੱਖ ਪੀਰ ਹੈ ਮਸਤਿਆਂ ਹਾਥੀਆਂ ਦਾ
ਸੋਟਾ ਪੀਰ ਹੈ ਵਿਗੜਿਆ ਤਿਗੜਿਆਂ ਦਾ, ਤੇ ਦਾਊਦ ਹੈ ਜਰ੍ਹਾ-ਨਵਾਸਿਆਂ ਦਾ
ਹੱਸੂ ਤੇਲੀ ਜਿਉਂ ਪੀਰ ਹੈ ਤੇਲੀਆਂ ਦਾ, ਸੁਲੇਮਾਨ ਹੈ ਜਿੰਨਾਂ ਭੂਤਾਸੀਆਂ ਦਾ
ਵਾਰਿਸ ਸ਼ਾਹ ਜਿਉਂ ਰਾਮ ਹੈ ਹਿੰਦੂਆਂ ਦਾ, ਤੇ ਰਹਿਮਾਨ ਹੈ ਮੋਮਨਾਂ ਖ਼ਾਸੀਆਂ ਦਾ

348

ਫਿਰਨ ਬੁਰਾ ਹੈ ਜੱਗ 'ਤੇ ਏਨਿਆਂ ਨੂੰ, ਜੇ ਏਹ ਫਿਰਨ, ਤਾਂ ਕੰਮ ਦੇ ਮੂਲ ਨਾਹੀਂ
ਫਿਰੇ ਕੌਲ ਜ਼ਬਾਨ ਜਵਾਨ ਰਣ ਥੀਂ, ਸਤਰ-ਦਾਰ ਘਰ ਛੋੜ ਮਾਕੂਲ ਨਾਹੀਂ
ਰਜ਼ਾ ਅੱਲਾਹ ਦੀ ਹੁਕਮ ਕੱਤਈ ਜਾਣੋ, ਕੁਤਬ ਕੋਹ ਕਾਅਬਾ ਹੈ ਮਾਮੂਲ ਨਾਹੀਂ
ਰੰਨ ਆਏ ਵਿਗਾੜ 'ਤੇ ਚੇਹ ਚੜ੍ਹਵੀ, ਫ਼ਕਰ ਆਏ ਜਾਂ ਕਹਿਰ ਕਲੂਲ ਨਾਹੀਂ
ਜ਼ਿਮੀਦਾਰ ਕਨਕੂਤੀਆਂ ਖੁਸ਼ੀ ਨਾਹੀਂ, ਅਤੇ ਅਹਿਮਕ ਕਦੇ ਮਾਕੂਲ ਨਾਹੀਂ
ਵਾਰਿਸ ਸ਼ਾਹ ਦੀ ਬੰਦਗੀ ਖ਼ੈਰ ਨਾਹੀਂ, ਵੇਖਾਂ ਮੰਨ ਲਏ ਕਿ ਕਬੂਲ ਨਾਹੀਂ

ਰਾਂਝਾ

349

ਅਦਲ ਬਿਨਾਂ ਸਰਕਾਰ ਹੈ ਰੁੱਖ ਅਫਲ, ਰੰਨ ਗਧੀ ਹੈ ਜੇ ਵਫਾਦਾਰ ਨਾਹੀਂ

ਨਾਜ਼ ਬਿਨਾਂ ਜਿਉਂ ਕੰਚਨੀ ਬਾਂਝ ਭਾਵੇ, ਮਰਦ ਗਧਾ ਜੋ ਅਕਲ ਦਾ ਯਾਰ ਨਾਹੀਂ
ਸਬਰ, ਜ਼ਿਕਰ ਇਬਾਦਤਾਂ ਬਾਝੂ ਜੋਗੀ, ਦੰਮਾਂ ਬਾਝੂ ਜੀਵਨ ਦਰਕਾਰ ਨਾਹੀਂ
ਹਿੰਮਤ ਬਾਂਝ ਜਵਾਨ, ਬਿਨ ਹੁਸਨ ਦਿਲਬਰ, ਲੂਣ ਬਾਝ ਤੁਆਮ ਸਵਾਰ ਨਾਹੀਂ
ਸ਼ਰਮ ਬਾਂਝ ਮੁੱਛਾਂ, ਬਿਨਾਂ ਅਮਲ ਦਾੜ੍ਹੀ, ਤਲਬ ਬਾਝ ਫੌਜਾਂ ਭਰ ਭਾਰ ਨਾਹੀਂ
ਅਕਲ ਬਾਂਝ ਵਜ਼ੀਰ, ਸਲਵਾਤ ਮੋਮਨ, ਬਿਨ ਦੀਵਾਨ ਹਿਸਾਬ ਸ਼ੁਮਾਰ ਨਾਹੀਂ
ਵਾਰਿਸ ਰੰਨ, ਫਕੀਰ, ਤਲਵਾਰ, ਘੋੜਾ, ਚਾਰੇ ਥੋਕ ਏਹ ਕਿਸੇ ਦੇ ਯਾਰ ਨਾਹੀਂ

350

ਮਰਦ ਕਰਮ ਦੇ ਨੇਕ ਹਨ, ਸਹਿਤੀਏ ਨੀ, ਰੰਨਾਂ ਦੁਸ਼ਮਣਾਂ ਨੇਕ ਕਮਾਈ ਦੀਆਂ
ਤੁਸੀਂ ਏਸ ਜਹਾਨ ਵਿਚ ਹੋਇ ਰਹੀਆਂ, ਪੰਜ-ਸੇਰੀਆਂ ਘੱਟ ਧੜਵਾਈ ਦੀਆਂ
ਮਰਦ ਹੈਨ ਜਹਾਜ਼ ਜੋ ਨੇਕੀਆਂ ਦੇ, ਰੰਨਾਂ ਬੇੜੀਆਂ ਹੈ ਬੁਰਿਆਈ ਦੀਆਂ
ਮਾਉਂ ਬਾਪ ਦਾ ਨਾਉਂ ਨਾਮੂਸ ਡੋਬਣ, ਪੱਤਾਂ ਲਾਹ ਸੁੱਟਣ ਭਲਿਆਂ ਭਾਈ ਦੀਆਂ
ਹੱਡ ਮਾਸ ਹਲਾਲ ਹਰਾਮ ਕੱਪਨ, ਇਹ ਕੁਹਾੜੀਆਂ ਹੈਨ ਕਸਾਈ ਦੀਆਂ
ਲਬਾਂ ਲਾਹੁੰਦੀਆਂ, ਸਾਫ਼ ਕਰ ਦੇਣ ਦਾੜ੍ਹੀ, ਜਿਵੇਂ ਕੈਂਚੀਆਂ ਅਹਿਮਕਾਂ ਨਾਈ ਦੀਆਂ
ਸਿਰ ਜਾਏ, ਨਾ ਯਾਰ ਦਾ ਭੇਤ ਦਿੱਚੈ, ਸ਼ਰਮਾਂ ਰੱਖੀਏ ਅੱਖੀਆਂ ਲਾਈ ਦੀਆਂ
ਨੀ ਤੂੰ ਕੇਹੜੀ ਗੱਲ ਤੇ ਏਡ ਸ਼ੂਕੇਂ, ਗੱਲਾਂ ਦੱਸ ਖਾਂ ਪੂਰੀਆਂ ਪਾਈ ਦੀਆਂ
ਆਢਾ ਨਾਲ ਫ਼ਕੀਰ ਦੇ ਲਾਉਂਦੀਆਂ ਨੇ, ਖ਼ੂਬੀਆਂ ਵੇਖ ਨਿਨਾਣ ਭਰਜਾਈ ਦੀਆਂ
ਵਾਰਿਸ ਸ਼ਾਹ ਤੇਰੇ ਮੂੰਹ ਨਾਲ ਮਾਰਾਂ, ਪੰਡਾਂ ਬੰਨ੍ਹ ਕੇ ਸਭ ਭਲਿਆਈ ਦੀਆਂ

ਸਹਿਤੀ

351

ਰੀਸ ਜੋਗੀਆਂ ਦੀ ਤੈਥੋਂ ਨਹੀਂ ਹੁੰਦੀ, ਹਵਸਾਂ ਕੇਹੀਆਂ ਜਟਾਂ ਰਖਾਈ ਦੀਆਂ
ਬੇਸ਼ਰਮ ਦੀ ਮੁੱਛ ਜਿਉਂ ਪੂਛ ਬੱਧੀ, ਜਿਹੀਆਂ ਮੇਂਜਰਾਂ ਬੇਟ ਦੀ ਧਾਈ ਦੀਆਂ
ਤਾਨਸੇਨ ਜੇਹ ਰਾਗ ਨਹੀਂ ਬਣਦਾ, ਲੱਖ ਸਫ਼ਾਂ ਜੇ ਹੋਣ ਭਰਾਈ ਦੀਆਂ
ਅੱਖੀ ਡਿੱਠੀਆਂ ਨਹੀਂ ਤੂ ਚੋਬਰਾ ਵੋ, ਪਿਰਮ-ਕੁੱਠੀਆਂ ਬ੍ਰਿਹੋਂ ਸਤਾਈ ਦੀਆਂ
ਤੇਰੀ ਚਰਾਚਰ ਬਿਰਕਦੀ ਜੀਭ ਏਵੇਂ, ਜਿਵੇਂ ਮੜਕਦੀਆਂ ਜੁੱਤੀਆਂ ਸਾਈ ਦੀਆਂ
ਸਿਰ ਮੁੰਨ ਦਾੜ੍ਹੀ, ਖੇਹ ਲਾਈਆਂ ਹੀ, ਕਦਰਾਂ ਡਿੱਠੀਉਂ ਐਡੀਆਂ ਚਾਈ ਦੀਆਂ
ਲੁੰਡਿਆਂ ਨਾਲ ਘੁਲਣਾ, ਮੰਦੇ ਬੋਲ ਬੋਲਣ, ਨਾਹੀਂ ਚਾਲੀਆਂ ਏਹ ਭਲਿਆਈ ਦੀਆਂ
ਨਾਹੀਂ ਫ਼ਕਰ ਦੇ ਭੇਦ ਦਾ ਜ਼ਰਾ ਵਾਕਿਫ਼, ਖਬਰਾਂ ਤੁਧ ਨੋ ਮਹੀਂ ਚਰਾਈ ਦੀਆਂ
ਚਿੱਤੜ ਸਵਾਹ ਭਰੇ ਵੇਖ ਮਗਰ ਲੱਗੋਂ, ਜਿਵੇਂ ਕੁੱਤੀਆਂ ਹੋਣ ਕਸਾਈਂ ਦੀਆਂ
ਜਿਹੜੀਆਂ ਸੂਣ ਉਜਾੜ ਵਿਚ ਵਾਂਗ ਖੱਚਰ, ਕਦਰਾਂ ਉਹ ਕੀ ਜਾਣਦੀਆਂ ਦਾਈ ਦੀਆਂ
ਗੱਦੋਂ ਵਾਂਗ ਜਾਂ ਰੱਜਿਓ, ਕਰੇਂ ਮਸਤੀ, ਕੱਛਾਂ ਸੁੰਘਣੈਂ ਰੰਨਾ ਪਰਾਈ ਦੀਆਂ
ਬਾਪੂ ਨਹੀਂ ਪੂਰਾਂ ਤੈਨੂੰ ਕੋਈ ਮਿਲਿਆ, ਅਜੇ ਟੋਹਨਾਂ ਬੁੱਕਲਾਂ ਮਾਈ ਦੀਆਂ

ਪੂਛਾਂ ਗਾਈਂ ਨੂੰ ਮਹੀਂ ਦੀਆਂ ਜੋੜਨਾ ਹੈਂ, ਖੁਰੀਆਂ ਮਹੀਂ ਨੂੰ ਲਾਉਨੈਂ ਗਾਈਂ ਦੀਆਂ
ਹਾਸਾ ਆਉਂਦੈ ਵੇਖ ਕੇ ਸਿਫਲਵਾਈ, ਗੱਲਾਂ ਤਬ੍ਹਾਂ ਦੀਆਂ ਵੇਖ ਸਫ਼ਾਈ ਦੀਆਂ
ਮੀਆਂ ਕੌਣ ਛੁਡਾਵਸੀ ਆਇ ਤੈਨੂੰ, ਧਮਕਾਂ ਪੈਣਗੀਆਂ ਜਦੋਂ ਕੁਟਾਈ ਦੀਆਂ

352

ਗੱਲਾਂ ਇਸ਼ਕ ਦੇ ਵਾਲੀਆਂ ਥਲੀਂ ਰਲੀਆਂ, ਕੱਚੇ ਘੜੇ ਤੇ ਵਹਿਣ ਰੁੜ੍ਹਾਈਆਂ ਦੀਆਂ
ਪਰੀਆਂ ਨਾਲ ਕੀ ਦੇਵਾਂ ਨੂੰ ਆਖ ਲੱਗੇ, ਜਿਨ੍ਹਾਂ ਵੱਖੀਆਂ ਭੰਨੀਆਂ ਭਾਈਆਂ ਦੀਆਂ
ਏਹ ਇਸ਼ਕ ਕੀ ਜਾਣਦੈ ਚਾਕ ਚੋਬਰ, ਖਬਰਾਂ ਜਾਣਦੈ ਰੋਟੀਆਂ ਢਾਈਆਂ ਦੀਆਂ
ਵਾਰਿਸ ਸ਼ਾਹ ਨਾ ਬੇਟੀਆਂ ਜਿਨ੍ਹਾਂ ਜਣੀਆਂ, ਕਦਰਾਂ ਉਹ ਕੀ ਜਾਣਨ ਜਵਾਈਆਂ ਦੀਆਂ

ਰਾਂਝਾ

353

ਅਨੀਂ ਸਹਿਤੀਏ, ਮੂਲ ਨਾ ਡਰਾਂ ਤੈਥੋਂ, ਤਿੱਖੇ ਦੀਦੜੇ ਤੈਂਡੜੇ ਸਾਰ ਦੇ ਨੀ
ਹਾਥੀ ਨਹੀਂ ਤਸਵੀਰ ਦਾ ਕਿਲ੍ਹਾ ਢਾਹੇ, ਸ਼ੇਰ ਮੱਖੀਆਂ ਨੂੰ ਨਹੀਂ ਮਾਰਦੇ ਨੀ
ਕਹੇ ਕਾਂਵਾਂ ਦੇ ਢੋਰ ਨਾ ਕਦੇ ਮੋਏ, ਸ਼ੇਰ ਫੂਹੀਆਂ ਤੋਂ ਨਹੀਂ ਹਾਰਦੇ ਨੀ
ਫੱਟ ਹੈਣ ਲੜਾਈ ਦੇ ਅਸਲ ਢਾਈ, ਹੋਰ ਐਵੇਂ ਪਸਾਰ ਪਸਾਰਦੇ ਨੀ
ਇਕੇ ਮਾਰਨਾ, ਇਕੇ ਤਾਂ ਆਪ ਮਰਨਾ, ਇਕੇ ਨੱਸ ਜਾਣਾ ਅੱਗੇ ਸਾਰ ਦੇ ਨੀ
ਹਿੰਮਤ ਸੁਸਤ, ਭਰੋਟੜੇ ਸਿਰੀਂ ਭਾਰੇ, ਉਹ ਗੱਭਰੂ ਕਿਸੇ ਨਾਂ ਕਾਰ ਦੇ ਨੀ
ਬੁੰਨ ਟੋਰੀਏ ਜੰਗ ਨੂੰ ਧੱਕ ਕਰ ਕੇ, ਸਗੋਂ ਅਗਲਿਆਂ ਨੂੰ ਪਿੱਛੋਂ ਮਾਰਦੇ ਨੀ
ਸੜਨ ਕਪੜੇ, ਹੋਣ ਤਹਿਕੀਕ ਕਾਲੇ, ਜਿਹੜੇ ਗੋਸ਼ਟੀ ਹੋਣ ਲੌਹਾਰ ਦੇ ਨੀ
ਝੂਠੇ ਮੇਹਣੇ ਨਾਲ ਨਾ ਜੋਗ ਜਾਂਦਾ, ਸੰਗ ਗਲੇ ਨਾ ਨਾਲ ਫੁਹਾਰ ਦੇ ਨੀ
ਖੈਰ ਦਿੱਤੀਆਂ ਮਾਲ ਨਾ ਹੋਏ ਥੋੜ੍ਹਾ, ਬੋਹਲ ਥੁੜੇ ਨਾ ਚਰੇ ਗੁਟਾਰ ਦੇ ਨੀ
ਜਦੋਂ ਚੂਹੜੀ ਨੂੰ ਕਰੇ ਜਿੰਨ ਦਖਲਾ, ਝਾੜਾ ਕਰੀਦਾ ਨਾਲ ਪੈਜ਼ਾਰ ਦੇ ਨੀ
ਤੈਂ ਤਾਂ ਫਿਕਰ ਕੀਤਾ ਸਾਨੂੰ ਮਾਰਨੇ ਦਾ, ਤੈਨੂੰ ਵੇਖ ਲੈ ਯਾਰ ਹੁਣ ਮਾਰਦੇ ਨੀ
ਜੇਹਾ ਕਰੇ ਕੋਈ ਤੇਹਾ ਪਾਂਵਦਾ ਹੈ, ਸੱਚੇ ਵਾਹਿਦੇ ਪਰਵਰਦਗਾਰ ਦੇ ਨੀ
ਵਾਰਿਸ ਸ਼ਾਹ ਮੀਆ ਰੰਨ ਭੌਂਕਣੀ ਨੂੰ, ਫ਼ਕਰ ਪਾਇ ਜੜੀਆਂ ਚਾਇ ਮਾਰਦੇ ਨੀ

ਸਹਿਤੀ

354

ਤੇਰੀਆਂ ਸੇਲ੍ਹੀਆਂ ਥੋਂ ਅਸੀਂ ਨਹੀਂ ਡਰਦੇ, ਕੋਈ ਡਰੇ ਨਾ ਭੀਲ ਦੇ ਸਾਂਗ ਕੋਲੋਂ
ਏਵੇਂ ਮਾਰੀਦਾ ਜਾਂਵਸੇਂ ਏਸ ਪਿੰਡੋਂ, ਜਿਵੇਂ ਖਿਸਕਦਾ ਕੁਫ਼ਰ ਹੈ ਬਾਂਗ ਕੋਲੋਂ
ਸਿਰ ਕੱਜ ਕੇ ਟੁਰੇਂਗਾ ਜਾਹਿਲ ਜੱਟਾ, ਜਿਵੇਂ ਸੱਪ ਉੱਠ ਚੱਲਦਾ ਡਾਂਗ ਕੋਲੋਂ

ਏਵੇਂ ਖੱਪਰੀ ਸਿੰਙੀ ਛੱਡ ਜਾਹਿੰਗਾ ਤੂੰ, ਜਿਵੇਂ ਧਾੜਵੀ ਸਰਕਦਾ ਕਾਂਗ ਕੋਲੋਂ
ਮੇਰੇ ਡਿੱਠਿਆਂ ਕੰਬਸੀ ਜਾਨ ਤੇਰੀ, ਜਿਵੇਂ ਚੋਰ ਦੀ ਜਾਨ ਝਲਾਂਗ ਕੋਲੋਂ
ਤੇਰੀ ਟੋਟਣੀ ਫੁਰੀ ਹੈ ਸੱਪ ਵਾਗੂੰ, ਆਓ ਰੰਨਾਂ ਦੇ ਡਰੀਂ ਉਪਾਂਗ ਕੋਲੋਂ
ਐਵੇਂ ਖ਼ੌਫ ਪਊਸੀ ਤੈਨੂੰ ਮਾਰਨੇ ਦਾ, ਜਿਵੇਂ ਡਹਿਕਦਾ ਪੈਰ ਉਲਾਂਘ ਕੋਲੋਂ
ਵਾਰਿਸ ਸ਼ਾਹ ਏਹ ਜੋਗੀੜਾ ਮੋਇਆ ਪਿਆਸਾ, ਪਾਣੀ ਮੰਗਦਾ ਜਦੋਂ ਪੁੜਸਾਂਗ ਕੋਲੋਂ

ਜੋਗੀ ਰਾਂਝਾ

355

ਕੇਹੀਆਂ ਆਣ ਪੰਚਾਇਤਾਂ ਜੋੜੀਆਂ ਨੀ ਅਸੀਂ ਰੰਨ ਨੂੰ ਰੇਵੜੀ ਜਾਣਨੇ ਹਾਂ
ਫੜੀ, ਚਿੱਥ ਕੇ ਲਈ ਲੰਘਾਇ ਪਲ ਵਿਚ, ਤੰਬੂ ਵੈਰ ਦੇ ਨਿੱਤ ਨ ਤਾਣਨੇ ਹਾਂ
ਲੋਕ ਜਾਗਦੇ ਮਹਿਰੀਆਂ ਨਾਲ ਪਰਚਣ, ਅਸੀਂ ਖਵਾਬ ਅੰਦਰ ਮੌਜਾਂ ਮਾਣਨੇ ਹਾਂ
ਲੋਕ ਛਾਣਦੇ ਭੰਗ ਤੇ ਸ਼ਰਬਤਾਂ ਨੂੰ, ਅਸੀਂ ਆਦਮੀ ਨਜ਼ਰ ਵਿਚ ਛਾਣਨੇ ਹਾਂ

356

ਜੇਠ ਮੀਂਹ ਤੇ ਸਿਆਲ ਨੂੰ ਵਾਉ ਮੰਦੀ, ਕੱਤਕ ਮਾਘ ਵਿਚ ਮਨ੍ਹਾ ਅਨ੍ਹੇਰੀਆਂ ਨੀ
ਰੋਵਣ ਵਿਆਹ ਵਿਚ, ਗਾਵਣਾ ਵਿਚ ਸਿਆਪੇ, ਸੱਤਰ ਮਜਲਸਾਂ ਕਰਨ ਮੰਦੇਰੀਆਂ ਨੀ
ਚੁਗਲੀ ਖ਼ਾਵੰਦਾਂ ਦੀ, ਬਦੀ ਨਾਲ ਮੀਏ, ਖਾਇ ਲੂਣ ਹਰਾਮ ਬਦ-ਖ਼ੈਰੀਆਂ ਨੀ
ਹੁਕਮ ਹੱਥ ਕਮਜ਼ਾਤ ਦੇ ਸੌਂਪ ਦੇਣਾ, ਨਾਲ ਦੋਸਤਾਂ ਕਰਨੀਆਂ ਵੈਰੀਆਂ ਨੀ
ਚੋਰੀ ਨਾਲ ਰਫ਼ੀਕ ਦੇ, ਦਗਾ ਪੀਰਾਂ, ਪਰ ਨਾਰ ਪਰ ਮਾਲ ਦੀਆਂ ਸੈਰੀਆਂ ਨੀ
ਗੈਬਤ ਤਰਕ ਸਲਵਾਤ ਤੇ ਝੂਠ ਮਸਤੀ, ਦੂਰ ਕਰਨ ਫਰਿਸ਼ਤਿਆਂ ਤੈਰੀਆਂ ਨੀ
ਮੁੜਨ ਕੌਲ ਜ਼ਬਾਨ ਦਾ, ਫਿਰਨ ਪੀਰਾਂ, ਬੁਰਿਆਂ ਦਿਨਾਂ ਦੀਆਂ ਏਹ ਭੀ ਫੇਰੀਆਂ ਨੀ
ਲੜਨ ਨਾਲ ਫ਼ਕੀਰ, ਸਰਦਾਰ ਯਾਰੀ, ਕੱਢ ਘੱਤਣਾ ਮਾਲ ਦਹਿਸੇਰੀਆਂ ਨੀ
ਮੇਰੇ ਨਾਲ ਜੋ ਖੇੜਿਆਂ ਵਿਚ ਹੋਈ, ਖਚਰਵਾਦੀਆਂ ਏਹ ਸਭ ਤੇਰੀਆਂ ਨੀ
ਭਲੇ ਨਾਲ ਭਲਿਆਈ ਤੇ ਬਦੀ ਬੁਰਿਆਂ, ਯਾਦ ਰੱਖ ਨਸੀਹਤਾਂ ਮੇਰੀਆਂ ਨੀ
ਬਿਨਾਂ ਹੁਕਮ ਦੇ ਮਰਨ ਨਾ ਉਹ ਬੰਦੇ, ਸਾਬਤ ਜਿਨ੍ਹਾਂ ਦੇ ਰਿਜ਼ਕ ਦੀਆਂ ਢੇਰੀਆਂ ਨੀ
ਬਦਰੰਗ ਨੂੰ ਰੰਗ ਕੀ ਲਾਇਓ ਈ, ਵਾਹੁ ਵਾਹੁ ਏਹ ਕੁਦਰਤਾਂ ਤੇਰੀਆਂ ਨੀ
ਐਸਾ ਘੱਤ ਕੇ ਜਾਦੂਅੜਾ ਕਰਾਂ ਕਮਲੀ, ਪਈ ਗਿਰਦ ਮੇਰੇ ਘੱਤੇਂ ਫੇਰੀਆਂ ਨੀ
ਵਾਰਿਸ ਸ਼ਾਹ ਅਸਾਂ ਨਾਲ ਜਾਦੂਆਂ ਦੇ, ਕਈ ਰਾਣੀਆਂ ਕੀਤੀਆਂ ਚੇਰੀਆਂ ਨੀ

ਸਹਿਤੀ

357

ਅਸੀਂ ਜਾਦੂਅੜੇ ਘੋਲ ਕੇ ਸਭ ਪੀਤੇ, ਕਰਾਂ ਬਾਵਰੇ ਜਾਦੂਆਂ ਵਾਲਿਆਂ ਨੂੰ
ਰਾਜੇ ਭੋਜ ਜਿਹੇ ਕੀਤੇ ਚਾਇ ਘੋੜੇ, ਨਹੀਂ ਜਾਣਦਾ ਸਾਡਿਆਂ ਚਾਲਿਆਂ ਨੂੰ

ਸਿਰਕੱਪ ਰਸਾਲੂ ਨੂੰ ਵਖਤ ਪਾਇਆ, ਘੱਤ ਮਕਰ ਦਿਆਂ ਰੌਲਿਆਂ ਗਾਲਿਆਂ ਨੂੰ
ਰਾਵਣ ਲੰਕ ਲੁਟਾਇਕੇ ਗਰਦ ਹੋਇਆ, ਸੀਤਾ ਵਾਸਤੇ ਭੇਖ ਦਿਖਾਲਿਆਂ ਨੂੰ
ਸੱਕੇ ਭਾਈਆਂ ਨੂੰ ਕਰਨ ਨਫ਼ਰ ਰਾਜੇ, ਅਤੇ ਰਾਜ ਬਹਾਲਦੇ ਸਾਲਿਆਂ ਨੂੰ
ਯੂਸਫ਼ ਬੰਦਿ ਵਿਚ ਪਾ ਜ਼ਹੀਰ ਕੀਤਾ, ਸੱਸੀ ਵਖਤ ਪਾਇਆ ਊਠਾਂ ਵਾਲਿਆਂ ਨੂੰ
ਰਾਂਝਾ ਚਾਰ ਕੇ ਮਹੀਂ ਫ਼ਕੀਰ ਹੋਇਆਂ, ਹੀਰ ਮਿਲੀ ਜੇ ਖੇੜਿਆਂ ਵਾਲਿਆਂ ਨੂੰ
ਰੋੜਾ ਵੱਢ ਕੇ ਡਕਰੇ ਨਦੀ ਪਾਇਆ, ਤੇ ਜਲਾਲੀ ਦੇ ਦੇਖ ਲੈ ਚਾਲਿਆਂ ਨੂੰ
ਫੋਗੂ ਉਮਰ ਬਾਦਸ਼ਾਹ ਖਵਾਰ ਹੋਇਆ, ਮਿਲੀ ਮਾਰਵਣ ਢੋਲ ਦੇ ਲਾਲਿਆਂ ਨੂੰ
ਵਲੀ ਬਲਮ ਬਾਊਰ ਈਮਾਨ ਦਿੱਤਾ, ਦੇਖੋ ਡੋਬਿਆ ਬੰਦਗੀ ਵਾਲਿਆਂ ਨੂੰ
ਮਹੀਂਵਾਲ ਥੀਂ ਸੋਹਣੀ ਰਹੀਂ ਏਵੇਂ, ਹੋਰ ਪੁੱਛ ਲੈ ਇਸ਼ਕ ਦੇ ਫਾਲਿਆਂ ਨੂੰ
ਠਾਰਾਂ ਖੂਹਣੀਆਂ ਕਟਕ ਲੜ ਮੋਏ ਪਾਂਡੋ, ਡੋਬ ਡਾਬ ਕੇ ਖੱਟਿਆ ਘਾਲਿਆਂ ਨੂੰ
ਰੰਨਾਂ ਮਾਰ ਲੜਾਏ ਇਮਾਮ-ਜ਼ਾਦੇ, ਮਾਰ ਘੱਤਿਆ ਪੀਰੀਆਂ ਵਾਲਿਆਂ ਨੂੰ
ਵਾਰਿਸ ਸ਼ਾਹ ਤੂੰ ਜੋਗੀਆ ਕੌਣ ਹੁੰਨੈਂ, ਓੜਕ ਭਰੇਂਗਾ ਸਾਡਿਆਂ ਹਾਲਿਆਂ ਨੂੰ

ਰਾਂਝਾ

358

ਆਓ, ਨੱਢੀਓ ਗੈਬ ਕੀ ਵਿੱਢਿਆ ਈ, ਸਾਡੇ ਨਾਲ ਕੀ ਰਿਕਤਾਂ ਚਾਈਆ ਨੀ
ਬੇਕਸਾਂ ਦਾ ਕੌਣ ਹੈ ਰੱਬ ਬਾਝੋਂ, ਤੁਸੀਂ ਦੋਵੇਂ ਨਿਨਾਣ ਭਰਜਾਈਆ ਨੀ
ਕਰੇਂ ਨਰਾਂ ਦੇ ਨਾਲ ਬਰਾਬਰੀ ਕਿਉਂ, ਆਖ ਤੁਸਾਂ ਵਿਚ ਕੌਣ ਭਲਿਆਈਆ ਨੀ
ਅੱਗੇ ਤਿਨ੍ਹਾਂ ਦਾ ਹਾਲ ਬੁਰਾ ਹੋਸੀ, ਵਾਰਿਸ ਸ਼ਾਹ ਜੋ ਕਰਨ ਬੁਰਿਆਈਆਂ ਨੀ

359

ਮਰਦ ਸਾਦ ਚਿਹਰੇ ਹੈਨ ਨੇਕੀਆਂ ਦੇ, ਸੂਰਤ ਰੰਨ ਦੀ ਮੀਮ ਮੌਕੂਫ ਹੈ ਨੀ
ਮਰਦ ਆਲਮ ਫ਼ਾਜ਼ਲ ਤੇ ਅਸਲ ਕਾਬਲ, ਕਿਸੇ ਰੰਨ ਨੂੰ ਕੌਣ ਵਕੂਫ ਹੈ ਨੀ
ਸਬਰ ਫਰਜ਼ ਹੈ ਮੰਨਿਆਂ ਨੇਕ ਮਰਦਾਂ, ਅਤੇ ਸਬਰ ਹੀ ਵਾਂਗ ਮਾਤੂਫ ਤਿਆਸਿਆ ਹੈ ਨੀ
ਦਫ਼ਤਰ ਮਕਰ ਫਰੇਬ ਤੇ ਖਚਰਵਾਈਆਂ, ਏਨ੍ਹਾਂ ਪਿਸਤਿਆਂ ਵਿਚ ਮਲਫੂਫ[1] ਹੈ ਨੀ
ਰੰਨ ਰੇਸ਼ਮੀ ਕੱਪੜਾ ਮਨ੍ਹਾ ਮਸਲੇ, ਮਰਦ ਜੌਜ਼ਕੀਦਾਰ ਮਸ਼ਰੂਫ ਹੈ ਨੀ
ਵਾਰਿਸ ਸ਼ਾਹ ਵਲਾਇਤੀ ਮਰਦ ਮੇਵੇ, ਅਤੇ ਰੰਨ ਮਿਸਵਾਕ ਦਾ ਸੂਫ਼ ਹੈ ਨੀ

ਸਹਿਤੀ

360

ਦੋਸਤ ਸੋਈ ਜੋ ਬਿਪਤ ਵਿਚ ਭੀੜ ਕੱਟੇ, ਯਾਰ ਸੋਈ ਜੋ ਜਾਨ ਕੁਰਬਾਨ ਹੋਵੇ
ਸ਼ਾਹ ਸੋਈ ਜੋ ਕਾਲ ਵਿਚ ਭੀੜ ਕੱਟੇ, ਕੁਲ ਬਾਤ ਦਾ ਜੋ ਨਿਗਹਬਾਨ ਹੋਵੇ
ਗਊ ਸੋਈ ਜੋ ਸਿਆਲ ਵਿਚ ਦੁੱਧ ਦੇਵੇ, ਬਾਦਸ਼ਾਹ ਜੋ ਨਿੱਤ ਸ਼ੱਬਾਨ ਹੋਵੇ

---

1. ਵਲ੍ਹੇਟਿਆ ਹੋਇਆ

ਨਾਰਿ ਸੋਈ ਜੋ ਮਾਲ ਬਿਨ ਬੈਠ ਜਾਲੇ, ਪਿਆਦਾ ਸੋਈ, ਜੋ ਬਹੁਤ ਸੁਜਾਨ ਹੋਵੇ
ਇਮਕਾਕ ਹੈ ਅਸਲ ਅਫੀਮ ਬਾਝੋਂ, ਗੁਸੇ ਬਿਨਾ ਫ਼ਕੀਰ ਦੀ ਜਾਨ ਹੋਵੇ
ਸੋਈ ਰੋਗ, ਜੋ ਨਾਲ ਇਲਾਜ ਹੋਵੇ, ਤੀਰ ਸੋਈ, ਜੋ ਨਾਲ ਕਮਾਨ ਹੋਵੇ
ਕੰਜਰ ਸੋਈ, ਜੋ ਗੈਰਤਾਂ ਬਾਝ ਹੋਵੇ, ਜਿਵੇਂ ਭਾਬੜਾ ਬਿਨਾ ਇਸ਼ਨਾਨ ਹੋਵੇ
ਕਸਬਾ ਸੋਈ ਜੋ ਵੈਰ ਬਿਨ ਪਿਆ ਵੱਸੇ, ਜੱਲਾਦ ਸੋਈ ਜੋ ਮਿਹਰ ਬਿਨ ਖਾਨ ਹੋਵੇ
ਸੱਯਦ ਸੋਈ ਜੋ ਸੂਮ ਨਾ ਹੋਏ ਕਾਜ਼ਿਬ, ਜਾਨੀ ਸਿਆਹ ਤੇ ਨਾ ਕਹਿਰਵਾਨ ਹੋਵੇ
ਚਾਕਰ ਔਰਤਾਂ ਸਦਾ ਬੇਉਜ਼ਰ ਹੋਵਣ, ਅਤੇ ਆਦਮੀ ਬਿਨਾ ਨੁਕਸਾਨ ਹੋਵੇ
ਕਵਾਰੀ ਸੋਈ, ਜੋ ਕਰੇ ਹੱਯਾ ਬਹੁਤਾ, ਨੀਵੀਂ ਨਜ਼ਰ ਤੇ ਬਾਝੁ ਜ਼ਬਾਨ ਹੋਵੇ
ਬਿਨਾ ਚੋਰ ਤੇ ਠੱਗ ਦੇ ਦੇਸ ਵੱਸੇ, ਪਟ ਸੋਈ ਬਿਨ ਅੰਨ ਦੀ ਪਾਣ ਹੋਵੇ
ਪਰ੍ਹਾਂ ਜਾਹ ਵੇ, ਭੇਖੀਆ ਚੋਬਰਾ ਵੇ, ਮਤਾ ਮੰਗਣੋਂ ਮੋਈ ਵਧਾਨ ਹੋਵੇ
ਵਾਰਿਸ ਸ਼ਾਹ ਫ਼ਕੀਰ ਬਿਨ ਹਿਰਸ ਗਫ਼ਲਤ, ਯਾਦ ਰੱਬ ਦੀ ਵਿਚ ਮਸਤਾਨ ਹੋਵੇ

ਜੋਗੀ

361

ਕਾਰਸਾਜ਼ ਹੈ ਰੱਬ ਤੇ ਫੇਰ ਦੌਲਤ, ਸੱਭੋ ਮਿਹਨਤਾਂ ਪੇਟ ਦੇ ਕਾਰਨੇ ਨੀ
ਨੇਕ ਮਰਦ ਤੇ ਨੇਕ ਹੀ ਹੋਵੇ ਔਰਤ, ਇਨ੍ਹਾਂ ਦੋਹਾਂ ਨੇ ਕੰਮ ਸਵਾਰਨੇ ਨੀ
ਪੇਟ ਵਾਸਤੇ ਫਿਰਨ ਅਮੀਰ ਦਰ ਦਰ, ਸੱਯਦ-ਜਾਦਿਆਂ ਨੇ ਗਧੇ ਚਾਰਨੇ ਨੀ
ਪੇਟ ਵਾਸਤੇ ਪਰੀ ਤੇ ਹੂਰ-ਜ਼ਾਦਾ, ਜਾਣ ਜਿੰਨ ਤੇ ਭੂਤ ਤੇ ਵਾਰਨੇ ਨੀ
ਪੇਟ ਵਾਸਤੇ ਰਾਤ ਨੂੰ ਛੋਡ ਘਰ ਦਰ, ਹੋ ਪਾਹਰੂ ਹੋਕਰੇ ਮਾਰਨੇ ਨੀ
ਪੇਟ ਵਾਸਤੇ ਸਭ ਖ਼ਰਾਬੀਆਂ ਨੇ, ਪੇਟ ਵਾਸਤੇ ਖ਼ੂਨ ਗੁਜ਼ਾਰਨੇ ਨੀ
ਪੇਟ ਵਾਸਤੇ ਫ਼ਕਰ ਤਸਲੀਮ ਤੋੜਨ, ਸੱਭੇ ਸਮਝ ਲੈ ਰੰਨੇ ਗਵਾਰਨੇ ਨੀ
ਏਸ ਜ਼ਿਮੀਂ ਨੂੰ ਵਾਹੁੰਦਾ ਮੁਲਕ ਮੁੱਕਾ, ਅਤੇ ਹੋਇ ਚੁੱਕੇ ਵੱਡੇ ਕਾਰਨੇ ਨੀ
ਗਾਹੁਣ ਹੋਰ ਤੇ ਰਾਹਕ ਨੇ ਹੋਰ ਇਸਦੇ, ਖ਼ਾਵੰਦ ਹੋਰ, ਦਮ ਹੋਰਨਾਂ ਮਾਰਨੇ ਨੀ
ਮਿਹਰਬਾਨ ਜੋ ਹੋਏ, ਫਕੀਰ ਪਲ ਵਿਚ, ਤੁਸਾਂ ਜੇਹੇ ਕਰੋੜ ਲੱਖ ਤਾਰਨੇ ਨੀ
ਵਾਰਿਸ ਸ਼ਾਹ ਜੇ ਰੰਨ ਨੇ ਮਿਹਰ ਕੀਤੀ, ਭਾਂਡੇ ਬੋਲ ਦੇ ਹੀ ਮੂਹਰੇ ਮਾਰਨੇ ਨੀ

ਸਹਿਤੀ

362

ਰੱਬ ਜੇਡ ਨਾ ਕੋਈ ਹੈ ਜੱਗ ਦਾਤਾ, ਜ਼ਿਮੀਂ ਜੇਡ ਨਾ ਕਿਸੇ ਦੀ ਸਾਬਰੀ ਵੇ
ਮਹੀਂ ਜੇਡ ਨਾ ਕਿਸੇ ਦੇ ਹੋਣ ਜੇਰੇ, ਰਾਜ ਹਿੰਦ ਪੰਜਾਬ ਨਾ ਬਾਬਰੀ ਵੇ
ਚੰਦ ਜੇਡ ਚਾਲਾਕ ਨਾ ਸਰਦ ਕੋਈ, ਹੁਕਮ ਜੇਡ ਨਾ ਕਿਸੇ ਅਕਾਬਰੀ ਵੇ
ਅਸਮਾਨ ਦੇ ਜੇਡ ਨ ਕਿਸੇ ਪੱਲਾ, ਰੱਯਤ ਜੇਡ ਨ ਖਸਮ ਦੀ ਜਾਬਰੀ ਵੇ
ਬੁਰਾ ਕਸਬ ਨਾ ਨੌਕਰੀ ਜੇਡ ਕੋਈ, ਯਾਦ ਹੱਕ ਦੀ ਜੇਡ ਅਕਾਬਰੀ ਵੇ
ਮੌਤ ਜੇਡ ਨਾ ਸਖ਼ਤ ਹੈ ਕੋਈ ਚਿੱਠੀ, ਉਥੇ ਕਿਸੇ ਨੂੰ ਵੀ ਨਹੀਉਂ ਨਾਬਰੀ ਵੇ

ਮਾਲਜਾਦੀਆਂ ਜੇਡ ਨਾ ਕਸਬ ਭੈੜਾ, ਕਮਜ਼ਾਤ ਨੂੰ ਹੁਕਮ ਹੈ ਜਾਬਰੀ ਵੇ
ਰੰਨ ਵੇਖਣੀ ਐਬ ਫ਼ਕੀਰ ਤਾਈਂ, ਭੂਤ ਵਾਂਙ ਹੈ ਸਿਰਾਂ ਤੇ ਬਾਬਰੀ ਵੇ
ਵਾਰਿਸ ਸ਼ਾਹ ਸ਼ੈਤਾਨ ਦੇ ਅਮਲ ਤੇਰੇ, ਦਾੜ੍ਹੀ ਸ਼ੇਖ ਦੀ ਹੋ ਗਈ ਝਾਬਰੀ ਵੇ

ਜੋਗੀ

363

ਰੰਨ ਵੇਖਣੀ ਐਬ ਹੈ ਅੰਨ੍ਹਿਆਂ ਨੂੰ, ਰੱਬ ਅੱਖੀਆਂ ਦਿੱਤੀਆਂ ਵੇਖਣੇ ਨੂੰ
ਸਭ ਖ਼ਲਕ ਦਾ ਵੇਖ ਕੇ ਲਊ ਮੁਜਰਾ, ਕਰੇ ਦੀਦ ਇਸ ਜਗ ਦੇ ਪੇਖਣੇ ਨੂੰ
ਮਹਾਂਦਿਉ ਜਿਹਿਆਂ ਪਾਰਬਤੀ ਅੱਗੇ, ਕਾਮ ਲਿਆਂਵਦਾ ਸੀ ਮੱਥਾ ਟੇਕਣੇ ਨੂੰ
ਰਾਉ ਰਾਜਿਆਂ ਸਿਰਾਂ 'ਤੇ ਦਾਉ ਲਾਏ, ਜ਼ਰਾ ਜਾਇ ਕੇ ਅੱਖੀਆਂ ਸੇਕਣੇ ਨੂੰ
ਸੱਭਾ ਦੀਦ ਮੁਆਫ਼ ਹੈ ਆਸ਼ਕਾਂ ਨੂੰ, ਰੱਬ ਨੈਣ ਦਿੱਤੇ ਜੱਗ ਵੇਖਣੇ ਨੂੰ
ਇਜ਼ਰਾਈਲ ਹੱਥ ਕਲਮ ਲੈ ਵੇਖਦਾ ਏ, ਤੇਰਾ ਨਾਮ ਇਸ ਜਗ ਤੋਂ ਛੇਕਣੇ ਨੂੰ
ਵਾਰਿਸ ਸ਼ਾਹ ਮੀਆਂ ਰੋਜ਼ ਹਸ਼ਰ ਦੇ ਨੂੰ, ਅੰਤ ਸੱਦੀਏਗਾ ਲੇਖ ਲੇਖਣੇ ਨੂੰ

ਸਹਿਤੀ

364

ਜੇਹੀ ਨੀਤ ਹੈ ਤੇਹੀ ਮੁਰਾਦ ਮਿਲੀਆਂ, ਘਰੋ ਘਰੀ ਛਾਈ ਸਿਰ ਪਾਉਂਦਾ ਹੈਂ
ਫਿਰੇਂ ਮੰਗਦਾ ਭੌਂਕਦਾ ਖਵਾਰ ਹੁੰਦਾ ਲੱਖ ਦਗੇ ਪਾਖੰਡ ਕਮਾਉਂਦਾ ਹੈਂ
ਸਾਨੂੰ ਰੱਬ ਨੇ ਦੁੱਧ ਤੇ ਦਹੀਂ ਦਿੱਤਾ, ਅੱਛਾ ਖਾਵਣਾ ਅਤੇ ਹੰਢਾਉਂਦਾ ਹੈਂ
ਸੋਇਨ ਰੁਪੜਾ ਪਹਿਨ ਕੇ ਅਸੀਂ ਬਹੀਏ, ਵਾਰਿਸ ਸ਼ਾਹ ਕਿਉਂ ਜੀਉ ਭਰਮਾਉਂਦਾ ਹੈਂ

ਜੋਗੀ

365

ਸੋਇਨਾ ਰੁਪੜਾ ਸ਼ਾਨ ਸਵਾਣੀਆਂ ਦੀ, ਤੂੰ ਤਾਂ ਨਾਹੀਓ ਅਸੀਲ ਹੈਂ ਗੋਲੀਏ ਨੀ
ਗਧਾ ਉੜਦਕਾਂ ਨਾਲ ਨਾ ਹੋਵੇ ਘੋੜਾ, ਬਾਝ ਪੀਰ ਨਾ ਹੋਏ ਯਰੋਲੀਏ ਨੀ
ਗੋਰੇ ਰੰਗ ਦੇ ਨਾਲ ਤੂੰ ਜੱਗ ਮੁੱਠਾ, ਵਿਚੋਂ ਗੁਣਾਂ ਦੇ ਕਾਰਨੋਂ ਪੋਲੀਏ ਨੀ
ਵਿਹੜੇ ਵਿਚ ਤਾਂ ਕੰਜਰੀ ਵਾਂਙ ਨੱਚੇ, ਚੋਰਾਂ ਯਾਰਾਂ ਦੀ ਵਿਚ ਵਿਚੋਲੀਏ ਨੀ
ਅਸਾਂ 'ਪੀਰ' ਕਹਿਆਂ ਤੂੰ 'ਹੀਰ' ਆਖੇਂ, ਭੁੱਲ ਗਈ ਹੈਂ ਸੁਣਨ ਵਿਚ ਭੋਲੀਏ ਨੀ
ਅੰਤ ਇਹ ਜਹਾਨ ਛੱਡ ਜਾਵਣਾ ਹੈ, ਏਡੇ ਕੁਫ਼ਰ ਅਪਰਾਧ ਕਿਉਂ ਤੋਲੀਏ ਨੀ
ਫ਼ਕਰ ਅਸਲ ਅੱਲਾਹ ਦੀ ਹੈਨ ਮੂਰਤ, ਅੱਗੇ ਰੱਬ ਦੇ ਝੂਠ ਨਾ ਬੋਲੀਏ ਨੀ
ਹੁਸਨ-ਮੋਤੀਏ, ਬੂਬਨੇ, ਸੋਇਨ-ਚਿੜੀਏ, ਨੈਣਾਂ ਵਾਲੀਏ ਸ਼ੋਖ ਮਮੋਲੀਏ ਨੀ
ਤੈਂਡਾ ਭਲਾ ਥੀਵੇ, ਸਾਡਾ ਛੱਡ ਪਿੱਛਾ, ਅੱਬਾ ਜਿਊਣੀਏ ਆਲੀਏ ਭੋਲੀਏ ਨੀ
ਵਾਰਿਸ ਸ਼ਾਹ ਕੇਤੀ ਗੱਲ ਹੋਇ ਚੁੱਕੀ, ਮੂਤ ਵਿਚ ਨਾ ਮੱਛੀਆਂ ਟੋਲੀਏ ਨੀ

ਸਹਿਤੀ

366

ਛੇੜ ਖੁੰਧਰਾਂ ਭੇੜ ਮਚਾਂਵਦਾ ਏ, ਸੇਕਾਂ ਲਿੰਗ ਤੇਰੇ ਨਾਲ ਸੋਟਿਆਂ ਦੇ
ਅਸੀਂ ਜੱਟੀਆਂ ਮੁਸ਼ਕ-ਪਲੱਟੀਆਂ ਹਾਂ, ਨੱਕ ਪਾੜ ਸੁੱਟੇ ਜਿਨ੍ਹਾਂ ਝੋਟਿਆਂ ਦੇ
ਜਦੋਂ ਮੋਹਲੀਆਂ ਪਕੜ ਕੇ ਗਿਰਦ ਹੋਈਏ, ਪਿਸ਼ਤੇ ਕੱਢੀਏ ਚੀਨਿਆਂ ਘੋਟਿਆਂ ਦੇ
ਜੂਤ, ਕੁਤਕੇ, ਘੇਰਨੇ ਅਤੇ ਸੋਟੇ, ਏਹ ਇਲਾਜ ਨੇ ਚਿੱਤੜਾਂ ਮੋਟਿਆਂ ਦੇ
ਲਪਰ ਸ਼ਾਹ ਦਾ ਬਾਲਕਾ ਸ਼ਾਹ ਝੱਖੜ, ਤੈਥੋਂ ਵਲ ਹਨ ਵਡੇ ਲਪੋਟਿਆਂ ਦੇ
ਵਾਰਿਸ ਸ਼ਾਹ ਰੋੜਾ ਸਿਰ, ਕੰਨ ਪਾਟੇ, ਏਹ ਹਾਲ ਚੋਰਾਂ, ਯਾਰਾਂ ਖੋਟਿਆਂ ਦੇ

ਰਾਂਝਾ ਜੋਗੀ

367

ਫ਼ਕਰ ਸ਼ੇਰ ਦਾ ਆਖਦੇ ਹੈਨ ਬੁਰਕਾ, ਭੇਤ ਫ਼ੱਕਰ ਦਾ ਮੂਲ ਨਾ ਖੋਲ੍ਹੀਏ ਨੀ
ਦੀਦ ਮਾਫ਼ ਹੈ, ਵੇਖਣਾ, ਆਸ਼ਕਾਂ ਦਾ, ਸ਼ੱਕਰ ਵਿਚ ਪਿਆਜ਼ ਨਾ ਘੋਲੀਏ ਨੀ
ਸਰੇ ਖੈਰ ਸੋ ਹੱਸ ਕੇ ਆਣ ਦਿੱਚੈ, ਲਈਏ ਦੁਆ ਤੇ ਮਿਠੜਾ ਬੋਲੀਏ ਨੀ
ਲਈਏ ਆਖ ਚੜ੍ਹਾਇਕੇ ਵੱਧ ਪੈਸਾ, ਪਰ ਤੋਲ ਥੀਂ ਘੱਟ ਨਾ ਤੋਲੀਏ ਨੀ
ਬੁਰਾ ਬੋਲ ਨਾ ਰੱਬ ਦਿਆਂ ਪੂਰਿਆਂ ਨੂੰ ਬੇਸ਼ਰਮ, ਕੁਪੱਤੀਏ, ਲੋਲ੍ਹੀਏ ਨੀ
ਮਸਤੀ ਨਾਲ ਫਕੀਰਾਂ ਨੂੰ ਦਏਂ ਗਾਲੀਂ, ਵਾਰਸ ਸ਼ਾਹ ਦੋ ਥੋਕ ਨ ਟੋਲੀਏ ਨੀ

ਸਹਿਤੀ

368

ਅਸੀਂ ਭੂਤਾਂ ਦੀ ਅਕਲ ਗਵਾਇ ਦੇਈਏ, ਸਾਨੂੰ ਲਾਇ ਬਿਭੂਤ ਡਰਾਊਨਾ ਹੈਂ
ਤ੍ਰਿਞਣੀਂ ਵੇਖਦੈਂ ਵਹੁਟੀਆਂ ਛੈਲ ਕੁੜੀਆਂ, ਉਥੇ ਕਿੰਗ ਦੀ ਤਾਰ ਵਜਾਊਨਾ ਹੈਂ
ਮੇਰੀ ਭਾਬੀ ਦੇ ਨਾਲ ਤੂੰ ਰਮਜ਼ ਮਾਰੀ, ਭਲਾ ਆਪ ਨੂੰ ਕੌਣ ਸਦਾਊਨਾ ਹੈਂ
ਉਹ ਪਈ ਹੈਰਾਨ ਹੈ ਨਾਲ ਜ਼ਹਿਮਤ, ਘੜੀ ਘੜੀ ਕਿਉਂ ਪਿਆ ਅਕਾਊਨਾ ਹੈਂ
ਨਾ ਤੂੰ ਵੈਦ, ਨਾ ਮਾਂਦਗੀ, ਨਾਥ ਮੁੱਲਾਂ, ਝਾੜੇ ਗ਼ੈਬ ਦੇ ਕਾਸ ਨੂੰ ਪਾਊਂਨਾ ਹੈਂ
ਚੋਰ ਚੂਹੜੇ ਵਾਂਗ ਹੈ, ਟੇਢ ਤੇਰੀ, ਪਈ ਜਾਪਦੀ ਸਿਰੀ ਫਿਹਾਊਨਾ ਹੈਂ
ਕਦੇ ਭੂਤਨਾ ਹੋਇ ਕੇ ਝੰਡ ਖੋਲ੍ਹੇਂ, ਕਦੇ ਜੋਗਧਾਰੀ ਬਣ ਆਊਨਾ ਹੈਂ
ਇੱਟ ਸਿੱਟ, ਤੇ ਭੱਖੜਾ ਕੁਵਾਰ ਗੰਦਲ, ਏਹ ਬੂਟੀਆਂ ਖੋਲ੍ਹ ਵਿਖਾਊਨਾ ਹੈਂ
ਦਾਰੂ ਨਾਹਿ ਕਿਤਾਬ, ਨਾ ਹੱਥ ਸ਼ੀਸ਼ੀ, ਆਖ ਕਾਸਦਾ ਵੈਦ ਸਦਾਊਂਨਾ ਹੈਂ
ਜਾਹ ਘਰੋਂ ਅਸਾਡਿਉਂ ਨਿਕਲ ਭੁੱਖੇ, ਕਾਹੇ ਜੱਟਾਂ ਦੀ ਜੂਟ ਖੁਹਾਊਨਾ ਹੈਂ
ਖੋਹ ਬਾਵਰੀਆਂ ਖੱਪਰੀ ਭੰਨ ਤੋੜੂੰ, ਹੁਣ ਹੋਰ ਕੀ ਮੂੰਹੋਂ ਅਖਾਊਨਾ ਹੈਂ
ਰੰਨਾਂ ਬਲਮ ਬਾਊਰ ਦਾ ਦੀਨ ਖੋਹਿਆ, ਵਾਰਿਸ ਸ਼ਾਹ ਤੂੰ ਕੌਣ ਸਦਾਊਂਨਾ ਹੈਂ

ਰਾਂਝਾ ਜੋਗੀ

369

ਅਸਾਂ ਮਿਹਨਤਾਂ ਡਾਢੀਆਂ ਕੀਤੀਆਂ ਨੇ, ਅਨੀ ਗੁੰਡੀਏ, ਠੇਠਰੇ, ਜੱਟੀਏ ਨੀ
ਕਰਾਮਤ ਫ਼ਕੀਰ ਦੀ ਵੇਖ ਨਾਹੀਂ, ਖ਼ੈਰ ਰੱਬ ਥੋਂ ਮੰਗ ਕੁਪੱਤੀਏ ਨੀ
ਕੰਨ-ਪਾਟਿਆਂ ਨਾਲ ਨਾ ਜ਼ਿੱਦ ਕੀਚੈ, ਅੰਨ੍ਹੇ ਖੂਹ ਵਿਚ ਝਾਤ ਨਾ ਘੱਤੀਏ ਨੀ
ਮਸਤੀ ਨਾਲ ਤਕੱਬਰੀ ਰਾਤ ਦਿਹੇਂ, ਕਦੀ ਹੋਸ਼ ਦੀ ਅੱਖ ਪਰੱਤੀਏ ਨੀ
ਕੋਈ ਦੁੱਖ ਤੇ ਦਰਦ ਨਾ ਰਹੇ ਭੋਰਾ, ਝਾੜਾ ਸਿਹਰ ਦਾ ਜਿਨ੍ਹਾਂ ਨੂੰ ਘੱਤੀਏ ਨੀ
ਪੜ੍ਹ ਫੂਕੀਏ ਇਕੋ ਅਜ਼ਮਤ ਸੈਫੀ, ਜੜ੍ਹ ਜਿੰਨ ਤੇ ਭੂਤ ਦੀ ਪੱਟੀਏ ਨੀ
ਤੇਰੀ ਭਾਬੀ ਦੇ ਦੁੱਖੜੇ ਦੂਰ ਹੋਵਣ, ਅਸੀਂ ਮਿਹਰ ਜੇ ਚਾਇ ਪਲੱਟੀਏ ਨੀ
ਮੂੰਹੋਂ ਮਿੱਠੜਾ ਬੋਲ ਤੇ ਮੋਮ ਹੋ ਜਾ, ਤਿੱਖੀ ਹੋ ਨਾ ਕਮਲੀਏ ਜੱਟੀਏ ਨੀ

ਸਹਿਤੀ

370

ਫ਼ਰਫੇਜੀਆਂ ਬੀਰ-ਬੈਤਾਲੀਆ ਵੇ, ਔਖੇ ਇਸ਼ਕ ਤੇ ਝਾਰੜੇ ਪਾਵਨੈਂ ਵੇ
ਨੈਣਾਂ ਵੇਖ ਕੇ ਮਾਰਨੈਂ ਫੂਕ ਸਾਹਵੇਂ, ਸੁੱਤੇ ਪਰੇਮ ਦੇ ਨਾਗ ਜਗਾਵਨੈਂ ਵੇ
ਕਦੋਂ ਯੂਸਫ਼ੀ ਤਿੱਬ, ਮੀਜ਼ਾਨ ਪੜ੍ਹਿਉਂ, 'ਦਸਤੂਰਲ ਇਲਾਜ' ਸਿਖਾਵਨੈਂ ਵੇ
ਕਿਰਤਾਸ ਸਿਕੰਦਰੀ, ਤਿੱਥ ਅਕਬਰ, ਤੇ ਜ਼ਖੀਰਿਉਂ ਬਾਬ ਸੁਣਾਵਨੈਂ ਵੇ
ਕਾਨੂੰਨ ਮੋਜਜ਼ਾ, ਤੋਹਫ਼ਾ ਮੋਮਨੀ ਵੀ, ਤੇ 'ਕਿਫਾਇਆ ਮਨਸੂਰੀ' ਥੀਂ ਪਾਵਨੈਂ ਵੇ
ਕਰਾਬਾਦੀਨ, ਸ਼ਿਫ਼ਾਈ ਤੇ ਕਾਦਰੀ ਵੀ, ਮੁਤਫ਼ਰਿਕ ਤਿੱਬ ਪੜ੍ਹ ਜਾਵਨੈਂ ਵੇ
ਪਰਾਣ ਮੰਗਲੀ, ਵੈਦ ਮਨੋਸਤਵ ਤੇ ਨ੍ਹਿਘੰਟੂ ਦੇ ਧਿਆਉ ਫੋਲਾਵਨੈਂ ਵੇ
ਰਤਨ ਜੋਤ ਤੇ ਚਰਕ, ਸੁਸ੍ਰਤ ਸੁਖਦੇਉ ਗੰਗ ਜਤੀ ਲਿਆਵਨੈਂ ਵੇ
ਅਫ਼ਲਾਤੂਨ ਸ਼ਗਿਰਦ ਗੁਲਾਮ ਅਰਸਤੂ, ਲੁਕਮਾਨ ਥੀਂ ਪੀਰ ਧੁਆਵਨੈਂ ਵੇ
ਜਿੰਨ ਇਸਨੂੰ ਝੰਗ ਸਿਆਲ ਵਾਲੇ, ਕਾਬੂ ਕਿਸੇ ਦੇ ਇਹ ਨ ਆਵਣੇ ਵੇ
ਗੱਲਾਂ ਚਾਇ ਚਵਾਇ ਦੀਆਂ ਬਹੁਤ ਕਰਨੈਂ, ਇਹ ਰੋਗ ਨਾ ਤੁੱਧ ਥੀਂ ਜਾਵਨੈ ਵੇ
ਇਨ੍ਹਾਂ ਮਕਰਿਆਂ ਥੋਂ, ਕੌਣ ਹੋਏ ਚੰਗਾ, ਠੱਗ ਫਿਰਦੈਂ ਰੰਨਾਂ ਵਲਾਵਨੈਂ ਵੇ
ਜਿਹੜੇ ਮਕਰ ਦੇ ਪੈਰ ਖਿਲਾਰ ਬੈਠੋਂ, ਬਿਨਾਂ ਫਾਂਟ ਖਾਧੀ ਨਹੀਂ ਜਾਂਵਨੈਂ ਵੇ
ਮੂੰਹ ਨਾਲ ਕਹਿਆਂ ਜਿਹੜੇ ਜਾਣ ਨਹੀਂ, ਹੱਡ ਗੋਡੜੇ ਤਿਨ੍ਹਾਂ ਭੰਨਾਵਨੈਂ ਵੇ
ਵਾਰਿਸ ਸ਼ਾਹ ਏਹ ਮਾਰ ਹੈ ਵਸਤੂ ਐਸੀ, ਜਿੰਨ ਭੂਤ ਤੇ ਦੇਉ ਨਿਵਾਵਨੈਂ ਵੇ

ਜੋਗੀ

371

ਇਹਾ ਰਸਮ ਕਦੀਮ ਹੈ ਜੋਗੀਆਂ ਦੀ, ਉਹਨੂੰ ਮਾਰਦੇ ਹਨ ਜਿਹੜੀ ਫੁਰਕਦੀ ਹੈ
ਖੈਰ ਮੰਗਣੇ ਗਏ ਫ਼ਕੀਰ ਤਾਈਂ, ਅੱਗੋਂ ਕੁੱਤਿਆਂ ਵਾਂਗਰੂੰ ਘੁਰਕਦੀ ਹੈ

ਇਹ ਖਸਮ ਦੇ ਖਾਣ ਨੂੰ ਕਿਵੇਂ ਦੇਸੀ, ਜਿਹੜੀ ਖ਼ੈਰ ਦੇ ਦੇਣ ਥੀਂ ਝੁਰਕਦੀ ਹੈ
ਇਕੇ ਪੀਰਨੀ ਕਿ ਪਹਿਲਵਾਨਣੀ ਹੈ ਇਕੇ ਕੰਜਰੀ ਇਹ ਕਿਸੇ ਤੁਰਕ ਦੀ ਹੈ
ਪਹਿਲੇ ਫੂਕ ਕੇ ਅੱਗ ਸ਼ਤਾਬੀਆਂ ਨੂੰ, ਪਿੱਛੋਂ ਸਰਦ ਪਾਣੀ ਉੱਤੇ ਬੁਰਕਦੀ ਹੈ
ਰੰਨ ਕੁੱਢਣਾਂ ਨੂੰ ਜਦੋਂ ਪੈਜ਼ਾਰ ਵੱਜਣ, ਉਤੋਂ ਚੁੱਪ ਚੁਪਾਤੜੀ ਛੁਰਕਦੀ ਹੈ
ਇਕ ਝੁੱਟ ਦੇ ਨਾਲ ਮੈਂ ਪੁੱਟ ਲੈਣੀ, ਜਿਹੜੀ ਜ਼ੁਲਫ ਗੱਲ੍ਹਾਂ ਉਤੇ ਲੁੜ੍ਹਕਦੀ ਹੈ
ਸਿਆਣੇ ਜਾਣਦੇ ਨੇ ਧਣੀ ਜਾਏ ਝੋਟੀ, ਜਿਹੜੀ ਸਾਹਨਾ ਦੇ ਮੂਤਰੇ ਖੁਰਕਦੀ ਹੈ
ਫ਼ਕਰ ਜਾਨ ਮੰਗਣ ਖ਼ੈਰ ਭੁੱਖ ਮਰਦੇ, ਅੱਗੋਂ ਸਗਾਂ[1] ਵਾਂਗੂੰ ਸਗੋਂ ਦੁਰਕਦੀ ਹੈ
ਲੁੰਡੀ ਪਾਹੜੀ ਨੂੰ ਖੇਤ ਹੱਥ ਆਇਆ, ਪਈ ਉਪਰੋਂ ਉਪਰੋਂ ਮੁਰਕਦੀ ਹੈ
ਇਸ ਦੇ ਮੌਰ ਫੂਰਦੇ ਫਾਟ ਖਾਣ ਉੱਤੇ, ਸਵਾ ਮਣੀ ਮੁਤਹਿਰ ਵੀ ਫੁਰਕਦੀ ਹੈ
ਵਾਰਿਸ ਸ਼ਾਹ ਫਕੀਰ ਨਾ ਬੁਰਾ ਬੋਲੇ, ਵਾਂਙ ਵੇਸਵਾ ਦੇ ਅਗੋਂ ਟੁਰਕਦੀ ਹੈ

ਸਹਿਤੀ
372

ਜਿਹੜੀਆਂ ਲੈਣ ਉਡਾਰੀਆਂ ਨਾਲ ਬਾਜ਼ਾਂ, ਉਹ ਬੁਲਬੁਲਾਂ ਠੀਕ ਮਰੀਂਦੀਆਂ ਨੀ
ਉਹਨਾਂ ਹਰਨੀਆਂ ਦੀ ਉਮਰ ਹੋ ਚੁੱਕੀ, ਪਾਣੀ ਸ਼ੇਰ ਦੀ ਜੂਹ ਜੋ ਪੀਂਦੀਆਂ ਨੀ
ਉਹ ਡਾਇਣਾਂ ਜਾਣ ਕਬਾਬ ਹੋਈਆਂ, ਜਿਹੜੀਆਂ ਹੇੜਿਆਂ ਨਾਲ ਖਹੀਂਦੀਆਂ ਨੀ
ਉਹ ਇਕ ਦਿਨ ਫੇਰਸਣ ਆਣਿ ਘੋੜੇ, ਕਿੜਾਂ ਜਿਨਾਂ ਦੀਆਂ ਨਿੱਤ ਸੁਣੀਂਦੀਆਂ ਨੀ
ਥੋੜੀਆਂ ਉਹ ਸੁਹਾਗ ਦੀਆਂ ਕਰਨ ਆਸਾਂ, ਜਿਹੜੀ ਧਾੜਵੀਆਂ ਨਾਲ ਮੰਗੀਂਦੀਆਂ ਨੀ
ਜੋਕਾਂ ਇਕ ਦਿਹੁੰ ਪਕੜ ਨਿਚੋੜੀਅਨ ਗੀਆਂ, ਅਣਪੁਣੇ ਲੋਹੂ ਨਿੱਤ ਪੀਂਦੀਆਂ ਨੀ
ਦਿਲ ਮਾਲ ਦਿੱਚੇ ਲੱਖ ਕੰਜਰੀ ਨੂੰ, ਕਦੀ ਦਿਲੋਂ ਮਹਿਬੂਬ ਨਾ ਥੀਂਦੀਆਂ ਨੀ
ਇਕ ਦਿਹੁੰ ਪਕੜੀ ਜਾਣਗੀਆਂ ਹਾਕਮਾਂ ਥੇ, ਪਰ-ਸੇਜ ਜੋ ਨਿੱਤ ਚੜ੍ਹੀਂਦੀਆਂ ਨੀ
ਇਕ ਦਿਨ ਗੜ੍ਹੇ ਵਸਾਇਸਣ ਉਹੋ ਘਟਾਂ, ਹਾਠਾਂ ਜੋੜ ਕੇ ਨਿੱਤ ਘੁਰੀਂਦੀਆਂ ਨੀ
ਤੇਰੇ ਲਵਣ ਮੋਢੇ, ਸਾਡੇ ਲਵਣ ਨਾੜੇ, ਮੁਸ਼ਕਾਂ ਕਿਸੇ ਦੀਆਂ ਅੱਜ ਬਝੀਂਦੀਆਂ ਨੀ
ਵਾਰਿਸ ਸ਼ਾਹ ਮੁੜ ਜਾਹ ਜੇ ਭਲੀ ਚਾਹੇਂ, ਨਹੀਂ ਸ਼ਾਮਤਾਂ ਤੇਰੀਆਂ ਥੀਂਦੀਆਂ ਨੀ

ਜੋਗੀ
373

ਸੁਣ ਸਹਿਤੀਏ! ਅਸੀਂ ਹਾਂ ਨਾਗ ਕਾਲੇ, ਪੜ੍ਹ ਸੈਫੀਆਂ ਜ਼ੁਹਦ ਕਮਾਵਨੇ ਹਾਂ
ਮਕਰ ਫ਼ਨ ਨੂੰ ਭੰਨ ਕੇ ਸਾਫ਼ ਕਰਦੇ, ਜਿੰਨ ਭੂਤ ਨੂੰ ਸਾੜ ਵਿਖਾਵਨੇ ਹਾਂ
ਨਕਸ਼ ਲਿਖ ਕੇ ਫੂਕ ਯਾਸੀਨ ਦੇਈਏ, ਸਾਏ ਸੂਲ ਦੀ ਜ਼ਾਤ ਗਵਾਵਨੇ ਹਾਂ
ਦੁੱਖ ਦਰਦ ਬਲਾਇ ਤੇ ਜਾਇ ਤੰਗੀ, ਕਦਮ ਜਿਨ੍ਹਾਂ ਦੇ ਵਿਹੜਿਆਂ ਪਾਵਨੇ ਹਾਂ
ਸਣੇ ਤਸਮੀਆਂ ਪੜ੍ਹਾਂ ਇਖਲਾਕ ਸੂਰਤ, ਜੜ੍ਹਾਂ ਵੈਰ ਦੀਆਂ ਪੁੱਟ ਵਗਾਹਵਨੇ ਹਾਂ
ਦਿਲੋਂ ਹੁੱਬ ਦਾ ਚਾਇ ਤਾਵੀਜ਼ ਲਿਖੀਏ, ਅਸੀਂ ਰੁੱਠੜੇ ਯਾਰ ਮਿਲਾਵਨੇ ਹਾਂ

---

1. ਸਗ, ਕੁੱਤਾ

ਜਿਹੜਾ ਮਾਰਨਾ ਹੋਵੇ ਤਾਂ ਕੀਲ ਕਰ ਕੇ, ਐਤਵਾਰ ਮਸਾਣ ਜਗਾਵਨੇ ਹਾਂ
ਜਿਹੜੇ ਗੱਭਰੂ ਥੋਂ ਰਹੇ ਰੰਨ ਵਿਟਰ, ਲੌਂਗ ਮੰਤਰ ਕੇ ਚਾਇ ਖੁਵਾਵਨੇ ਹਾਂ
ਜਿਹੜੇ ਯਾਰ ਨੂੰ ਯਾਰਨੀ ਮਿਲੇ ਨਾਹੀਂ, ਫੁੱਲ ਮੰਤਰ ਕੇ ਚਾਇ ਸੁੰਘਾਵਲੇ ਹਾਂ
ਇਹਨਾਂ ਵਹੁਟੀਆਂ ਦੇ ਦੁੱਖ ਦਰਦ ਜਾਂਦੇ, ਫੜ ਹਿੱਕ ’ਤੇ ਹੱਥ ਫਿਰਾਵਨੇ ਹਾਂ
ਕੀਲ ਡਾਇਣਾਂ ਕੱਚੀਆਂ ਪੱਕੀਆਂ ਨੂੰ, ਦੰਦ ਭੰਨ ਕੇ ਲਿਟਾਂ ਮੁਨਾਵਨੇ ਹਾਂ
ਜਾਂ ਸਿਹਰ ਜਾਦੂ ਚੜ੍ਹੇ ਭੂਤ ਕੁੱਦੇ, ਗੰਢਾ ਕੀਲ ਦਿਵਾਲੀ ਦਾ ਪਾਵਨਾ ਹਾਂ
ਕਿਸੇ ਨਾਲ ਜੇ ਵੈਰ ਵਿਰੋਧ ਹੋਵੇ, ਉਹਨੂੰ ਭੂਤ ਮਸਾਣ ਚਿੰਬੜਾਵਨੇ ਹਾਂ
ਬੁਰਾ ਬੋਲਦੀ ਹੈ ਜਿਹੜੀ ਜੋਗੀਆਂ ਨੂੰ ਸਿਰ ਮੁੰਨ ਕੇ ਗਧੇ ਤੇ ਚੜ੍ਹਾਵਨੇ ਹਾਂ
ਜੈਂਦੇ ਨਾਲ ਮੁਦੱਪੜਾ ਠੀਕ ਹੋਵੇ, ਉਹਨੂੰ ਬੀਰ ਬੈਤਾਲ ਪੁਛਾਵਨੇ ਹਾਂ
ਏਸ ਖੇੜਿਆਂ ਦੇ ਘਰੋਂ ਇਕ ਬੂਟਾ, ਹੁਕਮ ਰੱਬ ਦੇ ਨਾਲ ਪੁਟਾਵਨੇ ਹਾਂ
ਵਾਰਿਸ ਸ਼ਾਹ ਜੇ ਹੋਰ ਨਾ ਦਾਉ ਲਗੇ, ਸਿਰ ਪ੍ਰੇਮ ਜੜੀਆਂ ਚਾਇ ਪਾਵਨੇ ਹਾਂ

ਸਹਿਤੀ

374

ਮਹਿਬੂਬ ਅੱਲਾਹ ਦੇ ਲਾਡਲੇ ਹੋ, ਇਹ ਵਟੂਹੜੀ ਨੂੰ ਕੋਈ ਸੂਲ ਹੈ ਜੀ
ਕੋਈ ਗੁੱਝੜਾ ਰੋਗ ਹੈ ਏਸ ਧਾਣਾ, ਪਈ ਨਿੱਤ ਏਹ ਰਹੇ ਰੰਜੂਲ ਹੈ ਜੀ
ਹੱਥੋਂ ਲੁੜ੍ਹੀ ਵਹਿੰਦੀ ਲਾਹੂ ਲੱਥੜੀ ਹੈ, ਦੇਹੀ ਹੋਇ ਜਾਂਦੀ ਮਖ਼ਤੂਲ ਹੈ ਜੀ
ਮੂੰਹੋਂ ਮਿੱਠੜੀ ਲਾਡ ਦੇ ਨਾਲ ਬੋਲੇ, ਹਰ ਕਿਸੇ ਦੇ ਨਾਲ ਮਾਕੂਲ ਹੈ ਜੀ
ਮੂਧਾ ਪਿਆ ਹੈ ਝੁੱਗੜਾ ਨਿੱਤ ਸਾਡਾ, ਇਹ ਵਹੁਟੜੀ ਘਰਾਂ ਦਾ ਮੂਲ ਹੈ ਜੀ
ਮੇਰੇ ਵੀਰ ਦੇ ਨਾਲ ਹੈ ਵੈਰ ਇਸ ਦਾ, ਜਿਹਾ ਕਾਫਰਾਂ ਨਾਲ ਰਸੂਲ ਹੈ ਜੀ
ਅੱਗੇ ਇਸ ਦੇ ਸਹੁਰੇ ਹੱਥ ਬੱਧੀ, ਜੋ ਕੁਝ ਆਖਸੀ ਸਭਾ ਕਬੂਲ ਹੈ ਜੀ
ਇਹ ਪਲੰਘ ਤੋਂ ਕਦੇ ਨਾ ਉੱਠ ਬੈਠੇ, ਸਾਡੇ ਢਿੱਡ ਵਿਚ ਫਿਰੇ ਡੰਡੂਲ ਹੈ ਜੀ
ਕਰੋ ਮਿਹਰ ਦੀ ਨਜ਼ਰ ਫਕੀਰ ਸਾਂਈ, ਤੇਰੀ ਮੱਦਦ ਤੇ ਰੱਬ ਰਸੂਲ ਹੈ ਜੀ

ਜੋਗੀ

375

ਮੱਥਾ ਵੇਖ ਕੇ ਕਰਾਂ ਇਲਾਜ ਇਸ ਦਾ, ਹੱਥ ਬੰਨ੍ਹ ਕੇ ਬਿਨਤੀ ਕਰਾਇ ਤੈਨੂੰ
ਨਾੜੀ ਵੇਖ ਕੇ ਕਰੋ ਇਲਾਜ ਇਸ ਦਾ, ਜੇ ਉੱਠ ਕੇ ਹੱਥ ਵਿਖਾਇ ਮੈਨੂੰ
ਨਬਜ਼ ਵੇਖ ਕੇ ਏਸ ਦੀ ਕਰਾਂ ਕਾਰੀ, ਦੇਹੁ ਵੇਦਨਾ ਸਭ ਬਤਾਇ ਮੈਨੂੰ
ਰੋਗ ਕਾਸ ਥੋਂ ਚਲਿਆ ਕਰੋ ਜ਼ਾਹਰ, ਮਜ਼ਾ ਮੂੰਹ ਦਾ ਦੇਹੁ ਸੁਣਾਇ ਮੈਨੂੰ
ਵਾਰਿਸ ਸ਼ਾਹ ਮੀਆਂ ਛੱਤੀ ਰੋਗ ਕੱਟਾਂ, ਮਲਕੁਲ-ਮੌਤ ਥੀਂ ਲਵਾ ਬਚਾਇ ਤੈਨੂੰ

376

ਖੰਘ ਖੁਰਕ ਤੇ ਸਾਹ ਤੇ ਅੱਖ ਆਈ, ਸੂਲ ਦੰਦ ਦੀ ਪੀੜ ਗਵਾਵਨਾ ਹਾਂ
ਕੁਲੰਜ ਤਪਦਿਕ ਮੁਹਰਕ ਤਪ ਹੋਵੇ, ਉਹਨੂੰ ਕਾੜ੍ਹਿਆਂ ਨਾਲ ਗਵਾਵਨਾ ਹਾਂ
ਸਰਸਾਮ, ਸੌਦਾਇ, ਜ਼ੁਕਾਮ, ਨਜ਼ਲਾ, ਏਹ ਸ਼ਰਬਤਾਂ ਨਾਲ ਮਿਟਾਵਨਾ ਹਾਂ
ਸਿਲ, ਨਫ਼ਸ ਤੇ ਇਸਤਕਾਇ ਹੋਵੇ, ਲਹਿਮ ਤਬਲ ਤੇ ਵਾਉ ਵੰਞਾਵਨਾ ਹਾਂ
ਲੂਤ, ਫੋੜਿਆਂ ਅਤੇ ਗੰਭੀਰ ਚੰਬਲ, ਤੇਲ ਲਾਇ ਕੇ ਜੜ੍ਹਾਂ ਪੁਟਾਵਨਾ ਹਾਂ
ਹੋਇ ਪੁੜਪੁੜੀ ਪੀੜ ਕਿ ਅੱਧ-ਸਿਰ ਦੀ, ਖੱਟਾ ਦਹੀਂ ਉਤੋਂ ਉਹਦੇ ਪਾਵਨਾ ਹਾਂ
ਅੱਧਰੰਗ, ਮੁਖ-ਭੰਗੀਆਂ ਹੋਵੇ ਜਿਸ ਨੂੰ, ਸ਼ੀਸ਼ਾ ਹਲਬ ਦਾ ਕੱਢ ਵਿਖਾਵਨਾ ਹਾਂ
ਮਿਰਗੀ ਹੋਵਗੁ ਤਾਂ ਲਾਹ ਕੇ ਪੈਰ ਛਿੱਤਰ, ਉਹ ਦੇ ਨੱਕ ਤੇ ਚਾਇ ਸੁੰਘਾਵਨਾ ਹਾਂ
ਝੋਲਾ ਮਾਰ ਜਾਇ ਜਿਹੜੇ ਰੋਗੀਆਂ ਨੂੰ, ਸੋਏ ਤੇਲ ਸੁਹਾਂਝਣਾ ਲਾਵਨਾ ਹਾਂ
ਬਾਂਹ ਸੁੱਕ ਜਾਏ ਟੰਗ ਸੁੰਨ ਹੋਏ, ਤਦੋਂ ਪੀਨ ਦਾ ਤੇਲ ਮਲਾਵਨਾ ਹਾਂ
ਰੰਨ ਮਰਦ ਨੂੰ ਕਾਮ ਜੇ ਕਰੇ ਗ਼ਲਬਾ, ਧਨੀਆਂ ਭਿਉਂ ਕੇ ਚਾਇ ਪਿਲਾਵਨਾ ਹਾਂ
ਨਾਮਰਦ ਨੂੰ ਬੀਰ-ਬਹੂਟੀਆਂ ਦਾ, ਤੇਲ ਕੱਢ ਕੇ ਨਿੱਤ ਮਲਾਵਨਾ ਹਾਂ
ਜੇ ਕਿਸੇ ਨੂੰ ਬਾਇਦ ਫਰੰਗ ਹੋਵੇ, ਰਸਕਪੂਰ ਤੇ ਲੌਂਗ ਦਿਵਾਵਨਾ ਹਾਂ
ਪ੍ਰਮੇਹ ਸੁਜ਼ਾਕ ਤੇ ਛਹਿ-ਮੂਤੀ ਉਹਨੂੰ, ਇੰਦਰੀ ਝਾੜ ਦਿਵਾਵਨਾ ਹਾਂ
ਅਤੀਸਾਰ ਬਨਾਹੀਆਂ, ਸੂਲ ਜਿਹੜੇ, ਈਸਬਗੋਲ ਹੀ ਘੋਲ ਪਿਲਾਵਨਾ ਹਾਂ
ਵਾਰਿਸ ਸ਼ਾਹ ਜਿਹੜੀ ਉੱਠ ਬਹੇ ਨਾਹੀਂ, ਉਸ ਨੂੰ ਹੱਥ ਭੀ ਮੂਲ ਨਾ ਲਾਵਨਾ ਹਾਂ

ਸਹਿਤੀ

377

ਲੱਖ ਵੈਦਗੀ ਵੈਦ ਲਗਾਇ ਅੱਕੇ, ਧੁਰੋਂ ਟੁੱਟੜੀ ਕਿਸੇ ਨਾ ਜੋੜਨੀ ਵੇ
ਜਿੱਥੇ ਕਲਮ ਤਕਦੀਰ ਦੀ ਵੱਗ ਮੁੱਕੀ, ਕਿਸੇ ਵੈਦਗੀ ਨਾਲ ਨਾ ਮੋੜਨੀ ਵੇ
ਜਿਸ ਕੰਮ ਵਿਚ ਵਹੁਟੜੀ ਹੋਏ ਚੰਗੀ, ਸੋਈ ਖੈਰ ਹੀ ਅਸਾਂ ਨੇ ਲੋੜਨੀ ਵੇ
ਵਾਰਿਸ ਹੋਰ ਅਜ਼ਾਰ ਹਨ ਸਭ ਮੁੜਦੇ, ਇਹ ਹੋਵਣੀ ਨਾ ਕਿਸੇ ਮੋੜਨੀ ਵੇ

ਜੋਗੀ

378

ਇਹ ਵਿਚ ਕੁਰਾਨ ਦੇ ਹੁਕਮ ਹੋਇਆ, ਗੱਲ ਫ਼ਕਰ ਦੀ ਨੂੰ ਨਹੀਂ ਹੱਸੀਏ ਨੀ
ਜੋ ਕੁਝ ਕਹਿਣ ਫ਼ਕੀਰ ਸੋ ਰੱਬ ਕਰਦਾ, ਆਖੇ ਫ਼ਕਰ ਦੇ ਥੋਂ ਨਾਹਿ ਨਸੀਏ ਨੀ
ਹੋਵੇ ਖ਼ੈਰ ਤੇ ਦੇਹੀ ਦਾ ਰੋਗ ਜਾਵੇ, ਨਿੱਤ ਪਹਿਨੀਏ ਖਾਈਏ, ਵੱਸੀਏ ਨੀ
ਭਲਾ ਬੁਰਾ ਜੋ ਵੇਖੀਏ, ਮਸਤ ਰਹੀਏ, ਭੇਤ ਫ਼ੱਕਰ ਦਾ ਮੂਲ ਨਾ ਦੱਸੀਏ ਨੀ
ਹੱਥ ਬੰਨ੍ਹ ਫਕੀਰ ’ਤੇ ਸਿਦਕ ਕੀਚੇ, ਨਹੀਂ ਟੋਪੀਆਂ ਸੇਲ੍ਹੀਆਂ ਖੱਸੀਏ ਨੀ
ਦੁਖ ਦਰਦ ਤੇਰੇ ਸੱਭੇ ਜਾਣ ਕੁੜੀਏ, ਭੇਤ ਜੀਊ ਦਾ ਖੋਲ੍ਹ ਕੇ ਦੱਸੀਏ ਨੀ

ਮੁਖ ਖੋਲ੍ਹ ਦਿਖਾ ਜੇ ਹੋਇ ਚੰਗੀ, ਨੀ ਇਆਣੀਏ ਭੋਲੀਏ ਸੱਸੀਏ ਨੀ
ਰੱਬ ਆਣ ਸਬੱਬ ਜਾਂ ਮੇਲਦਾ ਏ, ਖੈਰ ਹੋ ਜਾਂਦੀ ਨਾਲ ਲੱਸੀਏ ਨੀ
ਸੁਲਾਹ ਕੀਤਿਆਂ ਫ਼ਤਿਹ ਜੇ ਹੱਥ ਆਵੇ, ਕਮਰ ਜੰਗ ਤੇ ਮੂਲ ਨਾ ਕੱਸੀਏ ਨੀ
ਤੇਰੇ ਦਰਦ ਦਾ ਸਭ ਇਲਾਜ ਮੈਥੇ, ਵਾਰਿਸ ਸ਼ਾਹ ਨੂੰ ਵੇਦਨਾ ਦਸੀਏ ਨੀ

ਸਹਿਤੀ

379

ਸਹਿਤੀ ਗੱਜ ਕੇ ਆਖਦੀ ਛੱਡ ਜੱਟਾ, ਸਭ ਖੋਲ੍ਹ ਨਿਵਾਲੀਆਂ ਸੱਟੀਆਂ ਨੀ
ਹੋਰ ਸਭ ਜਾਤਾਂ ਠੱਗ ਖਾਧੀਆਂ ਨੀ, ਪਰ ਏਸ ਵੇਹੜੇ ਵਿਚ ਜੱਟੀਆਂ ਨੀ
ਅਸਾਂ ਏਤਨੀ ਗੱਲ ਮਾਲੂਮ ਕੀਤੀ, ਇਹ ਜੱਟੀਆਂ ਮੁਲਕ ਦੀਆਂ ਫੱਟੀਆਂ ਨੀ
ਡੂੰਮਾਂ, ਰਾਵਲਾਂ ਕਾਉਂ ਤੇ ਜੱਟੀਆਂ ਦੀਆਂ, ਜੀਭਾਂ ਧੁਰੋਂ ਸ਼ੈਤਾਨ ਨੇ ਚੱਟੀਆਂ ਨੀ
ਪਰ ਅਸਾਂ ਵੀ ਜਿਨ੍ਹਾਂ ਨੂੰ ਹੱਥ ਲਾਇਆ, ਉਹ ਬੂਟੀਆਂ ਜੜ੍ਹਾਂ ਥੀਂ ਪੱਟੀਆਂ ਨੀ
ਪੋਲੇ ਢਿੱਡ ਤੇ ਅਕਲ ਦੀ ਮਾਰ ਵਾਰਿਸ, ਛਾਹਾਂ ਪੀਣ ਤ੍ਰਿਬੇਹੀਆਂ ਖੱਟੀਆਂ ਨੀ

ਜੋਗੀ

380

ਹੌਲੀ ਸਹਿਜ ਸੁਭਾਇ ਦੀ ਗੱਲ ਕੀਚੇ, ਨਹੀਂ ਕੜਕੀਏ, ਬੋਲੀਏ, ਗੱਜੀਏ ਨੀ
ਲੱਖ ਝੱਟ ਤਰਲੇ ਫਿਰੇ ਕੋਈ ਕਰਦਾ, ਦਿੱਤੇ ਰੱਬ ਦੇ ਬਾਝ ਨਾ ਰੱਜੀਏ ਨੀ
ਧਿਆਨ ਰੱਬ 'ਤੇ ਰੱਖ ਨਾ ਹੋ ਤੱਤੀ, ਔਗੁਣ ਲੱਖ ਵੀ ਹੋਣ ਤੇ ਕੱਜੀਏ ਨੀ
ਅਸੀਂ ਨਜ਼ਰ ਕਰੀਏ, ਤੁਰਤ ਹੋਣ ਚੰਗੇ, ਜਿਨ੍ਹਾਂ ਰੋਗੀਆਂ ਤੇ ਜਾਇ ਵੱਜੀਏ ਨੀ
ਚੌਦਾਂ ਤਬਕਾਂ ਦੀ ਖਬਰ ਫਕੀਰ ਰੱਖਣ, ਮੂੰਹ ਤਿਨ੍ਹਾਂ ਥੋਂ ਕਾਸ ਨੂੰ ਕੱਜੀਏ ਨੀ
ਜੈਂਦੇ ਹੁਕਮ ਤੇ ਜਾਨ ਤੇ ਮਾਲ ਆਲਮ, ਓਸ ਰੱਬ ਤੋਂ ਕਾਸ ਨੂੰ ਭੱਜੀਏ ਨੀ
ਸਾਰੀ ਉਮਰ ਹੀ ਪਲੰਘ ਤੇ ਪਈ ਰਹੀਏਂ, ਏਸ ਅਕਲ ਦੇ ਨਾਲ ਕੁਚੱਜੀਏ ਨੀ
ਸ਼ਰਮ ਜੇਠ ਤੇ ਸਹੁਰਿਉਂ ਕਰਨ ਆਹੀ, ਮੂੰਹ ਫੱਕਰ ਥੋਂ ਕਾਸ ਥੀਂ ਕੱਜੀਏ ਨੀ
ਵਾਰਿਸ ਸ਼ਾਹ ਤਾਂ ਇਸ਼ਕ ਦੀ ਨਬਜ਼ ਦਿਸੇ, ਜਦੋਂ ਆਪਣੀ ਜਾਨ ਨੂੰ ਤੱਜੀਏ ਨੀ

ਸਹਿਤੀ

381

ਕੇਹੀ ਵੈਦਗੀ ਆਣ ਮਚਾਈਆਂ ਈ, ਕਿਸ ਵੈਦ ਨੇ ਦੱਸ ਪੜ੍ਹਾਇਆ ਹੈਂ
ਵਾਂਗ ਚੌਧਰੀ ਆਣ ਕੇ ਪੈਂਚ ਬਣਿਉਂ, ਕਿਸ ਚਿੱਠੀਆਂ ਘੱਲ ਸਦਾਇਆ ਹੈਂ
ਸੇਹਲੀ ਟੋਪੀਆਂ ਬੰਨ੍ਹ ਕੇ ਲਗੜ ਵਾਂਗੂ, ਤੂੰ ਤੇ ਸ਼ਾਹ ਭੋਲੂ ਬਣ ਆਇਆ ਹੈਂ
ਵਡੇ ਦਗੇ ਤੇ ਫੰਦ ਫਰੇਬ ਸਿਖਿਓਂ, ਐਵੇਂ ਮੁੰਨ ਕੇ ਘੋਨ ਕਰਾਇਆ ਹੈਂ
ਨਾ ਤੂੰ ਜੱਟ ਰਹਿਉਂ, ਨਾ ਫ਼ਕੀਰ ਹੋਇਉਂ, ਏਵੇਂ ਪਾੜ ਕੇ ਕੰਨ ਗਵਾਇਆ ਹੈਂ
ਨਾ ਤੂੰ ਜੰਮਿਉਂ, ਨਾ ਕਿਸੇ ਮੱਤ ਦਿੱਤੀ, ਤੂੰ ਪੁੱਟ ਕੇ ਕਿਸੇ ਨਾ ਲਾਇਆ ਹੈਂ

ਬੁਰੇ ਦਿਨਾਂ ਦੀਆਂ ਫੇੜੀਆਂ ਇਹ ਹੈ ਨੀ, ਅੱਜ ਰੱਬ ਨੇ ਠੀਕ ਕੁਟਾਇਆ ਹੈ
ਵਾਰਿਸ ਸ਼ਾਹ ਕਰ ਬੰਦਗੀ ਰੱਬ ਦੀ ਤੂੰ, ਜਿਸ ਵਾਸਤੇ ਰੱਬ ਬਣਾਇਆ ਹੈ

ਜੋਗੀ

382

ਤੇਰੀ ਤਬ੍ਹਾ ਚਲਾਕ ਛੈਲਛਿਦਰੇ ਨੀ, ਚੋਰ ਵਾਂਗ ਕੀ ਸੇਲ੍ਹੀਆਂ ਸਿੱਲੀਆਂ ਨੀ
ਪੈਰੀਂ ਬਿੱਲੀਆਂ[1] ਹੋਣ ਫਿਰੰਦਿਆਂ ਦੇ, ਤੇਰੀ ਜੀਭ ਹਰਿਆਰੀਏ ਬਿਲੀਆਂ ਨੀ
ਕੇਹਾ ਰੋਗ ਹੈ ਦੱਸ ਇਸ ਵਹੁਟੜੀ ਨੂੰ, ਇਕੇ ਮਾਰਦੀ ਫਿਰੇ ਟਰਪੱਲੀਆਂ ਨੀ
ਕਿਸੇ ਏਸ ਨੂੰ ਚਾਇ ਮਸਾਨ ਘੱਤੇ, ਪੱਟ ਠੋਕੀਆਂ ਸਾਰ ਦੀਆਂ ਕਿੱਲੀਆਂ ਨੀ
ਸਹੰਸ ਵੇਦ ਤੇ ਧੂਪ ਹੋਰ ਫੁੱਲ ਹਰਮਲ, ਹਰੇ ਸ਼ਰੀਂਹ ਦੀਆਂ ਛਮਕਾਂ ਗਿੱਲੀਆਂ ਨੀ
ਝੱਬ ਕਰਾਂ ਮੈਂ ਜਤਨ ਝੜ ਜਾਣ ਕਾਮਣ, ਅਣੀ ਕਮਲੀਓ ਹੋਇਓ ਨਾ ਢਿੱਲੀਆਂ ਨੀ
ਰੱਬ ਵੈਦ ਪੱਕਾ ਘਰ ਘੱਲਿਆ ਜੇ, ਫਿਰੇਂ ਢੂੰਡਦੀ ਪੂਰਬਾਂ ਦਿੱਲੀਆਂ ਨੀ
ਵਾਰਿਸ ਸ਼ਾਹ ਪ੍ਰੇਮ ਦੀ ਜੜੀ ਘੱਤੀ, ਨੈਣਾਂ ਹੀਰ ਦਿਆਂ ਕੱਚੀਆਂ ਪਿੱਲੀਆਂ ਨੀ

ਸਹਿਤੀ

383

ਮੇਰੇ ਨਾਲ ਕਿਉਂ ਪਿਆ ਹੈਂ ਵੈਰ ਜੋਗੀ! ਮੱਥਾ ਸੌਂਕਣਾਂ ਵਾਂਗ ਕੀ ਡਾਹਿਆ ਈ
ਐਵੇਂ ਘੂਰ ਕੇ ਮੁਲਕ ਨੂੰ ਫਿਰੇਂ ਖਾਂਦਾ, ਕਦੀ ਜੋਤਰਾ ਮੂਲ ਨਾ ਵਾਹਿਆ ਈ
ਕਿਸੇ ਜੋਗੀਅੜੇ ਠੱਗ ਫਕੀਰ ਕੀਤੋ, ਅਣਜਾਣ ਕਕੂਹੜਾ ਫਾਹਿਆ ਈ
ਮਾਉਂ ਬਾਪ ਗੁਰਪੀਰ ਘਰ ਬਾਰ ਛਡਿਓ, ਕਿਸੇ ਰੰਨ ਨੇ ਚਾਇ ਤ੍ਰਾਹਿਆ ਈ
ਪੜਤ ਰੱਖ ਕੇ ਆਪਣਾ ਆਪ ਪਾਲੇ, ਕਿਸੇ ਰੰਨ ਨੇ ਚਾਇ ਤ੍ਰਾਹਿਆ ਈ
ਸਵਾਹ ਲਾਈਆ, ਬਾਣ ਨਾ ਲਥੀਆ ਹੀ, ਐਵੇਂ ਕਪੜਾ ਚੀਥੜਾ ਲਾਹਿਆ ਈ
ਆ ਆਖਨੀ ਹਾਂ ਟਲ ਜਾਹ ਸਾਥੋਂ, ਗਾਂਡੂ ਸਾਥ ਲੱਧੋ ਢੂੰਡ ਆਇਆ ਈ
ਵਾਰਿਸ ਸ਼ਾਹ ਮੀਆਂ ਉਥੇ ਅੱਕ ਜੰਮੇ, ਜਿਥੇ ਆਸ਼ਕਾਂ ਜੋਤਰਾ ਲਾਇਆ ਈ

ਜੋਗੀ

384

ਮਾਣਮੱਤੀਏ ਰੂਪ ਗੁਮਾਨ ਭਰੀਏ, ਭੈੜ-ਕਾਰੀਏ, ਗਰਬ-ਗਹੇਲੀਏ ਨੀ
ਏਡੇ ਫੰਧ ਫਰੇਬ ਕਿਉਂ ਖੇਡਨੀ ਹੈਂ, ਕਿਸੇ ਵੱਡੇ ਉਸਤਾਦ ਦੀਏ ਚੇਲੀਏ ਨੀ
ਏਸ ਹੁਸਨ ਦਾ ਨਾਹਿ ਗੁਮਾਨ ਕੀਚੇ, ਮਾਣ-ਮੱਤੀਏ, ਨੈਣ ਸੁਰਮੇਲੀਏ ਨੀ
ਤੇਰੀ ਭਾਬੀ ਦੀ ਨਹੀਂ ਪਰਵਾਹ ਸਾਨੂੰ, ਵੱਡੀ ਹੀਰ ਦੀ ਅੰਗ ਸਹੇਲੀਏ ਨੀ
ਮਿਲੇ ਸਿਰਾਂ ਨੂੰ ਨਾਹਿ ਵਿਛੋੜ ਦੇਈਏ, ਹਥੂੰ ਵਿਛੜੇ ਸਿਰਾਂ ਨੂੰ ਮੇਲੀਏ ਨੀ

---

1. ਅੰਗਰੇਜ਼ ਬਿੱਲੀਆਂ ਪਾਲ਼ਦੇ ਹਨ ਜੋ ਪੈਰਾਂ ਜਾਂ ਬੁੱਕਲ ਵਿੱਚ ਬੈਠਦੀਆਂ ਹਨ।

ਕੇਹਾ ਵੈਰ ਫਕੀਰ ਦੇ ਨਾਲ ਚਾਇਓ, ਪਿੱਛਾ ਛੱਡ ਅਨੋਖੀਏ ਲੇਲੀਏ ਨੀ
ਇਹ ਜੱਟੀ ਸੀ ਕੂੰਜ ਤੇ ਉਹ ਉੱਲੂ, ਪਰ ਬੱਧੀਆ ਜੋ ਗੱਲ ਖੇਲੀਏ ਨੀ
ਵਾਰਿਸ ਜਿਨਸ ਦੇ ਨਾਲ ਹਮਜਿਨਸ ਬਣਦੀ, ਭੌਰ ਤਾਜ ਨਾ ਗਧੇ ਨੂੰ ਮੇਲੀਏ ਨੀ

ਸ਼ਾਇਰ

385

ਹੀਰ ਕੰਨ ਧਰਿਆ, ਇਹ ਕੌਣ ਆਇਆ, ਕੋਈ ਇਹ ਤਾਂ ਹੈ ਦਰਦ-ਖ੍ਵਾਹ ਮੇਰਾ
ਮੈਨੂੰ ਭੌਰ ਤਾਜਣ ਜਿਹੜਾ ਆਖਦਾ ਏ, ਅਤੇ ਗਧਾ ਬਣਾਇਆ ਸੂ ਚਾਇ ਖੇੜਾ
ਮਤਾਂ ਚਾਕ ਮੇਰਾ ਕਿਵੇਂ ਆਣ ਫਾਸੇ, ਏਸੇ ਨਾਲ ਮੈਂ ਉੱਠ ਕੇ ਕਰਾਂ ਝੇੜਾ
ਵਾਰਿਸ ਸ਼ਾਹ ਮਤ ਕੰਨ ਪੜਾਇ ਰਾਂਝਾ, ਘੱਤ ਮੁੰਦਰਾਂ ਮੰਨਿਆਂ ਹੁਕਮ ਮੇਰਾ

ਹੀਰ

386

ਬੋਲੀ ਹੀਰ ਵੇ ਅੜਿਆ ਜਾਹੁ ਸਾਥੋਂ, ਕੋਈ ਖੁਸ਼ੀ ਨਾ ਹੋਵੇ ਤਾਂ ਹੱਸੀਏ ਕਿਉਂ
ਪਰਦੇਸੀਆਂ ਜੋਗੀਆਂ ਕਮਲਿਆਂ ਨੂੰ, ਵਿਚੋਂ ਜੀਉ ਦਾ ਭੇਤ ਚਾਇ ਦੱਸੀਏ ਕਿਉਂ
ਜੇ ਤਾਂ ਜ਼ਫਾ ਨ ਜਾਲੀਆਂ ਜਾਇ ਜੋਗੀ, ਜੋਗ ਪੰਥ ਵਿਚ ਆਇ ਕੇ ਧੱਸੀਏ ਕਿਉਂ
ਜੇ ਤਾਂ ਆਪ ਇਲਾਜ ਨਾ ਜਾਣੀਏ ਵੇ, ਜਿੰਨ ਭੂਤ ਤੇ ਜਾਦੂੜੇ ਦੱਸੀਏ ਕਿਉਂ
ਜੇ ਤਾਂ ਅੰਤ ਰੰਨਾਂ ਵਲ ਵੇਖਣਾ ਸੀ, ਵਾਹੀ ਜੋਤਰੇ ਛੱਡ ਕੇ ਨੱਸੀਏ ਕਿਉਂ
ਫਕਰ ਭਾਰੜੇ ਗੌਰੜੇ ਹੋਇ ਰਹੀਏ, ਕੁੜੀ ਚਿੜੀ ਦੇ ਨਾਲ ਖੜਖੱਸੀਏ ਕਿਉਂ
ਜਿਹੜਾ ਕੰਨ ਲਪੇਟ ਕੇ ਨੱਸ ਜਾਏ, ਮਗਰ ਲਗ ਕੇ ਉਸ ਨੂੰ ਝੱਸੀਏ ਕਿਉਂ
ਵਾਰਿਸ ਸ਼ਾਹ ਉਜਾੜ ਕੇ ਵਸਦਿਆਂ ਨੂੰ, ਆਪ ਖੈਰ ਦੇ ਨਾਲ ਫਿਰ ਵੱਸੀਏ ਕਿਉਂ

ਜੋਗੀ

387

ਘਰੋਂ ਸੱਖਣਾ ਫਕਰ ਨਾ ਡੂਮ ਜਾਏ, ਅਨੀ ਖੇੜਿਆਂ ਦੀਏ ਗ਼ਮ ਖੋਰੀਏ ਨੀ
ਕੋਈ ਵੱਡੀ ਤਕਸੀਰ ਹੈ ਅਸਾਂ ਕੀਤੀ, ਸਦਕਾ ਹੁਸਨ ਦਾ ਬਖਸ਼ ਲੈ ਗੋਰੀਏ ਨੀ
ਘਰੋਂ ਸਰੇ ਸੋ ਫਕਰ ਨੂੰ ਖ਼ੈਰ ਦਿੱਚੈ, ਨਹੀਂ ਤੁਰੰਤ ਜਵਾਬ ਦੇ ਟੋਰੀਏ ਨੀ
ਵਾਰਿਸ ਸ਼ਾਹ ਕੁਝ ਰੱਬ ਦੇ ਨਾਉਂ ਦਿੱਚੈ, ਨਾਹੀਂ ਆਜਜ਼ਾਂ ਦਾ ਕਾਈ ਜ਼ੋਰੀਏ ਨੀ

ਹੀਰ

388

ਹੀਰ ਆਖਦੀ ਜੋਗੀਆ! ਝੂਠ ਬੋਲੇਂ ਕੌਣ ਰੁੱਠੜੇ ਯਾਰ ਮਿਲਾਂਵਦਾ ਈ
ਏਹਾ ਕੋਈ ਨਾ ਮਿਲਿਆ ਮੈਂ ਢੂੰਡ ਥੱਕੀ ਜਿਹੜਾ ਗਿਆਂ ਨੂੰ ਮੋੜ ਲਿਆਂਵਦਾ ਈ
ਸਾਡੇ ਚੰਮ ਦੀਆਂ ਜੁੱਤੀਆਂ ਕਰੇ ਕੋਈ ਜਿਹੜਾ ਜੀਉ ਦਾ ਰੋਗ ਗਵਾਂਵਦਾ ਈ

ਭਲਾ ਦੱਸ ਖਾਂ ਚਿਰੀਂ ਵਿਛੁੰਨਿਆਂ ਨੂੰ, ਕਦੋਂ ਰੱਬ ਸੱਚਾ ਘਰ ਲਿਆਂਵਦਾ ਈ
ਭਲਾ ਮੋਏ ਤੇ ਵਿਛੜੇ ਕੌਣ ਮੇਲੇ, ਐਵੇਂ ਜੀਊੜਾ ਲੋਕ ਵਲਾਂਵਦਾ ਈ
ਇਕ ਬਾਜ਼ ਥੋਂ ਕਾਉਂ ਨੇ ਕੂੰਜ ਖੋਹੀ, ਵੇਖਾਂ ਚੁੱਪ ਹੈ ਕਿ ਕੁਰਲਾਂਵਦਾ ਈ
ਇਕ ਜੱਟ ਦੇ ਖੇਤ ਨੂੰ ਅੱਗ ਲੱਗੀ, ਵੇਖਾਂ ਆਇਕੇ ਕਦੋਂ ਬੁਝਾਂਵਦਾ ਈ
ਦਿਆਂ ਘਿਉ ਦੀਆਂ ਚੂਰੀਆਂ ਬਾਲ ਦੀਵੇ, ਵਾਰਿਸ ਸ਼ਾਹ ਜੇ ਸੁਣਾਂ ਮੈਂ ਆਂਵਦਾ ਈ

ਜੋਗੀ

389

ਜਦੋਂ ਤੀਕ ਹੈ ਜ਼ਿਮੀਂ ਅਸਮਾਨ ਕਾਇਮ, ਤਦੋਂ ਤੀਕ ਇਹ ਵਾਹ ਸਭ ਵਹਿਣਗੇ ਨੀ
ਸਭਾ ਕਿਬਰ ਹੰਕਾਰ ਗਮਾਨ, ਲੱਦੇ, ਆਪੋ ਵਿਚ ਇਹ ਅੰਤ ਨੂੰ ਖਹਿਣਗੇ ਨੀ
ਇਸਰਾਫੀਲ[1] ਜਾਂ ਸੂਰ ਕਰਨਾਇ ਫੂਕੇ, ਤਦ ਜ਼ਿਮੀਂ ਅਸਮਾਨ ਸਭ ਢਹਿਣਗੇ ਨੀ
ਕੁਰਸੀ ਅਰਸ਼ ਤੇ ਲੋਹ ਤੇ ਕਲਮ, ਜੰਨਤ, ਨਾਲੇ ਦੋਜ਼ਖ ਛੀਏ ਹੋਏ ਰਹਿਣਗੇ ਨੀ
ਕੁੱਰਾ ਸੁੱਟ ਕੇ ਪ੍ਰਸ਼ਨ ਮੈਂ ਲਾਂਵਦਾ ਹਾਂ, ਦੱਸਾਂ ਉਨ੍ਹਾਂ ਨੂੰ ਉੱਠ ਕੇ ਬਹਿਣਗੇ ਨੀ
ਨਾਲ ਪੱਤਰੀ ਫੋਲ ਕੇ ਫਾਲ ਘੱਤਾਂ, ਵਾਰਿਸ ਸ਼ਾਹ ਹੋਗੀਂ ਸੱਚ ਕਹਿਣਗੇ ਨੀ

ਯਾਦਾਂ ਦਾ ਜ਼ਿਕਰ ਕਰਨਾ

390

ਸੀ ਛੱਤਿਆਂ ਲਾਲ ਉਹ ਮੱਸ-ਭਿਨਾ, ਤਦੋਂ ਦੋਹਾਂ ਦਾ ਜੀਊ ਰਲ ਗਿਆ ਸੀ ਨੀ
ਉਸ ਸੀ ਵੰਝਲੀ ਨਾਲ ਤੂੰ ਨਾਲ ਲਟਕਾਂ, ਜੀਊ ਦੋਹਾਂ ਦਾ ਦੋਹਾਂ ਨੇ ਲਿਆ ਸੀ ਨੀ
ਉਹ ਇਸ਼ਕ ਦੇ ਹੱਥ ਵਿਕਾਇ ਰਿਹਾ, ਮਹੀਂ ਕਿਸੇ ਦੀਆਂ ਚਾਰਦਾ ਪਿਆ ਸੀ ਨੀ
ਨਾਲ ਸ਼ੌਕ ਦੇ ਮਹੀਂ ਚਾਰਦਾ ਸੀ, ਤੇਰਾ ਵਿਆਹ ਹੋਇਆ ਲੁੜ੍ਹ ਗਿਆ ਸੀ ਨੀ
ਤੁਸੀਂ ਚੜ੍ਹੇ ਡੋਲੀ ਤਾਂ ਉਹ ਹਿੱਕ ਮਹੀਂ, ਟੰਮਕ ਚਾਇ ਕੇ ਨਾਲ ਲੈ ਗਿਆ ਸੀ ਨੀ
ਹੁਣ ਕੰਨ ਪੜਵਾਇ ਫਕੀਰ ਹੋਇਆ, ਨਾਲ ਜੋਗੀਆਂ ਦੇ ਰਲ ਗਿਆ ਸੀ ਨੀ
ਅੱਜ ਪਿੰਡ ਤੁਸਾਡੜੇ ਆਣ ਵੜਿਆ, ਅਜੇ ਲੰਘ ਕੇ ਅਗਾਂਹ ਨਾ ਗਿਆ ਸੀ ਨੀ
ਵਾਰਿਸ ਸ਼ਾਹ ਹੁਣ ਪੱਤਰੀ ਭਾਲ ਡਿੱਠੀ, ਕੁਰਰਾ ਇਹ ਨਜੂਮ ਦਾ ਪਿਆ ਸੀ ਨੀ

ਸ਼ਾਇਰ

391

ਛੋਟੀ ਉਮਰ ਦੀਆਂ ਯਾਰੀਆਂ ਬਹੁਤ ਮੁਸ਼ਕਲ, ਪੁੱਤਰ ਮਹਿਰਾਂ ਦੇ ਖੋਲੀਆਂ ਚਾਰਦੇ ਨੇ
ਕੰਨ ਪਾੜ ਫਕੀਰ ਹੋ ਜਾਣ ਰਾਜੇ, ਦਰਦਮੰਦ ਫਿਰਨ ਵਿਚ ਬਾਰ ਦੇ ਨੇ
ਰੰਨਾਂ ਵਾਸਤੇ ਕੰਨ ਪੜਵਾਇ ਰਾਜੇ, ਸਭਾ ਜ਼ਾਤ ਸ਼ਿਫਾਤ ਨਿਘਾਰਦੇ ਨੇ
ਭਲੇ ਦਿਨਾਂ ਦੇ ਨੇਕ ਨਸੀਬ ਹੋਵਣ, ਸੱਜਣ ਆਣ ਬਹਿਸਣ ਪਾਸ ਯਾਰ ਦੇ ਨੇ

---

1. ਸਰਾਲ਼, ਇੱਕ ਲੰਬੀ ਕਿਸਮ ਦਾ ਸੱਪ

ਧਨ ਮਾਲ ਗਿਆ, ਸਿਰ ਵੱਖ ਕਰ ਕੇ, ਦੀਦਬਾਜ਼ ਆਸ਼ਕ ਦੀਦ ਮਾਰਦੇ ਨੇ
ਵਾਰਿਸ ਸ਼ਾਹ ਜਾਂ ਜ਼ੌਕ[1] ਦੀ ਲਗੇ ਗੱਦੀ, ਜੌਹਰ ਨਿਕਲਦੇ ਅਸਲ ਤਲਵਾਰ ਦੇ ਨੇ

392

ਜਿਸ ਜੱਟ ਦੇ ਖੇਤ ਨੂੰ ਅੱਗ ਲੱਗੀ, ਉਹ ਰਾਹਕਾਂ ਵੱਢ ਕੇ ਗਾਹ ਲਇਆ
ਲਾਵੇਹਾਰ ਰਾਖੇ ਸਭ ਵਿਦਾ ਹੋਏ, ਨਾਉਮੀਦ ਹੋ ਕੇ ਜੱਟ ਰਾਹ ਪਇਆ
ਜਿਹੜੇ ਬਾਜ਼ ਥੋਂ ਕਾਉਂ ਨੇ ਕੂੰਜ ਖੋਹੀ, ਸਬਰ ਸ਼ੁਕਰ ਕਰ ਬਾਜ਼ ਫ਼ਨਾਹ ਭਇਆ
ਦੁਨਿਆਂ ਛੱਡ ਉਦਾਸੀਆਂ ਬੰਨ੍ਹ ਲਈਆਂ, ਸੱਯਦ ਵਾਰਿਸੋਂ ਹੁਣ ਵਾਰਿਸ ਸ਼ਾਹ ਭਇਆ

ਖ਼ਿਆਲ ਹੀਰ

393

ਹੀਰ ਉੱਠ ਬੈਠੀ ਪੱਤੇ ਠੀਕ ਲੱਗੇ, ਇਹ ਠੀਕ ਨਿਸ਼ਾਨੀਆਂ ਸਾਰੀਆਂ ਨੀ
ਇਹ ਤਾਂ ਜੋਗੀਅੜਾ ਪੰਡਤ ਠੀਕ ਮਿਲਿਆ, ਬਾਤਾਂ ਆਖਦਾ ਠੀਕ ਕਰਾਰੀਆਂ ਨੀ
ਪਤੇ ਵੰਝਲੀ ਦੇ ਏਸ ਠੀਕ ਦਿੱਤੇ ਅਤੇ ਮਹੀਂ ਵੀ ਸਾਡੀਆਂ ਚਾਰੀਆਂ ਨੀ
ਵਾਰਿਸ ਸ਼ਾਹ ਇਹ ਇਲਮ ਦਾ ਧਨੀ ਡਾਢਾ, ਖੋਲ੍ਹ ਕਹੇ ਹਕੀਕਤਾਂ ਸਾਰੀਆਂ ਨੀ

ਹੀਰ

394

ਭਲਾ ਦੱਸ ਖਾਂ ਜੋਗੀਆਂ ! ਚੋਰ ਸਾਡਾ, ਹੁਣ ਕਿਹੜੀ ਤਰਫ਼ ਨੂੰ ਉੱਠ ਗਿਆ
ਵੇਖਾਂ ਆਪ ਹੁਣ ਕਿਹੜੇ ਮੁਲਕ ਫਿਰਦਾ, ਅਤੇ ਮੁਝ ਗਰੀਬ ਨੂੰ ਕੁੱਠ ਗਿਆ
ਰੁੱਠੇ ਆਦਮੀ ਘਰਾਂ ਵਿਚ ਆਣ ਮਿਲਦੇ, ਗੱਲ ਸਮਝ ਜਾਂ ਬੱਧੜੀ ਮੁੱਠ ਗਿਆ
ਘਰ ਵਿਚ ਗੁਣਾਂ ਪੈਂਦਾ ਸੱਜਣਾਂ ਦਾ, ਯਾਰ ਹੋਰ ਨਾਹੀਂ ਕਿਤੇ ਗੁੱਠ ਗਿਆ
ਘਰ ਯਾਰ ਤੇ ਢੂੰਡਦੀ ਫਿਰੇਂ ਬਾਹਰ, ਕਿਤੇ ਮਹਿਲ ਨਾ ਮੜੀਆਂ ਉੱਠ ਗਿਆ
ਸਾਨੂੰ ਸਬਰ ਅਰਾਮ ਤੇ ਚੈਨ ਨਾਹੀਂ, ਵਾਰਿਸ ਸ਼ਾਹ ਜਦੋਕਣਾ ਰੁੱਠ ਗਿਆ

ਜੋਗੀ

395

ਏਸ ਘੁੰਡ ਵਿਚ ਬਹੁਤ ਖੁਆਰੀਆਂ ਨੇ, ਅੱਗ ਲਾਇ ਕੇ ਘੁੰਡ ਨੂੰ ਸਾੜੀਏ ਨੀ
ਘੁੰਡ ਹੁਸਨ ਦੀ ਆਬ ਛੁਪਾਇ ਲੈਂਦਾ, ਲੰਮੇ ਘੁੰਡ ਵਾਲੀ ਰੜੇ ਮਾਰੀਏ ਨੀ
ਘੁੰਡ ਆਸ਼ਕਾਂ ਦੇ ਬੇੜੇ ਡੋਬ ਦੇਂਦਾ, ਮੈਨਾ ਤਾੜ ਨਾ ਪਿੰਜਰੇ ਤਾੜੀਏ ਨੀ
ਤਦੋਂ ਇਹ ਜਹਾਨ ਸਭ ਨਜ਼ਰ ਆਵੇ, ਜਦੋਂ ਘੁੰਡ ਨੂੰ ਜ਼ਰਾ ਉਤਾਰੀਏ ਨੀ
ਘੁੰਡ ਅੰਨਿਆ ਕਰੇ ਸੁਜਾਖਿਆਂ ਨੂੰ ਘੁੰਡ ਲਾਹ ਤੂੰ ਮੂੰਹ ਤੋਂ ਲਾੜੀਏ ਨੀ
ਸਾੜ ਘੁੰਡ ਨੂੰ ਖੋਲ੍ਹ ਕੇ ਦੇਖ ਨੈਣਾਂ, ਨੀ ਅਨੋਖਿਆਂ ਸਾਲੂਆਂ ਵਾਲੀਏ ਨੀ

ਵਾਰਿਸ ਸ਼ਾਹ ਨਾ ਦੱਬੀਏ ਮੋਤੀਆਂ ਨੂੰ, ਫੁੱਲ ਅੱਗ ਦੇ ਵਿਚ ਨਾ ਸਾੜੀਏ ਨੀ

ਹੀਰ

396

ਮੀਆਂ ਜੋਗੀਆਂ! ਝੂਠੀਆਂ ਇਹ ਗੱਲਾਂ, ਘਰ ਹੋਣ ਤਾਂ ਕਾਸ ਨੂੰ ਭਾਲੀਏ ਵੇ
ਅੱਖੀਂ ਸਾਹਮਣੇ ਚੋਰ ਜੇ ਆਇ ਫਾਸਣ, ਕਿਉਂ ਦੁੱਖ ਵਿਚ ਆਪ ਨੂੰ ਗਾਲੀਏ ਵੇ
ਅੱਗ ਬੁਝੀ ਨੂੰ ਢੇਰੀਆਂ ਲੱਖ ਦਿੱਖਣ, ਬਿਨਾ ਫੂਕ ਮਾਰੇ ਨਹੀਂ ਬਾਲੀਏ ਵੇ
ਹੀਰ ਵੇਖ ਕੇ ਤੁਰਤ ਪਛਾਣ ਲੀਤਾ, ਹੱਸ ਆਖਦੀ ਬਾਤ ਸੰਮ੍ਹਾਲੀਏ ਵੇ
ਸਹਿਤੀ ਪਾਸ ਨਾ ਖੋਲ੍ਹਣਾ ਭੇਤ ਮੂਲੇ, ਸ਼ੇਰ ਪਾਸ ਨਾ ਬੱਕਰੀ ਪਾਲੀਏ ਵੇ
ਵੇਖ ਮਾਲ ਚੁਰਾਇਕੇ ਪਿਆ ਮੁੱਕਰ, ਰਾਹ ਜਾਂਦੜਾ ਕੋਈ ਨਾ ਭਾਲੀਏ ਵੇ
ਵਾਰਿਸ ਸ਼ਾਹ ਮੁਲੱਖਈਆਂ ਮਾਲ ਲੱਧਾ, ਚਲੋ ਕੁੱਜਿਆਂ ਬਦਰ ਪਵਾਲੀਏ ਵੇ

ਜੋਗੀ

397

ਕੇਹੀ ਦੱਸਣੀ ਅਕਲ ਸਿਆਣਿਆਂ ਨੂੰ, ਕਦੀ ਨਫ਼ਰ ਕਦੀਮ ਸਮਝਾਲੀਏ ਨੀ
ਦੌਲਤਮੰਦ ਨੂੰ ਜਾਣਦਾ ਸਭ ਕੋਈ, ਨੇਹੁੰ ਨਾਲ ਗਰੀਬ ਦੇ ਪਾਲੀਏ ਨੀ
ਗੋਦੀ ਬਾਲ, ਢੰਡੋਰੜਾ ਜੱਗ ਸਾਰੇ, ਜੀਊ ਸਮਝ ਲੈ ਖੇੜਿਆਂ ਵਾਲਿਏ ਨੀ
ਵਾਰਿਸ ਸ਼ਾਹ ਏਹ ਇਸ਼ਕ ਦਾ ਗਾਉ ਤਕੀਆ, ਅਨੀ ਹੁਸਨ ਦੀ ਗਰਮ ਨਿਹਾਲੀਏ ਨੀ

ਸਹਿਤੀ

398

ਸਹਿਤੀ ਸਮਝਿਆਂ ਇਹ ਮਿਲ ਗਏ ਦੋਵੇਂ, ਲਈਆਂ ਘੱਤ ਫ਼ਕੀਰ ਬਲਾਈਆਂ ਨੀ
ਇਹ ਵੇਖ ਫ਼ਕੀਰ ਨਿਹਾਲ ਹੋਈ, ਜੜ੍ਹੀਆਂ ਏਸ ਨੇ ਘੋਲ ਪਵਾਈਆਂ ਨੀ
ਸਹਿਤੀ ਆਖਦੀ ਮਗਜ਼ ਖਪਾ ਨਾਹੀਂ, ਅਨੀ ਭਾਬੀਏ ਘੋਲ ਘੁਮਾਈਆਂ ਨੀ
ਏਸ ਜੋਗੀਅੜੇ ਨਾਲ ਤੂੰ ਖੌਝ ਨਾਹੀਂ, ਨੀ ਮੈਂ ਤੇਰੀਆਂ ਲਵਾਂ ਬਲਾਈਆਂ ਨੀ
ਮਤਾਂ ਘੱਤ, ਸਿਰ ਧੂੜ ਤੇ ਕਰੇ ਕਮਲੀ, ਗੱਲਾਂ ਇਸ ਦੇ ਨਾਲ ਕੀ ਲਾਈਆਂ ਨੀ
ਆਟਾ ਖੈਰ ਨਾ ਭਿੱਛਿਆਂ ਲਏ ਦਾਣੇ, ਕਿਥੋਂ ਕੱਢੀਏ ਦੁੱਧ ਮਲਾਈਆਂ ਨੀ
ਡਰਨ ਆਂਵਦਾ ਭੂਤਨੇ ਵਾਂਗ ਇਸ ਥੋਂ, ਕਿਸੇ ਥਾਉਂ ਦੀਆਂ ਇਹ ਬਲਾਈਆਂ ਨੀ
ਖ਼ੈਰ ਘਿੰਨ ਕੇ ਜਾਹ ਫ਼ਰਫੇਜੀਆ ਵੇ, ਅਵੇ ਰਾਵਲਾ ਕੇਹੀਆਂ ਚਾਈਆਂ ਨੀ
ਫਿਰੇ ਮਸਤ ਪਖੰਡ ਖਿਲਾਰਦਾ ਤੂੰ, ਏਥੇ ਕਿਹੀ ਵਲੱਲੀਆਂ ਪਾਈਆਂ ਨੀ
ਵਾਰਿਸ ਸ਼ਾਹ ਗਰੀਬ ਦੀ ਅਕਲ ਕਿਥੇ, ਇਹ ਪੱਟੀਆਂ ਇਸ਼ਕ ਪੜ੍ਹਾਈਆਂ ਨੀ

ਜੋਗੀ ਰਾਂਝਾ

399

ਮੈਂ ਇਕੱਲੜਾ ਗੱਲ ਨਾ ਜਾਣਦਾ ਹਾਂ, ਤੁਸੀਂ ਦੋਵੇਂ ਨਿਨਾਣ ਭਰਜਾਈਆਂ ਨੀ
ਮਾਲਜ਼ਾਦੀਆਂ ਵਾਂਗ ਬਣਾਇ ਤੌਰੇ, ਪਾਇ ਬੈਠੀ ਹੈਂ ਸੁਰਮ-ਸਲਾਈਆਂ ਨੀ
ਪੈਰ ਪਕੜ ਫਕੀਰ ਦੇ, ਦੇਹੁ ਭਿਛਿਆ, ਅੜੀਆਂ ਕੇਹੀਆਂ ਕੁਵਾਰੀਏ ਲਾਈਆਂ ਨੀ
ਧਿਆਨ ਰੱਬ ਤੇ ਰੱਖ, ਨਾ ਹੋ ਤੱਤੀ, ਗੁੱਸੇ ਹੋਣ ਨਾ ਭਲਿਆਂ ਦੀਆਂ ਜਾਈਆਂ ਨੀ
ਤੈਨੂੰ ਸ਼ੌਕ ਹੈ ਤਿਨ੍ਹਾਂ ਦਾ ਭਾਗਭਰੀਏ, ਜਿਨ੍ਹਾਂ ਡਾਚੀਆਂ ਬਾਰ ਚਰਾਈਆਂ ਨੀ
ਜਿਸ ਰੱਬ ਦੇ ਅਸੀਂ ਫ਼ਕੀਰ ਹੋਏ, ਵੇਖ ਕੁਦਰਤਾਂ ਓਸ ਵਿਖਾਈਆਂ ਨੀ
ਸਾਡੇ ਪੀਰ ਨੂੰ ਜਾਣਦੀ ਗਿਆ ਮੋਇਆ, ਤਾਹੀਂ ਗਾਲੀਆਂ ਦੇਣੀਆਂ ਆਈਆਂ ਨੀ
ਵਾਰਿਸ ਸ਼ਾਹ ਉਹ ਸਦਾ ਹੀ ਜੀਂਵਦੇ ਨੇ, ਜਿਨ੍ਹਾਂ ਕੀਤੀਆਂ ਨੇਕ ਕਮਾਈਆਂ ਨੀ

ਸਹਿਤੀ

400

ਪਤੇ ਡਾਚੀਆਂ ਦੇ ਪੂਰੇ ਲਾਂਵਨਾ ਹੈਂ, ਦਿੰਦਾ ਮਿਹਣੇ ਸ਼ਾਮਤਾ ਚੌਰੀਆਂ ਵੇ
ਮੱਥਾ ਡਾਹਿਉ ਨਾਲ ਕੁਵਾਰੀਆਂ ਦੇ, ਤੇਰੀਆਂ ਲੌਂਦੀਆਂ ਜੋਗੀਆ ਮੌਰੀਆਂ ਵੇ
ਤੇਰੀ ਜੀਭ ਮਵੈਸ਼ੀਆਂ, ਹੱਥ ਇੱਲਤ, ਤੇਰੇ ਚਿੱਤੜੀਂ ਲੜਦੀਆਂ ਭੌਰੀਆਂ ਵੇ
ਖ਼ੈਰ ਮਿਲੇ ਸੋ ਲਏਂ ਨਾ ਨਾਲ ਮਸਤੀ, ਮੰਗੇ ਦੁੱਧ ਤੇ ਪਾਨ ਗਲੌਰੀਆਂ ਵੇ
ਇਕ ਦੇਣ ਆਟਾ ਇਕ ਬੁੱਕ ਚੀਣਾ, ਭਰ ਦੇਣ ਨਾ ਚਾਟੀਆਂ ਕੌਰੀਆਂ ਵੇ
ਏਸ ਅੰਨ ਨੂੰ ਢੂੰਡਦੇ ਉਹ ਫਿਰਦੇ, ਚੜ੍ਹਨ ਹਾਥੀਆਂ 'ਤੇ ਹੋਵਣ ਚੌਰੀਆਂ ਵੇ
ਵੱਡੇ ਕਮਲਿਆਂ ਦੀ ਅਸਾਂ ਭੰਗ ਝਾੜੀ, ਏਥੇ ਕਈ ਫ਼ਕੀਰੀਆਂ ਸੌਰੀਆਂ ਵੇ।
ਸੋਟਾ ਵੱਡਾ ਇਲਾਜ ਕੁਪੱਤਿਆਂ ਦਾ, ਵਾਰਿਸ ਭੈੜੀਆਂ ਦਿਸਦੀਆਂ ਤੌਰੀਆਂ ਵੇ

ਜੋਗੀ

401

ਬੁਰਾ ਖਹਿਣ ਫ਼ਕੀਰਾਂ ਦੇ ਨਾਲ ਪਈਆਂ, ਅਠਖੇਲ ਬੁਰਿਆਰ, ਉਚੱਕਿਆਂ ਨੀ
ਰਾਤ ਖਾਇਕੇ ਬੀਚਰਣ ਵਿਚ ਬੇਲੇ, ਮਾਰਨ ਲੱਤ ਇਰਾਕੀਆਂ ਬੱਕੀਆਂ ਨੀ
ਇਕ ਭੌਂਕਦੀ ਦੂਸਰੀ ਦਏ ਟਿਚਕਰ, ਇਹ ਨਿਨਾਣ ਭਾਬੀ ਦੋਵੇਂ ਸੱਕੀਆਂ ਨੀ
ਏਥੇ ਬਹੁਤ ਫਕੀਰ ਜ਼ਹੀਰ ਕਰਦੇ, ਖ਼ੈਰ ਦੇਂਦੀਆਂ ਦੇਂਦੀਆਂ ਅੱਕੀਆਂ ਨੀ
ਜਿਨ੍ਹਾਂ ਡੱਬੀਏਂ ਪਾਇਕੇ ਸਿਰੀਂ ਚਾਈਆਂ, ਰੰਨਾਂ ਤਿਨ੍ਹਾਂ ਦੀਆਂ ਨਹੀਉਂ ਸੱਕੀਆਂ ਨੀ
ਨਾਲੇ ਢਿੱਡ ਖੁਰਕਣ ਨਾਲੇ ਦੁੱਧ ਰਿੜਕਣ, ਅਤੇ ਚਾਟੀਆਂ ਕੁੱਤਿਆਂ ਲੱਕੀਆਂ ਨੀ
ਝਾਟਾ ਖੁਰਕਦੀਆਂ ਖੁਰਕਦੀਆਂ ਨੱਕ ਸੁਣਕਣ, ਮਾਰਨ ਵਾਇਕੇ ਚਾੜ੍ਹਕੇ ਨੱਕੀਆਂ ਨੀ
ਲੜੋ ਨਹੀਂ ਜੇ ਚੰਗਿਆਂ ਹੋਵਣਾ ਜੇ, ਵਾਰਿਸ ਸ਼ਾਹ ਤੋਂ ਲਓ ਦੋ ਫੱਕੀਆਂ ਨੀ

ਸਹਿਤੀ ਤੇ ਹੀਰ

402

ਔਹ ਵੇਖੋ ਨੀ ਵਾਸਤਾ ਰੱਬ ਦਾ ਜੇ, ਵਾਹ ਪੈ ਗਿਆ ਨਾਲ ਕੁਪੱਤਿਆਂ ਦੇ
ਮਗਰ ਹਲਾਂ ਦੇ ਜੇ ਚੋਬਰ ਲਾਇ ਦਿੱਚਣ, ਇਕੇ ਛੇੜ ਦਿੱਚਣ ਮਗਰ ਕੱਟਿਆਂ ਦੇ
ਇਕੇ ਵਾਢੀਆਂ ਲਾਵੀਆਂ ਕਰਨ ਚੋਬਰ, ਇਕੇ ਡਾਹਿ ਦਿੱਚਣ ਹੇਠ ਝੱਟਿਆਂ ਦੇ
ਇਹ ਪੁਰਾਣੀਆਂ ਲਾਨ੍ਹਤਾਂ ਹੈਨ ਜੋਗੀ, ਗੱਦੋਂ ਵਾਂਗ ਲੇਟਣ ਵਿਚ ਘੱਟਿਆਂ ਦੇ
ਹੀਰ ਆਖਦੀ ਬਹੁਤ ਹੈ ਸ਼ੌਕ ਤੈਨੂੰ, ਭੇੜ ਪਾਇ ਬਹੇਂ ਨਾਲ ਢੱਟਿਆਂ ਦੇ
ਵਾਰਿਸ ਸ਼ਾਹ ਮੀਆਂ ਖਹਿੜੇ ਨਾ ਪਵੀਏ, ਕੰਨ-ਪਾਟਿਆਂ ਰੱਬ ਦਿਆ ਪੱਟਿਆਂ ਦੇ

ਸਹਿਤੀ

403

ਭਾਬੀ! ਜੋਗੀਆਂ ਦੇ ਵੱਡੇ ਕਾਰਨੇ ਨੀ, ਗੱਲਾਂ ਨਹੀਂ ਸੁਣੀਆਂ ਕੰਨ-ਪਾਟਿਆਂ ਦੀਆਂ
ਰੋਕ ਬੰਨ੍ਹ ਪੱਲੇ ਦੁੱਧ ਦਹੀਂ ਪੀਵਣ, ਵੱਡੀਆਂ ਚਾਟੀਆਂ ਜੋੜਦੇ ਆਟਿਆਂ ਦੀਆਂ
ਗਿੱਠ ਗਿੱਠ ਵਧਾਇ ਕੇ ਵਾਲ ਨਾਖੁਨ, ਰਿੱਛ ਪਲਮਦੇ ਲਾਂਗੜਾਂ ਪਾਟਿਆਂ ਦੀਆਂ
ਵਾਰਿਸ ਸ਼ਾਹ ਇਹ ਮਸਤ ਕੇ ਪਾਟ ਲੱਥੇ, ਰਗਾਂ ਕਿਰਲਿਆਂ ਵਾਂਗ ਨੇ ਗਾਟਿਆਂ ਦੀਆਂ

ਜੋਗੀ

404

ਇਹ ਮਿਸਲ ਮਸ਼ਹੂਰ ਜਹਾਨ ਸਾਰੇ, ਜੱਟੀ ਚਾਰੇ ਹੀ ਥੋਕ ਸਵਾਰਦੀ ਹੈ
ਉੱਨ ਤੁੰਬਦੀ ਮਨ੍ਹੇ ਤੇ ਬਾਲ ਲੇੜ੍ਹੇ, ਚਿੜੀਆਂ ਹਾਕਰਦੀ ਤੇ ਲੇਲੜੇ ਚਾਰਦੀ ਹੈ
ਬੰਨ੍ਹ ਝੇੜੇ ਫ਼ਕਰ ਦੇ ਨਾਲ ਲੜਦੀ, ਘਰ ਸਾਂਭਦੀ ਬਹੁਕਰਾਂ ਮਾਰਦੀ ਹੈ
ਵਾਰਿਸ ਸ਼ਾਹ ਦੋ ਲੜਨ ਮਾਸ਼ੂਕ ਏਥੇ, ਮੇਰੀ ਸੰਗਲੀ ਸ਼ਗਨ ਵਿਚਾਰਦੀ ਹੈ

ਸਹਿਤੀ

405

ਮੇਰੇ ਹੱਥ ਲੌਂਦੇ ਤੇਰੀ ਲਵੇਂ ਟੋਟਣ, ਕੋਈ ਮਾਰੀਏਗਾ ਨਾਲ ਮੋਹਲਿਆਂ ਦੇ
ਐਸੀ ਘੜੂੰਗੀ ਵਾਂਗ ਕਲਬੂਤ ਮੋਚੀ, ਕਰ ਚਾਵੜਾਂ ਨਾਲ ਤੂੰ ਰੋਹਲਿਆਂ ਦੇ
ਸੱਟੂ ਮਾਰ ਚਪੇੜ ਤੇ ਦੰਦ ਭੰਨੂੰ, ਸਵਾਦ ਆਵਣੇ ਚੁਹਲੀਆਂ ਬੋਹਲਿਆਂ ਦੇ
ਵਾਰਿਸ ਹੱਡ ਤੇਰੇ ਘਾਠ ਵਾਂਗ ਛੜੀਅਨ, ਨਾਲ ਕੁੱਤਕਿਆਂ ਮੁਹਲਿਆਂ ਖੋਲਿਆਂ ਦੇ

ਜੋਗੀ

406

ਤੇਰੇ ਮੌਰ ਲੌਂਦੇ ਫਾਂਟ ਖਾਣ ਉਤੇ, ਮੇਰੀ ਫੁਰਕਦੀ ਅੱਜ ਮੁਤਹਿਰ ਹੈ ਨੀ
ਮੇਰਾ ਕੁੱਤਕਾ ਲਵੇ ਤੇ ਤੇਰੇ ਚਿੱਤੜ, ਅੱਜ ਦੋਹਾਂ ਦਾ ਵੱਡਾ ਗੱਡ ਬਹਿਰ ਹੈ ਨੀ

ਚਿੱਭੜ ਵਾਂਗ ਤੇਰੇ ਬੀਉ ਕੱਢ ਸੁੱਟਾਂ, ਤੈਨੂੰ ਆਇਆ ਜੋਸ਼ ਦਾ ਕਹਿਰ ਹੈ ਨੀ
ਏਸ ਭੇਡ ਦੇ ਖ਼ੂਨ ਤੇ ਕਿਸੇ ਚਿੜ ਕੇ, ਨਹੀਂ ਮਾਰ ਲੈਣਾ ਕੋਈ ਸ਼ਹਿਰ ਹੈ ਨੀ
ਉਜਾੜਖੋਰ ਗੱਦੋਂ ਵਾਂਗ ਕੁਟੀਏਂਗੀ, ਕੇਹੀ ਮਸਤ ਤੈਨੂੰ ਵੱਡੀ ਵਹਿਰ ਹੈ ਨੀ
ਵਾਰਿਸ ਸ਼ਾਹ ਇਹ ਡੁਗਡੁਗੀ ਰੰਨ ਕੁੱਟਾਂ, ਕਿਸ ਛੁਡਾਵਣੀ ਵਿਹਰ ਤੇ ਕਹਿਰ ਹੈ ਨੀ

407

ਅਸੀਂ ਸਬਰ ਕਰਕੇ ਚੁੱਪ ਹੋਇ ਬੈਠੇ, ਬਹੁਤ ਔਖੀਆਂ ਇਹ ਫ਼ਕੀਰੀਆਂ ਨੀ
ਨਜ਼ਰ ਤਲੇ ਕਿਉਂ ਲਿਆਵਣੇ ਕੰਨ ਪਾਟੇ, ਜਿਸ ਦੇ ਹੱਸ ਦੇ ਨਾਲ ਜ਼ੰਜੀਰੀਆਂ ਨੀ
ਜਿਹੜੇ ਦਰਸ਼ਨੀ ਹੁੰਡੜੀ ਵਾਚ ਬੈਠੇ, ਸਭ ਚਿੱਠੀਆਂ ਆਸ਼ਕਾਂ ਚੀਰੀਆਂ ਨੀ
ਤੁਸੀਂ ਕਰੋ ਹਯਾਉ ਕਵਾਰੀਓ ਨੀ, ਅਜੇ ਦੁੱਧ ਦੀਆਂ ਦੰਦੀਆਂ ਖੀਰੀਆਂ ਨੀ
ਵਾਂਗ ਬੁੱਢਿਆਂ ਕਰੇਂ ਨੱਕ ਚਾੜ੍ਹ ਗੱਲਾਂ, ਮੱਥੇ ਚੂੰਡੀਆਂ ਕਵਾਰ ਦੀਆਂ ਚੀਰੀਆਂ ਨੀ
ਕੇਹੀ ਚੰਦਰੀ ਲੱਗੀ ਏ ਆਣ ਮੱਥੇ, ਅੱਖੀਂ ਭਖਦੀਆਂ ਭੌਣ ਭੰਬੀਰੀਆਂ ਨੀ
ਮੈਂ ਤਾਂ ਮਾਰ ਤਲੱਟੀਆਂ ਪੱਟ ਸੁੱਟਾਂ, ਮੇਰੀ ਉਂਗਲੀ ਉਂਗਲੀ ਪੀਰੀਆਂ ਨੀ
ਵਾਰਿਸ ਸ਼ਾਹ ਫੌਜਦਾਰ ਦੇ ਮਾਰਨੇ ਨੂੰ, ਸੈਨਾ ਸੁਆਰੀਆਂ ਵੇਖ ਕਸ਼ਮੀਰੀਆਂ ਨੀ

ਹੀਰ

408

ਸੈਨ ਮਾਰ ਕੇ ਹੀਰ ਜੋਗੀਅੜੇ ਨੂੰ, ਕਿਹਾ ਚੁੱਪ ਕਰ ਏਸ ਭੌਂਕਾਵਨੀ ਹਾਂ
ਤੇਰੇ ਨਾਲ ਜੇ ਏਸ ਹੈ ਵੈਰ ਚਾਇਆਂ, ਮੱਥਾ ਏਸ ਦੇ ਨਾਲ ਮੈਂ ਲਾਵਨੀ ਹਾਂ
ਕਰਾਂ ਗੱਲ ਗਲਾਇਣੋਂ ਨਾਲ ਇਸ ਦੇ, ਗਲ ਏਸ ਦੇ ਰੇਸ਼ਟਾ ਪਾਵਨੀ ਹਾਂ
ਵਾਰਿਸ ਸ਼ਾਹ ਮੀਆ ਰਾਂਝੇ ਯਾਰ ਅੱਗੇ, ਇਹਨੂੰ ਕੰਜਰੀ ਵਾਂਗ ਨਚਾਵਨੀ ਹਾਂ

ਹੀਰ ਸਹਿਤੀ ਨੂੰ

409

ਹੀਰ ਆਖਦੀ ਏਸ ਫ਼ਕੀਰ ਨੂੰ ਨੀ, ਕੇਹਾ ਘੱਤਿਓ ਗ਼ੈਬ ਦਾ ਵਾਇਦਾ ਈ
ਇਹਨਾਂ ਭੌਰ ਨਿਮਾਣਿਆਂ ਆਜਜ਼ਾਂ ਨੂੰ, ਪਈ ਮਾਰਨੀ ਹੈਂ ਕੇਹਾ ਫ਼ਾਇਦਾ ਈ
ਅੱਲ੍ਹਾ ਵਾਲਿਆਂ ਨਾਲ ਕੀ ਵੈਰ ਪਈਏਂ, ਭਲਾ ਕੁਵਾਰੀਏ ਇਹ ਕੀ ਕਾਇਦਾ ਈ
ਪੈਰ ਚੁੰਮ ਫਕੀਰ ਦੀ ਟਹਿਲ ਕੀਚੈ, ਏਸ ਕੰਮ ਵਿਚ ਖ਼ੈਰ ਹੀ ਭਾਇਦਾ ਈ
ਪਿਛੋਂ ਫੜੇਂਗੀ ਕੁੱਤਕਾ ਜੋਗੀਅੜੇ ਦਾ, ਕੌਣ ਜਾਣਦਾ ਕਿਹੜੀ ਜਾਇਦਾ ਈ
ਵਾਰਿਸ ਸ਼ਾਹ ਫ਼ਕੀਰ ਜੇ ਹੋਣ ਗੁੱਸੇ, ਖੌਫ਼ ਸ਼ਹਿਰ ਨੂੰ ਕਹਿਰ ਵਬਾਇ ਦਾ ਈ

ਸਹਿਤੀ ਹੀਰ ਨੂੰ

410

ਭਾਬੀ ਇਕ ਧਿਰੋਂ ਲੜੇ ਫ਼ਕੀਰ ਸਾਨੂੰ, ਤੂੰ ਵੀ ਜਿੰਦ ਕੱਢੇ ਨਾਲ ਘੂਰੀਆਂ ਦੇ
ਜੇ ਤਾਂ ਹਿੰਗ ਦੇ ਨਿਰਖ ਦੀ ਖਬਰ ਨਾਹੀਂ, ਕਾਹਿ ਪੁੱਛੀਏ ਭਾਇ ਕਸਤੂਰੀਆਂ ਦੇ
ਇਹਨਾਂ ਜੋਗੀਆਂ ਦੇ ਨਾਹੀਂ ਵਸ ਕਾਈ, ਕੀਤੇ ਰਿਜ਼ਕ ਨੇ ਵਾਇਦੇ ਦੂਰੀਆਂ ਦੇ
ਜੇ ਤਾਂ ਪੱਟ ਪੈਨ੍ਹਾਵਣਾ ਨਾਂਹ ਹੋਵੇ, ਕਾਹਿ ਖਹਿਣ ਕੀਚੈ ਨਾਲ ਭੂਰੀਆਂ ਦੇ
ਜਾਣ ਸਹਿਤੀਏ ਫ਼ਕਰ ਨੇ ਨਾਗ ਕਾਲੇ, ਮਿਲੇ ਹੱਕ ਕਮਾਈਆਂ ਪੂਰੀਆਂ ਦੇ
ਕੋਹ ਦੇਹ ਬਦ-ਦੁਆ ਤੇ ਗਾਲ ਸੁੱਟੇਂ, ਪਿੱਛੋਂ ਫਾਇਦੇ ਕੀ ਇਨ੍ਹਾਂ ਝੂਰੀਆਂ ਦੇ
ਲੋਢੂ ਲੋਢੂ ਕਰਦੀ ਫਿਰੇਂ ਨਾਲ ਫਕਰਾਂ, ਲੁੱਚ ਚਾਲੜੇ ਇਨ੍ਹਾਂ ਲੰਗੂਰੀਆਂ ਦੇ
ਵਾਰਿਸ ਸ਼ਾਹ ਫ਼ਕੀਰ ਦੀ ਰੰਨ ਵੈਰਨ, ਜਿਵੇਂ ਮਿਰਗ ਨੇ ਵੈਰ ਅੰਗੂਰੀਆਂ ਦੇ

ਸਹਿਤੀ

411

ਭਾਬੀ! ਕਰੇ ਰਿਆਇਤਾਂ ਜੋਗੀ ਦੀਆਂ, ਹੱਥੀਂ ਸੱਚੀਆਂ ਪਾਇ ਹਥੌੜੀਆਂ ਨੀ
ਜਿਹੜੇ ਦੰਦ ਵਿਖਾਇਕੇ ਕਰੇਂ ਆਕੜ, ਮੈਂ ਤਾਂ ਪੱਟ ਸੁੱਟਾਂ ਇਹਦੀਆਂ ਚੌੜੀਆਂ ਨੀ
ਗੁਰੂ ਏਸ ਦੇ ਨੂੰ ਨਹੀਂ ਪਹੁੰਚ ਉਥੇ, ਜਿਥੇ ਅਕਲਾਂ ਅਸਾਡੀਆਂ ਦੌੜੀਆਂ ਨੀ
ਮਾਰ ਮੋਹਲਿਆਂ ਸੱਟਾਂ ਸੂ ਭੰਨ ਟੰਗਾਂ, ਫਿਰੇਂ ਢੂੰਡਦਾ ਕਾਠ ਕਠੌਰੀਆਂ ਨੀ
ਜਿੰਨ, ਭੂਤ ਤੇ ਦੇਉ ਦੀ ਅਕਲ ਜਾਵੇ, ਅਸੀਂ ਮਾਰ ਕੇ ਉੱਠੀਏ ਛੌੜੀਆਂ ਨੀ
ਵਾਰਿਸ ਸ਼ਾਹ ਫ਼ਕੀਰ ਦੇ ਨਾਲ ਲੜਨਾ, ਕੱਪਣ ਜ਼ਹਿਰ ਦੀਆਂ ਗੰਦਲਾਂ ਕੌੜੀਆਂ ਨੀ

ਹੀਰ

412

ਹਾਇ, ਹਾਇ ਫ਼ਕੀਰ ਨੂੰ ਬੁਰਾ ਬੋਲੇਂ, ਬੁਰੇ ਸਹਿਤੀਏ ਤੇਰੇ ਅਪੌੜ ਹੋਏ
ਜਿਨ੍ਹਾਂ ਨਾਲ ਨਿਮਾਣਿਆਂ ਵੈਰ ਚਾਇਆ, ਸਣੇ ਜਾਨ ਤੇ ਮਾਲ ਦੇ ਚੌੜ ਹੋਏ
ਕੰਨ-ਪਾਟਿਆਂ ਨਾਲ ਜਿਸ ਚਿਹ ਬੱਧੀ, ਪਸ-ਪੇਸ਼ ਥੀਂ ਅੰਤ ਨੂੰ ਰੌੜ ਹੋਏ
ਰਹੇ ਔਤ-ਨਖੱਤਰੀ ਰੰਨ ਸੁੰਞੀਂ, ਜਿਹੜੀ ਨਾਲ ਮਲੰਗਾਂ ਦੇ ਕੌੜ ਹੋਏ
ਇਨ੍ਹਾਂ ਤੇਹਾਂ ਨੂੰ ਛੇੜੀਏ ਨਹੀਂ ਮੋਈਏ, ਜਿਹੜੇ ਆਸ਼ਕ, ਫ਼ਕੀਰ ਤੇ ਭੌਰ ਹੋਏ
ਵਾਰਿਸ ਸ਼ਾਹ ਲੜਾਈ ਦਾ ਮੂਲ ਬੋਲਣ, ਵੇਖੋ ਦੋਹਾਂ ਦੇ ਲੜਨ ਦੇ ਤੌਰ ਹੋਏ

ਸਹਿਤੀ

413

ਭਾਬੀ ! ਏਸ ਜੇ ਗਧੇ ਦੀ ਅੜੀ ਬੱਧੀ, ਅਸੀਂ ਰੰਨਾਂ ਵੀ ਚੈਂਚਲਹਾਰੀਆਂ ਹਾਂ
ਏਹ ਮਾਰਿਆਂ ਏਸ ਜਹਾਨ ਤਾਜ਼ਾ, ਅਸੀਂ ਰੋਜ਼ ਮੀਸਾਕ ਦੀਆਂ ਮਾਰੀਆਂ ਹਾਂ
ਏਹ ਜ਼ਿੱਦ ਦੀ ਛੁਰੀ ਜੇ ਹੋਇ ਬੈਠਾ, ਅਸੀਂ ਚਿਹ ਦੀਆਂ ਤੇਜ਼ ਕਟਾਰੀਆਂ ਹਾਂ

ਜੇ ਏਹ ਗੁੰਡਿਆਂ ਵਿਚ ਹੈ ਪੈਰ ਧਰਦਾ, ਅਸੀਂ ਖਚਰੀਆਂ ਬਾਂਕੀਆਂ ਡਾਰੀਆਂ ਹਾਂ
ਮਰਦ ਰੰਗ-ਮਹਿਲ ਹਨ ਇਸ਼ਰਤਾਂ ਦੇ, ਅਸੀਂ ਮਜ਼ੇ ਤੇ ਜ਼ੌਕ ਦੀਆਂ ਮਾੜੀਆਂ ਹਾਂ
ਏਸ ਚਾਕ ਦੀ ਕੌਣ ਮਜ਼ਾਲ ਹੈ ਨੀ, ਰਾਜੇ ਭੋਜ ਥੀਂ ਅਸੀਂ ਨਾ ਹਾਰੀਆਂ ਹਾਂ
ਵਾਰਿਸ ਸ਼ਾਹ ਵਿਚ ਮਰਦ ਸਫੈਦ-ਪੋਸ਼ਾਂ, ਅਸੀਂ ਹੋਲੀ ਦੀਆਂ ਰੰਗ ਪਿਚਕਾਰੀਆਂ ਹਾਂ

ਹੀਰ

414

ਜਿਨ੍ਹਾਂ ਨਾਲ ਫਕੀਰਾਂ ਦੇ ਅੜੀ ਬੱਧੀ, ਹੱਥ ਧੋਇ ਜਹਾਨ ਥੀਂ ਚੱਲੀਆਂ ਨੀ
ਆ ਓ ਟਲੀਂ, ਕੁਆਰੀਏ ਡਾਰੀਏ ਨੀ, ਕੇਹੀਆਂ ਚਾਇਓਂ ਬਹਿਕਾਂ ਅਵੱਲੀਆਂ ਨੀ
ਹੁਣ ਵਰ੍ਹਦੇ ਮੀਂਹ ਵੀ ਹੋਇ ਨੀਵੇਂ, ਧੁੰਮਾਂ ਕਹਿਰ ਦੀਆਂ ਏਸ ਨੇ ਘੱਲੀਆਂ ਨੀ
ਕਾਰੇ ਹੱਥੀਆਂ ਕਵਾਰੀਆਂ ਵਿਹੁ-ਭਰੀਆਂ, ਭਲਾ ਕੀਕਰੂੰ ਰਹਿਣ ਨਿਚੱਲੀਆਂ ਨੀ
ਮੁਣਸ ਮੰਗਦੀਆਂ ਜੋਗੀਆਂ ਨਾਲ ਲੜ ਕੇ, ਰਾਤੀ ਔਖੀਆਂ ਹੋਣ ਇਕੱਲੀਆਂ ਨੀ
ਪਿੱਛੇ ਚਰਖੜਾ ਰੁਲੇ ਹੈ ਸੜਨ ਜੋਗਾ, ਕਦੇ ਚਾੜ੍ਹ ਨਾ ਲਾਹੀਓਂ ਛਲੀਆਂ ਨੀ
ਜਿਥੇ ਗੱਭਰੂ ਹੋਣ, ਜਾ ਖਹੇਂ ਆਪੇ, ਪਰ੍ਹੇ ਮਾਰ ਕੇ ਬਹੇਂ ਪਥੱਲੀਆਂ ਨੀ
ਟਲ ਜਾਹ ਫ਼ਕੀਰ ਥੋਂ ਗੁੰਡੀਏ ਨੀ, ਆ ਕਵਾਰੀਏ ਰਾਹਾਂ ਕਿਉਂ ਮੱਲੀਆਂ ਨੀ
ਲੱਖ ਹੱਡੀਆਂ ਨਾਲ ਨਾ ਹਲਕ ਜਾਂਦਾ, ਵਾਰਿਸ ਸ਼ਾਹ ਜੋ ਅੰਦਰੋਂ ਹੱਲੀਆਂ ਨੀ

ਸਹਿਤੀ

415

ਭਲਾ ਦੱਸ ਭਾਬੀ! ਕੇਹਾ ਵੈਰ ਚਾਇਓ, ਭਾਈਆਂ-ਪਿੱਟੀਆਂ ਨੂੰ ਪਈ ਲੂਹਨੀ ਏਂ
ਅਣਹੁੰਦੀਆਂ ਗੱਲਾਂ ਦੇ ਨਾਉਂ ਲੈ ਕੇ, ਘਾਉ ਅੱਲੜੇ ਪਈ ਖਨੂੰਹਨੀ ਹੈਂ
ਆਪ ਛਾਣਨੀ ਛੇਕਦੀ ਦੋਹਣੀ ਨੂੰ, ਐਵੇਂ ਕੰਡਿਆਂ ਤੇ ਪਈ ਧਰੂਹਨੀ ਹੈਂ
ਸੋਹਣੀ ਹੋਈਏਂ ਨਹੀਂ ਤੂੰ ਗਜ਼ਬ ਚਾਇਆਂ, ਖ਼ੂਨ ਖ਼ਲਕ ਦਾ ਪਈ ਨਚੂਹਨੀ ਹੈਂ
ਆਪ ਚਾਕ ਹੰਢਾਇਕੇ ਛੱਡ ਆਈਏਂ ਹੋਰ ਖਲਕ ਨੂੰ ਪਈ ਵਿਦੂਹਨੀ ਹੈਂ
ਆਖ ਭਾਈ ਨੂੰ ਹੁਣੇ ਕੁਟਾਇ ਘੱਤੂੰ, ਜਿਹੇ ਅਸਾਂ ਨੂੰ ਮਿਹਣੇ ਲੂਹਨੀ ਹੈਂ
ਆਪ ਕਮਲੀ ਲੋਕਾਂ ਦੇ ਸਾਂਗ ਲਾਏਂ, ਖੱਚਰ-ਵਾਈਆਂ ਦੀ ਵੱਡੀ ਖੂਹਨੀ ਹੈਂ
ਵਾਰਿਸ ਸ਼ਾਹ ਕਿਹੀ ਬਘਿਆੜੀਏ ਨੀ, ਮੁੰਡੇ-ਮੋਹਣੀ ਤੇ ਵੱਡੀ ਸੂਹਣੀ ਹੈਂ

ਹੀਰ

416

ਖਵਾਰ ਖੱਜਲਾਂ ਰੁਲਦੀਆਂ ਫਿਰਦੀਆਂ ਸਨ, ਅੱਖੀਂ ਵੇਖਦਿਆਂ ਹੋਰ ਦੀਆਂ ਹੋਰ ਹੋਈਆਂ
ਅਤੇ ਦੁੱਧ ਦੀਆਂ ਧੋਤੀਆਂ ਨੇਕ-ਨੀਤਾਂ, ਆਖੇ ਚੋਰਾਂ ਦੇ ਨੀ ਅਸੀਂ ਚੋਰ ਹੋਈਆਂ
ਚੋਰ, ਚੌਧਰੀ, ਗੁੰਡੇ ਪਰਧਾਨ ਕੀਤੇ, ਏਹ ਉਲਟ-ਅਵੱਲੀਆਂ ਜ਼ੋਰ ਹੋਈਆਂ
ਬਦ-ਜ਼ੇਬ ਤੇ ਕੋਝੀਆਂ ਭੈੜ-ਮੂੰਹੀਆਂ, ਏਹ ਹੁਸਨ ਦੇ ਬਾਗ ਦੀਆਂ ਮੋਰ ਹੋਈਆਂ

ਇਹ ਚੁਗਲ ਬਲੋਚਾਂ ਦੇ ਨੇਹੁ ਮੁੱਠੀ, ਅੰਨ੍ਹੀ ਡੌਰ ਖੋਤੀ ਮਨਚੋਰ ਹੋਈਆਂ
ਇਹਦੀ ਬਣਤ ਵੇਖੋ, ਨਾਲ ਨਖ਼ਰਿਆਂ ਦੇ, ਮਾਲਜ਼ਾਦੀਆਂ ਵਿਚ ਲਾਹੌਰ ਹੋਈਆਂ
ਭਰਜਾਈਆਂ ਨੂੰ ਬੋਲੀਆਂ ਮਾਰਦੀਆਂ ਨੇ, ਫਿਰਨ ਮੁੰਡਿਆਂ ਵਿਚ ਲਲੋਰ ਹੋਈਆਂ
ਵਾਰਿਸ ਸ਼ਾਹ ਝਨਾਉਂ ਤੇ ਧੁੰਮ ਇਹਦੀ, ਜਿਵੇਂ ਸੱਸੀ ਦੀ ਸ਼ਹਿਰ ਭੰਬੋਰ ਹੋਈਆਂ

ਸ਼ਾਇਰ

417

ਲੜੇ ਜੱਟ ਤੇ ਕੁੱਟੀਅਨ ਡੂਮ ਨਾਈ, ਸਿਰ ਜੋਗੀਅੜ ਦੇ ਗੱਲ ਆਈਆ ਈ
ਆਉ ਕੱਢੀਏ, ਵੱਢੀਏ ਏਹ ਫ਼ਸਤਾ, ਜਗ ਧੂੜ ਕਾਈ ਏਸ ਪਾਈਆ ਈ
ਏਸ ਮਾਰ ਮੰਤਰ ਵੈਰ ਪਾਇ ਦਿੱਤਾ, ਚਾਣਚੱਕ ਦੀ ਪਈ ਲੜਾਈਆ ਈ
ਹੀਰ ਨਹੀਂ ਖਾਂਦੀ ਮਾਰ ਅਸਾਂ ਕੋਲੋਂ, ਵਾਰਿਸ ਗੱਲ ਫ਼ਕੀਰ ਤੇ ਆਈਆ ਈ

418

ਸਹਿਤੀ ਆਖਿਆ ਉੱਠ ਰਵੇਲ ਬਾਂਦੀ, ਖ਼ੈਰ ਪਾਇ ਫ਼ਕੀਰ ਨੂੰ ਕੱਢੀਏ ਨੀ
ਆਟਾ ਘੱਤ ਕੇ ਇਕੇ ਤਾਂ ਬੁੱਕ ਚੀਣਾ, ਵਿਚੋਂ ਅਲਖ ਫ਼ਸਾਦ ਦੀ ਵੱਢੀਏ ਨੀ
ਦੇਹ ਭਿੱਛਿਆਂ ਵੇਹੜਿਉਂ ਕੱਢ ਆਈਏ, ਹੋੜਾ ਵਿਚ ਬਰੂਹਾਂ ਦੇ ਗੱਡੀਏ ਨੀ
ਅੰਮਾਂ ਆਵੇ ਤਾਂ ਭਾਬੀ ਥੋਂ ਵੱਖ ਹੋਈਏ, ਸਾਥ ਉੱਠ ਬਲੇਦੇ ਦਾ ਛੱਡੀਏ ਨੀ
ਔਹ, ਖੂਹ ਨਵਾਲੀਆਂ ਹੀਰ ਸੁੱਟੀਏ, ਉਹਦੇ ਯਾਰ ਨੂੰ ਕੁੱਟ ਕੇ ਕੱਢੀਏ ਨੀ
ਵਾਂਗੂ ਕਿਲਾ ਦੀਪਾਲਪੁਰ[1] ਹੋ ਆਕੀ, ਝੰਡਾ ਵਿਚ ਮਵਾਸ ਦੇ ਗੱਡੀਏ ਨੀ
ਵਾਰਿਸ ਸ਼ਾਹ ਦੇ ਨਾਲ ਦੋ ਹੱਥ ਕਰੀਏ, ਆ ਉੱਠ ਤੂੰ ਸਾਰ ਦੀਏ ਹੱਡੀਏ ਨੀ

ਖ਼ਿਆਲ ਸ਼ਾਇਰ

419

ਬਾਂਦੀ ਹੋਇ ਗੁੱਸੇ ਨੱਕ ਚਾੜ੍ਹ ਉੱਠੀ, ਬੁੱਕ ਚੀਣੇ ਦਾ ਚਾਇ ਉਲੇਰਿਆ ਸੂ
ਦੋਹੀ ਰੱਬ ਦੀ ਖੈਰ ਲੈ ਜਾਹੁ ਸਾਥੋਂ, ਹਾਲ ਹਾਲ ਕਰ ਪੱਲੂੜਾ ਫੇਰਿਆ ਸੂ
ਬਾਂਦੀ ਲਾਡ ਦੇ ਨਾਲ ਚਵਾਇ ਕਰਕੇ, ਧੱਕਾ ਦੇ ਕੇ ਨਾਥ ਨੂੰ ਗੇਰਿਆ ਸੂ
ਲੈ ਕੇ ਖੈਰ ਤੇ ਖੱਪਰਾ ਜਾਹੁ ਸਾਥੋਂ, ਓਸ ਸੁੱਤੜੇ ਨਾਗ ਨੂੰ ਛੇੜਿਆ ਸੂ
ਛਿੱਬੀ ਗੱਲ ਵਿਚ ਦੇ ਕੇ ਪਸ਼ਮ ਪੁੱਟੀ, ਹੱਥ ਜੋਗੀ ਦੇ ਮੂੰਹ ਤੇ ਫੇਰਿਆ ਸੂ
ਵਾਰਿਸ ਸ਼ਾਹ ਫ਼ਿਰੰਗ ਦੇ ਬਾਗ ਵੜ ਕੇ, ਓਸ ਕਲਾ ਦੇ ਖੂਹ ਨੂੰ ਗੇੜਿਆ ਸੂ

---

1. ਦੀਪਾਲਪੁਰ ਕੋਟ ਪਿੰਡ ਜ਼ਿਲ੍ਹਾ ਮਿੰਟਗੁਮਰੀ ਵਿੱਚ ਹੈ। ਇੱਥੋਂ ਦੇ ਲੋਕ ਚੁ.ਗਲਖੋਰੀ ਵਿੱਚ ਮਸ਼ਹੂਰ ਹਨ। "ਚੁ.ਗਲੀ ਨਹੀਂ ਇਪਾਲਪੁਰ ਕੋਟ ਜੈਸੀ"।

420

ਰਾਂਝਾ ਵੇਖ ਕੇ ਬਹੁਤ ਹੈਰਾਨ ਹੋਇਆ, ਪਈਆਂ ਦੁੱਧ ਵਿਚ ਅੰਬ ਦੀਆਂ ਫਾੜੀਆਂ ਨੀ
ਗੁੱਸੇ ਨਾਲ ਜਿਉਂ ਹਸ਼ਰ ਨੂੰ ਜ਼ਿਮੀਂ ਤੱਪੇ, ਜੀਊ ਵਿਚ ਕਲੇਲੀਆਂ ਚਾੜ੍ਹੀਆਂ ਨੀ
ਚੀਣਾ ਚੋਗ ਚਮੂਣਿਆਂ ਆਣ ਪਾਇਓ, ਮੁੰਨ ਚਲੀਏਂ ਗੋਲੀਏ ਦਾੜ੍ਹੀਆਂ ਨੀ
ਜਿਸ ਤੇ ਬਣੀ ਦਵਾ ਤੇ ਦਰਦ ਨਾਹੀ, ਅੱਖੀਂ ਫਿਰਨ ਨਾ ਮੂਲ ਉਘਾੜੀਆਂ ਨੀ
ਜਿਸ ਦਾ ਪੱਕੇ ਪਰਾਉਂਠਾ ਨਾਹ ਮੰਡਾ, ਪੰਡ ਨਾਂਹ ਬੱਝੇ ਵਿਚ ਸਾੜ੍ਹੀਆਂ ਨੀ
ਡੁੱਬ ਮੋਈ ਨੀ ਕਾਸਬੀ ਵਿਚ ਚੀਣੇ, ਵਾਰਿਸ ਸ਼ਾਹ ਨੇ ਬੋਲੀਆਂ ਮਾਰੀਆਂ ਨੀ

421

ਨੈਣੂੰ ਯੋਸ਼ਬਾ ਅਤੇ ਅਭੋਲ ਘੋਗਾ, ਡੁੱਬੇ ਆਪਣੋ ਆਪਣੀ ਵਾਰੀਆਂ ਨੀ
ਆਵੇਂ ਭਿੱਛਿਆ ਘੱਤਿਓ ਆਣ ਚੀਣਾ, ਨਾਲ ਫ਼ਕਰ ਦੇ ਘੋਲਿਉਂ ਯਾਰੀਆਂ ਨੀ
ਹਾਇ ਹਾਇ ਲੋਹੜਾ ਵੱਡਾ ਕਹਿਰ ਕੀਤੋ, ਕੰਮ ਡੋਬ ਸੁੱਟਿਆਂ ਰੰਨਾਂ ਡਾਰੀਆਂ ਨੀ
ਮੇਰੀ ਖੱਪਰੀ ਚਾਇ ਪਲੀਤ ਕੀਤੀ, ਪਈਆਂ ਧੋਣੀਆਂ ਸੇਲ੍ਹੀਆਂ ਸਾਰੀਆਂ ਨੀ

ਸਹਿਤੀ

422

ਚੀਣਾ ਝਾਲ ਝੱਲੇ ਜੱਟਾਂ ਸਾਰਿਆਂ ਦੀ, ਚੀਣਾ ਮੂਲ ਹੈ ਅੰਨ੍ਹਿਆਂ ਭੁੱਖਿਆਂ ਦਾ
ਅੰਨ ਚੀਣੇ ਦਾ ਖਾਈਏ ਨਾਲ ਲੱਸੀ, ਸਵਾਦ ਦੁੱਧ ਦਾ, ਟੁੱਕਰਾਂ ਰੁੱਖਿਆਂ ਦਾ
ਬਣਨ ਪਿੰਨੀਆਂ ਇਸ ਦੇ ਚਾਉਲਾਂ ਦੀਆਂ, ਮਾਈ ਬਾਪ ਹੈ ਨੰਗਿਆਂ ਭੁੱਖਿਆਂ ਦਾ
ਵਾਰਿਸ ਸ਼ਾਹ ਮੀਆ ਨਵਾਂ ਨਜ਼ਰ ਆਇਆ, ਏਹ ਚਾਲੜਾ ਲੁੱਚਿਆਂ ਭੁੱਖਿਆਂ ਦਾ

ਜੋਗੀ

423

ਚੀਣਾ ਖੈਰ ਦੇਣਾ ਬੁਰਾ ਜੋਗੀਆ ਨੂੰ, ਮੱਛੀ ਭਾਬੜੇ ਨੂੰ ਮਾਸ ਬਾਹਮਣਾਂ ਨੀ
ਕੈਫ਼ ਭਗਤੀਏ ਨੂੰ ਤੇਲ ਖੰਘ ਵਾਲੇ, ਵੱਢ ਸੁੱਟਣਾ ਲੌਂਗ ਪਲਾਮ੍ਹਣਾਂ ਨੀ
ਜ਼ਹਿਰ ਜੀਂਵਦੇ ਨੂੰ, ਅੰਨ੍ਹ ਸੰਨ੍ਹ ਵਾਲੇ, ਪਾਣੀ ਹਲਕਿਆਂ ਨੂੰ ਧਰਨ ਸਾਹਮਣਾਂ ਨੀ
ਵਾਰਿਸ ਸ਼ਾਹ ਜਿਉਂ ਸੰਖੀਆ ਚੂਹਿਆਂ ਨੂੰ, ਸੰਖ ਮੁੱਲਾਂ ਨੂੰ, ਬਾਗ ਜਿਉਂ ਬਾਹਮਣਾਂ ਨੀ

ਸਹਿਤੀ

424

ਕਿਉਂ ਵਿਗੜ ਕੇ ਤਿਗੜ ਕੇ ਪਾਟ ਲੱਥੋਂ, ਅੰਨ ਆਬਿ-ਹਯਾਤ ਹੈ ਭੁੱਖਿਆਂ ਨੂੰ
ਬੁੱਢਾ ਹੋਵਸੇਂ ਲਿੰਙ ਜਾ ਰਹਿਣ ਟੁਰਨੋਂ, ਫਿਰਸੇਂ ਢੂੰਡਦਾ ਟੁੱਕਰਾਂ ਰੁੱਖਿਆਂ ਨੂੰ

ਕਿਤੇ ਰੰਨ ਘਰ ਬਾਰ ਨਾਂ ਅੱਡਿਆ ਈ, ਅਜੇ ਫਿਰੇ ਚਲਾਂਵਦਾ ਤੁੱਕਿਆ ਨੂੰ
ਵਾਰਿਸ ਸ਼ਾਹ ਅੱਜ ਵੇਖ ਜੋ ਚੜ੍ਹੇ ਮਸਤੀ, ਏਨ੍ਹਾਂ ਲੁੰਡਿਆਂ ਭੁੱਖਿਆਂ ਸੁੱਕਿਆਂ ਨੂੰ

ਸ਼ਾਇਰ

425

ਜੋਗੀ ਗਜ਼ਬ ਦੇ ਸਿਰੇ 'ਤੇ ਸੱਟ ਖੱਪਰ, ਪਕੜ ਉਠਿਆ ਮਾਰ ਕੇ ਛੌੜਿਆ ਈ
ਲੈ ਕੇ ਫਾਹੁੜੀ ਘੁਲਣ ਨੂੰ ਤਿਆਰ ਹੋਇਆ, ਮਾਰ ਵਿਹੜੇ ਦੇ ਵਿਚ ਅਪੌੜਿਆ ਈ
ਸਾੜ ਬਾਲ ਕੇ ਜੀਊ ਨੂੰ ਖ਼ਾਕ ਕੀਤਾ, ਨਾਲ ਕਾਵੜਾਂ ਦੇ ਜੱਟ ਕੌੜਿਆ ਈ
ਜੇਹਾ ਮਹਿਰ ਦੀ ਸੱਥ ਦਾ ਬਾਨ-ਭੁੱਚਰ, ਵਾਰਿਸ ਸ਼ਾਹ ਫ਼ਕੀਰ 'ਤੇ ਦੌੜਿਆ ਈ

ਜੋਗੀ

426

ਹੱਥ ਚਾਇ ਮੁਤਹਿਰ ਤੇ ਕੜਕਿਆ ਈ, ਤੈਨੂੰ ਆਂਵਦਾ ਜਗ ਸਭ ਸੁੰਵ ਰੰਨੇ
ਚਾਵਲ, ਨਿਆਮਤਾਂ ਕਣਕ ਤੂੰ ਆਪ ਖਾਏਂ, ਖੈਰ ਦੇਣ ਤੇ ਕੀਤੋ ਹੀ ਖੁੰਝ ਰੰਨੇ
ਖੜ ਦੇਹ ਚੀਣਾ ਘਰ ਖਾਂਵਦਾਂ ਦੇ, ਨਹੀਂ ਮਾਰ ਕੇ ਕਰੂੰਗਾ ਮੁੰਜ ਰੰਨੇ
ਪੱਟ ਚਿੜਵੀਆਂ ਚੂੜੀਆਂ ਘੱਤ ਸੁੱਟਾਂ, ਲਾਇ ਬਹੇਂ ਜੇ ਵੈਰ ਦੀ ਚੁੰਝ ਰੰਨੇ
ਸਿਰ ਫਾਹੁੜੀ ਮਾਰ ਕੇ ਦੰਦ ਝਾੜੂੰ, ਟੰਗਾਂ ਭੰਨ ਕੇ ਕਰੂੰਗਾ ਲੁੰਜ ਰੰਨੇ
ਤੇਰੀ ਵਰੀ-ਸੂਈ ਹੁਣੇ ਫੋਲ ਸੁੱਟਾਂ, ਜੱਟੀ ਰਹੇਂਗੀ ਉਂਜ ਦੀ ਉਂਜ ਰੰਨੇ
ਵਾਰਿਸ ਸ਼ਾਹ ਸਿਰ ਚਾੜ੍ਹ ਵਿਗਾੜੀਏਂ ਤੂੰ, ਹਾਥੀ ਵਾਂਗ ਮੈਦਾਨ ਵਿਚ ਗੁੰਜ ਰੰਨੇ

ਬਾਂਦੀ

427

ਬਾਂਦੀ ਹੋਇ ਕੇ ਚੁੱਪ ਖਲੋਇ ਰਹੀਏਂ, ਸਹਿਤੀ ਆਖਦੀ ਖੈਰ ਨਾ ਪਾਇਓ ਕਿਉਂ
ਏਹ ਤਾਂ ਜੋਗੀੜਾ ਲੀਕ ਕਮਜ਼ਾਤ ਕੰਜਰ, ਏਸਨਾਲ ਉਠ ਭੇੜ ਮਚਾਇਓ ਕਿਉਂ
ਆਪ ਜਾਇ ਕੇ ਦੇਹ ਜੇ ਹਈ ਲੈਂਦਾ, ਘਰ ਮੌਤ ਦੇ ਘਤ ਫਹਾਇਓ ਕਿਉਂ
ਮੇਰੀ ਪਾਣ-ਪਤ ਏਸ ਨੇ ਲਾਹ ਸੁੱਟੀ, ਜਾਣ ਬੁੱਝ ਬੇਸ਼ਰਮ ਕਰਾਇਓ ਕਿਉਂ
ਮੈਂ ਤਾਂ ਏਸ ਦੇ ਹੱਥ ਵਿਚ ਆਣ ਫਾਥੀ, ਮੂੰਹ ਸ਼ੇਰ ਦੇ ਮਾਸ ਫਹਾਇਓ ਕਿਉਂ
ਵਾਰਿਸ ਸ਼ਾਹ ਮੀਆਂ ਏਸ ਮੋਰਨੀ ਦੇ, ਦੁਆਲੇ ਲਾਇਨ ਕੇ ਬਾਜ਼ ਛੁਡਾਇਓ ਕਿਉਂ

ਜੋਗੀ

428

ਝਾਟਾ ਖੋਹ ਕੇ ਮੀਢੀਆਂ ਪੱਟ ਘੱਤੂੰ, ਗੁੱਤੋਂ ਪਕੜ ਕੇ ਦਿਊਂ ਵਲਾਵੜਾ ਨੀ
ਜੇ ਤਾਂ ਪਿੰਡ ਦਾ ਖੌਫ਼ ਵਿਖਾਵਨੀ ਹੈਂ, ਲਿਖਾਂ ਪਸ਼ਮ ਤੇ ਇਹ ਗਿਰਾਵੜਾ ਨੀ
ਤੇਰਾ ਅਸਾਂ ਦੇ ਨਾਲ ਮੁਦੱਪੜਾ ਏ, ਨਹੀਂ ਹੋਵਣਾ ਸਹਿਜ ਮਿਲਾਵੜਾ ਨੀ

ਲੱਤ ਮਾਰ ਕੇ ਛੜੂੰਗਾ ਚਾਇ ਕੁੱਬਨ, ਕੱਢ ਆਈ ਹੈਂ ਢਿੱਡ ਜਿਉਂ ਤਾਵੜਾ ਨੀ
ਸਣੇ ਕਵਾਰੀ ਦੇ ਮਾਰ ਕੇ ਮਿਝ ਕੱਢੂੰ, ਨਿਕਲ ਜਾਣਗੀਆਂ ਸਹਿਤੀ ਦੀਆਂ ਚਾਵੜਾਂ ਨੀ
ਹੱਥ ਲਗੇ ਤਾਂ ਸੱਟੂੰਗਾ ਚੀਰ ਰੰਨੇ, ਕੱਢ ਲਊਂਗਾ ਸਾਰੀਆਂ ਕਾਵੜਾਂ ਨੀ
ਤੁਸੀਂ ਤ੍ਰੇਏ ਘੁਲਾਟਣਾਂ ਜਾਣਦਾ ਹਾਂ, ਕੱਢਾਂ ਦੋਹਾਂ ਦਾ ਮਾਰ ਪਿਸਤਾਵੜਾਂ ਨੀ
ਵਾਰਿਸ ਸ਼ਾਹ ਦੇ ਮੋਢਿਆਂ ਚੜ੍ਹੀ ਹੈਂ ਤੂੰ, ਨਿਕਲ ਜਾਣ ਗੀਆਂ ਜਵਾਨੀ ਦੀਆਂ ਚਾਵੜਾਂ ਨੀ

429

ਹੀਰੇ! ਕਰਾਂ ਮੈਂ ਬਹਤ ਹਯਾਉ ਤੇਰਾ, ਨਹੀਂ ਮਾਰਾਂ ਸੂ ਪਕੜ ਪਥੱਲ ਕੇ ਨੀ
ਸੱਭਾ ਪਾਣ-ਪਤ ਏਸ ਦੀ ਲਾਹ ਸੁੱਟਾਂ, ਲੱਖ ਵਾਹਰਾਂ ਦੇਇ ਜੇ ਘੱਲ ਕੇ ਨੀ
ਜੇਹਾ ਮਾਰ ਚਿਤੌੜ-ਗੜ੍ਹ ਸ਼ਾਹ ਅਕਬਰ, ਢਾਹ ਮੋਰਚੇ ਲਏ ਮੁਚੱਲਕੇ ਨੀ
ਜਿਉਂ ਜਿਉਂ ਸ਼ਰਮ ਦਾ ਮਾਰਿਆ ਚੁੱਪ ਕਰਨਾ, ਨਾਲ ਮਸਤੀਆਂ ਆਂਵਦੀ ਚਲਕੇ ਨੀ
ਤੇਰੀ ਪਕੜ ਸੰਘੀ ਜਿੰਦ ਕੱਢ ਸੁੱਟਾਂ, ਮੇਰੇ ਖ਼ੁੱਸ ਨਾ ਜਾਣਗੇ ਤਅਲਕੇ ਨੀ
ਭਲਾ ਆਖ ਕੀ ਖੱਟਣਾ ਵੱਟਣਾ ਹੀ, ਵਾਰਿਸ ਸ਼ਾਹ ਦੇ ਨਾਲ ਪਿੜ ਮੱਲ ਕੇ ਨੀ

ਹੀਰ

430

ਬੋਲੀ ਹੀਰ, ਮੀਆਂ ਪਾਇ ਖਾਕ ਤੇਰੀ, ਪਿੱਛਾ ਟੁੱਟੀਆਂ ਅਸੀਂ ਪਰਦੇਸਣਾਂ ਹਾਂ
ਪਿਆਰੇ ਵਿਛੜੇ ਚੌਂਪ ਨਾ ਰਹੀ ਕਾਈ, ਲੋਕਾਂ ਵਾਂਗ ਨਾ ਮਿਠੀਆਂ ਮੇਸਣਾਂ ਹਾਂ
ਅਸਾਂ ਜੋਗੀਆ! ਪੈਰ ਦੀ ਖ਼ੈਰ ਤੇਰੀ, ਨਾਹੀਂ ਖੋਟੀਆਂ ਅਤੇ ਮਲਖੇਸਣਾਂ ਹਾਂ
ਨਾਲ ਫ਼ਕਰ ਦੇ ਕਰਾਂ ਬਰਾਬਰੀ ਕਿਉਂ, ਅਸੀਂ ਜੱਟੀਆਂ ਹਾਂ ਕਿ ਕੁਰੈਸ਼ਣਾਂ[1] ਹਾਂ

ਸਹਿਤੀ

431

ਨਵੀਂ ਨਚੀਏ ਕੱਚੀਏ ਯਾਰਨੀਏ, ਕਾਰੇ-ਹੱਥੀਏ, ਚਾਕ ਦੀਏ ਪਿਆਰੀਏ ਨੀ
ਪਹਿਲੇ ਕੰਮ ਸਵਾਰ ਹੋ ਬਹੇਂ ਨਿਆਰੀ, ਬੇਲੀ ਘਰ ਲੈ ਜਾਣੀਏ ਡਾਰੀਏ ਨੀ
ਆਪ ਭਲੀ ਹੋ ਬਹੇਂ ਤੇ ਅਸੀਂ ਬੁਰੀਆਂ, ਕਰੇ ਖਚਰ-ਪੌਂ ਰੂਪ ਸ਼ਿਂਗਾਰੀਏ ਨੀ
ਅੱਖ ਮਾਰ ਕੇ ਯਾਰ ਨੂੰ ਛੇੜ ਪਾਇਓ, ਮਹਾਂ ਸਤੀਏ ਚੈਂਚਲ ਹਾਰੀਏ ਨੀ
ਆ ਜੋਗੀ ਨੂੰ ਲਈ ਛੁਡਾਇ ਸਾਥੋਂ, ਤੁਸਾਂ ਦੋਹਾਂ ਦੀ ਪੈਜ ਸਵਾਰੀਏ ਨੀ
ਵਾਰਿਸ ਸ਼ਾਹ ਹੱਥ ਫੜੇ ਦੀ ਲਾਜ ਹੁੰਦੀ, ਕਰੀਏ ਸਾਥ ਤਾਂ ਪਾਰ ਉਤਾਰੀਏ ਨੀ

---

1. ਸੱਯਦਾਂ ਦੀਆਂ ਤੀਵੀਆਂ, ਕੁਰੈਸ਼ਾਂ

ਖ਼ਿਆਲ ਸ਼ਾਇਰ

432

ਸਹਿਤੀ ਹੋਇ ਗੁੱਸੇ, ਚਾਇ ਖ਼ੈਰ ਪਾਇਆ, ਜੋਗੀ ਵੇਖਦੇ ਤੁਰਤ ਹੀ ਰੱਜ ਪਿਆ
ਮੂੰਹੋਂ ਆਖਦੀ ਰੋਹ ਦੇ ਨਾਲ ਜੱਟੀ, ਕਟਕ ਖੇੜਿਆਂ ਦੇ ਭਾਵੇਂ ਅੱਜ ਪਿਆ
ਐਹ ਲੈ ਰਾਵਲਾ ਮਕਰੀਆ ਠਕਰੀਆ ਵੇ, ਕਾਹੇ ਚਾਵਣਾ ਐਡ ਕੁਚੱਜ ਪਿਆ
ਠੂਠੇ ਵਿਚ ਸਹਿਤੀ ਚੀਨਾ ਘੱਤ ਦਿੱਤਾ, ਫੱਟ ਜੋਗੀ ਦੇ ਕਾਲਜੇ ਵੱਜ ਪਿਆ
ਹੱਥੋਂ ਛੱਡ ਜ਼ੰਬੀਲ[1] ਚਾ ਜ਼ਿਮੀਂ ਮਾਰੀ, ਚੀਨਾ ਡੁੱਲ੍ਹ ਪਿਆ ਠੂਠਾ ਭੱਜ ਪਿਆ
ਵਾਰਿਸ ਸ਼ਾਹ ਸ਼ਰਾਬ ਖ਼ਰਾਬ ਹੋਈਆ, ਸ਼ੀਸਾ ਸੰਗ ਤੇ ਵੱਜ ਕੇ ਭੱਜ ਪਿਆ

ਹੀਰ

433

ਖ਼ੈਰ ਫਕਰ ਨੂੰ ਅਕਲ ਦੇ ਨਾਲ ਦਿਚੈ, ਹੱਥ ਸੰਭਲ ਕੇ ਬੁੱਕ ਉਲਾਰੀਏ ਨੀ
ਕੀਚੈ ਐਡ ਹੰਕਾਰ ਨਾ ਜੋਬਨੇ ਦਾ, ਘੋਲ ਘੱਤੀਏ ਮਸਤ ਹੰਕਾਰੀਏ ਨੀ
ਹੋਈਓਂ ਮਸਤ ਗ਼ਰੂਰ ਤਕੱਬਰੀ[2] ਦਾ, ਲੋੜ੍ਹ ਘੱਤੀਓ ਅਨੀ ਕੰਵਾਰੀਓ ਨੀ
ਕੀਚੈ ਹੁਸਨ ਦਾ ਮਾਣ ਨਾ ਭਾਗਭਰੀਏ, ਛਲ ਜਾਇਸੀ ਰੂਪ ਵਿਚਾਰੀਏ ਨੀ
ਠੂਠਾ ਭੰਨ ਫਕੀਰ ਨੂੰ ਪੱਟਿਓ ਈ, ਸ਼ਾਲਾ ਯਾਰ ਮਰੇ ਅਨੀ ਡਾਰੀਏ ਨੀ
ਮਾਪੇ ਮਰਨ ਹੰਕਾਰ ਭੱਜ ਪਵੇ ਤੇਰਾ, ਅਨੀ ਪਿਟਣੇ ਦੀ ਵਣਜਾਰੀਏ ਨੀ
ਵਾਰਿਸ਼ ਸ਼ਾਹ ਨੂੰ ਆਨਿ ਅਕਾਇਆ ਈ, ਤੇਰਾ ਬੁਰਾ ਹੋਵੇ ਹੈਂਸਿਆਰੀਏ ਨੀ

ਹੀਰ

434

ਘੋਲ ਘੱਤੀਆਂ ਯਾਰ ਦੇ ਨਾਉਂ ਉਤੋਂ, ਮੂੰਹ ਸੰਭਲੀਂ ਜੋਗੀਆਂ ਵਾਰੀਆ ਵੇ
ਤੇਰੇ ਨਾਲ ਮੈਂ ਆਖ ਕੀ ਬੁਰਾ ਕੀਤਾ, ਹੱਥ ਲਾਇਆ ਨਾਹੀਂ ਤੈਨੂੰ ਮਾਰੀਆ ਵੇ
ਮਾਉਂ ਸੁਣਦਿਆਂ ਪੁਣੇਂ ਤੂੰ ਯਾਰ ਮੇਰੇ, ਵੱਡਾ ਕਹਿਰ ਕੀਤੋਂ ਲੋੜ੍ਹਾ ਮਾਰੀਆ ਵੇ
ਰੁੱਗ ਆਟੇ ਦਾ ਹੋਰ ਲੈ ਜਾਹ ਸਾਥੋਂ, ਹੋਵੇ ਵੱਡਾ ਫਸਾਦ ਹਰਿਆਰੀਆ ਵੇ
ਤੈਥੋਂ ਆਦਮਗਰੀ ਦੀ ਗੱਲ ਨਾਹੀਂ, ਰੱਬ ਚੋਇ ਬਥੂੰਨਾ ਉਸਾਰੀਆ ਵੇ
ਵਾਰਿਸ ਕਿਸੇ ਅਸਾਡੇ ਨੂੰ ਖਬਰ ਹੋਵੇ, ਐਵੇਂ ਮੁਫ਼ਤ ਵਿਚ ਜਾਏਂਗਾ ਮਾਰੀਆ ਵੇ

ਜੋਗੀ

435

ਜੇ ਤੈਂ ਪੋਲ ਕਢਾਵਣਾ ਨਾਹਿ ਆਹਾ, ਠੂਠਾ ਫੱਕਰ ਦਾ ਚਾਇ ਭੰਨਾਈਏ ਕਿਉਂ
ਜੇ ਤੈਂ ਕਵਾਰਿਆਂ ਯਾਰ ਹੰਢਾਵਣੇ ਸੀ, ਭੇਤ ਮਾਂ ਦੇ ਕੋਲੋਂ ਛੁਪਾਈਏ ਕਿਉਂ
ਖੈਰ ਮੰਗੀਏ ਤਾਂ ਭੰਨ ਦਏਂ ਕਾਸਾ, ਅਸੀਂ ਆਖਦੇ ਮੂੰਹੋਂ ਸ਼ਰਮਾਈਏ ਕਿਉਂ

---

1. ਥੈਲੀ, ਬਗਲੀ, 2. ਹੰਕਾਰ

ਭਰਜਾਈ ਨੂੰ ਮੇਹਣਾ ਚਾਕ ਦਾ ਸੀ, ਯਾਰੀ ਨਾਲ ਬਲੋਚਾਂ ਦੇ ਲਾਈਏ ਕਿਉਂ
ਬੋਤੀ ਹੋਇ ਬਲੋਚਾਂ ਦੇ ਹੱਥ ਆਈਏਂ, ਜੜ੍ਹ ਕਵਾਰ ਦੀ ਚਾਇ ਭੰਨਾਈਏ ਕਿਉਂ
ਵਾਰਿਸ ਸ਼ਾਹ ਜਾਂ ਆਕਬਤ[1] ਖ਼ਾਕ ਹੋਣਾ, ਇਥੇ ਆਪਣੀ ਸ਼ਾਨ ਵਧਾਈਏ ਕਿਉਂ

ਸਹਿਤੀ

436

ਜੋ ਕੋ ਜੰਮਿਆ ਮਰੇਗਾ ਸਭ ਕੋਈ, ਘੜਿਆਂ ਭੱਜ ਸੀ ਵਾਹ ਸਭ ਵਹਿਣਗੇ ਵੇ
ਮੀਰ, ਪੀਰ, ਵਲੀ, ਗੌਂਸ ਕੁਤਬ ਜਾਸਣ, ਇਹ ਸਭ ਪਸਾਰੜੇ ਢਹਿਣਗੇ ਵੇ
ਜਦੋਂ ਰੱਬ ਆਮਾਲ[2] ਦੀ ਖਬਰ ਪੁੱਛੇ, ਹੱਥ ਪੈਰ ਗਵਾਹੀਆਂ ਕਹਿਣਗੇ ਵੇ
ਜਦੋਂ ਉਮਰ ਦੀ ਔਧ ਮਿਆਦ ਪੁੱਗੀ, ਇਜ਼ਰਾਈਲ[3] ਹੋਰੀਂ ਆਇ ਬਹਿਣਗੇ ਵੇ
ਭੰਨੇ ਠੂਠੇ ਤੋਂ ਐਡ ਵਧਾਉ ਕਰਨਾ, ਬਰਾ ਤੁਧ ਨੂੰ ਲੋਕ ਸਭ ਕਹਿਣਗੇ ਵੇ
ਜੀਭ ਬੁਰਾ ਬੁਲੇਸੀਆਂ ਰਾਵਲਾ ਵੇ, ਹੱਡ ਪੈਰ ਸਜ਼ਾਈਆਂ ਲਹਿਣਗੇ ਵੇ
ਕੁਲ ਚੀਜ਼ ਫ਼ਨਾਹ ਹੋ ਖਾਕ ਰਲਸੀ, ਸਾਬਤ ਵਲੀ ਅੱਲਾਹ ਦੇ ਰਹਿਣਗੇ ਵੇ
ਠੂਠਾ ਨਾਲ ਤਕਦੀਰ ਦੇ ਭੱਜ ਪਇਆ, ਵਾਰਿਸ ਸ਼ਾਹ ਹੋਰੀਂ ਸੱਚ ਕਹਿਣਗੇ ਵੇ

ਜੋਗੀ

437

ਸ਼ਾਲਾ! ਕਹਿਰ ਖ਼ੁਦਾਇ ਦਾ ਪੇਸ਼ ਆਵੇ, ਠੂਠੇ ਭੰਨ ਕੇ ਲਾਡ ਪਯਾਰਨੀ ਹੈਂ
ਲੱਕ ਬੰਨ੍ਹ ਕੇ, ਰੰਨ੍ਹ ਘੁਲੱਕੜੇ ਨੀ, ਮਾੜਾ ਵੇਖ ਫ਼ਕੀਰ ਨੂੰ ਮਾਰਨੀ ਹੈਂ
ਨਾਲੇ ਮਾਰਨੀ ਹੈਂ ਜੀਉ ਸਾੜਨੀ ਹੈਂ, ਨਾਲੇ ਹਾਲ ਹੀ ਹਾਲ ਪੁਕਾਰਨੀ ਹੈਂ
ਮਰੇ ਹੁਕਮ ਦੇ ਨਾਲ ਤਾਂ ਸਭ ਕੋਈ, ਬਿਨਾਂ ਹੁਕਮ ਦੇ ਖ਼ੂਨ ਗੁਜ਼ਾਰਨੀ ਹੈਂ
ਬੁਰੇ ਨਾਲ ਜੇ ਬੋਲੀਏ ਬੁਰੇ ਹੋਈਏ, ਅਸੀਂ ਬੋਲਦੇ ਹਾਂ ਤੂੰ ਮਾਰਨੀ ਹੈਂ
ਠੂਠਾ ਫੇਰ ਦਰੁਸਤ ਕਰ ਦੇਹੁ ਮੇਰਾ, ਹੋਰ ਆਖ ਕੀ ਸੱਚ ਨਿਤਾਰਨੀ ਹੈਂ
ਲੋਕ ਆਖਦੇ ਹੈਣ ਇਹ ਕੁੜੀ ਕਵਾਰੀ, ਸਾਡੇ ਭਾਇ ਦੀ ਧਾੜਵੇ ਧਾੜਨੀ ਹੈਂ
ਏਡੇ ਫ਼ਨ ਫ਼ਰੇਬ ਹਨ ਯਾਦ ਤੈਨੂੰ, ਮੁਰਦਾਰਾਂ ਦੀ ਤੂੰ ਮੁਰਦਾਰਨੀ ਹੈਂ
ਘਰ ਵਾਲੀਏ ਵਹੁਟੀਏ ਬੋਲ ਤੂੰ ਵੀ, ਕਿਹੀ ਜੀਉ ਵਿਚ ਸੋਚ ਵਿਚਾਰਨੀ ਹੈਂ
ਸਵਾ ਮਣੀ ਮੁਤਹਿਰ ਵੀ ਫਰਕਦੀ ਹੈ, ਕਿਸੇ ਯਾਰਨੀ ਦੇ ਸਿਰ ਮਾਰਨੀ ਹੈਂ
ਇਕ ਚੋਰ ਤੂੰ ਦੂਸਰੀ ਚਤੁਰ ਬਣੀਓਂ, ਵਾਰਿਸ ਸ਼ਾਹ ਹੁਣ ਢਾਹਿ ਕੇ ਮਾਰਨੀ ਹੈਂ

ਹੀਰ

438

ਹੀਰ ਆਖਦੀ ਇਹ ਚਵਾਇ ਕੇਹਾ, ਠੂਠਾ ਭੰਨ ਫ਼ਕੀਰਾਂ ਨੂੰ ਮਾਰਨਾ ਕੀ
ਜਿਨ੍ਹਾਂ ਇਕ ਅੱਲਾਹ ਦਾ ਆਸਰਾ ਹੈ, ਉਨ੍ਹਾਂ ਪੰਛੀਆਂ ਨਾਲ ਖਹਾੜਨਾ ਕੀ

---

1. ਅੰਤ ਨੂੰ, 2. ਅਮਲ ਦੀ ਗੱਲ 3. ਦੇਵਤਾ, ਮੁਤਹਿਰ, ਫ਼ਕੀਰਾਂ ਵਾਲਾ ਸੋਟਾ।

ਜਿਹੜੇ ਕੰਨ ਪੜਾਇ ਫ਼ਕੀਰ ਹੋਏ, ਭਲਾ ਉਨ੍ਹਾਂ ਦਾ ਪੜਤਣਾ ਪਾੜਨਾ ਕੀ
ਥੋੜੀ ਗੱਲ ਦਾ ਵੱਡਾ ਵਧਾਇ ਕਰ ਕੇ, ਸੌਰੇ ਕੰਮ ਨੂੰ ਚਾਇ ਵਿਗਾੜਨਾ ਕੀ
ਜਿਹੜੇ ਘਰਾਂ ਦੀਆਂ ਚਾਵੜਾਂ ਨਾਲ ਮਾਰੇਂ, ਘਰ ਚੁੱਕ ਕੇ ਏਸ ਲੈ ਜਾਵਦਾ ਕੀ
ਲੜੀਏ ਆਪ ਬਰੋਬਰੇ ਨਾਲ ਕੁੜੀਏ, ਸੋਟੇ ਪਕੜ ਯਤੀਮਾਂ ਤੇ ਆਵਣਾ ਕੀ
ਮੇਰੇ ਬੂਹਿਉਂ ਫ਼ਕਰ ਕਿਉਂ ਮਾਰਿਉਂ ਈ, ਵਸਦੇ ਘਰਾਂ ਥੀਂ ਫ਼ਕਰ ਮੁੜਾਵਣਾ ਕੀ
ਘਰ ਮੇਰਾ ਤੇ ਮੈਂ ਨਾਲ ਘੁਣਸ ਚਾਇਆ, ਇਥੋਂ ਕਵਾਰੀਏ ਤੁਧ ਲੈ ਜਾਵਣਾ ਕੀ
ਬੋਹਲ ਰਾਹਕਾਂ ਦਾ ਧੌਂਸ ਚੂਹੜਿਆਂ ਦੀ, ਮਰਸ਼ੂ ਮਰਸ਼ੂ ਦਿਹੁੰ ਰਾਤ ਕਰਾਵਣਾ ਕੀ
ਵਾਰਿਸ ਸ਼ਾਹ ਇਹ ਹਿਰਸ ਬੇਫ਼ਾਇਦਾ ਈ, ਓੜਕ ਏਸ ਜਹਾਨ ਥੀਂ ਚਾਵਣਾ ਕੀ

ਸਹਿਤੀ

439

ਭਲਾ ਆਖ ਕੀ ਆਂਹਦੀ ਏਂ ਨੇਕ ਪਾਕੇ, ਜਿਸ ਦੇ ਪੱਲੂ ਤੇ ਪੜ੍ਹਨ ਨਮਾਜ਼ ਆਈ
ਘਰ ਬਾਰ ਤੇਰਾ, ਅਸੀਂ ਕੋਈ ਨਹੀਂ, ਜਾਪੇ ਲੱਦ ਕੇ ਘਰੋਂ ਜਹਾਜ਼ ਆਈ
ਮੁੰਡੇ-ਮੋਹਣੀਏ ਤੇ ਛੜੇ ਦੋਹਣੀਏ ਨੀ, ਅਜੇ ਤੀਕ ਨਾ ਇਸ਼ਕ ਥੀਂ ਬਾਜ਼ ਆਈ
ਵਾਰਿਸ ਸ਼ਾਹ ਜਵਾਨੀ ਦੀ ਉਮਰ ਗੁਜ਼ਰੀ, ਅਜੇ ਤਬ੍ਹਾ ਲਾ ਹਿਰਸ ਥੀਂ ਬਾਜ਼ ਆਈ

ਹੀਰ

440

ਏਸ ਫਕਰ ਦੇ ਨਾਲ ਕੀ ਵੈਰ ਪਾਈਏਂ, ਉੱਧਲ ਜਾਣੀਏਂ ਤੈਂ ਨਹੀਂ ਵੱਸਣਾ ਈ
ਠੂਠਾ ਭੰਨ ਫ਼ਕੀਰ ਨੂੰ ਮਾਰਨੀ ਹੈਂ, ਅੱਗੋਂ ਰੱਬ ਦੇ ਆਖ ਕੀ ਦੱਸਣਾ ਈ
ਤੇਰੇ ਕਵਾਰ ਨੂੰ ਖ਼ਵਾਰ ਸੰਸਾਰ ਕਰਸੀ, ਏਸ ਜੋਗੀ ਦਾ ਕੁਝ ਨਾ ਘੱਸਣਾ ਈ
ਨਾਲ ਚੂਹੜੇ ਖੱਤਰੀ ਘੁਲਣ ਲੱਗੇ, ਵਾਰਿਸ ਸ਼ਾਹ ਫਿਰ ਮੁਲਕ ਨੇ ਹੱਸਣਾ ਈ

ਸਹਿਤੀ

441

ਤੇਰੇ ਜੇਹੀਆਂ ਲੱਖ ਪੜ੍ਹਾਈਆਂ ਮੈਂ, ਤੇ ਉਡਾਈਆਂ ਨਾਲ ਅੰਗੂਠਿਆਂ ਦੇ
ਤੈਨੂੰ ਸਿੱਧ ਕਾਮਲ ਵਾਲੀ ਗੌਸ ਦਿਸੇ, ਮੈਨੂੰ ਠੱਗ ਦਿਸੇਂ ਭੇਸ ਝੂਠਿਆਂ ਦੇ
ਹਮਾ ਤੀਨ ਕੋਹ ਥੀਂ ਲੱਤ ਮਾਰੇਂ, ਭੌਰ ਤਾਜੀਆਂ ਨੂੰ ਉਤੇ ਬੂਥਿਆਂ ਦੇ
ਸਾਡੇ ਧੌਂਸੜੇ ਨੂੰ ਯਾਦ ਨਹੀਂ ਚੋਬਰ, ਭਾਵੇਂ ਆਣ ਲਾਵੇ ਢੇਰ ਠੂਠਿਆਂ ਦੇ
ਇਹ ਮਸਤ ਮਲੰਗ ਮੈਂ ਮਸਤ ਏਦੂੰ, ਇਸ ਥੇ ਮਕਰ ਹਨ ਟੁਕੜਿਆਂ ਜੂਠਿਆਂ ਦੇ
ਵਾਰਿਸ ਸ਼ਾਹ ਮੀਆਂ ਨਾਲ ਚਵਾਤੀਆਂ ਦੇ, ਲਿਙ ਸੇਕੀਏ ਚੋਬਰਾਂ ਖੂਟਿਆਂ ਦੇ

442

ਇਕੇ ਮਰਾਂਗੀ ਮੈਂ ਇਕੇ ਏਸ ਮਾਰਾਂ, ਇਕੇ ਭਾਬੀਏ ਤੁੱਧ ਮਰਾਇਸਾਂ ਨੀ
ਰੋਵਾਂ ਮਾਰ ਭੁੱਬਾਂ ਭਾਈ ਆਉਂਦੇ ਤੇ, ਤੈਨੂੰ ਖਾਹ-ਮਖਾਹ ਕੁਟਾਇਸਾਂ ਨੀ
ਚਾਕ ਲੀਕ ਲਾਈ ਤੈਨੂੰ ਮਿਲੇ ਭਾਈ, ਗੱਲਾਂ ਪਿਛਲੀਆਂ ਕੱਢ ਸੁਣਾਇਸਾਂ ਨੀ
ਇਕੇ ਮਾਰੀਏ ਤੂੰ ਇਕੇ ਇਹ ਜੋਗੀ, ਹੇਠ ਘੱਗਰੀ ਚਾਇ ਵਿਛਾਇਸਾਂ ਨੀ
ਸੀਤਾ ਦਹਸਿਰੇ ਨਾਲ ਜਿਉਂ ਰਾਹ ਕੀਤਾ, ਕੋਈ ਵਡਾ ਘੁਮੰਡ ਪਵਾਇਸਾਂ ਨੀ
ਰੰਨ ਤਾਂਹੀ ਜਾਂ ਘਰੋਂ ਕਢਾਇ ਤੈਨੂੰ, ਤੇ ਮੁਰਾਦ ਬਲੋਚ ਹੰਢਾਇਸਾਂ ਨੀ
ਸਿਰ ਏਸ ਦਾ ਵੱਢ ਕੇ ਅਤੇ ਤੇਰਾ, ਏਸ ਠੂਠੇ ਦੇ ਨਾਲ ਰੁਲਾਇਸਾਂ ਨੀ
ਹੀਰੇ! ਰੱਖ ਤੂੰ ਆਪਣੀ ਜਮ੍ਹਾ ਖਾਤਰ, ਤੇਰੀ ਰਾਤ ਨੂੰ ਭੰਗ ਲੁਹਾਇਸਾਂ ਨੀ
ਮੈਂ ਕੁਟਾਇਸਾਂ ਅਤੇ ਮਰਾਇਸਾਂ ਨੀ, ਗੁੱਤੋਂ ਧੂਹ ਕੇ ਘਰੋਂ ਕਢਾਇਸਾਂ ਨੀ
ਵਾਰਿਸ ਕੋਲੋਂ ਭੰਨਾਇਸਾਂ ਟੰਗਾਇਸਾਂ ਨੀ, ਤੇਰੇ ਲਿੰਙ ਸਭ ਚੂਰ ਕਰਾਇਸਾਂ ਨੀ

ਹੀਰ

443

ਖੂਨ ਭੇਡ ਦੇ ਪਿੰਡੇ ਜੇ ਮਾਰ ਲਈਏ, ਉਜੜ ਜਾਏ ਜਹਾਨ ਤੇ ਜੱਗ ਸਾਰਾ
ਹੱਥੋਂ ਜੂਆਂ ਦਿਉਂ ਜੁੱਲ ਜੇ ਸੁੱਟ ਦਿਚਣ, ਕੀਕੂੰ ਕੱਟੀਏ ਪੋਹ ਤੇ ਮਾਘ ਸਾਰਾ
ਤੇਰੇ ਭਾਈ ਦੀ ਭੈਣ ਨੂੰ ਖੜੇ ਜੋਗੀ, ਹੱਥ ਲਾਏ ਮੈਨੂੰ ਕੋਈ ਹੋਸ਼ ਕਾਰਾ
ਮੇਰੀ ਭੰਗ ਝਾੜੇ, ਉਹਦੀ ਟੰਗ ਭੰਨਾਂ, ਸਿਆਲ ਸਾੜ ਸੁੱਟਣ ਉਹਦਾ ਦੇਸ ਸਾਰਾ
ਮੈਨੂੰ ਛਡ ਕੇ ਤੁਧ ਨੂੰ ਕਰੇ ਸੈਦਾ, ਆਖ ਕਵਾਰੀਏ ਪਾਇਆ ਤੂੰ ਕਿਹਾ ਆਰਾ
ਵਾਰਿਸ ਖੋਹ ਕੇ ਚੂੰਡੀਆਂ ਤੇਰੀਆਂ ਨੂੰ, ਖੂਬ ਕਰਾਂ ਪੈਜ਼ਾਰ[1] ਦੇ ਨਾਲ ਝਾੜਾ

ਸਹਿਤੀ

444

ਕੱਜਲ ਪੂਛਲੀਆਲੜਾ ਘੱਤ ਨੈਣਾਂ, ਜ਼ੁਲਫਾਂ ਕੁੰਡਲਦਾਰ ਬਣਾਵਨੀ ਹੈਂ
ਨੀਵੀਆਂ ਪੱਟੀਆਂ ਹਿੱਕ ਪਲਮਾਂਇ ਜ਼ੁਲਫਾਂ, ਛੱਲੇ ਘੱਤ ਕੇ ਰੰਗ ਵਟਾਵਨੀ ਹੈਂ
ਅਤੇ ਆਸ਼ਕਾਂ ਨੂੰ ਦਿਖਲਾਵਨੀ ਹੈਂ, ਨਿਤ ਵੇਹੜੇ ਦੇ ਵਿਚ ਛਣਕਾਵਨੀ ਹੈਂ
ਬਾਂਕੀ ਠੁੱਕ ਰਹਿੰਦੀ ਚੋਲੀ ਬਾਫ਼ਤੇ ਦੀ, ਉਤੇ ਕਹਿਰ ਦੀਆਂ ਅਲੀਆਂ ਲਾਵਨੀ ਹੈਂ
ਠੋਡੀ ਗੱਲ ਉਤੇ ਪਾਇ ਖਾਲ ਖੂਨੀ, ਰਾਹ ਜਾਂਦੜੇ ਮਿਰਗ ਫਹਾਵਨੀ ਹੈਂ
ਤੇੜ ਚੂੜੀਆਂ ਪਾਇ ਕੇ ਕਹਿਰ ਵਾਲਾ, ਕੂੰਜਾਂ ਘੱਤ ਕੇ ਲਾਵਣਾ ਲਾਵਨੀ ਹੈਂ
ਮਲ ਵਟਣਾ ਲੋੜ੍ਹ ਦੰਦਾਸੜੇ ਦਾ, ਜ਼ਰੀ ਬਾਦਲਾ ਘੱਟ ਹੰਢਾਵਨੀ ਹੈਂ
ਨਵਾਂ ਵੇਸ ਤੇ ਵੇਸ ਬਣਾਵਨੀ ਹੈਂ, ਲਏਂ ਫੇਰੀਆਂ ਤੇ ਘੁਮਕਾਵਨੀ ਹੈਂ
ਨਾਲ ਹੁਸਨ ਗੁਮਾਨ ਦੇ ਪਲੰਘ ਬਹਿ ਕੇ, ਹੂਰ ਪਰੀ ਦੀ ਭੈਣ ਸਦਾਵਨੀ ਹੈਂ

---

1. ਜੁੱਤੀ

ਮਹਿੰਦੀ ਲਾਇ ਹੱਥੀਂ ਪਹਿਨ ਜ਼ਰੀ ਜ਼ੇਵਰ, ਸੋਇਨ ਮਿਰਗ ਦੀ ਸ਼ਾਨ-ਗਵਾਵਨੀ ਹੈਂ
ਪੈਰ ਨਾਲ ਚਵਾਇ ਦੇ ਚਾਵਨੀ ਹੈਂ, ਲਾਡ ਨਾਲ ਗਹਿਣੇ ਛਣਕਾਵਨੀ ਹੈਂ
ਸਰਦਾਰ ਹੈਂ ਖ਼ੂਬਾਂ ਦੇ ਤ੍ਰਿੰਞਣਾਂ ਦੀ, ਖਾਤਰ ਤਲੇ ਨ ਕਿਸੇ ਨੂੰ ਲਿਆਵਨੀ ਹੈਂ
ਵੇਖ ਹੋਰਨਾਂ ਨੱਕ ਚੜ੍ਹਾਵਨੀ ਹੈਂ, ਬੈਠੀ ਪਲੰਘ ਤੇ ਲੂਤੀਆਂ ਲਾਵਨੀ ਹੈਂ
ਪਰ ਅਸੀਂ ਵੀ ਨਹੀਂ ਹਾਂ ਘਟ ਤੈਥੋਂ, ਜੇ ਤੂੰ ਆਪ ਨੂੰ ਛੈਲ ਸਦਾਵਨੀ ਹੈਂ
ਸਾਡੇ ਚੰਨ ਸਰੀਰ ਮਥੈਲੀਆਂ ਦੇ, ਸਾਨੂੰ ਚੂਹੜੀ ਹੀ ਨਜ਼ਰ ਆਉਂਦੀ ਹੈਂ
ਨਾਢੂ ਸ਼ਾਹ ਦੀ ਰੰਨ ਹੋ ਪਲੰਘ ਬਹਿ ਕੇ, ਸਾਨੂੰ ਜੀਊ ਤੇ ਜ਼ਰਾਂ ਨਾ ਭਾਵਨੀ ਹੈਂ
ਸਣੇ ਜੋਗੀ ਦੇ ਮਾਰ ਕੇ ਮਿਝ ਕੱਢੂੰ ਜੀਹਦੀਆਂ ਚਾਵੜਾਂ ਪਈ ਵਿਖਾਵਨੀ ਹੈਂ
ਤੇਰਾ ਕੰਮ ਨਾ ਕੋਈ ਵਿਗਾੜਿਆ ਮੈਂ, ਐਵੇਂ ਜੋਗੀ ਦੀ ਟੰਗ ਭੰਨਾਂਵਨੀ ਹੈਂ
ਤੇਰਾਂ ਯਾਰ ਜਾਨੀ ਅਸਾਂ ਨਾਹਿ ਭਾਵੇ, ਹੁਣੇ ਹੋਰ ਕੀ ਮੂੰਹੋਂ ਅਖਵਾਵਨੀ ਹੈਂ
ਸਭਾ ਅੜਤਣੇ ਪੜਤਣੇ ਪਾੜ ਸੁੱਟੂ, ਐਵੇਂ ਸ਼ੇਖੀਆਂ ਪਈ ਲਗਾਵਨੀ ਹੈਂ
ਵੇਖ ਜੋਗੀ ਨੂੰ ਮਾਰ ਖਦੇੜ ਕੰਢਾਂ, ਵੇਖਾਂ ਓਸ ਨੂੰ ਆਇ ਛੁਡਾਵਨੀ ਹੈਂ
ਤੇਰੇ ਨਾਲ ਜੋ ਕਰਾਂਗੀ ਮੁਲਖ ਵੇਖੇ, ਜਿਹੇ ਮਿਹਣੇ ਲੂਤੀਆਂ ਲਾਵਨੀ ਹੈਂ
ਤੁਧ ਚਾਹੁਣਾ ਕੀ ਏਸ ਗੱਲ ਵਿਚੋਂ, ਵਾਰਿਸ ਸ਼ਾਹ ਤੇ ਚੁਗਲੀਆਂ ਖਾਵਨੀ ਹੈਂ

ਹੀਰ

445

ਭਲਾ ਕਵਾਰੀਏ ਸਾਂਗ ਕਿਉਂ ਲਾਵਨੀ ਹੈਂ, ਚਿੱਬੇ ਹੋਂਠ ਕਿਉਂ ਪਈ ਬਣਾਉਂਨੀ ਹੈਂ
ਭਲਾ ਜੀਉ ਕਿਉਂ ਪਈ ਭਰਮਾਵਨੀ ਹੈਂ, ਅਤੇ ਜੀਭ ਪਈ ਲਪਕਾਵਨੀ ਹੈਂ
ਲੱਗੀ ਵੱਸ ਖਾਤੇ ਖੂਹ ਪਾਵਨੀ ਹੈਂ, ਪਿਛੋਂ ਹੋਰ ਕੀ ਲੂਤੀਆਂ ਲਾਵਨੀ ਹੈ
ਏਡੀ ਲਟਕ ਦੇ ਨਾਲ ਕਿਉਂ ਗੱਲ ਕਰੇਂ, ਸੈਦੇ ਨਾਲ ਨਿਕਾਹ ਪੜ੍ਹਾਵਨੀ ਹੈਂ
ਵਾਰਿਸ ਨਾਲ ਉੱਠ ਜਾਹ ਤੂੰ ਉੱਧਲੇ ਨੀਂ, ਕੇਹੀਆਂ ਪਈ ਬੁਝਾਰਤਾਂ ਪਾਵਨੀ ਹੈ

ਸ਼ਾਇਰ

446

ਸਹਿਤੀ ਨਾਲ ਲੌਂਡੀ ਹੱਥੀਂ ਪਕੜ ਮੋਹਲੇ, ਜੈਂਦੇ ਨਾਲ ਛੜੇਂਦੀਆਂ ਚਾਵਲੇ[1] ਨੂੰ
ਗਿਰਦ ਆਣ ਹੋਈਆਂ ਵਾਂਗ ਜੋਗਣਾਂ ਦੇ, ਤਾਉ ਘੱਤਿਓ ਨੇ ਓਸ ਰਾਵਲੇ ਨੂੰ
ਖੱਪਰ ਸੇਹਲੀਆਂ ਤੋੜ ਕੇ ਗਿਰਦ ਹੋਈਆਂ, ਢਾਹ ਲਯੋ ਨੇ ਸੋਹਣੇ ਸਾਂਵਲੇ ਨੂੰ
ਅੰਦਰ ਹੀਰ ਨੂੰ ਵਾੜ ਕੇ ਮਾਰ ਕੁੰਡਾ, ਬਾਹਰ ਕੱਢਿਓ ਨੇ ਲਟ-ਬਾਵਲੇ ਨੂੰ
ਘੜੀ ਘੜੀ ਨਾਲੋਂ ਇਕਸ ਵਾਰ ਕੁੱਟਿਆ, ਇਨ੍ਹਾਂ ਡੱਕਿਆਂ ਸਹੀ ਏਸ ਲਾਂਵਲੇ ਨੂੰ
ਵਾਰਿਸ ਸ਼ਾਹ ਮੀਆ ਨਾਲ ਮੋਹਲਿਆਂ ਦੇ, ਠੰਢਾ ਕੀਤੋਂ ਨੇ ਓਸ ਉਤਾਵਲੇ ਨੂੰ

---

1. ਚੌਲਾਂ ਨੂੰ

ਜੋਗੀ ਤੇ ਕੁੱਟ ਪੈਣੀ

447

ਦੋਹਾਂ ਵੱਟ ਲੰਗੋਟੜੇ ਲਏ ਮੋਹਲੇ, ਕਾਰੇ ਵੇਖ ਲੈ ਮੁੰਡਿਆਂ ਮੋਹਣੀਆਂ ਦੇ
ਨਿਕਲ ਝੁੱਟ ਕੀਤਾ ਸਹਿਤੀ ਰਾਵਲੇ ਤੇ, ਪਾਸਾ ਭੰਨਿਉਂ ਨੇ ਨਾਲ ਕੋਹਣੀਆਂ ਦੇ
ਜੱਟ ਮਾਰ ਮਧਾਣੀਆਂ ਫੇਹ ਸੁੱਟਿਆ, ਸਿਰ ਭੰਨਿਆਂ ਨਾਲ ਦੁੱਧ-ਦੋਧਨੀਆਂ ਦੇ
ਨਵਾਬ ਖ਼ਾਨ ਹੁਸੈਨ ਦੇ ਨਾਲ ਲੜਿਆ, ਜਿਵੇਂ ਅਬੂ ਸਮਦ ਵਿਚ ਚੂਹਣੀਆਂ[1] ਦੇ

ਸ਼ਾਇਰ

448

ਰਾਂਝਾ ਖਾਇ ਕੇ ਮਾਰ ਫਿਰ ਗਰਮ ਹੋਇਆ, ਯਾਰੋ ਮਾਰਿਆ ਭੂਤ ਫਤੂਰ ਦੇ ਨੇ
ਵੇਖ ਪਰੀ ਦੇ ਨਾਲ ਖਮ ਮਾਰਿਆ ਏ, ਏਸ ਫਰਿਸ਼ਤੇ ਬੈਤ ਮਾਮੂਰ[2] ਦੇ ਨੇ
ਕਮਰ ਬੰਨ੍ਹ ਕੇ ਪੀਰ ਨੂੰ ਯਾਦ ਕੀਤਾ, ਲਾਇ ਥਾਪਣਾ ਮਲਕ ਹਜ਼ੂਰ ਦੇ ਨੇ
ਡੇਰਾ ਬਖਸ਼ੀ ਦਾ ਮਾਰ ਜਿਉਂ ਲੁੱਟ ਲੀਤਾ, ਫਤਿਹ ਪਾਈ ਪਠਾਣ ਕਸੂਰ ਦੇ ਨੇ
ਜਦੋਂ ਨਾਲ ਟਕੋਰ ਦੇ ਨਰਮ ਹੋਯਾ, ਦਿੱਤਾ ਦੁਖੜਾ ਘਾਉ ਨਾਸੂਰ ਦੇ ਨੇ
ਵਾਰਿਸ ਸ਼ਾਹ ਜਾਂ ਅੰਦਰੋਂ ਗਰਮ ਹੋਇਆ, ਲਾਟਾਂ ਕੱਢੀਆਂ ਤਾਊ ਤੰਦੂਰ ਦੇ ਨੇ

449

ਦੋਵੇਂ ਮਾਰ ਸਵਾਰੀਆਂ ਰਾਵਲੇ ਨੇ, ਪੰਜ ਸੱਤ ਫਹੌੜੀਆਂ ਲਾਈਆਂ ਸੂ
ਗੱਲ੍ਹਾਂ ਪੱਟ ਕੇ ਚੋਲੀਆਂ ਕਰੀਂ ਲੀਰਾਂ, ਹਿੱਕਾਂ ਭੰਨ ਕੇ ਲਾਲ ਕਰਾਈਆਂ ਸੂ
ਨਾਲੇ ਤੋੜ ਝੰਜੋੜ ਕੇ ਪਕੜ ਗੁੱਤੋਂ, ਦੋਵੇਂ ਵਿਹੜੇ ਦੇ ਵਿਚ ਭਵਾਈਆਂ ਸੂ
ਖੋਹ ਚੂੰਡੀਆਂ ਗੱਲ੍ਹਾਂ ਤੇ ਮਾਰ ਨੌਂਹਦਰ, ਦੋ ਦੋ ਧੌਣ ਦੇ ਮੁੱਢ ਟਿਕਾਈਆਂ ਸੂ
ਜਿਹਾ ਰਿੱਛ ਕਲੰਦਰਾਂ ਘੋਲ ਪੌਂਦਾ, ਸੋਟੇ ਚਿਤੜੀਂ ਲਾਇ ਨਚਾਈਆਂ ਸੂ
ਗਿਟੇ ਲੱਕ ਠਕੋਰ ਕੇ ਪਕੜ ਤ੍ਰਗੋਂ, ਦੋਵੇਂ ਬਾਂਦਰੀ ਵਾਂਗ ਨਚਾਈਆਂ ਸੂ
'ਜੋਗੀ ਵਾਸਤੇ ਰੱਬ ਦੇ ਬਸ ਕਰ ਜਾ', ਹੀਰ ਅੰਦਰੋਂ ਆਖ ਛੁਡਾਈਆਂ ਸੂ

---

1. ਚੂਹਣੀਆਂ ਦੇ ਇਲਾਕੇ ਵਿੱਚ ਲਾਹੌਰ ਦਾ ਸੂਬੇਦਾਰ ਅਬਦੁਸ ਸਮਦ ਖ਼ਾਨ, ਕਸੂਰ ਦੇ ਸੂਬੇਦਾਰ ਨਵਾਬ ਖਾਂ ਨਾਲ ਲੜਿਆ ਸੀ।

2. ਬੈਤ ਮਾਮੂਰ .ਫਰਿਸ਼ਤਿਆਂ ਦਾ ਨਿਵਾਸ ਮੰਨੀ ਜਾਂਦੀ ਹਜ਼ਰਤ ਨੂਹ ਤੋਂ ਪਹਿਲਾਂ ਦੀ ਇੱਕ ਮਸੀਤ ਹੈ।

ਗੁਆਂਢਣਾ ਦਾ ਆਉਣਾ

450

ਉਨ੍ਹਾਂ ਛੁਟਦੀਆਂ ਹਾਲ ਪੁਕਾਰ ਕੀਤੀ, ਪੰਜ ਸੱਤ ਮੁਸ਼ਟੰਡੀਆਂ ਆਇ ਗਈਆਂ
ਵਾਂਗ ਕਾਬਲੀ ਕੁੱਤਿਆਂ ਗਿਰਦ ਹੋਈਆਂ, ਦੋ ਦੋ ਅੱਲਾ ਦੇਨਾਂ ਤੇ ਟਿਕਾਇ ਗਈਆਂ
ਉਨ੍ਹਾਂ ਅੱਕ ਕੇ ਧੱਕ ਕੇ ਰਖ ਅੱਗੇ, ਘਰੋਂ ਕੱਢ ਕੇ ਤਾਕ ਚੜ੍ਹਾਇ ਗਈਆਂ
ਧੱਕਾਂ ਦੇ ਕੇ ਸੱਟ ਪਲਟ ਉਸ ਨੂੰ, ਹੋੜ੍ਹਾ ਵਡਾ ਮਜ਼ਬੂਤ ਫਹਾਇ ਗਈਆਂ
ਬਾਜ਼ ਤੋੜ ਕੇ ਤਾਂਬਿਉਂ ਲਾਹਿਉ ਨੇ, ਮਾਸ਼ੂਕ ਦੀ ਦੀਦ ਹਟਾ ਗਈਆਂ
ਸੂਬੇਦਾਰ ਤਗ਼ਈਅਰ ਕਰ ਕੱਢ ਦਿੱਤਾ, ਵਡਾ ਜੋਗੀ ਨੂੰ ਵਾਇਦਾ ਪਾਇ ਗਈਆਂ
ਜੋਗੀ ਮਸਤ ਹੈਰਾਨ ਹੋ ਦੰਗ ਰਹਿਆ, ਕੋਈ ਜਾਦੂਆ ਘੋਲ ਪਿਵਾਇ ਗਈਆਂ
ਅੱਗੇ ਠੂਠੇ ਨੂੰ ਝੂਰਦਾ ਖ਼ਫ਼ਾ ਹੋਇਆ, ਉਤੋਂ ਨਵਾਂ ਫਸਾਦ ਬਣਾਇਆ ਗਈਆ
ਵਾਰਿਸ ਸ਼ਾਹ ਮੀਆਂ ਨਵਾਂ ਸਿਹਰ ਹੋਇਆ, ਪਰੀਆਂ ਜਿੰਨ ਫ਼ਰਿਸ਼ਤੇ ਨੂੰ ਲਾਇਗਈਆਂ

ਜੋਗੀ

451

ਹੀਰ ਚੁਪ ਬੈਠੀ ਅਸੀਂ ਕੱਢ ਛੱਡੇ, ਸਾਡਾ ਵਾਹ ਪਿਆ ਨਾਲ ਡੋਰਿਆਂ ਦੇ
ਉਹ ਵੇਲੜਾ ਹੱਥ ਨਾ ਆਂਵਦਾ ਏ, ਲੋਕ ਦੇ ਰਹੇ ਲੱਖ ਢੰਡੋਰਿਆਂ ਦੇ
ਇਕੇ ਰੰਨ ਗਈ ਦੂਆ ਆਉਣ ਗਿਆ, ਲੋਕ ਮਾਰਦੇ ਨਾਲ ਨਿਹੋਰਿਆਂ ਦੇ
ਨੂੰਹਾਂ ਰਾਜਿਆਂ ਤੇ ਰੰਨਾਂ ਡਾਢਿਆਂ ਦੀਆਂ, ਕੀਕੂੰ ਹੱਥ ਆਵਣ ਨਾਲ ਜ਼ੋਰਿਆਂ ਦੇ
ਅਸਾਂ ਖ਼ੈਰ ਮੰਗਿਆ ਉਨ੍ਹਾਂ ਵੈਰ ਕੀਤਾ, ਮੈਨੂੰ ਮਾਰਿਆ ਨਾਲ ਫਹੌੜਿਆਂ ਦੇ
ਵਾਰਿਸ ਡਾਹਢਿਆਂ ਦੇ ਸੱਤ ਸੌ ਵੀਹੀਂ, ਸਾਥੀ ਜ਼ੋਰਾਂ ਦੇ ਨਾ ਕਮਜ਼ੋਰਿਆਂ ਦੇ

452

ਧੂੰਆਂ ਹੂੰਝਦਾ ਰੋਇ ਕੇ ਆਹ ਮਾਰੇ, ਰੱਬਾ ਮੇਲ ਕੇ ਯਾਰ ਵਿਛੋੜਿਓ ਕਿਉਂ
ਮੇਰਾ ਰੜੇ ਜਹਾਜ਼ ਸੀ ਆਣ ਲੱਗਾ, ਬੰਨੇ ਲਾਇ ਕੇ ਫੇਰ ਬੋੜਿਓ ਕਿਉਂ
ਕੋਈ ਅਸਾਂ ਥੀਂ ਵਡਾ ਗੁਨਾਹ ਹੋਇਆ, ਸਾਥ ਫ਼ਜ਼ਲ ਦਾ ਲੱਦ ਕੇ ਮੋੜਿਓ ਕਿਉਂ
ਵਾਰਿਸ ਸ਼ਾਹ ਇਬਾਦਤਾਂ ਛੱਡ ਕੇ ਤੇ, ਦਿਲ ਨਾਲ ਸ਼ੈਤਾਨ ਦੇ ਜੋੜਿਓ ਕਿਉਂ

453

ਮੈਨੂੰ ਰੱਬ ਬਾਝੋਂ ਨਾਹੀਂ ਤਾਂਘ ਕਾਈ, ਸੱਭੇ ਡੰਡੀਆਂ ਗਮਾਂ ਨੇ ਮੱਲੀਆਂ ਨੇ
ਜਿਥੇ ਸ਼ੀਂਹ ਬੁੱਕਣ ਸ਼ੂਕਣ ਨਾਗ ਕਾਲੇ, ਬਘਿਆੜ ਘੱਤਣ ਨਿਤ ਜੱਲੀਆਂ ਨੇ
ਸਾਡੀ ਦੇਸ਼ ਤੇ ਮੁਲਕ ਦੀ ਸਾਂਝ ਚੁੱਕੀ, ਸਾਡੀਆਂ ਕਿਸਮਤਾਂ ਜੰਗਲੀਂ ਚੱਲੀਆਂ ਨੇ
ਚਿਲ੍ਹਾ ਕੱਟ ਕੇ ਪੜ੍ਹਨਿ ਕਲਾਮ ਡਾਢੇ, ਤੇਗਾਂ ਵੱਜੀਆਂ ਆਣ ਅਵੱਲੀਆਂ ਨੇ

ਕੀਤੀਆਂ ਮਿਹਨਤਾਂ ਵਾਰਿਸਾ ਦੁਖ ਝਾਗੇ, ਰਾਤਾਂ ਜਾਂਦੀਆਂ ਨਹੀਂ ਨਿਚੱਲੀਆਂ ਨੇ

ਹੀਰ

454

ਰੋਂਦਾ ਕਾਹਿ ਨੂੰ ਬੀਰ ਬੈਤਾਲਿਆ ਵੇ, ਪੰਜਾਂ ਪੀਰਾਂ ਦਾ ਤੁਧ ਮਿਲਾਪ ਮੀਆਂ
ਲਾ ਜ਼ੋਰ ਲਲਕਾਰ ਤੂੰ ਪੀਰ ਪੰਜੇ, ਤੇਰਾ ਦੂਰ ਹੋਵੇ ਦੁੱਖ ਤਾਪ ਮੀਆਂ
ਜਿਹੜੇ ਪੀਰ ਦਾ ਜ਼ੋਰ ਹੈ ਤੁਧ ਨੂੰ ਵੇ, ਕਰ ਉਸ ਦਾ ਰਾਤ ਦਿਹੁੰ ਜਾਪ ਮੀਆਂ
ਜ਼ੋਰ ਆਪਣਾ ਫ਼ਕਰ ਨੂੰ ਯਾਦ ਆਇਆ, ਬਾਲ ਨਾਥ ਮੇਰਾ ਗੁਰੂ ਬਾਪ ਮੀਆਂ
ਵਾਰਿਸ ਸ਼ਾਹ ਭੁੱਖਾ ਬੂਹੇ ਰੋਇ ਬੈਠਾ, ਦੇਇ ਉਨ੍ਹਾਂ ਨੂੰ ਵੱਡਾ ਸਰਾਪ ਮੀਆਂ

ਜੋਗੀ

455

ਕਰਾਮਤ ਲਗਾਇ ਕੇ ਸ਼ਹਰ ਫੂਕਾਂ, ਜੜ੍ਹਾਂ ਖੇੜਿਆਂ ਦੀਆਂ ਮੁੱਢੋਂ ਪੱਟ ਸੁੱਟਾਂ
ਫ਼ੌਜਦਾਰ ਨਾਹੀਂ ਪਕੜ ਕਵਾਰੜੀ ਨੂੰ, ਹੱਥ ਪੈਰ ਤੇ ਕੰਨ ਨੱਕ ਕੱਟ ਸੁੱਟਾਂ
ਨਾਲ ਫੌਜਾਂ ਨਹੀਂ, ਦਿਆਂ ਫੂਕ ਅੱਗਾਂ, ਕਰ ਮੁਲਕ ਨੂੰ ਚੌੜ-ਚੁਪੱਟ ਸੁੱਟਾਂ
'ਅਲਮ ਤਰਾਂ ਕੈਫਾ ਬੁਦੂਹ ਕਹਾਰ' ਪੜ੍ਹਕੇ, ਨਈਂ ਵਹਿੰਦੀਆਂ ਪਲਕ ਵਿਚ ਅੱਟ ਸੁੱਟਾਂ
ਸਹਿਤੀ ਹੱਥ ਆਵੇ ਪਕੜ ਚੂੰਡਿਆਂ ਥੋਂ, ਵਾਂਗ ਟਾਟ ਦੀ ਤੱਪੜ ਛੱਟ ਸੁੱਟਾਂ
ਪੰਜ ਪੀਰ ਜੇ ਬਹੁੜਨ ਆਣ ਮੈਨੂੰ, ਦੁਖ ਦਰਦ ਕਜੀਅੜੇ ਕੱਟ ਸੁੱਟਾਂ
ਹੁਕਮ ਰੱਬ ਦੇ ਨਾਲ ਮੈਂ ਕਾਲ-ਜੀਭਾਂ, ਮਗਰ ਲਗ ਕੇ ਦੂਤ ਨੂੰ ਚੱਟ ਸੁੱਟਾਂ
ਪਾਰ ਹੋਵੇ ਸਮੁੰਦਰੋਂ ਹੀਰ ਬੈਠੀ, ਬੁੱਕਾਂ ਨਾਲ ਸਮੁੰਦਰ ਨੂੰ ਝੱਟ ਸੁੱਟਾਂ
ਜੱਟ ਵੱਟ ਤੇ ਫੱਟ ਤੇ ਪੱਟ ਬੱਧੇ, ਡਰ ਦੇਣ ਸਿਆਣੀਆਂ ਸੱਟ ਸੁੱਟਾਂ
ਵਟ ਸਟ ਪਛੱਟ ਕਲੱਟ ਹੋ ਕੇ, ਝਟ ਵੱਟਕੇ ਊਂਧ ਵਲੱਟ ਸੁੱਟਾਂ
ਵਾਰਿਸ ਸ਼ਾਹ ਮਾਸ਼ੂਕ ਜੇ ਮਿਲੇ ਖਿਲਵਤ, ਉਸਦੇ ਜੀਉਂਦੇ ਦੁੱਖ ਉਲੱਟ ਸੱਟਾਂ

ਸ਼ਾਇਰ

456

ਦਿਲ ਫਿਕਰ ਨੇ ਘੇਰਿਆ ਬੰਦ ਹੋਇਆ, ਰਾਂਝਾ ਗੋਤੇ ਲੱਖ ਜੀਉ ਖਾਇ ਬੈਠਾ
ਸੱਥੋਂ ਹੂੰਝ ਧੂੰਆਂ, ਸਿਰ ਚਾਇ ਟੁਰਿਆ, ਕਾਲੇ ਬਾਗ ਵਿਚ ਢੇਰ ਮਚਾਇ ਬੈਠਾ
ਅੱਖੀਂ ਮੀਟ ਕੇ ਰੱਬ ਧਿਆਨ ਧਰ ਕੇ, ਚਾਰੋਂ ਤਰਫ਼ ਹੀ ਧੂਣੀਆ ਲਾਇ ਬੈਠਾ
ਵੱਟ ਮਾਰ ਕੇ ਚਾਰੋਂ ਹੀ ਤਰਫ ਉੱਚੀ, ਉਥੇ ਵਲਗਣਾਂ ਖ਼ੂਬ ਬਣਾਇ ਬੈਠਾ
ਅਸਾਂ ਕੱਚ ਕੀਤਾ, ਰੱਬ ਸੱਚ ਕਰਸੀ, ਇਹ ਆਖ ਕੇ ਵੈਲ ਜਗਾਇ ਬੈਠਾ
ਭੜਕੀ ਅੱਗ ਜਾਂ ਤਾਉਣੀ ਤਾਉ ਕੀਤਾ, ਇਸ਼ਕ ਮੁਸ਼ਕ ਵਿਸਾਰ ਕੇ ਜਾਇ ਬੈਠਾ
ਵਿਚ ਸੰਘਣੀ ਛਾਉਂ ਦੇ ਘੱਤ ਭੂਰਾ, ਵਾਂਗ ਅਹਿਦੀਆਂ ਢਾਸਣਾ ਲਾਇ ਬੈਠਾ
ਵਾਰਿਸ ਸ਼ਾਹ ਉਸ ਵਕਤ ਨੂੰ ਝੂਰਦਾ ਏ, ਜਿਸ ਵੇਲੜੇ ਅੱਖੀਆਂ ਲਾਇ ਬੈਠਾ

ਰਾਂਝਾ ਕਾਲੇ ਬਾਗ ਵਿੱਚ

457

ਮੀਟ ਅੱਖੀਆਂ ਰੱਖੀਆਂ ਬੰਦਗੀ ਤੇ, ਘਤੇ ਜੱਲੀਆਂ ਚਿਲੇ ਵਿਚ ਹੋਇ ਰਹਿਆ
ਕਰ ਆਜਜ਼ੀ ਵਿਚ ਮਰਾਕਬੇ ਦੇ, ਦਿਹੇਂ ਰਾਤ ਖ਼ੁਦਾਇ ਥੀਂ ਰੋਇਆ ਰਹਿਆ
ਵਿਚ ਯਾਦ ਖ਼ੁਦਾਇ ਦੇ ਮਹਿਵ ਰਹਿੰਦਾ, ਕਦੇ ਬੈਠ ਰਹਿਆ, ਕਦੇ ਸੋਇ ਰਹਿਆ
ਵਾਰਿਸ ਸ਼ਾਹ ਨਾ ਫਿਕਰ ਕਰ ਮੁਸ਼ਕਲਾਂ ਦਾ, ਜੋ ਕੁਝ ਹੋਵਣਾ ਸੀ ਸੋਈ ਹੋਇ ਰਹਿਆਂ

458

ਨਿਉਲੀ ਕਰਮ ਕਰਦਾ ਕਦੇ ਊਰਧ ਤਪ ਵਿਚ, ਕਦੇ ਹੋਮ ਸਰੀਰ ਜੇ ਲਾਇ ਰਹਿਆ
ਕਦੇ ਨਖੀ ਤਪ, ਸਾਮ ਤਪ, ਪੌਣ-ਭੱਖੀ ਸਦਾ-ਬਰਤ ਨੇਮੀ ਚਿੱਤ ਲਾਇ ਰਹਿਆ
ਕਦੇ ਮਸਤ ਮਜਜ਼ੂਬ ਲਟ ਹੋਇ ਸੁਥਰਾ, ਅਲਫ਼ ਸਿਆਹ ਮੱਥੇ ਉਤੇ ਲਾਇ ਰਹਿਆ
ਆਵਾਜ਼ ਆਇਆ, 'ਬੱਚਾ ਰਾਂਝਿਆ ਵੇ, ਤੇਰਾ ਸੁਬ੍ਹਾ ਮੁਕਾਬਲਾ ਆਇ ਰਹਿਆ

ਕੁੜੀਆਂ ਕਾਲੇ ਬਾਗ ਵਿੱਚ

459

ਰੋਜ਼ ਜੁਮੇਂ ਦੇ ਤ੍ਰਿਞਣਾਂ ਦੌੜ ਕੀਤੀ, ਤੁਰ ਨਿਕਲੇ ਕਟਕ ਅਲਬੇਲੀਆਂ ਦੇ
ਜਿਵੇਂ ਕੂੰਜਾਂ ਦੀ ਡਾਰ ਆ ਲਹੇ ਬਾਗੀਂ, ਫਿਰਨ ਘੋਲੜੇ ਅਰਬ ਮਹੇਲੀਆਂ ਦੇ
ਵਾਂਗ ਸ਼ਾਹ ਪਰੀਆਂ ਛਣਾ ਛਣ ਛਣਕਣ, ਵੱਡੇ ਤ੍ਰਿਞਣਾਂ ਨਾਲ ਸਹੇਲੀਆਂ ਦੇ
ਧੰਮਕਾਰ ਪੈ ਗਈ ਤੇ ਧਰਤ ਬੋਲੀ, ਛੁੱਟੇ ਪਾਸਣੇ ਗਰਬ ਗਹੇਲੀਆਂ ਦੇ
ਵੇਖ ਜੋਗੀ ਦਾ ਥਾਉਂ ਵਿਚ ਆਇ ਵੜੀਆਂ, ਮਹਿਕਾਰ ਪੈ ਗਏ ਚੁੜੇਲੀਆਂ ਦੇ
ਵਾਰਿਸ ਸ਼ਾਹ ਉਸ਼ਨਾਕ ਜਿਉਂ ਢੂੰਡ ਲੈਂਦੇ, ਅਤਰ ਵਾਸਤੇ ਹੱਟ ਫੁਲੇਲੀਆਂ ਦੇ

ਧੂਣਾਂ ਉਜਾੜਨਾ

460

ਧੂੰਆਂ ਫੋਲ ਕੇ ਰੋਲ ਕੇ ਸੱਟ ਖੱਪਰ, ਤੋੜ ਸੇਲ੍ਹੀਆਂ ਭੰਗ ਖਿਲਾਰੀਆ ਨੇ
ਡੰਡਾ ਕੂੰਡੜਾ ਭੰਗ ਅਫੀਮ ਖੋਹੀ, ਫੋਲ ਫਾਲ ਕੇ ਧ੍ਰੂਟਿਆ ਡਾਰੀਆ ਨੇ
ਸਾਫ਼ਾ, ਜੰਗਲੀ, ਚਿਮਟਾ ਤੇ ਭੰਗ, ਕੁੱਕੜ, ਨਾਦ ਸਿਮਰਨਾ ਧੂੜ ਖਿਲਾਰੀਆ ਨੇ
ਕਰਨ 'ਹਲੋ ਹਲੋ' ਅਤੇ ਮਾਰ ਬਹਿਕਾਂ, ਦੇਣ ਧੀਗੀਆਂ ਤੇ ਖ਼ਿਲੀ ਮਾਰੀਆ ਨੇ
ਵਾਰਿਸ ਸ਼ਾਹ ਜਿਉਂ ਦਲਾਂ ਪੰਜਾਬ ਲੁੱਟੀ, ਤਿਵੇਂ ਜੋਗੀ ਨੂੰ ਲੁੱਟ ਉਜਾੜੀਆ ਨੇ

ਜੋਗੀ ਦਾ ਕ੍ਰੋਧ

461

ਕਿਲ੍ਹੇਦਾਰ ਨੂੰ ਮੋਰਚੇ ਤੰਗ ਢੁੱਕੇ, ਸ਼ਬ-ਖ਼ੂਨ[1] ਤੇ ਤਿਆਰ ਹੋ ਸੱਜਿਆ ਈ
ਤ੍ਰਾਹ ਪਵੇ ਜਿਉਂ ਧਾੜ ਨੂੰ, ਸ਼ੀਂਹ ਚੌਣੇ, ਊਠ ਬੋਤੀਆਂ ਦੇ ਮਨ੍ਹੇ ਗੱਜਿਆ ਈ
ਸਭਾ ਨੱਸ ਗਈਆਂ, ਇਕਾ ਰਹੀ ਪਿੱਛੇ, ਸੋਇਨ-ਚਿੱੜੀ ਉਤੇ ਆਇ ਵੱਜਿਆ ਈ
ਹਾਇ ਹਾਇ ਮਾਂ-ਮੁੰਡੀ, ਜਾਹ ਨਾਹੀਂ, ਪਰੀ ਵੇਖ ਅਵਧੂਤ ਨਾ ਲੱਜਿਆ ਈ
ਨੰਗੀ ਹੋਇਆ ਬੈਠੀ ਸੁੱਟ ਸਤਰ ਜ਼ੇਵਰ, ਸਭਾ ਜਾਣ ਬਹਾਨਿਆਂ ਤੱਜਿਆ ਈ
ਮਲਕੁਲ ਮੌਤ ਅਜ਼ਾਬ ਦੀ ਕਰੇ ਤੰਗੀ, ਪੜਦਾ ਕਿਸੇ ਦਾ ਕਿਸੇ ਨਾ ਕੱਜਿਆ ਈ
ਉਤੋਂ ਨਾਦ ਵਜਾਇ ਕੇ ਕਰੇ ਨਾਅਰਾ, ਅੱਖੀਂ ਲਾਲ ਕਰਕੇ ਮੂੰਹ ਟੱਡਿਆ ਈ
ਵਾਰਿਸ ਸ਼ਾਹ ਹਿਸਾਬ ਨੂੰ ਪਰੀ ਪਕੜੀ, ਸੂਰ ਹਸ਼ਰ ਦਾ ਵੇਖ ਲੈ ਵੱਜਿਆ ਈ

ਕੁੜੀ

462

ਕੁੜੀ ਆਖਿਆ, ਮਾਰ ਨਾ ਫਾਹੁੜੀ ਵੇ, ਮਰ ਜਾਊਂਗੀ ਮਸਤ ਦੀਵਾਨਿਆਂ ਵੇ
ਲੱਗੇ ਫਾਹੁੜੀ, ਬਾਹੁੜੀ, ਮਰਾਂ ਜਾਨੋਂ, ਰੱਖ ਲਈ ਤੂੰ ਮੀਆਂ ਮਸਤਾਨਿਆਂ ਵੇ
ਅਜ਼ਰਾਈਲ ਜਨ ਆਣ ਕੇ ਬਹੇ ਬੂਹੇ, ਨਹੀਂ ਛੁਟੀਦਾ ਨਾਲ ਬਹਾਨਿਆਂ ਵੇ
ਤੇਰੀ ਡੀਲ ਹੈ ਦੇਉ ਦੀ, ਅਸੀਂ ਪਰੀਆਂ, ਇਕਸ ਸੱਟ ਲੱਗੇ ਮਰ ਜਾਨੀਆਂ ਵੇ
ਗੱਲ ਦੱਸਣੀ ਹੈ ਜੋ ਤੂੰ ਦੱਸ ਮੈਨੂੰ, ਤੇਰਾ ਲੈ ਸੁਨੇਹੁੜਾ ਜਾਨੀਆਂ ਵੇ
ਮੇਰੀ ਚਾਚੀ ਹੈ, ਜਿਹੜੀ ਤੁੱਧ ਬੋਲਣ, ਅਸੀਂ ਹਾਲ ਥੀਂ ਨਹੀਂ ਬੇਗਾਨੀਆਂ ਵੇ
ਤੇਰੇ ਵਾਸਤੇ ਓਸ ਦੀ ਕਰਾਂ ਮਿੰਨਤ, ਜਾਇ ਹੀਰ ਅੱਗੇ ਟਟਿਆਨੀਆਂ ਵੇ
ਵਾਰਿਸ ਦੱਸ ਕੀਕੂੰ ਆਖਾਂ ਜਾਇ ਉਸ ਨੂੰ, ਅਵੇ ਇਸ਼ਕ ਦੇ ਕੰਮ ਦਿਆਂ ਬਾਨੀਆਂ ਵੇ

ਹੀਰ ਨੂੰ ਪੈਗਾਮ ਭੇਜਣਾ

463

ਜਾ ਹੀਰ ਨੂੰ ਆਖਣਾ ਭਲਾ ਕੀਤੋ, ਸਾਨੂੰ ਹਾਲ ਥੀਂ ਚਾਇ ਬੇਹਾਲ ਕੀਤੋ
ਝੰਡਾ ਸਿਆਹ ਸਫ਼ੈਦ ਸੀ ਇਸ਼ਕ ਵਾਲਾ, ਉਹ ਘੱਤ ਮਜੀਠ ਗ਼ਮ ਲਾਲ ਕੀਤੋ
ਦੀਨਾ ਬੇਗ[2] ਦੇ ਮਗਰ ਜਿਉਂ ਪਏ ਗਿਲਜ਼ੇ, ਡੇਰਾ ਲੁੱਟ ਕੇ ਚਾਇ ਕੰਗਾਲ ਕੀਤੋ
ਤਿੱਲਾ ਕੁੰਦਨ ਨੂੰ ਅੱਗ ਦਾ ਤਾਉ ਦੇ ਕੇ, ਚਾਇ ਅੰਦਰੋਂ ਬਾਹਰੋਂ ਲਾਲ ਕੀਤੋ

---

1. ਰਾਤ ਨੂੰ ਦੁਸ਼ਮਣ 'ਤੇ ਹਮਲਾ ਕਰਨਾ।

2. ਅਦੀਨਾ ਬੇਗ ਜਲੰਧਰ ਦਾ ਸੂਬੇਦਾਰ ਸੀ। ਜਦ 1751 ਵਿੱਚ ਅਬਦਾਲੀ ਨੇ ਪੰਜਾਬ 'ਤੇ ਹਮਲਾ ਕੀਤਾ ਤਾਂ ਉਹਨਾਂ ਗਿਲਜਿਆਂ ਨੇ ਅਦੀਨਾ ਬੇਗ ਦੇ ਡੇਰੇ ਨੂੰ ਖ਼ੂਬ ਲੁੱਟਿਆ।

ਅਹਿਮਦਸ਼ਾਹ[1] ਵਾਂਙੂ ਮੇਰੇ ਵੈਰ ਪੈ ਕੇ, ਪੱਟ ਪੁੱਟ ਕੇ ਚੱਕ ਦਾ ਤਾਲ ਕੀਤੋ
ਚੜ੍ਹੇ ਸਾਰ ਬਹਾਲੀਆਂ ਖੇੜਿਆਂ ਨੂੰ, ਬਰਤਰਫ਼ੀਆਂ ਤੇ ਮੰਹੀਂਵਾਲ ਕੀਤੋ
ਫ਼ਤਿਹਬਾਦ ਚਾਇ ਦਿੱਤੀਆਂ ਖੇੜਿਆਂ ਨੂੰ, ਭਾਇ ਰਾਂਝਣੇ ਦੇ ਵੈਰੋਵਾਲ ਕੀਤੋ
ਛੱਡ ਨੱਠੀਏਂ ਸਿਆਲ ਤੇ ਮਹੀਂ ਮਾਹੀਂ, ਵਿਚ ਖੇੜਿਆਂ ਦੇ ਆਇ ਜਾਲ ਕੀਤੋ
ਜਾ ਮੈਂ ਗਿਆ ਵਿਹੜੇ ਸਹਿਤੀ ਨਾਲ ਰਲ ਕੇ, ਫੜੇ ਚੋਰ ਵਾਂਙੂ ਮੇਰਾ ਹਾਲ ਕੀਤੋ
ਨਾਦਰ ਸ਼ਾਹ ਥੋਂ ਹਿੰਦ ਪੰਜਾਬ ਥਰਕੇ, ਮੇਰੇ ਬਾਬ ਦਾ ਤੁਧ ਭੂਚਾਲ ਕੀਤੋ
ਭਲੇ ਚੌਧਰੀ ਦਾ ਪੁੱਤ ਚਾਕ ਲਾਇਓ, ਚਾਇ ਜੱਗ ਉਤੇ ਮਹੀਂਵਾਲ ਕੀਤੋ
ਤੇਰੇ ਬਾਬ ਦਰਗਾਹ ਥੀਂ ਮਿਲੇ ਬਦਲਾ, ਜੇਹਾ ਜ਼ਾਲਮ ਤੈਂ ਮੇਰੇ ਨਾਲ ਕੀਤੋ
ਦਿਤੋ ਆਪਣਾ ਸ਼ੌਕ ਤੇ ਸੋਜ਼ ਮਸਤੀ, ਵਾਰਿਸ ਸ਼ਾਹ ਫਕੀਰ ਨਿਹਾਲ ਕੀਤੋ

464

ਕੁੜੀ ਆਪਣਾ ਆਪ ਛੁਡਾ ਨੱਠੀ, ਤੀਰ ਗ਼ਜਬ ਦਾ ਜੀਊ ਵਿਚ ਕੱਸਿਆ ਈ
ਸਹਿਜ ਆਇ ਕੇ ਹੀਰ ਦੇ ਕੋਲ ਬਹਿ ਕੇ, ਹਾਲ ਓਸ ਨੂੰ ਖੋਲ੍ਹ ਕੇ ਦੱਸਿਆ ਈ
ਛੱਡ ਨੰਗ ਨਾਮੂਸ ਫ਼ਕੀਰ ਹੋਇਆ, ਰਹੇ ਰੋਂਦੜਾ ਕਦੇ ਨ ਹੱਸਿਆ ਈ
ਏਹ ਹੁਸਨ ਕਮਾਨ ਨੂੰ ਹੱਥ ਪੜ ਕੇ, ਓ ਕਹਿਰ ਦਾ ਤੀਰ ਕਿਉਂ ਕੱਸਿਆ ਈ
ਘਰੋਂ ਮਾਰ ਕੇ ਮੋਹਲੀਂ ਕੱਢਿਆ ਈ, ਜਾਏ ਕਾਲੜੇ ਬਾਗ ਵਿਚ ਵੱਸਿਆ ਈ
ਵਾਰਿਸ ਸ਼ਾਹ ਦਿਹੋਂ ਰਾਤ ਦੇ ਮੀਂਹ ਵਾਂਗੂੰ, ਨੀਰ ਓਸ ਦਾ ਨੈਣਾਂ ਥੀਂ ਵੱਸਿਆ ਈ

ਹੀਰ

465

ਕੁੜੀਏ! ਵੇਖ ਰੰਝੇਟੜੇ ਕੱਚ ਕੀਤਾ, ਖੋਲ੍ਹ ਜੀਊ ਦਾ ਭੇਤ ਪਸਾਰਿਓ ਨੇ
ਮਨਸੂਰ ਨੇ ਇਸ਼ਕ ਦਾ ਭੇਤ ਦਿੱਤਾ, ਉਸ ਨੂੰ ਤੁਰਤ ਸੂਲੀ ਉਤੇ ਚਾੜ੍ਹਿਓ ਨੇ
ਰਸਮ ਇਸ਼ਕ ਦੇ ਮੁਲਕ ਦੀ ਚੁੱਪ ਰਹਿਣਾ, ਮੂੰਹ ਬੋਲਿਆ ਸੋਈਓ ਮਾਰਿਓ ਨੇ
ਤੋਤਾ ਬੋਲ ਕੇ ਪਿੰਜਰੇ ਕੈਦ ਹੋਇਆ, ਮੂੰਹੋਂ ਬੋਲਨ ਅਗਨਿ ਸੰਘਾਰਿਓ ਨੇ
ਯੂਸਫ਼ ਬੋਲ ਕੇ ਬਾਪ ਥੇ ਖ਼ਵਾਬ ਦੱਸੀ, ਉਸ ਨੂੰ ਖੂਹ ਦੇ ਵਿਚ ਉਤਾਰਿਓ ਨੇ
ਵਾਰਿਸ ਸ਼ਾਹ ਕਾਰੂੰ ਨੂੰ ਸਣੇ ਦੌਲਤ, ਹੇਠ ਜ਼ਿਮੀਂ ਦੇ ਚਾਇ ਨਿਘਾਰਿਓ ਨੇ

---

1. ਅਹਿਮਦ ਸ਼ਾਹ ਅਬਦਾਲੀ ਨੇ ਸ੍ਰੀ ਅੰਮ੍ਰਿਤਸਰ ਵਿੱਚ ਦਰਬਾਰ ਸਾਹਿਬ ਨੂੰ ਬਾਰੂਦ ਨਾਲ ਉਡਾ ਕੇ ਸਰੋਵਰ ਮਿੱਟੀ ਅਤੇ ਗੰਦ-ਮੰਦ ਨਾਲ ਪੂਰ ਦਿੱਤਾ ਸੀ। ਖ਼ਾਲਸੇ ਨੇ ਬਾਅਦ ਵਿੱਚ ਅਬਦਾਲੀ ਨੂੰ ਲਾਹੌਰ ਵੱਲ ਭਜਾ ਕੇ, ਫੜ੍ਹੇ ਗਏ ਮੁਸਲਮਾਨ ਸਿਪਾਹੀ ਕੈਦੀਆਂ ਤੋਂ ਸਰੋਵਰ ਸਾਫ਼ ਕਰਵਾਇਆ ਸੀ।

ਕੁੜੀ

466

ਚਾਕ ਹੋਇ ਕੇ ਖੋਲ੍ਹੀਆਂ ਚਾਰਦਾ ਸੀ, ਜਦੋਂ ਉਸ ਦਾ ਜੀਊ ਤੂੰ ਖੱਸਿਆ ਸੀ
ਉਸ ਦੀ ਨਜ਼ਰ ਦੇ ਸਾਹਮਣੇ ਖੇਡਦੀ ਸੈਂ, ਮੁਲਕ ਓਸ ਦੇ ਬਾਬ ਦਾ ਵੱਸਿਆ ਸੀ
ਆਇ ਸਹੁਰੇ ਵਹੁਟੜੀ ਹੋਇ ਬੈਠੀ, ਭਦੋਂ ਜਾਇ ਕੇ ਜੋਗ ਵਿਚ ਧੱਸਿਆ ਸੀ
ਆਇਆ ਹੋ ਫਕੀਰ, ਤਾਂ ਲੜੀ ਸਹਿਤੀ, ਗੜ੍ਹਾ ਕਹਿਰ ਦਾ ਓਸ ’ਤੇ ਵੱਸਿਆ ਸੀ
ਮਾਰ ਮੋਹਲੀਆਂ ਨਾਲ ਹੈਰਾਨ ਕੀਤੋ, ਤਦੋਂ ਕਾਲੜੇ ਬਾਗ ਨੂੰ ਨੱਸਿਆ ਸੀ
ਪਿੱਛਾ ਦੇਹ ਨਾ ਮਾਰਿਆ ਜਾਇਗਾ ਨੀ, ਭੇਤ ਇਸ਼ਕ ਦਾ ਆਸ਼ਕਾਂ ਦੱਸਿਆ ਸੀ
ਡੋਲੀ ਚੜ੍ਹੀ ਤਾਂ ਯਾਰ ਤੋਂ ਛੁਪ ਪਈਏਂ, ਤਦੋਂ ਮੁਲਕ ਸਾਰਾ ਤੈਨੂੰ ਹੱਸਿਆ ਸੀ
ਜਦੋਂ ਮਹਰ ਨੇ ਕੂਚ ਦਾ ਹੁਕਮ ਕੀਤਾ, ਤੰਗ ਤੋਬਰਾ ਨਫਰ ਨੇ ਕੱਸਿਆ ਸੀ
ਜਦੋਂ ਰੂਹ ਇਕਰਾਰ ਇਖ਼ਰਾਜ[1] ਕੀਤਾ, ਤਦੋਂ ਜਾਇ ਕਲਬੂਤ ਵਿਚ ਧੱਸਿਆ ਸੀ
ਜਿਹੜੇ ਨਿਵੇਂ ਸੋ ਉਹ ਹਜ਼ੂਰ ਹੋਏ, ਵਾਰਿਸ ਸ਼ਾਹ ਨੂੰ ਪੀਰ ਨੇ ਦੱਸਿਆ ਸੀ

467

ਰਾਂਝਾ ਵਾਂਙ ਈਮਾਨ ਸ਼ਰਾਬੀਆਂ ਦੇ, ਜੁਦਾ ਹੋਇ ਕੇ ਪਿੰਡੇ ਥੀਂ ਹਾਰ ਰਹਿਆ
ਨੈਣਾਂ ਤੇਰਿਆਂ ਜੱਟ ਨੂੰ ਕਤਲ ਕੀਤਾ, ਚਾਕ ਹੋਇ ਕੇ ਖੋਲੀਆਂ ਚਾਰ ਰਹਿਆ
ਤੂੰ ਤਾਂ ਖੇੜਿਆਂ ਦੀ ਬਣੀ ਚਉਧਰਾਣੀ, ਰਾਂਝਾ ਰੋਇਕੇ ਟੱਕਰਾਂ ਮਾਰ ਰਹਿਆ
ਅੰਤ ਕੰਨ ਪੜਵਾਇ, ਫ਼ਕੀਰ ਹੋਇਆ, ਘੱਤ ਮੁੰਦਰਾਂ ਵਿਚ ਉਜਾੜ ਰਹਿਆ
ਉਸ ਵੜਨ ਨਾ ਮਿਲੇ, ਤੂੰ ਸਤਰਾਖਾਨੇ, ਥੱਕ ਹੁੱਟ ਕੇ ਅੰਤ ਨੂੰ ਹਾਰ ਰਹਿਆ
ਤੈਨੂੰ ਚਾਕ ਦੀ ਆਖਦਾ ਜੱਗ ਸਾਰਾ, ਇਵੇਂ ਉਸ ਨੂੰ ਮਿਹਣੇ ਮਾਰ ਰਹਿਆ
ਸ਼ੱਕਰ ਗੰਜ ਮਸਊਦ[2] ਮੌਦੂਦ ਵਾਂਙੂ, ਉਹ ਨਫਸ[3] ਤੇ ਹਿਰਸ ਨੂੰ ਮਾਰ ਰਹਿਆ
ਸਿੱਧਾ ਨਾਲ ਤੁਵੱਕਲੀ ਠੇਲ੍ਹ ਬੇੜਾ, ਇਕੇ ਵਿਚ ਡੁੱਬਾ ਇਕੇ ਪਾਰ ਰਹਿਆ
ਵਾਰਿਸ ਸ਼ਾਹ ਸਮ੍ਹਾਲਦਾ ਤੁਧ ਤਾਈਂ, ਅੱਠੇ ਪਹਿਰ ਏਹਾ ਕਰ ਕਾਰ ਰਹਿਆ

ਹੀਰ

468

ਆਕੀ ਹੋ ਬੈਠੇ ਅਸੀਂ ਜੋਗੀਅੜੇ ਥੀਂ, ਜਾਹੁ ਲਾਇ ਲੈ ਜ਼ੋਰ ਜੋ ਲਾਵਣਾ ਏ
ਅਸੀਂ ਹੁਸਨ ਤੇ ਹੋਏ ਮਗਰੂਰ ਬੈਠੇ, ਚਾਰ ਚਸ਼ਮ ਦਾ ਕਟਕ ਲੜਾਵਣਾ ਏ
ਲੱਖ ਜ਼ੋਰ ਤੂੰ ਲਾ ਜੋ ਲਾਵਣਾ ਏਂ, ਅਸੀਂ ਬੱਧਿਆਂ ਬਾਝ ਨਾ ਆਵਣਾ ਏ
ਸੁਰਮਾਂ ਅੱਖੀਆਂ ਦੇ ਵਿਚ ਪਾਵਣਾ ਹੀ, ਅਸੀਂ ਵੱਡਾ ਘੁਮੰਡ ਪਵਾਵਣਾ ਏ
ਰੁਖ਼ਸਤ ਦੇ ਕੇ ਯਾਰ ਭਤਾਰ ਤਾਈਂ, ਸੈਦਾ ਰਾਂਝੇ ਦੇ ਨਾਲ ਲੜਾਵਣਾ ਏ

---

1. ਖ਼ਾਰਜ ਹੋਣਾ, 2. ਬਾਬਾ ਫ਼ਰੀਦ ਜੀ, 3. ਮਨ ਦੀ ਇੱਛਾ।

ਸੀਤਾ ਪੂਜ ਬੈਠਾ ਸੈਦਾ ਵਾਂਗ ਦਹਿਸਿਰ, ਸੋਇਨ ਲੰਕ ਨੂੰ ਓਸ ਲੁਟਾਵਣਾ ਏ
ਰਾਂਝੇ ਕੰਨ ਪੜਾਇ ਕੇ ਜੋਗ ਲੀਤਾ, ਅਸਾਂ ਖਚਰੀਆਂ ਜੋਗ ਤੇ ਲਾਵਣਾ ਏ
ਵਾਰਿਸ ਸ਼ਾਹ ਉਹ ਬਾਗ ਵਿਚ ਜਾ ਬੈਠਾ, ਅਸਾਂ ਬਾਗ ਦਾ ਹਾਲ ਵੰਞਾਵਣਾ ਏ

ਕੁੜੀ

469

ਆਕੀ ਹੋਇ ਕੇ ਖੇੜਿਆਂ ਵਿਚ ਵੜੀਏਂ, ਆਸ਼ਕ ਹੁਸਨ ਦੇ ਵਾਰਸੇ ਜੱਟੀਏ ਨੀ
ਪਿੱਛਾਂ ਅੰਤ ਨੂੰ ਦੇਵਣਾ ਹੋਇ ਜਿਸ ਨੂੰ, ਝੁੱਗਾ ਓਸ ਦਾ ਕਾਸ ਨੂੰ ਪੱਟੀਏ ਨੀ
ਜਿਹੜਾ ਵੇਖ ਕੇ ਮੁੱਖ ਨਿਹਾਲ ਹੋਵੇ, ਕੀਚੈ ਕਤਲ ਨਾ ਹਾਲ ਪਲੱਟੀਏ ਨੀ
ਇਹ ਆਸ਼ਕ ਵੇਲ ਅੰਗੂਰ ਦੀ ਏ, ਮੁੱਢੋਂ ਓਸ ਨੂੰ ਪੱਟ ਨ ਸੱਟੀਏ ਨੀ
ਇਹ ਜੋਬਨਾ ਨਿੱਤ ਨਾ ਹੋਵਣਾ ਹੀ, ਛਾਉਂ ਬੱਦਲਾਂ ਦੀ ਜਾਣ ਜੱਟੀਏ ਨੀ
ਲੈ ਕੇ ਸੱਠ ਸਹੇਲੀਆਂ ਵਿਚ ਬੇਲੇ, ਨਿਤ ਢਾਂਵਦੀ ਸੈਂ ਉਹਨੂੰ ਢੱਟੀਏ ਨੀ
ਪਿੱਛਾ ਨਾਹਿ ਦਿਚੈ, ਸੱਚੇ ਆਸ਼ਕਾਂ ਨੂੰ, ਜੋ ਕੁਝ ਜਾਨ ਤੇ ਬਣੇ, ਸੋ ਕੱਟੀਏ ਨੀ
ਦਾਅਵਾ ਬੰਨ੍ਹੀਏ ਤਾਂ ਖੜੇ ਹੋਇ ਲੜੀਏ, ਤੀਰ ਮਾਰ ਕੇ ਆਪ ਨਾ ਛਟੀਏ ਨੀ
ਉਠ ਝਬਦੇ ਜਾਇ ਕੇ ਹੋ ਹਾਜ਼ਰ, ਇਹ ਕੰਮ ਨੂੰ ਢਿੱਲ ਨਾ ਘੱਤੀਏ ਨੀ
ਅੱਠੇ ਪਹਿਰ ਵਿਸਾਰੀਏ ਨਾਹੀ ਸਾਹਿਬ ਕਦੇ ਹੋਸ਼ ਦੀ ਅੱਖ ਪਰਤੀਏ ਨੀ
ਜਿਨ੍ਹਾਂ ਕੌਂਤ ਭੁਲਾਇਆ, ਛੁੱਟੜਾਂ ਨੇ, ਲੱਖ ਮੌਲੀਆਂ ਮਹਿੰਦੀਆਂ ਘੱਤੀਏ ਨੀ
ਵਾਰਿਸ ਚਾਟ ਹਿਲਾਇਕੇ ਤੋਤੜੇ ਨੂੰ, ਪਿੱਛੋਂ ਕੰਕਰੀ ਰੋੜ ਨਾ ਸੱਟੀਏ ਨੀ

ਹੀਰ

470

ਜਿਵੇਂ ਮੁਰਸ਼ਦਾਂ ਪਾਸ ਜਾ ਢਹਿਣ ਤਾਲਿਬ, ਤਿਵੇਂ ਸਹਿਤੀ ਦੇ ਪਾਸ ਨੂੰ ਹੀਰ ਹੇਰੇ
ਕਰੀਂ ਸੱਭ ਤਕਸੀਰ ਮੁਆਫ਼ ਸਾਡੀ, ਪੈਰੀਂ ਪਵਾਂ ਜੇ ਮੰਨੀਏਂ ਨਾਲ ਮੇਰੇ
ਬਖਸ਼ੇ ਨਿੱਤ ਗੁਨਾਹ ਖੁਦਾਇ ਸੱਚਾ, ਬੰਦੇ ਬਹੁਤ ਗੁਨਾਹ ਦੇ ਭਰੇ ਬੇਰੇ
ਵਾਰਿਸ ਸ਼ਾਹ ਮਨਾਵਣਾ ਅਸਾਂ ਆਂਦਾ, ਸਾਡੀ ਸੁਲ੍ਹਾ ਕਰਾਂਵਦਾ ਨਾਲ ਤੇਰੇ

ਸਹਿਤੀ

471

ਅਸਾਂ ਕਿਸੇ ਦੇ ਨਾਲ ਕੁਝ ਨਹੀਂ ਮਤਲਬ, ਸਿਰੋਂ ਪਾ ਖੁਸ਼ੀ ਹਾਂ ਹੋਇ ਰਹੀਏ
ਲੋਕਾਂ ਮੇਹਣੇ ਮਾਰ ਬੇਪਤੀ ਕੀਤੀ, ਮਾਰੇ ਸ਼ਰਮ ਦੇ ਅੰਦਰੇ ਰੋਇ ਰਹੀਏ
ਗੁੱਸੇ ਨਾਲ ਅਹਿਵਾਲ ਪੈਕਾਨ ਵਾਂਙੂ, ਸਾਡੇ ਜਿਸਮ ਤੇ ਤੀਰ ਖਲੋਇ ਰਹੀਏ
ਵਾਰਿਸ ਸ਼ਾਹ ਨਾ ਸੰਗ ਨੂੰ ਰੰਗ ਆਵੇ, ਲੱਖ ਸੂਹੇ ਦੇ ਵਿਚ ਸਮੋਇ ਰਹੀਏ

ਹੀਰ

472

ਹੀਰ ਆਣ ਜੁਨਾਬ ਵਿਚ ਅਰਜ਼ ਕੀਤਾ, ਨਿਆਜ਼ਮੰਦੀਆਂ ਬਖਸ਼ ਮੈਂ ਗੋਲੀਆਂ ਨੀ
ਸਾਨੂੰ ਬਖਸ਼ ਗੁਨਾਹ ਤਕਸੀਰ ਸਾਰੀ, ਜੋ ਕੁਝ ਲੜਦਿਆਂ ਤੁਧ ਨੂੰ ਬੋਲੀਆਂ ਨੀ
ਹੱਛੀ ਪੀੜ-ਵੰਡਾਵਣੀ ਭੈਣ ਮੇਰੀ, ਤੈਥੋਂ ਵਾਰ ਸੁੱਟੀ ਘੋਲ ਘੋਲੀਆਂ ਨੀ
ਮੇਰਾ ਕੰਮ ਕਰ, ਮੁੱਲ ਲੈ ਬਾਝ ਦੰਮਾਂ, ਦੂਣਾ ਬੋਲ ਲੈ, ਜੋ ਕੁਝ ਬੋਲੀਆਂ ਨੀ
ਘਰ ਬਾਰ ਤੇ ਮਾਲ, ਜ਼ਰ ਹੁਕਮ ਤੇਰਾ, ਸਭ ਤੇਰੀਆਂ, ਢਾਂਡੀਆਂ ਖੋਲੀਆਂ ਨੀ
ਮੇਰਾ ਯਾਰ ਅਇਆ ਚਲ ਵੇਖ ਆਈਏ, ਪਈ ਮਾਰਦੀ ਸੈਂ ਨਿੱਤ ਬੋਲੀਆਂ ਨੀ
ਜਿਸ ਜ਼ਾਤ ਸਿਫਾਤ ਚੌਧਰਾਈ ਛੱਡੀ, ਮੇਰੇ ਵਾਸਤੇ ਚਾਰੀਆਂ ਖੋਲ੍ਹੀਆਂ ਨੀ
ਜਿਹੜਾ ਮੁੱਢ ਕਦੀਮ ਦਾ ਯਾਰ ਮੇਰਾ, ਜਿਸ ਚੂੰਡੀਆਂ ਕਵਾਰ ਦੀਆਂ ਖੋਲ੍ਹੀਆਂ ਨੀ
ਵਾਰਿਸ ਸ਼ਾਹ ਗੁਮਾਨ ਦੇ ਨਾਲ ਬੈਠਾ, ਨਾਹੀਂ ਬੋਲਦਾ ਮਾਰਦਾ ਬੋਲੀਆਂ ਨੀ

ਸਹਿਤੀ

473

ਪਿਆ ਲਾਨ੍ਹਤੋਂ ਤੌਕ ਸ਼ੈਤਾਨ ਦੇ ਗਲ, ਉਹਨੂੰ ਰੱਬ ਅਰਸ਼ 'ਤੇ ਚਾੜ੍ਹਨਾ ਏ
ਝੂਠ ਬੋਲ ਕੇ ਜਿਨ੍ਹਾਂ ਵਿਆਜ ਖਾਧੇ, ਤਿਨ੍ਹਾਂ ਵਿੱਚ ਬਹਿਸ਼ਤ ਕੀ ਵਾੜਨਾ ਏ
ਅਸੀਂ ਜੀਉ ਦੀ ਮੈਲ ਚੁਕਾਇ ਬੈਠੇ, ਵੱਤ ਕਰਾਂ ਨਾ ਸੀਵਣਾਂ ਪਾੜਨਾ ਏ
ਸਾਨੂੰ ਮਾਰ ਲੈ ਭਈਅੜਾ-ਪਿੱਟੀਆਂ ਨੂੰ, ਸਾੜ੍ਹ-ਸੀਖ ਉਤੇ ਜੇ ਤੂੰ ਚਾੜਨਾ ਏ
ਅੱਗੇ ਜੋਗੀ ਤੋਂ ਮਾਰ ਕਰਾਈਆ ਈ, ਹੁਣ ਹੋਰ ਕੀ ਪੜਤਣਾ ਪਾੜਨਾ ਏ
ਤੋਬਾ ਤੋਬਾ ਜੇ ਮੈਂ ਮੂੰਹੋਂ ਬੋਲਾਂ, ਨੱਕ ਵੱਢ ਕੇ ਮਾਰ ਜੇ ਮਾਰਨਾ ਏ
ਘਰ ਬਾਰ ਥੀਂ ਚਾਇ ਜਵਾਬ ਦਿੱਤਾ, ਹੋਰ ਆਖ ਕੀ ਸੱਚ ਨਿਤਾਰਨਾ ਏ
ਮੇਰੇ ਨਾਲ ਨਾ ਵਾਰਿਸਾ ਬੋਲ ਐਵੇਂ, ਮਤਾ ਹੋਇ ਜਾਇ ਕੋਈ ਕਾਰਨਾ ਏ

ਹੀਰ

474

ਆ ਸਹਿਤੀਏ! ਵਾਸਤਾ ਰੱਬ ਦਾ ਈ, ਨਾਲ ਭਾਬੀਆਂ ਮਿੱਠੜਾ ਬੋਲੀਏ ਨੀ
ਹੋਵੀਂ ਪੀੜ-ਵੰਡਾਵੜੀ ਸ਼ੁਹਦਿਆਂ ਦੀ, ਜ਼ਹਿਰ ਬਿਸੀਅਰਾਂ ਵਾਂਗ ਨਾ ਘੋਲੀਏ ਨੀ
ਕੰਮ ਬੰਦ ਹੋਵੇ ਪਰਦੇਸੀਆਂ ਦਾ, ਨਾਲ ਮਿਹਰ ਦੇ ਉਨ੍ਹਾਂ ਨੂੰ ਖੋਲ੍ਹੀਏ ਨੀ
ਤੇਰੇ ਜੇਹੀ ਨਿਨਾਣ ਹੋ ਮੇਲ ਕਰਨੀ, ਜੀਊ ਜਾਨ ਵੀ ਉਸ ਤੋਂ ਘੋਲੀਏ ਨੀ
ਜੋਗੀ ਚਲ ਮਨਾਈਏ ਬਾਗ ਵਿਚੋਂ, ਹੱਥ ਬੰਨ੍ਹ ਕੇ ਮਿੱਠੜਾ ਬੋਲੀਏ ਨੀ
ਜੋ ਕੁਝ ਕਹੇ ਸੋ ਸਿਰ ਤੇ ਮੰਨ ਲਈਏ, ਗ਼ਮੀਂ ਸ਼ਾਦੀਓਂ ਮੂਲ ਨਾ ਡੋਲੀਏ ਨੀ
ਚਲ ਨਾਲ ਮੇਰੇ ਜੀਵੇਂ ਭਾਗ-ਭਰੀਏ, ਮੇਲ-ਕਰਨੀਏ! ਵਿਚ-ਵਿਚੋਲੀਏ ਨੀ
ਕਿਵੇਂ ਮੇਰਾ ਤੇ ਰਾਂਝੇ ਦਾ ਮੇਲ ਹੋਏ, ਖੰਡ ਦੁੱਧ ਦੇ ਵਿਚ ਚਲ ਘੋਲੀਏ ਨੀ

ਸ਼ਾਇਰ

475

ਜਿਵੇਂ ਸੁਬ੍ਹਾ ਦੀ ਕਜ਼ਾ ਨਮਾਜ਼ ਹੁੰਦੀ, ਰਾਜੀ ਹੋਇ ਇਬਲੀਸ[1] ਵੀ ਨੱਚਦਾ ਏ
ਤਿਵੇਂ ਸਹਿਤੀ ਦੇ ਜੀਊ ਵਿਚ ਖੁਸ਼ੀ ਹੋਇ, ਜੀਊ ਰੰਨ ਦਾ ਛੱਲੜਾ ਕੱਚ ਦਾ ਏ
ਜਾਹੁ ਬਖ਼ਸ਼ਿਆ ਸਭ ਗੁਨਾਹ ਤੇਰਾ ਤੈਨੂੰ ਇਸ਼ਕ ਕਦੀਮ ਤੋਂ ਸੱਚ ਦਾ ਏ
ਵਾਰਿਸ ਸ਼ਾਹ ਚਲ ਯਾਰ ਮਨਾਇ ਆਈਏ, ਏਥੇ ਨਵਾਂ ਅਖਾਰੜਾ ਮੱਚਦਾ ਏ

ਸਹਿਤੀ ਦਾ ਜੋਗੀ ਪਾਸ ਜਾਣਾ

476

ਸਹਿਤੀ ਖੰਡ ਮਲਾਈ ਦਾ ਥਾਲ ਭਰਿਆ, ਚਾਇ ਕਪੜੇ ਵਿਚ ਲੁਕਾਇਆ ਈ
ਜਿਹਾਂ ਵਿਚ ਨਮਾਜ਼ ਵਿਸਵਾਸ ਗੈਬੋਂ, ਅਜ਼ਰਾਈਲ ਬਣਾਇ ਲੈ ਆਇਆ ਈ
ਉਤੇ ਪੰਜ ਰੁਪਈਏ ਸੂ ਰੋਕ ਰਖੇ, ਜਾਇ ਫ਼ਕਰ ਥੇ ਫੇਰੜਾ ਪਾਇਆ ਈ
ਜਦੋਂ ਆਂਵਦੀ ਜੋਗੀ ਨੇ ਉਹ ਡਿੱਠੀ, ਪਿੱਛਾ ਆਪਣਾ ਮੁੱਖ ਭਵਾਇਆ ਈ
ਅਸਾਂ ਰੂਹਾਂ ਬਹਿਸ਼ਤੀਆਂ ਬੈਠੀਆਂ ਨੂੰ, ਤਾਉ ਦੋਜ਼ਕੇ ਦਾ ਕਿਥੋਂ ਆਇਆ ਈ
ਤਲਬ ਮੀਂਹ ਤੇ ਵੱਗਿਆ ਆਣ ਝੱਖੜ, ਯਾਰੋ ਆਖਰੀ ਦੌਰ ਹੁਣ ਆਇਆ ਨੀ
ਸਹਿਤੀ ਬੰਨ੍ਹ ਕੇ ਹੱਥ ਸਲਾਮ ਕੀਤਾ, ਅੱਗੋਂ ਮੂਲ ਜਵਾਬ ਨਾ ਪਾਇਆ ਈ
ਆਮਿਲ, ਚੋਰ ਤੇ ਚੌਧਰੀ ਜੱਟ ਹਾਕਮ, ਵਾਰਿਸ ਸ਼ਾਹ ਨੂੰ ਰੱਬ ਵਿਖਾਇਆ ਈ

ਜੋਗੀ

477

ਜਦੋਂ ਖ਼ਲਕ ਪੈਦਾ ਕੀਤੀ ਰੱਬ ਸੱਚੇ, ਬੰਦਿਆਂ ਵਾਸਤੇ ਕੀਤੇ ਸਭ ਪਸਾਰੇ
ਰੰਨ, ਛੋਕਰ, ਜਿੰਨ, ਸ਼ੈਤਾਨ, ਰਾਵਲ, ਕੁੱਤਾ, ਕੁੱਕੜੀ, ਬੱਕਰੀ ਊਠ ਸਾਰੇ
ਏਹਾ ਮੂਲ ਫਸਾਦ ਦੇ ਹੋਏ ਪੈਦਾ, ਜਿਨ੍ਹਾਂ ਸੱਭਸ ਜਗਤ ਦੇ ਮੂਲ ਮਾਰੇ
ਆਦਮ ਕੱਢਿ ਬਹਿਸ਼ਤ ਥੀਂ ਖੁਆਰ ਕੀਤਾ, ਇਹ ਡਾਇਣਾਂ ਧੁਰੋਂ ਹੀ ਕਰਨ ਕਾਰੇ
ਇਹ ਕਰਨ ਫਕੀਰ ਚਾ ਰਾਜਿਆਂ ਨੂੰ, ਇਨ੍ਹਾਂ ਰਾਉ ਰਜਾਦੜੇ ਸਭ ਮਾਰੇ
ਵਾਰਿਸ ਸ਼ਾਹ ਜੋ ਹੁਨਰ ਸਭ ਵਿਚ ਮਰਦਾਂ, ਅਤੇ ਮਹਿਰੀਆਂ ਵਿਚ ਨੇ ਐਬ ਭਾਰੇ

ਸਹਿਤੀ

478

ਸਹਿਤੀ ਆਖਿਆ ਪੇਟ ਖਵਾਰ ਕੀਤਾ, ਕਣਕ ਖਾਇ ਬਹਿਸ਼ਤ ਥੀਂ ਕੱਢਿਆ ਈ
ਆਈ ਮੇਲ ਤਾਂ ਜੱਨਤੋਂ ਮਿਲੇ ਧੱਕੇ, ਰੱਸਾ ਆਸ ਉਮੈਦ ਦਾ ਵੱਢਿਆ ਈ

---

1. ਸ਼ੈਤਾਨ

ਆਖ ਰਹੇ ਫਰੇਸ਼ਤੇ 'ਕਣਕ ਦਾਣਾ ਨਹੀਂ ਖਾਵਣਾ', ਹੁਕਮ ਕਰ ਛੱਡਿਆ ਈ
ਇਹ ਸਮਝ ਸ਼ੈਤਾਨ ਵੀ ਮਰਦ ਹੋਯਾ, ਨਾਉਂ ਰੰਨਾਂ ਦਾ ਬੁਰਾ ਕਰ ਛੱਡਿਆ ਈ
ਅੱਗੋਂ ਆਦਮੀ ਹਵਾ ਨੇ ਖਵਾਰ ਕੀਤਾ, ਸਾਥ ਉਸ ਦਾ ਏਸ ਨਾ ਛੱਡਿਆ ਈ
ਫੇੜੇ ਮਰਦ ਤੇ ਸੌਂਪਦੇ ਤ੍ਰੀਮਤਾਂ ਨੂੰ, ਮੂੰਹ ਝੂਠ ਦਾ ਕਾਸ ਨੂੰ ਟੱਡਿਆ ਈ
ਮਰਦ ਚੋਰ ਤੇ ਠੱਗ ਜਵਾਰੀਏ ਨੇ, ਸਾਥ ਬੁਰੇ ਦਾ ਨਰਾਂ ਨੇ ਲੱਦਿਆ ਈ
ਫੇਰ ਕੰਨ ਵਿਚ 'ਫਾਨਕਹੂ' ਰੱਬ ਕਿਹਾ, ਜਦੋਂ ਵਹੀ ਰਸੂਲ ਨੇ ਸੱਦਿਆ ਈ
ਵਾਰਿਸ ਸ਼ਾਹ ਇਹ ਤ੍ਰੀਮਤਾਂ ਖਾਨ ਰਹਿਮਤ, ਪੈਦਾ ਜਿਨ੍ਹਾਂ ਜਹਾਨ ਕਰ ਛੱਡਿਆ ਈ

ਜੋਗੀ

479

ਰੰਨਾ ਦਹਿਸਿਰੇ ਨਾਲ ਕੀ ਗਾਹ ਕੀਤਾ, ਰਾਜੇ ਭੋਜ ਨੂੰ ਦੇਣ ਲਗਾਮੀਆਂ ਨੀ
ਸਿਰਕੱਪ ਤੇ ਨਾਲ ਸਲਵਾਹਨੇ ਦੇ, ਵੇਖ ਰੰਨਾਂ ਕੀ ਕੀਤੀਆਂ ਖਾਮੀਆਂ ਨੀ
ਮਰਦ ਹੈਨ ਸੋ ਰਖਦੇ ਹੇਠ ਸੋਟੇ, ਸਿਰ ਚਾੜ੍ਹੀਆਂ ਅੰਨਿਆਂ ਕਾਮੀਆਂ ਨੀ
ਜਿਨ੍ਹਾਂ ਨਹੀਂ ਦਾੜ੍ਹੀ ਕੰਨ ਨੱਕ ਪਾਟੇ, ਕੌਣ ਭਰੇਗਾ ਤਿਨ੍ਹਾਂ ਦੀਆਂ ਹਾਮੀਆਂ ਨੀ

ਸਹਿਤੀ

480

ਜਿਸ ਮਰਦ ਨੂੰ ਸ਼ਰਮ ਨਾ ਹੋਏ ਗ਼ੈਰਤ, ਉਸ ਮਰਦ ਥੀਂ ਚੰਗੀਆਂ ਤੀਵੀਆਂ ਨੇ
ਘਰ ਵਸਦੇ ਔਰਤ ਨਾਲ ਸੋਹਣੇ, ਸ਼ਰਮਵੰਦ ਤੇ ਸਤਰ ਦੀਆਂ ਬੀਵੀਆਂ ਨੇ
ਇਕ ਹਾਲ ਵਿਚ ਮਸਤ ਘਰਬਾਰ ਅੰਦਰ, ਇਕ ਹਾਰ ਸ਼ਿੰਗਾਰ ਵਿਚ ਖੀਵੀਆਂ ਨੇ
ਵਾਰਿਸ ਸ਼ਾਹ ਹਯਾਉ ਦੇ ਨਾਲ ਅੰਦਰ, ਅੱਖੀਂ ਹੇਠ ਜ਼ਮੀਨ ਦੇ ਸੀਵੀਆਂ ਨੇ

ਜੋਗੀ

481

ਵਫਾਦਾਰ ਨਾ ਰੰਨ ਜਹਾਨ ਉਤੇ, ਪੈਂਦੀ ਸ਼ੇਰ ਦੇ ਨੱਕ ਵਿਚ ਨੱਥ ਨਾਹੀਂ
ਗਧਾ ਨਹੀਂ ਕੁਲੱਦ, ਮਨਖੱਟ ਖੋਜਾ, ਅਤੇ ਖੁਸਰਿਆਂ ਦੀ ਕਾਈ ਕੱਥ ਨਾਹੀਂ
ਨਾਮਰਦ ਦੀ ਵਾਰ ਨਾ ਕਿਸੇ ਗਾਵੀ, ਅਤੇ ਗਾਂਡੂਆਂ ਦੀ ਕਾਈ ਸੱਥ ਨਾਹੀਂ
ਜੋਗੀ ਨਾਲ ਨਾ ਰੰਨਾਂ ਦਾ ਲੜੇ ਟੂਣਾ, ਜ਼ੋਰ ਨਈਂ ਦਾ ਚੜ੍ਹੇ ਅਗੱਥ ਨਾਹੀਂ
ਯਾਰੀ ਸੋਂਹਦੀ ਨਾਹੀ ਸੁਹਾਗਣਾਂ ਨੂੰ, ਰੰਡੀ ਰੰਨ ਨੂੰ ਸੋਂਹਦੀ ਨੱਥ ਨਾਹੀਂ
ਵਾਰਿਸ ਸ਼ਾਹ ਉਹ ਆਪ ਹੈ ਕਰਨਹਾਰਾ, ਇਨ੍ਹਾਂ ਬੰਦਿਆਂ ਦੇ ਕਾਈ ਹੱਥ ਨਾਹੀਂ

ਸਹਿਤੀ

482

ਮੀਆਂ ਤ੍ਰੀਮਤਾਂ ਨਾਲ ਵਿਆਹ ਸੋਹਣ, ਅਤੇ ਮਰਨ ਦੇ ਸੋਂਹਦੇ ਵੈਣ ਮੀਆਂ

ਘਰ ਬਾਰ ਦੀ ਜ਼ੇਬ ਤੇ ਹੈਨ ਜ਼ੀਨਤ, ਨਾਲ ਤ੍ਰੀਮਤਾਂ ਸਾਕ ਤੇ ਸੈਣ ਮੀਆਂ
ਇਹ ਤ੍ਰੀਮਤਾਂ ਸੇਜ ਦੀਆਂ ਵਾਰਸੀ ਨੇ, ਅਤੇ ਦਿਲਾਂ ਦੀਆਂ ਦੇਣ ਤੇ ਲੈਣ ਮੀਆਂ
ਵਾਰਿਸ ਸ਼ਾਹ ਇਹ ਜੋਰੂਆ ਜੋੜਦੀਆਂ ਨੇ, ਅਤੇ ਮਹਿਰੀਆਂ ਮਹਿਰ ਦੀਆਂ ਹੈਣ ਮੀਆਂ

ਜੋਗੀ

483

ਸੱਚ ਆਖ ਰੰਨੇ! ਕੇਹੀ ਧੁੰਮ ਚਾਈਆਂ, ਤੁਸਾ ਭੋਜ ਵਜ਼ਾਇਰ ਨੂੰ ਕੁੱਠਿਆ ਜੇ
ਦਹਿਸਿਰ ਮਾਰਿਆ ਭੇਤ ਘਰੋਗੜੇ ਦੇ, ਸਣੇ ਲੰਕ ਦੇ ਉਸ ਨੂੰ ਪੁੱਟਿਆ ਜੇ
ਕੈਰੋਂ ਪਾਂਡਵਾਂ ਦੇ ਕਟਕ ਕਈ ਖੂਹਣੀ, ਮਾਰੇ ਤੁਸਾਂ ਦੇ ਸਭ ਨਿਖੁੱਟਿਆ ਜੇ
ਕਤਲ ਹੋਏ ਇਮਾਮ ਕਰਬਲਾ ਅੰਦਰ, ਮਾਰ ਦੀਨ ਦਿਆਂ ਵਾਰਸਾਂ ਸੁੱਟਿਆ ਜੇ
ਜੇ ਕੋ ਸ਼ਰਮ ਹਯਾਉ ਦਾ ਆਦਮੀ ਸੀ, ਜਾਨ ਮਾਲ ਥੀਂ ਉਸ ਨੂੰ ਪੁੱਟਿਆ ਜੇ
ਵਾਰਿਸ ਸ਼ਾਹ ਫ਼ਕੀਰ ਤਾਂ ਨੱਸ ਆਇਆ, ਪਿੱਛਾ ਇਸ ਦਾ ਆਣ ਕਿਉਂ ਘੁੱਟਿਆ ਜੇ

ਸਹਿਤੀ

484

ਤੈਨੂੰ ਵੱਡਾ ਹੰਕਾਰ ਹੈ ਜੋਬਨੇ ਦਾ, ਖਾਤਰ ਤਲੇ ਨਾ ਕਿਸੇ ਨੂੰ ਲਿਆਂਵਨਾ ਹੈਂ
ਜਿਨ੍ਹਾਂ ਜਾਇਉਂ ਤਿਨ੍ਹਾਂ ਦੇ ਨਾਉਂ ਰੱਖੇ, ਵੱਡਾ ਆਪ ਨੂੰ ਗੌਂਸ[1] ਸਦਾਵਨਾ ਹੈਂ
ਹੋਣ ਤ੍ਰੀਮਤਾਂ ਨਹੀਂ, ਤਾਂ ਜਗ ਮੁੱਕੇ, ਵੱਤ ਕਿਸੇ ਨੇ ਜੱਗ ਨਾ ਆਵਣਾ ਹੈਂ
ਅਸਾਂ ਚਿੱਠੀਆਂ ਘੱਲ ਸਦਾਇਆ ਸੈਂ, ਸਾਥੋਂ ਆਪਣਾ ਆਪ ਛੁਪਾਵਨਾ ਹੈਂ
ਕਰਾਮਾਤ ਤੇਰੀ ਅਸਾਂ ਢੂੰਢ ਡਿੱਠੀ, ਐਵੇਂ ਸ਼ੇਖੀਆਂ ਪਿਆ ਜਗਾਵਨਾ ਹੈਂ
ਚਾਕ ਸੱਦ ਕੇ ਬਾਗ ਥੀਂ ਕੱਢ ਛੱਡੂੰ, ਹੁਣੇ ਹੋਰ ਕੀ ਮੂੰਹੋ ਅਖਾਵਨਾ ਹੈਂ
ਅੰਨ ਖਾਵਣੈਂ ਰੱਜ ਕੇ ਗਧੇ ਵਾਂਗੂੰ, ਕਦੇ ਸ਼ੁਕਰ ਬਜਾ ਨਾ ਲਿਆਵਨਾ ਹੈਂ
ਛੱਡ ਬੰਦਗੀ ਚੋਰਾਂ ਦੇ ਚਲਨ ਫੜਿਓਂ, ਵਾਰਿਸ ਸ਼ਾਹ ਫ਼ਕੀਰ ਸਦਾਵਨਾ ਹੈਂ

ਜੋਗੀ

485

ਰਾਜ ਛੱਡ ਗਏ ਗੋਪੀ ਚੰਦ ਜੇਹੇ, ਸ਼ੱਦਾਦ ਫ਼ਰਊਨ ਕਹਾਇ ਗਿਆ
ਨੌਸ਼ੇਰਵਾ[2] ਛੱਡ ਬਗਦਾਦ ਟੁਰਿਆ, ਉਹ ਵੀ ਆਪਣੀ ਵਾਰ ਲੰਘਾਇ ਗਿਆ
ਆਦਮ ਛੱਡ ਬਹਿਸ਼ਤ ਦੇ ਬਾਗ ਟੁਰਿਆ, ਭੁੱਲੇ ਵਿਸਰੇ ਕਣਕ ਨੂੰ ਖਾਇ ਗਿਆ
ਫਰਊਨ ਖੁਦਾਇ ਕਹਾਇ ਕੇ ਤੇ, ਮੂਸਾ ਨਾਲ ਉਸ਼ਟੰਫ ਜਗਾਇ ਗਿਆ
ਨਮਰੂਦ ਸ਼ੱਦਾਦ[3] ਜਹਾਨ ਉਤੇ, ਦੋਜ਼ਖ ਅਤੇ ਬਹਿਸ਼ਤ ਬਣਾਇਆ ਗਿਆ

---

1. ਰੱਬ ਤਕ ਪਹੁੰਚ ਰੱਖਣ ਵਾਲਾ, 2. ਇਰਾਨ/ਫ਼ਾਰਸ ਦਾ ਬਾਦਸ਼ਾਹ, 3. ਇੱਕ ਹੰਕਾਰੀ ਰਾਜਾ ਜਿਸਨੇ ਹਜ਼ਰਤ ਇਬਰਾਹੀਮ ਨੂੰ ਅੱਗ ਵਿੱਚ ਸੁੱਟਿਆ ਸੀ।

ਕਾਰੂੰ ਜ਼ਰਾਂ ਇਕੱਠੀਆਂ ਮੇਲ ਕੇ ਤੇ, ਬੰਨ੍ਹ ਸਿਰੇ 'ਤੇ ਪੰਡ ਉਠਾਇ ਗਿਆ
ਮਾਲ ਦੌਲਤਾਂ ਹੁਕਮ ਤੇ ਸ਼ਾਨ ਸ਼ੌਕਤ, ਮਹਿਖਾਸਰੋਂ ਇੰਦ੍ਰ ਲੁਟਾਇਆ ਗਿਆ
ਸੁਲੇਮਾਨ ਸਿੰਕਦਰੋਂ ਲਾਇ ਸੱਭੇ, ਤਿਹਾਂ ਭਵਨਾਂ ਤੇ ਹੁਕਮ ਚਲਾਇਆ ਗਿਆ
ਉਹ ਵੀ ਏਸ ਜਹਾਨ ਤੇ ਰਹਿਓ ਨਹੀਂ, ਜਿਹੜਾ ਆਪ ਖ਼ੁਦਾਇ ਕਹਾਇ ਗਿਆ
ਮੋਇਆ ਬਖਤ ਨੁਸਰ ਜਿਹੜਾ ਚਾੜ੍ਹ ਡੋਲਾ, ਸੱਚੇ ਰੱਬ ਨੂੰ ਤੀਰ ਚਲਾਇ ਗਿਆ
ਤੇਰੇ ਜਿਹੀਆਂ ਕੇਤੀਆ ਹੋਈਆਂ ਨੇ, ਤੈਨੂੰ ਚਾਉ ਕੀ ਬਾਗ ਦਾ ਆਇ ਗਿਆ
ਵਾਰਿਸ ਸ਼ਾਹ ਉਹ ਆਪ ਹੈ ਕਰਨ-ਕਾਰਨ, ਸਿਰ ਬੰਦਿਆਂ ਦੇ ਗਿਲਾ ਪਾਇ ਗਿਆ

ਸਹਿਤੀ

486

ਪੰਡ ਝਗੜਿਆਂ ਦੀ ਕਿਹੀ ਖੋਲ੍ਹ ਬੈਠੋਂ, ਵੱਡਾ ਮਹਿਜਰੀ[1] ਘੁੰਡ ਲਟ-ਬਾਵਲਾ ਵੇ
ਅਸਾਂ ਇਕ ਰਸਾਇਣ ਹੈ ਢੂੰਡ ਆਂਦੀ, ਭਲਾ ਦੱਸ ਖਾਂ ਕਿਹੜੀ ਆ ਰਾਵਲਾ ਵੇ
ਉਤੇ ਰੱਖਿਆਂ ਕੀ ਹੈ ਨਜ਼ਰ ਤੇਰੀ, ਗਿਣੇਂ ਆਪ ਨੂੰ ਬਹੁਤ ਉਤਾਵਲਾ ਵੇ
ਦੱਸੇ ਬਿਨਾਂ ਨਾ ਜਾਪਦੀ ਜ਼ਾਤ ਤੇਰੀ, ਛੜੇ ਬਾਝੁ ਥੀਂਵਦਾ ਚਾਵਲਾ ਵੇ
ਕੀ ਰੋਕ ਹੈ ਕਾਸਦਾ ਇਹ ਬਾਸਨ, ਸਾਨੂੰ ਦੱਸ ਖਾਂ ਸੋਹਣਿਆਂ ਸਾਂਵਲਾ ਵੇ
ਸਹਿਜ ਨਾਲ ਸਭ ਕੰਮ ਨਿਬਾਹ ਹੁੰਦੇ, ਵਾਰਿਸ ਸ਼ਾਹ ਨਾ ਹੋ ਉਤਾਵਲਾ ਵੇ

ਜੋਗੀ

487

ਕਰਾਮਤ ਹੈ ਕਹਿਰ ਦਾ ਨਾਉਂ ਰੰਨੇ, ਕਿਹਾ ਘੱਤਿਆ ਆਨ ਵਿਸੂਰਿਆ ਏ
ਕਰੇਂ ਚਾਵੜਾਂ ਚਿੱਤੜਾਂ ਨਾਲ ਮਸਤੀ, ਅੱਜ ਤੀਕ ਅੰਵਾਨਾਂ ਨੂੰ ਘੂਰਿਆ ਏ
ਫ਼ੱਕਰ ਆਖਸਣ ਸੋਈ ਕੁਝ ਰੱਬ ਕਰਸੀ, ਐਵੇਂ ਜੋਗੀ ਨੂੰ ਚਾਇ ਵਡੂਰਿਆ ਏ
ਉਤੇ ਪੰਜ ਪੈਸੇ ਨਾਲ ਰੋਕ ਧਰਿਓ, ਖੰਡ ਚਾਵਲਾਂ ਦਾ ਥਾਲ ਪੂਰਿਆ ਏ

ਸ਼ਾਇਰ

488

ਮਗਰ ਤਿੱਤਰਾਂ ਦੇ ਅੰਨ੍ਹਾਂ ਬਾਜ਼ ਛੁੱਟੇ, ਜਾਇ ਚਿੰਮੜੇ ਦਾਂਦ ਪਤਾਲੂਆਂ ਨੂੰ
ਅੰਨ੍ਹਾਂ ਘੱਲਿਆ ਅੰਬ ਅਨਾਰ ਵੇਖਣ, ਜਾਇ ਚਿੰਮੜੇ ਤੂਤ ਸੰਮ੍ਹਾਲੂਆਂ ਨੂੰ
ਘੱਲਿਆਂ ਫੁੱਲ ਗੁਲਾਬ ਦੇ ਤੋੜਨੇ ਨੂੰ, ਜਾ ਲੱਗਾ ਏ ਲੈਣ ਕਚਾਲੂਆਂ ਨੂੰ
ਅੰਨ੍ਹਾਂ ਮੋਹਰੀ ਲਾਈਏ ਕਾਫ਼ਲੇ ਦਾ, ਲੁਟਵਾਇਸੀ ਸਾਥ ਦਿਆਂ ਮਾਲੂਆਂ ਨੂੰ
ਖੱਚਰਪੁਣੇ ਦੇ ਚਾਲੜੇ ਕਰਨ ਲੱਗੋਂ, ਅਸਾਂ ਫਾਂਟਿਆਂ ਕੁੱਟਿਆਂ ਚਾਲੂਆਂ ਨੂੰ
ਵਾਰਿਸ ਸ਼ਾਹ ਤੰਦੂਰ ਵਿਚ ਦੱਬ ਬੈਠਾ, ਕਮਲਾ ਘੱਲਿਆ ਰੰਗਣੇ ਸਾਲੂਆਂ ਨੂੰ

---

1. ਪਾਖੰਡੀ

ਜੋਗੀ

489

ਜਾਹ ਖੋਲ੍ਹ ਕੇ ਵੇਖ ਜੋ ਸਿਦਕ ਆਵੀ, ਕਿਹਾ ਸ਼ੱਕ ਦਿਲ ਆਪਣੇ ਪਾਇਓ ਨੀ
ਕਿਹਾ ਅਸਾਂ ਸੋ ਰੱਬ ਤਹਿਕੀਕ ਕਰਸੀ, ਕਿਹਾ ਆਇ ਕੇ ਮਗਜ਼ ਖਪਾਇਓ ਈ
ਜਾਹ ਵੇਖ ਜੋ ਵਿਸਵਥਾ ਦੂਰ ਹੋਈ, ਕਿਹਾ ਡੌਰੂਅੜਾ ਆਣ ਵਜਾਇਓ ਈ
ਸ਼ੱਕ ਮਿੱਟੇ ਜੇ ਥਾਲ ਨੂੰ ਖੋਲ੍ਹ ਵੇਖੇਂ, ਏਥੇ ਮਕਰ ਕੀ ਆਣ ਫੈਲਾਇਓ ਈ

ਸਹਿਤੀ ਨੇ ਥਾਲ ਵੇਖਣਾ

490

ਸਹਿਤੀ ਖੋਲ੍ਹ ਕੇ ਥਾਲ ਜਾਂ ਧਿਆਨ ਕੀਤਾ, ਖੰਡ ਚਾਵਲਾਂ ਦਾ ਥਾਲ ਹੋਇ ਗਿਆ
ਛੁੱਟਾ ਤੀਰ ਫ਼ਕੀਰ ਦੇ ਮੁਅਜਜ਼ੇ ਦਾ, ਵਿਚੋਂ ਕੁਫ਼ਰ ਦਾ ਜੀਊ ਪਰੋਇ ਗਿਆ
ਜਿਹੜਾ ਚਲਿਆ ਨਿਕਲ ਯਕੀਨ ਆਹਾ, ਕਰਾਮਤ ਨੂੰ ਵੇਖ ਖਲੋਇ ਗਿਆ
ਕਰਮ ਗਜ਼ਬ ਦੀ ਆਤਸ਼ੋਂ ਆਬ ਆਹਾ, ਬਰਫ਼ ਕਸ਼ਫ ਦੀ ਨਾਲ ਸਮੋਇ ਗਿਆ
ਜਿਸ ਨਾਲ ਫ਼ਕੀਰ ਦੇ ਅੜੀ ਬੱਧੀ, ਉਹ ਆਪਣਾ ਆਪ ਵਿਗੋਇ ਗਿਆ
ਐਵੇਂ ਡਾਢਿਆਂ ਮਾੜਿਆਂ ਕਿਹਾ ਲੇਖਾ, ਓਸ ਖੋਹ ਲਿਆ ਉਹ ਰੋਇ ਗਿਆ
ਮਰਨ ਵਕਤ ਹੋਇਆ ਸਭੋਂ ਖਤਮ ਲੇਖਾ, ਜੋ ਕੋ ਜੰਮਿਆ ਝੇਵਣੇ ਝੋਇ ਗਿਆ
ਵਾਰਿਸ ਸ਼ਾਹ ਜੋ ਕੀਮੀਆ ਨਾਲ ਛੁਹਿਆ, ਸੋਨਾ ਤਾਂਬਿਓਂ ਤੁਰਤ ਹੀ ਹੋਇ ਗਿਆ

ਸਹਿਤੀ

491

ਹੱਥ ਬੰਨ੍ਹ ਕੇ ਬੇਨਤੀ ਕਰੇ ਸਹਿਤੀ, ਦਿਲ ਜਾਨ ਥੋਂ ਚੇਲੜੀ ਤੇਰੀਆਂ ਮੈਂ
ਕਰਾਂ ਬਾਂਦੀਆਂ ਵਾਂਗ ਬਜਾ ਖ਼ਿਦਮਤ, ਨਿੱਤ ਪਾਉਂਦੀ ਰਹਾਂਗੀ ਫੇਰੀਆਂ ਮੈਂ
ਪੀਰ ਸੱਚ ਦਾ ਅਸਾਂ ਤਹਿਰੀਕ ਕੀਤਾ, ਸਣੇ ਹੀਰ ਤੇ ਮਾਪਿਆਂ ਤੇਰੀਆਂ ਮੈਂ
ਕਰਾਮਤ ਤੇਰੀ ਉਤੇ ਸਿਦਕ ਬੱਧਾ, ਤੇਰੇ ਕਸ਼ਫ਼[1] ਦੇ ਹੁਕਮ ਨੇ ਘੇਰੀਆਂ ਮੈਂ
ਸਾਡੀ ਜਾਨ ਤੇ ਮਾਲ ਹੈ ਹੀਰ ਤੇਰੀ, ਨਾਲ ਸਣੇ ਸਹੇਲੀਆਂ ਤੇਰੀਆਂ ਮੈਂ
ਅਸਾਂ ਕਿਸੇ ਦੀ ਗੱਲ ਨਾ ਕਦੇ ਮੰਨੀ, ਨਾਲ ਇਸਮ ਆਜ਼ਮ ਹੁੱਬ ਘੋਰੀਆਂ ਮੈਂ
ਇਕ ਫੱਕਰ ਅੱਲਾਹ ਦਾ ਰਖ ਤਕਵਾ, ਹੋਰ ਢਾਹ ਬੈਠੀ ਸਭ ਢੇਰੀਆਂ ਮੈਂ
ਪੂਰੀ ਨਾਲ ਹਿਸਾਬ ਨਾ ਹੋਇ ਸਕਾਂ, ਵਾਰਿਸ ਸ਼ਾਹ ਕੀ ਕਰਾਂਗੀ ਸੇਰੀਆਂ ਮੈਂ

ਜੋਗੀ

492

ਘਰ ਆਪਣੇ ਵਿਚ ਚਵਾਇ ਕਰਕੇ, ਅੱਖ ਨਾਗਣੀ ਵਾਂਗ ਕਿਉਂ ਸ਼ੂਕੀਏ ਨੀ
ਨਾਲ ਜੋਗੀਆਂ ਮੋਰਚਾ ਲਇਓ ਈ, ਰੱਜੇ ਜੱਟ ਵਾਙੂ ਵੱਡੀ ਫੂਕੀਏ ਨੀ

---

1. ਆਕਾਸ਼ਬਾਣੀ, ਰੱਬੀ ਇਲਮ।

ਜਦੋਂ ਬੰਨ੍ਹ ਝੇੜੇ ਥੱਕ ਹੁੱਟ ਰਹੀਏਂ, ਜਾਇ ਪਿੰਡ ਦੀਆਂ ਰੰਨਾਂ ਥੇ ਕੂਕੀਏ ਨੀ
ਕੱਢ ਗਾਲ੍ਹੀਆਂ ਸਣੇ ਰਬੇਲ ਬਾਂਦੀ, ਘਿੰਨ ਮੋਹਲੀਆਂ ਅਸਾਂ ਤੇ ਘੂਕੀਏ ਨੀ
ਭਲੋ ਭਲੀ ਜਾਂ ਡਿੱਠੋ ਈ ਆਸ਼ਕਾਂ ਦੀ, ਵਾਂਗ ਕੁੱਤਿਆਂ ਆਣ ਕੇ ਚੂਕੀਏ ਨੀ
ਵਾਰਿਸ ਸ਼ਾਹ ਥੀਂ ਪੁੱਛ ਲੈ ਬੰਦਗੀ ਨੂੰ, ਰੂਹ ਸਾਜ਼ ਕਲਬੂਤ ਵਿਚ ਫੂਕੀਏ ਨੀ

ਸਹਿਤੀ

493

ਸਾਨੂੰ ਬਖਸ਼ ਅੱਲ੍ਹਾ ਦੇ ਨਾਉਂ ਮੀਆਂ, ਸਾਥੋਂ ਭੁੱਲਿਆਂ ਇਹ ਗੁਨਾਹ ਹੋਇਆ
ਕੱਚਾ ਸ਼ੀਰ ਪੀਤਾ ਬੰਦਾ ਸਦਾ ਭੁੱਲਾ, ਧੁਰੋਂ ਆਦਮੋਂ ਭੁੱਲਣਾ ਰਾਹ ਹੋਇਆ
ਆਦਮ ਭੁੱਲ ਕੇ ਕਣਕ ਨੂੰ ਖਾਇ ਬੈਠਾ, ਕੱਢ ਜੱਨਤੋਂ ਹੁਕਮ ਫਨਾਹ ਹੋਇਆ
ਸ਼ੈਤਾਨ ਉਸਤਾਦ ਫਰਿਸ਼ਤਿਆਂ ਦਾ, ਭੁੱਲਾ ਸਿਜਦਿਉਂ ਕਿਬਰ ਦੇ ਰਾਹ ਹੋਇਆ
ਮੁੱਢੋਂ ਰੂਹ ਭੁੱਲਾ ਕੌਲ ਵਿਚ ਵੜਿਆ, ਜੁੱਸਹ ਛਡ ਕੇ ਅੰਤ ਫ਼ਨਾਹ ਹੋਇਆ
ਕਾਰੂੰ ਭੁੱਲ ਜ਼ਕਾਤ ਥੀਂ ਸੂਮ ਹੋਇਆ, ਵਾਰਦ ਉਸ ਥੇ ਕਹਿਰ ਅੱਲਾਹ ਹੋਇਆ
ਭੁੱਲ ਜ਼ਕਰੀਏ[1] ਲਈ ਪਨਾਹ ਹੇਜ਼ਮ, ਆਰੇ ਨਾਲ ਚੀਰ ਉਹ ਦੋ ਫਾਹ ਹੋਇਆ
ਅਮਲਾਂ ਬਾਝੁ ਦਰਗਾਹ ਵਿਚ ਪਵਣ ਪੌਲੇ, ਲੋਕਾਂ ਵਿਚ ਮੀਆਂ ਵਾਰਿਸ ਸ਼ਾਹ ਹੋਇਆ

ਜੋਗੀ

494

ਘਰ ਪੇਈਅੜੇ ਵੱਡੀ ਹਵਾ ਤੈਨੂੰ, ਦਿੱਤੀਓਂ ਛਿੱਬੀਆਂ ਨਾਲ ਅੰਗੂਠਿਆਂ ਦੇ
ਅੰਤ ਸੱਚ ਦਾ ਸੱਚ ਆ ਨਿਤੇਰਗਾ, ਕੋਈ ਦੇਸ ਨਾ ਵੱਸਦੇ ਝੂਠਿਆਂ ਦੇ
ਫ਼ਕਰ ਮਾਰਿਓ ਅਸਾਂ ਨੇ ਸਬਰ ਕੀਤਾ, ਨਾਹੀਂ ਜਾਣਦੀ ਦਾਉ ਤੂੰ ਘੂਠਿਆਂ ਦੇ
ਜੱਟੀ ਹੋ ਫ਼ਕੀਰ ਦੇ ਨਾਲ ਲੜੀਏਂ, ਛੰਨਾਂ ਭੇੜਿਓ ਈ ਨਾਲ ਠੂਠਿਆਂ ਦੇ
ਸਾਨੂੰ ਬੋਲੀਆਂ ਮਾਰ ਕੇ ਨਿੰਦਦੀ ਸੈਂ, ਮੂੰਹ ਡਿੱਠੋ ਈ ਟੁੱਕਰਾਂ ਜੂਠਿਆਂ ਦੇ
ਵਾਰਿਸ ਸ਼ਾਹ ਫ਼ਕੀਰ ਨੂੰ ਛੇੜਦੀ ਸੈਂ, ਡਿੱਠੋ ਮੁਆਜਜ਼ੇ ਇਸ਼ਕ ਦੇ ਲੂਠਿਆਂ ਦੇ

495

ਕਰੇ ਜਿਨ੍ਹਾਂ ਦੀਆਂ ਰੱਬ ਹਮਾਇਤਾਂ ਨੀ, ਹੱਕ ਤ੍ਰਿਨਾਂ ਦਾ ਖ਼ੂਬ ਮਾਮੂਲ ਕੀਤਾ
ਜਦੋਂ ਮੁਸ਼ਰਿਕਾਂ ਆਣ ਸਵਾਲ ਕੀਤਾ, ਤਦੋਂ ਚੰਨ ਦੋ-ਖੰਨ ਰਸੂਲ ਕੀਤਾ

---

1. ਜਦੋਂ ਈਸਾ ਦੀ ਮਾਂ ਮਰੀਅਮ ਗਰਭਵਤੀ ਹੋ ਗਈ ਤਾਂ ਯਹੂਦੀਆਂ ਨੂੰ ਜ਼ਕਰੀਆ 'ਤੇ ਸ਼ੱਕ ਹੋ ਗਿਆ। ਜ਼ਕਰੀਆ ਡਰਦਾ ਹੋਇਆ ਭੱਜ ਕੇ ਜੰਗਲਾਂ ਵਿੱਚ ਦਰੱਖ਼ਤ ਦੀ ਖੋਡ ਵਿੱਚ ਲੁਕ ਗਿਆ। ਯਹੂਦੀਆਂ ਨੇ ਪਤਾ ਲਗਾ ਕੇ ਆਰੇ ਨਾਲ ਦਰੱਖਤ ਸਮੇਤ ਚੀਰ ਕੇ ਦੋਫਾੜ ਕਰ ਦਿੱਤਾ।

ਕੱਢ ਪੱਥਰੋਂ ਉੱਠਣੀ ਰੱਬ ਸੱਚੇ, ਕਰਾਮਾਤ ਪੈਗੰਬਰੀ ਮੂਲ ਕੀਤਾ
ਵਾਰਿਸ ਸ਼ਾਹ ਨੇ ਕਸ਼ਫ ਵਿਖਾਇ ਦਿੱਤਾ, ਤਦੋਂ ਜੱਟ ਨੇ ਫ਼ਕਰ ਕਬੂਲ ਕੀਤਾ

496

ਫਿਰੇ ਜ਼ੋਬਨ ਦੀ ਭਰੀ ਤੇ ਸਾਣ ਚਾੜ੍ਹੀ, ਆ ਟਲੀਂ ਨੀ ਮੁੰਡੀਏ ਵਾਸਤਾ ਈ
ਮਰਦ-ਮਾਰ, ਰਕਾਨੇ, ਜੰਗ-ਬਾਜ਼ੇ, ਮਾਣ-ਮੱਤੀਏ ਗੁੰਡੀਏ ਵਾਸਤਾ ਈ
ਬਖਸ਼ੀ ਸਭ ਗੁਨਾਹ ਤਕਸੀਰ ਤੇਰੀ, ਲਿਆ ਹੀਰ ਨੀਂ ਨੱਢੀਏ ਵਾਸਤਾ ਈ
ਵਾਰਿਸ ਸ਼ਾਹ ਸਮਝਾਇ ਜੱਟੇਟੜੀ ਨੂੰ, ਲਾਹ ਦਿਲੇ ਦੀ ਘੁੰਡੀਏ ਵਾਸਤਾ ਈ

ਸਹਿਤੀ

497

ਜੀਕੂੰ ਤੁਸੀਂ ਫ਼ੁਰਮਾਉ ਸੋ ਜਾਇ ਆਖਾਂ, ਤੇਰੇ ਹੁਕਮ ਦੀ ਤਾਬਿਆ ਹੋਈ ਆਂ ਮੈਂ
ਤੈਨੂੰ ਪੀਰ ਜੀ ਭੁੱਲ ਕੇ ਬੁਰਾ ਬੋਲੀ, ਭੁੱਲੀ ਵਿੱਸਰੀ, ਆਣ ਵਿਗੋਈ ਆਂ ਮੈਂ
ਤੇਰੀ ਪਾਕ ਜ਼ਬਾਨ ਦਾ ਹੁਕਮ ਲੈ ਕੇ, ਕਾਸਿਦ ਹੋਇ ਕੇ ਜਾਇ ਖਲੋਈ ਆਂ ਮੈਂ
ਵਾਰਿਸ ਸ਼ਾਹ ਦੇ ਮੁਆਜਜ਼ੇ ਸਾਫ਼ ਕੀਤੀ, ਨਹੀਂ ਮੁੱਢ ਦੀ ਵਡੀ ਬਦ-ਖੋਈ ਆਂ ਮੈਂ

ਜੋਗੀ

498

ਲਿਆਉ ਹੀਰ ਸਿਆਲ ਜੋ ਦੀਦ ਕਰੀਏ, ਆ ਜਾਹ ਵੇ, ਦਿਲਬਰਾ ਵਾਸਤਾ ਈ
ਜਾ ਕੇ ਆਖ ਰਾਂਝਾ ਤੈਨੂੰ ਯਾਦ ਕਰਦਾ, ਘੁੰਡ ਲਾਹ ਵੋ ਦਿਲਬਰਾ ਵਾਸਤਾ ਈ
ਸਾਨੂੰ ਮਿਹਰ ਦੇ ਨਾਲ ਵਿਖਾ ਸੂਰਤ, ਮਿਸਲ ਮਾਹ ਵੋ ਦਿਲਬਰਾ ਵਾਸਤਾ ਈ
ਜ਼ੁਲ਼ਫ ਨਾਗ ਵਾਗੂੰ ਛਿਕ ਘੁੱਟ ਬੈਠੀ, ਗਲੋਂ ਲਾਹ ਵੋ ਦਿਲਬਰਾ ਵਾਸਤਾ ਈ
ਦਿਹੋਂ ਰਾਤ ਜੋਗੀ ਨੂੰ ਟਿਕਣ ਦੇਂਦੀ , ਤੇਰੀ ਚਾਹ ਵੋ ਦਿਲਬਰਾ ਵਾਸਤਾ ਈ
ਲੋੜ੍ਹੇ ਘੱਤਿਆ ਨੈਣਾਂ ਦੀ ਝਾਕ ਦੇ ਕੇ, ਲੁੜ੍ਹ ਜਾਹ ਵੋ ਦਿਲਬਰਾ ਵਾਸਤਾ ਈ
ਸਦਕੇ ਪੱਲੂਅੜਾ ਇਸ਼ਕ ਦੇ ਕੁੱਠਿਆਂ ਦੇ, ਮੂੰਹ ਘਾਹ ਵੋ ਦਿਲਬਰਾ ਵਾਸਤਾ ਈ
ਸਦਕੇ ਸਯਦੇ ਦੇ ਨਵੇਂ ਪਿਆਰ ਵਾਲਾ, ਮਿਲ ਜਾਹ ਓ ਦਿਲਬਰਾ ਵਾਸਤਾ ਈ
ਵਾਰਿਸ ਸ਼ਾਹ ਨਮਾਜ਼ ਦਾ ਕਰਜ਼ ਵੱਡਾ, ਸਿਰੋਂ ਲਾਹ ਵੋ ਦਿਲਬਰਾ ਵਾਸਤਾ ਈ

ਸਹਿਤੀ

499

ਲੈ ਕੇ ਸੋਹਣੀ ਮੋਹਣੀ ਹੰਸਰਾਣੀ, ਮਿਰਗ ਨੈਣੀ ਜਾਇ ਕੇ ਘੱਲਨੀ ਹਾਂ
ਤੇਰੀਆਂ ਵੇਖ ਕੇ ਅਜ਼ਮਤਾਂ ਪੀਰ ਮੀਆਂ, ਬਾਂਦੀ ਹੋਇ ਕੇ ਘਰਾਂ ਨੂੰ ਚੱਲਨੀ ਹਾਂ
ਪੀਰੀ ਪੀਰ ਦੀ ਵੇਖ ਮੁਰੀਦ ਹੋਈ, ਤੇਰੇ ਪੈਰ ਹੀ ਆਣ ਕੇ ਮੱਲਨੀ ਹਾਂ

ਮੈਨੂੰ ਬਖਸ਼ ਮੁਰਾਦ ਬਲੋਚ ਮੀਆਂ, ਤੇਰੀਆਂ ਜੁੱਤੀਆਂ ਸਿਰੇ ਤੇ ਝੱਲਨੀ ਹਾਂ
ਵਾਰਿਸ ਸ਼ਾਹ ਕਰ ਤਰਕ ਬੁਰਿਆਈਆਂ ਦੀ, ਦਰਬਾਰ ਅੱਲਾਹ ਦਾ ਮੱਲਨੀ ਹਾਂ

ਸ਼ਾਇਰ

500

ਸਹਿਤੀ ਜਾਇ ਕੇ ਹੀਰ ਦੇ ਕੋਲ ਬਹਿ ਕੇ, ਭੇਤ ਯਾਰ ਦਾ ਸਭ ਸਮਝਾਇਆ ਈ
ਜਿਹਨੂੰ ਮਾਰ ਕੇ ਘਰੋਂ ਫ਼ਕੀਰ ਕੀਤੋ, ਉਹ ਜੋਗੀਅੜਾ ਹੋਇ ਕੇ ਆਇਆ ਈ
ਉਹਨੂੰ ਠੱਗ ਕੇ ਮਹੀਂ ਚਰਾਇ ਲਈਊਂ, ਏਥੇ ਆਣ ਕੇ ਰੰਗ ਵਟਾਇਆ ਈ
ਤੇਰੇ ਨੈਣਾਂ ਨੇ ਚਾਇ ਮਲੰਗ ਕੀਤਾ, ਮਨੋਂ ਓਸ ਨੇ ਚਾਇ ਭੁਲਾਇਆ ਈ
ਉਹ ਤੇ ਕੰਨ ਪੜਾਇ ਕੇ ਵੰਨ ਲੱਥਾ, ਆਪ ਵਹੁਟੜੀ ਆਣ ਸਦਾਇਆ ਈ
ਆਪ ਹੋਇ ਜ਼ਲੈਖਾ ਦੇ ਵਾਂਗ ਸੱਚੀ, ਉਹਨੂੰ ਯੂਸਫ਼ ਚਾਇ ਬਣਾਇਆ ਈ
ਕੀਤੇ ਕੌਲ ਇਕਰਾਰ ਵਿਸਾਰ ਸਾਰੇ, ਆਣ ਸੈਦੇ ਨੂੰ ਕੌਂਤ ਬਣਾਇਆ ਈ
ਹੋਇ ਚਾਕ ਪਿੰਡੇ ਮਲੀ ਖਾਕ ਰਾਂਝੇ, ਕੰਨ ਪਾੜ ਕੇ ਹਾਲ ਵੰਞਾਇਆ ਈ
ਗਾਲ੍ਹੀ ਦੇ ਕੇ ਵੇਹੜਿਉਂ ਕੱਢ ਉਸ ਨੂੰ, ਕੱਲ ਮੋਹਲਿਆਂ ਨਾਲ ਕੁਟਾਇਆ ਈ
ਹੋ ਜਾਏਂ ਨਿਹਾਲ ਜੇ ਕਰੇਂ ਜ਼ਿਆਰਤ, ਤੈਨੂੰ ਬਾਗ ਵਿਚ ਉਸ ਬੁਲਾਇਆ ਈ
ਜ਼ਿਆਰਤ ਮਰਦ ਕੁਫਾਰਤ ਹੋਣ ਆਸੀਆਂ, ਨੂਰ ਫਕਰ ਦਾ ਵੇਖਣਾ ਆਇਆ ਈ
ਬਹੁਤ ਜ਼ੁਹਦ ਕੀਤਾ ਮਿਲੇ ਪੀਰ ਪੰਜੇ, ਮੈਨੂੰ ਕਸ਼ਫ ਵੀ ਜ਼ੋਰ ਵਿਆਖਿਆ ਈ
ਝੱਬ ਨਜ਼ਰ ਤੂੰ ਆਬਿ-ਹਯਾਤ ਉਸ ਦਾ, 'ਕੇਹਾ ਭਾਬੀਏ ਝਗੜਾ ਪਾਇਆ ਈ
ਉਹਦੀ ਨਜ਼ਰ ਤੂੰ ਆਬਿ-ਹਯਾਤ ਉਸ ਦਾ, ਕੇਹਾ ਭਾਬੀਏ ਝਗੜਾ ਪਾਇਆ ਈ
ਚਾਕ ਲਾਇ ਕੇ ਕੰਨ ਪੜਾਇਓ ਨੀ, ਨੈਣਾਂ ਵਾਲੀਏ ਗੈਬ ਕਿਉਂ ਚਾਇਆ ਈ
ਬਚੇ ਉਹ ਫ਼ਕੀਰਾ ਤੋਂ ਹੀਰ ਕੁੜੀਏ, ਹੱਥ ਬੰਨ੍ਹ ਕੇ ਜਿਨ੍ਹਾਂ ਬਖਸ਼ਾਇਆ ਈ
ਇਕੇ ਮਾਰ ਜਾਸੀ ਇਕੇ ਤਾਰ ਜਾਸੀ, ਕੇਹਾ ਮੀਂਹ ਅਨ੍ਹੇਰੀ ਦਾ ਆਇਆ ਈ
ਅਮਲ ਫ਼ੌਤ ਤੇ ਵੱਡੀ ਦਸਤਾਰ ਫੁੱਲੀ, ਕੇਹਾ ਭੀਲ ਦਾ ਸਾਂਗ ਬਣਾਇਆ ਈ
ਵਾਰਿਸ ਕੌਲ ਭੁਲਾਇਕੇ ਖੇਡ ਰੁੱਧੇ, ਕੇਹਾ ਨਵਾਂ ਮਖੌਲ ਜਗਾਇਆ ਈ

ਹੀਰ

501

ਹੀਰ ਆਖਿਆਂ ਜਾਇ ਕੇ ਖੋਲ੍ਹ ਬੁੱਕਲ ਉਹਦੇ ਵੇਸ ਨੂੰ ਫੂਕ ਵਿਖਾਵਨੀ ਹਾਂ
ਨੈਣਾਂ ਚਾੜ੍ਹ ਕੇ ਸਾਣ ਤੇ ਕਰਾਂ ਪੁਰਜ਼ੇ, ਕਤਲ ਆਸ਼ਕਾਂ ਦੇ ਉਤੇ ਧਾਵਨੀ ਹਾਂ
ਅੱਗੇ ਚਾਕ ਸੀ, ਖਾਕ ਕਰ ਸਾੜ ਸੁੱਟਾਂ, ਉਹਦੇ ਇਸ਼ਕ ਨੂੰ ਸਿਕਲ ਚੜ੍ਹਾਵਨੀ ਹਾਂ
ਉਹਦੇ ਪੈਰਾਂ ਦੀ ਖ਼ਾਕ ਹੈ ਜਾਨ ਮੇਰੀ, ਸਾਰੇ ਸਿਜਦੇ ਨਿਸ਼ਾ ਦੇ ਆਵਨੀ ਹਾਂ
ਮੋਇਆ ਪਿਆ ਹੈ ਨਾਲ ਫ਼ਿਰਾਕ ਰਾਂਝਾ, ਈਸਾ ਵਾਂਗ ਮੁੜ ਫੇਰ ਜੀਵਾਵਨੀ ਹਾਂ
ਵਾਰਿਸ ਸ਼ਾਹ ਪਤੰਗ ਨੂੰ ਸ਼ਮ੍ਹਾ ਵਾਂਗੂੰ, ਅੱਗ ਲਾਇ ਕੇ ਸਾੜ ਵਿਖਾਵਨੀ ਹਾਂ

ਹੀਰ ਦਾ ਜੋਗੀ ਪਾਸ ਜਾਣਾ

502

ਹੀਰ ਨ੍ਹਾਇਕੇ ਪੱਟ ਦਾ ਪਹਿਨ ਤੇਵਰ, ਵਾਲੀਂ ਇਤਰ ਫੁਲੇਲ ਮਲਾਂਵਦੀ ਹੈ
ਵਲ ਪਾਇ ਕੇ ਮੇਢੀਆਂ ਖੂਨੀਆਂ ਨੂੰ, ਗੋਰੇ ਮੁਖ ਤੇ ਜ਼ੁਲਫ਼ ਪਲਮਾਂਵਦੀ ਹੈ
ਕੱਜਲ-ਭਿੰਨੜੇ ਨੈਣ ਅਪਰਾਧ ਲੱਥੇ, ਦੋਵੇਂ ਹੁਸਨ ਦੇ ਕਟਕ ਲੈ ਧਾਂਵਦੀ ਹੈ
ਮਲ ਵਟਣਾ, ਹੋਠਾਂ 'ਤੇ ਲਾਇ ਸੁਰਖੀ, ਨਵਾਂ ਲੋੜ੍ਹ 'ਤੇ ਲੋੜ੍ਹ ਚੜ੍ਹਾਂਵਦੀ ਹੈ
ਸਿਰੀਸਾਫ[1] ਦਾ ਭੋਛਣ ਪਹਿਨ ਸੂਹਾ, ਕੰਨੀਂ ਬੁੱਕ ਬੁੱਕ ਵਾਲੀਆਂ ਪਾਂਵਦੀ ਹੈ
ਕੀਮਖਾਬ ਦੀ ਚੋਲੜੀ ਹਿੱਕ ਪੈਧੀ, ਮਾਂਗ ਚੌਂਕ ਲੈ ਤੀਰ ਵਲਾਂਵਦੀ ਹੈ
ਘੱਤ ਝਾਂਜਰਾਂ ਲੋੜ੍ਹ ਦੇ ਸਿਰੇ ਚੜ੍ਹ ਕੇ, ਹੀਰ ਸਿਆਲ ਲਟਕੰਦੜੀ ਆਂਵਦੀ ਹੈ
ਟਿੱਕਾ ਬਿੰਦਲੀ ਬਣੀ ਹੈ ਨਾਲ ਲੂਲ੍ਹਾਂ, ਵਾਂਗ ਮੋਰ ਦੇ ਪਾਇਲਾਂ ਪਾਂਵਦੀ ਹੈ
ਹਾਥੀ ਮਸਤ ਛੁੱਟਾ, ਛਣਾ ਛਣ ਕਰਕੇ, ਕਤਲ ਆਮ ਖਲਕਤ ਹੁੰਦੀ ਜਾਂਵਦੀ ਹੈ
ਕਦੇ ਕੱਢ ਕੇ ਘੁੰਡ ਲੁੜ੍ਹਾਇ ਦੇਂਦੀ, ਸ਼ਾਹ-ਪਰੀ ਇਹ ਛਣਕਦੀ ਆਂਵਦੀ ਹੈ
ਘੁੰਡ ਲਾਹ ਕੇ ਲਟਕ ਵਿਖਾਇ ਸਾਰੀ, ਜੱਟੀ ਰੁੱਠੜਾ ਯਾਰ ਮਨਾਂਵਦੀ ਹੈ
ਵਾਰਿਸ ਮਾਲ ਦੇ ਨੂੰ ਸਭਾ ਖੋਲ੍ਹ ਦੌਲਤ, ਵੱਖੋ ਵੱਖ ਕਰ ਚਾ ਵਿਖਾਂਵਦੀ ਹੈ।
ਵਾਰਿਸ ਸ਼ਾਹ ਪਰੀ ਦੇ ਨਜ਼ਰ ਚੜ੍ਹਿਆ, ਖ਼ਲਕਤ ਸ਼ੈਫ਼ੀਆਂ ਫੂਕਣੀ ਆਂਵਦੀ ਹੈ

ਜੋਗੀ

503

ਰਾਂਝਾ ਵੇਖ ਕੇ ਆਖਦਾ ਪਰੀ ਕੋਈ, ਇਕੋ ਭਾਵੇਂ ਤਾਂ ਹੀਰ ਸਿਆਲ ਹੋਵੇ
ਕੋਈ ਹੀਰ ਕਿ ਮੋਹਣੀ ਇੰਦਰਾਣੀ, ਹੀਰ ਹੋਵੇ ਤਾਂ ਸਈਆਂ ਦੇ ਨਾਲ ਹੋਵੇ
ਨੇੜੇ ਆਣ ਕੇ ਕਾਲਜੇ ਧਾ ਗਈ ਉਸ, ਜਿਵੇਂ ਮਸਤ ਕੋਈ ਨਸ਼ੇ ਨਾਲ ਹੋਵੇ
ਰਾਂਝਾ ਆਖਦਾ ਅਬਰ ਬਹਾਰ ਆਇਆ, ਬੇਲਾ ਜੰਗਲ ਲਾਲੋ ਹੀ ਲਾਲ ਹੋਵੇ
ਹਾਠਾਂ ਜੋੜ ਕੇ ਬੱਦਲਾਂ ਛੱਬਿ ਬੱਧੀ, ਵੇਖਾਂ ਕਿਹੜਾ ਦੇਸ਼ ਨਿਹਾਲ ਹੋਵੇ
ਚਮਕੀ ਲੈਲਾਤੁਲ ਕਦਰ ਸਿਆਹ-ਸ਼ਬ ਥੀਂ[2], ਜਿਸ ਤੇ ਪਵੇਗੀ ਨਜ਼ਰ ਨਿਹਾਲ ਹੋਵੇ
ਡੌਲ ਡਾਲ ਤੇ ਚਾਲ ਦੀ ਲਟਕ ਸੁੰਦਰ, ਜੇਹਾ ਪੇਖਣੇ ਦਾ ਕੋਈ ਖਿਆਲ ਹੋਵੇ
ਯਾਰ ਸੋਈ ਮਹਿਬੂਬ ਤੋਂ ਫਿਦਾ ਹੋਵੇ, ਜੀਊ ਸੋਈ ਜੋ ਮੁਰਸ਼ਦਾਂ ਨਾਲ ਹੋਵੇ
ਵਾਰਿਸ ਸ਼ਾਹ ਆ ਚਿੰਬੜੀ ਰਾਂਝਣੇ ਨੂੰ, ਜਿਵੇਂ ਗਧੇ ਦੇ ਗਲੇ ਵਿਚ ਲਾਲ ਹੋਵੇ

---

1. ਇੱਕ ਤਰ੍ਹਾਂ ਦੀ ਮਲਮਲ।

2. ਰਮਜ਼ਾਨ ਮਹੀਨੇ ਦੀ ਇੱਕ ਰਾਤ, ਜਿਸ ਰਾਤ ਬੰਦਗੀ ਕਰਨ ਦਾ ਫ਼ਲ ਹਜ਼ਾਰ ਗੁਣਾ ਮਿਲਦਾ ਹੈ। 2. ਸ਼ੌਂਕ

ਹੀਰ

504

ਘੁੰਡ ਲਾਹ ਕੇ ਹੀਰ ਦੀਦਾਰ ਦਿੱਤਾ, ਰਿਹਾ ਹੋਸ਼ ਨਾ, ਅਕਲ ਥੀਂ ਤਾਕ ਕੀਤਾ
ਲੰਕ ਬਾਗ ਦੀ ਪਰੀ ਨੇ ਝਾਕ ਦੇ ਕੇ, ਸੀਨਾ ਚਾਕ ਦਾ ਪਾੜ ਕੇ ਚਾਕ ਕੀਤਾ
ਬੰਨ੍ਹ ਮਾਪਿਆਂ ਜ਼ਾਲਮਾਂ ਟੋਰ ਦਿੱਤੀ, ਤੇਰੇ ਇਸ਼ਕ ਨੇ ਮਾਰ ਕੇ ਖਾਕ ਕੀਤਾ
ਮਾਉਂ ਬਾਪ ਤੇ ਅੰਗ ਭੁਲਾਇ ਬੈਠੀ, ਅਸਾਂ ਚਾਕ ਨੂੰ ਆਪਣਾ ਸਾਕ ਕੀਤਾ
ਤੇਰੇ ਬਾਝ ਨਾ ਕਿਸੇ ਨੂੰ ਅੰਗ ਲਾਇਆ, ਗਵਾਹ ਹਾਲ ਦਾ ਮੈਂ ਰੱਬ ਪਾਕ ਕੀਤਾ
ਵੇਖ ਨਵੀਂ ਨਰੋਈ ਅਮਾਨ ਤੇਰੀ, ਸੀਨਾ ਸਾੜ ਕੇ ਬ੍ਰਿਹੋਂ ਨੇ ਖਾਕ ਕੀਤਾ
ਅੱਲ੍ਹਾ ਜਾਣਦਾ ਹੈ ਇਨ੍ਹਾਂ ਆਸ਼ਕਾਂ ਨੂੰ, ਮਜ਼ੇ ਜ਼ੌਕ[1] ਨੂੰ ਚਾਇ ਤਲਾਕ ਕੀਤਾ
ਵਾਰਿਸ ਸ਼ਾਹ ਲੈ ਚੱਲਣਾ ਤੁਸਾਂ ਸਾਨੂੰ, ਕਿਸ ਵਾਸਤੇ ਜੀਊ ਗ਼ਮਨਾਕ ਕੀਤਾ

ਜੋਗੀ

505

ਚੌਧਰਾਈਆਂ ਛੱਡ ਕੇ ਚਾਕ ਬਣਿਆ, ਮੇਹੀਂ ਚਾਰ ਕੇ ਅੰਤ ਨੂੰ ਚੋਰ ਹੋਏ
ਕੌਲ ਕਵਾਰੀਆਂ ਦੇ, ਲੋੜ੍ਹੇ ਮਾਰੀਆਂ ਦੇ, ਅਲੋਹਾਰੀਆਂ ਦੇ ਹੋਰੋ ਹੋਰ ਟੋਏ
ਮਾਉਂ ਬਾਪ ਇਕਰਾਰ ਕਰ ਕੌਲ ਹਾਰੇ, ਕੰਮ ਖੇੜਿਆਂ ਦੇ ਜ਼ੋਰੋ ਜ਼ੋਰ ਹੋਏ
ਰਾਹ ਸੱਚ ਦੇ ਤੇ ਕਦਮ ਧਰਨ ਨਾਹੀਂ, ਜਿਨ੍ਹਾਂ ਖੋਟਿਆਂ ਦੇ ਮਨ ਖੋਰ ਹੋਏ
ਤੇਰੇ ਵਾਸਤੇ ਮਿਲੇ ਹਾਂ ਕੱਢ ਦੇਸ਼ੋਂ, ਅਸੀਂ ਆਪਣੇ ਦੇਸ਼ ਦੇ ਚੋਰ ਹੋਏ
ਵਾਰਿਸ ਸ਼ਾਹ ਨਾ ਅਕਲ ਨਾ ਹੋਸ਼ ਰਿਹਾ, ਮਾਰੇ ਹੀਰ ਦੇ ਸਿਹਰ ਦੇ ਮੋਰ ਹੋਏ

ਹੀਰ

506

ਮਿਹਤਰ ਨੂਹ ਦਿਆਂ ਬੇਟਿਆਂ ਜ਼ਿਦ ਕੀਤੀ, ਡੁੱਬ ਮੋਏ ਨੇ ਛੱਡ ਟਿਕਾਣਿਆਂ ਨੂੰ
ਯਾਕੂਬ[2] ਦਿਆਂ ਪੁੱਤਰਾਂ ਜ਼ੁਲਮ ਕੀਤਾ, ਸੁਣਿਆ ਹੋਸੀਆ ਯੂਸਫ਼ ਦਿਆਂ ਵਾਣਿਆਂ ਨੂੰ
ਹਾਬੀਲ ਕਬੀਲ ਦੀ ਜੰਗ ਹੋਈ, ਛੱਡ ਗਏ ਨੇ ਕੁਤਬ ਟਿਕਾਣਿਆ ਨੂੰ
ਜੇ ਮੈਂ ਜਾਣਦੀ ਮਾਪਿਆਂ ਬੰਨ੍ਹ ਦੇਣੀ, ਛੱਡ ਚਲਦੀ ਝੰਗ ਸਮਾਣਿਆਂ ਨੂੰ
ਖਾਹਿਸ਼ ਹੱਕ ਦੀ ਕਲਮ ਤਕਦੀਰ ਵਗੀ, ਮੋੜੇ ਕੌਣ ਅੱਲਾ ਦਿਆਂ ਭਾਣਿਆਂ ਨੂੰ
ਕਿਸੇ ਤੱਤੜੇ ਵਕਤ ਸੀ ਨੇਹੁੰ ਲੱਗਾ, ਤੁਸਾਂ ਬੀਜਿਆਂ ਭੁੰਨਿਆਂ ਦਾਣਿਆਂ ਨੂੰ
ਸਾਢੇ ਤਿੰਨ ਹੱਥ ਜ਼ਿਮੀਂ ਹੈ ਮਿਲਖ ਤੇਰੀ, ਵਲੇ ਕਾਸਨੂੰ ਐਡ ਵਲਾਣਿਆਂ ਨੂੰ
ਗੂੰਗਾ ਨਹੀਂ ਕੁਰਾਨ ਦਾ ਹੋਏ ਹਾਫ਼ਿਜ਼, ਅੰਨ੍ਹਾਂ ਵੇਖਦਾ ਨਹੀਂ ਟਿਟਾਣਿਆਂ ਨੂੰ
ਵਾਰਿਸ ਸ਼ਾਹ ਅੱਲਾਹ ਬਿਨ ਕੌਣ ਪੁੱਛੇ, ਪਿੱਛਾ-ਟੁੱਟਿਆਂ ਅਤੇ ਨਿਤਾਣਿਆਂ ਨੂੰ

---

1. ਸ਼ੌਕ, 2. ਹਜ਼ਰਤ ਨੂਹ ਦੇ ਸਮੇਂ ਜਦ ਖ਼ੁਦਾਅ ਨੇ ਗਾਫ਼ਲ ਲੋਕਾਂ ਨੂੰ ਮਾਰਨ ਲਈ ਹੜ੍ਹ ਪੈਦਾ ਕੀਤਾ ਤਾਂ ਹਜ਼ਰਤ ਨੂਹ ਦੇ ਕਹੇ 'ਤੇ ਵੀ ਉਸਦੀ ਪਤਨੀ ਤੇ ਬੇਟੇ ਬੇੜੀ 'ਚ ਸਵਾਰ ਨਹੀਂ ਹੋਏ ਤੇ ਡੁੱਬ ਮਰੇ।

ਜੋਗੀ

507

ਤੇਰੇ ਮਾਪਿਆਂ ਸਾਕ ਕੁਥਾਉਂ ਕੀਤਾ, ਅਸੀਂ ਰੁਲਦੜੇ ਰਹਿ ਗਏ ਪਾਸਿਆਂ ਤੇ
ਆਪ ਰੁਮਕ ਗਈਏਂ ਨਾਲ ਖੇੜਿਆਂ ਦੇ, ਸਾਡੀ ਗੱਲ ਗਵਾਈ ਹਾਸਿਆਂ ਤੇ
ਸਾਨੂੰ ਮਾਰ ਕੇ ਹਾਲ ਬੇਹਾਲ ਕੀਤੋ, ਆਪ ਹੋਈਏਂ ਦਾਬਿਆਂ ਝਾਸਿਆਂ ਤੇ
ਸਾਢੇ ਤਿੰਨ ਮਣ ਦੇਹ ਮੈਂ ਫਿਦਾ ਕੀਤੀ, ਅੰਤ ਹੋਏ ਹਾਂ ਤੋਲਿਆਂ ਮਾਸਿਆਂ ਤੇ
ਸੱਤ ਪੰਜ ਬਾਰਾਂ, ਦੱਸਣ ਤਿੰਨ ਕਾਣੇ, ਲਿਖੇ ਏਸ ਜ਼ਮਾਨੇ ਦੇ ਪਾਸਿਆਂ ਤੇ
ਵਾਰਿਸ ਸ਼ਾਹ ਵਿਸਾਹ ਕੀ ਜ਼ਿੰਦਗੀ ਦਾ, ਸਾਡੀ ਉਮਰ ਹੈ ਨਕਸ਼ ਪਤਾਸਿਆਂ ਤੇ

ਸ਼ਾਇਰ

508

ਜੇ ਕੋ ਏਸ ਜਹਾਨ 'ਤੇ ਆਦਮੀ ਹੈ, ਰੋਂਦਾ ਮਰੇਗਾ ਉਮਰ ਥੀਂ ਝੂਰਦਾ ਈ
ਸਦਾ ਖੁਸ਼ੀ ਨਾਹੀਂ ਕਿਸੇ ਨਾਲ ਨਿਭਣੀ, ਇਹ ਜ਼ਿੰਦਗੀ ਭੇਸ ਜਬੂਰ ਦਾ ਈ
ਬੰਦਾ ਜੀਵਣੇ ਦੀ ਕਰੇ ਨਿੱਤ ਆਸਾ, ਅਜ਼ਰਾਈਲ ਸਿਰੇ ਉਤੇ ਘੂਰਦਾ ਈ
ਵਾਰਿਸ ਸ਼ਾਹ ਇਹ ਇਸ਼ਕ ਦੇ ਖੜਨਹਾਰਾ, ਡਾਲ ਡਾਲ 'ਤੇ ਖ਼ਾਰ ਖਜੂਰ ਦਾ ਈ

ਹੀਰ

509

ਤੁਸੀਂ ਕਰੋਂ ਜੇ ਹੁਕਮ ਤਾਂ ਘਰੀਂ ਜਾਈਏ, ਨਾਲ ਸਹਿਤੀ ਦੇ ਸਾਜ਼ ਬਣਾਈਏ ਜੀ
ਬਹਿਰ ਇਸ਼ਕ ਦਾ ਖੁਸ਼ਕ ਗ਼ਮ ਨਾਲ ਹੋਇਆ, ਮੀਂਹ ਅਕਲ ਦੇ ਨਾਲ ਵਰਾਈਏ ਜੀ
ਕਿਵੇਂ ਕਰਾਂ ਕੋਸ਼ਿਸ਼ ਮੈਂ ਅਕਲ ਵਾਲੀ, ਤੇਰੇ ਇਸ਼ਕ ਦੀਆਂ ਪੂਰੀਆਂ ਪਾਈਏ ਜੀ
ਜਾਇ ਤਿਆਰੀਆਂ ਟੁਰਨ ਦੀਆਂ ਝੱਬ ਕਰੀਏ, ਸਾਨੂੰ ਸੱਜਣੋ! ਹੁਕਮ ਕਰਾਈਏ ਜੀ
ਹਜ਼ਰਤ ਸੂਰਤ ਇਖਲਾਸ ਲਿਖ ਦਿਉ ਮੈਨੂੰ, ਫਾਲ ਕੁਰ੍ਹਾ ਨਜ਼ੂਮ ਦਾ ਪਾਈਏ ਜੀ
ਖੋਲ੍ਹਿ ਫਾਲ-ਨਾਮਾ ਤੇ ਦੀਵਾਨ ਹਾਫਿਜ਼, ਵਾਰਿਸ ਸ਼ਾਹ ਥੀਂ ਫਾਲ ਕਢਾਈਏ ਜੀ

ਸ਼ਾਇਰ

510

ਅੱਵਲ ਪੈਰ ਪਕੜੇ ਇਤਕਾਦ ਕਰ ਕੇ, ਫੇਰ ਨਾਲ ਕਲੇਜੇ ਦੇ ਲੱਗ ਗਈ
ਨਵਾਂ ਤੌਰ ਅਜੂਬੇ ਦਾ ਨਜ਼ਰ ਆਇਆ, ਵੇਖੋ ਜਲ ਪਤੰਗ ਤੇ ਅੱਗ ਗਈ
ਕਿਹੀ ਲੱਗ ਗਈ, ਚਿਣਗ ਜੱਗ ਗਈ, ਖਬਰ ਜੱਗ ਗਈ, ਵੱਜ ਧ੍ਰੱਗ ਗਈ
ਯਾਰੋਂ! ਠੱਗਾਂ ਦੀ ਰਿਉੜੀ ਹੀਰ ਜੱਟੀ, ਮੂੰਹ ਲਗਦਿਆਂ ਯਾਰ ਨੂੰ ਠੱਗ ਗਈ
ਲੱਗਾ ਮਸਤ ਹੋ ਕਮਲੀਆਂ ਕਰਨ ਗੱਲਾਂ, ਦੂਆ ਕਿਸੇ ਫ਼ਕੀਰ ਦੀ ਵੱਗ ਗਈ
ਅੱਗੇ ਧੂੰਆਂ ਧੁਖੰਦੜਾ ਜੋਗੀਅੜੇ ਦਾ, ਉਤੋਂ ਫੂਕ ਕੇ ਝੁੱਗੜੇ ਅੱਗ ਗਈ
ਯਾਰ ਯਾਰ ਦਾ ਬਾਗ ਵਿਚ ਮੇਲ ਹੋਇਆ, ਗੱਲ ਆਮ ਮਸ਼ਹੂਰ ਹੋ ਜੱਗ ਗਈ

ਵਾਰਿਸ ਤੁਰੱਟਿਆਂ ਨੂੰ ਰੱਬ ਮੇਲਦਾ ਈਂ, ਵੇਖੋ ਕਮਲੜੇ ਨੂੰ ਪਰੀ ਲੱਭ ਗਈ

ਹੀਰ

511

ਹੀਰ ਹੋਇ ਰੁਖਸਤ ਰਾਂਝੇ ਯਾਰ ਕੋਲੋਂ, ਆਖੇ ਸਹਿਤੀਏ ਮਤਾ ਪਕਾਈਏ ਨੀ
ਠੂਠਾ ਭੰਨ ਫ਼ਕੀਰ ਨੂੰ ਕੱਢਿਆ ਸੀ, ਕਿਵੇਂ ਉਸ ਨੂੰ ਖ਼ੈਰ ਪਵਾਈਏ ਨੀ
ਵਹਿਣ ਲੋੜ੍ਹ ਪਿਆ ਬੇੜਾ ਸ਼ੁਹਦਿਆਂ ਦਾ, ਨਾਲ ਕਰਮ ਦੇ ਬੰਨੜੇ ਲਾਈਏ ਨੀ
ਮੇਰੇ ਵਾਸਤੇ ਉਸ ਨੇ ਲਏ ਤਰਲੇ, ਕਿਵੇਂ ਉਸ ਦੀ ਆਸ ਪੁਜਾਈਏ ਨੀ
ਤੈਨੂੰ ਮਿਲੇ ਮੁਰਾਦ ਤੇ ਅਸਾਂ ਮਾਹੀ, ਦੋਵੇਂ ਆਪਣੇ ਯਾਰ ਹੰਢਾਈਏ ਨੀ
ਰਾਂਝਾ ਕੰਨ ਪੜਾਇ ਫ਼ਕੀਰ ਹੋਇਆ, ਸਿਰ ਓਸ ਦੇ ਵਿੜ੍ਹੀ ਚੜ੍ਹਾਈਏ ਨੀ
ਬਾਕੀ ਉਮਰ ਰੰਝੇਟੇ ਦੇ ਨਾਲ ਜਾਲਾਂ, ਜਿਵੇਂ ਸਹਿਤੀਏ ਡੌਲ ਬਣਾਈਏ ਨੀ
ਹੋਇਆਂ ਮੇਲ ਜਾਂ ਚਿਰੀ-ਵਿਛੁੰਨਿਆਂ ਦਾ, ਯਾਰ ਰੱਜ ਕੇ ਗਲੇ ਲਗਾਈਏ ਨੀ
ਜੀਉ ਆਸ਼ਕ ਦਾ ਅਰਸ਼ ਰੱਬ ਦਾ ਈ, ਕਿਵੇਂ ਓਸ ਨੂੰ ਠੰਢ ਪਵਾਈਏ ਨੀ
ਇਹ ਜੋਬਨਾ ਠੱਗ ਬਾਜ਼ਾਰ ਦਾ ਈ, ਸਿਰ ਕਿਸੇ ਦੇ ਇਹ ਚੜ੍ਹਾਈਏ ਨੀ
ਕੋਈ ਰੋਜ਼ ਦਾ ਹੁਸਨ ਪਰਹੁਣਾ ਈ, ਮਜ਼ੇ ਖ਼ੂਬੀਆਂ ਨਾਲ ਹੰਢਾਈਏ ਨੀ
ਸ਼ੈਤਾਨ ਦੀਆਂ ਅਸੀਂ ਉਸਤਾਦ ਰੰਨਾਂ, ਕੋਈ ਆਉ ਖਾਂ ਮਕਰ ਬਣਾਈਏ ਨੀ
ਬਾਗ਼ ਜਾਂਦੀਆਂ ਅਸੀਂ ਨਾ ਸੋਂਹਦੀਆਂ ਹਾਂ, ਕਿਵੇਂ ਯਾਰ ਨੂੰ ਘਰੀਂ ਲਿਆਈਏ ਨੀ
ਗਲ ਘੱਤ ਪੱਲਾ, ਮੂੰਹ ਘਾਹ ਲੈ ਕੇ, ਪੈਰੀਂ ਲੱਗ ਕੇ ਪੀਰ ਮਨਾਈਏ ਨੀ
ਵਾਰਿਸ ਸ਼ਾਹ ਗੁਨਾਹ ਦੇ ਅਸੀਂ ਲੱਦੇ, ਚੱਲੋ ਕੁੱਲ ਤਕਸੀਰ ਬਖ਼ਸ਼ਾਈਏ ਨੀ

ਸਹਿਤੀ

512

ਅੱਗੋਂ ਰਾਇਬਾਂ ਸੈਰਫਾਂ ਬੋਲੀਆਂ ਨੇ, ਕਿਹਾ ਭਾਬੀਏ! ਮੇਹਣਾ ਖੇੜਿਆਂ ਈ
ਭਾਬੀ ਆਖ ਕੀ ਲੱਧਿਉ ਟਹਿਕ ਆਈਏਂ, ਸੋਇਨ-ਚਿੜੀ ਵਾਂਗੂੰ ਰੰਗ ਫੇਰਿਆ ਈ
ਮੋਈ ਗਈ ਸੈਂ, ਜੀਂਵਦੀ ਆ ਵੜੀਏਂ, ਸੱਚ ਆਖ! ਕੀ ਸਹਿਜ ਸਹੇੜਿਆ ਈ
ਅੱਜ ਰੰਗ ਤੇਰਾ ਭਲਾ ਨਜ਼ਰ ਆਇਆ, ਸੱਭੇ ਦੁਖ ਤੇ ਸੁਖ ਨਿਬੇੜਿਆ ਈ
ਨੈਣ ਸ਼ੋਖ ਹੋਏ, ਰੰਗ ਚਮਕ ਆਇਆ, ਕੋਈ ਜੋਬਨੇ ਦਾ ਖੂਹਾ ਗੇੜਿਆ ਈ
ਆਸ਼ਕ ਮਸਤ ਹਾਥੀ ਕਾਲੇ ਬਾਗ ਵਾਲਾ, ਤੇਰੀ ਸੰਗਲੀ ਨਾਲ ਖਹੇੜਿਆ ਈ
ਕਦਮ ਚੁਸਤ ਤੇ ਸਾਫ਼ ਕਨੌਤੀਆਂ ਨੇ, ਹੱਥ ਚਾਬਕ ਸਵਾਰ ਨੇ ਫੇਰਿਆ ਈ
ਵਾਰਿਸ ਸ਼ਾਹ ਅੱਜ ਹੁਸਨ ਮੈਦਾਨ ਚੜ੍ਹ ਕੇ, ਘੋੜਾ ਸ਼ਾਹ-ਸਵਾਰ ਨੇ ਫੇਰਿਆ ਈ

ਕੁੜੀਆਂ ਦੇ ਹੀਰ ਨੂੰ ਮਖ਼ੌਲ

513

ਨੈਣ ਮਸਤ ਗੱਲ੍ਹਾਂ ਤੇਰੀਆਂ ਲਾਲ ਹੋਈਆਂ ਦੁੱਕਾਂ ਭੰਨ ਚੋਲੀ ਵਿਚ ਠੇਲ੍ਹੀਆਂ ਨੇ

ਕਿਸੇ ਹਿੱਕ ਤੇਰੀ ਨਾਲ ਹਿੱਕ ਜੋੜੀ, ਪੇਡੂ ਨਾਲ ਵਲੂੰਧਰਾਂ ਮੇਲੀਆਂ ਨੇ
ਕਿਸੇ ਅੰਬ ਤੇਰੇ ਅੱਜ ਚੂਪ ਲਏ, ਤਿਲ ਪੀੜ ਕੱਢੇ ਜਿਵੇਂ ਤੇਲੀਆਂ ਨੇ
ਤੇਰਾ ਕਿਸੇ ਨੱਢੇ ਨਾਲ ਮੇਲ ਹੋਇਆਂ, ਧਾਰਾਂ ਕਜਲੇ ਦੀਆਂ ਸੁਰਮੇਲੀਆਂ ਨੇ
ਦੱਸ ਵਾਰਿਸਾ ਕਿਸੇ ਨਚੋਹੀਏ ਤੂੰ, ਕਿਤੇ ਗੋਸ਼ਾ ਹੋ ਹੋਲੀਆਂ ਖੇਲੀਆਂ ਨੇ
ਸੱਭੋ ਮਲ ਦਲ ਸੁੱਟੀਏ ਵਾਂਗ ਫੁੱਲਾਂ, ਝੋਕਾਂ ਤੇਰੀਆਂ ਮਾਣੀਆਂ ਬੇਲੀਆਂ ਨੇ
ਕਿਸੇ ਜ਼ੋਮ ਭਰੇ ਫੜ ਕੇ ਨੱਪੀਏਂ ਤੂੰ, ਧੜਕੇ ਕਾਲਜਾ ਪੌਂਦੀਆਂ ਤ੍ਰੇਲੀਆਂ ਨੇ
ਭਰੀਆਂ ਭੁੱਟੀਆਂ ਦਾ ਖੁੱਲ੍ਹਾ ਅੱਜ ਬਾਰਾ, ਕੌਂਤ ਰਾਵੀਆਂ ਢਾਹ ਮਹੇਲੀਆਂ ਨੇ
ਕਿਸੇ ਲਈ ਉਸ਼ਨਾਕ ਨੇ ਜਿੱਤ ਬਾਜ਼ੀ, ਪਾਸਾ ਲਾਇ ਕੇ ਬਾਜ਼ੀਆਂ ਖੇਲੀਆਂ ਨੇ
ਸੂਬੇਦਾਰ ਨੇ ਕਿਲ੍ਹੇ ਨੂੰ ਢੋਇ ਤੋਪਾਂ ਕਰਕੇ ਜ਼ੋਰ ਸਭ ਰੱਈਅਤਾਂ ਮੇਲੀਆਂ ਨੇ
ਤੇਰੀਆਂ ਗੱਲ੍ਹਾਂ 'ਤੇ ਦੰਦਾਂ ਦੇ ਦਾਗ ਦਿੱਸਣ, ਅੱਜ ਸੇਧੀਆਂ ਠਾਕਰਾਂ ਚੇਲੀਆਂ ਨੇ
ਅੱਜ ਨਹੀਂ ਅੱਯਾਲੀ ਖਬਰ ਲੱਧੀ, ਬਘਿਆੜਾਂ ਨੇ ਰੋਲੀਆਂ ਛੇਲੀਆਂ ਨੇ
ਅੱਜ ਖੇੜਿਆ ਦੇ ਨਾਲ ਮਸਤੀਆਂ ਦੇ ਹਾਥੀਵਾਨਾਂ ਨੇ ਹਥਣੀਆਂ ਮੇਲੀਆਂ ਨੇ
ਛੁੱਟਾ ਝਾਂਜਰਾਂ ਬਾਗ ਦੇ ਸੁਫੇ ਵਿਚੋਂ, ਗਾਹ ਕੱਢੀਆਂ ਸਭ ਹਵੇਲੀਆਂ ਨੇ

514

ਕਿਵੇਂ ਸੋਹਣੇ ਆਦਮੀ ਫ਼ਿਰਨ ਬਾਹਰ, ਕਿਚਰਕੁ ਦੌਲਤਾਂ ਰਹਿਣ ਛੁਪਾਈਆਂ ਨੇ
ਅੱਜ ਭਾਵੇਂ ਤਾਂ ਬਾਗ ਵਿਚ ਈਦ ਹੋਈ, ਖਾਧੀਆਂ ਭੁੱਖਿਆਂ ਨੇ ਮਿਠਿਆਈਆਂ ਨੇ
ਅੱਜ ਕਈਆਂ ਦੇ ਦਿਲਾਂ ਦੀ ਆਸ ਪੁੰਨੀ, ਜੰਮ ਜੰਮ ਜਾਣ ਬਾਗੀਂ ਭਰਜਾਈਆਂ ਨੇ
ਵੱਸੇ ਬਾਗ ਜੁਗਾਂ ਤਾਈਂ ਸੁਣੀਂ ਭਾਬੀ, ਜਿਥੇ ਪੀਰ ਫ਼ਕੀਰ ਮਿਲਾਈਆਂ ਨੇ
ਖਾਕ ਤੋਦਿਆ ਤੇ ਵੱਡੇ ਤੀਰ ਛੁੱਟੇ, ਤੀਰ ਅੰਦਾਜ਼ਾਂ ਨੇ ਕਾਨੀਆਂ ਲਾਈਆਂ ਨੇ
ਅੱਜ ਜੋ ਕੋਈ ਬਾਗ ਵਿਚ ਜਾ ਵੜਿਆ, ਮੂੰਹ-ਮੰਗੀਆਂ ਦੌਲਤਾਂ ਪਾਈਆਂ ਨੇ
ਪਾਣੀ ਬਾਝੁ ਸੁੱਕੀ ਦਾੜ੍ਹੀ ਖੇੜਿਆਂ ਦੀ, ਅੱਜ ਮੁੰਨ ਕੱਢੀਆਂ ਦੋਹਾਂ ਨਾਈਆਂ ਨੇ
ਅੱਜ ਸੁਰਮਚੂ ਪਾਇਕੇ ਛੈਲਿਆ ਨੇ, ਸੁਰਮੇਦਾਨੀਆਂ ਖੂਬ ਹਿਲਾਈਆਂ ਨੇ
ਸਿਆਹ ਭੌਰ ਹੋਈਆਂ ਚਸ਼ਮਾਂ ਪਿਆਰ ਦੀਆਂ, ਭਰ ਭਰ ਪਾਂਵਦੇ ਰਹੇ ਸਲਾਈਆਂ ਨੇ
ਅੱਜ ਆਬਦਾਰੀ ਚੜ੍ਹੀ ਮੋਤੀਆਂ ਨੂੰ ਜੀਊ ਆਈਆਂ, ਭਾਬੀਆਂ ਆਈਆਂ ਨੇ
ਵਾਰਿਸ ਸ਼ਾਹ ਹੁਣ ਪਾਣੀਆਂ ਜ਼ੋਰ ਕੀਤਾ, ਬਹੁਤ ਖੁਸ਼ੀ ਕੀਤੀ ਮੁਰਗਾਈਆਂ ਨੇ

515

ਤੇਰੇ ਚੰਬੇ ਦੇ ਸੇਹਰੇ ਹੁਸਨ ਵਾਲੇ, ਅੱਜ ਕਿਸੇ ਉਸ਼ਨਾਕ ਨੇ ਲੁੱਟ ਲਏ
ਤੇਰੇ ਸੀਨੇ ਨੂੰ ਕਿਸੇ ਨੇ ਟੋਹਿਆ ਈ, ਨਾਫ਼ੇ ਮੁਸ਼ਕ ਵਾਲੇ ਦੋਵੇਂ ਧੁੱਟ ਲਏ
ਜਿਹੜੇ ਨਿੱਤ ਨਿਸ਼ਾਨ ਛੁਪਾਂਵਦੀ ਸੈਂ, ਕਿਸੇ ਤੀਰ-ਅੰਦਾਜ਼ ਨੇ ਝੁੱਟ ਲਏ
ਕਿਸੇ ਹਿੱਕ ਤੇਰੀ ਨਾਲ ਹਿੱਕ ਜੋੜੀ, ਵਿਚੋਂ ਫੁੱਲ ਗੁਲਾਬ ਦੇ ਘੁੱਟ ਲਏ

ਵਾਰਿਸ ਕਿੰਨ੍ਹਾਂ ਫੁਲੇਲਿਆਂ ਪੀੜੀਏਂ ਤੂੰ, ਅਤਰ ਕੱਢ ਕੇ ਫੋਗ ਸਭ ਸੁੱਟ ਗਏ

ਖ਼ਿਆਲ ਸ਼ਾਇਰ

516

ਪੇਡੂ ਸਾਫ ਹੋਯਾ ਸੀਨਾ ਲਾਲ ਹੋਯਾ, ਤੇਰੀ ਧੁੰਨੀ ਤੇ ਹੱਥ ਕਿਸ ਫੇਰਿਆ ਈ[1]
ਤੇਰੀ ਗਾਧੀ ਨੂੰ ਅੱਜ ਕਿਸੇ ਧੱਕਿਆ ਈ, ਕਿਸੇ ਅੱਜ ਤੇਰਾ ਖੂਹਾ ਗੇੜਿਆ ਈ
ਲਾਇਆ ਰੰਗ ਨਿਸੰਗ ਮਲੰਗ ਭਾਵੇਂ, ਅੰਗ ਨਾਲ ਤੇਰੇ ਅੰਗ ਭੇੜਿਆ ਈ
ਲਾਹ ਚੱਪਣੀ ਦੁੱਧ ਦੀ ਦੇਗਚੀ ਦੀ, ਕਿਸੇ ਅੱਜ ਮਲਾਈ ਨੂੰ ਛੇੜਿਆ ਈ
ਸੁਰਮੇਦਾਨੀ ਦਾ ਲਾਹ ਬਰੋਚਨਾ ਈ, ਸੁਰਮੇ ਸੁਰਮਚੂ ਕਿਸੇ ਲਿਬੇੜਿਆ ਈ
ਵਾਰਿਸ ਸ਼ਾਹ ਪਿਛੋਂ ਤੈਨੂੰ ਆਣ ਮਿਲਿਆ, ਅੱਗੇ ਨਵਾਂ ਹੀ ਕੋਈ ਸਹੇੜਿਆ ਈ

517

ਭਾਬੀ! ਅੱਜ ਜੋਬਨ ਤੇਰੇ ਲਹਿਰ ਦਿੱਤੀ, ਜਿਵੇਂ ਨਦੀ ਦਾ ਨੀਰ ਉਛੱਲਿਆ ਈ
ਤੇਰੀ ਚੋਲੀ ਦੀਆਂ ਢਿੱਲੀਆਂ ਹੈਨ ਤਣੀਆਂ, ਤੈਨੂੰ ਕਿਸੇ ਮਹਿਬੂਬ ਪਥੱਲਿਆ ਈ
ਨਾਲ ਜੰਦਰੇ ਤੋੜ ਕੇ ਚੋਰ ਵੜਿਆ, ਬੀੜਾ ਅੱਜ ਕਸਤੂਰੀ ਦਾ ਹੱਲਿਆ ਈ
ਸੂਹਾ ਘੱਗਰਾ ਲਹਿਰਾਂ ਦੇ ਨਾਲ ਉਡੇ, ਬਾਜੂਬੰਦ ਦੋ-ਚੰਦ ਹੋਇ ਚੱਲਿਆ ਈ
ਸੁਰਖੀ ਹੋਠਾਂ ਦੀ ਕਿਸੇ ਨੇ ਚੂਪ ਲਈਆਂ, ਅੰਬ ਸੱਖਣਾ ਮੋੜ ਕੇ ਘੱਲਿਆ ਈ
ਕਸਤੂਰੀ ਦੇ ਮਿਰਗ ਜਿਸ ਫਾਹ ਲਏ, ਕੋਈ ਵੱਡਾ ਅਹੇੜੀ ਆ ਮਿਲਿਆ ਈ

518

ਤੇਰੇ ਸਿਆਹ ਤਤੋਲੜੇ ਕੱਜਲੇ ਦੇ, ਠੋਡੀ ਅਤੇ ਗੱਲ੍ਹਾਂ ਉਤੇ ਗੁੰਮ ਗਏ
ਤੇਰੇ ਫੁੱਲ ਗੁਲਾਬ ਦੇ ਲਾਲ ਹੋਏ, ਕਿਸੇ ਘੇਰ ਕੇ ਰਾਹ ਵਿਚ ਚੁੰਮ ਲਏ
ਤੇਰੇ ਖਾਨਚੇ ਵਿਚ ਸ਼ੱਕਰ ਪਾਰਿਆਂ ਦੇ, ਹੱਥ ਮਾਰ ਕੇ ਭੁੱਖਿਆਂ ਲੁੰਮ ਲਏ
ਧਾੜਾ ਮਾਰ ਕੇ ਧਾੜਵੀ ਮੇਵਿਆਂ ਦੇ, ਰਲ ਝਾੜ ਬੂਟੇ ਕਿਤੇ ਗੁੰਮ ਗਏ
ਬੜੇ ਵਣਜ ਹੋਏ ਅੱਜ ਜੋਬਨਾਂ ਦੇ, ਕੋਈ ਨਵੇਂ ਵਣਜਾਰੜੇ ਘੁੰਮ ਗਏ
ਤੇਰੀ ਚੋਲੀ ਵਲੂੰਧਰੀ ਸਣੇ ਸੀਨੇ, ਪੇਂਜੇ ਤੂੰਬੀਏ ਨੂੰ ਜਿਵੇਂ ਤੁੰਬ ਗਏ
ਕੋਈ ਧੋਬੀ ਵਲਾਇਤੋਂ ਆਣ ਲੱਥਾ, ਸਿਰੀਸਾਫ ਦੇ ਥਾਨ ਚੜ੍ਹ ਖੁੰਬ ਗਏ
ਖੇੜੇ ਕਾਬਲੀ ਕੁੱਤਿਆਂ ਵਾਂਗ ਇਥੋਂ, ਵਢਵਾਇ ਕੇ ਕੰਨ ਤੇ ਦੁੰਮ ਗਏ
ਵਾਰਿਸ ਸ਼ਾਹ ਅਚੰਭੜਾ ਨਵਾਂ ਹੋਇਆ, ਸੁੱਤੇ ਪਾਹਰੂ ਨੂੰ ਚੋਰ ਟੁੰਬ ਗਏ

---

1. ਇਹ ਸਤਰ ਹਦਾਇਤ ਉੱਲਾ ਦੀ ਹੈ।

519

ਕਿਸੇ ਜਿਹੇ ਨਪੀੜ ਨਪੀੜੀਏਂ ਤੂੰ, ਤੇਰਾ ਰੰਗਾ ਹੈ ਤੋਰੀ ਦੇ ਫੁੱਲ ਦਾ ਨੀ
ਢਾਕਾਂ ਤੇਰੀਆਂ ਕਿਸੇ ਮਰੋੜੀਆਂ ਨੇ, ਇਹ ਤਾਂ ਕੰਮ ਹੋਇਆ ਹਿਲਜੁਲ ਦਾ ਨੀ
ਤੇਰਾ ਲੱਕ ਕਿਸੇ ਪਾਇਮਾਲ ਕੀਤਾ, ਢੱਗਾ ਕਿੱਲੇ ਤੇ ਜਿਵੇਂ ਖੁਲ੍ਹਦਾ ਨੀ
ਵਾਰਿਸ਼ ਸ਼ਾਹ ਮੀਅ ਇਹ ਦੁਆ ਮੰਗੋ, ਖੁਲ੍ਹ ਜਾਏ ਬਾਰਾ ਅੱਜ ਕੁਲ ਦਾ ਨੀ

ਹੀਰ ਦਾ ਜਵਾਬ

520

ਪਰਮੇਹ ਦਾ ਮੈਨੂੰ ਹੈ ਅਸਰ ਹੋਇਆਂ, ਰੰਗ ਜ਼ਰਦ ਹੋਇਆ ਏਸੇ ਵਾਸਤੇ ਨੀ
ਛਾਪਾਂ ਖੁਭ ਗਈਆਂ ਗੱਲ੍ਹਾਂ ਮੇਰੀਆਂ ਤੇ, ਦਾਗ ਲਾਲ ਪਏ ਏਸੇ ਵਾਸਤੇ ਨੀ
ਕੱਟੇ ਜਾਂਦੇ ਨੂੰ ਭੱਜ ਕੇ ਮਿਲੀ ਸਾਂ ਮੈਂ, ਤਣੀਆਂ ਚੋਲੀ ਦੀਆਂ ਢਿੱਲੀਆਂ ਪਾਸਤੇ ਨੀ
ਰੁੰਨੀ, ਅੱਥਰੂ ਡੁੱਲ੍ਹੇ ਸਨ ਮੁਖੜੇ 'ਤੇ, ਘੁਲ ਗਏ ਤਤੋਲੜੇ ਪਾਸਤੇ ਨੀ
ਮੂਧੀ ਪਈ ਬਨੇਰੇ ਤੇ ਵੇਖਦੀ ਸਾਂ, ਪੇਡੂ ਲਾਲ ਹੋਇਆ ਏਸੇ ਵਾਸਤੇ ਨੀ
ਸੁਰਖੀ ਹੋਠਾਂ ਦੀ ਆਪੇ ਮੈਂ ਚੂਪ ਲਈ ਏਂ, ਰੰਗ ਉਡ ਗਿਆ ਏਸੇ ਵਾਸਤੇ ਨੀ
ਮੇਰੇ ਪੇਡੂ ਨੂੰ ਕੱਟੇ ਨੇ ਢੁੱਡ ਮਾਰੀ, ਲਾਸਾਂ ਪੈ ਗਈਆਂ ਇਸਦੇ ਮਾਸ ਤੇ ਨੀ
ਹੋਰ ਪੁਛ ਨਾ ਵਾਰਿਸ ਗਰੀਬਣੀ ਨੂੰ, ਜਿਉਂ ਆਖਦੇ ਲੋਕ ਮੁਹਾਸਤੇ ਨੀ

ਸਹਿਤੀ

521

ਭਾਬੀ! ਅੱਖੀਆਂ ਦੇ ਰੰਗ ਰੱਤ-ਵੰਨੇ, ਤੈਨੂੰ ਹੁਸਨ ਚੜ੍ਹਿਆ ਅਨਿਆਉਂ ਦਾ ਨੀ
ਅੱਜ ਧਿਆਨ ਤੇਰਾ ਆਸਮਾਨ ਉਤੇ, ਤੈਨੂੰ ਆਦਮੀ ਨਜ਼ਰ ਨਾ ਆਉਂਦਾ ਨੀ
ਤੇਰੇ ਸੁਰਮੇ ਦੀਆਂ ਧਾਰੀਆਂ ਦੌੜ ਰਹੀਆਂ, ਜਿਵੇਂ ਕਟਕੂ ਮਾਲ ਤੇ ਧਾਉਂਦਾ ਨੀ
ਰਾਜਪੂਤ ਮੈਦਾਨ ਵਿਚ ਫੜਨ ਤੇਗਾਂ, ਅੱਗ ਢਾਡੀਆਂ ਦਾ ਪੁੱਤ ਗਾਉਂਦਾ ਨੀ
ਰੁੱਖ ਹੋਰ ਦਾ ਹੋਰ ਹੈ ਅੱਜ ਤੇਰਾ, ਚਾਲਾ ਨਵਾਂ ਕੋਈ ਨਜ਼ਰ ਆਉਂਦਾ ਨੀ
ਅੱਜ ਆਖਦੇ ਹੈਨ ਵਾਰਸ ਸ਼ਾਹ ਹੋਰੀਂ, ਖੇੜਾ ਕੌਣ ਗਾਂਡੂ ਕਿਸ ਥਾਉਂ ਦਾ ਨੀ

ਹੀਰ

522

ਮੁੱਠੀ ਮੁੱਠੀ ਮੈਨੂੰ ਕੋਈ ਅਸਰ ਹੋਇਆ, ਅੱਜ ਕੰਮ ਤੇ ਜੀਉ ਨਾ ਲਗਦਾ ਨੀ
ਭੁੱਲੀ ਵਿਸਰੀ ਬੂਟੀ ਉਲੰਘ ਆਈ, ਇਕੇ ਪਿਆ ਭੁਲਾਵੜਾ ਠੱਗ ਦਾ ਨੀ
ਤੇਵਰ ਲਾਲ ਦਿੱਸੇ ਅੱਜ ਖੇੜਿਆਂ ਦੇ, ਜਿਵੇਂ ਅਲੰਬੜਾ ਅੱਗ ਦਾ ਨੀ
ਮੈਨੂੰ ਯਾਦ ਆਏ ਅੱਜ ਸੇਈ ਸੱਜਣ, ਜੈਂਦੇ ਮਗਰ ਉਲਾਂਭੜਾ ਜੱਗ ਦਾ ਨੀ
ਖੁਲ੍ਹ ਖੁਲ੍ਹ ਜਾਂਦੇ ਬੰਦ ਚੋਲੜੀ ਦੇ, ਅੱਜ ਗਲੇ ਸਾਡੇ ਕੋਈ ਲੱਗਦਾ ਨੀ

ਇਕੇ ਜੋਬਨ ਦੀ ਨਈਂ ਨੇ ਠਾਠ ਦਿੱਤੀ, ਬੂਬਨ ਆਂਵਦਾ ਪਾਣੀ ਤੇ ਝੱਗ ਦਾ ਨੀ
ਘਰ ਬਾਰ ਵਿਚੋਂ ਡਰਨ ਆਉਂਦਾ ਏ, ਜਿਵੇਂ ਕਿਸੇ ਤਤਾਰਚਾ ਵਗਦਾ ਨੀ
ਵਾਰਿਸ ਸ਼ਾਹ ਬੁਲਾਓ ਨਾ ਮੂਲ ਮੈਨੂੰ, ਸਾਨੂੰ ਭਲਾ ਨਹੀਂ ਕੋਈ ਲਗਦਾ ਨੀ

ਸਹਿਤੀ, ਕੁੜੀਆਂ

523

ਅੱਜ ਕਿਸੇ ਭਾਬੀ ਤੇਰੇ ਨਾਲ ਕੀਤੀ, ਚੋਰ ਫੜੇ ਯਾਰ ਗੁਨ੍ਹਾਹਗਾਰੀਆਂ ਨੂੰ
ਭਾਬੀ ਅੱਜ ਤੇਰੇ ਗੱਲਾਂ ਉਹਾ ਬਣੀ, ਦੁੱਧ ਹੱਥ ਲੱਗਾ ਦੁੱਧਾਧਾਰੀਆਂ ਨੂੰ
ਤੇਰਿਆਂ ਨੈਣਾਂ ਦੀਆ ਨੋਕਾਂ ਦੇ ਖ਼ਤ ਬਣੇ, ਵਾਢੀ ਮਿਲਦੀ ਹੈ ਜਿਵੇਂ ਕਟਾਰੀਆਂ ਨੂੰ
ਹੁਕਮ ਹੋਰ ਦਾ ਹੋਰ ਅੱਜ ਹੋਇ ਗਿਆ, ਅੱਜ ਮਿਲੀ ਪੰਜਾਬ ਕੰਧਾਰੀਆਂ ਨੂੰ
ਤੇਰੇ ਜੋਬਨੇ ਦਾ ਰੰਗ ਖੱਸ ਲੀਤਾ, ਹਨੂੰਮਾਨ ਜਿਉਂ ਲੰਕ ਉਤਾਰੀਆਂ ਨੂੰ
ਹੱਥ ਲਗ ਗਈਏਂ ਕਿਤੇ ਯਾਰ ਤਾਈਂ, ਜਿਉਂ ਕਸਤੂਰੀ ਦਾ ਭਾਰ ਵਪਾਰੀਆਂ ਨੂੰ
ਤੇਰੀ ਤੱਕੜੀ ਦੀਆਂ ਕੱਸਾਂ ਢਿੱਲੀਆਂ ਨੇ, ਕਿਸੇ ਤੋਲਿਆਂ ਲੌਂਗ ਸੁਪਾਰੀਆਂ ਨੂੰ
ਜਿਹੜੇ ਨਿੱਤ ਸਵਾਹ ਵਿਚ ਲੇਟਦੇ ਸਨ, ਅੱਜ ਮੱਲ ਬੈਠੇ ਸਰਦਾਰੀਆਂ ਨੂੰ
ਅੱਜ ਸਿਕਦਿਆਂ ਕੁਵਾਰੀਆਂ ਕਰਮ ਖੁੱਲ੍ਹੇ, ਨਿੱਤ ਢੂੰਡਦੇ ਸਨ ਜੋ ਯਾਰੀਆਂ ਨੂੰ
ਚੂੜੇ ਬੀੜੇ ਤੇ ਹਾਰ ਸ਼ਿੰਗਾਰ ਹੋਏ, ਠਹਿਕ ਲਗ ਗਈ ਏ ਮਨਿਆਰੀਆਂ ਨੂੰ
ਵਾਰਿਸ ਸ਼ਾਹ ਜਿਨ੍ਹਾਂ ਮਲੇ ਅਤਰ ਸ਼ੀਸ਼ੇ, ਉਨ੍ਹਾਂ ਕਿਵੇਂ ਕਰਨਾ ਫੌਜਦਾਰੀਆਂ ਨੂੰ

524

ਕੇਹੀ ਛਿੰਝ ਘੱਤੀ ਅੱਜ ਤੁਸਾਂ ਭੈਣਾਂ, ਖਵਾਰ ਕੀਤਾ ਜੇ ਮੈਂ ਨਿੱਘਰ-ਜਾਂਦੜੀ ਨੂੰ
ਭਾਈਆਂ-ਪਿੱਟੜੀ ਕਦ ਮੈਂ ਕਿਤੇ ਗਈ, ਕਿਉਂ ਰੁਵਾਈਆਂ ਜੇ ਮੈਂ ਮੁਣਸ-ਖਾਂਦੜੀ ਨੂੰ
ਛੱਜ ਛਾਣਨੀ ਘੱਤ ਉਡਾਇਆ ਜੇ, ਮਾਪੇ-ਪਿੱਟੜੀ ਤੇ ਲੋਹੜਾ-ਜਾਂਦੜੀ ਨੂੰ
ਵਾਰਿਸ ਸ਼ਾਹ ਦੇ ਢਿੱਡ ਵਿਚ ਸੂਲ ਹੁੰਦਾ, ਸੱਦਣ ਗਈ ਸਾਂ ਮੈਂ ਕਿਸੇ ਮਾਂਦਰੀ ਨੂੰ

ਕੁੜੀਆਂ

525

ਸਾਹ ਕਾਹਲਾ ਤੇ ਹੋਠਾਂ ਥੇ ਲਹੂ ਲੱਗਾ, ਕਿਸੇ ਨੀਲੀ ਨੂੰ ਠੋਹਕਰਾਂ ਲਾਈਆਂ ਨੀ
ਕਿਸੇ ਹੋਇ ਬੇਦਰਦ ਲਗਾਮ ਦਿੱਤੀਆਂ, ਅੱਡੀਆਂ ਵੱਖੀਆਂ ਵਿਚ ਚੁਭਾਈਆਂ ਨੀ
ਵਿਹਲਾ ਹੋਇ ਕੇ ਕਿਸੇ ਮੈਦਾਨ ਦਿੱਤਾ, ਲਈਆਂ ਕਿਸੇ ਮਹਿਬੂਬ ਸਫ਼ਾਈਆਂ ਨੀ
ਵਾਰਿਸ ਸ਼ਾਹ ਮੀਆਂ ਹੋਣੀ ਹੋਇ ਰਹੀ, ਹੁਣ ਕੇਹੀਆਂ ਰਿਕਤਾਂ ਚਾਈਆਂ ਨੀ

ਹੀਰ

526

ਲੁੜ੍ਹ ਗਈ ਜੇ ਮੈਂ, ਧਰਤਿ ਪਾਟ ਚੱਲੀ, ਕੁੜੀਆਂ ਪਿੰਡ ਦੀਆਂ ਅੱਜ ਦੀਵਾਨੀਆਂ ਨੀ
ਚੋਂਚੇ ਲਾਉਂਦੀਆਂ ਧੀਆਂ ਪਰਾਈਆਂ ਨੂੰ, ਬੇਦਰਦ ਤੇ ਅੰਤ ਬੈਗਾਨੀਆਂ ਨੀ
ਮੈਂ ਬੇਦੋਸ਼ੜੀ ਅਤੇ ਬੇਖਬਰ ਤਾਈਂ, ਰੰਗਾ ਰੰਗ ਦੀਆਂ ਲਾਂਦੀਆਂ ਕਾਨੀਆਂ ਨੀ
ਫਿਰਨ ਮਸਤ ਉਦਮਾਦ ਦੇ ਨਾਲ ਭਰੀਆਂ, ਟੇਢੀ ਚਾਲ ਮਸਤਾਨੀਆਂ ਨੀ

ਕੁੜੀਆਂ

527

ਭਾਬੀ ਜਾਣਨੇ ਹਾਂ ਅਸੀਂ ਸਭ ਚਾਲੇ, ਜਿਹੜੇ ਮੂੰਗ-ਚਣੇ ਤੂੰ ਖਿਡਾਵਨੀ ਹੈਂ
ਆਪ ਖੇਡਨੀ ਹੈਂ ਤੂੰ ਕੁਟਲ ਚਾਲੇ, ਸਾਨੂੰ ਮਸਤੀਆਂ ਚਾਇ ਬਣਾਵਨੀ ਹੈਂ
ਚੀਚੋ-ਚੀਚੀ ਕੰਧੋਲੀਆਂ ਆਪ ਖੇਡੇਂ, ਅੱਡੀ ਟੱਪਿਆਂ ਨਾਲ ਵਲਾਵਨੀ ਹੈਂ
ਆਪ ਰਹੇ ਬੇਦੋਸ਼ ਬੇਗ਼ਰਜ਼ ਬਣ ਕੇ, ਮਾਲ ਖੇੜਿਆਂ ਦਾ ਲੁਟਾਵਨੀ ਹੈਂ

ਹੀਰ

528

ਅੜੀਓ! ਕਸਮ ਮੈਨੂੰ, ਜੇ ਯਕੀਨ ਕਰੋਂ, ਮੈਂ ਨਿਰੋਲ ਬੇਗਰਜ਼ ਬੇਦੋਸ਼ੀਆਂ ਨੀ
ਜਿਹੜੀ ਆਪ ਵਿਚ ਰਮਜ਼ ਚਲਾਂਦੀਆਂ ਹੋ, ਨਹੀਂ ਜਾਣਦੀ ਮੈਂ ਚਾਪਲੋਸੀਆਂ ਨੀ
ਮੈਂ ਤਾਂ ਪੇਕਿਆ ਨੂੰ ਨਿੱਤ ਯਾਦ ਕਰਦੀ, ਪਈ ਪਾਂਵਦੀ ਹਾਂ ਨਿੱਤ ਔਂਸੀਆਂ ਨੀ
ਵਾਰਿਸ ਸ਼ਾਹ ਕਿਉਂ ਤਿੰਨ੍ਹਾਂ ਆਰਾਮ ਆਵੇ, ਜਿਹੜੀਆਂ ਇਸ਼ਕ ਥਲਾਂ ਵਿਚ ਤੌਂਸੀਆਂ ਨੀ

ਕੁੜੀਆਂ

529

ਭਾਬੀਂ! ਦੱਸ ਖਾਂ ਅਸੀਂ ਜੇ ਝੂਠ ਬੋਲਾਂ, ਤੇਰੀ ਇਹੋ ਜਿਹੀ ਕਲ੍ਹ ਡੌਲ ਸੀ ਨੀ
ਬਾਗੋਂ ਧੜਕਦੀ, ਘਰਕਦੀ ਆਇ ਪਈਏਂ, ਦੱਸ ਖੇੜਿਆਂ ਦਾ ਤੈਨੂੰ ਹੌਲ ਸੀ ਨੀ
ਤੇਰੀ ਘੋੜੀ ਨੂੰ ਅੱਜ ਆਰਾਮ ਆਇਆ, ਜਿਹੜੀ ਨਿੱਤ ਕਰਦੀ ਪਈ ਔਲ ਸੀ ਨੀ
ਬੂਟਾ ਸੱਖਣਾ ਅੱਜ ਕਰਵਾਇ ਆਇਓਂ, ਕਿਸੇ ਤੋੜ ਲਿਆਂ ਜਿਹੜਾ ਮੌਲ ਸੀ ਨੀ

ਹੀਰ

530

ਰਾਹ-ਜਾਂਦੜੇ ਝੋਟੇ ਮੈਂ ਢਾਹ ਲਈਆਂ, ਸਾਹਨ ਕੁਥੱਲ ਕੁਥੱਲ ਕੇ ਮਾਰੀਆਂ ਨੀ
ਹਬੂੰ ਕੰਬੂ ਗਵਾਇਕੇ ਭੰਨ ਚੂੜਾ, ਪਾੜ ਸੁੱਟੀਆਂ ਚੁੰਨੀਆਂ ਸਾਰੀਆਂ ਨੀ
ਡਾਢਾ ਮਾੜਿਆਂ ਨੂੰ ਢਾਹ ਮਾਰ ਕਰਦਾ, ਜ਼ੋਰਾਵਰਾਂ ਅੱਗੇ ਅੰਤ ਹਾਰੀਆਂ ਨੀ

ਨੱਸ ਚਲੀ ਸਾਂ ਵੇਖ ਕੇ ਓਸ ਨੂੰ ਮੈਂ, ਜਿਵੇਂ ਵਰਾਂ ਤੋਂ ਜਾਣ ਕਵਾਰੀਆਂ ਨੀ
ਸੀਨਾ ਭੰਨ ਕੇ ਭੰਨਿਓਸੁ ਪਾਸਿਆਂ ਨੂੰ, ਦੋਹਾਂ ਸਿੰਙਾਂ ਉਤੇ ਚਾਇ ਚਾੜ੍ਹਿਆਂ ਨੀ
ਰੜੇ ਢਾਇਕੇ ਖਾਈ ਬੁਤਾਕ ਮੇਰੀ, ਸ਼ੀਂਹ ਢਾਹ ਲੈਂਦੇ ਜਿਵੇਂ ਪਾਹੜੀਆਂ ਨੀ
ਮੇਰੇ ਕਰਮਾਂ ਨੂੰ ਆਇ ਮਲੰਗ ਮਿਲਿਆ, ਜਿਸ ਜੀਉਂਦੀ ਪਿੰਡ ਵਿਚ ਵਾੜੀਆਂ ਨੀ
ਵਾਰਿਸ ਸ਼ਾਹ ਮੀਆਂ ਨਵੀਂ ਗੱਲ ਸੁਣੀ, ਹੇੜੀ ਹਰਨੀ ਮੈਂ ਤੱਤੜੀ ਦਹਾੜੀਆਂ ਨੀ

ਕੁੜੀਆਂ

531

ਭਾਬੀ! ਸਾਹਨ ਤੇਰੇ ਪਿੱਛੇ ਧੁਰੋਂ ਆਇਆਂ, ਹਿੱਲਿਆਂ ਹੋਇਆਂ ਕਦੀਮ ਦਾ ਮਾਰਦਾ ਈ
ਤੂੰ ਵੀ ਵਹੁਟੜੀ ਪੁੱਤ ਸਰਦਾਰ ਦੀ ਸੈਂ, ਉਸ ਵੀ ਦੁੱਧ ਪੀਤਾ ਸਰਕਾਰ ਦਾ ਈ
ਸਾਹਨ ਲਟਕਦਾ ਬਾਗ ਵਿਚ ਹੋਇ ਕਮਲੇ, ਹੀਰ ਹੀਰ ਹੀ ਨਿੱਤ ਪੁਕਾਰਦਾ ਈ
ਤੇਰੇ ਨਾਲ ਉਹ ਲਾਡ ਪਿਆਰ ਕਰਦਾ, ਹੋਰ ਕਿਸੇ ਨੂੰ ਮੂਲ ਨਾ ਮਾਰਦਾ ਈ
ਪਰ ਉਹ ਇੱਲਤ ਬੁਰੀ ਹਿਲਾਇਆ ਈ, ਪਾਣੀ ਪੀਂਦਾ ਸੀ ਤੇਰੀ ਨਸਾਰ ਦਾ ਈ
ਤੂੰ ਹੀ ਝੰਗ ਸਿਆਲਾਂ ਦੀ ਮੋਹਣੀ ਸੈਂ, ਤੈਨੂੰ ਆਇ ਮਿਲਿਆ ਹਿਰਨ ਬਾਰ ਦਾ ਈ
ਵਾਰਿਸ ਸ਼ਾਹ ਮੀਆਂ ਸੱਚ ਝੂਠ ਵਿਚੋਂ, ਪੁਣ ਕੱਢਦਾ, ਅਤੇ ਨਿਤਾਰਦਾ ਈ

ਹੀਰ

532

ਅਨੀ ਭਰੋ ਮੁੱਠੀ, ਆਹ ਉਹ ਮੁੱਠੀ, ਕੁੱਠੀ ਬ੍ਰਿਹੋਂ ਨੇ, ਢਿੱਡ ਵਿਚ ਸੂਲ ਹੋਇਆ
ਲਹਿਰ ਪੇਡੂਓਂ ਉੱਠ ਕੇ ਪਵੇ ਸੀਨੇ, ਮੇਰੇ ਜੀਊ ਦੇ ਵਿਚ ਡੰਡੂਲ ਹੋਇਆ
ਤਲਬ ਡੁੱਬ ਗਈ ਸੀ ਸਰਕਾਰ ਮੇਰੀ, ਮੈਨੂੰ ਇਕ ਨਾ ਦਾਮ ਵਸੂਲ ਹੋਇਆ
ਲੋਕ ਨਫੇ ਦੇ ਵਾਸਤੇ ਲੈਣ ਤਰਲੇ, ਮੇਰਾ ਸਣੇ ਵਹੀ ਚੌੜ ਮੂਲ ਹੋਇਆ
ਅੰਬ ਬੀਜ ਕੇ ਦੁੱਧ ਦੇ ਨਾਲ ਪਾਲੇ, ਭਾਇ ਤੱਤੀ ਦੇ ਅੰਤ ਬਬੂਲ ਹੋਇਆ
ਖੇੜਿਆ ਵਿਚ ਨਾ ਪਰਚਦਾ ਜੀਊ ਮੇਰਾ, ਸ਼ਾਹਦ ਹਾਲ ਦਾ ਰੱਬ ਰਸੂਲ ਹੋਇਆ

ਸਹਿਤੀ

533

ਭਾਬੀ! ਜ਼ੁਲਫ਼ ਗੱਲ੍ਹਾਂ ਉਤੇ ਪੇਚ ਖਾਵੇ, ਅੱਖੀਂ ਤੇਰੀਆਂ ਸੁਰਮੇ ਦੀਆਂ ਧਾਰੀਆਂ ਨੇ
ਗੱਲ੍ਹਾਂ ਉਤੇ ਭੰਬਰੀਆਂ ਉੱਡੀਆਂ ਨੇ, ਨੈਣਾਂ ਸਾਣ ਕਟਾਰੀਆਂ ਚਾੜ੍ਹੀਆਂ ਨੇ
ਤੇਰਿਆਂ ਨੈਣਾਂ ਨੇ ਸ਼ਾਹ ਫ਼ਕੀਰ ਕੀਤੇ, ਸਣੇ ਹਾਥੀਆਂ ਫੌਜ ਅੰਬਾਰੀਆਂ ਨੇ
ਵਾਰਿਸ ਸ਼ਾਹ ਜ਼ੁਲਫ਼ਾਂ ਖਾਲ ਨੈਣ ਲਬਾਂ, ਫੌਜਾਂ ਕਤਲ ਉਤੇ ਚਾਇ ਚਾੜ੍ਹੀਆਂ ਨੇ

ਸ਼ਾਇਰ

534

ਬਾਰਾਂ ਬਰਸ ਦੀ ਔੜ ਸੀ, ਮੀਂਹ ਲੱਥਾ, ਲੱਗਾ ਰੰਗ ਫਿਰ ਖ਼ੁਸ਼ਕ ਬਗੀਚਿਆਂ ਨੂੰ
ਫ਼ੌਜਦਾਰ ਤਗ਼ੱਈਅਰ ਬਹਾਲ ਹੋਇਆ, ਝਾੜ ਤੰਬੂਆਂ ਅਤੇ ਗਲੀਚਿਆਂ ਨੂੰ
ਵੱਲਾਂ ਸੁੱਕੀਆਂ ਫੇਰ ਮੁੜ ਸਬਜ਼ ਹੋਈਆਂ, ਵੇਖ ਹੁਸਨ ਦੀ ਜ਼ਿਮੀਂ ਦੇ ਪੀਚਿਆਂ ਨੂੰ
ਵਾਰਿਸ ਸ਼ਾਹ ਕਿਸ਼ਤੀ ਪਰੇਸ਼ਾਨ ਸਾਂ ਮੈਂ, ਪਾਣੀ ਪਹੁੰਚਿਆ ਨੂੰਹ ਦਿਆਂ ਟੀਚਿਆਂ ਨੂੰ

ਮਸ਼ਵਰਾ ਕਰਨਾ ਸਹਿਤੀ ਨੇ

535

ਸਹਿਤੀ ਭਾਬੀ ਦੇ ਨਾਲ ਪਕਾਇ ਮਸਲਤ, ਵੱਡਾ ਮਕਰ ਫੈਲਾਇਕੇ ਬੋਲਦੀ ਹੈ
ਗਰਦਾਨਦੀ ਮਕਰ ਮੁਤੱਵਲਾਂ ਨੂੰ, ਅਤੇ ਕਨਜ਼ ਫ਼ਰੇਬ ਦੇ ਖੋਲ੍ਹਦੀ ਹੈ
ਇਬਲੀਸ ਮਲਫ਼ੂਫ ਖਨਾਸ ਵਿੱਚੋਂ, ਇਹ ਰਵਾਇਤੇ ਜਾਇਜ਼ੇ ਫੋਲਦੀ ਹੈ
ਵਫਾ ਕੁੱਲ ਹਦੀਸ ਮਨਮੁਖ ਕੀਤੀ, ਕਾਜ਼ੀ ਲੁਗਤ ਅੱਲਾਹ ਦੇ ਕੋਲ ਦੀ ਹੈ
ਤੇਰੇ ਯਾਰ ਦਾ ਫਿਕਰ ਦਿਹੁੰ ਰਾਤ ਮੈਨੂੰ, ਜਾਨ ਮਾਪਿਆਂ ਥੋਂ ਪਈ ਡੋਲ੍ਹਦੀ ਹੈ
ਵਾਰਿਸ ਸ਼ਾਹ ਸਹਿਤੀ ਅੱਗੇ ਮਾਉਂ ਬੈਠੀ, ਵੱਡੇ ਗਜ਼ਬ ਦੇ ਕੀਰਨੇ ਬੋਲਦੀ ਹੈ

ਸਹਿਤੀ ਦੀ ਮਾਈ

536

ਅਸਾਂ ਵਿਆਹ ਆਂਦੀ ਕੂੰਜ ਫਾਹ ਆਂਦੀ, ਸਾਡੇ ਭਾਇ ਬਣੀ ਹੈ ਔਖੜੀ ਨੀ
ਵੇਖ ਹੱਕ ਹਲਾਲ ਨੂੰ ਅੱਗ ਲੱਗਸੁ, ਰਹੇ ਖ਼ਸਮ ਦੇ ਨਾਲ ਏਹ ਕੌਖੜੀ ਨੀ
ਜਦੋਂ ਆਈ ਤਦੋਕਣੀ ਰਹੇ ਢੱਠੀ, ਕਦੇ ਹੋਇ ਨਾ ਬੈਠੀਆਂ ਸੌਖੜੀ ਨੀ
ਲਾਹੇ-ਲੱਥੜੀ ਜਦੋਂ ਦੀ ਵਿਆਹ ਆਂਦੀ, ਇਕ ਕੱਲ੍ਹ ਦੀ ਜ਼ਰਾਂ ਹੈ ਚੌਖੜੀ ਨੀ
ਘਰਾਂ ਵਿਚ ਹੁੰਦੀ ਨੂੰਹਾਂ ਨਾਲ ਵਾਸੇ, ਇਹ ਉਜਾੜੇ ਦਾ ਮੂਲ ਹੈ ਛੋਕਰੀ ਨੀ
ਵਾਰਿਸ ਸ਼ਾਹ ਨਾ ਅੰਨ, ਨਾ ਦੁੱਧ ਲੈਂਦੀ, ਭੁੱਖ ਨਾਲ ਸੁਕਾਂਵਦੀ ਕੋਖੜੀ ਨੀ

537

ਹਾਥੀ ਫੌਜ ਦਾ ਵੱਡਾ ਸ਼ਿੰਗਾਰ ਹੁੰਦਾ, ਅਤੇ ਘੋੜੇ ਸ਼ਿੰਗਾਰ ਹਨ ਨਰਾਂ ਦੇ ਨੀ
ਹੱਛਾ ਪਹਿਨਣਾ ਖਾਵਣਾ ਸ਼ਾਨ ਸ਼ੌਕਤ, ਇਹ ਸਭਾ ਬਣਾਇ ਹਨ ਜ਼ਰਾ ਦੇ ਨੀ
ਘੋੜੇ ਖਾਣ ਘੱਤਣ ਕਰਾਮਾਤ ਕਰਦੇ, ਅੱਖੀਂ ਵੇਖਦਿਆਂ ਜਾਣ ਬਿਨ ਪਰਾਂ ਦੇ ਨੀ
ਮੱਝੀਂ ਗਾਈਂ ਸ਼ਿੰਗਾਰਦੀਆਂ ਸੱਥ ਤਲੇ, ਅਤੇ ਨੂੰਹਾਂ ਸ਼ਿੰਗਾਰ ਹਨ ਘਰਾਂ ਦੇ ਨੀ
ਖ਼ੈਰਖਾਹ ਦੇ ਨਾਲ ਬਦਖ਼ਾਹ ਹੋਣਾ, ਇਹ ਕੰਮ ਹਨ ਗੰਦਿਆਂ ਖਰਾਂ ਦੇ ਨੀ
ਮਸ਼ਹੂਰ ਹੈ ਰਸਮ ਜਹਾਨ ਅੰਦਰ, ਪਿਆਰ ਵਹੁਟੀਆਂ ਦੇ ਨਾਲ ਵਰਾਂ ਦੇ ਨੀ
ਦਿਲ ਔਰਤਾਂ ਲੈਣ ਪਿਆਰ ਕਰ ਕੇ, ਇਹ ਗੱਭਰੂ ਮਿਰਗ ਹਨ ਸਰਾਂ ਦੇ ਨੀ

ਤਦੋਂ ਰੰਨ ਬਦਖੋਇ ਨੂੰ ਅਕਲ ਆਵੇ, ਜਦੋਂ ਲੱਤ ਲੱਗੇ ਵਿਚ ਫਰਾਂ ਦੇ ਨੀ
ਸੈਦਾ ਵੇਖ ਕੇ ਜਾਇ ਬਲਾਇ ਵਾਂਗੂੰ, ਵੈਰ ਦੁਹਾਂ ਦੇ ਸਿਰਾਂ 'ਤੇ ਧੜਾਂ ਦੇ ਨੀ

538

ਪੀੜ੍ਹਾ ਘੱਤ ਕੇ ਕਦੇ ਨ ਬਹੇ ਬੂਹੇ, ਅਸੀਂ ਇਸ ਦੇ ਦੁੱਖ ਵਿਚ ਮਰਾਂਗੇ ਨੀ
ਇਸ ਦਾ ਜੀਉ ਨਾ ਪਰਚਦਾ ਪਿੰਡ ਸਾਡੇ, ਅਸੀਂ ਇਹ ਇਲਾਜ ਕੀ ਕਰਾਂਗੇ ਨੀ
ਸੋਹਣੀ ਰੰਨ ਬਾਜ਼ਾਰ ਨਾ ਵੇਚਣੀ ਹੈ, ਵਿਆਹ ਪੁੱਤ ਦਾ ਹੋਰ ਥੇ ਕਰਾਂਗੇ ਨੀ
ਮੁੱਲਾਂ ਵੈਦ ਹਕੀਮ ਲੈ ਜਾਣ ਪੈਸੇ, ਕੇਹੀਆਂ ਚੱਟੀਆਂ ਗ਼ੈਬ ਦੀਆਂ ਭਰਾਂਗੇ ਨੀ
ਵਹੁਟੀ ਗੱਭਰੂ ਦੋਹਾਂ ਨੂੰ ਵਾੜ ਅੰਦਰ, ਅਸੀਂ ਬਾਹਰੋਂ ਜੰਦਰਾ ਜੜਾਂਗੇ ਨੀ
ਸੈਦਾ ਢਾਹ ਕੇ ਏਸ ਥੀਂ ਲਏ ਲੇਖਾ, ਅਸੀਂ ਚੀਕਣੋਂ ਜ਼ਰਾਂ ਨਾ ਡਰਾਂਗੇ ਨੀ
ਸ਼ਰਮਿੰਦਗੀ ਸਹਾਂਗੇ ਜ਼ਰਾ ਜਗ ਦੀ, ਮੂੰਹ ਪਰ੍ਹਾਂ ਨੂੰ ਜ਼ਰਾ ਚਾ ਕਰਾਂਗੇ ਨੀ
ਕਦੇ ਚਰਖੜਾ ਡਾਹ ਨਾ ਛੋਪ ਕੱਤੇ, ਅਸੀਂ ਮੇਲ ਭੰਡਾਰ ਕੀ ਭਰਾਂਗੇ ਨੀ
ਵਾਰਿਸ ਸ਼ਾਹ ਸ਼ਰਮਿੰਦਗੀ ਏਸ ਦੀ ਥੋਂ, ਅਸੀਂ ਡੁੱਬ ਕੇ ਖੂਹ ਵਿਚ ਮਰਾਂਗੇ ਨੀ

ਸ਼ਾਇਰ

539

ਅਜ਼ਰਾਈਲ ਥੇ ਉਮਰ ਅੱਯਾਰ[1] ਆਇਆ, ਹੀਰ ਚਲ ਕੇ ਸੱਸ ਥੇ ਆਂਵਦੀ ਹੈ
ਸਹਿਤੀ ਨਾਲ ਮੈਂ ਜਾਇ ਕੇ ਖੇਤ ਵੇਖਾਂ ਪਈ ਅੰਦਰੇ ਉਮਰ ਵਿਹਾਂਵਦੀ ਹੈ
ਪਿਛੋਂ ਛਿੱਕਦੀ ਨਾਲ ਬਹਾਨਿਆਂ ਦੇ, ਨੱਢੀ ਨਣਦ ਥੀਂ ਫੇਰੜਾ ਪਾਉਂਦੀ ਹੈ
ਵਾਂਗ ਠੱਗਾਂ ਦੇ ਕੁੱਕੜਾਂ ਰਾਤ ਅੱਧੀ, ਅਜ਼ਗ਼ੈਬ[2] ਦੀ ਬਾਂਗ ਸੁਣਾਂਵਦੀ ਹੈ
ਚਲ ਭਾਬੀਏ! ਵਾਉ ਜਹਾਨ ਦੀ ਲੈ, ਬਾਹੋਂ ਹੀਰ ਨੂੰ ਪਕੜ ਉਠਾਂਵਦੀ ਹੈ
ਕਾਜ਼ੀ ਲਾਹਨਤ ਅੱਲਾਹ ਦਾ ਦੇ ਫ਼ਤਵਾ, ਇਬਲੀਸ ਨੂੰ ਸਬਕ ਪੜ੍ਹਾਂਵਦੀ ਹੈ
ਇਹਨੂੰ ਖੇਤ ਲੈ ਜਾਇ ਕਪਾਹ ਚੁਣੀਏ, ਮੇਰੇ ਜੀਊ ਤਦਬੀਰ ਇਹ ਆਂਵਦੀ ਹੈ
ਵੇਖੋ ਮਾਉਂ ਨੂੰ ਧੀਉ ਵਿਲਾਂਵਦੀ ਹੈ, ਕਿਹੀਆਂ ਫੋਕੀਆਂ ਰੂਮੀਆਂ ਲਾਂਵਦੀ ਹੈ
ਤਲੀ ਹੇਠ ਅੰਗਿਆਰ ਟਿਕਾਉਂਦੀ ਹੈ, ਉਤੋਂ ਬਹੁਤ ਪਿਆਰ ਕਰਾਂਵਦੀ ਹੈ
ਸ਼ੇਖ ਸਾਅਦੀ[3] ਦੇ ਫ਼ਲਕ ਨੂੰ ਖਬਰ ਨਾਹੀਂ ਜੀਕੂ ਰੋਇ ਕੇ ਫੰਦ ਚਲਾਂਵਦੀ ਹੈ
ਵੇਖੋ ਧੀਉ ਅੱਗੇ ਮਾਉ ਝੂਰਨ ਲੱਗੀ, ਹਾਲ ਨੂੰਹ ਦਾ ਖੋਲ੍ਹ ਸੁਣਾਂਵਦੀ ਹੈ
ਇਹਦੀ ਪਈ ਦੀ ਉਮਰ ਵਿਹਾਂਵਦੀ ਹੈ, ਜ਼ਾਰ ਜ਼ਾਰ ਰੋਂਦੀ ਪੱਲੂ ਪਾਂਵਦੀ ਹੈ
ਕਿਸ ਮਨ੍ਹਾਂ ਕੀਤਾ ਖੇਤ ਨਾਂਹ ਜਾਏ, ਕਦਮ ਮੰਜੀਉਂ ਹੇਠ ਨਾ ਪਾਂਵਦੀ ਹੈ

---

1. ਇੱਕ ਬਦਨਾਮ ਫ਼ਰਿਸ਼ਤਾ, 2. ਗ਼ੈਬ ਦੀ, 3. ਸ਼ੀਰਾਜ ਦਾ ਮਸ਼ਹੂਰ ਫ਼ਾਰਸੀ ਲੇਖਕ ਜਿਸਨੇ 'ਗੁਲਸਤਾਂ ਬੋਸਤਾਂ' ਲਿਖੀ ਹੈ।

ਦੁਖ ਜੀਉ ਦਾ ਖੋਲ੍ਹ ਸੁਣਾਂਵਦੀ ਹੈ, ਪਿੰਡੇ ਸ਼ਾਹ ਜੀ ਦੇ ਹੱਥ ਲਾਂਵਦੀ ਹੈ
ਇਨਸਾਫ਼ ਦੇ ਵਾਸਤੇ ਗਵਾਹ ਕਰਕੇ, ਵਾਰਿਸ ਸ਼ਾਹ ਨੂੰ ਕੋਲ ਬਹਾਂਵਦੀ ਹੈ

ਸਹਿਤੀ

540

ਸਹਿਤੀ ਮਾਉਂ ਨੂੰ ਆਖਦੀ ਸੁਣੀ ਮੋਈਏ, ਕਿਸ ਵਾਸਤੇ ਜੀਉ ਤਪਾਵਨੀ ਹੈਂ
ਨੂੰਹ ਲਾਲ ਜੇਹੀ ਅੰਦਰ ਘੱਤੀਆ ਈ, ਪਰਖ ਬਾਹਰੋਂ ਲਾਲ ਵੰਞਾਵਨੀ ਹੈਂ
ਤੇਰੀ ਨੂੰਹ ਪੰਜ-ਫੂਲੜੀ ਪਦਮਨੀ ਹੈ, ਕਾਹਨੂੰ ਏਸ ਦੀ ਜਾਨ ਗੰਵਾਵਨੀ ਹੈਂ
ਇਹ ਫੁੱਲ ਗੁਲਾਬ ਦਾ ਘੁੱਟ ਅੰਦਰ, ਪਈ ਦੁਖੜੇ ਨਾਲ ਸੁਕਾਵਨੀ ਹੈਂ
ਅੱਠੇ ਪਹਿਰ ਹੀ ਤਾੜ ਕੇ ਵਿਚ ਕੋਠੇ, ਪੱਤ੍ਰ ਪਾਨਾਂ ਦੇ ਪਈ ਕੁਮਲਾਵਨੀ ਹੈਂ
ਵਾਰਿਸ ਧੀਉ ਸਿਆਲਾਂ ਦੀ ਮਾਰਨੀ ਹੈਂ, ਦੱਸ ਆਪਨੂੰ ਕੌਣ ਸਦਾਵਨੀ ਹੈਂ

ਸਹਿਤੀ

541

ਨੂੰਹਾਂ ਹੁੰਦੀਆਂ ਖਿਆਲ ਜਿਉਂ ਪੇਖਣੇ ਦਾ, ਮਾਣ ਮੱਤੀਆਂ ਬੂਹੇ ਦੀਆਂ ਮਹਿਰੀਆਂ ਨੀ
ਪਰੀ-ਮੂਰਤਾਂ ਸੁਘੜ ਰਾਜਿਦੰਰਾਂ ਨੀ, ਇਕ ਮੋਮ-ਤਬਾਅ ਇਕ ਨਹਿਰੀਆਂ ਨੀ
ਇਕ ਕਰਮ ਦੇ ਬਾਗ ਦੀਆਂ ਮੋਰਨੀਆਂ, ਇਕ ਨਰਮ ਮਲੂਕ ਇਕ ਗਹਿਰੀਆਂ ਨੀ
ਹੱਛਾ ਖਾਣ ਪਹਿਨਣ ਲਾਡ ਨਾਲ ਚਲਣ, ਦੇਣ ਲੈਣ ਦੇ ਵਿਚ ਲਟਬਹਿਰੀਆਂ ਨੀ
ਬਾਹਰ ਫਿਰਨ ਜਿਉਂ ਬਾਰ ਦੀਆਂ ਵਾਇਣਾਂ ਨੇ, ਸਤਰ ਵਿਚ ਬਹਾਈਆਂ ਸ਼ਹਿਰੀਆਂ ਨੀ
ਵਾਰਸ ਸ਼ਾਹ ਹੈ ਹੁਸਨ ਜਵਾਨ ਸੁੰਦਰ, ਅੱਖੀਂ ਨਾਲ ਗੁਮਾਨ ਦੇ ਗਹਿਰੀਆਂ ਨੀ

ਸਹਿਤੀ

542

ਜਾਇ ਮੰਜੀਓਂ ਉੱਠ ਕੇ ਕਿਵੇਂ ਟਲ ਕੇ, ਹੱਡ ਪੈਰ ਹਿਲਾਇਕੇ ਚੁਸਤ ਹੋਵੇ
ਵਾਂਗੁ ਰੋਗਣਾਂ ਰਾਤ ਦਿਨ ਰਹੇ ਢੱਠੀ, ਕਿਵੇਂ ਫਿਰੇਂ ਬਹੇ ਤੰਦਰੁਸਤ ਹੋਵੇ
ਇਹ ਭੀ ਵੱਡਾ ਅਜ਼ਾਬ ਹੈ ਮਾਪਿਆਂ ਨੂੰ, ਨੂੰਹ ਧੀ ਬੂਹੇ ਉਤੇ ਸੁਸਤ ਹੋਵੇ
ਵਾਰਿਸ ਸ਼ਾਹ ਮੀਆਂ ਕਿਉਂ ਨਾ ਹੀਰ ਬੋਲੇ, ਸਹਿਤੀ ਜੇਹੀਆਂ ਦੀ ਜਿਹ ਪੁਸ਼ਤ ਹੋਵੇ

ਹੀਰ

543

ਹੀਰ ਆਖਿਆ ਬੈਠ ਕੇ ਉਮਰ ਸਾਰੀ, ਮੈਂ ਤਾਂ ਆਪਣੇ ਆਪ ਨੂੰ ਸਾੜਨੀ ਹਾਂ
ਮਤਾਂ ਬਾਗ ਗਇਆਂ ਮੇਰਾ ਜੀਊ ਖੁੱਲ੍ਹੇ, ਅੰਤ ਇਹ ਭੀ ਪਾੜਨਾ ਪਾੜਨੀ ਹਾਂ
ਪਈ ਰੋਨੀ ਹਾਂ ਕਰਮ ਮੈਂ ਆਪਣੇ ਨੂੰ, ਕੁਛ ਕਿਸੇ ਦਾ ਨਹੀਂ ਵਿਗਾੜਨੀ ਹਾਂ
ਵਾਰਿਸ ਸ਼ਾਹ ਮੀਆਂ ਤਕਦੀਰ ਆਖੇ, ਵੇਖ ਨਵਾਂ ਮੈਂ ਖੇਲ ਪਸਾਰਨੀ ਹਾਂ

ਸਹਿਤੀ

544

ਅੜੀਏ! ਆਓ ਖਾਂ ਬੈਠ ਕੇ ਗੱਲ ਗਿਣੀਏ, ਸੱਦ ਘੱਲੀਆਂ ਸਭ ਸਹੇਲੀਆਂ ਨੇ
ਕਈ ਕੁਆਰੀਆਂ ਕਈ ਵਿਆਹੀਆਂ ਨੇ, ਚੰਨ ਜੇਹੇ ਸਰੀਰ ਮਹੇਲੀਆਂ ਨੇ
ਰੁਜੂ ਆਣ ਹੋਈਆਂ ਸਭੇ ਪਾਸ ਸਹਿਤੀ, ਜਿਵੇਂ ਗੁਰੂ ਅੱਗੇ ਸਭ ਚੇਲੀਆਂ ਨੇ
ਜਿਨ੍ਹਾਂ ਮਾਉ ਤੇ ਬਾਪ ਨੂੰ ਭੁੰਨ ਖਾਧਾ, ਮੂੰਗ-ਚਣੇ ਕੁਆਰੀਆਂ ਖੇਲੀਆਂ ਨੇ
ਵਿਚ ਹੀਰ ਸਹਿਤੀ ਦੋਵੇਂ ਬੈਠੀਆਂ ਨੀ, ਦੁਆਲੇ ਬੈਠੀਆਂ ਗਾਠ ਸਹੇਲੀਆਂ ਨੇ
ਵਾਰਿਸ ਸ਼ਾਹ ਸ਼ਿਗਾਰ ਮਹਾਵਤਾਂ ਨੇ, ਜਿਵੇਂ ਹਥਣੀਆਂ ਕਿੱਲੇ ਤੇ ਪੇਲੀਆਂ ਨੇ

ਸਹਿਤੀ

545

ਵਕਤ ਫਜ਼ਰ[1] ਦੇ ਉੱਠ ਸਹੇਲੀਓ ਨੀ, ਤੁਸਾਂ ਆਪਣੇ ਆਹਰੇ ਆਉਣਾ ਜੇ
ਮਾਉ ਬਾਪ ਨੂੰ ਖਬਰ ਨ ਕਰੋ ਕੋਈ, ਭਲਕੇ ਬਾਗ ਨੂੰ ਪਾਸਣਾ ਲਾਉਣਾ ਜੇ
ਵਹੁਟੀ ਹੀਰ ਨੂੰ ਬਾਗ ਲੈ ਜਾਵਣਾ ਜੇ, ਜ਼ਰਾ ਏਸ ਦਾ ਜੀਉ ਵਲਾਉਣਾ ਜੇ
ਲਾਵਣਾ ਫੇਰਨੀ ਵਿਚ ਕਪਾਹ ਭੈਣਾਂ, ਕਿਸੇ ਪੁਰਸ਼ ਨੂੰ ਨਹੀਂ ਵਿਖਾਉਣਾ ਜੇ
ਰਾਹ ਜਾਂਦੀਆਂ ਨੂੰ ਪੁੱਛੇ ਲੋਕ ਅੜੀਓ, ਕੋਈ ਇਫਤਰਾ[2] ਚਾਇ ਬਣਾਉਣਾ ਜੇ
ਖੇਡੋ ਸੰਮੀਆਂ ਤੇ ਘੱਤੋ ਪੱਬੀਆਂ ਨੀਂ, ਭਲਕੇ ਖੂਹ ਨੂੰ ਰੰਗ ਲਗਾਉਣਾ ਜੇ
ਵੜੋ ਵੱਟ ਲੰਗੋਟੜੇ ਵਿਚ ਬੇਲੇ, ਬੰਨਾਂ ਵੱਟ ਸਭ ਪੁੱਟ ਵਿਖਾਉਣਾ ਜੇ
ਬੰਨ੍ਹ ਝੋਲੀਆਂ ਚੁਣੋ ਕਪਾਹ ਸਭੇ, ਤੇ ਮੁੰਡਾਸਿਆਂ ਤੇ ਰੰਗ ਲਾਉਣਾ ਜੇ
ਵਡੇ ਰੰਗ ਹੋਸਨ ਇਕੋ ਜੇਡੀਆਂ ਦੇ, ਰਾਹ ਜਾਂਦਿਆਂ ਦਾ ਸਾਂਗ ਲਾਹੁਣਾ ਜੇ
ਚਰਖੇ ਚਾਇ ਭਰੋਟੜੇ ਕੱਜ ਉਠੋ, ਕਿਸੇ ਪੂਣੀ ਨੂੰ ਹੱਥ ਨਾ ਲਾਉਣਾ ਜੇ
ਵਾਰਿਸ ਸ਼ਾਹ ਮੀਆਂ ਇਹੋ ਅਰਬ ਹੋਏ, ਸਭਨਾ ਅੱਜੂ ਦੇ ਫਲ੍ਹੇ ਨੂੰ ਧਾਉਣਾ ਜੇ

ਕਲਾਮ ਸ਼ਾਇਰ

546

ਮਤਿਆਂ ਵਿਚ ਗੁਜ਼ਰੀ ਹੈ ਰਾਤ ਸਾਰੀ, ਤਾਰੇ ਗਿਣਦੀਆਂ ਸਭ ਉਨਮਾਦੀਆਂ ਨੀ
ਗਿੱਧੜੇ ਪਾਉਂਦੀਆਂ ਘੁੰਮਰਾਂ ਘੱਤਦੀਆਂ, ਜੇਹੀਆ ਹੋਣ ਮੁਟਿਆਰਾਂ ਦੀਆਂ ਵਾਦੀਆਂ ਨੀ
ਨਖਰੇਲੀਆਂ, ਇਕ ਨੱਕ ਤੋੜਨਾਂ ਸਨ, ਇਕ ਭੋਲੀਆਂ ਸਿੱਧੀਆਂ ਸਾਦੀਆਂ ਨੀ
ਇਕ ਨੇਕ-ਬਖਤਾਂ, ਇਕ ਬੇਜ਼ਬਾਨਾਂ, ਇਕ ਨਚਣੀਆਂ ਤੇ ਮਾਲਜ਼ਾਦੀਆਂ ਨੀ

547

ਗੰਢ ਫਿਰੀ ਰਾਤੀਂ ਵਿਚ ਖੇੜਿਆਂ ਦੇ, ਘਰੋਂ ਘਰੀ ਵਿਚਾਰ ਵਿਚਾਰਿਓ ਨੇ

---

1. ਸਵੇਰ ਵੇਲੇ

ਭਲਕੇ ਖੂਹ ਤੇ ਜਾਇਕੇ ਕਰੋ ਕੁਸ਼ਤੀ, ਇਕ ਦੂਸਰੀ ਨੂੰ ਖ਼ਮ ਮਾਰਿਓ ਨੇ
ਚਲੋ ਚਲੀ ਹੀ ਕਰਨ ਛਿਨਾਲ-ਬਾਜ਼ਾ[1], ਸਭੋ ਕੰਮ ਤੇ ਕਾਜ ਵਿਸਾਰਿਓ ਨੇ
ਬਾਜ਼ੀ ਦਿੱਤੀਓ ਨੇ ਪਿਉਆਂ ਬੁੱਢਿਆਂ ਨੂੰ, ਲੱਪਾਂ ਮਾਂਵਾਂ ਦੇ ਮੂੰਹਾਂ ਤੇ ਮਾਰਿਓ ਨੇ
ਸ਼ੈਤਾਨ ਦੀਆਂ ਲਸ਼ਕਰਾਂ ਫੈਲਸੂਫਾਂ, ਬਿਨਾਂ ਆਤਸ਼ੋਂ ਫਨ ਪਿਘਾਰਿਓ ਨੇ
ਗਿਲਤੀ ਮਾਰ ਲੰਗੋਟੜੇ ਵੱਟ ਤੁਰੀਆਂ, ਸਭੋ ਕਪੜਾ ਚੀਥੜਾ ਝਾਰਿਓ ਨੇ
ਸਭਾ ਭੰਨ ਭੰਡਾਰ ਉਜਾੜ ਛੋਪਾ, ਸਣੇ ਪੂਣੀਆਂ ਪਿੜੀ ਨੂੰ ਸਾੜਿਓ ਨੇ
ਤੰਗ ਖਿੱਚ ਸਵਾਰ ਤਿਆਰ ਹੋਏ, ਕੜਿਆਲੜੇ ਘੋੜੀਆਂ ਚਾੜ੍ਹਿਓ ਨੇ
ਰਾਤੀਂ ਲਾ ਮਹਿੰਦੀ ਦਿਨੇ ਘੱਤ ਸੁਰਮਾ, ਗੁੰਦ ਚੂੰਡੀਆਂ ਕੰਮ ਸਵਾਰਿਓ ਨੇ
ਤੇੜ ਲੁੰਗੀਆਂ ਠੇਹਿਕਰਾਂ ਦੇਣ ਪਿੱਛੋਂ, ਅਤੇ ਚੂੜੀਆਂ ਧਾਹੁੰਚੇ ਚਾੜਿਓ ਨੇ
ਕੱਜਲ ਪੁਛਲੀਆਲੜੇ ਵਿਆਹੀਆਂ ਦੇ, ਹੋਠੀਂ ਸੁਰਖ ਦੰਦਾਸੜੇ ਧਾਰਿਓ ਨੇ
ਜ਼ੁਲਫ਼ਾ ਪਲਮ ਪਈਆਂ ਗੋਰੇ ਮੁੱਖੜੇ ਤੇ, ਬਿੰਦੀ ਲਾਇਕੇ ਰੂਪ ਉਘਾੜਿਓ ਨੇ
ਗੱਲ੍ਹਾਂ ਠੋਡੀਆਂ ਤੇ ਬਣੇ ਖਾਲ ਦਾਣੇ, ਰੜੇ ਹੁਸਨ ਨੂੰ ਚਾਇ ਉਘਾੜਿਓ ਨੇ
ਛਾਤੀਆਂ ਖੋਲ੍ਹ ਕੇ ਹੁਸਨ ਦੇ ਕੱਢ ਲਾਟੂ, ਵਾਰਿਸ ਸ਼ਾਹ ਨੂੰ ਚਾਇ ਉਜਾੜਿਓ ਨੇ

548

ਦੇ ਦੇ ਦੁਆਈਂ ਰਾਤ ਮੁਕਾ ਸੁੱਟੀ, ਵੇਖੋ ਹੋਵਣੀ ਕਰੇ ਸ਼ਤਾਬੀਆਂ ਜੀ
ਜਿਹੜੀ ਹੋਵਣੀ ਕੱਲ੍ਹ ਸੋ ਹੋਇ ਰਹਿਸੀ, ਸਭੇ ਹੋਣੀ ਦੀਆਂ ਇਹ ਖਰਾਬੀਆਂ ਜੀ
ਏਸ ਹੋਣੀ ਸ਼ਾਹ ਫ਼ਕੀਰ ਕੀਤੇ, ਪੁੰਨੂੰ ਜੇਹਿਆਂ ਕਰੇ ਸ਼ਰਾਬੀਆਂ ਜੀ
ਮਜਨੂੰ ਜੇਹਾਂ ਮਜਜ਼ੂਬ ਹੋਏ, ਸ਼ਾਹਿਜ਼ਾਦਿਆਂ ਕਰੇ ਬੇਆਬੀਆਂ ਜੀ
ਮਾਸ਼ੂਕ ਨੂੰ ਬੇਪ੍ਰਵਾਹ ਕਰਕੇ, ਦੇਵੇਂ ਆਸ਼ਕਾਂ ਰਾਤ ਅਜ਼ਾਬੀਆਂ ਜੀ
ਅਲੀ ਜੇਹਿਆਂ ਨੂੰ ਕਤਲ ਗੁਲਾਮ ਕੀਤਾ, ਖਬਰ ਹੋਈ ਨ ਮੂਲ ਅਸਾਬੀਆਂ ਜੀ
ਕੁੜੀਆਂ ਪਿੰਡ ਦੀਆਂ ਬੈਠ ਕੇ ਧੜਾ ਕੀਤਾ, ਲੈਣਾ ਅੱਜ ਕੰਧਾਰ ਪੰਜਾਬੀਆਂ[2] ਜੀ
ਵਾਰਿਸ ਸ਼ਾਹ ਮੀਆਂ ਫਲ੍ਹੇ ਖੇੜਿਆਂ ਦੇ, ਜਮ੍ਹਾ ਆਣ ਹੋਈਆਂ ਹਰਬਾਬੀਆਂ ਜੀ

549

ਇਸ਼ਕ ਇਕ ਤੇ ਇਫ਼ਤਰੇ ਲੱਖ ਕਰਦਾ, ਯਾਰੋ ਔਖੀਆਂ ਯਾਰਾਂ ਦੀਆਂ ਯਾਰੀਆਂ ਨੀ
ਕੇੜਾ ਪਾੜਨਾ ਪਾੜਿਆ ਯਾਰ ਪਿੱਛੇ, ਸੱਦ ਘੱਲੀਆਂ ਸਭ ਕੁਵਾਰੀਆਂ ਨੀ
ਇਨ੍ਹਾਂ ਯਾਰੀਆਂ ਰਾਜਿਆਂ ਫ਼ਕਰ ਕੀਤਾ, ਅਸੀਂ ਕਿਨ੍ਹਾਂ ਦੀਆਂ ਪਾਣੀਹਾਰੀਆਂ ਨੀ
ਕੋਈ ਹੀਰ ਨੇ ਨਵਾਂ ਨਾ ਇਸ਼ਕ ਕੀਤਾ, ਇਸ਼ਕ ਕੀਤਾ ਹੈ ਖਲਕਤਾਂ ਸਾਰੀਆਂ ਨੀ
ਇਸ਼ਕ ਸੋਹਣੀ ਜੇਹੀਆਂ ਸੂਰਤਾਂ ਨੂੰ, ਡੋਬ ਵਿਚ ਦਰਿਆ ਦੇ ਮਾਰੀਆਂ ਨੀ

---

1. ਬਦਚਲਨੀ, ਬਦਕਾਰੀ, 2. ਇਹ ਸਿੱਖ ਮਿਸਲਾਂ ਵੇਲੇ ਦਾ ਜ਼ਿਕਰ ਹੈ।

ਮਿਰਜ਼ੇ ਜੇਹੀਆਂ ਸੂਰਤਾਂ ਇਸ਼ਕ ਸੁੱਥੇ, ਅੱਗ ਲਾਇਕੇ ਬਾਰ ਵਿਚ ਸਾੜੀਆਂ ਨੀ
ਸੱਸੀ ਜੇਹੀਆਂ ਸੂਰਤਾਂ ਵਿਚ ਥਲਾਂ, ਏਸ ਇਸ਼ਕ ਰੁਲਾਇ ਕੇ ਮਾਰੀਆਂ ਨੀ
ਵੇਖ ਬੂਬਨਾ ਮਾਰਵਣ ਕਹਿਰ ਕੀਤੇ, ਹੋਰ ਕਈ ਕਰ ਚਲੀਆਂ ਯਾਰੀਆਂ ਨੀ
ਵਾਰਿਸ ਸ਼ਾਹ ਜਹਾਨ ਦੇ ਚਲਣ ਨਿਆਰੇ, ਅਤੇ ਇਸ਼ਕ ਦੀਆਂ ਧੁਜਾਂ ਨਿਆਰਿਆਂ ਨੀ

550

ਸੁਬਹ ਚਲਣਾ ਖੇਤ ਕਰਾਰ ਹੋਯਾ, ਕੁੜੀਆਂ ਮਾਵਾਂ ਦੀਆਂ ਕਰਨ ਦਿਲਦਾਰੀਆਂ ਨੀ
ਆਪੋ ਆਪਣੀ ਥਾਉਂ ਤਿਆਰ ਹੋਈਆਂ, ਕਈ ਵਿਆਹੀਆਂ ਕਈ ਕੁਆਰੀਆਂ ਨੀ
ਰੋਜ਼ਾਦਾਰਾਂ ਨੂੰ ਈਦ ਦਾ ਚੰਨ ਜਿਵੇਂ, ਹਾਜੀ ਹੱਜ ਦੇ ਵਾਸਤੇ ਤਿਆਰੀਆਂ ਨੀ
ਜਿਵੇਂ ਵਿਆਹ ਦੀ ਖ਼ੁਸ਼ੀ ਦਾ ਚਾਉ ਚੜ੍ਹਦਾ, ਅਤੇ ਮਿਲਣ ਮੁਬਾਰਕਾਂ ਭਾਰੀਆਂ ਨੀ
ਚਲੋ ਚਲ ਹਲਚਲ ਤੇ ਤਰਥਲ ਧੜ ਧੜ, ਖ਼ੁਸ਼ੀ ਨਾਲ ਨੱਚਣ ਫੁਲਕਾਰੀਆਂ ਨੀ
ਥਾਉਂ ਥਾਈਂ ਚਵਾਉ ਦੇ ਨਾਲ ਭਰ ਕੇ, ਮੱਥੇ ਚੂੜੀਆਂ ਦੇ ਮਨਹਾਰੀਆਂ ਨੀ
ਗਿਰਦ ਫਲ੍ਹੇ ਦੇ ਘੇਰ ਲੈ ਆਣ ਹੋਈਆਂ, ਸਭ ਹਾਰ ਸ਼ਿਗਾਰ ਕਰ ਸਾਰੀਆਂ ਨੀ
ਇਧਰ ਸਹਿਤੀ ਨੇ ਮਾਉਂ ਥੋਂ ਲਈ ਰੁਖਸਤ, ਚਲੋ ਚਲੀ ਜਾਂ ਸਭ ਪੁਕਾਰੀਆਂ ਨੀ
ਇਵੇਂ ਬੰਨ੍ਹ ਕਤਾਰ ਹੋ ਸਫਾਂ ਤੁਰੀਆਂ, ਜਿਵੇਂ ਲੱਦਿਆਂ ਸਾਥ ਵਪਾਰੀਆਂ ਨੀ
ਇਥੋਂ ਸਹਿਤੀ ਨੇ ਕੁਆਰੀਆਂ ਮੇਲ ਲਈਆਂ, ਝੁੰਡ ਮੇਲ ਲਏ ਜਟਾਂ ਧਾਰੀਆਂ ਨੀ
ਖਤ੍ਰੇਟੀਆਂ ਅਤੇ ਬਹਿਮਨੇਟੀਆਂ ਨੀ, ਜਟੇਟੀਆਂ ਅਤੇ ਸੁਨਿਆਰੀਆਂ ਨੀ
ਘੋੜੇ ਛੁਟੇ ਅੱਯਾਰ[1] ਜਿਉਂ ਫਿਰਨ ਨੱਚਦੇ, ਚਲਣ ਟੇਢੜੀ ਚਾਲ ਮੁਟਿਆਰੀਆਂ ਨੀ
ਜਿਨ੍ਹਾਂ ਚੰਨ ਜੇਹੇ ਮੁਖ ਸ਼ੋਖ ਨੈਣਾਂ, ਚੰਨਣ ਜੇਹੇ ਸਰੀਰ ਸਵਾਰੀਆਂ ਨੀ
ਵਾਰਿਸ ਸ਼ਾਹ ਹੁਣ ਹੀਰ ਨੂੰ ਸੱਪ ਲੜਦਾ, ਖਚਰ ਪੌਂਦੀਆਂ ਚੈਂਚਲਹਾਰੀਆਂ ਨੀ

551

ਹੁਕਮ ਹੀਰ ਦਾ ਮਾਉਂ ਥੋਂ ਲਿਆ ਸਹਿਤੀ, ਗੱਲ ਕੀਤੀ ਸੂ ਨਾਲ ਸਹੇਲੀਆਂ ਦੇ
ਤਿਆਰ ਹੋਈਆਂ ਦੋਵੇਂ ਨਿਨਾਣ ਭਾਬੀ, ਨਾਲ ਚੜ੍ਹੇ ਨੇ ਕਟਕ ਅਲਬੇਲੀਆਂ ਦੇ
ਛੱਡ ਪਾਸਣੇ ਤੁਰਕ ਬੇਜ਼ਾਰ ਚਲੇ, ਰਾਹ ਮਾਰਦੇ ਜੋ ਅਠਖੇਲੀਆਂ ਦੇ
ਕਿੱਲੇ-ਪੁਟ ਹੋਗੀ ਵਿਚ ਵਿਹੜਿਆਂ ਦੇ, ਰਹੀ ਇਕ ਨਾ ਵਿਚ ਹਵੇਲੀਆਂ ਦੇ
ਸੋਹਣ ਬੇਸਰਾਂ ਨਾਲ ਬੁਲਾਕ ਬੁੰਦੇ, ਟਿੱਕੇ ਫ਼ਬ ਰਹੇ ਵਿਚ ਸੇਲ੍ਹੀਆਂ ਦੇ
ਧਾਗੇ ਪਾਉਂਟੇ ਬੰਨ੍ਹ ਕੇ ਨਾਲ ਬਾਹੁਟੇ, ਰੂੰਈਆਂ ਫਿਰਨ ਦੁਕਾਨ ਫੁਲੇਲੀਆਂ ਦੇ
ਜਟਾਧਾਰੀਆਂ ਦਾ ਝੁੰਡ ਤਿਆਰ ਹੋਇਆ, ਸਹਿਤੀ ਗੁਰੂ ਚਲਿਆਂ ਨਾਲ ਚੇਲਿਆਂ ਦੇ
ਰਾਜੇ ਇੰਦਰ ਦੀ ਸਭਾ ਵਿਚ ਹੋਈ ਹੋਲੀ, ਪਏ ਅਜਬ ਛਣਕਾਰ ਅਰਬੇਲੀਆਂ ਦੇ

---

1. ਇੱਜੜ

ਆਪ ਹਾਰ ਸ਼ਿੰਗਾਰ ਕਰ ਦੌੜ ਪਈਆਂ, ਅਰਥਾਂ ਕੀਤੀਆਂ ਨੀ ਨਾਲ ਬੇਲੀਆਂ ਦੇ
ਵਾਰਿਸ ਸ਼ਾਹ ਕਸਤੂਰੀ ਦੇ ਮਿਰਗ ਛੁੱਟੇ, ਥਈਆ ਥਈਆ ਸਰੀਰ ਮਥੇਲੀਆਂ ਦੇ

ਹੀਰ ਦੇ ਸੱਪ ਲੜਨ ਦਾ ਬਹਾਨਾ

552

ਫੌਜ ਹੁਸਨ ਦੀ ਖੇਤ ਵਿਚ ਖਿੰਡ ਪਈਆ, ਤੁਰਤ ਚਾਇ ਲੰਗੋਟੜੇ ਵੱਟਿਓਂ ਨੇ
ਸੰਮੀ ਘੱਤਦੀਆਂ ਮਾਰਦੀਆਂ ਫਿਰਨ ਗਿੱਧਾ, ਲੁੱਡੀ ਮਾਰ ਬੰਨ੍ਹਾਂ ਵੱਟ ਪੱਟਿਓਂ ਨੇ
ਤੋੜ ਕਿੱਕਰੋਂ, ਸੂਲ ਦਾ ਵੱਡਾ ਕੰਡਾ, ਪੈਰ ਚੋਭ ਕੇ ਖ਼ੂਨ ਪਲੱਟਿਓ ਨੇ
ਸਹਿਤੀ ਮਾਂਦਰੀ ਫ਼ਨ ਦਾ ਨਾਗ ਭਛਿਆਂ, ਦੰਦੀ ਮਾਰ ਕੇ ਸੱਪ ਉਲੱਟਿਓ ਨੇ
ਸ਼ਿਸਤ-ਅੰਦਾਜ਼ ਨੇ ਮਕਰ ਦੀ ਸ਼ਿਸਤ ਕੀਤੀ, ਉਸ ਹੁਸਨ ਦੇ ਮੋਰ ਫੱਟਿਓ ਨੇ
ਵਾਰਿਸ ਯਾਰ ਦੇ ਖਰਚ ਤਹਿਸੀਲ ਵਿਚੋਂ, ਹਿੱਸਾ ਸਿਰਫ ਕਸੂਰ ਦਾ ਕੱਟਿਓ ਨੇ

ਹੀਰ ਦਾ ਮਕਰ

553

ਦੰਦ ਮੀਟ, ਘਸੀਟ ਇਹ ਹੱਡ ਗੋਡੇ, ਚਿੱਬੇ ਹੋਠ ਗੱਲ੍ਹਾਂ ਕਰ ਨੀਲੀਆਂ ਨੀ
ਨੱਕ ਚਾੜ੍ਹ ਦੰਦੀੜਕਾ ਵੱਟ ਰੋਵੇ, ਕੱਢ ਅੱਖੀਆਂ ਨੀਲੀਆਂ ਪੀਲੀਆਂ ਨੀ
ਥਰ ਥਰ ਕੰਬੇ ਤੇ ਆਖੇ, 'ਮੈਂ ਮੋਈ ਲੋਕਾਂ, ਕੋਈ ਕਰੇ ਝਾੜਾ, ਬੂਰਹੀਲੀਆਂ ਨੀ
ਮੇਰੇ ਲਿੰਙ ਤੇ ਪੈਰ ਬੇਸੁਰਤ ਹੋਏ, ਲਈ ਜੀਊਣੇ ਕਾਜ ਕਲੀਲੀਆਂ ਨੀ
ਵਾਰਿਸ ਸ਼ਾਹ ਸ਼ਤੂੰਗੜੇ ਹੱਥ ਜੋੜਨ, ਸਹਿਤੀ ਗੁਰੂ ਤੇ ਅਸੀਂ ਸਭ ਚੇਲੀਆਂ ਨੀ

ਸਹਿਤੀ ਦੀ ਹਾਲ ਪਾਹਰਿਆ

554

ਹੀਰ ਮੀਟ ਕੇ ਦੰਦ ਪੈ ਰਹੀ ਬੇਖ਼ੁਦ, ਸਹਿਤੀ ਹਾਲ ਬੂ ਸ਼ੋਰ ਪੁਕਾਰਿਆ ਈ
ਕਾਲੇ ਨਾਗ ਨੇ ਫਨ ਫੈਲਾਇ ਵੱਡਾ, ਡੰਗ ਵਹੁਟੀ ਦੇ ਪੈਰ ਤੇ ਮਾਰਿਆ ਈ
ਕੁੜੀਆਂ ਕਾਂਗ ਕੀਤੀ ਆ ਪਈ ਵਾਹਰ, ਲੋਕਾਂ ਕੰਮ ਤੇ ਕਾਜ ਵਿਸਾਰਿਆ ਈ
ਮੰਜੇ ਪਾਇ ਕੇ ਹੀਰ ਨੂੰ ਘਰੀਂ ਆਂਦਾ, ਜੱਟੀ ਪਲੋ ਪਲ ਰੰਗ ਨੂੰ ਹਾਰਿਆ ਈ
ਵੇਖੋ ਫਾਰਸੀ ਤੋਰਕੀ ਨਜ਼ਮ ਨਸਰੋਂ, ਮਕਰ ਘਿਉ ਦੇ ਵਾਂਗ ਨਿਤਾਰਿਆ ਈ
ਅੱਗੇ ਕਿਸੇ ਕਿਤਾਬ ਵਿਚ ਨਹੀਂ ਪੜ੍ਹਿਆਂ, ਜਿਹਾ ਖ਼ਚਰੀਆਂ ਖਚਰ ਪਸਾਰਿਆ ਈ
ਸ਼ੈਤਾਨ ਨੇ ਆਣ ਸਲਾਮ ਕੀਤਾ, ਤੁਸਾਂ ਜਿੱਤਿਆ ਤੇ ਅਸਾਂ ਹਾਰਿਆ ਈ
ਅਫਲਾਤੂਨ[1] ਦੀ ਰੀਸ ਮਿਕਰਾਜ਼ ਕੀਤੀ, ਵਾਰਿਸ ਕੁਦਰਤਾਂ ਵੇਖ ਕੇ ਵਾਰਿਆ ਈ

1. ਇਹ ਯੂਨਾਨੀ ਫ਼ਿਲਾਸਫ਼ਰ ਸੁਕਰਾਤ ਦਾ ਚੇਲਾ ਤੇ ਅਰਸਤੂ ਦਾ ਗੁਰੂ ਸੀ।

ਲੋਕਾਂ ਨੂੰ ਖ਼ਬਰ ਹੋਣੀ

555

ਘੁਰੇ ਸੰਘਰੂ ਵਾਹਰਾਂ ਕੂਕ ਕੀਤੀ, ਸਾਰੇ ਦੇਸ ਤੇ ਧੁੰਮ ਭੂੰਚਾਲ ਆਹੀ
ਘਰੀਂ ਖ਼ਬਰ ਹੋਈ, ਕਿੜਾਂ ਦੇਸ ਸਾਰੇ, ਨੂੰਹ ਖੇੜਿਆਂ ਦੀ ਜਿਹੜੀ ਸਿਆਲ ਆਹੀ
ਸਰਦਾਰ ਸੀ ਖ਼ੂਬਾਂ ਦੇ ਤ੍ਰਿੰਜਣਾਂ ਦੀ, ਜਿਸ ਦੀ ਹੰਸ ਤੇ ਮੋਰ ਦੀ ਚਾਲ ਆਹੀ
ਖੇੜੇ ਨਾਲ ਸੀ ਉਸ ਅਜੋੜ ਮੁੱਢੋਂ, ਦਿਲੋਂ ਸਾਫ਼ ਰੰਝੇਟੇ ਦੇ ਨਾਲ ਆਹੀ
ਉਸ ਨਾਗਣੀ ਨੂੰ ਕੋਈ ਨਾਗ ਲੜਿਆ, ਸੱਸ ਉਸ ਨੂੰ ਵੇਖ ਨਿਹਾਲ ਆਹੀ
'ਇਨਾਂ ਕੈਦ ਕੁੱਨਾਂ' ਬਾਬ ਔਰਤਾਂ ਦੇ, ਧੁਰੋਂ ਵਿਚ ਕਰਾਨ ਦੇ ਫ਼ਾਲ ਆਹੀ
ਵਾਰਿਸ ਸ਼ਾਹ ਸੁਹਾਗੇ ਤੇ ਅੱਗ ਵਾਂਙੂ, ਸਿਉਨਾ ਖੇੜਿਆਂ ਦਾ ਸਭੋ ਗਾਲ ਆਹੀ

ਮਾਂਦਰੀ ਆਉਣੇ

556

ਸੱਦ ਮਾਂਦਰੀ ਖੇੜਿਆਂ ਲੱਖ ਆਂਦੇ, ਫ਼ਕਰ ਵੈਦ ਤੇ ਭੱਟ ਮਦਾਰੀਆਂ ਦੇ
ਤਿਰਯਾਕ ਅਕਬਰ ਅਫਲਾਤੂਨ ਵਾਲਾ, ਦਾਰੂ ਦੇਣ ਫ਼ਿਰੰਗ ਪਸਾਰੀਆਂ ਦੇ
ਜਿਨ੍ਹਾਂ ਜ਼ਾਤ ਹਜ਼ਾਰੇ[1] ਦੇ ਸੱਪ ਕੀਲੇ, ਘੱਤ ਆਂਦੇ ਨੇ ਵਿਚ ਪਟਾਰੀਆਂ ਦੇ
ਗੰਢੇ ਲਿਖ ਤਾਵੀਜ਼ ਤੇ ਧੂਫ਼ ਧੂਣੀ, ਸੂਤ ਆਂਦੇ ਨੇ ਕੰਜ ਕਵਾਰੀਆਂ ਦੇ
ਕੋਈ ਅੱਕ ਚੁਵਾਇ ਖਵਾਇ ਗੰਢੇ, ਨਾਗਦੌਣ ਤੇ ਪਾਨ ਸੁਪਾਰੀਆਂ ਦੇ
ਕਿਸੇ ਲਾਇ ਮਣਕੇ ਲੱਸੀ ਵਿਚ ਘੱਤੇ, ਪੜਦੇ ਚਾਇ ਪਾਏ ਨਰਾਂ ਨਾਰੀਆਂ ਦੇ
ਤੇਲ ਮਿਰਚ ਤੇ ਬੂਟਿਆਂ ਦੁੱਧ ਪੈਸੇ, ਘਿਉ ਦਿੱਤੇ ਨੇ ਨਾਲ ਖ਼ਵਾਰੀਆਂ ਦੇ
ਵਾਰਿਸ ਸ਼ਾਹ ਸਪਾਧਿਆਂ ਪਿੰਡ ਬੰਨੇ, ਦੱਸਣ ਜ਼ਹਿਰ ਮਹੁਰੇ ਧਾਤਾਂ ਮਾਰੀਆਂ ਦੇ

557

ਦਰਦ ਹੋਰ ਤੇ ਦਾਰੂੜਾ ਹੋਰ ਕਰਦੇ, ਫ਼ਰਕ ਪਵੇ ਨਾ, ਲੋੜ੍ਹ ਵਿਚ ਲੁੜ੍ਹੀ ਹੈ ਨੀ
ਰੰਨਾਂ ਵੇਖ ਕੇ ਆਖਦੀ ਜ਼ਹਿਰ ਧਾਣੀ, ਕੋਈ ਸੈਂਤ ਹੀ ਜੀਂਵਦੀ ਕੁੜੀ ਹੈ ਨੀ
ਹੀਰ ਆਖਦੀ ਜ਼ਹਿਰ ਤਨ ਖਿੰਡ ਚੱਲੀ, ਜਿਹੀ ਕਾਲਜਾ ਚੀਰਦੀ ਛੁਰੀ ਹੈ ਨੀ
ਮਾਰ ਚੱਲੀ ਹੈ ਹੀਰ ਸਿਆਲ ਭਾਵੇਂ, ਭਲੀ ਬੁਰੀ ਉਥੇ ਆਣ ਜੁੜੀ ਹੈ ਨੀ
ਜਿਸ ਵੇਲੇ ਦੀ ਸੁੱਤੜੀ ਇਹ ਸੁੰਘੀ, ਬੱਗੀ ਹੋ ਗਈ ਨਹੀਂ ਮੁੜੀ ਹੈ ਨੀ
ਵਾਰਿਸ ਸ਼ਾਹ ਸਦਾਈਏ ਵੈਦ ਰਾਂਝਾ, ਜਿਸ ਥੇ ਹੀਰ ਦੇ ਦਰਦ ਦੀ ਪੁੜੀ ਹੈ ਨੀ

ਸਹਿਤੀ

558

ਸਹਿਤੀ ਆਖਿਆ ਫਰਕ ਨਾ ਪਵੇ ਮਾਸਾ, ਇਹ ਸੱਪ ਨਾ ਕੀਲ ਤੇ ਆਂਵਦੇ ਨੀ

---

1. ਹਜ਼ਾਰਾਂ ਕਿਸਮ ਦੇ

ਕਾਲੇ ਬਾਗ਼ ਵਿਚ ਜੋਗੀੜਾ ਸਿੱਧ ਦਾਤਾ, ਉਹਦੇ ਕਦਮ ਪਾਇਆ ਦੁੱਖ ਜਾਂਵਦੇ ਨੀ
ਬਾਸ਼ਕ ਨਾਗ ਕਰੂੰਡੀਏ, ਮੇਂਡ-ਭੱਛਕ, ਚੀਨੇ ਤਿੱਤਰੇ ਸੀਸ ਨਿਵਾਂਵਦੇ ਨੀ
ਕਲਗੀਦਾਰ ਤੇ ਉਡਣਾ, ਭੂੰਡ ਆਬੀ, ਅਸਰਾਲ ਘਰਾਲ ਡਰ ਖਾਂਵਦੇ ਨੀ
ਤੰਦੂਰੜਾ, ਬੂਰੜਾ ਫਣੀ ਫਨੀਅਰ, ਸਭ ਆਇਕੇ ਸੀਸ ਨਿਵਾਂਵਦੇ ਨੀ
ਮਣੀਦਾਰ, ਦੋ-ਸਿਰੇ ਘਰਨੀਏ ਭੀ, ਮੰਤਰ ਪੜ੍ਹੇ ਤਾਂ ਕੀਲ ਤੇ ਆਂਵਦੇ ਨੀ
ਕੰਗੂਰੀਆਂ ਢਾਮੀਆਂ ਲੁਸਲੁਸਾ ਵੀ, ਰਤਵਾਰੀਆ ਕਜਲੀਆਂ ਛਾਂਵਦੇ ਨੀ
ਖੰਜੂਰੀਆਂ, ਪੇਲੀਆਂ ਨਿਪਟ ਜੰਘਾ, ਹਥਵਾਰੀਆਂ, ਗੋਝੀਆਂ ਗਾਂਵਦੇ ਨੀ
ਬਾਲਿਸ਼ਤੀਆ, ਚਾਂਪੀਆਂ, ਸੰਖ-ਚੂੜਾ ਚਿਚਲਾਵੜਾ ਦਾਵੜਾ ਧਾਂਵਦੇ ਨੀ
ਕੋਈ ਦੁੱਖ ਤੇ ਦਰਦ ਨਾ ਰਹੇ ਭੋਰਾ, ਜਾਦੂ ਜਿੰਨ ਤੇ ਸੂਲ ਸਭ ਜਾਂਵਦੇ ਨੀ
ਮਿਲੇ ਓਸ ਨੂੰ, ਕੋਈ ਨਾ ਰਹੇ ਰੋਗੀ, ਦੁੱਖ ਕੁਲਾਂ ਦੇ ਉਸ ਥੋਂ ਜਾਂਵਦੇ ਨੀ
ਰਾਉ, ਰਾਜੇ ਤੇ ਜਿੰਨ ਸਭ ਦੇਉ ਪਰੀਆਂ, ਸਭ ਓਸ ਥੀਂ ਹੱਥ ਵਿਖਾਂਵਦੇ ਨੀ
ਹੋਰ ਵੈਦ ਸਭ ਵੈਦਗੀ ਲਾਇ ਥੱਕੇ, ਵਾਰਿਸ ਸ਼ਾਹ ਜੋਗੀ ਹੁਣ ਆਂਵਦੇ ਨੀ

559

ਖੇੜਿਆਂ ਆਖਿਆ ਕਿਹੜਾ ਘੱਲ ਦਿਚੈ, ਜਿਹੜਾ ਡਿੱਗੇ ਫ਼ਕੀਰ ਦੇ ਜਾਇ ਪੈਰੀਂ
ਸਾਡੀ ਕਰੀਂ ਬਹੁੜੀ ਨਾਉਂ ਰੱਬ ਦੇ ਤੇ, ਕੋਈ ਫ਼ਜ਼ਲ ਦਾ ਪਲੂੜਾ ਚਾਇ ਫੇਰੀਂ
ਸਾਰਾ ਖੋਲ੍ਹ ਕੇ ਹਾਲ ਅਹਿਵਾਲ ਆਖੀਂ, ਨਾਲ ਮਹਿਰੀਆਂ ਬਰਕਤਾਂ ਵਿਚ ਵੇੜ੍ਹੀਂ
ਚੱਲੋ ਵਾਸਤੇ ਰੱਬ ਦੇ ਨਾਲ ਮੇਰੇ, ਕਦਮ ਘੱਤਿਆਂ ਫਕਰ ਦੇ ਹੋਣ ਖ਼ੈਰੀਂ
ਦਾਮ ਲਾਇ ਕੇ ਸਿਆਲ ਸੀ ਵਿਆਹ ਆਂਦੀ, ਜੰਞ ਜੋੜ ਕੇ ਗਏ ਸਾਂ ਵਿਚ ਡੇਰੀਂ
ਬੈਠ ਕੋੜਮੇ ਗੱਲ ਪਕਾਇ ਛੱਡੀ, ਸੈਦਾ ਘੱਲੀਏ ਰਲਣ ਨਾ ਔਰ ਗ਼ੈਰੀਂ
ਜੀਕੂੰ ਜਾਣੀਏ ਤਿਵੇਂ ਲਿਆ ਜੋਗੀ, ਕਰਾਂ ਮਿੰਨਤਾਂ ਲਾਉਣਾ ਹੱਥ ਪੈਰੀਂ
ਵਾਰਿਸ ਸ਼ਾਹ ਮੀਆਂ ਤੇਰਾ ਇਲਮ ਹੋਇਆ, ਮਸ਼ਹੂਰ ਵਿਚ ਜਿੰਨ ਤੇ ਇਨਸ ਤੈਰੀਂ

ਸੈਦੇ ਨੇ ਜਾਣ ਲਈ ਤਿਆਰ ਹੋਣਾ

560

ਅੱਜੂ ਆਖਿਆ ਸੈਦਿਆ! ਜਾਹੁ ਭਾਈ, ਇਹ ਵਹੁਟੀਆਂ ਬਹੁਤ ਪਿਆਰੀਆਂ ਜੀ
ਜਾਇ ਬੰਨ੍ਹ ਕੇ ਹੱਥ ਸਲਾਮ ਕਰਨਾ, ਤੁਸਾਂ ਸਾਰੀਆਂ ਖਲਕਤਾਂ ਤਾਰੀਆਂ ਜੀ
ਅੱਗੇ ਨਜ਼ਰ ਰੱਖੀਂ, ਸੱਭ ਹਾਲ ਦੱਸੀਂ, ਅੱਗੇ ਜੋਗੀੜੇ ਦੇ ਕਰੀਂ ਜ਼ਾਰੀਆਂ ਜੀ
ਸਾਨੂੰ ਬਣੀ ਹੈ, ਹੀਰ ਨੂੰ ਸੱਪ ਲੜਿਆ, ਖੋਲ੍ਹ ਕਹੀਂ ਹਕੀਕਤਾਂ ਸਾਰੀਆਂ ਜੀ
ਆਖੀਂ ਵਾਸਤੇ ਰੱਬ ਦੇ ਚਲੋ ਜੋਗੀ, ਸਾਨੂੰ ਪਈਆਂ ਮੁਸੀਬਤਾਂ ਭਾਰੀਆਂ ਜੀ
ਜੋਗੀ ਮਾਰ ਮੰਤਰ ਸੱਪ ਕਰੋ ਹਾਜ਼ਰ, ਜਾਹ ਲਿਆਓ ਵਲਾਇ ਕੇ ਵਾਰੀਆਂ ਜੀ
ਵਾਰਿਸ ਸ਼ਾਹ ਉਥੇ ਨਹੀਂ ਫੁਰੇ ਮੰਤਰ, ਜਿਥੇ ਇਸ਼ਕ ਨੇ ਦੰਦੀਆਂ ਮਾਰੀਆਂ

ਜੋਗੀ ਪਾਸ ਜਾਣਾ

561

ਸੈਦੇ ਵੱਟ ਬੁੱਕਲ ਬੱਧੀ ਪਚਾਰਿਕੀ ਜੁੱਤੀ ਝਾੜ ਕੇ ਡਾਂਗ ਲੈ ਗੜ੍ਹਕਿਆਂ ਈ
ਵਾਹੋ ਦਾਹ ਚਲਿਆ ਖੜ੍ਹੀ ਬਾਂਹ ਖੇੜਾ, ਵਾਂਗੂੰ ਕਟਕ ਦੇ ਮਾਲ ਤੇ ਸਰਕਿਆ ਈ
ਕਾਲੇ ਬਾਗ ਵਿਚ ਜੋਗੀ ਥੇ ਜਾਇ ਵੜਿਆ, ਜੋਗੀ ਵੇਖ ਕੇ ਜੱਟ ਨੂੰ ਦੜਕਿਆ ਈ
'ਖੜਾ ਹੋ! ਮਾਈ ਮੁੰਡੇ! ਕਹਾਂ ਆਵੇਂ?, ਮਾਰ ਫਾਹੁੜਾ ਸ਼ੋਰ ਕਰ ਫੜਕਿਆ ਈ
ਸੈਦਾ ਸੰਗ ਕੇ ਤੇ ਥਰ ਥਰ ਖੜਾ ਕੰਬੇ, ਉਸ ਦੇ ਅੰਦਰੋਂ ਕਾਲਜਾ ਧੜਕਿਆ ਈ
ਉੱਤੋਂ ਖੜੀ ਕਰ ਬਾਂਹ ਪੁਕਾਰਦਾ ਈ, ਇਹ ਤਾਂ ਖਤਰੇ ਦਾ ਮਾਰਿਆਂ ਯਰਕਿਆ ਈ
ਚੱਲੀਂ ਵਾਸਤੇ ਰੱਬ ਦੇ ਜੋਗੀਆ ਵੇ, ਖਾਰ ਵਿਚ ਕਲੇਜੇ ਦੇ ਰੜਕਿਆ ਈ
ਜੋਗੀ ਪੁਛਦਾ ਬਣੀ ਹੈ ਕੌਣ ਤੈਨੂੰ, ਏਸ ਹਾਲ ਆਇਉਂ ਜੱਟ! ਬੜ੍ਹਕਿਆ ਈ
ਜੱਟੀ ਵੜੀ ਕਪਾਹ ਵਿਚ ਬੰਨ੍ਹ ਝੋਲੀ, ਕਾਲਾ ਨਾਗ ਅਜ਼ਗੈਬ ਦਾ ਕੜਕਿਆ ਈ
ਵਾਰਿਸ ਸ਼ਾਹ ਦੋ ਚੋਟੀਆਂ ਕੱਢ ਆਇਆ, ਅਤੇ ਸੱਪ ਸਲੇਟੀ ਨੂੰ ਲੜਗਿਆ ਈ

ਜੋਗੀ

562

ਤਕਦੀਰ ਨੂੰ ਮੋੜਨਾ ਭਲਾ ਨਾਹੀਂ, ਸੱਪ ਨਾਲ ਤਕਦੀਰ ਦੇ ਡੰਗਦੇ ਨੀ
ਜਿਨ੍ਹੂੰ ਰੱਬ ਦੇ ਇਸ਼ਕ ਦੀ ਚਾਟ ਲੱਗੀ, ਦੀਦਵਾਨ ਰਜ਼ਾਇ ਦੇ ਰੰਗ ਦੇ ਨੀ
ਜਿਹੜੇ ਛੱਡ ਜਹਾਨ ਉਜਾੜ ਮੱਲਣ, ਸੁਹਬਤ ਔਰਤਾਂ ਦੀ ਕੋਲੋਂ ਸੰਗਦੇ ਨੀ
ਕਦੇ ਕਿਸੇ ਦੀ ਕੀਲ ਵਿਚ ਨਹੀਂ ਆਏ, ਜਿਹੜੇ ਸੱਪ ਸਿਆਲ ਦੀ ਝੰਗ ਦੇ ਨੀ
ਅਸਾਂ ਚਾਇ ਕੁਰਾਨ ਤੇ ਤਰਕ ਕੀਤਾ, ਸੰਗ ਮਹਿਰੀਆਂ ਦੇ ਕੋਲੋਂ ਸੰਗਦੇ ਨੀ
ਮਰਨ ਦੇਹ ਜੱਟੀ ਜ਼ਰਾ ਵੈਣ ਸੁਣੀਏ, ਰਾਗ ਨਿਕਲਣ ਰੰਗ ਬਰੰਗ ਦੇ ਨੀ
ਜਵਾਨ ਮਰੇ ਮਹਿਰੀ ਬੜੇ ਰੰਗ ਹੁੰਦੇ, ਖੁਸ਼ੀ ਹੋਤੇ ਹੈਂ ਰੂਹ ਮਲੰਗ ਦੇ ਨੀ
ਵਾਰਿਸ ਸ਼ਾਹ 'ਮੁਨਾਇ ਕੇ ਸੀਸ ਦਾੜ੍ਹੀ, ਹੋਇ ਰਹੇ ਹਾਂ ਸਾਕ ਨਾ ਅੰਗ ਦੇ ਨੀ

ਸੈਦੇ ਦੀ ਫਰਿਆਦ

563

ਹੱਥ ਬੰਨ੍ਹ ਨੀਵੀਂ ਧੌਣ ਘਾਹ ਮੂੰਹ ਵਿਚ, ਕੱਢ ਦੰਦੀਆਂ ਮਿੰਨਤਾਂ ਘਾਲਿਆ ਵੋ
ਤੇਰੇ ਚਲਿਆਂ ਹੁੰਦੀ ਹੈ ਹੀਰ ਚੰਗੀ, ਦੁਹਾਈ ਰੱਬ ਦੀ, ਮੁੰਦਰਾਂ ਵਾਲਿਆ ਵੋ
ਅੱਠ ਪਹਿਰ ਹੋਏ ਭੁੱਖੇ ਕੋੜਮੇ ਨੂੰ, ਲੁੜ ਗਏ ਹਾਂ ਫਾਕੜਾ ਜਾਲਿਆ ਵੋ
ਜੱਟੀ ਜ਼ਹਿਰ ਵਾਲੇ ਕਿਸੇ ਨਾਗ ਡੰਗੀ, ਅਸਾਂ ਮੁਲਕ ਤੇ ਮਾਂਦਰੀ ਭਾਲਿਆ ਵੋ
ਚੰਗੀ ਹੋਇ ਨਾਹੀਂ, ਜੱਟੀ ਨਾਗ ਡੰਗੀ, ਤੇਰੇ ਚਲਿਆਂ ਖੈਰ ਰਵਾਲਿਆਂ ਵੋ
ਜੋਗੀ! ਵਾਸਤੇ ਰੱਬ ਤੇ ਤਾਰ ਸਾਨੂੰ, ਬੇੜਾ ਲਾ ਬੰਨੇਂ ਅੱਲ੍ਹਾ ਵਾਲਿਆਂ ਵੋ
ਲਿਖੀ ਵਿਚ ਰਜਾਇ ਦੇ ਮਰੇ ਜੱਟੀ, ਜਿਸ ਸੱਪ ਦਾ ਹੈ ਦੂੱਖ ਜਾਲਿਆ ਵੋ
ਤੇਰੀ ਜੱਟੀ ਦਾ ਕੀਹ ਇਲਾਜ ਕਰਨਾ, ਅਸਾਂ ਆਪਣਾ ਕੋੜਮਾ ਗਾਲਿਆ ਵੋ

ਵਾਰਿਸ ਸ਼ਾਹ ਰਜ਼ਾਇ ਤਕਦੀਰ ਵੇਲਾ, ਪੀਰਾਂ ਔਲੀਆਵਾਂ ਨਹੀਂ ਟਾਲਿਆ ਵੋ

ਜੋਗੀ

564

ਚੁਪ ਹੋਇ ਜੋਗੀ ਸਹਿਜ ਨਾਲ ਬੋਲਿਆ, ਜੱਟਾ! ਕਾਸ ਨੂੰ ਪਕੜਿਓ ਕਾਹੀਆਂ ਨੂੰ
ਅਸੀਂ ਛੱਡ ਜਹਾਨ ਫ਼ਕੀਰ ਹੋਏ, ਛਡ ਦੌਲਤਾਂ ਮਾਲ ਬਾਦਸ਼ਾਹੀਆਂ ਨੂੰ
ਯਾਦ ਰੱਬ ਦੀ ਛਡ ਕੇ ਕਰ ਝਾੜੇ, ਢੂੰਡਾਂ ਉਡਦੀਆਂ ਛੱਡ ਕੇ ਫ਼ਾਹੀਆਂ ਨੂੰ
ਤੇਰੇ ਨਾਲ ਨਾ ਚਲਿਆਂ ਨਫਾ ਕੋਈ, ਮੇਰਾ ਇਲਮ ਨਾ ਫੁਰੇ ਵਿਵਾਹੀਆਂ ਨੂੰ
ਰੰਨਾਂ ਪਾਸ ਫਕੀਰਾਂ ਨੂੰ ਐਬ ਜਾਣਾ, ਜਿਹਾ ਨੱਸਣਾ ਰਣੋਂ ਸਿਪਾਹੀਆਂ ਨੂੰ
ਵਾਰਸ ਕੱਢ ਕੁਰਾਨ ਤੇ ਬਹੀਂ ਅੰਦਰ, ਕਿਹਾ ਅੱਡਿਓ ਮਕਰ ਦੀਆਂ ਫਾਹੀਆਂ ਨੂੰ

ਸੈਦਾ

565

ਸੈਦਾ ਆਖਦਾ ਰੋਂਦੜੀ ਪਈ ਡੋਲੀ, ਚੁਪ ਕਰੇ ਨਾਹੀਂ ਹੱਤਿਆਰੜੀ ਵੋ
ਵੱਡੀ ਜੁਆਨ ਬਾਲਗ ਕੋਈ ਪਰੀ-ਸੂਰਤ, ਤਨ ਕਪੜੀਂ ਵੱਡੀ ਮੁਟਿਆਰੜੀ ਵੋ
ਜੇ ਮੈਂ ਹੱਥ ਲਾਵਾਂ ਸਿਰੋਂ ਲਾਹ ਲੈਂਦੀ, ਚਾਇ ਘੱਤਦੀ ਚੀਕ ਚਿਹਾਰੜੀ ਵੋ
ਹੱਥ ਲਾਵਣਾ ਪਲੰਘ ਨੂੰ ਮਿਲੇ ਨਾਹੀਂ, ਖੌਫ ਖ਼ਤਰਿਓਂ ਰਹੇ ਨਿਆਰੜੀ ਵੋ
ਮੈਨੂੰ ਮਾਰ ਕੇ ਆਪ ਨਿੱਤ ਰਹੇ ਰੋਂਦੀ, ਏਸੇ ਬਾਣ ਉਹ ਰਹੇ ਕੁਵਾਰੜੀ ਵੋ
ਨਾਲ ਸੱਸ ਨਿਨਾਣ ਦੇ ਗੱਲ ਨਾਹੀਂ, ਪਈ ਮੱਚਦੀ ਨਿੱਤ ਖੁਵਾਰੜੀ ਵੋ
ਅਸਾਂ ਉਸ ਨੂੰ ਮੂਲ ਨਾ ਹੱਥ ਲਾਇਆ, ਕਾਈ ਲੱਗਦੀ ਲੋਥ ਹੈ ਭਾਰੜੀ ਵੋ
ਐਵੇਂ ਗਫਲਤਾਂ ਵਿਚ ਬਰਬਾਦ ਗਈਆ, ਵਾਰਿਸ ਸ਼ਾਹ ਏਹ ਉਮਰ ਵਿਚਾਰੜੀ ਵੋ

566

ਜੋਗੀ ਲੀਕ ਕੱਢੀ ਪਰ੍ਹੇ ਵਿਚ ਚੌਕੀ, ਖੁਰੀ ਉਸ ਦੇ ਵਿਚ ਖੁਭਾਈਆ ਸੂ
ਖਾਇ ਕਸਮ ਕੁਰਾਨ ਦੀ ਬੈਠ ਜੱਟਾ, ਕਸਮ ਚੋਰ ਨੂੰ ਚਾਇ ਕਰਾਇਆ ਸੂ
ਉਹਦੇ ਨਾਲ ਤੂੰ ਨਾਹੀਉਂ ਅੰਗ ਲਾਇਆ, ਛੁਰੀ ਪੁੱਟ ਕੇ ਧੌਣ ਰਖਾਈਆ ਸੂ
ਫੜਿਆ ਹੁਸਨ ਦੇ ਮਾਲ ਦਾ ਚੋਰ ਸਾਬਤ, ਤਾਂਹੀਂ ਓਸ ਨੂੰ ਕਸਮ ਖਵਾਇਆ ਸੂ
ਵਾਰਿਸ ਰੱਬ ਨੂੰ ਛੱਡ ਕੇ ਪਿਆ ਝੰਜਟ ਐਵੇਂ ਗਾਇਗਾਂ ਉਮਰ ਗਵਾਈਆ ਸੂ

ਸੈਦਾ

567

ਖੇੜੇ ਨਿਸ਼ਾ ਦਿੱਤੀ, ਅੱਗੇ ਜੋਗੀੜੇ ਦੇ, ਸਾਨੂੰ ਕਸਮ ਹੈ ਪੀਰ ਫ਼ਕੀਰ ਦੀ ਜੀ
ਮਰਾਂ ਹੋਇਕੇ ਏਸ ਜਹਾਨ ਕੋੜ੍ਹਾ, ਕਦੀ ਸੂਰਤ ਡਿੱਠੀ ਜੇ ਮੈਂ ਹੀਰ ਦੀ ਜੀ

ਸਾਨੂੰ ਹੀਰ ਜੱਟੀ ਧੌਲੀ ਧਾਰ ਦਿਸੇ, ਕੋਹ ਕਾਫ਼ ਤੇ ਧਾਰ ਕਸ਼ਮੀਰ ਦੀ ਜੀ
ਲੰਕਾ ਕੋਟ ਪਹਾੜ ਦਾ ਪਾੜ ਦਿਸੇ, ਫਰਹਾਦ ਨੂੰ ਨਹਿਰ ਜਿਉਂ ਸ਼ੀਰ ਦੀ ਜੀ
ਦੂਰੋਂ ਵੇਖ ਕੇ ਫ਼ਾਤਿਹਾ ਆਖ ਛੱਡਾਂ, ਗੋਰ ਪੀਰ ਪੰਜਾਲ ਦੇ ਪੀਰ ਦੀ ਜੀ
ਸਾਨੂੰ ਕਹਿਕਹਾ ਏਸ ਦੀਵਾਰ ਦਿਸੇ, ਢੁੱਕਾਂ ਜਾਇ ਤਾਂ ਕਾਲਜਾਂ ਚੀਰਦੀ ਜੀ
ਇਸ ਦੀ ਝਾਲ ਨਾ ਅਸਾਂ 'ਤੇ ਜਾਇ ਝੱਲੀ, ਝਾਲ ਕੌਣ ਝੱਲੇ ਛੁੱਟੇ ਤੀਰ ਦੀ ਜੀ
ਭੈਂਸ ਮਾਰ ਕੇ ਸਿੰਗ ਨਾ ਦਏ ਢੋਈ, ਐਵੇਂ ਹਵਸ ਕੇਹੀ ਦੁੱਧ ਖੀਰ ਦੀ ਜੀ
ਲੋਕ ਆਖਦੇ ਪਰੀ ਹੈ ਹੀਰ ਜੱਟੀ, ਅਸਾਂ ਡਿੱਠੀ ਨਾ ਸੂਰਤ ਹੀਰ ਦੀ ਜੀ
ਵਾਰਿਸ ਝੂਠ ਨਾ ਬੋਲੀਏ ਜੋਗੀਆਂ 'ਤੇ, ਖ਼ਿਆਨਤ ਨਾ ਕਰੀਏ ਚੀਜ਼ ਪੀਰ ਦੀ ਜੀ

ਸੈਦੇ ਦੀ ਕੁੱਟਮਾਰ

568

ਜੋਗੀ ਰੱਖ ਕੇ ਅਣਖ ਤੇ ਨਾਲ ਗੈਰਤ, ਕੱਢ ਅੱਖੀਆਂ ਰੋਹ ਥੀਂ ਫੁਟਿਆ ਈ
ਏਹ ਹੀਰ ਦਾ ਵਾਰਸੀ ਹੋਇ ਬੈਠਾ, ਚਾਇ ਡੇਰਿਓਂ ਸਵਾਹ ਵਿਚ ਸੁਟਿਆ ਈ
ਸਣੇ ਜੁੱਤੀਆਂ ਚੌਂਕੇ ਵਿਚ ਆਇ ਵੜਿਉਂ, ਸਾਡਾ ਧਰਮ ਤੇ ਨੇਮ ਸਭ ਪੁਟਿਆ ਈ
ਲੁੱਟ ਪੁੱਟ ਕੇ ਨਾਲ ਨਿਖੁੱਟਿਆ ਈ, ਕੱਟ ਫਾਂਟ ਕੇ ਖੂਹ ਵਿਚ ਸੁਟਿਆ ਈ
ਖੇੜਾ ਬੋਲਦਾ ਨੀਰ ਪਲੱਟ ਅੱਖੀਂ, ਜੇਹਾ ਬਣੀਆਂ ਸ਼ਹਿਰ ਵਿਚ ਲੁਟਿਆ ਈ
ਪਕੜ ਸੈਦੇ ਨੂੰ ਨਾਲ ਫਾਹੁੜੀਆਂ ਦੇ, ਚੋਰ ਯਾਰ ਵਾਂਗੂੰ ਢਾਹ ਕੁਟਿਆ ਈ
ਖੜਾਵਾ ਤੇ ਫਹੁੜੀਆਂ ਖੂਬ ਛੁਟੀਆਂ, ਧੌਣ ਸੇਕੀਆਂ ਨਾਲ ਗਰੁੱਟਿਆ ਈ
ਦੋਵੇਂ ਬੰਨ੍ਹ ਬਾਂਹਾਂ ਸਿਰੋਂ ਲਾਹ ਪਟਕਾ, ਗੁਨਾਹਗਾਰ ਵਾਂਗੂੰ ਉੱਠ ਜੁਟਿਆ ਈ
ਕੁੱਟ ਧਾਈਆਂ ਵਾਂਗ ਚਕਚੂਰ ਕੀਤਾ, ਲਿੰਗ ਭੰਨ ਕੇ ਸੰਘ ਨੂੰ ਘੁਟਿਆ ਈ
ਵਾਰਿਸ ਸ਼ਾਹ ਖ਼ੁਦਾਇ ਦੇ ਖ਼ੌਫ ਕੋਲੋਂ, ਸਾਡਾ ਰੋਂਦਿਆਂ ਨੀਰ ਨਿਖੁਟਿਆ ਈ

ਸੈਦਾ

569

ਖੇੜਾ ਖਾਇ ਕੇ ਮਾਰ ਤੇ ਭੱਜ ਚੱਲਿਆ, ਵਾਹੋ ਦਾਹ ਰੋਂਦਾ ਘਰੀਂ ਆਂਵਦਾ ਈ
ਏਹ ਜੋਗੀਅੜਾ ਨਹੀਂ ਜੇ ਧਾੜ ਕੜਕੀ, ਹਾਲ ਆਪਣਾ ਖੋਲ੍ਹ ਸੁਣਾਂਵਦਾ ਈ
ਏਹ ਕਾਂਵਰੂ ਦੇਸ ਦੇ ਸਿਹਰ ਜਾਣੇ, ਵਡੇ ਲੋੜ੍ਹੇ ਤੇ ਕਹਿਰ ਕਮਾਂਵਦਾ ਈ
ਏਹ ਦੇਉ ਉਜਾੜ ਵਿਚ ਆਣ ਲੱਥਾ, ਨਾਲ ਘੁਰਕੀਆਂ ਜਿੰਦ ਗਵਾਂਵਦਾ ਈ
ਨਾਲੇ ਪੜ੍ਹੇ ਕੁਰਾਨ ਤੇ ਦੇ ਬਾਂਗਾਂ, ਚੌਂਕੀ ਪਾਂਵਦਾ, ਸੰਖ ਵਜਾਂਵਦਾ ਈ
ਮੈਨੂੰ ਮਾਰ ਕੇ ਕੁੱਟ ਤਹਿ-ਬਾਰ ਕੀਤਾ, ਪਿੰਡਾ ਖੋਲ੍ਹ ਕੇ ਜੱਟ ਵਿਖਾਂਵਦਾ ਈ

ਮਿਹਰ ਅੱਜੂ

570

ਅੱਜੂ ਆਖਿਆ ਕਹਿਰ ਅੰਨ੍ਹੇਰ ਯਾਰੋ, ਵੇਖੋਂ ਗ਼ਜ਼ਬ ਫ਼ਕੀਰ ਨੇ ਚਾਇਆ ਜੇ

ਮੇਰਾ ਸੋਨੇ ਦੇ ਕੇਵੜਾ ਮਾਰ ਜਿੰਦੋਂ, ਕੰਮ ਕਾਰ ਥੀਂ ਚਾਇ ਗਵਾਇਆ ਜੇ
ਫਕਰ ਮਿਹਰ ਕਰਦੇ ਸੱਭ ਖ਼ਲਕਤ ਉਤੇ, ਉਸ ਕਹਿਰ ਜਹਾਨ 'ਤੇ ਚਾਇਆ ਜੇ
ਵਾਰਿਸ ਸ਼ਾਹ ਮੀਆਂ ਨਵਾਂ ਸਾਂਗ ਵੇਖੋ, ਦੇਉ ਆਦਮੀ ਹੋਇ ਕੇ ਆਇਆ ਜੇ

ਸਹਿਤੀ

571

ਸਹਿਤੀ ਆਖਿਆ, ਬਾਬਲਾ ਜਾਹ ਆਪੇ, ਸੈਦਾ ਆਪ ਨੂੰ ਕੁਝ ਸਦਾਂਵਦਾ ਈ
ਨਾਲ ਕਿਬਰ ਹੰਕਾਰ ਦੇ ਮਸਤ ਫਿਰਦਾ, ਨਜ਼ਰ ਤਲੇ ਨਾ ਕਿਸੇ ਨੂੰ ਲਿਆਂਵਦਾ ਈ
ਸਾਹਨੇ ਵਾਂਗਰਾਂ ਸਿਰੀ ਫਿਹਾਂਵਦਾ ਈ, ਅੱਗੋਂ ਆਕੜਾਂ ਪਿਆ ਵਿਖਾਂਵਦਾ ਈ
ਜਾਇ ਨਾਲ ਫ਼ਕੀਰ ਦੇ ਕਰੇ ਆਕੜ, ਗੁੱਸਾ ਗੁੱਸੇ ਨੂੰ ਚਾਇ ਵਖਾਂਵਦਾ ਈ
ਮਾਰ ਨੂੰਹ ਦੇ ਦੁੱਖ ਹੈਰਾਨ ਕੀਤਾ, ਅੱਜੂ ਘੋੜੀ ਉਤੇ ਚੜ੍ਹ ਧਾਂਵਦਾ ਈ
ਯਾਰੋ! ਉਮਰ ਸਾਰੀ ਜੱਟੀ ਨਾ ਲੱਧੀ, ਰਹਿਆ ਸੋਹਣੀ ਢੂੰਡ ਢੂੰਡਾਂਵਦਾ ਈ
ਵਾਰਿਸ ਸ਼ਾਹ ਜਵਾਨੀ ਵਿਚ ਮਸਤ ਵਿਚ ਰਹਿਆ, ਵਕਤ ਗਏ ਤਾਈਂ ਪਛੋਤਾਂਵਦਾ ਈ

ਅੱਜੂ ਜੋਗੀ ਅੱਗੇ

572

ਅੱਜੂ ਬੰਨ੍ਹ ਖੜਾ ਹੱਥ ਪੀਰ ਅੱਗੇ, ਤੁਸੀਂ ਲਾਡਲੇ ਪਰਵਰਦਗਾਰ ਦੇ ਹੋ
ਤੁਸੀਂ ਫੱਕਰ ਅੱਲਾਹ ਦੇ ਪੀਰ ਪੂਰੇ, ਵਿਚ ਰੇਖ ਦੇ ਮੇਖ ਨੂੰ ਮਾਰਦੇ ਹੋ
ਹੋਏ ਦੁਆ ਕਬੂਲ ਪਿਆਰਿਆਂ ਦੀ, ਦੀਨ ਦੁਨੀ ਦੇ ਕੰਮ ਸਵਾਰਦੇ ਹੋ
ਅੱਠੇ ਪਹਿਰ ਖੁਦਾਇ ਦੀ ਯਾਦ ਅੰਦਰ, ਤੁਸੀਂ ਨਫਸ ਸ਼ੈਤਾਨ ਨੂੰ ਮਾਰਦੇ ਹੋ
ਹੁਕਮ ਰੱਬ ਦੇ ਥੀਂ ਤੁਸੀਂ ਨਹੀਂ ਬਾਹਰ, ਪਰ ਖਾਸ ਹਜ਼ੂਰ ਦਰਬਾਰ ਦੇ ਹੋ
ਮੇਰੀ ਨੂੰਹ ਨੂੰ ਸੱਪ ਦਾ ਅਸਰ ਹੋਇਆ, ਤੁਸੀਂ ਕੀਲ ਮੰਤਰ ਸੱਪ ਮਾਰਦੇ ਹੋ
ਰੁੜ੍ਹੇ ਜਾਣ ਬੇੜੇ ਔਗੁਣ-ਹਾਰਿਆਂ ਦੇ, ਕਰੋ ਫਜ਼ਲ ਤਾਂ ਪਾਰ ਉਤਾਰਦੇ ਹੋ
ਤੇਰੇ ਚੱਲਿਆ ਜੀਂਵਦੀ ਨੂੰਹ ਮੇਰੀ, ਲੱਗੇ ਜੋ ਦਾਮਨ ਤੁਸੀਂ ਤਾਰਦੇ ਹੋ
ਵਾਰਿਸ ਸ਼ਾਹ ਉਜ਼ਰ ਸਭ ਮੁਆਫ਼ ਕਰਨੇ, ਬਖਸ਼ਣਹਾਰ ਬੰਦੇ ਗੁਨਾਹਗਾਰ ਦੇ ਹੋ

ਜੋਗੀ

573

ਛੱਡ ਦੇਸ ਜਹਾਨ ਉਜਾੜ ਮੱਲੀ, ਅਜੇ ਜੱਟ ਨਾਹੀਂ ਪਿੱਛਾ ਛੱਡਦੇ ਨੀ
ਅਸਾਂ ਛਡਿਆ, ਏਹ ਨਾ ਮੂਲ ਛਡਣ, ਵੈਰੀ ਮੁਢ ਕਦੀਮ ਥੀਂ ਹੱਡ ਦੇ ਨੀ
ਲੀਹ ਪਈ ਮੇਰੇ ਉਤੇ ਝਾੜਿਆਂ ਦੀ, ਪਾਸੇ ਜਾਣ ਨਾਹੀਂ ਪਿੰਜ ਗੱਡਦੇ ਨੀ
ਵਾਰਿਸ ਸ਼ਾਹ ਜਹਾਨ ਤੋਂ ਅੱਕ ਪਏ, ਅੱਜ ਕੱਲ ਫ਼ਕੀਰ ਹੁਣ ਲੱਦਦੇ ਨੀ

ਮਿਹਰ ਅੱਜੂ

574

ਚੱਲੀਂ ਜੋਗੀਆਂ! ਵਾਸਤਾ ਰੱਬ ਦਾ ਈ, ਅਸੀਂ ਮਰਦ ਨੂੰ ਮਰਦ ਲਲਕਾਰਨੇ ਹਾਂ
ਜੋ ਕੁਝ ਸਰੇ ਸੋ ਨਜ਼ਰ ਲੈ ਪੈਰ ਪਕੜਾਂ, ਜਾਨ ਮਾਲ ਪਰਵਾਰ ਭੀ ਵਾਰਨੇ ਹਾਂ
ਪਿਆ ਕੱਲ੍ਹ ਦਾ ਕੋੜਮਾ ਸਭ ਰੋਂਦਾ, ਅਸੀਂ ਕਾਗ ਤੇ ਮੋਰ ਉਡਾਰਨੇ ਹਾਂ
ਹੱਥ ਬੰਨ੍ਹ ਕੇ ਬੇਨਤੀ ਜੋਗੀਆ ਜੀ, ਅਸੀਂ ਆਜਜ਼ੀ ਨਾਲ ਪੁਕਾਰਨੇ ਹਾਂ
ਚੋਰ ਸੱਦਿਆ ਮਾਲ ਦੇ ਸਾਂਭਣੇ ਨੂੰ, ਤੇਰੀਆਂ ਕੁਦਰਤਾਂ ਤੋਂ ਅਸੀਂ ਵਾਰਨੇ ਹਾਂ
ਵਾਰਿਸ ਸ਼ਾਹ ਵਿਸਾਹ ਕੀ ਇਸ ਦਮ ਦਾ, ਐਵੇਂ ਗਾਇਗਾਂ ਉਮਰ ਕਿਉਂ ਹਾਰਨੇ ਹਾਂ

ਕਲਾਮ ਸ਼ਾਇਰ

575

ਜੋਗੀ ਚੱਲਿਆ ਰੂਹ ਦੀ ਕਲਾ ਹੱਲੀ, ਤਿਤਰ ਬੋਲਿਆ ਸ਼ਗਨ ਮਨਾਵਣੇ ਨੂੰ
ਐਤਵਾਰ ਨਾ ਪੁੱਛਿਆ ਖੇੜਿਆ ਨੇ, ਜੋਗੀ ਆਂਦਾ ਨੇ ਸੀਸ ਮੁਨਾਵਣੇ ਨੂੰ
ਵੇਖੋ ਅਕਲ ਸ਼ਊਰ ਜੋ ਮਾਰਿਆ ਨੇ, ਤਾਮਾ ਬਾਜ਼ਾਂ ਦੇ ਹੱਥ ਫੜਾਵਣੇ ਨੂੰ
ਭੁੱਖਾ ਖੰਡ ਤੇ ਖੀਰ ਦਾ ਭਇ ਰਾਖਾ, ਰੰਡਾ ਘੱਲਿਆ ਸਾਕ ਕਰਾਵਣੇ ਨੂੰ
ਬੇੜੀ ਕਾਗਦਾਂ ਦੀ ਬਾਂਦਰ ਮੇਉ ਬਣਿਆ, ਸ਼ਹੁ ਦਰਿਆ ਦੇ ਪਾਰ ਲੰਘਾਵਣੇ ਨੂੰ
ਸੱਪ ਮਕਰ ਦਾ ਪਰੀ ਦੇ ਪੈਰ ਲੜਿਆ, ਸੁਲੇਮਾਨ[1] ਆਇਆ ਝਾੜਾ ਪਾਵਣੇ ਨੂੰ
ਅਣਜਾਣ ਜਹਾਨ ਹਿਲਾਏ ਦਿੱਤਾ, ਆਇਆ ਮਾਂਦਰੀ ਕੀਲ ਕਰਾਵਣੇ ਨੂੰ
ਰਾਖਾ ਜਵਾਂ ਦੇ ਢੇਰ ਦਾ ਗਧਾ ਹੋਇਆ, ਅੰਨ੍ਹਾ ਘੱਲਿਆ ਹਰਫ਼ ਲਿਖਾਵਣੇ ਨੂੰ
ਨੀਅਤ ਸਾਫ ਕਰ ਕੇ ਉਨ੍ਹਾਂ ਸੱਦ ਆਂਦਾ, ਮੀਆਂ ਆਇਆ ਏ ਰੰਨ ਖਿਸਕਾਵਣੇ ਨੂੰ
ਉਨ੍ਹਾਂ ਸੱਪ ਦਾ ਮਾਂਦਰੀ ਢੂੰਡ ਆਂਦਾ, ਮੀਆਂ ਆਇਆ ਏ ਸੱਪ ਲੜਾਵਣੇ ਨੂੰ
ਵਸਦੇ ਝੁੱਗੜੇ ਚੌੜ ਕਰਾਵਣੇ ਨੂੰ, ਮੁੱਢੋਂ ਪੁੱਟ ਬੂਟਾ ਲੈਂਦੋ ਜਾਵਣੇ ਨੂੰ
ਵਾਰਿਸ ਬੰਦਗੀ ਵਾਸਤੇ ਘੱਲਿਆ ਸੈਂ, ਆ ਜੁੱਟਿਆ ਪਹਿਨਣੇ ਖਾਵਣੇ ਨੂੰ

ਗਵਾਂਢਣਾ

576

ਭਲਾ ਹੋਇਆ ਭੈਣਾ! ਹੀਰ ਬਚੀ ਜਾਣੋਂ, ਮਨ-ਮੰਨੇ ਦਾ ਵੈਦ ਹੁਣ ਆਇਆ ਨੀ
ਦੁੱਖ ਦਰਦ ਗਏ ਸਭੇ ਹੀਰ ਵਾਲੇ, ਕਾਮਲ ਵਲੀ ਨੇ ਫੇਰੜਾ ਪਇਆ ਨੀ

---

1. ਇਹ ਦਾਊਦ ਦਾ ਪੁੱਤਰ, ਇਸਰਾਈਨ ਖਾਨਦਾਨ ਦਾ ਵਡੇਰਾ ਸੀ। ਇਸਾਈ ਤੇ ਮੁਸਲਮਾਨਾਂ ਮੁਤਾਬਿਕ ਇਹ ਅਕਲਮੰਦ ਬਾਦਸ਼ਾਹ ਦੇ ਜਿੰਨ, ਭੂਤ, ਪੌਣਪਾਣੀ ਸਭ ਅਧੀਨ ਸਨ। ਇਸ ਦੇ ਬਣਵਾਏ ਸ਼ਾਹੀ ਤਖ਼ਤ ਨੂੰ ਜਿੰਨ ਭੂਤ ਇਸ ਦੀ ਇੱਛਾ ਮੁਤਾਬਿਕ ਲੈ ਜਾਂਦੇ ਸਨ। ਬਾਈਬਲ ਮੁਤਾਬਿਕ ਸੁਲੇਮਾਨ ਨੇ ਯੈਰੂਸ਼ਲਮ ਤੇ ਚਾਲੀ ਸਾਲ ਰਾਜ ਕੀਤਾ। ਇੱਕ ਵਾਰ ਇਸ ਨੂੰ ਵੀ ਤਖ਼ਤ ਤੋਂ ਲਾਹ ਦਿੱਤਾ ਗਿਆ ਸੀ।

ਜਿਹੜਾ ਛੱਡ ਚੁਧਰਾਈਆਂ ਚਾਕ ਹੋਇਆ, ਵੱਤ ਓਸ ਨੇ ਜੋਗ ਕਮਾਇਆ ਨੀ
ਜੈਂਦੀ ਵੰਝਲੀ ਤੇ ਵਿਚ ਲੱਖ ਮੰਤਰ, ਇਹ ਅੱਲ੍ਹਾ ਨੇ ਮੇਲ ਮਿਲਾਇਆ ਨੀ
ਸ਼ਾਖਾਂ ਰੰਗ-ਬਿਰੰਗੀਆਂ ਹੋਣ ਪੈਦਾ, ਸਾਵਣ ਮਾਹ ਜੋ ਮੀਂਹ ਵਸਾਇਆ ਨੀ
ਨਾਲੇ ਸਹਿਤੀ ਦੇ ਹਾਲ 'ਤੇ ਰੱਬ ਤੁਠਾ, ਜੋਗੀ ਦਿਲਾਂ ਦਾ ਮਾਲਕ ਆਇਆ ਨੀ
ਤਿੰਨਾਂ ਧਿਰਾਂ ਦੀ ਹੋਈ ਮੁਰਾਦ ਹਾਸਲ, ਧੂੰਆਂ ਇਸ ਚਿਰੋਕਣਾਂ ਲਾਇਆ ਨੀ
ਇਹਦੀ ਫੁਰੀ ਕਲਾਮ ਹੈ ਖੇੜਿਆਂ ਤੇ, ਇਸਮੇ-ਆਜ਼ਮ ਦਾ ਅਸਰ ਕਰਾਇਆ ਹੈ
ਮਹਿਮਾਨ ਜਿਉਂ ਆਂਵਦਾ ਲੈਣ ਵਹੁਟੀ, ਅੱਗੋਂ ਸਾਹੁਰਿਆਂ ਪਲੰਘ ਵਿਛਾਇਆ ਨੀ
ਵੀਰ ਰਾਸ ਵੇਖੋ ਏਥੇ ਕੌਣ ਬਣਦਾ, ਜੱਗ-ਧੂੜ ਭੁਲਾਵੜਾ ਪਾਇਆ ਨੀ
ਮੰਤਰ ਇਕ ਤੇ ਪੁਤਲੀਆਂ ਦੋ ਉੱਡਣ, ਅੱਲ੍ਹਾ ਵਾਲਿਆਂ ਖੇਲ੍ਹ ਰਚਾਇਆ ਨੀ
ਖ਼ਿਸਕੂ ਸ਼ਾਹ ਹੋਰੀਂ ਅੱਜ ਆਣ ਲੱਥੇ, ਤੰਬੂ ਆਣ ਉਧਾਲੂਆਂ ਲਾਇਆ ਨੀ
ਧੂੰਆਂ ਮਾਰ ਬੈਠਾ ਜੋਗੀ ਮੁੱਦਤਾਂ ਦਾ, ਅੱਜ ਖੇੜਿਆ ਨੇ ਖ਼ੈਰ ਪਾਇਆ ਨੀ
ਕੱਖੋਂ ਲੱਖ ਕਰ ਦਏ ਖ਼ੁਦਾਇ ਸੱਚਾ, ਦੁੱਖ ਹੀਰ ਦਾ ਰੱਬ ਗਵਾਇਆ ਨੀ
ਇਨ੍ਹਾਂ ਸਿਕਦਿਆਂ ਦੀ ਦੁਆ ਰੱਬ ਸੁਣੀ, ਉਸ ਵਾਂਢੜੀ ਦਾ ਯਾਰ ਆਇਆ ਨੀ
ਭਲਾ ਹੋਇਆ ਜੇ ਕਿਸੇ ਦੀ ਆਸ ਪੁੰਨੀ, ਰੱਬ ਵਿਛੜਿਆਂ ਨਾਲ ਮਿਲਾਇਆ ਨੀ
ਸਹਿਤੀ ਆਪਣੇ ਹੱਥ ਇਖ਼ਤਿਆਰ ਲੈ ਕੇ, ਡੇਰਾ ਡੂੰਮਾਂ ਦੀ ਕੋਠੜੀ ਪਾਇਆ ਨੀ
ਰੰਨਾਂ ਮੋਹ ਕੇ ਲੈਣ ਸ਼ਹਿਜ਼ਾਦਿਆਂ ਨੂੰ, ਵੇਖੋ ਇਫ਼ਤਰਾ ਕੌਣ ਬਣਾਇਆ ਨੀ
ਆਪੇ ਧਾੜਵੀ ਦੇ ਅੱਗੇ ਮਾਲ ਦਿੱਤਾ, ਪਿੱਛੋਂ ਓਸ ਦੇ ਢੋਲ ਵਜਾਇਆ ਨੀ
ਭਲਕੇ ਏਥੇ ਨਾ ਹੋਵਸਣ ਦੋ ਕੁੜੀਆਂ, ਸਾਨੂੰ ਸ਼ਗਨ ਏਹੋ ਨਜ਼ਰ ਆਇਆ ਨੀ
ਵਾਰਿਸ ਸ਼ਾਹ ਸ਼ੈਤਾਨ ਬਦਨਾਮ ਕਰਸੋ, ਲੂਣ ਥਾਲ ਦੇ ਵਿਚ ਭੰਨਾਇਆ ਨੀ

ਕੁੜੀਆਂ

577

ਕੁੜੀਆਂ ਆਖਿਆ ਆਣ ਕੇ ਹੀਰ ਤਾਈਂ, ਅਨੀਂ ਵਹੁਟੀਏ! ਅੱਜ ਵਧਾਈ ਏਂ ਨੀ
ਮਿਲੀ ਆਬ-ਹਯਾਤ ਪਿਆਸਿਆਂ ਨੂੰ, ਹੁਣ ਜੋਗੀਆਂ ਦੇ ਹੱਥ ਆਈਂ ਏਂ ਨੀ
ਤੈਨੂੰ ਦੋਜ਼ਖ ਦੀ ਆਂਚ ਹੈ ਦੂਰ ਹੋਈ, ਰੱਬ ਵਿਚ ਬਹਿਸ਼ਤ ਦੇ ਪਾਈਏਂ ਨੀ
ਪੂਰੇ ਰੱਬ ਨੇ ਮੇਲ ਕੇ ਤਾਰੀ ਏਂ ਤੂੰ, ਮੋਤੀ ਲਾਲ ਦੇ ਨਾਲ ਪੁਰਾਈਏਂ ਨੀ
ਵਾਰਿਸ ਸ਼ਾਹ ਕਹਿ ਹੀਰ ਦੀ ਸੱਸ ਤਾਈਂ, ਅੱਜ ਰੱਬ ਨੇ ਚੌੜ ਕਰਾਈਏਂ ਨੀ

ਜੋਗੀ

578

ਜੋਗੀ ਆਖਿਆ ਫਿਰੇ ਨਾ ਮਰਦ ਔਰਤ, ਪਵੇ ਕਿਸੇ ਦਾ ਨਾਹੀਂ ਪਰਛਾਵਣਾ ਵੇ
ਕਰਾਂ ਬੈਠ ਨਿਵੇਕਲੇ ਜਤਨ ਗੋਸ਼ੇ, ਕੋਈ ਨਹੀਂ ਜੇ ਛਿੰਜ ਪਵਾਵਣਾ ਵੇ
ਕੰਨ ਸੰਨ ਵਿੱਚ ਵਹੁਟੜੀ ਆਣ ਪਾਯੋ, ਨਹੀਂ ਧੂਮ ਤੇ ਸ਼ੋਰ ਕਰਾਵਣਾ ਵੇ
ਇੱਕੋ ਆਦਮੀ ਆਵਣਾ ਮਿਲੇ ਸਾਥੇ, ਔਖਾ ਸੱਪ ਦਾ ਰੋਗ ਗਵਾਵਣਾ ਵੇ

ਕਵਾਰੀ ਕੁੜੀ ਦਾ ਰੱਖ ਵਿਚ ਪੈਰ ਪਾਈਏ, ਨਾਹੀਂ ਹੋਰ ਕਿਸੇ ਇਥੇ ਆਵਣਾ ਵੇ
ਸੱਪ ਨਸ ਜਾਏ, ਛਾਲ ਮਾਰ ਜਾਏ, ਖਰਾ ਔਖੜਾ ਚਿਲ੍ਹਾ ਜਗਾਵਣਾ ਵੇ
ਲਿਖਿਆ ਸੱਤ ਸੈ ਵਾਰ ਕੁਰਾਨ ਅੰਦਰ, ਨਹੀਂ ਛੱਡ ਨਿਮਾਜ਼ ਪਛੁਤਾਵਣਾ ਵੇ
ਵਾਰਿਸ ਸ਼ਾਹ ਕੋਈ ਦਿਨ ਬੰਦਗੀ ਕਰ, ਵਤ ਨਹੀਂ ਜਹਾਨ ਤੇ ਆਵਣਾ ਵੇ

ਸ਼ਾਇਰ

579

ਸਹਿਤੀ ਕੁੜੀ ਨੂੰ ਸੱਦ ਕੇ ਸੌਂਪਿਓ ਨੇ, ਮੰਜੀ ਵਿਚ ਦਲਾਨ ਦੇ ਪਾਇ ਕੇ ਤੇ
ਪਿੰਡੋਂ ਬਾਹਰ ਡੂੰਮਾਂ ਦਾ ਕੋਠੜਾ ਸੀ, ਓਥੇ ਦਿੱਤੀ ਨੇ ਪਲੰਘ ਵਿਛਾਇ ਕੇ ਤੇ
ਜੋਗੀ ਪਲੰਘ ਦੇ ਪਾਸ ਬਹਾਇਓ ਨੇ, ਆ ਬੈਠਾ ਏ ਸ਼ਗਨ ਮਨਾਇ ਕੇ ਤੇ
ਨਾਢੂ ਸ਼ਾਹ ਬਣਿਆ, ਮਸਤ ਹੋਇ ਆਸ਼ਕ, ਮਾਸ਼ੂਕ ਨੂੰ ਪਾਸ ਬਹਾਇ ਕੇ ਤੇ
ਖੇੜੇ ਆਪ ਜਾ ਘਰੀਂ ਬੇਫ਼ਿਕਰ ਸੁੱਤੇ, ਤਾਮਾ ਬਾਜ਼ ਦੇ ਹੱਥ ਫੜਾਇ ਕੇ ਤੇ
ਸਿਰ ਤੇ ਹੋਵਣੀ ਆਣ ਕੇ ਕੂਕਦੀ ਸੀ, ਚੁਟਕੀ ਮਾਰ ਕੇ ਹੱਥ ਬੰਨ੍ਹਾਇ ਕੇ ਤੇ
ਉਸ ਖੇਹ ਸਿਰ ਘੱਤ ਕੇ ਪਿੱਟਣਾ ਹੈ, ਜਿਹੜਾ ਆਇਆ ਧੜੀ ਬੰਨ੍ਹਾਇ ਕੇ ਤੇ
ਵਾਰਿਸ ਸ਼ਾਹ ਹੁਣ ਤਿਨ੍ਹਾਂ ਨੇ ਵੈਣ ਕਰਨੇ, ਜਿਨ੍ਹਾਂ ਵਿਆਹੀਉਂ ਘੋੜੀਆਂ ਗਾਇ ਕੇ ਤੇ

ਪੀਰ ਦੀ ਯਾਦ

580

ਅੱਧੀ ਰਾਤ ਰਾਂਝੇ ਪੀਰ ਯਾਦ ਕੀਤੇ, ਤੁਰਰਾ ਖ਼ਿਜ਼ਰ ਦਾ ਹੱਥ ਲੈ ਬੋਲਿਆ ਈ
ਸ਼ੱਕਰ ਗੰਜ ਦਾ ਪਕੜ ਰੁਮਾਲ ਚੁੰਮੇ, ਮੁਗਦਰ ਲਾਲ ਸ਼ਾਹਬਾਜ਼ ਦਾ ਤੋਲਿਆ ਈ
ਖੰਜਰ ਕਫ਼ ਮਖ਼ਦੂਮ ਜਹਾਨੀਏ ਦਾ, ਵਿੱਚੋਂ ਰੂਹ ਰੰਝੇਟੇ ਦਾ ਡੋਲਿਆ ਈ
ਪੀਰ ਬਹਾਉਦੀਨ ਜ਼ਕਰੀਏ ਧਮਕ ਦਿੱਤੀ, ਕੰਧ ਢਾਹ ਕੇ ਰਾਹ ਨੂੰ ਖੋਲ੍ਹਿਆ ਈ
ਖੂੰਡੀ ਸੱਯਦ ਜਲਾਲ ਬੁਖ਼ਾਰੀਏ ਦੀ, ਵਿਚੋਂ ਮੁਸ਼ਕ ਤੇ ਇਤਰ ਦੇ ਝੋਲਿਆ ਈ
ਜਾ ਬੈਠਾ ਸੈਂ ਕਾਸਨੂੰ ਉੱਠ ਜੱਟਾ, ਸਵੀਂ ਨਹੀਂ ਤੇਰਾ ਰਾਹ ਖੋਲ੍ਹਿਆ ਈ
ਵਾਰਿਸ ਸ਼ਾਹ ਪਛਤਾਵਸੇਂ ਬੰਦਗੀ ਨੂੰ, ਅਜ਼ਰਾਈਲ ਜਾਂ ਧੌਣ ਚੜ੍ਹ ਬੋਲਿਆ ਈ

ਸਹਿਤੀ

581

ਨਿਕਲ ਕੋਠਿਓਂ ਟੁਰਨ ਨੂੰ ਤਿਆਰ ਹੋਇ, ਸਹਿਤੀ ਆਣ ਹਜ਼ੂਰ ਸਲਾਮ ਕੀਤਾ
ਬੇੜਾ ਲਾ ਬੰਨੇ ਅਸਾਂ ਆਜਜ਼ਾਂ ਦਾ, ਰੱਬ ਫਜ਼ਲ ਤੇਰੇ ਉੱਤੇ ਆਮ ਕੀਤਾ
ਮੇਰਾ ਯਾਰ ਮਿਲਾਵਣਾ, ਵਾਸਤਾ ਈ, ਅਸਾਂ ਕੰਮ ਤੇਰੇ ਸਰੰਜਾਮ ਕੀਤਾ
ਭਾਬੀ ਹੱਥ ਫੜਾਇ ਕੇ ਟੋਰ ਦਿੱਤੀ, ਕੰਮ ਖੇੜਿਆਂ ਦਾ ਸਭ ਖ਼ਾਮ ਕੀਤਾ
ਤੇਰੇ ਵਾਸਤੇ ਮਾਪਿਆ ਨਾਲ ਕੀਤੀ, ਜੋ ਕੁਝ ਅਲੀ ਦੇ ਨਾਲ ਗੁਲਾਮ ਕੀਤਾ
ਜੋ ਕੁਝ ਹੋਣੀ ਨੇ ਸੀਤਾ ਦੇ ਨਾਲ ਕੀਤੀ, ਅਤੇ ਦਹਿਸਰੇ ਨਾਲ ਜੋ ਰਾਮ ਕੀਤਾ

ਵਾਰਿਸ ਆਪ ਜਿਸ ਤੇ ਮਿਹਰਬਾਨ ਹੋਵੇ, ਉਥੇ ਫਜ਼ਲ ਨੇ ਚਾਇ ਮੁਕਾਮ ਕੀਤਾ

ਰਾਂਝੇ ਦੀ ਦੁਆ

582

ਰਾਂਝੇ ਹੱਥ ਉਠਾਇਕੇ ਦੁਆ ਮੰਗੀ, ਰੱਬਾ! ਮੇਲਣਾ ਯਾਰ ਇਸ ਯਾਰਨੀ ਦਾ
ਇਸ ਹੁੱਬ ਦੇ ਨਾਲ ਹੈ ਕੰਮ ਕੀਤਾ, ਬੇੜਾ ਪਾਰ ਕਰਨਾ ਕੰਮ-ਸਾਰਨੀ ਦਾ
ਪੰਜਾਂ ਪੀਰਾਂ ਦੀ ਤੁਰਤ ਅਵਾਜ਼ ਹੋਈ, ਬੇੜਾ ਪਾਰ ਕੀਤਾ ਲੋਹੜੇ ਮਾਰਨੀ ਦਾ
ਫਜ਼ਲ ਰੱਬ ਕੀਤਾ, ਯਾਰ ਆਇ ਮਿਲਿਆ, ਉਸ 'ਸ਼ਾਹ ਮੁਰਾਦ' ਪੁਕਾਰਨੀ ਦਾ

ਮੁਰਾਦ ਦਾ ਬਲੋਚ ਆਉਣਾ

583

ਡਾਚੀ ਸ਼ਾਹ ਮੁਰਾਦ ਦੀ ਆਣਿ ਰਿੰਗੀ, ਉਤੋਂ ਬੋਲਿਆ ਸਾਈਂ-ਸਵਾਰੀਏ ਨੀ
ਸ਼ਾਲਾ ਢੁੱਕ ਆਵੀਂ ਹੁਸ਼! ਢੁੱਕ ਨੇੜੇ, ਆ ਚੜ੍ਹੀਂ ਕਚਾਵੇ ਤੇ ਡਾਰੀਏ ਨੀ
ਮੇਰੀ ਗਈ ਕਤਾਰ ਕੁਰਾਹ ਘੁੱਥੀ, ਕੋਈ ਮਿਹਰ ਕੀਤੋ ਟੂਣੇ-ਹਾਰੀਏ ਨੀ
ਵਾਇ ਸੂਈ ਦੀ ਬੋਤੜੀ ਏਹ ਡਾਚੀ, ਘਿੰਨ ਛਿੱਕ ਪਲਾਣੇ ਦੀ ਲਾੜੀਏ ਨੀ
ਵਾਰਿਸ ਸ਼ਾਹ ਲੰਗੂਰ ਦੀ ਭੈਣ ਦਲਦਲ, ਏਹ ਫ਼ਰਿਸਤਿਆਂ ਉਠ ਤੇ ਚਾੜ੍ਹੀਏ ਨੀ

ਸ਼ਾਇਰ

584

ਸਹਿਤੀ ਲਈ ਮੁਰਾਦ ਤੇ ਹੀਰ ਰਾਂਝੇ, ਰਵਾਂ ਹੋ ਚਲੇ ਲਾੜੇ ਲਾੜੀਆਂ ਨੀ
ਰਾਤੋ ਰਾਤ ਗਏ ਲੈ ਕੇ ਬਾਜ਼ ਕੂੰਜਾਂ, ਸਿਰੀਆਂ ਨਾਗਾਂ ਦੀਆਂ ਸ਼ੀਹਾਂ ਲਤਾੜੀਆਂ ਨੀ
ਆਪੋ-ਧਾਪ ਗਏ ਲੈ ਕੇ ਵਾਹੋ ਦਾਹੀ, ਬਘਿਆੜਾਂ ਤ੍ਰੰਡੀਆਂ ਪਾੜੀਆਂ ਨੀ
ਫ਼ਜ਼ਰ[1] ਹੋਈ, ਕਰਵਾਨ ਜਾਂ ਕਿਤੇ ਪਹੁੰਚੇ, ਵੇਖ ਖੇੜਿਆਂ ਵਾਹਰਾਂ ਚਾੜ੍ਹੀਆਂ ਨੀ
ਜੜ੍ਹ ਦੀਨ ਈਮਾਨ ਦੀਆਂ ਪੱਟਣੇ ਨੂੰ, ਏਹ ਮਹਿਰੀਆਂ ਤੇਜ਼ ਕੁਹਾੜੀਆਂ ਨੀ
ਮੀਆਂ, ਜਿਨ੍ਹਾਂ ਬੇਗਾਨੜੀ ਨਾਰਿ ਰਾਵੀ, ਮਿਲਣ ਦੋਜ਼ਖੀਂ ਤਾਉ ਚੁਹਾੜੀਆਂ ਨੀ
ਵਾਰਿਸ ਖੇੜਿਆਂ ਨਾਈ ਨਾਲ ਜੰਗ ਬੱਧਾ, ਆਪ ਕੂਲ ਮੁਨਾਇਕੇ ਦਾੜ੍ਹੀਆਂ ਨੀ

ਖੇੜਿਆ ਨੇ ਪਿੱਛਾ ਕਰਨਾ

585

ਇਕ ਜਾਣ ਭੰਨੇ ਬਹੁਤ ਨਾਲ ਖ਼ੁਸ਼ੀ, ਭਲਾ ਹੋਇਆ ਫ਼ਕੀਰ ਦੀ ਆਸ ਹੋਈ
ਇਕ ਜਾਣ ਰੋਂਦੇ ਜੂਹ ਖੇੜਿਆਂ ਦੀ, ਅੱਜ ਵੇਖੋ ਤੇ ਚੌੜ ਨਖਾਸ ਹੋਈ
ਇਕ ਲੈ ਡੰਡੇ ਨੰਗੇ ਜਾਣ ਭੱਜੇ, ਯਾਰੋ ਪਈ ਸੀ ਹੀਰ ਉਦਾਸ ਹੋਈ
ਇਕ ਚੁਤੜ ਵਜਾਂਵਦੇ ਫਿਰਨ ਭੌਂਦੇ, ਜੁ ਮੁਰਾਦ ਫ਼ਕੀਰਾਂ ਦੀ ਰਾਸ ਹੋਈ

---

1. ਸਵੇਰ

ਵਾਰਿਸ ਸ਼ਾਹ ਨਾ ਮੁੰਨਦਿਆਂ ਢਿੱਲ ਲਗਦੀ, ਜਦੋਂ ਉਸਤਰੇ ਨਾਲ ਤਰਾਸ਼ ਹੋਈ

ਮੁਰਾਦ ਨਾਲ ਮੁੱਠਭੇੜ

586

ਪਹਿਲੇ ਮਿਲੀ ਮੁਰਾਦ ਨੂੰ ਜਾ ਵਾਹਰ, ਅੱਗੋਂ ਕਟਕ ਬਲੋਚਾਂ ਨੇ ਚਾੜ੍ਹ ਦਿੱਤੇ
ਪਕੜ ਤਰਕਸਾਂ ਅਤੇ ਕਮਾਨ ਦੌੜੇ, ਖੇੜੇ ਨਾਲ ਹਥਿਆਰਾਂ ਦੇ ਗਾੜ੍ਹ ਦਿੱਤੇ
ਮਾਰ ਬਰਛੀਆਂ ਆਣ ਬਲੋਚ ਕੜਕੇ, ਤੇਗਾਂ ਮਾਰ ਕੇ ਵਾਹਰੂ ਝਾੜ ਦਿੱਤੇ
ਮਾਰ ਨਾਵਕਾਂ, ਮੋਰਚੇ ਭੰਨ ਦਿੱਤੇ, ਮਾਰ ਝਾੜ ਕੇ ਪਿੰਡ ਵਿਚ ਵਾੜ ਦਿੱਤੇ
ਵਾਰਿਸ ਸ਼ਾਹ ਜਾਂ ਰੱਬ ਨੇ ਮਿਹਰ ਕੀਤੀ, ਬੱਦਲ ਕਹਿਰ ਦੇ ਲੁਤਫ਼ ਨੇ ਪਾੜ ਦਿੱਤੇ

ਵਾਹਰ ਨੇ ਰਾਂਝੇ ਦਾ ਪਿੱਛਾ ਕਰਨਾ

587

ਦੂਈਆਂ ਵਾਹਰਾਂ ਰਾਂਝੇ ਨੂੰ ਜਾ ਮਿਲੀਆਂ, ਸੁੱਤਾ ਪਿਆ ਉਜਾੜ ਵਿਚ ਘੇਰਿਓ ਨੇ
ਡੰਡ ਮਾਰ ਕੇ, ਬਰਛੀਆਂ ਫੇਰਦੇ ਨੇ, ਘੋੜੇ ਵਿਚ ਮੈਦਾਨ ਦੇ ਫੇਰਿਓ ਨੇ
ਸਿਰ ਹੀਰ ਦੇ ਪੱਟ ਤੇ ਰੱਖ ਸੁੱਤਾ, ਸੱਪ ਮਾਲ ਤੋਂ ਆਣ ਕੇ ਛੇੜਿਓ ਨੇ
ਹੀਰ ਪਕੜ ਲਈ, ਰਾਂਝਾ ਕੈਦ ਕੀਤਾ, ਵੇਖੋ ਜੋਗੀ ਨੂੰ ਆਣ ਕੇ ਘੇਰਿਓ ਨੇ
ਲਾਹ ਸੇਲ੍ਹੀਆਂ ਬੰਨ੍ਹ ਕੇ ਹੱਥ ਦੋਵੇਂ, ਪਿੰਡਾ ਚਾਬਕਾਂ ਨਾਲ ਉਚੇੜਿਓ ਨੇ
ਵਾਰਿਸ ਸ਼ਾਹ ਫ਼ਕੀਰ ਅੱਲਾਹ ਦੇ ਨੂੰ, ਮਾਰ ਮਾਰ ਕੇ ਚਾਇ ਖਦੇੜਿਓ ਨੇ

ਹੀਰ

588

ਹੀਰ ਆਖਿਆ ਸੁੱਤੇ ਸੋ ਸੱਭ ਮੁੱਠੇ, ਨੀਂਦ ਮਾਰਿਆ ਰਾਜਿਆਂ ਰਾਣਿਆਂ ਨੂੰ
ਨੀਂਦ ਵਲੀ ਤੇ ਗ਼ੌਸ ਤੇ ਕੁਤਬ ਮਾਰੇ, ਨੀਂਦ ਲੁੱਟਿਆ ਰਾਹ ਪੰਧਾਣਿਆਂ ਨੂੰ
ਏਸ ਨੀਂਦ ਨੇ ਸ਼ਾਹ ਫ਼ਕੀਰ ਕੀਤੇ, ਬੈਠੇ ਰੋਂਦੇ ਨੇ ਵਕਤ ਵਿਹਾਣਿਆਂ ਨੂੰ
ਨੀਂਦ ਪੀਰ ਤੇ ਦੇਉ ਇਮਾਮ ਕੁੱਠੇ, ਨੀਂਦ ਮਾਰਿਆ ਵੱਡੇ ਸਿਆਣਿਆਂ ਨੂੰ
ਸੁੱਤੇ ਸੋਇ ਵਿਗੁੱਤੜੇ ਅਦਮ ਵਾਂਗੂੰ, ਗ਼ਾਲਬ ਨੀਂਦ ਹੈ ਵੈਦਾਂ ਰੰਜਾਣਿਆਂ ਨੂੰ
ਨੀਂਦ ਭੱਠ ਸੌਂਪੀ ਸੁਲੇਮਾਨ ਤਾਈਂ, ਦੇਂਦੀ ਨੀਂਦ ਛੁਡਾਇ ਟਿਕਾਣਿਆਂ ਨੂੰ
ਨੀਂਦ ਪੁੱਤਰ ਯਾਕੂਬ ਦਾ ਖੂਹ ਪਾਇਆ, ਸੁਣਿਆ ਹੋਸੀਆਂ ਯੂਸਫ-ਵਾਣਿਆਂ ਨੂੰ
ਨੀਂਦ ਜ਼ਿਬ੍ਹਾ ਕੀਤਾ ਇਸਮਾਈਲ ਤਾਈਂ, ਯੂਨਸ ਪੇਟ ਮੱਛੀ ਵਿਚ ਪਾਣਿਆਂ ਨੂੰ
ਨੀਂਦ ਫ਼ਜਰ ਦੀ ਕਜ਼ਾ ਨਮਾਜ਼ ਕਰਦੀ, ਸ਼ੈਤਾਨ ਦੇ ਤੰਬੂਆਂ ਤਾਣਿਆਂ ਨੂੰ
ਨੀਂਦ ਵੇਖ ਜੋ ਸੱਸੀ ਨੂੰ ਵਖਤ ਪਾਇਆ, ਫਿਰੇ ਢੂੰਡਦੀ ਮਾਰੂ ਮਿਹਮਾਣਿਆਂ ਨੂੰ
ਰਾਂਝੇ ਹੀਰ ਨੂੰ ਬੰਨ੍ਹ ਕੇ ਤੁਰੇ ਖੇੜੇ, ਦੋਵੇਂ ਰੋਂਦੇ ਨੇ ਵਖਤ ਵਿਹਾਣਿਆਂ ਨੂੰ
ਸਾਢੇ ਤਿੰਨ ਹੱਥ ਮਿਲਖ ਜ਼ਿਮੀਨ ਤੇਰੀ, ਵਾਰਿਸ ਸ਼ਾਹ ਕਿਉਂ ਵਲੇਂ ਵਲਾਣਿਆਂ ਨੂੰ

ਹੀਰ ਦੀਆਂ ਜੋਗੀ ਨੂੰ ਮੱਤਾਂ

589

ਹਾਏ, ਹਾਏ ਮੁੱਠੀ ਮਤ ਨਾਂਹ ਲਈਆਂ, ਦਿੱਤੀ ਅਕਲ ਹਜ਼ਾਰ ਜੋਗੇਟਿਆ ਵੇ
ਵੱਸ ਪਇਓਂ ਤੂੰ ਵੈਰੀਆਂ ਸਾਂਵਿਆਂ ਦੇ, ਕੇਹੀ ਵਾਹ ਹੁਣ ਮੁਸ਼ਕ-ਲਪੇਟਿਆ ਵੇ
ਜਿਹੜਾ ਖਿੰਡਿਆ ਵਿਚ ਜਹਾਨ ਝੇੜਾ, ਨਾਹੀਂ ਜਾਵਣਾ ਮੂਲ ਸਮੇਟਿਆ ਵੇ
ਰਾਜਾ ਅਦਲੀ ਤਖ਼ਤ 'ਤੇ ਅਦਲ[1] ਕਰਦਾ, ਖੜੀ ਬਾਂਹ ਕਰ ਕੂਕ ਰੰਝੇਟਿਆਂ ਵੇ
ਬਿਨਾਂ ਅਮਲ ਦੇ ਨਹੀਂ ਨਜਾਤ ਤੇਰੀ, ਪਿਆ ਮਾਰੀਏਂ ਕੁਤਬ ਦਿਆਂ ਬੇਟਿਆ ਵੇ
ਨਹੀਂ ਹੂਰ ਬਹਿਸ਼ਤ ਦੀ ਹੋਇ ਜਾਂਦਾ, ਗਧਾ ਜ਼ਰੀ ਦੇ ਨਾਲ ਲਪੇਟਿਆ ਵੇ
ਅਸਰ ਸੁਹਬਤਾਂ ਕੇ ਕਰ ਜਾਣ ਗ਼ਲਬਾ, ਜਾ ਰਾਜੇ ਦੇ ਪਾਸ ਜਟੇਟਿਆ ਵੇ
ਵਾਰਿਸ ਸ਼ਾਹ ਮੀਆਂ ਤਾਂਬਾ ਹੋਇ ਸੁਇਨਾ, ਜਦੋਂ ਕੀਮੀਆਂ ਦੇ ਨਾਲ ਭੇਟਿਆ ਵੇ

ਜੋਗੀ ਦੀ ਕੂਕ

590

ਕੂ ਕੂ ਕੀਤਾ ਕੂਕ ਕੂਕ ਰਾਂਝੇ, ਉੱਚਾ ਕੂਕਦਾ ਚਾਂਘਰਾਂ ਧ੍ਰਾਸਦਾ ਈ
ਬੂ ਬੂ ਮਾਰ ਲਲਕਾਰਾ ਕਰੇ ਧੁੰਮਾਂ, ਰਾਜੇ ਪੁੱਛਿਆ ਸ਼ੋਰ ਇਹ ਕਾਸ ਦਾ ਈ
ਰਾਂਝੇ ਆਖਿਆ ਰਾਜਿਆ! ਚਿਰੀ ਜੀਵੇਂ, ਕਰਮ ਰੱਬ ਦਾ ਫ਼ਿਕਰ ਗ਼ਮ ਕਾਸ ਦਾ ਈ
ਹੁਕਮ ਮੁਲਕ ਦਿੱਤਾ ਤੈਨੂੰ ਰੱਬ ਸੱਚੇ, ਤੇਰਾ ਰਾਜ ਤੇ ਹੁਕਮ ਅਰਾਸਤਾ ਈ
ਤੇਰੀ ਧਾਕ ਪਈ ਰੂਮ ਸ਼ਾਮ ਅੰਦਰ, ਬਾਦਸ਼ਾਹ ਡਰੇ ਆਸ ਪਾਸ ਦਾ ਈ
ਤੇਰੇ ਰਾਜ ਵਿਚ ਬਿਨਾਂ ਤਕਸੀਰ[2] ਲੁੱਟਿਆ, ਨਾ ਗੁਨਾਹ ਤੇ ਨ ਕੋਈ ਵਾਸਤਾ ਈ
ਮੱਖੀ ਫਸਦੀ ਸ਼ਹਿਦ ਵਿਚ ਹੋਇ ਨੇੜੇ, ਵਾਰਿਸ ਸ਼ਾਹ ਇਉ ਜੱਗ ਤੇ ਫਾਸਦਾ ਈ

ਅਦਲੀ ਦਾ ਹੁਕਮ

591

ਰਾਜੇ ਹੁਕਮ ਕੀਤਾ ਚੜ੍ਹੀ ਫੌਜ ਬਾਂਕੀ, ਆ ਰਾਹ ਵਿਚ ਘੇਰਿਆ ਖੇੜਿਆਂ ਨੂੰ
ਤੁਸੀਂ ਹੋਇ ਸਿੱਧੇ ਚਲੋ ਪਾਸ ਰਾਜੇ, ਛੱਡ ਦੇਹੋ ਖਾਂ ਛਲਾਂ ਦਰੇੜਿਆਂ ਨੂੰ
ਰਾਜੇ ਆਖਿਆ ਚੋਰ ਨਾ ਜਾਣ ਪਾਵੇ, ਐਵੇਂ ਕਰਦੇ ਝਗੜਿਆ ਝੇੜਿਆਂ ਨੂੰ
ਪਕੜ ਵਿਚ ਹਜੂਰ ਦੇ ਲਿਆਓ ਹਾਜ਼ਰ, ਰਾਹਜ਼ਨਾਂ ਤੇ ਖੌਰੂਆਂ ਖੇੜਿਆਂ ਨੂੰ
ਬੰਨ੍ਹ ਖੜਾਂਗੇ ਇਕੇ ਤਾਂ ਚਲੋ ਆਪੇ, ਨਾਹੀਂ ਜਾਣਦੇ ਅਸੀਂ ਬਿਖੇੜਿਆਂ ਨੂੰ
ਵਾਰਿਸ ਸ਼ਾਹ ਚੰਦ ਸੂਰਜ ਗ੍ਰਹਿਣ ਲਗੇ, ਉਹ ਵੀ ਫੜੇ ਨੇ ਆਪਣੇ ਫੇੜਿਆਂ ਨੂੰ

---

1. ਇਨਸਾਫ਼, 2. ਗੁਨਾਹ

ਖੇੜੇ ਫੜੇ ਗਏ

592

ਖੇੜੇ ਰਾਜੇ ਦੇ ਆਣ ਹਜ਼ੂਰ ਕੀਤੇ, ਸੂਰਤ ਬਣੇ ਨੀ ਆਣ ਫ਼ਰਿਆਦੀਆਂ ਦੇ
ਰਾਂਝੇ ਆਖਿਆ ਖੋਹ ਲੈ ਚਲੇ ਨੱਢੀ, ਏਹ ਖੌਹਰੂ ਪਰ੍ਹੇ ਬੇਦਾਦੀਆਂ ਦੇ
ਮੈਥੋਂ ਖੋਹ ਫ਼ਕੀਰਨੀ ਉੱਠ ਨੱਠੇ, ਜਿਵੇਂ ਪੈਸਿਆਂ ਨੂੰ ਡੂਮ ਸ਼ਾਦੀਆਂ ਦੇ
ਮੇਰਾ ਨਿਆਉਂ ਤੇਰੇ ਅੱਗੇ ਰਾਇ ਸਾਹਿਬ, ਏਹ ਵੱਡੇ ਦਰਬਾਰ ਨੇ ਆਦੀਆਂ ਦੇ
ਚਿੱਟੀਆਂ ਦਾੜ੍ਹੀਆਂ ਪਗੜੀਆਂ ਵੇਖ ਭੁੱਲੇ, ਸ਼ੈਤਾਨ ਨੇ ਅੰਦਰੋਂ ਵਾਦੀਆਂ ਦੇ
ਵਾਰਿਸ ਬਾਹਰੋਂ ਸੋਹਣੇ ਸਿਆਹ ਅੰਦਰੋਂ, ਤੰਬੂ ਹੋਣ ਜਿਵੇਂ ਮਾਲਜ਼ਾਦੀਆਂ ਦੇ

ਖੇੜਿਆਂ ਦੀ ਫਰਿਆਦ

593

ਖੇੜਿਆਂ ਜੋੜ ਕੇ ਹੱਥ ਫ਼ਰਿਆਦ ਕੀਤੀ, ਨਾਹੀਂ ਵਕਤ ਏਹ ਜ਼ੁਲਮ ਕਮਾਵਣੇ ਦਾ
ਏਹ ਠੱਗ ਹੈ ਮਾਂਦਰੀ ਵੱਡਾ ਖੋਟਾ, ਸਿਹਰ ਜਾਣਦਾ ਸਰ੍ਹੋਂ ਜਮਾਵਣੇ ਦਾ
ਵਿਹੜੇ ਵੜਦਿਆਂ ਨੱਢੀ ਮੋਹ ਲੈਂਦਾ, ਇਹ ਥੇ ਇਲਮ ਜੋ ਰੰਨ ਵਲਾਵਣੇ ਦਾ
ਸਾਡੀ ਨੂੰਹ ਨੂੰ ਇਕ ਸੀ ਸੱਪ ਲੜਿਆ, ਉਹ ਵਕਤ ਸੀ ਮਾਂਦਰੀ ਲਿਆਵਣੇ ਦਾ
ਸਹਿਤੀ ਦੱਸਿਆ ਜੋਗੀਅੜਾ ਬਾਗ ਕਾਲੇ, ਢੱਬ ਜਾਣਦਾ ਝਾੜਿਆ ਪਾਵਣੇ ਦਾ
ਮੰਤਰ ਝਾੜਨੇ ਨੂੰ ਅਸਾਂ ਸੱਦ ਆਂਦਾ, ਸਾਨੂੰ ਕੰਮ ਸੀ ਜਿੰਦ ਛੁਡਾਵਣੇ ਦਾ
ਲੈਂਦਾ ਦੋਹਾਂ ਨੂੰ ਰਾਤੋ ਹੀ ਰਾਤ ਨੱਠਾ, ਦਾਉ ਲੱਗਾ ਸੂ ਰੰਨ ਖਿਸਕਾਵਣੇ ਦਾ
ਵਿਚੋਂ ਚੋਰ ਤੇ ਬਾਹਰੋਂ ਸਾਧ ਦਿਸੇ, ਇਸ ਥੇ ਵੱਲ ਹੈ ਭੇਖ ਵਟਾਵਣੇ ਦਾ
ਰਾਜੇ ਚੋਰਾਂ ਤੇ ਯਾਰਾਂ ਨੂੰ ਮਾਰਦੇ ਨੇ, ਸੂਲੀ ਰਸਮ ਹੈ ਚੋਰ ਚੜ੍ਹਾਵਣੇ ਦਾ
ਭਲਾ ਕਰੋ ਤਾਂ ਇਸ ਨੂੰ ਮਾਰ ਸੁੱਟੋ, ਹੁਕਮ ਆਇਆ ਹੈ ਚੋਰ ਮੁਕਾਵਣੇ ਦਾ
ਬਾਦਸ਼ਾਹ ਥੋਂ ਅਦਲ ਹੀ ਪੁਛੀਏਗਾ, ਵਕਤ ਆਵਸੀ ਅਮਲ ਤੁਲਾਵਣੇ ਦਾ
ਵਾਰਿਸ ਕਰੋ ਤੁਮ ਸੱਚ ਨਿਆਉਂ ਸਾਡਾ, ਹੋਰ ਕਰੋ ਨਾ ਕੰਮ ਵਲਾਵਣੇ ਦਾ

ਰਾਂਝਾ

594

ਰਾਂਝੇ ਆਖਿਆਂ ਸੋਹਣੀ ਰੰਨ ਡਿੱਠੀ, ਮਗਰ ਲੱਗ ਮੇਰੇ ਆਇ ਘੇਰਿਆ ਨੇ
ਨੱਠਾ ਖੌਫ਼ ਥੀਂ ਇਹ ਸਨ ਦੇਸ ਵਾਲੇ, ਪਿਛੇ ਕਟਕ ਅਜ਼ਗੈਬ ਦਾ ਛੇੜਿਆ ਨੇ
ਪੰਜਾਂ ਪੀਰਾਂ ਦੀ ਏਹ ਮੁਜਾਉਰਨੀ ਏ, ਏਹਨਾਂ ਕਿਧਰੋਂ ਸਾਕ ਸਹੇੜਿਆਂ ਨੇ
ਸੱਭਾ ਰਾਜਿਆਂ ਇਨ੍ਹਾਂ ਨੂੰ ਧੱਕ ਦਿੱਤਾ, ਤੇਰੇ ਦੇਸ ਵਿਚ ਆਣ ਕੇ ਛੇੜਿਆ ਨੇ
ਵੇਖੋ ਵਿਚ ਦਰਬਾਰ ਦੇ ਝੂਠ ਬੋਲਣ, ਕੋਈ ਵੱਡਾ ਹੀ ਫੇੜਨਾ ਫੇੜਿਆ ਨੇ
ਮਜਰੂਹ ਸਾਂ ਗ਼ਮਾਂ ਦੇ ਨਾਲ ਭਰਿਆ, ਮੇਰਾ ਅੱਲੜਾ ਘਾਉ ਉਚੇੜਿਆ ਨੇ
ਕੋਈ ਰੋਜ਼ ਜਹਾਨ ਤੇ ਵਾਉ ਲੈਣੀ, ਭਲਾ ਹੋਇਆ ਨਾ ਚਾਇ ਨਿਬੇੜਿਆ ਨੇ
ਆਪ ਵਾਰਸੀ ਬਣੇ ਇਸ ਵਹੁਟੜੀ ਦੇ, ਮੈਨੂੰ ਮਾਰ ਕੇ ਚਾਇ ਖਦੇੜਿਆ ਨੇ

ਰਾਜਾ ਪੁੱਛਦਾ ਕਰਾਂ ਮੈਂ ਕਤਲ ਸਾਰੇ, ਤੇਰੀ ਚੀਜ਼ ਨੂੰ ਜ਼ਰਾ ਜੇ ਛੇੜਿਆ ਨੇ
ਸੱਚ ਆਖ ਤੂੰ ਖੋਲ੍ਹ ਕੇ ਕਰਾਂ ਪੁਰਜ਼ੇ, ਕੋਈ ਬੁਰਾ ਇਸ ਨਾਲ ਜੇ ਫੇੜਿਆ ਨੇ
ਛੱਡ ਅਰਲੀਆਂ ਜੋਗ ਭਜਾ ਨੱਠੇ, ਪਰ ਖੂਹ ਨੂੰ ਅਜੇ ਨ ਗੇੜਿਆ ਨੇ
ਵਾਰਿਸ ਸ਼ਾਹ ਮੈਂ ਗਿਰਦ ਹੀ ਰਿਹਾ ਭਾਉਂਦਾ, ਸੁਰਮੇ ਸੁਰਮਚੂ ਨਾਹਿ ਲਿਬੇੜਿਆ ਨੇ

ਰਾਜਾ ਅਦਲੀ

595

ਰਾਜੇ ਆਖਿਆ ਤੁਸਾਂ ਤਕਸੀਰ ਕੀਤੀ, ਏਹ ਵੱਡਾ ਫ਼ਕੀਰ ਰਿੰਞਾਣਿਆ ਜੇ
ਨੱਕ ਕੰਨ ਵਢਾਇਕੇ ਦਿਆਂ ਸੂਲੀ, ਐਵੇਂ ਗਈ ਇਹ ਗੱਲ ਨਾ ਜਾਣਿਆ ਜੇ
ਰੱਜੇ ਜੱਟ ਨਾ ਜਾਣਦੇ ਕਿਸੇ ਤਾਈਂ, ਤੁਸੀਂ ਆਪਣੀ ਕਦਰ ਪਛਾਣਿਆ ਜੇ
ਰੰਨਾਂ ਖੋਹ ਫ਼ਕੀਰਾਂ ਦੀ ਰਾਹ ਮਾਰੋ, ਤੰਬੂ ਕਿਬਰ ਗ਼ੁਮਾਨ ਦਾ ਤਾਣਿਆ ਜੇ
ਰਾਤੀਂ ਚੋਰ ਤੇ ਦਿਨੇਂ ਉਧਾਲਿਆਂ 'ਤੇ, ਸ਼ੈਤਾਨ ਵਾਂਗੂ ਜੱਗ ਰਾਣਿਆ ਜੇ
ਕਾਜ਼ੀ ਸ਼ਰ੍ਹਾ ਦਾ ਤੁਸਾ ਨੂੰ ਕਰੇ ਝੂਠਾ, ਮੌਜ ਸੂਲੀਆਂ ਦੀ ਤੁਸੀਂ ਮਾਣਿਆ ਜੇ
ਇਹ ਨਿੱਤ ਹੰਕਾਰ ਨਾ ਮਾਲ ਰਹਿੰਦੇ, ਕਦੀ ਮੌਤ ਤਹਿਕੀਕ ਪਛਾਣਿਆ ਜੇ
ਵਾਰਿਸ ਸ਼ਾਹ ਸਰਾਇ ਦੀ ਰਾਤ ਵਾਂਗੂੰ, ਦੁਨੀਆਂ ਖ਼ਾਬ ਖਿਆਲ ਹੀ ਜਾਣਿਆ ਜੇ

ਕਾਜ਼ੀ

596

ਜਦੋਂ ਸ਼ਰ੍ਹਾ ਤੇ ਆਇਕੇ ਰੁਜੂਹ ਹੋਏ, ਕਾਜ਼ੀ ਆਖਿਆ, ਕਰੋ ਬਿਆਨ ਮੀਆਂ
ਦਿਓ ਖੋਲ੍ਹ ਸੁਣਾਇਕੇ ਬਾਤ ਸਾਰੀ, ਕਰਾਂ ਉਮਰ ਖਿਤਾਬ ਦਾ ਨਿਆਂ ਮੀਆਂ
ਖੇੜੇ ਆਖਿਆ ਹੀਰ ਸੀ ਸਾਕ ਚੰਗਾ, ਘਰ ਚੂਚਕ ਸਿਆਲ ਦੇ ਜਾਣ ਮੀਆਂ
ਅੱਜੂ ਖੇੜੇ ਦੇ ਪੁੱਤਰ ਨੂੰ ਖ਼ੈਰ ਕੀਤਾ,ਹੋਰ ਲਾਇ ਥੱਕੇ ਲੋਕ ਤਾਣ ਮੀਆਂ
ਜੰਞ ਜੋੜ ਕੇ ਅਸਾਂ ਵਿਆਹ ਆਂਦੀ, ਟਕੇ ਖਰਚ ਕੀਤੇ ਖ਼ੈਰ ਦਾਨ ਮੀਆਂ
ਲੱਖ ਆਦਮਾਂ ਦੇ ਢੁੱਕੀ ਪ੍ਰਿਥਮੀ ਸੀ, ਹਿੰਦੂ ਜਾਣਦੇ ਤੇ ਮੁਸਲਮਾਨ ਮੀਆਂ
ਜਦ ਰਸਮ ਕੀਤੀ,ਮੁੱਲਾਂ ਸੱਦ ਆਂਦਾ, ਜਿਸ ਹਿਫਜ਼ ਸੀ ਸਭ ਕੁਰਾਨ ਮੀਆਂ
ਮੁੱਲਾਂ ਸ਼ਾਹਦਾਂ ਨਾਲ ਵਕੀਲ ਕੀਤੇ, ਜਿਵੇਂ ਲਿਖਿਆ ਵਿੱਚ ਫੁਰਕਾਨ ਮੀਆਂ
ਅਸਾਂ ਲਾਇ ਕੇ ਦੰਮ ਵਿਆਹ ਆਂਦੀ, ਦੇਸ ਮੁਲਕ ਰਿਹਾ ਸਭੋ ਜਾਣ ਮੀਆਂ
ਰਾਵਣ ਵਾਂਗ ਲੈ ਚਲਿਆ ਸੀਤਾ ਤਾਂਈਂ, ਇਹ ਛੋਹਰਾ ਤੇਜ਼ ਜ਼ਬਾਨ ਮੀਆਂ
ਵਾਰਿਸ ਸ਼ਾਹ ਨੂੰਹ ਰਹੇ ਜੋ ਕਿਵੇਂ ਸਾਥੇ, ਰੱਬ ਸੱਭਾ ਦਾ ਰਖੇ ਈਮਾਨ ਮੀਆਂ

ਅਦਲੀ ਰਾਜਾ

597

ਰਾਂਝਾ ਆਖਦਾ, 'ਪੁਛੋ ਖਾਂ ਇਹ ਛਾਪਾ, ਕਿੱਥੋਂ ਦਾਮਨੇ ਨਾਲ ਚਮੋੜਿਆ ਜੇ
ਰਾਹ-ਜਾਂਦੜੇ ਪੈਣ ਨਾ ਕਿਸੇ ਚਿੰਬੜ, ਇਹ ਭੂਤਨਾ ਕਿੱਥੋਂ ਚੰਬੋੜਿਆ ਜੇ

ਸਾਰੇ ਮੁਲਕ ਜੋ ਝਗੜਦਾ ਨਾਲ ਫਿਰਿਆ, ਕਿਸੇ ਹਟਕਿਆ ਤੇ ਨਾਹੀਂ ਹੋੜਿਆ ਜੇ
ਵਾਰਿਸ ਸ਼ਾਹ ਕੁਸੰਭੇ ਦੇ ਫੋਗ ਵਾਂਗੂੰ, ਉਹਦਾ ਓੜਕਾਂ ਰਸਾ ਨਿਚੋੜਿਆ ਜੇ

ਖੇੜੇ

598

ਕਿਤੋਂ ਆਇਆ ਸੀ ਕਾਲ ਵਿਚ ਭੁੱਖ ਮਰਦਾ, ਇਹ ਚਾਕ ਸੀ ਮਹਰ ਦੀਆਂ ਖੋਲ੍ਹੀਆਂ ਦਾ
ਲੋਕ ਕਰਨ ਵਿਚਾਰ ਜਵਾਨ ਬੇਟੀ, ਉਹਨੂੰ ਫ਼ਿਕਰ ਸ਼ਰੀਕਾਂ ਦੀਆਂ ਬੋਲੀਆਂ ਦਾ
ਛੈਲ ਨੱਢੜੀ ਵੇਖ ਕੇ ਮਗਰ ਲੱਗਾ, ਹਿੱਲਿਆ ਹੋਇਆ ਸਿਆਲਾਂ ਦੀਆਂ ਗੋਲੀਆਂ ਦਾ
ਮਹੀਂ ਚਾਰ ਕੇ ਮੱਚਿਆ ਦਾਹਵਿਆਂ ਤੇ, ਹੋਇਆ ਵਾਰਿਸੀ, ਸਾਡੀਆਂ ਡੋਲੀਆਂ ਦਾ
ਮੌਜੂ ਚੌਧਰੀ ਦਾ ਪੁੱਤ ਆਖਦੇ ਸਨ, ਪਿੱਛ-ਲੱਗ ਹਜ਼ਾਰੇ ਦੇ ਢੋਲੀਆਂ ਦਾ
ਹੱਕ ਕਰੀਂ ਜੇ ਉਮਰ ਖ਼ਿਤਾਬ ਕੀਤਾ, ਹੱਥ ਵੱਢਣਾ ਝੂਠਿਆਂ ਰੋਲੀਆਂ ਦਾ
ਨੌਸ਼ੀਰਵਾ ਗਧੇ ਦਾ ਅਦਲ ਕੀਤਾ, ਅਤੇ ਕੰਜਰੀ ਅਦਲ ਤੰਬੋਲੀਆਂ ਦਾ
ਨਾਦ ਖੱਪਰੀ ਠੱਗੀ ਦੇ ਬਾਬ ਸਾਰੇ, ਚੇਤਾ ਕਰੇਂ ਧਿਆਨ ਜੇ ਝੋਲੀਆਂ ਦਾ
ਮੰਤਰ ਮਾਰ ਕੇ ਖੰਭ ਦਾ ਕਰੇਂ ਕੁੱਕੜ, ਹੀਰਾ ਨਿੰਮ ਦੀ ਕਰੇਂ ਨਮੋਲੀਆਂ ਦਾ
ਕੰਘੀ ਲੋਹੇ ਦੀ ਤਾਇ ਕੇ ਪਟੇ ਵਾਹੇ, ਏ ਸਰਦਾਰ ਹੈ ਵੱਡੇ ਗਪੋਲੀਆਂ ਦਾ
ਅੰਬਰ ਬੀਜ ਤੰਦੂਰ ਵਿਚ ਕਰੇ ਹਰਿਆ, ਬਣੇ ਮੱਕਿਓਂ ਬਾਲਕਾ ਔਲੀਆਂ ਦਾ
ਵਾਰਿਸ ਸ਼ਾਹ ਸਭ ਐਬ ਦਾ ਰੱਬ ਮਹਿਰਮ, ਐਵੇਂ ਸਾਂਗ ਹੈ ਪਗੜੀਆਂ ਪੋਲੀਆਂ ਦਾ

ਕਾਜ਼ੀ ਅਤੇ ਰਾਂਝਾ

599

ਕਾਜ਼ੀ ਆਖਿਆ, 'ਬੋਲ ਫ਼ਕੀਰ ਮੀਆਂ, ਛੱਡ ਝੂਠ ਦੇ ਦੱਬ ਦਬੇੜਿਆਂ ਨੂੰ
ਅਸਲ ਗੱਲ ਸੋ ਆਖ ਦਰਗਾਹ ਅੰਦਰ, ਨਾ ਕਰ ਜ਼ਿਕਰ ਤੂੰ ਝਗੜਿਆਂ ਝੇੜਿਆਂ ਨੂੰ
ਸਾਰੇ ਦੇਸ਼ ਵਿਚ ਠਿੱਠ ਹੋ ਸਣੇ ਨੱਢੀ, ਦੋਵੇਂ ਫੜੇ ਹੋ ਆਪਣੇ ਫੇੜਿਆਂ ਨੂੰ
ਪਿਛੇ ਮੇਲ ਕੇ ਚੋਇਆ ਰਿੜਕਿਆ ਈ, ਉਹ ਰੁਨਾਂ ਸੀ ਵਕਤ ਸਹੇੜਿਆਂ ਨੂੰ
ਇਹਨਾਂ ਜੱਟਾਂ ਦੀ ਸ਼ਰਮ ਸਭ ਲਾਹ ਸੁੱਟੀ, ਖਵਾਰ ਕੀਤਾ ਏ ਸਿਆਲਾਂ ਤੇ ਖੇੜਿਆਂ ਨੂੰ
ਪਹਿਲਾਂ ਮੱਚਿਆ ਆਣ ਕੇ ਦਾਅਵਿਆਂ ਤੇ, ਤੇ ਸਲਾਮ ਹੈ ਵਲਾਂ-ਛਲਾਂ ਤੇਰਿਆਂ ਨੂੰ
ਆਬੂ ਭੁੰਨਦਿਆਂ ਝਾੜ ਕੇ ਚੱਬ ਚੁੱਕੋਂ, ਹੁਣ ਵਹੁਟੜੀ ਦੇਹੁ ਚਾ ਖੇੜਿਆਂ ਨੂੰ
ਦੁਨੀਆਂਦਾਰ ਨੂੰ ਔਰਤਾਂ, ਜ਼ੁਹਦ ਫ਼ਕਰਾਂ, ਮੀਆਂ ਛੱਡ ਦੇ ਝਗੜਿਆਂ ਝੇੜਿਆਂ ਨੂੰ
ਆਉ ਵੇਖ ਲਉ ਗਿਣੀ ਸੁਣੀ ਵਾਲਿਓ ਵੇ, ਏਹ ਮੇਉ ਜੇ ਡੋਬਦੇ ਬੇੜਿਆਂ ਨੂੰ
ਕਾਜ਼ੀ ਬਹੁਤ ਜੇ ਆਂਵਦਾ ਤਰਸ ਤੈਨੂੰ, ਬੇਟੀ ਆਪਣੀ ਬਖਸ਼ ਦੇਹੁ ਖੇੜਿਆਂ ਨੂੰ
ਨਿੱਤ ਮਾਲ ਪਰਾਏ ਜੋ ਚੋਰ ਖਾਂਦੇ, ਏਹ ਦੱਸ ਮਸਲੇ ਰਾਹੀ ਪੇੜਿਆਂ ਨੂੰ
ਛੱਡ ਜਾ ਹਯਾ ਦੇ ਨਾਲ ਜੱਟੀ, ਨਹੀਂ ਜਾਣੀਏ ਦੂਰਿਆਂ ਮੇਰਿਆਂ ਨੂੰ
ਐਬੀ ਕੁੱਲ ਜਹਾਨ ਦੇ ਪਕੜੀਅਣਗੇ, ਵਾਰਿਸ ਸ਼ਾਹ ਫ਼ਕੀਰ ਦੇ ਫੇੜਿਆਂ ਨੂੰ

ਹੀਰ ਖੇੜਿਆਂ ਨੂੰ

600

ਕਾਜ਼ੀ ਖੋਹ ਦਿੱਤੀ ਹੀਰ ਖੇੜਿਆਂ ਨੂੰ, ਮਾਰੋ ਏਹ ਫ਼ਕੀਰ ਦੁਗੋਲੀਆ ਜੇ
ਵਿਚੋਂ ਚੋਰ ਤੇ ਯਾਰ ਤੇ ਲੁੱਚ ਲੁੰਡਾ, ਵੇਖੋ ਬਾਹਰੋਂ ਵਲੀ ਤੇ ਔਲੀਆ ਜੇ
ਦਗੇਦਾਰ ਤੇ ਝਾਗੜੂ ਕਲਾਕਾਰ, ਬਣਿਆ ਫਿਰੇ ਮਸ਼ਾਇਖ ਮੌਲੀਆ ਜੇ
ਜਦੋਂ ਦਗੇ ਤੇ ਆਵੇ ਤਾਂ ਸਫ਼ਾ ਗਾਲੇ, ਅੱਖੀਂ ਮੀਟ ਬਹੇਂ ਜਾਪੇ ਔਲੀਆ ਜੇ

601

ਹੀਰ ਖੋਹ ਖੇੜੇ ਤੁਰੇ ਵਾਹੋ-ਦਾਹੀ, ਰਾਂਝਾ ਰਿਹਾ ਮੂੰਹ ਕੱਜ ਹੈਰਾਨ ਯਾਰੋ
ਉੱਜੜ ਜਾਏ ਕਿ ਨਿੱਘਰੇ ਗ਼ਰਕ ਹੋਵੇ, ਵਿਹਲ ਦੇਸੁ ਨਾ ਜ਼ਿਮੀਂ ਅਸਮਾਨ ਯਾਰੋ
ਖੇਪ ਮਾਰੀਏ ਖੱਤਰੀ ਸਣੇ ਬੋਹਲ, ਹੁੱਕੇ ਅਮਲੀਆਂ ਦੇ ਰੁੜ੍ਹੇ ਜਾਣ ਯਾਰੋ
ਡੋਰਾਂ ਵੇਖ ਕੇ ਮੀਰ ਸ਼ਿਕਾਰ ਰੋਵਣ, ਹੱਥੋਂ ਜਿਨ੍ਹਾਂ ਦਿਉਂ ਬਾਜ਼ ਉੱਡ ਜਾਣ ਯਾਰੋ
ਉਨ੍ਹਾਂ ਹੋਸ਼ ਤੇ ਅਕਲ ਨਾ ਤਾਣ ਰਹਿੰਦਾ, ਸਿਰੀਂ ਜਿਨ੍ਹਾਂ ਦੇ ਪੈਣ ਵਦਾਣ ਯਾਰੋ
ਹੀਰ ਲਾਹ ਕੇ ਘੁੰਡ ਹੈਰਾਨ ਹੋਈ, ਸਤੀ ਚਿਖਾ ਦੇ ਵਿਚ ਮੈਦਾਨ ਯਾਰੋ
ਤਿੱਖਾਂ ਦੀਦੜਾ ਵਾਂਗ ਮਹਾਂਸਤੀ ਦੇ, ਮੱਲ ਖੜੀ ਸੀ ਇਸ਼ਕ ਮੈਦਾਨ ਯਾਰੋ
ਚੁੱਪ, ਸੁੰਨ ਹੋ ਬੋਲਣੋਂ ਰਹੀ ਜੱਟੀ, ਬਿਨਾਂ ਰੂਹ ਦੇ ਜਿਵੇਂ ਇਨਸਾਨ ਯਾਰੋ
ਵਿਚ ਓਢਣੀ ਸਹਿਮ ਦੇ ਨਾਲ ਛਪੀ, ਜਿਵੇਂ ਵਿਚ ਕ੍ਰਿਪਾਨ ਕਮਾਨ ਯਾਰੋ
ਵਾਰਿਸ ਸ਼ਾਹ ਦੋਵੇਂ ਪਰੇਸ਼ਾਨ ਹੋਏ, ਜਿਵੇਂ ਪੜ੍ਹੇ 'ਲਾਹੌਲ' ਸ਼ੈਤਾਨ ਯਾਰੋ

ਜੋਗੀ

602

ਰਾਂਝਾ ਆਖਦਾ ਜਾਹ ਕੀ ਵੇਖਦੀ ਹੈਂ, ਬੁਰਾ ਮੌਤ ਥੀਂ ਏਹ ਵਿਜੋਗ ਹੈ ਨੀ
ਪਏ ਧਾੜਵੀ ਲੁੱਟ ਲੈ ਚਲੇ ਮੈਨੂੰ, ਏਹ ਦੁਖ ਨ ਜਾਣਦਾ ਲੋਗ ਹੈ ਨੀ
ਮਿਲੀ ਸੈਦੇ ਨੂੰ ਹੀਰ ਤੇ ਸਵਾਹ ਮੈਨੂੰ, ਤੇਰੇ ਨਾਮ ਦਾ ਅਸਾਂ ਨੂੰ ਰੋਗ ਹੈ ਨੀ
ਬੁੱਕਲ ਲੇਫ ਦੀ ਤੇ ਜੱਫੀ ਵਹੁਟੀਆਂ ਦੀ, ਏਹ ਰੁੱਤ ਸਿਆਲ ਦਾ ਭੋਗ ਹੈ ਨੀ
ਸ਼ੌਂਕਣ ਰੰਨ, ਗੁਵਾਂਢ ਕੁੱਪਤਿਆਂ ਦਾ, ਭਲੇ ਮਰਦ ਦੇ ਬਾਬ ਦਾ ਰੋਗ ਹੈ ਨੀ
ਖੁਸ਼ੀ ਕਿਤ ਹੋਵਣ ਮਰਦ ਫੁੱਲ ਵਾਂਗੂ, ਘਰੀਂ ਜਿਨ੍ਹਾਂ ਦੇ ਨਿੱਤ ਦਾ ਸੋਗ ਹੈ ਨੀ
ਤਿਨ੍ਹਾਂ ਵਿਚ ਜਹਾਨ ਕੀ ਮਜ਼ਾ ਪਾਇਆ, ਗਲੀਂ ਜਿਨ੍ਹਾਂ ਦੇ ਰਸਿਆ ਜੋਗ ਹੈ ਨੀ
ਜਿਹੜਾ ਬਿਨਾਂ ਖੁਰਾਕ ਦੇ ਕਰੇ ਕੁਸ਼ਤੀ, ਉਸ ਮਰਦ ਨੂੰ ਜਾਣੀਏ ਫੋਗ ਹੈ ਨੀ
ਅਸਮਾਨ ਢਹਿ ਪਵੇ ਤਾਂ ਨਹੀਂ ਮਰਦੇ, ਬਾਕੀ ਜਿਨ੍ਹਾਂ ਦੀ ਜ਼ਮੀਨ 'ਤੇ ਚੋਗ ਹੈ ਨੀ
ਜਦੋਂ ਕਦੋਂ ਮਹਿਬੂਬ ਨਾ ਛੱਡਣਾ ਏ, ਕਾਲੇ ਨਾਗ ਖ਼ੁਦਾਇ ਦੇ ਜੋਗ ਹੈ ਨੀ
ਕੂੰਜ ਕਾਉਂ ਨੂੰ ਮਿਲੇ ਤੇ ਸ਼ੇਰ ਫਾਹੀ, ਵਾਰਿਸ ਸ਼ਾਹ ਏਹ ਧੁਰੋਂ ਸੰਜੋਗ ਹੈ ਨੀ

ਜੋਗੀ ਦਾ ਕ੍ਰੋਧ

603

ਬਰ ਵਕਤ ਜੇ ਫਜ਼ਲ ਦਾ ਮੀਂਹ ਵੁੱਠੇ, ਬੁਰਾ ਕੌਣ ਮਨਾਂਵਦਾ ਵੁੱਠਿਆਂ ਨੂੰ
ਲਬ ਯਾਰ ਦੇ ਆਬਿ ਹਯਾਤ ਬਾਝੋਂ, ਕੌਣ ਜ਼ਿੰਦਗੀ ਬਖਸ਼ਦਾ ਕੁੱਠਿਆਂ ਨੂੰ
ਦੋਵੇਂ ਆਹ ਫ਼ਿਰਾਕ ਦੀ ਮਾਰ ਲਈਏ, ਕਰਾਮਾਤ ਮਨਾਂਵਦੀ ਰੁੱਠਿਆਂ ਨੂੰ
ਵਾਰਿਸ ਮਾਰ ਕੇ ਆਹ ਤੇ ਸ਼ਹਿਰ ਸਾੜੋ, ਬਾਦਸ਼ਾਹ ਜਾਣੇ ਅਸਾਂ ਮੁੱਠਿਆਂ ਨੂੰ

ਹੀਰ ਦੀ ਆਹ

604

ਹੀਰ ਨਾਲ ਫਿਰਾਕ ਦੇ ਆਹ ਮਾਰੀ, 'ਰੱਬਾ ਵੇਖ ਅਸਾਡੀਆਂ ਭਖਣ ਭਾਹੀਂ
ਅੱਗੇ ਅੱਗ, ਪਿੱਛੇ ਸੱਪ, ਸ਼ੀਂਹ ਪਾਸੀਂ, ਸਾਡੀ ਵਾਹ ਨਾ ਚੱਲਦੀ ਚੌਹੀਂ ਰਾਹੀਂ
ਇਕ ਮੇਲ ਰੰਝੇਟੜਾ, ਉਮਰ ਜਾਲਾਂ, ਇਕੇ ਦੋਹਾਂ ਦੀ ਉਮਰ ਦੀ ਅਲਖ ਲਾਹੀਂ
ਏਡਾ ਕਹਿਰ ਕੀਤਾ ਦੇਸ ਵਾਲਿਆਂ ਨੇ, ਏਸ ਸ਼ਹਿਰ ਨੂੰ ਕਾਦਰਾ! ਅੱਗ ਲਾਈਂ

605

ਰੱਬਾ ਪਾਈਂ ਕਹਿਰ ਇਸ ਸ਼ਹਿਰ ਉਤੇ, ਜਿਹੜਾ ਘੱਤ ਫਰਊਨ ਡੁਬਾਇਆ ਈ
ਜਿਹੜਾ ਨਾਜ਼ਿਲ ਸੀ ਹੋਇਆ ਜ਼ਕਰੀਏ ਤੇ, ਉਹਨੂੰ ਘੱਤ ਸ਼ਰੀਂਹ ਚਿਰਵਾਇਆ ਈ
ਜਿਹੜਾ ਪਾਇਕੇ ਕਹਿਰ ਤੇ ਨਾਲ ਗੁੱਸੇ, ਵਿਚ ਅੱਗ ਖ਼ਲੀਲ ਪਵਾਇਆ ਈ
ਜਿਹੜਾ ਪਾਇਕੇ ਕਹਿਰ ਤੇ ਸੱਟ ਤਖਤੋਂ, ਸੁਲੇਮਾਨ ਨੂੰ ਭੱਠ ਝੁਕਾਇਆ ਈ
ਜਿਹੜਾ ਕਹਿਰ ਦਾ ਯੂਨਸ ਤੇ ਪਿਆ ਬੱਦਲ, ਉਹਨੂੰ ਭੰਬਰੀ ਥੋਂ ਨਿਗਲਾਇਆ ਈ
ਜਿਹੜੇ ਕਹਿਰ ਤੇ ਗਜ਼ਬ ਦੀ ਪਕੜ ਕਾਤੀ, ਇਸਮਾਈਲ ਨੂੰ ਜ਼ਿਬ੍ਹਾ ਕਰਾਇਆ ਈ
ਜਿਹੜਾ ਘੱਤਿਓ ਗ਼ਜ਼ਬ ਤੇ ਵੈਰ ਗੁੱਸਾ, ਯੂਸਫ਼ ਖੂਹ ਵਿਚ ਬੰਦ ਪਵਾਇਆ ਈ
ਜਿਹੜੇ ਕਹਿਰ ਦੇ ਨਾਲ ਫੜ ਸ਼ਾਹ-ਮਰਦਾਂ, ਇਕਸ ਨਫ਼ਰ ਥੀਂ ਕਤਲ ਕਰਵਾਇਆ ਈ
ਜਿਹੜੇ ਕਹਿਰ ਦੇ ਨਾਲ ਉਸ ਬੰਦੜੀ ਥੋਂ, ਅਮੀਰ ਹਮਜ਼ਾ ਨੂੰ ਚਾ ਮਰਵਾਇਆ ਈ
ਜਿਹੜੇ ਕਹਿਰ ਦੇ ਨਾਲ ਯਜ਼ੀਦੀਆਂ ਥੋਂ, ਇਮਾਮ ਹੁਸੈਨ ਨੂੰ ਚਾਇ ਕੁਹਾਇਆ ਈ
ਕੱਕੀ ਫੂਹੜੀ ਤੇਜ਼ ਜ਼ਬਾਨ ਕੋਲੋਂ, ਹੁਸਨ ਦੇ ਕੇ ਜ਼ਹਿਰ ਮਰਵਾਇਆ ਈ
ਓਹਾ ਕਹਿਰ ਘੱਤੀਂ ਏਸ ਦੇਸ ਦੇ ਸਿਰ, ਜਿਹੜਾਂ ਐਤਨਿਆਂ ਦੇ ਸਿਰ ਆਇਆ ਈ

ਰਾਂਝੇ ਦੀ ਬਦ ਦੁਆ

606

ਰਾਂਝੇ ਹੱਥ ਉਠਾਇ ਦੁਆ ਮੰਗੀ, ਤੇਰਾ ਨਾਮ ਕੱਹਾਰ ਜੱਬਾਰ ਸਾਈਂ
ਤੂੰ ਤਾਂ ਆਪਣੇ ਨਾਉ ਤੇ ਨਿਆਉਂ ਪਿਛੇ, ਏਸ ਦੇਸ਼ ਤੇ ਗ਼ੈਬ ਦਾ ਗਜ਼ਬ ਪਾਈਂ
ਸਾਰਾ ਸ਼ਹਿਰ ਉਜਾੜ ਕੇ ਸਾੜ ਸੁੱਟੀਂ, ਕਿਵੇਂ ਮੁਝ ਗਰੀਬ ਥੀਂ ਦਾਦ ਪਾਈਂ

ਸਾਡੀ ਸ਼ਰਮ ਰਹੇ ਕਰਾਮਾਤ ਜਾਗੇ, ਬੰਨੇ ਬੇੜੀਆਂ ਸਾਡੀਆਂ ਚਾਇ ਲਾਈ

607

ਜਿਵੇਂ ਇੰਦਰ 'ਤੇ ਕਹਿਰ ਦੀ ਨਜ਼ਰ ਕਰਕੇ, ਮਹਿਖਾਸਰੋਂ ਪੁਰੀ ਲੁਟਾਵਾਇਆ ਈ
ਸੁਰਗਾਪੁਰੀ, ਅਮਰਾਪੁਰੀ ਇੰਦ੍ਰਪੁਰੀ, ਦੇਵਪੁਰੀ ਮਘਵਾ ਸਣੇਂ ਲਾਹਿਆ ਈ
ਕਹਿਰ ਕਰੀਂ ਜਿਉਂ ਭੱਦਰਕਾ ਕੋਹ ਮਾਰੇ, ਚੰਡ ਮੁੰਡ ਮਹਿਖੇ ਤੇ ਧਾਇਆ ਈ
ਰਕਤ ਬੀਜ ਮਹਿਖਾਸਰੋਂ ਲਾਇ ਸੱਭੇ, ਪਰਚੰਡ ਕਰ ਪਲਕ ਵਿੱਚ ਘਾਇਆ ਈ
ਓਹ ਕਰੋਪ ਕਰ ਜਿਹੜਾ ਪਿਆ ਜੋਗੀ, ਬਿਸਵਾਮਿਤਰੋਂ ਖੇਲ ਕਰਵਾਇਆ ਈ
ਓਹ ਕਰੋਪ ਕਰ ਜਿਹੜਾ ਪਾਇ ਰਾਵਣ, ਰਾਮ ਚੰਦਰ ਥੋਂ ਲੰਕ ਲੁਟਵਾਇਆ ਈ
ਓਹ ਕਰੋਧ ਕਰ ਜਿਹੜਾ ਪਾਂਡਵਾਂ ਤੇ, ਚਕ੍ਰਵਯੂਹ ਦੇ ਵਿੱਚ ਕਰਵਾਇਆ ਈ
ਦਰੋਣੇਚਾਰਜੋਂ ਲਾਇਕੇ ਬਲੀ ਭੀਖਮ, ਜਿਹੜਾ ਕੈਰਵਾਂ ਦੇ ਗਲ ਪਾਇਆ ਈ
ਕਹਿਰ ਪਾਈਂ ਜੋ ਘੱਤ ਹਰਨਾਖਸ਼ੇ ਤੇ, ਨਾਲ ਨਖਾਂ ਦੇ ਢਿੱਡ ਪੜਵਾਇਆ ਈ
ਘੱਤ ਕਰੋਪ ਜੋ ਪਾਇ ਕੇ ਕੰਸ ਰਾਜੇ, ਬੋਦਾ ਕਾਹਨ ਥੋਂ ਚਾਇ ਪੁਟਾਇਆ ਈ
ਘੱਤ ਕਰੋਪ ਜੋ ਪਾਇ ਕੁਲਖੇਤਰੇ ਨੂੰ, ਕਈ ਖੂਹਣੀ ਸੈਨਾ ਗਲਵਾਇਆ ਈ
ਘੱਤ ਕਰੋਪ ਜੋ ਦ੍ਰੋਪਦੀ ਨਾਲ ਹੋਈ, ਪਤ ਨਾਲ ਫਿਰ ਅੰਤ ਬਚਾਇਆ ਈ
ਘੱਤ ਕਰੋਪ ਜੋ ਰਾਮ ਦੇ ਬੈਠ ਘਟ ਮੇਂ, ਸੂਪਨਖਾ ਬਿਨ ਨੱਕ ਕਰਵਾਇਆ ਈ
ਘੱਤ ਕਰੋਪ ਜੋ ਰਾਮ ਨਲ, ਨੀਲ ਲਛਮਣ, ਕੁੰਭਕਰਨ, ਦੇ ਬਾਬ ਬਣਾਇਆ ਈ
ਘੱਤ ਕਰੋਪ ਜੋ ਰਾਮ ਨੇ ਕ੍ਰੋਧ ਕਰਕੇ, ਬਲੀ ਸਿੰਧ ਦੀ ਖੇਡ ਮੁਕਾਇਆ ਈ
ਘੱਤ ਕਰੋਪ ਬਾਲੀ ਤੇ ਰਾਮ ਕੀਤਾ, ਅਤੇ ਤਾੜਕਾ ਪਕੜ ਚਿਰਵਾਇਆ ਈ
ਘੱਤ ਕਰੋਪ ਸੁਬਾਹੂ ਮਾਰੀਚ ਮਾਰੇ, ਮਹਾਂਦੇਵ ਦੀ ਗੋਦ ਬਹਾਇਆ ਈ
ਘੱਤ ਕਰੋਪ ਜੋ ਬਾਵਨ ਅਵਤਾਰ ਹੋ ਕੇ, ਬਲਿ ਰਾਜਾ ਪਤਾਲ ਬਿਠਾਇਆ ਈ
ਉਹ ਕਰੋਪ ਕਰ ਜਿਹੜਾ ਰੱਬ ਮਨਜ਼ੂਰ ਕੀਤਾ, ਤੁਰਤ ਸ਼ਹਿਰ ਨੂੰ ਅੱਗ ਲਗਾਇਆ ਈ
ਜਦੋਂ ਅੱਗ ਨੇ ਸ਼ਹਿਰ ਨੂੰ ਚੌੜ ਕੀਤਾ, ਧੂੰਆਂ ਰਾਜੇ ਦੇ ਪਾਸ ਫਿਰ ਆਇਆ ਈ
ਵਾਰਿਸ ਸ਼ਾਹ ਮੀਆਂ ਵਾਂਗ ਸ਼ਹਿਰ ਲੰਕਾ, ਚਾਰੋਂ ਤਰਫ ਹੀ ਫੂਕ ਮਚਾਇਆ ਈ

ਸ਼ਹਿਰ ਨੂੰ ਅੱਗ ਲੱਗਣਾ

608

ਲੱਗੀ ਅੱਗ ਚੌਤਰਫ਼ ਜਾਂ ਸ਼ਹਿਰ ਸਾਰੇ, ਕੀਤਾ ਸਾਫ ਸਭ ਝੁੱਗੀਆਂ ਝਾਹੀਆਂ ਨੂੰ
ਸਾਰੇ ਦੇਸ਼ ਵਿਚ ਧੁੰਮ ਤੇ ਸ਼ੋਰ ਹੋਇਆ, ਖਬਰਾਂ ਪਹੁੰਚੀਆਂ ਪਾਂਧੀਆਂ ਰਾਹੀਆਂ ਨੂੰ
ਰਾਜੇ ਹੁਕਮ ਕੀਤਾ, ਖੇੜੇ ਕਰੋ ਹਾਜ਼ਰ ਰਾਜ਼ੀ, ਨਹੀਂ ਜਾਣਦੇ ਜ਼ਬਤ ਬਾਦਸ਼ਾਹੀਆਂ ਨੂੰ
ਲੋਕਾਂ ਆਖਿਆਂ ਫਕਰ ਬਦ ਦੁਆ ਦਿੱਤੀ, ਰਾਜੇ ਭੇਜਿਆ ਤੁਰੰਤ ਸਿਪਾਹੀਆਂ ਨੂੰ
ਕਹਿਣ ਖੇੜਿਆਂ ਨੂੰ ਚਲੋ ਹੋਵੋ ਹਾਜ਼ਰ, ਖੇੜੇ ਫੜੇ ਨੇ ਵੇਖ ਲੈ ਕਾਹੀਆਂ ਨੂੰ
ਵਾਰਿਸ 'ਸੂਮ ਸਲਵਾਤ' ਦੀ ਪੁੱਛ ਹੋਈ, ਇਨ੍ਹਾਂ ਦੀਨ ਈਮਾਨ ਉਗਾਹੀਆਂ ਨੂੰ

ਰਾਂਝੇ ਦਾ ਕਥਨ

609

ਰੱਬ ਫਜ਼ਲ ਕੀਤਾ ਰਾਜੇ ਅਦਲ ਕੀਤਾ, ਦਿੱਤਾ ਯਾਰ ਨੂੰ ਯਾਰ ਮਿਲਾਇ ਮੀਆਂ
ਉਨ੍ਹਾਂ ਮੁੱਢ ਕਦੀਮ ਦੀ ਦੋਸਤੀ ਸੀ, ਜਾਣੇ ਰੱਬ ਰਸੂਲ ਖ਼ੁਦਾਇ ਮੀਆਂ
ਹੀਰ ਖੋਹ ਕੇ ਰਾਂਝੇ ਦੇ ਹੱਥ ਦਿੱਤੀ, ਕਰੀਂ ਜੋਗੀਆ! ਖ਼ੈਰ ਦੁਆਇ ਮੀਆਂ
ਰਾਂਝੇ ਹੱਥ ਉਠਾਇਕੇ ਦੁਆਇ ਦਿੱਤੀ, ਤੂੰ ਹੈਂ ਜੱਲ-ਜਲਾਲ[1] ਖ਼ੁਦਾਇ ਮੀਆਂ
ਤੇਰੇ ਹੁਕਮ ਤੇ ਮੁਲਕ ਵਿਚ ਖ਼ੈਰ ਹੋਵੇ, ਅਤੇ ਦੂਰ ਹੋ ਕੁਲ ਬਲਾਇ ਮੀਆਂ
ਅੰਨ ਧਨ ਤੇ ਲੱਛਮੀ, ਹੁਕਮ, ਦੌਲਤ, ਨਿੱਤ ਹੋਵਣੀ ਦੂਣ ਸਵਾਇ ਮੀਆਂ
ਘੋੜੇ, ਊਠ, ਹਾਥੀ, ਦਾਮ, ਤੋਪਖਾਨਾ, ਹਿੰਦ ਸਿੰਧ ਤੇ ਹੁਕਮ ਚਲਾਇ ਮੀਆਂ
ਵਾਰਿਸ ਸ਼ਾਹ ਰੱਬ ਨਾਲ ਅਬਰੋ ਰਖੇ, ਮੀਟੀ ਮੁੱਠ ਹੀ ਦੇਇ ਲੰਘਾਇ ਮੀਆਂ

ਰਾਂਝਾ ਹੀਰ ਨੂੰ ਲੈ ਕੇ ਚੱਲਿਆ

610

ਲੈ ਕੇ ਚੱਲਿਆ ਆਪਣੇ ਦੇਸ ਤਾਈਂ, ਚਲ ਨੱਢੀਏ! ਰੱਬ-ਦਿਵਾਈਏਂ ਨੀ
ਚੌਧਰਾਣੀਏਂ ਤਖਤ-ਹਜ਼ਾਰੇ ਦੀਏ, ਪੰਜਾਂ ਪੀਰਾਂ ਨੇ ਆਣਿ ਫਹਾਈਏਂ ਨੀ
ਕੱਢ ਖੇੜਿਆਂ ਥੋਂ ਰੱਬ ਦਿੱਤੀਏਂ ਤੂੰ, ਅਤੇ ਮੁਲਕ ਪਹਾੜ ਪਹੁੰਚਾਈਏਂ ਨੀ
ਹੀਰ ਆਖਿਆ, ਇਵੇਂ ਜੇ ਜਾਇ ਵੜਸਾਂ, ਰੰਨਾਂ ਆਖਸਣ, ਉੱਧਲੀ ਆਈਏਂ ਨੀ
ਘੱਤ ਜਾਦੂਅੜਾ ਦੇਉ ਨੇ ਪਰੀ ਠੱਗੀ, ਹੂਰ ਆਦਮੀ ਦੇ ਹੱਥ ਆਈਏਂ ਨੀ
ਵਾਰਿਸ ਸ਼ਾਹ ਪ੍ਰੇਮ ਦੀ ਜੜੀ ਘੱਤੀ, ਮਸਤਾਨੜੀ ਚਾਇ ਬਣਾਈਏਂ ਨੀ

ਹੀਰ ਰਾਂਝੇ ਦਾ ਝੰਗ ਆਉਣਾ

611

ਰਾਹੋ ਰਾਹ ਜਾਂ ਸਿਆਲਾਂ ਦੀ ਜੂਹ ਆਈ, ਹੀਰ ਆਖਿਆ 'ਵੇਖ ਲੈ ਜੂਹ ਮੀਆਂ
ਜਿੱਥੋਂ ਗਏ ਸਾਂ ਖੇਡਦੇ, ਚੋਜ ਕਰਦੇ, ਤਕਦੀਰ ਲਿਆਈਂ ਵਿਚ ਖੂਹ ਮੀਆਂ
ਜਦੋਂ ਜੰਞ ਆਈ ਘਰ ਖੇੜਿਆਂ ਦੀ, ਤੂਫਾਨ ਆਇਆ ਸਿਰ ਨੂੰਹ ਮੀਆਂ
ਏਹ ਥਾਉਂ ਜਿੱਥੇ ਕੈਦੋ ਫਾਂਟਿਆ ਸੀ, ਵਾਰਿਸ ਸੇਹਲੀਆਂ ਲਾਹ ਧੂਹ ਮੀਆਂ

ਪਿੰਡ ਵਿੱਚ ਖ਼ਬਰ ਹੋਣੀ

612

ਜਾਇ ਮਾਹੀਆਂ ਪਿੰਡ ਵਿਚ ਜਾਇ ਕਿਹਾ, 'ਨੱਢੀ ਹੀਰ ਨੂੰ ਚਾਕ ਲੈ ਆਇਆ ਜੇ
ਦਾੜ੍ਹੀ ਖੇੜਿਆ ਦੀ ਸਭ ਮੁੰਨ ਸੁੱਟੀ, ਪਾਣੀ ਓਸ ਨੇ ਮੂਲ ਨਾ ਲਾਇਆ ਜੇ
ਸਿਆਲਾਂ ਆਖਿਆ 'ਪਰੇ ਨਾ ਜਾਣ ਕਿਤੇ, ਜਾ ਕੇ ਨੱਢੜੀ ਨੂੰ ਘਰੀਂ ਲਿਆਇਆ ਜੇ

---

1. ਪ੍ਰਮੇਸ਼ਰ ਖ਼ੁਦਾ

ਆਖੋ ਰਾਂਝੇ ਨੂੰ ਜੰਞ ਬਣਾਇ ਲਿਆਵੇ, ਬੰਨ੍ਹ ਸੇਹਰੇ ਡੋਲੜੀ ਪਾਇਆ ਜੇ
ਜੋ ਕੁਝ ਹੈ ਨਸੀਬ ਸੋ ਦਾਜ ਦਾਮਨ, ਸਾਥੋਂ ਉਹ ਭੀ ਚਾਇ ਲੈ ਜਾਇਆ ਜੇ
ਏਧਰ ਹੀਰ ਤੇ ਰਾਂਝੇ ਨੂੰ ਲੈ ਚਲੇ, ਓਧਰ ਖੇੜਿਆਂ ਦਾ ਨਾਈ ਆਇਆ ਜੇ
ਸਿਆਲਾਂ ਆਖਿਆ ਖੇੜਿਆਂ ਨਾਲ ਸਾਡੇ, ਕੋਈ ਖ਼ੈਰ ਨ ਪੁੱਛਣਾ ਪਾਇਆ ਜੇ
ਹੀਰ ਵਿਆਹ ਦਿੱਤੀ, ਮੋਈ, ਗਈ ਸਾਥੋਂ, ਮੂੰਹ ਧੀਊ ਦਾ ਨਾਹਿ ਵਿਖਾਇਆ ਜੇ
ਉਵੇਂ ਮੋੜ ਕੇ ਨਾਈ ਨੂੰ ਟੋਰ ਦਿੱਤਾ, ਮੁੜ ਫੇਰ ਨ ਅਸਾਂ ਥੇ ਆਇਆ ਜੇ
ਓੜਕ ਤੁਸਾਂ 'ਤੇ ਏਹ ਉਮੀਦ ਆਹੀ, ਡੰਡੇ ਸੁਥਰਿਆਂ ਵਾਂਗੂ ਵਜਾਇਆ ਜੇ

613

ਭਾਈਆਂ ਜਾਇ ਕੇ ਹੀਰ ਨੂੰ ਘਰੀਂ ਆਂਦਾ, ਰਾਂਝਾ ਘਰੇ ਹੀ ਤੁਰਤ ਮੰਗਾਇਓ ਨੇ
ਲਾਹ ਮੁੰਦਰਾਂ ਜੱਟਾਂ ਮੁਨਾਇ ਸੁੱਟੀਆਂ, ਸਿਰ ਸੋਹਣੀ ਪੱਗ ਬੰਨ੍ਹਾਇਓ ਨੇ
ਘਿੰਨ ਖਾਟ ਉਤੇ ਖੰਡ ਦੁੱਧ ਚਾਵਲ, ਅੱਗੇ ਰੱਖ ਕੇ ਪਲੰਘ ਡਹਾਇਓ ਨੇ
ਯਾਕੂਬ ਦੇ ਪਿਆਰੜੇ ਪੁੱਤ ਵਾਂਗੂੰ, ਕੱਢ ਖੂਹ ਥੀਂ ਤਖ਼ਤ ਬਹਾਇਓ ਨੇ
ਜਾਹੁ, ਭਾਈਆਂ ਦੀ ਜੰਞ ਜੋੜ ਲਿਆਵੀਂ, ਅੰਦਰ ਵਾੜ ਕੇ ਬਹੁਤ ਸਮਝਾਇਓ ਨੇ
ਨਾਲ ਦੇਇ ਲਾਗੀ, ਖ਼ੁਸ਼ੀ ਹੋਇ ਸਭਨਾਂ, ਤਰਫ ਘਰਾਂ ਦੇ ਉਹ ਘਲਾਇਓ ਨੇ
ਭਾਈਚਾਰੇ ਨੂੰ ਮੇਲ ਬਹਾਇਉ ਨੇ ਸਭੋ ਹਾਲ-ਅਹਿਵਾਲ ਸੁਣਾਇਓ ਨੇ
ਵੇਖੋ ਦਗੇ ਦੀ ਪੈਵੰਦ ਲਾਇਉ ਨੇ, ਧੀਉ ਮਾਰਨ ਦਾ ਮਤਾ ਪਕਾਇਓ ਨੇ
ਵਾਰਿਸ-ਸ਼ਾਹ ਏਹ ਕੁਦਰਤਾਂ ਰੱਬ ਦੀਆਂ, ਵੇਖੋ ਨਵਾਂ ਪਾਖੰਡ ਰਚਾਇਓ ਨੇ

ਰਾਂਝਾ ਤਖ਼ਤ ਹਜ਼ਾਰੇ ਗਿਆ

614

ਰਾਂਝੇ ਜਾਇ ਕੇ ਘਰੀਂ ਆਰਾਮ ਕੀਤਾ, ਗੰਢੀ ਫੇਰੀਆਂ ਸੂ ਵਿਚ ਭਾਈਆਂ ਦੇ
ਸਾਰਾ ਕੋੜਮਾਂ ਆਇ ਕੇ ਗਿਰਦ ਹੋਇਆ, ਬੈਠਾ ਪੈਂਚ ਹੋ ਵਿਚ ਭਰਜਾਈਆਂ ਦੇ
ਚਲੋ ਭਾਈਓ! ਵਿਆਹ ਸਿਆਲ ਲਿਆਈਏ, ਹੀਰ ਲਈ ਜੇ ਨਾਲ ਦੁਆਈਆਂ ਦੇ
ਜੰਞ ਜੋੜ ਕੇ ਰਾਂਝੇ ਨੇ ਤਿਆਰ ਕੀਤੀ, ਤੌਕ[1] ਚਾਇ ਬੱਧੇ ਮਗਰ ਨਾਈਆਂ ਦੇ
ਵਾਜੇ ਦੱਖਣੀ ਧ੍ਰਗਾਂ ਦੇ ਨਾਲ ਵੱਜਣ, ਲੱਗੇ ਰੰਗ ਛੁਟਣ ਸ਼ਹਨਾਈਆਂ ਦੇ
ਵਾਰਿਸ-ਸ਼ਾਹ ਵਿਸਾਹ ਕੀ ਜੀਵਣੇ ਦਾ, ਬੰਦਾ ਬੱਕਰਾ ਹੱਥ ਕਸਾਈਆਂ ਦੇ

---

1. ਪਟਾ, ਗੁਲੂਬੰਦ

ਹੀਰ ਨੂੰ ਮਾਰਨ ਦੀ ਸਲਾਹ

615

ਸਿਆਲਾਂ ਬੈਠ ਕੇ ਸੱਥ ਵਿਚਾਰ ਕੀਤੀ, 'ਭਲੇ ਆਦਮੀ ਗ਼ੈਰਤਾਂ ਪਾਲਦੇ ਨੀ
ਯਾਰੋ! ਗੱਲ ਮਸ਼ਹੂਰ ਜਹਾਨ ਉੱਤੇ, ਸਾਨੂੰ ਮੇਹਣੇ ਹੀਰ ਸਿਆਲ ਦੇ ਨੀ
ਪਤ ਰਹੇਗੀ ਨਹੀਂ ਜੇ ਟੋਰ ਦਿੱਤੀ, ਨੱਢੀ ਨਾਲ ਮੁੰਡੇ ਮਹੀਂਵਾਲ ਦੇ ਨੀ
ਫੱਟ ਜੀਭ ਦੇ, ਕਾਲਖਾਂ ਬੇਟੀਆਂ ਦੀ, ਐਬ ਜਵਾਨੀ ਦੇ ਮੇਹਣੇ ਗਾਲ੍ਹ ਦੇ ਨੀ
ਜਿਥੇ ਖਾਂਵਦੇ, ਤਿਥੋਂ ਦਾ ਬੁਰਾ ਮੰਗਣ, ਦਗਾ ਕਰਨ ਉਹ ਮਹਿਰਮ ਜੋ ਨਾਲ ਦੇ ਨੀ
ਕਬਰ ਵਿਚ ਵੀ ਵੱਤ ਖੰਜ਼ੀਰ[1] ਹੋਸਣ, ਜੋ ਲਾਡ ਕਰਦੇ ਧਨ ਮਾਲ ਦੇ ਨੀ
ਔਰਤ ਆਪਣੀ ਕੋਲ ਜੋ ਗੈਰ ਵੇਖਣ, ਗੈਰਤ ਕਰਨ ਨ ਓਸ ਦੇ ਹਾਲ ਦੇ ਨੀ
ਮੂੰਹ ਤਿੰਨ੍ਹਾਂ ਦਾ ਵੇਖਣਾ ਖੂਕ ਵਾਂਗੂ, ਕਤਲ ਕਰੋ ਰਫ਼ੀਕ ਜੇ ਨਾਲ ਦੇ ਨੀ
ਸੱਯਦ ਸ਼ੇਖ ਨੂੰ ਮੰਨਣਾ ਰਵਾਂ ਨਾਹੀਂ ਅਮਲ ਕਰਨ ਜੇ ਉਹ ਚੰਡਾਲ ਦੇ ਨੀ
ਹੋਏ ਚੂਹੜਾ ਤਰਕ ਹਰਾਮ ਖਾਵੇ, ਮੁਸਲਮਾਨ ਸਭ ਉਸ ਦੇ ਨਾਲ ਦੇ ਨੀ
ਦੌਲਤਮੰਦ ਦਊਸ਼ ਦੀ ਤਰਕ ਸੁਹਬਤ, ਮਗਰ ਲੱਗੀਏ ਨੇਕ ਕੰਗਾਲ ਦੇ ਨੀ
ਕੋਈ ਕਚਕੜਾ ਲਾਲ ਨਾ ਹੋਇ ਜਾਂਦਾ, ਜੇ ਪਰੋਈਏ ਨਾਲ ਉਹ ਲਾਲ ਦੇ ਨੀ
ਜ਼ਹਿਰ ਦੇ ਕੇ ਮਾਰੀਏ ਨੱਢੜੀ ਨੂੰ, ਗੁਨਾਹਗਾਰ ਹੋ ਜੱਲ-ਜਲਾਲ[2] ਦੇ ਨੀ
ਬਦਅਮਲੀਆਂ ਜਿਨ੍ਹਾਂ ਤੋਂ ਕਰੇਂ ਚੋਰੀਂ, ਮਹਿਰਮ ਹਾਲ ਤੇਰੇ ਵਾਲ ਵਾਲ ਦੇ ਨੀ
ਮਾਰ ਸੁੱਟਿਆ ਹੀਰ ਨੂੰ ਮਾਪਿਆਂ ਨੇ, ਏਹ ਪੇਖਣੇ ਉਸਦੇ ਖਿਆਲ ਦੇ ਨੀ
ਸਾਨੂੰ ਜੰਨਤੀਂ ਸਾਥ ਰਲਾਵਣਾ ਈ, ਅਸੀਂ ਆਸਰੇ ਫਜ਼ਲ ਕਮਾਲ[3] ਦੇ ਨੀ
ਜਿਹੜੇ ਦੋਜ਼ਖੀਂ ਬੰਨ੍ਹ ਕੇ ਟੋਰੀਅਨਗੇ, ਵਾਰਿਸ ਸ਼ਾਹ ਫ਼ਕੀਰ ਦੇ ਨਾਲ ਦੇ ਨੀ

ਹੀਰ ਦੀ ਮੌਤ

616

ਹੀਰ ਜਾਨ-ਬਹੱਕ[4] ਤਸਲੀਮ ਹੋਈ, ਸਿਆਲਾਂ ਦਫ਼ਨ ਕਰ ਖ਼ਤ ਲਿਖਵਾਇਆ ਈ
ਵਲੀ ਗੌਸ ਤੇ ਕੁਤਬ ਸਭ ਖਤਮ ਹੋਏ, 'ਮੌਤ ਸੱਚ ਹੈ' ਰੱਬ ਫੁਰਮਾਇਆ ਈ
ਕੁਲ ਸ਼ੈਈ ਹਲਾਕ ਹੋ ਜਾਵਣਾ ਏ, ਹੁਕਮ ਵਿਚ ਕੁਰਾਨ ਦੇ ਆਇਆ ਈ
ਅਸਾਂ ਸਬਰ ਕੀਤਾ, ਤੁਸਾਂ ਸਬਰ ਕਰਨਾ, ਇਹ ਧੁਰੋਂ ਹੀ ਹੁੰਦੜਾ ਆਇਆ ਈ
ਅਸਾਂ ਹੋਰ ਉਮੀਦ ਸੀ, ਹੋਰ ਹੋਈ, ਖਾਲੀ ਜਾਏ ਉਮੀਦ ਫ਼ੁਰਮਾਇਆ ਈ
ਰਜ਼ਾਇ ਰੱਬ ਦੀ ਨਾਹੀਂ ਟਲੇ ਹਰਗਿਜ਼, ਲਿਖ ਆਦਮੀ ਤੁਰਤ ਭਜਾਇਆ ਈ

617

ਡੇਰਾ ਪੁੱਛ ਕੇ ਰਾਂਝੇ ਦਾ ਜਾਇ ਵੜਿਆ, ਖਤ ਰੋਇ ਕੇ ਹੱਥ ਫੜਾਇਆ ਏ

---

1. ਸੂਰ, 2. ਰੱਬ ਦੇ, 3. ਰੱਬ ਦੀ ਕ੍ਰਿਪਾ, 4. ਰੱਬ ਨੂੰ ਜਾਨ ਦੇਣੀ

ਮਾਜ਼ੂਲ[1] ਹੋਇਓਂ ਤਖਤਿ ਜ਼ਿੰਦਗੀ ਤੋਂ, ਫ਼ੁਰਮਾਨ ਤਗ਼ੱਈਅਰ[2] ਦਾ ਆਇਆ ਏ
ਏਹ ਰੋਵਣਾ ਖਬਰ ਕੀ ਲਿਆਇਆ ਏ, ਮੂੰਹ ਕਾਸ ਨੂੰ ਬੁਰਾ ਬਣਾਇਆ ਏ
ਤੇਰੇ ਮਾਲ ਨੂੰ ਧਾੜਵੀ ਪਏ ਡਾਢੇ, ਜਿਸ ਥੋਂ ਕਿਸੇ ਨਾ ਮਾਲ ਛੁਡਾਇਆ ਏ
ਹੀਰ ਮੋਈ ਨੂੰ ਅੱਠਵਾਂ ਪਹਿਰ ਹੋਇਆ, ਮੈਨੂੰ ਸਿਆਲਾਂ ਨੇ ਅੱਜ ਭਿਜਵਾਇਆ ਏ
ਵਾਰਿਸ ਸ਼ਾਹ ਮੀਆਂ ਗੱਲ ਠੀਕ ਜਾਣੀ, ਤੈਥੋਂ ਕੂਚ ਦਾ ਆਦਮੀ ਆਇਆ ਏ

ਰਾਂਝਾ ਫੌਤ ਹੋਣਾ

618

ਰਾਂਝੇ ਵਾਂਗ ਫਰਹਾਦ ਦੇ ਆਹ ਕੱਢੀ, ਜਾਨ ਗਈ ਸੂ ਹੋਇ ਹਵਾਇ ਮੀਆਂ
ਦੋਵੇਂ ਦਾਰਿ ਫਨਾਹ ਥੀਂ ਗਏ ਸਾਬਤ, ਜਾਇ ਫਿਰੇ ਨੀ ਦਾਇਰ ਬਕਾਇ ਮੀਆਂ
ਦੋਵੇਂ ਰਾਹ ਮਜਾਜ਼ੀ ਦੇ ਰਹੇ ਸਾਬਤ, ਨਾਲ ਸਿਦਕ ਦੇ ਗਏ ਵਿਹਾਇ ਮੀਆਂ
ਵਾਰਿਸ ਸ਼ਾਹ ਇਸ ਖਵਾਬ ਸਰਾਇ ਅੰਦਰ, ਕਈ ਵਾਜੜੇ ਗਏ ਵਜਾਇ ਮੀਆਂ

ਖ਼ਿਆਲ ਸ਼ਾਇਰ

619

ਕਈ ਬੋਲ ਗਏ ਸ਼ਾਖ ਉਮਰ ਦੀ 'ਤੇ, ਇਥੇ ਆਲ੍ਹਣਾ ਕਿਸੇ ਨਾ ਪਾਇਆ ਈ
ਕਈ ਹੁਕਮ 'ਤੇ ਜ਼ੁਲਮ ਕਮਾਇ ਚਲੇ, ਨਾਲ ਕਿਸੇ ਨਾ ਸਾਥ ਲਦਾਇਆ ਈ
ਵੱਡੀ ਉਮਰ ਔਲਾਦ ਪਰਵਾਰ ਵਾਲਾ, ਜਿਸ ਨੂਹ ਤੂਫਾਨ ਮੰਗਾਇਆ ਈ
ਏਹ ਰੂਹ ਕਲਬੂਤ ਦਾ ਜ਼ਿਕਰ ਸਾਰਾ, ਨਾਲ ਅਕਲ ਦੇ ਮੇਲ ਮਿਲਾਇਆ ਈ
ਅੱਗੇ 'ਹੀਰ' ਨਾ ਕਿਸੇ ਨੇ ਕਹੀ ਐਸੀ, ਸ਼ਿਅਰ ਬਹੁਤ ਮਰਗ਼ੂਬ[3] ਬਣਾਇਆ ਈ
ਵਾਰਿਸ ਸ਼ਾਹ ਮੀਆਂ ਲੋਕਾਂ ਸਿਆਣਿਆਂ ਨੂੰ, ਕਿੱਸਾ ਜੋੜ ਅਸ਼ਿਆਰ ਸੁਣਾਇਆ ਈ

ਸਮਾਪਤੀ ਕਿੱਸੇ ਦੀ

620

ਸੰਨ ਯਾਰਾਂ ਸੌ ਅੱਸੀਆਂ ਨਬੀ ਹਿਜ਼ਰਤ, ਲੰਮੇ ਦੇਸ਼ ਦੇ ਵਿਚ ਤਿਆਰ ਹੋਈ
ਅਠਾਰਾਂ ਸੈ ਤਰੇਈਆ ਸੰਮਤਾਂ ਦਾ, ਰਾਜੇ ਬਿਕ੍ਰਮਾਜੀਤ ਦੀ ਸਾਰ ਹੋਈ[4]
ਜਦੋਂ ਦੇਸ਼ ਤੇ ਜੱਟ ਸਰਦਾਰ ਆਹੇ[5], ਘਰੋਂ ਘਰੀਂ ਜਾਂ ਨਵੀਂ ਸਰਕਾਰ ਹੋਈ
ਅਸ਼ਰਾਫ ਖਰਾਬ, ਕਮੀਣ ਤਾਜ਼ੇ, ਜ਼ਿਮੀਦਾਰ ਨੂੰ ਵੱਡੀ ਬਹਾਰ ਹੋਈ
ਚੌਰ, ਚੌਧਰੀ, ਯਾਰ ਨੀ ਪਾਕ-ਦਾਮਨ, ਭੂਤ ਮੰਡਲੀ ਇਕ ਤੋਂ ਚਾਰ ਹੋਈ

---

1. ਥੱਲੇ ਲਹਿਣਾ, 2. ਮੌਤ ਦਾ ਹੁਕਮ, 3. ਪਿਆਰਾ, 4. ਹੀਰ ਦਾ ਕਿੱਸਾ 1766 ਈ: ਵਿੱਚ ਪੂਰਾ ਹੋਇਆ, 5. ਸਿੱਖ ਮਿਸਲਾਂ

ਵਾਰਿਸ ਸ਼ਾਹ ਜਿਨ੍ਹਾਂ ਕਿਹਾ ਪਾਕ ਕਲਮਾਂ, ਬੇੜੀ ਤਿਨ੍ਹਾਂ ਦੀ ਆਕਬਤ ਪਾਰ ਹੋਈ

621

ਖਰਲ ਹਾਂਸ ਮਲਕਾਂ ਮਸ਼ਹੂਰ ਮੁਲਕਾਂ, ਤਿਥੇ ਸ਼ਿਅਰ ਕੀਤਾ ਯਾਰਾਂ ਵਾਸਤੇ ਮੈਂ
ਪਰਖ ਸ਼ਿਅਰ ਦੀ ਆਪ ਕਰ ਲੈਣ ਸ਼ਾਇਰ, ਘੋੜਾ ਫੇਰਿਆ ਵਿੱਚ ਨਿਖਾਸ ਦੇ ਮੈਂ
ਪੜ੍ਹਨ ਗੱਭਰੂ ਦਿਲੀਂ ਵਿਚ ਖੁਸ਼ੀ ਹੋ ਕੇ, ਫੁੱਲ ਬੀਜਿਆ ਵਾਸ ਦੇ ਵਾਸਤੇ ਮੈਂ
ਵਾਰਿਸ ਸ਼ਾਹ ਨਾ ਅਮਲ ਦੀ ਰਾਸ ਮੈਥੇ, ਕਰਾਂ ਮਾਣ ਨਿਮਾਨੜਾਂ ਕਾਸਤੇ ਮੈਂ

622

ਅਫਸੋਸ! ਮੈਨੂੰ ਆਪਣੀ ਨਾਕਸੀ ਦਾ, ਗੁਨਾਹਗਾਰ ਨੂੰ ਹਸ਼ਰ ਦੇ ਸੂਰ ਦਾ ਏ
ਇਨ੍ਹਾਂ ਮੋਮਨਾਂ ਖ਼ੌਫ ਖੁਦਾਇ ਦਾ ਏ, ਅਤੇ ਹਾਜੀਆਂ ਬੈਤ ਮਾਮੂਰ ਦਾ ਏ
ਸੂਬੇਦਾਰ ਨੂੰ ਤਲਬ ਸਿਪਾਹ ਦੀ ਦਾ, ਅਤੇ ਚਾਕਰਾਂ ਕਾਟ ਕਸੂਰ ਦਾ ਏ
ਸਾਰੇ ਮੁਲਕ ਪੰਜਾਬ ਖਰਾਬ ਵਿਚੋਂ, ਮੈਨੂੰ ਵੱਡਾ ਅਫ਼ਸੋਸ ਕਸੂਰ[1] ਦਾ ਏ
ਸਾਨੂੰ ਸ਼ਰਮ ਹਯਾਉ ਦਾ ਖ਼ੌਫ ਰਹਿੰਦਾ, ਜਿਵੇਂ ਮੂਸਾ ਨੂੰ ਖ਼ੌਫ ਕੋਹ ਤੂਰ ਦਾ ਏ
ਏਨ੍ਹਾਂ ਗਾਜ਼ੀਆਂ ਕਰਮ ਬਹਿਸ਼ਤ ਹੋਵੇ, ਤੇ ਸ਼ਹੀਦਾਂ ਨੂੰ ਵਾਇਦਾ ਹੂਰ ਦਾ ਏ
ਐਵੇਂ ਬਾਹਰੋਂ ਸ਼ਾਨ, ਖਰਾਬ ਵਿਚੋਂ, ਜਿਵੇਂ ਢੋਲ ਸੁਹਾਵਣਾ ਦੂਰ ਦਾ ਏ
ਵਾਰਿਸ ਸ਼ਾਹ ਵਸਨੀਕ ਜੰਡਿਆਲੜੇ ਦਾ, ਤੇ ਸ਼ਗਿਰਦ ਮਖ਼ਦੂਮ ਕਸੂਰ ਦਾ ਏ

623

ਖਤਮ ਰੱਬ ਦੇ ਕਰਮ ਦੇ ਨਾਲ ਹੋਈ, ਫੁਰਮਾਇਸ਼ ਪਿਆਰੜੇ ਯਾਰ ਦੀ ਸੀ
ਐਸਾ ਸ਼ਿਅਰ ਕੀਤਾ ਪੁਰ-ਮਗਜ਼ ਮੌਜੂ, ਜੇਹੀ ਮੋਤੀਆਂ ਲੜੀ ਸੰਵਾਰਦੀ ਸੀ
ਤੂਲ ਖੋਲ੍ਹ ਕੇ ਜਿਕਰ ਬਿਆਨ ਕੀਤਾ, ਰੰਗ ਰੰਗ ਦੀ ਖ਼ੂਬ ਬਹਾਰ ਦੀ ਸੀ
ਤਫ਼ਸੀਲ ਦੇ ਨਾਲ ਬਿਆਨ ਕੀਤਾ, ਜੇਹੀ ਜ਼ੀਨਤ ਲਾਲਾਂ ਦੇ ਹਾਰ ਦੀ ਸੀ
ਜੋ ਜੋ ਪੜ੍ਹੇ ਸੋ ਬਹੁਤ ਪ੍ਰਸੰਨ ਹੋਵੇ, ਵਾਹ ਵਾਹ ਸਭ ਖਲਕ ਪੁਕਾਰਦੀ ਸੀ
ਵਾਰਿਸ ਸ਼ਾਹ ਨੂੰ ਸਿੱਕ ਦੀਦਾਰ ਦੀ ਸੀ, ਜੇਹੀ ਹੀਰ ਨੂੰ ਭਟਕਣਾ ਯਾਰ ਦੀ ਸੀ

ਸ਼ਾਇਰ ਦੀ ਅਰਜ਼

624

ਬਖਸ਼ੀ ਲਿਖਣੇ ਵਾਲੇ ਜੁਮਲਿਆਂ ਨੂੰ, ਪੜ੍ਹਨ ਵਾਲਿਆਂ ਕਰੀਂ ਅਤਾਇ ਮੀਆਂ
ਸੁਣਨ ਵਾਲਿਆਂ ਨੂੰ ਬਖਸ਼ੀ ਖੁਸ਼ੀ ਦੌਲਤ, ਰੱਖੀਂ ਜ਼ੌਕ ਤੇ ਸ਼ੌਕ ਦਾ ਚਾਇ ਮੀਆਂ
ਰੱਖੀਂ ਸ਼ਰਮ ਹਯਾਉ ਤੂੰ ਜੁਮਲਿਆਂ ਦੀ, ਮੁੱਠੀ ਮੀਟ ਕੇ ਦੇਈਂ ਲੰਘਾਇ ਮੀਆਂ
ਵਾਰਿਸ ਸ਼ਾਹ ਤਮਾਮ ਈ ਮੋਮਨਾਂ ਨੂੰ, ਦੇਈਂ ਦੀਨ ਈਮਾਨ ਰਜ਼ਾਇ ਮੀਆਂ

---

1. ਕਸੂਰ ਸਿੱਖ ਮਿਸਲਾਂ ਨੇ ਲੁੱਟਿਆ ਸੀ।

ਰੂਹਾਨੀਅਤ

625

ਹੀਰ ਰੂਹ ਤੇ ਚਾਕ ਕਲਬੂਤ ਜਾਣੋ, ਬਾਲਨਾਥ ਇਹ ਪੀਰ ਬਣਾਇਆ ਈ
ਪੰਜ ਪੀਰ ਖਵਾਸ ਏਹ ਪੰਜ ਤੇਰੇ, ਜਿਨ੍ਹਾਂ ਥਾਪਨਾ ਤੁੱਧ ਨੂੰ ਲਾਇਆ ਈ
ਕਾਜ਼ੀ ਹੱਕ, ਝਬੇਲ ਨੇ ਅਮਲ ਮੇਰੇ, ਅੱਯਾਲ ਮੁਨਕਿਰ ਨਕੀਰ ਠਹਿਰਾਇਆ ਈ
ਸਈਆਂ ਹੀਰ ਦੀਆਂ, ਘਰ ਬਾਰ ਤੇਰਾ, ਜਿਨ੍ਹਾਂ ਨਾਲ ਪੈਵੰਦ ਬਣਾਇਆ ਈ
ਕੈਦੋ ਲੰਙਾ ਸ਼ੈਤਾਨ ਮਲਊਨ ਜਾਣੋ, ਜਿਸ ਨੇ ਵਿਚ ਦੀਵਾਨ ਫੜਾਇਆ ਈ
ਜਿਹੜਾ ਬੋਲਦਾ ਨਾਦ ਏਹੁ ਵੰਝਲੀ ਹੈ, ਜਿਸ ਹੋਸ਼ ਦਾ ਰਾਗ ਸੁਣਾਇਆ ਈ
ਸਹਿਤੀ ਮੌਤ ਤੇ ਜਿਸਮ ਹੈ ਯਾਰ ਰਾਂਝਾ, ਏਹਨਾਂ ਦੋਹਾਂ ਨੇ ਭੇੜ ਮਚਾਇਆ ਈ
ਸ਼ਹਿਵਤ ਭਾਬੀਆਂ ਭੁੱਖ ਰਬੇਲ ਬਾਂਦੀ, ਜਿਨ੍ਹਾਂ ਜੰਨਤੋਂ ਮਾਰ ਕਢਾਇਆ ਈ
ਦੁਨੀਆਂ ਜਾਣ ਏਵੇਂ, ਜਿਵੇਂ ਝੰਗ ਪੇਕੇ, ਗੋਰ ਕਾਲੜਾ ਬਾਗ ਬਣਾਇਆ ਈ
ਤ੍ਰਿਞਣ ਏਹ ਬਦ-ਅਮਲੀਆਂ ਤੇਰੀਆਂ ਨੇ, ਕੱਢ ਭਿਸ਼ਤ ਥੀਂ ਦੋਜ਼ਖੇ ਪਾਇਆ ਈ
ਕੋਠਾ ਗੋਰ, ਤੇ ਇਜ਼ਰਾਈਲ ਖੇੜਾ, ਜਿਹੜਾ ਲੈਂਦੋ ਹੀ ਰੂਹ ਨੂੰ ਧਾਇਆ ਈ
ਉਹ ਮਸੀਤ ਹੈ ਮਾਂਉ ਦਾ ਸ਼ਿਕਮ ਬੰਦੇ, ਜਿਸ ਹੀਰ ਸਭ ਰੋਜ਼ ਲੰਘਾਇਆ ਈ
ਅਦਲੀ ਰਾਜਾ ਇਹ ਨੇਕ ਨੇ ਅਮਲ ਤੇਰੇ, ਜਿਸ ਹੀਰ ਇਨਾਮ ਦਿਵਾਇਆ ਈ
ਜੋਕੀ ਤਾਰਕ ਬਣਿਆ ਕੰਨ ਪਾੜ ਜਿਸ ਨੇ, ਸੱਭ ਅੰਗ ਬਿਭੂਤ ਰਮਾਇਆ ਈ
ਵਾਰਿਸ ਸ਼ਾਹ ਮੀਆਂ ਬੇੜੇ ਪਾਰ ਤਿਨ੍ਹਾਂ, ਜਿਨ੍ਹਾਂ ਰੱਬ ਦਾ ਨਾਉਂ ਧਿਆਇਆ ਈ

■■■

ਸਹਾਇਕ ਪੁਸਤਕ-ਸੂਚੀ

1. ਹੀਰ ਵਾਰਿਸ
(ਡਾ. ਜੀਤ ਸਿੰਘ ਸੀਤਲ)

2. ਮਹਾਨ ਕੋਸ਼
(ਡਾ. ਕਾਹਨ ਸਿੰਘ ਨਾਭਾ)

3. ਹੀਰ ਵਾਰਿਸ ਵਿੱਚ ਮਿਲਾਵਟੀ ਸ਼ੇਅਰਾਂ ਦਾ ਵੇਰਵਾ
(ਜ਼ਾਹਿਦ ਇਕਬਾਲ)